Àwọn ìlòkúlò t

- Àtúnse 2026 - 2

Àwọn tó ṣe àfihàn - John G. Lake – Kathryn Kuhlman – Lester Sumrall – Frank àti Ida Mae Hammond – Derek Prince – Ìtàn Hayes – Joseph Ayo Babalola – Robert Schambach

A bí ọ fún èyí – Ìwòsàn, Ìdáǹdè àti Ìtúnṣe – Wá bí o ṣe lè rí láti ọ̀dọ̀ àwọn Ńlá

Àwọn Ìlòkulò Ńlá Jùlọ ...

Láti ọwọ́ Aṣojú Monday O. Ogbe; Zacharias Godseagle

Table of Contents

Àwọn ìlòkúlò tó pọ̀ jù – 1 1

- *Àtúnse 2026 - 2* 1

Àwọn tó ṣe àfihàn - John G. Lake – Kathryn Kuhlman – Lester Sumrall – Frank àti Ida Mae Hammond – Derek Prince – Ìtàn Hayes – Joseph Ayo Babalola – Robert Schambach 1

A bí ọ fún èyí – Ìwòsàn, Ìdáǹdè àti Ìtúnṣe – Wá bí o ṣe lè rí láti ọ̀dọ̀ àwọn Ńlá 1

Àwọn Ìlòkulò Ńlá Jùlọ ... 1

Àwọn ìlòkúlò tó pọ̀ jù - 1 8

- Nípa ìwé náà 8

Àwọn Àtúnyẹ̀wò Amazon 11

Àwọn ìlòkúlò tó pọ̀ jù - 1 14

- Nípa Òǹkọ̀wé náà 14

Àwọn ìlòkúlò tó pọ̀ jù - 1 17

– Báwo ni mo ṣe se oúnjẹ tí mo sì fi sí iṣẹ́ ìsìn ìwòsàn, ìdáǹdè àti àtúnṣe 17

Ìtàn Tòótọ́: Ìpàdé Mi Pẹ̀lú Ẹ̀mí Mímọ́ ní London ní Ọjọ́ Àbámẹ́ta, 5am, 22nd ti Oṣù Kẹrin 2006 22

Àwọn ìlòkúlò tó pọ̀ jù - 1 30

- Nípa Olùtẹ̀wé 30

Àwọn ìlòkúlò tó pọ̀ jù - 1 37

- Ìjẹ́wọ́ 37

Àwọn ìlòkúlò tó pọ̀ jù - 1 38

– Ìyàsímímọ́ 38

Àwọn ìlòkúlò tó pọ̀ jù - 1 39

- Ifihan ***39***

Àwọn ìlòkúlò tó pọ̀ jù - 1 ***43***

Ìtàn Ìgbésí Ayé Kúkúrú - John G. Lake – Kathryn Kuhlman – Lester Sumrall – Frank àti Ida Mae Hammond – Derek Prince – Ìtàn Hayes – Joseph Ayo Babalola – Robert Schambach ***43***

Àwọn ìlòkúlò tó pọ̀ jù - 1 ***93***

- Awọn ẹri ***93***

Charles S. Price – Àwọn ẹ̀yà ara obìnrin tuntun tí a ṣẹ̀dá 93
Àwọn Ojú Tuntun Tí A Dá 93
Reverend Lee Stoneking jíǹde kúrò nínú òkú 95
Iwosan Leukemia ninu Ipade Tommy Hicks 96
Ọmọkùnrin tí a wo sàn kúrò nínú àrùn ọpọlọ nípasẹ̀ Charles àti Frances Hunter 97
Iwosan Jack Hayford 97
Àrùn èèmọ́ paré lórí ọmọ lẹ́yìn àdúrà láti ọwọ́ AA Allen 98
Obìnrin kan wo àrùn ẹ̀gbà ọpọlọ sàn lẹ́yìn tí Ọlọ́run fún un ní ìran kan 99
Iṣẹ́ ìyanu lẹ́yìn tí àwọn iṣan ẹ̀jẹ̀ bú gbàù 101
Oju ti a da nigba ti Mel Bond gbadura 103
Àwọn Kíndìnrín Tó Ti Kú Wá Láàyè 104
Iṣẹ́ ìyanu ìṣẹ̀dá nípasẹ̀ Charles Shamp 104
Herb Mjorud jí Obìnrin kan dìde kúrò nínú òkú 105
Pasitọ Supressa Sithole gbadura fun obinrin ti o gba oju tuntun 108
Florence Hedges wo Lupus sàn nípasẹ̀ àdúrà ní ọdún 1998 108
Ìwòsàn Nípasẹ̀ Gayle Jackson 110
Ìwòsàn Ìyá Lester Sumrall 111
Kò sí aláàbọ̀ mọ́ – Ìwòsàn nípasẹ̀ John àti Olive Kellner 112
Iwosan Ohùn Pasitọ kan – Orin Dafidi 103 113
"Rírí" Ronald Coyne lọ́nà ìyanu 117
Obìnrin Wúrú tí wọ́n bí ní Antwerp ti Charles Finney 118
A wo Agbègbè Pheonix sàn kúrò nínú àrùn jẹjẹrẹ nípasẹ̀ William Branham ní oṣù kẹta ọdún 1948. 121
Obìnrin tó ń kú tí wọ́n wo sàn lábẹ́ John Alexander Dowie 123
A ti wo ibajẹ PTSD ati Nerve sàn 126
Iwosan Jo Gummelt Nipasẹ Kathryn Kuhlman 127

Ọkùnrin tí a jí dìde kúrò nínú òkú nípasẹ̀ onímọ̀ nípa ọkàn 129
Ìtàn ìyanu kan nípa ìwòsàn ìyanu kan ní ìparí àwọn ọdún 1700 131
Obìnrin tí a wo sàn kúrò nínú àìgbọ́rọ̀ ní ìpàdé George Jeffries136
Obìnrin kan ní Australia tí a wòsàn kúrò nínú ọ̀pọ̀lọpọ̀ àrùn 137
Àwọn Míṣọ́nnárì Iris tí Bill Johnson wòsàn – Ẹ̀rí Fídíò 140
Iwosan Ti O Yanilẹnu Nipasẹ Charles F. Parham 140
Iṣẹ́ ìyanu ní Ward 17 – Ọlọ́run lo Agnes Sanford 140
Ìwòsàn Nípasẹ̀ James Moore Hickson 143
Ji dide kuro ninu oku ni Oregon 145
A wo àrùn oríkèé sàn nípasẹ̀ William Branham 145
Ìwòsàn Nípasẹ̀ Aṣọ Àdúrà – Charles àti Frances Hunter 146
Ọkùnrin kan lọ sí ọ̀run lẹ́yìn ikú rẹ̀ ṣùgbọ́n ó padà sí ìyè. 147
Iwosan Àrùn Jẹjẹrẹ Ìpọ́n 150
Iṣẹ́ ìyanu oníṣẹ̀dá – Ọkàn tuntun tí a dá sínú ọmọ ọwọ́ 150
Iṣẹ́ ìyanu ìṣẹ̀dá nípasẹ̀ Matt Sorg 152
Ẹgbẹ́ Randy Clark – Ẹsẹ̀ náà dàgbà sí i ní ìṣẹ́jú méjì 153
AH Dallimore – Iwosan Margaret MacPherson 154
Maria Woodworth-Etter – Obìnrin tí ó ní èèmọ̀ tí a wòsàn 155
TW Ratana (Maori Healer) - Iwosan ti Fannie Lammas 157
FF Bosworth – Àwọn ọmọ mẹ́fà tí wọ́n dití tí a wò sàn ní alẹ́ kan 159
Ti pese Idena Dystrophy Muscular 160
Rolland àti Heidi Baker – Ṣí Ọ̀run Lórí Cabo Delgado 163
Ẹgbẹ́ Randy Clark – Ọmọkùnrin tí a ti tọ́jú láti ìgbà ìbí 165
Ethel Willitts – Ọmọbìnrin tí ó ní àbùkù ara tí a wòsàn 166
Stephen Jeffreys – Obìnrin Aláìlera Nígbà Tí Ó Rí Jésù Ní Ìpàdé 166
Raymond T. Richey – A wo àwọn ìbàjẹ́ ogun tó le koko sàn 171
Smith Wigglesworth – Nọ́ọ̀sì ti wo àrùn tó ń fa ẹ̀gbẹ́ sàn 173
AJ Byers – Obìnrin tí a wòsàn lẹ́yìn ọdún mẹ́ẹ̀ẹ́dọ́gbọ̀n ti ìjìyà 175
George Jeffreys – A wo ọkùnrin arọ sàn lẹ́sẹ̀kẹsẹ̀ 177
Ẹgbẹ́ Randy Clark – Àwọn arákùnrin méjì tí wọ́n jẹ́ adití àti odi ni a wò sàn 178
Jennie Smith – A wosan lẹhin ọdun ti ijiya lile 179
RA Torrey – A wo ìbàjẹ́ ọmọdé sàn 181
AC Valdez Sr. – Àwọn Ojú Tuntun Ni A Ṣẹ̀dá 182
Brian Fenimore – Iwosan Airotẹlẹ ti Pasitọ Baptist kan 183
Rolland àti Heidi Baker – Àwọn Aláìfọ́jú Rí, Àwọn Adití Rí, àti Ọ̀pọ̀lọpọ̀ ni a gbàlà 185
Charles Spurgeon – A fi Aláìsàn kan jíjìn lé e lọ́wọ́ 187

Francis MacNitt – Àwọn Obìnrin Tí Ẹsẹ̀ Rẹ̀ Rọrùn 188
Heidi Baker àti Supresa Sithole – Pasitọ tí a wo sàn ní ojú ikú 192
James Moore Hickson - Obìnrin tí a wosàn láti ara Lupus 194
Ègún kan ti bàjẹ́, obìnrin kan sì rìn 195

Àwọn Ìlòkúlò Ńlá - 1- Àwọn Ìjápọ̀ Podcast Ohùn 197

Àwọn Ìlòkulò Ńlá - 1 - Fídíò Àwọn Ìjápọ̀ Youtube 199

Àwọn Ìlòkúlò Ńlá - 1 - Orí 1 - ìfihàn tó tó láti mú kí a kó àwọn ènìyàn ní ìgbèkùn àti láti gbà wọ́n tọwọ́tẹsẹ̀ sí òmìnira nínú Kristi 200

Títàn ìmọ́lẹ̀ Ọlọ́run nínú ayé àìtọ́ yìí + Àdúrà fún Ìrìbọmi nínú Ẹ̀mí Mímọ́ + Ìtàn méjì láti ọwọ́ Trevor Farrell ti Trevor Place àti Robert W. Schambach lórí Ẹ̀mí *Ọkùnrin kan* tí a fi pamọ́ kúrò nínú Àga Iná mànàmáná - Ìṣáájú 200

Àwọn Ìlòkulò Ńlá - 1 – Orí 2 - Ìtàn Méjì (2) – Ìtàn Kìíní: láti ọwọ́ Norvel Hayes: 215

Iṣẹ́ Ìyanu – Iṣẹ́ ìyanu tí ó wà ní ọwọ́ ọmọbìnrin rẹ̀ àti Robert Schambach Lo ní Índíà + Àkọ́kọ́ Àdúrà Ìdáǹdè Ara-ẹni + Àdúrà Àdéhùn Ìwòsàn, Ìdáǹdè àti Ìmúpadàbọ̀sípò Apá Kìíní 215

Ṣé o ń ṣàìsàn tàbí o nílò ìdáǹdè tàbí ìmúpadàbọ̀sípò? 231

Àwọn Ìlòkulò Ńlá - 1 – Orí 3 - Wá bí a ṣe lè rí i láti ọ̀dọ̀ àwọn Ńlá ní apá kejì 233

Ó tó láti kó àwọn ènìyàn ní ìgbèkùn, a sì káàbọ̀ sí òmìnira – Báwo ni a ṣe lè wòsàn tàbí kí a wo àrùn COVID-19, Àrùn Jẹjẹrẹ àti Àwọn Mìíràn sàn – Apá Kejì 233

Àwọn Ìlòkulò Ńlá - 1 - Orí 4 - Wá Ọ̀nà Láti ọ̀dọ̀ Àwọn Ńlá - apá 3 234

Ó tó láti mú kí Bìlísì wà ní ìgbèkùn àti kí a káàbọ̀ sí Òmìnira nínú Kristi Jésù – Ìmúṣiṣẹ́ sínú Ogun Ojoojúmọ́ – Ìkéde Ojoojúmọ́ Àdúrà fún ìpèsè ara ẹni ní ipò Àdúrà – Apá Kẹta- Ìwé Àkọ́kọ́ láti ọwọ́ Cindy Trimm 234

Àwọn Ìlòkulò Ńlá - 1 – Orí 5 - Wá Ọ̀nà Láti ọ̀dọ̀ Àwọn Ńlá - apá 4 256

Ó tó láti mú kí Sátánì wà ní ìgbèkùn àti kí ó sì wá sí òmìnira nínú Kristi – Ṣé àwọn Kristẹni lè di ẹlẹ́mìí èṣù? Iró ni Olùgbàlejò, Sátánì ń tà láti mú kí ọ̀pọ̀ Kristẹni wà ní ìgbèkùn nípasẹ̀ àìmọ̀kan. Báwo ni a ṣe lè rí wíwà wọn nínú ìgbésí ayé wa kí a sì lé wọn kúrò + Ìtàn òtítọ́ láti ọ̀dọ̀ ilé ìgbìmọ̀ aṣòfin gíga kan ń ran àwọn ènìyàn lọ́wọ́ láti jẹ́rìí ìgbàlà ara ẹni gẹ́gẹ́ bí Derek Prince ṣe sọ Apá 4 + Àpilẹ̀kọ Àdúrà Ìdáǹdè Ara-ẹni + Àdúrà Àdéhùn Ìwòsàn, Ìdáǹdè àti Ìmúpadàbọ̀sípò 256

Àwọn Ìlòkulò Ńlá - Orí Kìíní 6 & 7 - Àwọn ìgbésẹ̀ pàtàkì méje (7) sí ìgbàlà + 268

Bí a ṣe lè dá àwọn ẹgbẹ́ ẹ̀mí Ànjọ̀nú mọ̀ àti lé wọn jáde àti ìran ìjà ìkẹyìn àti bí a ṣe lè borí lọ́nà ọgbọ́n lórí àwọn ìlà iwájú mẹ́rin (4) ti ìbáṣepọ̀ gẹ́gẹ́ bí Frank àti Ida Mae Hammond ṣe sọ – Apá 5 & Apá 6 + Àpótí Àdúrà Ìdáǹdè Ara-ẹni + Àdúrà Àdéhùn Ìwòsàn, Ìdáǹdè àti Ìmúpadàbọ̀sípò 268

Ija Ikẹhin – Àlá Ẹ̀mí 288

Àdúrà Kúkúrú fún Ìdáǹdè Ara-ẹni 297

Ṣé o ń ṣàìsàn tàbí o nílò àtúnṣe? 298

Àwọn Ìlòkulò Ńlá - 1 – Orí 8 - Wá bí a ṣe lè rí i láti ọ̀dọ̀ àwọn Ńlá ní Apá 7 300

– AGBARA MIMI MIMO TI N GBE INU RE NINU ORO NINU AFEFE SI OMI ORÍ PE gege bi asoju fun IWOSAN, ITUSILE ATI IMUSEPO SINU AYE RE LORI AYE RE LORI AWON ELOMIRAN – Apeere Iwe Adura ti a fi kun lori omi ati epo + Itan 2 lori ITUSILE Aguntan kan ati Ọmọbìnrin ọmọ ọdún mẹ́fà láti àrùn Schizophrenia àti ogun àwọn ẹ̀mí èṣù mìíràn gẹ́gẹ́ bí ọ̀nà ẹ̀kọ́ fún ÌWỌ láti ọwọ́ Frank àti Ida Mae – Apá 7 + Àdúrà ìfọwọ́sowọ́pọ̀ fún ìwòsàn, ìdáǹdè àti ìmúpadàbọ̀sípò 300

Àdúrà Kúkúrú fún Ìdáǹdè Ara-ẹni. 317

Ṣé o ń ṣàìsàn tàbí o nílò àtúnṣe? 318

Àwọn Ìlòkulò Ńlá - 1 – Orí 9 - Wá bí a ṣe lè rí i láti ọ̀dọ̀ àwọn Ńlá ní Apá 8 320

Ibo ni ìfẹ́ Ọlọ́run àti agbára-ọba wà ní ayé nínú gbogbo ọ̀rọ̀ yìí lórí òmìnira? Kí ló dé tí kì í ṣe gbogbo ẹni tí a ń gbàdúrà fún ni a ń wòsàn, a ń gbà wọ́n là tàbí a ń mú wọn padà bọ̀ sípò? Kí ló dé tí àwọn kan fi jẹ́ díẹ̀díẹ̀ tàbí díẹ̀díẹ̀? Kí ni àwọn ìdíwọ́ sí ìwòsàn, ìtújáde àti ìtúnpadà? Àti àwọn kan tí a ń ṣe àti àwọn tí a kò

gbọdọ̀ + Ìtàn kan (1) láti fi ìdí àkọlé yìí múlẹ̀ kí a sì fọ́ ẹ̀mí ìbẹ̀rù láti ọwọ́ Bro Robert Schambach – Apá 8 + Ìwé ìtújáde ara-ẹni àti àdúrà ìfọwọ́sowọ́pọ̀ fún ìwòsàn, ìtújáde àti ìtúnpadà 320
Àdúrà Kúkúrú fún Ìdáǹdè Ara-ẹni. 339
Ṣé o ń ṣàìsàn tàbí o nílò àtúnṣe? 340

Àwọn Ìlòkulò Ńlá - 1 – Orí 10 - Gba Ìdáhùn sí Àwọn Ìbéèrè Tó Wà Lórí Ìwòsàn, Ìtúsílẹ̀ àti Ìtúnṣe + Àwọn Ìtọ́sọ́nà Tó Wúlò sí Ìránṣẹ́ Ìwòsàn, Ìtúsílẹ̀ àti Ìtúnṣe + Ìṣọ̀kan Àìsàn Ẹsẹ̀ bí Ẹ̀mí Mímọ́ ṣe fi hàn sí Ida Mae Hammond àti bí a ṣe lè bá ẹ̀mí lò apá 9 342

Bíbélì tí a ti mú kí ó gbòòrò síi, Àtúnse Àtijọ́ 342

Bíbélì tí a ti mú kí ó gbòòrò síi, Àtúnse Àtijọ́ 344

A: Wíwà – Ẹ̀mí, Ọkàn àti Ara; 344

B: Ìgboyà láti lo àṣẹ àti agbára; 344

C: Ìyọ́nú láti jókòó níbi tí àwọn ènìyàn ń jìyà; 344

D: Ìpinnu láti tẹ̀síwájú títí di ìgbà tí a ó fi ṣẹ́gun; 344

E: Ìfẹ́ Tọkàntọkàn tí kò dá lórí ohun tí a kò lè fojú rí; 344

F: Ibinu gbigbona pẹlu Satani ati 344

Bíbélì tí a ti mú kí ó gbòòrò síi, Àtúnse Àtijọ́ 344
Àdúrà Kúkúrú fún Ìdáǹdè Ara-ẹni. 393
Ṣé o ń ṣàìsàn tàbí o nílò àtúnṣe? 394

Àwọn Ìlòkulò Ńlá - 1 - Ìparí 396
Àǹfààní ńlá 396

Àwọn Ohun Èlò Ìtọ́kasí Àwọn Olùkópa: 400

Àwọn ìwé àti ohun èlò tí a dámọ̀ràn 401

Àwọn ìlòkúlò tó pọ̀ jù - 1

- Nípa ìwé náà

Àwọn Ìlòkúlò Ńlá – 1 (Àtúnse 2026)
A bí ọ fún èyí — Ìwòsàn, Ìdáǹdè, àti Ìmúpadàbọ̀sípò
Ní báyìí, a túmọ̀ rẹ̀ sí èdè ààdọ́ta.

Kí ló máa ṣẹlẹ̀ tí iṣẹ́ ìyanu inú Bíbélì kì í ṣe ìtàn… bí kò ṣe ogún rẹ?
Nínú *Greater Exploits – 1* , a pè ọ́ sí ìrìn àjò alágbára, tí ìgbàgbọ́ ń darí ti ìwòsàn, ìdáǹdè, àti ìmúpadàbọ̀sípò — tí a gbé kalẹ̀ nínú Ìwé Mímọ́ tí a sì tan ìmọ́lẹ̀ sí nípasẹ̀ ìgbésí ayé àwọn òjíṣẹ́ ìwòsàn tí ó ní ipa jùlọ ní ọgọ́rùn-ún ọdún sẹ́yìn.
Ti o ni awọn igbesi aye ati awọn ẹri ti:
John G. Lake
Kathryn Kuhlman
Lester Sumrall
Frank àti Ida Mae Hammond
Derek Prince
Norvel Hayes
Joseph Ayo Babalola
Robert Schambach
Ìwé yìí kò ju ìtàn lọ. Ó ń mú ọ gbára dì.
Ṣé o ti ṣetán fún òmìnira?

- Ṣé àìní ìrànlọ́wọ́, àìnírètí, tàbí àwọn ìjákulẹ̀ ti sú ọ?
- Ṣé ìnilára nípa ti ara, ti ìmọ̀lára, tàbí ti ẹ̀mí ni o ń bá jà?
- Ǹjẹ́ ó dà bíi pé àdúrà kò dáhùn?

- Ṣé o fẹ́ ṣe ìránṣẹ́ fún ìwòsàn àti ìmúpadàbọ̀sípò fún àwọn ẹlòmíràn?

Ìwé yìí ni a kọ fún ọ.

Ohun tí o máa rí nínú rẹ̀:

✓ Àwọn ẹ̀rí tó lágbára tó lé ní ọgọ́rin (80) nípa ìwòsàn àti ìgbàlà

✓ Àwọn ìlànà tó wúlò fún ìwòsàn àti ìmúpadàbọ̀sípò iṣẹ́ ìránṣẹ́

✓ Àwọn ìpìlẹ̀ Ìwé Mímọ́ tí a gbé kalẹ̀ láti inú Máàkù 16:15–20 àti Jòhánù 14:12

✓ Ìdáhùn sí àwọn ìbéèrè tí a sábà máa ń béèrè nípa ìwòsàn àti ìgbàlà

✓ Àwọn ipò ẹ̀mí pàtàkì méje tó lè mú kí ìlọsíwájú ṣeé ṣe

✓ Àwọn ìrìn àjò ìgbàgbọ́ gidi tí ó ń fi ìfaradà tí kò yẹ̀ hàn

Àwọn òǹkàwé ṣàpèjúwe ìwé yìí gẹ́gẹ́ bí:

"Ìpìlẹ̀ alágbára àti ìgbàgbọ́ tí ó darí fún àwọn òǹkàwé tí wọ́n ń wá ọ̀nà láti mú ìrìn àjò ẹ̀mí wọn jinlẹ̀ sí i."

"Ìmísí kọjá ẹ̀sìn — ẹ̀kọ́ gbogbogbòò nípa àìnímọtara-ẹni-nìkan àti ìfaradà."

"Kún pẹ̀lú àwọn májẹ̀mú òtítọ́ ti ìgbàgbọ́ àti ìwòsàn… ó lágbára àti ọlọ́rọ̀."

Èyí kìí ṣe ìmọ̀-ẹ̀rọ. Ó jẹ́ ìmúṣiṣẹ́.

Ìwòsàn. Ìdáǹdè. Ìtúnṣe.

Kìí ṣe ẹ̀kọ́ ìsìn àfọwọ́kọ — ṣùgbọ́n ìgbàgbọ́ tí ó ṣeé ṣe.

Iwọ yoo gba:

- Àwọn àdúrà
- Àwọn Ìwé Mímọ́
- Àwọn ìmọ̀ nípa ẹ̀mí tó ní ìlànà
- Àwọn ìgbésẹ̀ tó wúlò tó o lè gbé lẹ́sẹ̀kẹsẹ̀

Ìwé ìtọ́sọ́nà ìṣiṣẹ́ iṣẹ́ ìránṣẹ́ ni èyí tí a kọ́ sórí ìtàn ìsọjí àti ẹ̀rí alààyè.

A bi yin fun eyi

Jésù kéde nínú Jòhánù 14:12 pé àwọn tí ó gbàgbọ́ yóò ṣe iṣẹ́ kan náà — àti iṣẹ́ tí ó tóbi jù bẹ́ẹ̀ lọ.

Ibeere naa kii ṣe boya awọn iwa-ipa ti o tobi julọ ṣee ṣe.

Ibeere naa ni boya iwọ yoo sọ bẹẹni.
Tí ebi bá ń pa ọ́ fún ìgbàgbọ́ tó jinlẹ̀…
Tí o bá fẹ́ òmìnira…
Tí o bá fẹ́ ran àwọn ẹlòmíràn lọ́wọ́ láti rìn nínú àtúnṣe…
Lẹ́yìn náà, gbé ìgbésẹ̀ síwájú.
Greater Exploits bẹ̀rẹ̀ báyìí.

Àwọn Àtúnyẹ̀wò Amazon

https://www.amazon.com/product-reviews/B0C7KY958F/

Láti Amẹ́ríkà

***Ìràwọ̀ 5.0 nínú 5* Ìpìlẹ̀ alágbára àti ìgbàgbọ́ fún àwọn òǹkàwé tí wọ́n ń wá ọ̀nà láti mú ìrìn àjò ẹ̀mí wọn jinlẹ̀ sí i**

A ṣe àtúnyẹ̀wò rẹ̀ ní Orílẹ̀-èdè Amẹ́ríkà ní ọjọ́ kejìlélógún oṣù kẹwàá ọdún 2024

Fọ́ọ̀mù: **Ìràwọ tí a fọwọ́ sí Kindle**

A ṣe àgbéyẹ̀wò àwọn kókó ọ̀rọ̀ ìwòsàn, ìdáǹdè, àti ìmúpadàbọ̀sípò pẹ̀lú ìjìnlẹ̀ àti ìfẹ́ ọkàn. Ìwé náà bo àwọn ìpìlẹ̀ ẹ̀mí tí ó ṣe pàtàkì fún ìdáǹdè kúrò nínú àwọn agbára búburú, wíwá ìwòsàn inú, àti mímú àlàáfíà àti ayọ̀ padà sípò nínú ìgbésí ayé. Àwọn wọ̀nyí kì í ṣe àwọn èrò tí a kò lè fojú rí nìkan; òǹkọ̀wé náà fún àwọn òǹkàwé ní àdúrà, ìwé mímọ́, àti àwọn ìgbésẹ̀ tí ó yẹ láti fi àwọn ẹ̀kọ́ wọ̀nyí sílò nínú ìgbésí ayé wọn.
Ètò ìrànlọ́wọ́

Ponn Virulrak

***4.0 nínú ìràwọ̀ 5* Ẹ̀kọ́ Gbogbogbò nípa Àìní-ara-ẹni àti Ìfaradà**

A ṣe àtúnyẹ̀wò rẹ̀ ní Orílẹ̀-èdè Amẹ́ríkà ní ọjọ́ kẹfà oṣù kẹwàá ọdún 2024

Fọ́ọ̀mù: **Ìràwọ tí a fọwọ́ sí Kindle**

Gẹ́gẹ́ bí ẹni tí kì í ṣe Kristẹni, mo kọ́kọ́ bẹ̀rẹ̀ sí í ka ìwé Greater Exploits - 1 nítorí pé ó jẹ́ ìwé àkọlé àti àkọlé rẹ̀ tó fani mọ́ra. Mo fẹ́ mọ ohun tí “àwọn ohun tó burú jù” lè túmọ̀ sí. Bí mo ṣe bẹ̀rẹ̀ sí í kà á, mo rí i pé àwọn ìtàn náà jẹ́ ohun tó wúni lórí, kì í ṣe láti ojú ìwòye ẹ̀sìn nìkan, ṣùgbọ́n láti inú èrò èèyàn tó jinlẹ̀.

Èrò àìnítara-ẹni-nìkan tó ṣe pàtàkì nínú ìwé yìí jẹ́ ohun tó kọjá ẹ̀sìn. Láìka ìgbàgbọ́ sí, èrò láti fi àwọn ẹlòmíràn ṣáájú ara ẹni àti láti tọ́jú ire àwọn ẹlòmíràn jẹ́ ohun tó wúlò kárí ayé. Àwọn èèyàn tí wọ́n kọ sínú ìwé yìí—àwọn èèyàn tó ní ìgbàgbọ́ tó jinlẹ̀—fi ìgbésí ayé wọn sí ṣíṣe ìrànlọ́wọ́ fún àwọn ẹlòmíràn. Ohun tó yà mí lẹ́nu jùlọ ni bí wọ́n ṣe dúró ṣinṣin nínú ìdúróṣinṣin wọn. Láti ìbẹ̀rẹ̀ ìrìn àjò wọn títí dé òpin ìgbésí ayé wọn, wọn kò ṣiyèméjì, wọn kò sì pàdánù àfiyèsí. Irú ìdúróṣinṣin yẹn ló ń sọ àwọn èèyàn lásán di ìtàn àròsọ.

Mi ò lè ṣàì ronú nípa bí èyí ṣe kan àwọn èèyàn tó wà ní ìta gbangba ẹ̀sìn. Ìfẹ́ sí ṣíṣe ìránṣẹ́ fún àwọn ẹlòmíràn ni a lè rí lára àwọn olùrànlọ́wọ́, àwọn nọ́ọ̀sì, àwọn olùkọ́, àti àìmọye ènìyàn tó ń ṣiṣẹ́ láìsí ìṣòro láti mú kí ayé dára sí i. Yálà àwọn ènìyàn wọ̀nyí ní ipa lórí àràádọ́ta ọ̀kẹ́ tàbí wọ́n fọwọ́ kan ìgbésí ayé ní ọ̀kọ̀ọ̀kan, ìlànà kan náà ni—ríran àwọn ẹlòmíràn lọ́wọ́ ni ohun tí ó fi ogún pípẹ́ sílẹ̀ ní tòótọ́.

Ọ̀pọ̀lọpọ̀ ìtàn inú ìwé yìí jẹ́ ohun tí ó fúnni ní ìṣírí gidigidi, mo sì wá pẹ̀lú ojú ìwòye tuntun nípa ẹ̀sìn Kristẹni, èyí tí èmi kò mọ̀ tẹ́lẹ̀. Mo gbóríyìn fún òǹkọ̀wé náà fún kíkọ èyí àti fún fífún àwọn òǹkàwé bíi tèmi, tí wọ́n lè má mọ̀ nípa ìgbàgbọ́, ní ojú ìwòye ìyọ́nú àti ìfaradà jíjinlẹ̀ ti àwọn ènìyàn wọ̀nyí.

Èmi yóò fún ìwé yìí ní ìràwọ̀ mẹ́rin fún àwọn ohun tí ó ń múni ronú jinlẹ̀ àti tí ó ń fúnni ní ìṣírí.
Ẹnìkan rí èyí bí ohun tó wúlò

Oore-ọfẹ koja

***Ìràwọ̀ márùn-ún nínú márùn-ún* Mo nífẹ̀ẹ́ àwọn ìtàn Ìwòsàn!**

A ṣe àtúnyẹ̀wò rẹ̀ ní Orílẹ̀-èdè Amẹ́ríkà ní ọjọ́ kẹrìndínlógún oṣù kẹwàá ọdún 2024
Fóòmù: **Ìràwọ̀ tí a fọwọ́ sí Kindle**
Àwọn Ìlòkulò Ńlá—1: A Bí Ọ Fún Èyí—Ìwòsàn, Ìdáǹdè, àti Ìmúpadàbọ̀sípò jẹ́ ohun ìyanu! Mo nífẹ̀ẹ́ bí òǹkọ̀wé náà ṣe bẹ̀rẹ̀ ìtàn ìwòsàn tirẹ̀ àti bí ó ṣe darí sí àwọn ìtàn mìíràn pẹ̀lú ẹ̀rí ìgbàgbọ́ àti ìwòsàn. Àwọn ẹ̀rí ìgbàgbọ́ tòótọ́ kan wà níbí. Ó dùn mọ́ni gan-an ó sì lágbára. Mo dámọ̀ràn Àwọn Ìlòkulò Ńlá—1: A Bí Ọ Fún Èyí—Ìwòsàn, Ìdáǹdè, àti Ìmúpadàbọ̀sípò láti mú ìgbàgbọ́ rẹ pọ̀ sí i.
Ẹnìkan rí èyí bí ohun tó wúlò

Àwọn ìlòkúlò tó pọ̀ jù - 1

- Nípa Òǹkọ̀wé náà

Aṣojú Kristi, Ọjọ́ Ajé Ogwuojo Ogbe jẹ́ aṣojú ọjà Kristi pẹ̀lú ọkàn fún ìṣọ̀kan nínú ara Kristi. Ìpàdé ojúkojú rẹ̀ pẹ̀lú Olúwa Jesu Kristi ní ọjọ́ Àbámẹ́ta, ọjọ́ kejìlélógún oṣù kẹrin ọdún 2006 ní agogo márùn-ún òwúrọ̀ yí ipa ọ̀nà ìgbésí ayé Rẹ̀ padà títí láé.

Ambassador Monday O. Ogbe jẹ́ òjíṣẹ́ Ọlọ́run tí a yàn pẹ̀lú Open Ministries, San Diego, iṣẹ́ ìsìn tí kì í ṣe ti ẹ̀sìn tí ń gbé àwọn ènìyàn mímọ́ kalẹ̀ sí iṣẹ́ àwọn ìránṣẹ́ láìsí ààlà. A ti forúkọ sílẹ̀ ní ọjọ́ Ajé gẹ́gẹ́ bí olùkọ́ gbogbo ayé ti Christian Leadership Institute (CLI) https://www.christianleadersinstitute.org/ àti ọmọ ẹgbẹ́ Christian Leadership Alliance (CLA) Spring Lake, Michigan, USA.

Gẹ́gẹ́ bí ògbóǹtarìgì nípa ìmọ̀ ẹ̀rọ ìbánisọ̀rọ̀ (ICT), ó lo ọgbọ́n rẹ̀ láti dé ọ̀dọ̀ àwọn olùwá orí ayélujára àti láti mú kí àwọn onígbàgbọ́ ṣiṣẹ́ fún iṣẹ́ ìránṣẹ́ nípasẹ̀ ojú-òpó wẹ́ẹ̀bù iṣẹ́ ìránṣẹ́ rẹ̀ otakada.org – Mínísítà kan ní Otakada Cyber Church Ministries, ìjọ kan tí kò ní ògiri, ààlà àti ẹ̀ka ìsìn níbi tí àwọn ohun tí ó lé ní mílíọ̀nù méjì tí ó jẹ́ ti àwọn Kristẹni tí a gbàlejò tí a sì pín fún gbogbo ènìyàn kárí ayé ti àwọn olùwá àti àwọn Kristẹni.

Àkóónú Otakada.org dé ọ̀dọ̀ àwọn olùgbọ́ lórí ayélujára tó lé ní ìdajì mílíọ̀nù lóṣooṣù, ó sì ń pọ̀ sí i!

Ọjọ́ Ajé ni a gbàlejò sí "Enough is To to to Invitivity and acquire to freedom in Christ in healing, rescue, and repair repair structures lines here he knows and given meansers to serve the heavy healthy, rescue, and restored repairs of others into their circles – Ìwòsàn ni oúnjẹ àwọn ọmọdé àti àmì fún àwọn aláìgbàgbọ́ láti fi ẹ̀rí ìdánilójú Ọlọ́run hàn nípa ìrètí ìpè wa. A ti rí ìwòsàn, ìdáǹdè àti àtúnṣe tó yanilẹ́nu tó ń ṣẹlẹ̀ fún ògo Ọlọ́run!

Ó ti kọ ọ̀pọ̀lọpọ̀ ìwé, èyí ni: Ilé-ẹ̀kọ́ Ẹ̀mí Mímọ́ ní àkọlé méjọ; Ìròyìn Àsọtẹ́lẹ̀ ti ọdún 2020 Apá 1 nínú 4; 2 nínú 4; 3 nínú 4; Ìbálòpọ̀ nínú Tẹ́ḿpìlì Ọlọ́run – Àwọn Ọ̀nà Rọrùn 15 láti Lòye, Dá Àṣà Ìbálòpọ̀ Mọ̀ àti Kíkọlù Ìwà Ìbàjẹ́ àti Àwọn Ìdẹkùn Ẹ̀dùn-ọkàn Nínú Ìgbésí Ayé Rẹ; Láìní Ààlà – Ríronú àti rírí àwùjọ ìjọ kan tí àwọn onígbàgbọ́ tí kò ní ògiri, ààlà, àti ẹ̀ka ìsìn; Sá lọ sí ayé òye – egbòogi sí ìkórìíra sí àwọn Mùsùlùmí Kristẹni àti àwọn ènìyàn níbi gbogbo; Láìní Àlàyé: – Lọ Ṣe Àwọn Ọmọ-ẹ̀yìn, ìwé tó wúlò láti sọ àwọn ọmọ-ẹ̀yìn di ọmọ-ẹ̀yìn; Borí Ogun Ìgbésí Ayé Lójoojúmọ́ – ìkéde ojoojúmọ́ ti ìwé mímọ́ tí a ṣe àgbékalẹ̀ rẹ̀ láti borí ìyè lójoojúmọ́; Fífi Ọlọ́run Àgbàyanu Mọ́ra – Ọlọ́run ń fẹ́ láti sọ̀rọ̀ ni a ń fẹ́ gbọ́ àti láti dáhùn; Tan agbára iná tí ó wà nínú rẹ – Níbi tí Ẹ̀mí Mímọ́ wà láti ṣe àwọn iṣẹ́ nípasẹ̀ wa àti láti tú àwọn àdúrà ìpadàbọ̀sípò ti jara 12 sílẹ̀ láti oṣù Kejìlá sí oṣù Kejìlá – Gbígbàdúrà fún ìpadàbọ̀sípò nínú ìgbésí ayé wa nínú àwùjọ ìjọ tí ó yí wa ká àti ọ̀pọ̀lọpọ̀ àwọn àkọlé mìíràn tí a túmọ̀ sí ọ̀pọ̀lọpọ̀ èdè.

Ó máa ń gbé ìwé ìròyìn ọ̀sọ̀ọ̀sẹ̀ kan jáde tí ó máa ń dé ọ̀dọ̀ àwọn ènìyàn lórí ìkànnì àwùjọ, ìgbóhùnsáfẹ́fẹ́ Satellite àti lórí ojú òpó wẹ́ẹ̀bù ìtẹ̀wé rẹ̀ otakada.org.

Ọna asopọ bulọọgi:
https://www.otakada.org/category/blog/

Òǹkọ̀wé Amazon Monday O. Ogbe Ojú ìwé pẹ̀lú Àwọn Ìlòkulò Ǹlá https://www.amazon.com/~/e/B07MSBPFNX

Ojú ìwé Amazon Zacharias Godseagle

https://www.amazon.com/stores/Zacharias-Godseagle/author/B0FCZ89D4K

Ó fẹ́ Comfort, ó sì ní àwọn ọmọ mẹ́rin tí wọ́n ń jẹ́ ***Diana Odjo, Joseph – Ojima, David – Ojonogwa àti Isaac – Unekwu***

Àwọn ìlòkúlò tó pọ̀ jù - 1

– Báwo ni mo ṣe se oúnjẹ tí mo sì fi sí iṣẹ́ ìsìn ìwòsàn, ìdáǹdè àti àtúnṣe

Àwọn ọ̀rẹ́ mi, mi ò mọ bí mo ṣe lè bẹ̀rẹ̀ apá yìí. Ṣùgbọ́n, àkókò kúkúrú àti àkókò kúkúrú ni pé láti ìgbà tí mo ti lóyún, ìwòsàn, ìdáǹdè àti ìmúpadàbọ̀sípò ti bẹ̀rẹ̀ sí í ṣẹlẹ̀ - láti inú ìyá mi. Báwo ni ìyẹn ṣe rí?

Ìyá mi, nọ́ọ̀sì agbẹ̀bí tó ti gba ìdánilẹ́kọ̀ọ́ nílé ìwòsàn, nígbà tó rí i pé ó lóyún fún ọkùnrin kan tí kì í ṣe ọkọ rẹ̀ – nítorí pé ó ti ya ara rẹ̀ kúrò lọ́dọ̀ ọkọ rẹ̀ àkọ́kọ́ fún nǹkan bí ọdún mẹ́rin, ó pinnu láti ṣẹ́yún oyún náà.

Pẹ̀lú ìrànlọ́wọ́ dókítà mìíràn, wọ́n gbìyànjú gbogbo ìpè láti mú mi jáde kúrò nínú oyún kí àkókò tó tó, ṣùgbọ́n Ọlọ́run gbà mí lọ́wọ́ wọn - Ṣé kí n sọ bẹ́ẹ̀, lọ́wọ́ Bìlísì tó fẹ́ dẹ́kun àyànmọ́ Ọlọ́run lórí ayé mi. Ìdáǹdè àkọ́kọ́ nìyẹn kúrò ní ẹ̀rẹ̀kẹ́ Sátánì.

Ìdáǹdè àti ìtúnpadà kejì ni pé, ní oṣù díẹ̀ lẹ́yìn tí wọ́n bí mi, ẹjọ́ kan wáyé nílé ẹjọ́ láàárín baba mi àti ọkọ ìyá mi àkọ́kọ́ láti pinnu ẹni tí ó yẹ kí ó jẹ́ tirẹ̀. Bàbá mi tó bí mi ló borí ẹjọ́ náà. Ìdáǹdè àti ìtúnpadà kejì nìyẹn.

Ìwòsàn, ìdáǹdè àti ìtúnṣe kẹta ni nígbà tí mo ń gbé pẹ̀lú ìyá-ìyá mi nígbà tí mo wà ní ọmọ ọdún márùn-ún (5), mo rí kẹ́míkà sódà, ìyá-ìyá mi ra láti fi ṣe ọṣẹ - ó dà bí ṣùgà. Mo mu iye púpọ̀ nínú sódà náà mo sì gbé e mì. Ahọ́n mi bẹ̀rẹ̀ sí í yọ́, ẹ̀jẹ̀ sì kún gbogbo ibi. Ahọ́n mi wú. Mi ò lè sọ̀rọ̀ fún ọjọ́ púpọ̀! Mo dúpẹ́ lọ́wọ́ Ọlọ́run fún agbára ìwòsàn Ọlọ́run. Mo tún rí ìwòsàn gbà, mo gbàlà, mo sì tún padà bọ̀ sípò. Ahọ́n mi ti sàn. Mo lè sọ̀rọ̀ lónìí bí ẹni pé kò sí ohun tó ṣẹlẹ̀ sí ahọ́n mi.

Ìdáǹdè àti ìtúnpadà wá láti ọ̀dọ̀ ìyá-ìyá mi. Ó kọ̀ láti fi mí lé baba tí ó bí mi lọ́wọ́. Ìdí nìyẹn tí mo fi ń gbé pẹ̀lú rẹ̀. Ṣùgbọ́n ọpẹ́ ni fún Ọlọ́run, nígbà tí ó pé ọmọ ọdún mẹ́fà, ó dá mi sílẹ̀ láti dara pọ̀ mọ́ bàbá mi.

Ìwòsàn karùn-ún, ìdáǹdè àti ìtúnṣe wà ní ilé bàbá mi. Bàbá mi tó bí mi jẹ́ oníyàwó púpọ̀ - Ó ní ìyàwó mẹ́rin. Lọ́jọ́ kan, nígbà tí ó wà pẹ̀lú rẹ̀, ọ̀kan lára àwọn ìyàwó náà pè mí sínú yàrá rẹ̀. Nígbà tí mo wọlé, ọkùnrin àgbàlagbà kan wà, onírungbọ̀n gígùn. Ìyàwó náà tọ́ka sí mi, ó sì sọ fún àgbàlagbà náà pé, "ọmọkùnrin tí mo sọ fún ọ nìyí." Mo fi wọ́n sílẹ̀. Ní òru, nígbà tí mo ń lá àlá, mo rí arúgbó yìí tó ń gùn mí bí ẹṣin. Ìyẹn ni ìbẹ̀rẹ̀ ọ̀pọ̀lọpọ̀ ìṣòro mi.

Bí mo ṣe jí láti inú àlá náà, mo bẹ̀rẹ̀ sí í bì, mo sì ń bì. Mi ò lè fi oúnjẹ sí ikùn mi. Ìṣòro yìí ń bá a lọ fún oṣù mélòó kan, mo di ẹni tí ó rọ̀ – mo ti rọ̀ bí ìyẹ́.

Ìyá mi tó bí mi dé ìlú, ó mú mi pẹ̀lú bàbá mi, a sì lọ sí ilé ìwòsàn àti ìdáǹdè ní ìlú mìíràn. Bí wọ́n ṣe ń gbàdúrà fún mi, ìfihàn kan jáde. Ẹ̀mí Mímọ́ fi hàn pé ọ̀kan lára àwọn ìyàwó bàbá mi, ó rí ọjọ́ iwájú, ó sì rò pé ọmọkùnrin yìí yóò jẹ́ ohun ìdùnnú ńlá fún àwọn ọmọ rẹ̀. Nítorí náà, ó fi mí lé ìjọba ibi lọ́wọ́, kí wọ́n lè mú mi bínú kí wọ́n sì yọ àyànmọ́ Ọlọ́run kúrò. Bí mo ṣe ń gbàdúrà ìdáǹdè , irun ènìyàn kan, tí a fi bọ́ọ̀lù kékeré yípo kan dì mọ́ ara rẹ̀, tí a fi abẹ́rẹ́ méjì dì mọ́ ara wọn, ni wọ́n yọ kúrò lórí mi. Ní alẹ́ ọjọ́ náà, nígbà ìdáǹdè náà, irun àti abẹ́rẹ́ náà jóná.

Iyẹn ni opin aisan naa ati ni ile-iwe, mo di ọlọgbọn kilasi. Mo ti jẹ ipo keji si ikẹhin ninu kilasi mi ṣaaju igbala yii. Emi ko le loye ohunkohun ti wọn ro mi ni kilasi. Ni alẹ kan, mo larada, mo bimọ, mo si pada sipo. Aleluya? Amin

Ìdáǹdè àti àtúnṣe kẹfà wáyé nígbà tí mo fẹ́ wọ ilé-ẹ̀kọ́ gíga. Bàbá mi, ọlọ́rọ̀, ní ìṣòro ìnáwó. Wọ́n gbà mí wọlé ṣùgbọ́n ó jẹ́ ìjàkadì láti rí owó ìtọ́jú gbà. Mo béèrè fún ẹ̀kọ́-ẹ̀kọ́ ...

Ìdáǹdè àti ìtúnpadà keje wáyé nínú ìgbéyàwó mi àkọ́kọ́ sí ìgbéyàwó kejì mi. Ìyàwó mi àtijọ́ dìde ní ọjọ́ kan ó sì sọ pé òun kò nífẹ̀ẹ́ mọ́, òun sì fẹ́ ìkọ̀sílẹ̀. Mo bẹ̀bẹ̀ pé, mo ṣe gbogbo ohun tí mo lè ṣe láti dá a dúró ṣùgbọ́n ó lọ pẹ̀lú ọmọbìnrin mi. Lónìí, Ọlọ́run dá ìgbéyàwó náà padà nípa fífún mi ní ìyàwó tí Ó yàn fún mi. Ìtùnú ti di ìtùnú fún mi pẹ̀lú àwọn ọmọkùnrin mẹ́ta náà.

Ìwòsàn keje, ìgbàlà àti ìtúnṣe ara ló ṣẹlẹ̀ pẹ̀lú ọmọbìnrin mi. Ní ilẹ̀ Faransé, wọ́n ṣe àyẹ̀wò rẹ̀ pé ó ní ìsoríkọ́ àti àrùn schizophrenia. Ọdún kan gbáko ni ètò wa ní yunifásítì. Ó parí sí ilé ìwòsàn oníṣẹ̀gùn ọpọlọ ní ọ̀pọ̀ ìgbà. Lọ́jọ́ kan, ó tó wákàtí mẹ́rìnlélógún sí ọjọ́ ìbí rẹ̀. Mo bẹ̀rẹ̀ sí í ké pe Olúwa pé kò ní lo ọjọ́ mìíràn ní ilé ìwòsàn àti pé ara rẹ̀ yóò yá ní ọjọ́ ìbí rẹ̀. Ní ọjọ́ kejì, àwọn dókítà yà lẹ́nu nípa ìyípadà àti ìtúnṣe tó yanilẹ́nu, wọ́n sì dá a sílẹ̀ ní ọjọ́ ìbí rẹ̀. Kò tíì rí ẹyẹ ilé ìwòsàn rí láti ìgbà náà.

Mo yẹra fún ìtúsílẹ̀ àti àtúnṣe nígbà ìkọlù iná mànàmáná kan tí ó fẹ́rẹ̀ pa mí, ìpalára oúnjẹ, ọ̀pọ̀lọpọ̀ ìjàǹbá ọkọ̀ tí mo jáde láìsí ìpalára, ọ̀pọ̀lọpọ̀ ìkùnà ìṣòwò àti àtúnṣe sí ògo Ọlọ́run alágbára gbogbo – Ọ̀pọ̀lọpọ̀ ni a kò lè fi kún ìwé yìí!

Nísinsìnyìí, mo ń sin Ọlọ́run alágbára gbogbo pẹ̀lú gbogbo ọkàn mi

Mo ti wosan, mo ti gbala, mo si ti pada sipo - Ogo!

Mo jẹ Ọlọrun alágbára jùlọ ní gbèsè ìwàláàyè mi. Ó jẹ́ ohun ìyanu bí Ọlọ́run ṣe fi wá sí iṣẹ́ ìránṣẹ́ tí Ó ní fún wa nípasẹ̀ àwọn ogun ìgbésí ayé wa. Àwọn ogun wọ̀nyẹn di ibi ìdánilẹ́kọ̀ọ́ tí ó bí iṣẹ́ ìránṣẹ́. Nítorí náà, má ṣe fi ìrora rẹ ṣòfò. Má ṣe fojú di àwọn ìjàkadì náà. Má ṣe fi ìtìjú sílẹ̀ nítorí pé tí o bá lè rí àwọn ogun wọ̀nyẹn, ìwọ yóò ní ìrírí ìtọ́wò ohun tí Ọlọ́run ní ní ìpamọ́ fún ọ. Kristi kọ́ ìgbọràn láti inú àwọn ohun tí Ó jìyà. Ó jókòó níbi tí a jókòó, Ó wà láàyè láti bẹ̀bẹ̀ fún wa. Ó fi Ìwòsàn, Ìdáǹdè àti Ìpadàbọ̀sípò hàn fún wa nígbà tí Ó wà pẹ̀lú wa ó sì pàṣẹ fún wa láti ṣe bẹ́ẹ̀ gẹ́gẹ́ Marku 16:15-20

Máàkù 16:15-20
Bíbélì tí a ti mú gbòòrò síi, Àtúnse Àtijọ́
15 Ó sì wí fún wọn pé, " ***Ẹ lọ sí gbogbo ayé, kí ẹ sì máa wàásù ìhìnrere*** *náà* ***, kí ẹ sì máa wàásù ìhìnrere náà fún gbogbo ẹ̀dá*** *ènìyàn* **."**
16 ***Ẹni tí ó bá gbàgbọ́, tí ó sì gbẹ́kẹ̀lé ìhìnrere àti Ẹni tí ó gbékalẹ̀ rẹ̀, tí a sì bamitiisi rẹ̀, a ó gbà á là [*** [b] ***kúrò nínú ìyà ikú àìnípẹ̀kun; ṣùgbọ́n ẹni tí kò bá gbàgbọ́ [ẹni tí kò bá gbẹ́kẹ̀lé ìhìnrere àti Ẹni tí ó gbékalẹ̀ rẹ̀] ni a ó dá lẹ́bi.***
17 ***Àti àwọn àmì ẹ̀rí wọ̀nyí yóò tẹ̀lé àwọn tí ó gbàgbọ́: ní orúkọ mi ni wọn yóò lé àwọn ẹ̀mí èṣù jáde; wọn yóò sì máa sọ̀rọ̀ ní èdè tuntun;***
18 ***Wọn yóò gbé ejò sókè; bí wọ́n bá tilẹ̀ mu ohunkóhun tí ó lè pa ènìyàn, kì yóò pa wọ́n lára; wọn yóò gbé ọwọ́ wọn lé àwọn aláìsàn, ara wọn yóò sì yá.***
19 ***Nígbà náà ni Olúwa Jésù, lẹ́yìn tí ó ti bá wọn sọ̀rọ̀ tán, a gbé e sókè sí ọ̀run, ó sì jókòó ní ọwọ́ ọ̀tún Ọlọ́run.***

[20] ***Wọ́n sì jáde lọ wọ́n sì wàásù níbi gbogbo, nígbà tí Olúwa ń bá wọn ṣiṣẹ́, ó sì ń fi ẹ̀rí ọ̀rọ̀ náà múlẹ̀ nípa àwọn àmì àti iṣẹ́ ìyanu tí ó tẹ̀lé e. Àmín (kí ó rí bẹ́ẹ̀).***

Àwọn ogun rẹ jẹ́ ibi ìdánrawò gidi fún ète ìgbésí ayé rẹ. Ṣe àkọsílẹ̀ ìgbésí ayé rẹ lónìí. Ìyẹn ni pé, tí o bá ń tiraka láti mọ ète Ọlọ́run fún ìgbésí ayé rẹ.

Láti fún yín nísìírí, gẹ́gẹ́ bí ẹgbẹ́ ọmọ ogun Ọlọ́run alàáyè, mo mú ìrírí Àlùfáà Àgbà wa - Jésù Kristi wá sí ibi ìdúró ẹlẹ́rìí lónìí

Hébérù 5:7-10
Bíbélì tí a ti mú gbòòrò síi, Àtúnse Àtijọ́
[7] ***Ní ọjọ́ tí ó wà nínú ara rẹ̀, [Jésù] fi àwọn ẹ̀bẹ̀ pàtàkì tí ó ṣe pàtàkì [fún ohun tí kìí ṣe pé ó fẹ́ [a] nìkan ṣùgbọ́n tí ó nílò] àti ẹ̀bẹ̀ pẹ̀lú ẹkún líle àti omijé sí Ẹni tí ó lè gbà á là kúrò lọ́wọ́ ikú nígbà gbogbo, a sì gbọ́ ọ nítorí ìbẹ̀rù rẹ̀ sí Ọlọ́run [ìbẹ̀rù Ọlọ́run rẹ̀, ìfọkànsìn rẹ̀, [b] nítorí pé ó yà kúrò nínú ìbẹ̀rù ìyàsọ́tọ̀ kúrò nínú wíwà Baba tí ó mọ́lẹ̀].***
[8] ***Bó tilẹ̀ jẹ́ pé Ọmọ ni, ó kọ́ ìgbọràn [alágbára, pàtàkì] nípasẹ̀ ohun tí ó jìyà rẹ̀.***
[9] ***Ati, [iriri rẹ ti o pari] ti o mu u ni pipe [imurasilẹ], o si di Olupilẹṣẹ ati Orisun igbala ayeraye fun gbogbo awọn ti o gbọ ti wọn si ngbọ tirẹ,***
[10] ***Jíjẹ́ ẹni tí Ọlọ́run yàn, tí ó sì dá mọ̀, tí ó sì kí gẹ́gẹ́ bí Àlùfáà Àgbà gẹ́gẹ́ bí àṣẹ (pẹ̀lú [d] ipò) Melikisédékì.***

Lónìí, àwọn ìránṣẹ́ ìjọ Cyber Church ti Otakada.org ń ṣe iṣẹ́ ìwòsàn, ìdáǹdè àti ìmúpadàbọ̀sípò nípasẹ̀ àkójọpọ̀ tó lé ní mílíọ̀nù méjì sí ọ̀pọ̀ ènìyàn tí yóò ṣí ara wọn sílẹ̀ fún iṣẹ́ ìyanu nínú Kristi Jésù. Iṣẹ́ ìránṣẹ́ yìí ni iṣẹ́ ìránṣẹ́ tí Ẹ̀mí Mímọ́ fi sínú ẹ̀mí mi ní ọjọ́ kẹrìnlá oṣù kẹfà ọdún 2003 nígbà tí mo ń gbé ní United Kingdom. Ó sọ fún mi pé, "Mo fẹ́ kí o lo ìkànnì ayélujára láti tan ọ̀rọ̀ mi kálẹ̀ dé òpin ayé." Ní àkókò yẹn, kò sí fóònù aláfọwọ́ṣe. Lónìí, ọ̀rọ̀ náà wà, ọ̀rọ̀ náà sì ń jáde láìsí ìdíwọ̀. Wọ́n bí Otakada.org ní oṣù kìíní ọdún 2013, ọdún méwàá lẹ́yìn ìtọ́ni Ọlọ́run.

Tí ohunkóhun bá wà tí mo ń gbàdúrà fún ara Kristi, èyí ni - pé olúkúlùkù ènìyàn yóò pàdé Kristi fún ara wọn ní ọ̀nà ìyanu tí yóò yí ipa ọ̀nà ìgbésí ayé wọn padà títí láé! Àmín!

Èyí ni ìpàdé pẹ̀lú Kristi èso àjàrà ní ọdún 2006. Jẹ́ kí ó máa bùkún fún ọ.
Èyí wá láti inú ìwé mi – ***bíbá Ọlọ́run tí ó ju ẹ̀dá lọ sọ̀rọ̀!*** - Gbadùn

https://www.amazon.com/~/e/B07MSBPFNX

Ojú ìwé tuntun Amazon - https://www.amazon.com/stores/Zacharias-Godseagle/author/B0FCZ89D4K

Ìtàn Tòótọ́: Ìpàdé Mi Pẹ̀lú Ẹ̀mí Mímọ́ ní London ní Ọjọ́ Àbámẹ́ta, 5am, 22nd ti Oṣù Kẹrin 2006

A bí mi sínú ìdílé Kristẹni, mo ti jẹ́ Kristẹni, mo ń lọ sí ṣọ́ọ̀ṣì, mo ń lọ sí àwọn ìgbòkègbodò àti láti ṣiṣẹ́ bí mo ṣe lè ṣe tó títí di ìgbà tí mo fi pàdé yìí tó yí ìgbésí ayé mi padà. Ní ọjọ́ kẹrìndínlógún oṣù kẹta ọdún 2006, mo ń rìn kiri àti sísàlẹ̀ ní gbọ̀ngàn ilé ìwòsàn ní London nítorí ìyàwó mi ti ń rọbí fún ọjọ́ mẹ́ta. Àwọn dókítà parí èrò sí pé tí kò bá bí ọmọ náà ní àdánidá ní òwúrọ̀, ó ní láti ṣe iṣẹ́ abẹ ìbímọ. Àwa kò mọ̀ pé ìyá ọkọ mi ti rí i nínú ìran pé ó lè má ṣe rí ìbímọ yìí. Ọpẹ́ fún Ọlọ́run fún àwọn ìyá ọkọ mi tí wọ́n jẹ́ olùfọkànsìn. Dájúdájú, èmi àti ìyàwó mi kò mọ̀ nípa èyí.

Ní àkókò yìí tí mo ń lọ sókè àti sísàlẹ̀ ni mo ti gba ìmòye tó lágbára sí ọkàn mi láti bẹ̀rẹ̀ ààwẹ̀ ọjọ́ ogójì (40) bẹ̀rẹ̀ ní ọjọ́ kejì, èyí tí í ṣe ọjọ́ kẹtàdínlógún oṣù kẹta ọdún 2006. Ẹrù bà mí nítorí pé mi ò tíì ṣe ààwẹ̀ ọjọ́ ogójì rí. Báyìí ni ẹ ṣe ń ya àwọn èrò àti èrò tí a fi sínú yín láti ọkàn wa sí ọkàn wa nípasẹ̀ Ẹmí Mímọ́ nínú wa. Yóò sọ fún yín pé kí ẹ ṣe ohun kan tí a kọ sínú ìwé mímọ́ tí ẹ kò ní gbà láàyè fún. Mo bẹ̀rẹ̀ ìjíròrò pẹ̀lú èrò tí ó ń tàn sí ọkàn mi, èrò tí ó ń dáhùn sí àwọn èrò tí mo ní, mo bẹ̀ yín láti mọ ohun tí mo máa gbàdúrà nípa rẹ̀ fún ogójì ọjọ́.

Ìtọ́ni tó tẹ̀lé ni pé kí n yan ìwé ìkọ̀wé àti ìkọ̀wé kan, mo sì bẹ̀rẹ̀ sí í kọ àwọn èrò tí mo ń rí gbà ní ẹ̀ka ilé ìwòsàn. Dípò kí n gbàdúrà fún ìyàwó mi, mo rí i pé àwọn kókó àdúrà tó ń wá sí ọkàn mi wà lórí àwọn pásítọ̀, àwọn ìjọ, ìṣọ̀kan ara àti gbogbo nǹkan. Nígbà náà ni mo béèrè lọ́wọ́ Ọlọ́run pé, tí mo bá fẹ́ ṣe iṣẹ́ yìí, màá fẹ́ rí I kí ààwẹ̀ ọjọ́ ogójì yìí tó parí. Mo gbàgbọ́ pé kò sí ìdáhùn kankan báyìí nítorí pé ipò tí Ó ní láti fara hàn yóò sinmi lórí ìgbọ́ràn mi sí ìtọ́ni àkọ́kọ́ láti gbààwẹ̀ ọjọ́ ogójì.

Kókó kan tí ó yẹ kí a kíyèsí níbí kí n tó tẹ̀síwájú ìtàn náà ni pé Ọlọ́run kò ní gbé ìgbésẹ̀ mìíràn ju ìgbọ́ràn rẹ̀ tó kẹ́yìn lọ. Tí Ó bá pàṣẹ fún ọ láti ṣe nǹkan kan, o kò ṣe é, Ó máa ń pa ẹnu mọ́ títí tí o fi padà sí ibi àìgbọ́ràn tó kẹ́yìn tí o sì gbọ́ràn. Ka ìtàn Jónà. Jónà sáré lọ sí ọ̀nà òdìkejì sí iṣẹ́ tí Ọlọ́run yàn fún ọ. Nínú ìjì líle, níwọ̀n ìgbà tí Jónà bá wà nínú àìgbọ́ràn, Ọlọ́run kò sọ̀rọ̀, títí Jónà fi ké pe Ọlọ́run lẹ́yìn tí ìgbìyànjú rẹ̀ láti pa ara rẹ̀ kùnà, ó ké pe Ọlọ́run.

Jónà 2:1-10

1 Nígbà náà ni Jónà gbàdúrà sí Olúwa Ọlọ́run rẹ̀ láti inú ẹja náà wá.
2 Ó sì wí pé: "Mo ké pe Olúwa nítorí ìpọ́njú mi, Ó sì dá mi lóhùn. "Láti inú ikùn isà òkú ni mo ti kígbe, O sì gbọ́ ohùn mi.

3 Nítorí ìwọ ti sọ mí sínú ibú omi, sínú ààrin òkun, ìṣàn omi sì yí mi ká; gbogbo ìṣàn omi rẹ àti ìgbì omi rẹ kọjá lórí mi.
4 Nígbà náà ni mo wí pé, 'A ti lé mi kúrò ní ojú rẹ; ṣùgbọ́n èmi yóò tún wo tẹ́ḿpìlì mímọ́ rẹ.'
5 Omi yí mi ká, títí dé ọkàn mi; Ibú omi yí mi ká; Ewéko sì yí mi ká.
6 Mo sọ̀kalẹ̀ lọ sí ibi ìdè àwọn òkè ńlá; ilẹ̀ pẹ̀lú ọ̀pá ìdábùú rẹ̀ sé mi mọ́ títí láé;Ṣùgbọ́n ìwọ ti mú ẹ̀mí mi jáde láti inú ihò wá, Olúwa Ọlọ́run mi.
7 "Nígbà tí ọkàn mi rẹ̀wẹ̀sì nínú mi, mo rántí Olúwa;Àdúrà mi sì gòkè lọ sí ọ̀dọ̀ rẹ, sínú tẹ́ḿpìlì mímọ́ rẹ.
8 "Àwọn tí wọ́n ń ka àwọn ère tí kò ní láárí sí, wọ́n fi àánú ara wọn sílẹ̀.
9 Ṣùgbọ́n èmi yóò fi ohùn ọpẹ́ rúbọ sí ọ; Èmi yóò san ohun tí mo ti jẹ́jẹ̀ẹ́. Ìgbàlà láti ọ̀dọ̀ Olúwa ni."
10. OLUWA bá ẹja náà sọ̀rọ̀, ó sì pọ Jona sí orí ilẹ̀ gbígbẹ.

Ọ̀rọ̀ Kan fún Ẹnìkan

"Fetí sílẹ̀ ọmọ mi ọ̀wọ́n àti ọmọ àwọn alàáyè, o nífẹ̀ẹ́ Ọlọ́run. Ọlọ́run jẹ́ onífẹ̀ẹ́ àti aláàánú ṣùgbọ́n Ọlọ́run tún ń gbá bọ́ọ̀lù alágbára. Ṣé o fẹ́ bá a ṣeré bọ́ọ̀lù búburú? Má ṣe ronú nípa rẹ̀ rárá. O máa parí pẹ̀lú ẹ̀gbẹ́ ara tó wú. Kódà nígbà náà, Ó nífẹ̀ẹ́ rẹ ó sì ń bá a lọ láti nífẹ̀ẹ́ rẹ àti èmi pẹ̀lú ìfẹ́ ayérayé. O gbé Ẹmí Rẹ̀ sínú Rẹ. A dá ọ ní àwòrán àti ìrísí Rẹ̀.

Ìwọ ni iṣẹ́ àgbékalẹ̀ ẹranko Rẹ̀, Ó ní ìtara fún ọ kódà nígbà tí o bá jinlẹ̀, tí o jinlẹ̀ nínú ẹ̀ṣẹ̀, Ó ń wò ọ́ pẹ̀lú àánú, Ó ń ṣe àwárí, Ó ń ṣètò àwọn ipò àti ipò tí yóò mú ọ padà sí àwọn àánú ìfẹ́ Rẹ̀. Ẹ̀yin kì í ṣe ti ara yín, a ti fi owó rà yín, ẹ jẹ́ olùgbọ́ràn nínú Kristi, nínú Ọlọ́run. Ẹ̀yin ni ẹyin ojú Rẹ̀, ẹ̀yin jẹ́ ọba, ẹ̀yin jẹ́ àlùfáà fún Un, ẹ jẹ́ ẹni pàtàkì. Ó ní tí ẹ bá lè ronú nípa bí àwọn ìràwọ̀ ṣe mọ́lẹ̀ tó, ẹ mọ́lẹ̀ ju àwọn ìràwọ̀ ọ̀run lọ. Ó ní kò sí irun kan tí ó ń já bọ́ láti orí yín tí òun kò mọ̀. Ó ń kà wọ́n, ó sì mọ iye wọn.

Lúùkù 12:4-7

4 "Mo sì wí fún yín, ẹ̀yin ọ̀rẹ́ mi, ẹ má bẹ̀rù àwọn tí wọ́n ń
pa ara, lẹ́yìn náà, wọn kò ní ohun tí wọ́n lè ṣe mọ́."
5 Ṣùgbọ́n èmi yóò fi ẹni tí ó yẹ kí ẹ bẹ̀rù hàn yín: Ẹ bẹ̀rù
Ẹni tí, lẹ́yìn tí ó bá pa, ó ní agbára láti sọ sínú ọ̀run àpáàdì;
bẹ́ẹ̀ ni, mo wí fún yín, ẹ bẹ̀rù Rẹ̀!
6 "Ṣé kì í ṣe pé a ń tà ológoṣẹ́ márùn-ún ní owó idẹ méjì
ni? Kò sì sí ọ̀kan nínú wọn tí a gbàgbé níwájú Ọlọ́run.
7 Ṣùgbọ́n gbogbo irun orí yín ni a kà. Nítorí náà, ẹ má
bẹ̀rù; ẹ̀yin níye lórí ju ọ̀pọ̀lọpọ̀ ológoṣẹ́ lọ.

Ní báyìí, ìpàdé náà ń bá a lọ: Wò ó, ní ọjọ́ kejìlélógún oṣù kẹrin ọdún 2006, ọjọ́ mẹ́ta sí òpin ààwẹ̀ ogójì ọjọ́ ní agogo márùn-ún òwúrọ̀ gangan, Ọlọ́run pa apá tirẹ̀ mọ́ nínú ìdúnàádúrà náà. Mo jí ní ìdajì nígbà tí Ẹlẹ́dá yìí, ní ìrísí ènìyàn, pẹ̀lú ọwọ́ rẹ̀ tí a tẹ̀ lẹ́yìn rẹ̀, tí ó tẹ̀ síwájú díẹ̀, tí ó ń wo mi lórí ilẹ̀, tí ó rìn pẹ̀lẹ́pẹ̀lẹ́, ní ìgbésẹ̀ kan lẹ́ẹ̀kan, láìsí ìkánjú, rìn lọ sí ọ̀dọ̀ mi sínú yàrá ìsinmi nípasẹ̀ fèrèsé. Mo lè rí ìrísí Rẹ̀ ṣùgbọ́n mi ò rí ojú Rẹ̀ kedere.

O mọ irú aṣọ tí Jésù wọ̀ nínú àwọn fíìmù ààrín gbùngbùn ìlà-oòrùn tí a ń wò. Lẹ́sẹ̀kẹsẹ̀ ni ó sún mọ́ mi, agbègbè tí ó yí ẹsẹ̀ mi ká níbi tí Ó dúró sí bẹ̀rẹ̀ sí í mì tìtì pẹ̀lú agbára tó bẹ́ẹ̀ tí ó fi jẹ́ pé kò sí níbẹ̀ rí, ó dà bí agbègbè tí ó ti di èyí tí a lè sọ. Bí Ó ṣe ń lọ sí àyà mi, ọrùn mi àti orí mi, ohun kan náà ló ṣẹlẹ̀, Ó sì ń lọ síwájú àti síwájú. Gbogbo agbègbè tí Ó fi sílẹ̀ tún para pọ̀ gẹ́gẹ́ bí ti tẹ́lẹ̀, iṣẹ́ náà sì ń bá a lọ gẹ́gẹ́ bí ti tẹ́lẹ̀. Kò sí ọ̀rọ̀ láti ṣàpèjúwe agbára àìlera ti ìrírí náà; Mo pàdánù àkókò, ẹ̀rù sì bà mí, mo sì bẹ̀rẹ̀ sí í bẹ̀bẹ̀ pé kí Ó parí kí Ó sì sọ ohun tí Ó fẹ́ kí n ṣe fún Un fún mi bí mo ṣe ń yípo lórí ilẹ̀ láìṣe àkóso. Ìbáṣepọ̀ mi pẹ̀lú agbára tí ó hàn gbangba ti Baba wa ọ̀run nìyẹn.

Lẹ́yìn ìrírí ìjìnlẹ̀ yẹn, mo bẹ̀rẹ̀ sí í rí ìran tó yàtọ̀ síra nípa ara Kristi. Ní àkókò kan, nínú àlá, Olúwa Jésù Kristi wọlé, gbogbo ara rẹ̀ pín sí méjì ṣùgbọ́n ó so mọ́ àwọn iṣan ara kéékèèké. Gbogbo ẹ̀yà ara náà jẹ́ iṣẹ́ ìsìn ìjọ. Mo lè ṣe àwọn iṣẹ́ ìránṣẹ́ tí mo mọ̀ dáadáa. Àwọn ìsopọ̀ láàárín àwọn ẹ̀yà ara kò lágbára. Mo ti wá mọ̀ báyìí pé àwọn ilé ìjọsìn tàbí iṣẹ́ ìránṣẹ́ gẹ́gẹ́ bí a ṣe mọ̀ wọ́n lónìí, ń pín ara Rẹ̀, olúkúlùkù àwọn mẹ́ḿbà ìjọ Rẹ̀ ló ń ṣe ara Rẹ̀ nítorí ìgbéraga, ìgbéraga kékeré àti gbogbo ìfẹ́kúfẹ̀ẹ́ tí ara ń gbé kalẹ̀. Ó ń farahàn gẹ́gẹ́ bí ìdíje láàárín ìjọ, ìjàkadì olórí, ìyàtọ̀ àwọn mẹ́ḿbà, ṣíṣẹ́ àwọn iṣẹ́ ìránṣẹ́ mìíràn, ìjà tí ń lọ láàárín àwọn mẹ́ḿbà ìjọ, olè jíjà aṣáájú àti gbígbé ìgbésí ayé oníwà-bí-ẹlẹ́gbẹ́ tí kò ṣe àfihàn ìlànà ìgbésí ayé àwọn mẹ́ḿbà àti àkójọ náà ń bá a lọ. Tí ẹ̀yin bá jẹ́ bẹ́ẹ̀, ẹ kúrò nínú àìṣòdodo, nítorí pé Ọlọ́run wa jẹ́ iná ajónirun kí ẹ sì rántí ẹ̀ṣẹ̀ Báláámù ẹni tí ó fi ìfẹ́kúfẹ̀ẹ́ owó hàn, ó fi Ọlọ́run ṣe àṣìṣe, ó sì fi àwọn ọmọ Ọlọ́run tí a bùkún fún lé Sátánì lọ́wọ́ nípasẹ̀ ìmọ̀ràn búburú sí ọ̀tá.

Mo wá béèrè lọ́wọ́ Olúwa nípa ibi tí mo ti lè wọ inú ara Rẹ̀ tí ó ní ìsopọ̀ díẹ̀ yìí. Ó sọ fún mi pé kí n wá àwọn ìjọ tí ń sọ ènìyàn di ọmọ ẹ̀yìn, kí n má sì jẹ́ kí n máa ronú nípa iye ènìyàn.

Ìtàn ni ó kù. Mo wá rí i pé ìgbẹ́kẹ̀lé mi nínú Rẹ̀ ti pọ̀ sí i lẹ́yìn ìpàdé náà, mo ní ìmọ̀lára ète àti iṣẹ́ àyànfúnni nísinsìnyí. Gbogbo iṣẹ́ tí Ọlọ́run fún mi nínú àwọn àlá tí ó tẹ̀lé e bá iṣẹ́ àkọ́kọ́ yìí mu. Kò sí àríyànjiyàn rárá. Nígbà mìì mo máa ń yí padà, ṣùgbọ́n Ó máa ń darí mi padà pẹ̀lú ìfẹ́ àti nígbà mìì pẹ̀lú ìpalára láti fihàn pé mo jẹ́ aláìgbọràn. Agbára àti wíwà Ẹ̀mí Mímọ́ ti jẹ́ kí n ṣe àwọn nǹkan tí mi ò lè ṣe ní ti gidi láti dé ibi pàtó kan tí a yàn fún mi. Ọlọ́run fi Ẹ̀mí Mímọ́ Rẹ̀ kún wa láti mú wa gbára dì fún iṣẹ́ ìránṣẹ́. Má ṣe ṣe iṣẹ́ kankan fún Ọlọ́run láìsí agbára àti iṣẹ́ àyànfúnni àtọ̀runwá.

Ìfihàn yìí fún mi ní ìgboyà àti ìdánilójú pé Ọlọ́run wà nílẹ̀, ó sì fẹ́ kí a bá wa sọ̀rọ̀, bí a bá fẹ́ láti tẹ́tí sí ìgbà gbogbo Rẹ̀, kí a sì béèrè lọ́wọ́ Rẹ̀ ní ìgbàgbọ́. Ó ń sọ̀rọ̀ nípasẹ̀ ìran (ìran tí ó ṣí sílẹ̀) gẹ́gẹ́ bí ó ti rí ní ọ̀ràn yìí, nípasẹ̀ àlá, nípasẹ̀ àwòrán, ìrònú àròsọ tí ó ń tànmọ́lẹ̀ sí ọkàn wa, nípasẹ̀ àwọn ipò tí a dojúkọ, àwọn ènìyàn tí a bá pàdé, àwọn ọkùnrin àti obìnrin tí a yàn gẹ́gẹ́ bí Ọlọ́run, nípasẹ̀ àwọn ọmọdé, nípasẹ̀ ìdákẹ́jẹ́ẹ́ àti nípasẹ̀ ọ̀rọ̀ Ọlọ́run. Ó ṣe pàtàkì láti kíyèsí pé ẹ̀rí inú àti ọ̀rọ̀ Ọlọ́run gbọ́dọ̀ bá ohun tí a ti rí, gbọ́ tàbí tí a ti tẹnumọ́ ní ọkàn wa mu. Sátánì àti ẹ̀mí èṣù tún ń sọ̀rọ̀, wọ́n sì ń fi hàn nínú ọkàn wa pẹ̀lú. Jésù ti kìlọ̀ fún wa nípa èyí nínú:-

Jòhánù 10:27

27 Àwọn àgùntàn mi ń gbọ́ ohùn mi, mo sì mọ̀ wọ́n, wọ́n sì ń tẹ̀lé mi.

Iṣẹ́ Àyànfúnni 1
Ǹjẹ́ o ti pàdé Baba Ọ̀run rẹ bíi èyí tí mo ṣẹ̀ṣẹ̀ sọ? Tí o kò bá tíì ṣe bẹ́ẹ̀, mo gbà ọ́ níyànjú láti béèrè fún ọ̀kan. Kì í ṣe fún ìṣeré ṣùgbọ́n pé o fẹ́ láti ní ìbátan tó lágbára pẹ̀lú Rẹ̀ ju èyí tí o ní nísinsìnyí lọ. Bẹ̀rẹ̀ láti ibi tí o wà. Ṣé o ti pàdánù àmì náà, bẹ̀rẹ̀ láti ibẹ̀. Rántí ọmọ onínàákúnàá náà, baba náà gbà á tọwọ́tẹsẹ̀ láìka ẹ̀ṣẹ̀ sí. Ọkàn baba náà nìyẹn. Nígbà mìí, a máa ń wọ inú ìdàrúdàpọ̀ nítorí pé a kò rí Ọlọ́run nínú ìgbésí ayé wa. Ó ń dúró, ó ń dúró láti bá ìwọ àti èmi ṣe ìbáṣepọ̀.

Dúró nísinsìnyí kí o sì gbàdúrà pé kí ó fi ara rẹ̀ hàn fún ọ, ìfarahàn tí ó ṣeé fojú rí ni mo ní lọ́kàn. Kì í ṣe àwọn ìpàdé tí kò wúlò tí o kàn gbàgbé láàárín ọjọ́ díẹ̀. Nígbàkúgbà tí mo bá rántí ìrírí tí a kọ sókè yìí, ó máa ń jẹ́ tuntun bí ti ìgbà gbogbo. A ṣe é sínú DNA mi títí láé. Béèrè lọ́wọ́ Rẹ̀ láti fi ara Rẹ̀ hàn fún ẹni tí ó fẹ́ràn, ìyàwó, ọkọ, alábàáṣepọ̀ àti bẹ́ẹ̀ bẹ́ẹ̀ lọ kí o sì gbà á gbọ́. Wo ohun tí ó ń ṣẹlẹ̀. Ọlọ́run fẹ́

kí a gbà á gbọ́, ó ń fẹ́ kí a gbà á gbọ́. Ìgbàgbọ́ wa sọ pé mo gbà ọ́ gbọ́ mo sì ń gbẹ́kẹ̀lé ọ láti ṣe ohun tí o fẹ́ ṣe.

Ní ìyàtọ̀ sí àwọn ìtẹ̀síwájú ìwòsàn, ìdáǹdè àti ìmúpadàbọ̀sípò tí mo ní fún ara mi, àwọn ìṣẹ̀lẹ̀ wọ̀nyí ló mú kí ìbínú mi ru sí àlùfáà yìí - Ìyá mi kú ní ọmọ ọdún mẹ́rìnlélógóji nítorí ẹ̀jẹ̀ ríru - Ẹ̀gbọ́n mi obìnrin kú ní ọmọ ọdún mẹ́rìnlélógóji nítorí àrùn jẹjẹrẹ ọmú àti bàbá mi ní ọmọ ọdún mẹ́tàdínlọ́gọ́rin nítorí àrùn jẹjẹrẹ ọ̀mú. Nítorí náà, mo bínú sí Sátánì fún jíjí nǹkan lọ́wọ́ àwọn olólùfẹ́ mi, mo sì ń fẹ́ láti gba àǹfààní Ọlọ́run. Kì í ṣe fún ara mi nìkan ṣùgbọ́n fún àwọn ẹlòmíràn kí wọ́n má baà pàdánù àwọn òbí tàbí àbúrò wọn nígbà tí wọ́n wà ní kékeré, kí wọ́n sì lè ní ìlera pípé ní orúkọ Jésù, àmín.

Ọlọ́run ṣe ìlérí èyí fún èmi àti ìwọ nínú:

Ẹ́kísódù 23:25-27
Bíbélì tí a ti mú kí ó gbòòrò síi, Àtúnse Àtijọ́
25 ***Ẹ̀yin yóò sin Olúwa Ọlọ́run yín; Òun yóò bùkún oúnjẹ àti omi yín, èmi yóò sì mú àìsàn kúrò láàrín yín.***
26 ***Kò sí ẹni tí yóò sọ ọmọ rẹ̀ nù nípa ìṣẹ́yún tàbí kí ó yàgàn ní ilẹ̀ rẹ; Èmi yóò fi iye ọjọ́ rẹ kún.***
27 ***Èmi yóò rán ẹ̀rù mi síwájú rẹ, èmi yóò sì da gbogbo àwọn ènìyàn tí ìwọ yóò tọ̀ Ọ́ rú, èmi yóò sì mú gbogbo àwọn ọ̀tá rẹ yípadà kúrò lọ́dọ̀ rẹ.***

Pẹ̀lú rẹ, mo ní èrò láti mú ìlérí yẹn ṣẹ ní orúkọ Jésù, Àmín. Nínú ìwé yìí ***"Àwọn Ìlòkulò Ńlá - 1 – Ẹ ti jóná fún èyí – Ìwòsàn, Ìdáǹdè àti Ìmúpadàbọ̀sípò – Wá àwọn Àgbà*** láti inú àkọsílẹ̀ àwọn iṣẹ́ àṣekára tí àwọn ọkùnrin àti obìnrin Ọlọ́run ti ṣe fún ọdún 100, tí Ọlọ́run lò fún àkókò wọn. Ó tún wà fún wa. Ìwé náà yóò fi bí a ṣe ń ṣe é hàn yín. A ti ń rí àwọn àbájáde nípa lílo àwọn ẹ̀kọ́ náà, bẹ́ẹ̀ náà ni ẹ̀yin gbọ́dọ̀ ṣe. Àmín

Àwọn ìlòkúlò tó pọ̀ jù - 1

- Nípa Olùtẹ̀wé

Nípa Wa – Àwọn Iṣẹ́ Ìsìn Idì Ọlọ́run (GEM)

Ìrúgbìn Àwọn Orílẹ̀-èdè. Yíyípadà Ìgbésí Ayé.
"Kí gbogbo wọn lè jẹ́ ọ̀kan..." — Jòhánù 17:21–23
Ìran Ìṣàkóso Wa
Ayé Kristẹni Tó Wà Ní Ìṣọ̀kan — A Dá A Kọ́kọ́, Kì í Ṣe Pọ̀ Kéré Jù
Àwọn Iṣẹ́ Ìsìn Àṣá Ọlọ́run wà láti kópa nínú ète ayérayé Ọlọ́run:
Ìjọ kan tí ó wà ní ìṣọ̀kan tí ó ń rìn ní ìgbọràn, ìdàgbàsókè, àti ìyípadà tí ó hàn gbangba , tí ó fìdí múlẹ̀ nínú Kristi tí Ẹ̀mí Mímọ́ sì ń darí.
A n wo Ara Kristi agbaye kan ti ko so ara re po pelu isokan, awon iru ero, tabi awon eniyan—sugbon nipa **ifaramo si otito, ise omo-ehin ti o da lori igboran, ati igbesi aye ti a yi pada** .
Ìṣọ̀kan, fún wa, kì í ṣe ọ̀rọ̀ àkọlé.
Ó jẹ́ èso **ìbáṣepọ̀** , **ìtúnṣe** , àti **Kristi tí a dá sínú ènìyàn** .
Àṣẹ Ìpìlẹ̀ Wa
Ìyípadà Gẹ́gẹ́ bí Róòmù 12:1–2
Gbogbo ohun tí a ń ṣe—àwọn ìwé, àwọn ẹ̀kọ́ ìsìn, àwọn ẹ̀kọ́, fíìmù, ohùn, fídíò, àwọn ìtàkùn oní-nọ́ńbà, àti àwọn ìmọ̀-ẹ̀rọ ọjọ́ iwájú—wà fún **ète ìṣàkóso kan ṣoṣo** :
Ìsọdọ̀tun ọkàn tí ó ń mú ìyípadà tí a lè fojúrí, tí a lè rí gbà wá.
A kò ṣe àwọn ìbánisọ̀rọ̀ wa **fún lílo ìwífún** , ìfúnni ní ìmọ̀lára, tàbí ìmísí aláìlágbára.
A ṣe apẹrẹ wọn fun:

- Ìrònúpìwàdà àti àtúnṣe

- Ìtúnṣe ìrònú
- Ìgbọràn sí Ìwé Mímọ́
- Àyípadà ohun kikọ tó hàn gbangba
- Ìdàgbàsókè ẹ̀mí tí ó dúró ṣinṣin

A kò rò pé àyípadà yóò wáyé.

A ṣe é fún, a ṣe é fún, a wọ̀n ọ́n, a sì tẹ̀lé e .

"Ìwọ̀n Àṣeyọrí Wa"

Pẹ̀lú èdè bíi:

- A kì í fi ọkọ̀ ojú irin nìkan wọn àṣeyọrí wa
- A n wọn aṣeyọri nipasẹ awọn igbesi aye ti o yipada
- A mọ́rírì ìgbọràn ju ìbáṣepọ̀ lọ
- A mọyì isọdọtun ju ààrùn lọ

Iṣẹ́ Àṣekára Wa

Fífún Irúgbìn Àwọn Orílẹ̀-èdè — Ìgbésí Ayé Kan Ní Ìgbà Kan

Àwọn Iṣẹ́ Ìsìn Àṣá Ọlọ́run wà láti:

- **Ṣẹ̀dá, ṣàkójọpọ̀, kí o sì pín àwọn ohun èlò tí ó ti inú Ìwé Mímọ́ jáde** tí ó ń yọrí sí ìyípadà, kìí ṣe ìmọ̀ lásán.
- **Kópa nínú ìwàásù ìhìnrere, jíjẹ́ ọmọ-ẹ̀yìn, ìwòsàn, ìdáǹdè, ìmúpadàbọ̀sípò, àti ìmọ̀ràn** , ẹ̀mí, ọkàn, àti ara
- **Ṣiṣẹ́ àwọn ìrìnàjò ọmọ-ẹ̀yìn tí a ṣètò** tí ó ń gbé àwọn onígbàgbọ́ láti pàdé sí ìgbọràn
- **Ṣe atilẹyin fun ìgbọràn àsọtẹ́lẹ̀ àti ìyàsímímọ́ agbègbè** , gẹ́gẹ́ bí Ẹ̀mí Mímọ́ ṣe darí rẹ̀
- **Ṣe olùtọ́jú àwọn ètò oní-nọ́ńbà ńláńlá** lábẹ́ àṣẹ Bíbélì àti àbójútó ènìyàn

Àṣẹ wa kì í ṣe fún ara rẹ̀, bí kò ṣe fún **ìdúróṣinṣin ní ìwọ̀n** .

Àwọn Ìlànà Pàtàkì Wa

Àwọn ìlànà wọ̀nyí ló ń darí **iṣẹ́ ìránṣẹ́, ìtẹ̀wé, ìdarí, àti ìmọ̀ ẹ̀rọ** :

- **Ìgboyà àti àìbẹ̀rù nínú Kristi**
- **Ìdarí àwọn ìránṣẹ́**
- **Ipese didara pẹlu ojuse**
- **Iwa ododo ati gbangba**

- **Iyara pẹlu oye**
- **Ìṣẹ̀dá tí a gbé kalẹ̀ nínú òtítọ́**
- **Ìwà ọ̀làwọ́ tí Ẹ̀mí ń darí**

Ìfẹ́ wa

A ti pinnu gidigidi si:

- **Ìṣọ̀kan Ẹ̀mí àti ìṣọ̀kan ìgbàgbọ́** (Éfésù 4:3, 13)
- **Igbaradi fun awọn eniyan mimọ fun idagbasoke ati iṣẹ rere** (Efesu 4:11-16)
- **Ìwòsàn, ìdáǹdè, àti ìmúpadàbọ̀sípò** tó pé—kì í ṣe àwọn ìyípo
- **Ọmọ-ẹ̀hìn tí ó ń mú ìgbọràn wá, kìí ṣe ìgbẹ́kẹ̀lé ara ẹni**
- **Gbígbé àwọn onígbàgbọ́ tí wọ́n lè dúró, mọ̀, àti kọ́ àwọn ẹlòmíràn lẹ́kọ̀ọ́**

Àwọn Ọ̀rọ̀ Méje Pàtàkì Nínú Iṣẹ́ Wa

1. **Ìbáṣepọ̀ Ìṣọ̀kan Ìjọ**
   Kíkọ́ ìṣọ̀kan ìbáṣepọ̀ àti ìṣètò láàárín àwọn ẹ̀yà, àṣà, àti orílẹ̀-èdè.
2. **Àdúrà Àgbáyé àti Ààwẹ̀ Ọdọọdún Ọjọ́ Ogójì**
   (Oṣù Kẹta 17 – Oṣù Kẹrin 26) tí a yà sọ́tọ̀ fún ìṣọ̀kan, ìsọjí, ìbáṣepọ̀, àti jíjẹ́ ọmọ-ẹ̀yìn. A ń gbàdúrà ní pàtó fún Ìjọ àti àwọn olórí rẹ̀ kárí ayé. Ibikíbi tí wọ́n bá wà lórí òkè méje tí agbára wọn ń gbilẹ̀!
3. **Ìtẹ̀jáde àti Ìṣàkóso Àkóónú**
   - Àwọn àkọlé tí a kọ àti tí a tẹ̀ jáde
   - Pinpin kaakiri awọn orilẹ-ede 66+
4. **Pínpín Àkóónú Kárí Ayé**
   Ju **àwọn ohun èlò Kristẹni mílíọ̀nù méjì lọ** tí a ń ṣàkóso tí a sì ń pín káàkiri àwọn ìkànnì oní-nọ́ńbà.
5. **Àwọn Ìrìn Àjò Ọmọ-ẹ̀yìn Tí A Tẹ̀lé**
   Pẹ̀lú àwọn ipa ọ̀nà aládàáni àti tí a ṣe amọ̀nà tí a gbà nípasẹ̀ àwọn ìtàkùn Otakada.
6. **Ìmọ̀ràn, Ìwòsàn àti Ìtúnṣe.**
   A lè fi ojú-òpó wẹ́ẹ̀bù àti ní ojú-òpó wẹ́ẹ̀bù sọ̀rọ̀ nípa gbogbo ènìyàn.

7. **Ìgbọràn Àsọtẹ́lẹ̀ àti Ìyàsímímọ́ Agbègbè**
   A ṣe é bí Ẹ̀mí Mímọ́ ṣe darí rẹ̀, lábẹ́ ìjíhìn.
8. **Àdúrà àti Ààwẹ̀ Tí Ń Báa Lọ fún Àwọn Orílẹ̀-èdè**

A pejọ ninu adura ati aawẹ:

- Gbogbo Ọjọ́bọ
- Ọjọ́ mẹ́ta tó kẹ́yìn oṣù kọ̀ọ̀kan

A máa ń gbàdúrà fún ilẹ̀ kọntinẹ́ǹtì kọ̀ọ̀kan lẹ́ẹ̀meji lọ́dọọdún, a sì máa ń kéde ìṣàkóso Ìjọba Ọlọ́run lórí àwọn **òkè méje tí ó ní ipa lórí ayé** , ní ìbámu pẹ̀lú Mátíù 21:13, Aísáyà 56:7, àti Jeremáyà 7:11.

A pe yin lati kopa pelu otito.

Àwọn Pẹpẹ Wa (Ẹ̀rọ Ayé Kan, Ẹ̀tọ́ Kan)

- **Otakada.org** — Ìjẹ́ ọmọ-ẹ̀yìn, ẹ̀kọ́ àsọtẹ́lẹ̀, àwọn ìrìn àjò ìyípadà
- **Store.Otakada.org** — Ile-ikawe oni-nọmba, awọn iwe, jara, ati akoonu igbesi aye ọjọ iwaju
- **shop.otakada.org – Iwájú ilé ìtajà ìwé**
- **Awọn ikanni atẹjade** - ju awọn olupin kaakiri agbaye 40,000 lọ ni kariaye
- **Àwọn Ibùdó Ìròyìn** — Ìkọ́ni, àwọn ẹ̀rí, àwọn fíìmù, àti àkóónú jíjẹ́ ọmọ-ẹ̀yìn

Gbogbo awọn iru ẹrọ nṣiṣẹ labẹ **iwe-aṣẹ iyipada kan** , kii ṣe awọn eto idije.

Àjọṣepọ̀ Àgbáyé àti Ìṣàkóso

- Ìwọ̀n tí a lè dé lóṣooṣù: **500,000+**
- Àwọn ohun èlò tí a pín: **mílíọ̀nù méjì+**
- Wíwà lọ́wọ́lọ́wọ́: **àwọn orílẹ̀-èdè 66+**
- Ìpele ẹ̀kọ́: **Àwọn ọkàn mílíọ̀nù 100 ní ọdún 2045**

Ta Ni Awa?

Awọn Iṣẹ́ Ìsìn Idì Ọlọ́run ni:

- **Ẹ̀mí ni ó darí**
- **Láìní ààlà**
- **Ẹ̀yà ìsìn-aláìmọ̀-ọkàn ṣùgbọ́n tí a gbé kalẹ̀ ní ẹ̀kọ́**
- **A fi ara rẹ̀ fún Kristi ní àwọn ènìyàn.**
- **Ìjọ tí kò ní ògiri, ṣùgbọ́n tí kò ní àṣẹ**

"Kristi ninu yin, ireti ogo." —Kolosse 1:27

Ìṣọ̀kan, pẹ̀lú Ìmọ́lẹ̀ Bíbélì

- **Ìṣọ̀kan Ẹ̀mí** (Éfésù 4:3)
  Òtítọ́ kan tí a ń ṣọ́ lọ́wọ́lọ́wọ́ nípa ìrẹ̀lẹ̀ àti ìfẹ́.
- **Ìṣọ̀kan Ìgbàgbọ́** (Éfésù 4:13)
  Àbájáde ìdàgbàsókè tí a rí nípasẹ̀ ìgbọràn tí a gbé kalẹ̀ gẹ́gẹ́ bí ọmọ-ẹ̀yìn.

Ìṣọ̀kan jẹ́ **ìbáṣepọ̀ àti ìṣẹ̀dá** , kìí ṣe ojú lásán.

Àwọn Pẹpẹ Iṣẹ́-Ìránṣẹ́ Wa

- **Otakada.org** – Ìjẹ́ ọmọ-ẹ̀yìn, àwọn ohun èlò, iṣẹ́ ìránṣẹ́ àsọtẹ́lẹ̀
- **Shop.otakada.org** – Àwọn ìwé àti àwọn irinṣẹ́ ìkọ́ni ọmọ-ẹ̀yìn oní-nọ́ńbà
- **Ojú ìwé 1 fún Onkọ̀wé Amazon** – https://www.amazon.com/stores/Zacharias-Godseagle/author/B0FCZ89D4K Zacharias Godseagle/ Ambassador Monday O. Ogbe Ojú ìwé Onkọ̀wé
- **Ojú ìwé 2 fún Onkọ̀wé Amazon** – https://www.amazon.com/stores/author/B07MSBPFNX/allbooks . Ambassador Monday O. Ogbe Ojú ìwé Onkọ̀wé
- **Ikanni YouTube – MAIN** – https://www.youtube.com/@godseagleministries — Ìkọ́ni, ẹ̀rí àti ìdàgbàsókè
- **Ikanni YouTube – Tuntun** – https://www.youtube.com/@AmbassadorMondayogbe — Awọn fiimu, ati Awọn akoonu miiran fun Iwa-ẹhin ati Ihinrere agbaye

Sopọ pẹlu Awọn Agbegbe Ohun elo Wa

- **Àwùjọ Ààbò Ìrìn Àjò Mílíọ̀nù 10 – Dára pọ̀ mọ́ Facebook**
- **Ìjẹ́ ọmọ-ẹ̀yìn Ilé-ẹ̀kọ́ Ẹ̀mí Mímọ́ – Dára pọ̀ mọ́ Facebook | Dára pọ̀ mọ́ Telegram**
- **Àwọn Olùbẹ̀bẹ̀ Mílíọ̀nù Mẹ́wàá – Dára pọ̀ mọ́ WhatsApp**

Àwọn Àwùjọ WhatsApp ti Àwọn Ilé Iṣẹ́ Ìdì Ọlọ́run

- **Àwùjọ 1**
- **Àwùjọ 2**

Àwọn Ìbèrè Ìfọwọ́sowọ́pọ̀

- **Àdúrà Àgbáyé àti Ààwẹ̀ Ọjọ́ Ogójì Lọ́dọọdún: Oṣù Kẹta 17 – Oṣù Kẹrin 26**
- **Àdúrà Oṣooṣù àti Ààwẹ̀ fún Àwọn Orílẹ̀-èdè:** A dojúkọ **Áfíríkà, Amẹ́ríkà, Yúróòpù, Éṣíà, Àárín Gbùngbùn Ìlà Oòrùn, Òkun, Àwọn Agbègbè Polar**
- **Awọn Eto Ilokulo Nla: Àwọn ìwé tó ju ogún lọ** lórí ìwòsàn, ìsọjí, àti ìmúrasílẹ̀ nípa ẹ̀mí

Ta Ni Awa?

Iṣẹ́ ìsìn God's Eagle jẹ́ **ẹgbẹ́ tí Ẹ̀mí ń darí, tí kò ní ààlà** tí ó fi ara rẹ̀ fún:

- Kíkọ́ **àwọn tẹ́mpìlì ẹ̀mí** ní ọkàn àwọn onígbàgbọ́
- **Mímú ìgbésí ayé padà bọ̀ sípò** : Ẹ̀mí, Ọkàn, àti Ara
- Gbígbé **ìṣọ̀kan Ẹ̀mí** àti **ìṣọ̀kan ìgbàgbọ́ láruge** *(Éfésù 4:3, 13)*

“Kristi ninu yin, ireti ogo!” —Kolosse 1:27

Ẹ jẹ́ ká sopọ̀

Imeeli: ambassador@otakada.org

Foonu/WhatsApp: +1 804-778-2759 (Whatsapp) | +1 302-492-2440 | +2348032835348 (Whatsapp)

Bulọọgi: otakada.org/blog

Ajọṣepọ & Fifunni: **Kiliki ibi**

Wíwà Àgbáyé Wa

Etíkun Ìlà Oòrùn Amẹ́ríkà: 3825 Lancaster Pike, Wilmington, DE;

Etíkun Ìlà Oòrùn Amẹ́ríkà: 4510 Burkes Promise Drive, Bowie, Maryland

Etíkun Ìlà Oòrùn Amẹ́ríkà: 1985 Del Amo Blvd, Torrance, CA

Ìwọ̀ Oòrùn Áfíríkà Olórí Ibùdó: 8 Sahaba Residence, Lugbe Abuja |

Ìwọ̀ Oòrùn Áfíríkà Olórí Ibùdó: 14 Olalere Close, Off Millionaire Quaters, Jos North, Jos, Plateau State
Ìdarí
Ambassador Monday O. Ogbe
(Orúkọ ìkọ̀wé: Zacharias Godseagle)
Olùdásílẹ̀, Òǹkọ̀wé,
Àwọn Iṣẹ́ Ìsìn Idì Ọlọ́run —
Ìjọ tí kò ní Ògiri, Ààlà, tàbí Ẹ̀ka Ìsìn
Àṣẹ Ìgbésí Ayé
Gbólóhùn yìí kò dúró ṣinṣin.
Ó ń darí:

- Ṣíṣẹ̀dá àkóónú
- Àwọn ìlànà ìtẹ̀wé
- Ètò ẹ̀kọ́ ọmọ-ẹ̀yìn
- Ifijiṣẹ iranlọwọ nipasẹ AI
- Ibasepo agbegbe
- Ìgbésẹ̀ àti àbójútó

Yóò **yípadà nínú ìfọ̀rọ̀wérọ̀** , ṣùgbọ́n kì í ṣe ní **òtítọ́ tàbí ète** , bí iṣẹ́ Ọlọ́run ṣe ń tàn kálẹ̀ dé ọ̀dọ̀ àwọn orílẹ̀-èdè.

Àwọn ìlòkúlò tó pọ̀ jù - 1

- Ìjẹ́wọ́

Ìwé yìí kò ní hàn gbangba láìsí àfikún láti ọ̀dọ̀ àwọn ènìyàn Ọlọ́run ńlá wọ̀nyí nípasẹ̀ àwọn ohun èlò tí ó ti sọ ìwé yìí di ọlọ́rọ̀:

- *John G. Lake*
- *Kathryn Kuhlman*
- *Lester Sumrall*
- *Frank àti Ida Mae Hammond*
- *Derek Prince*
- *Ìtàn Hayes*
- *Joseph Ayo Babalola*
- *Robert W. Shambach*
- *Ashish Raichur*
- *Curry Blake*
- *Cindy Trimm*
- *Àti ọ̀pọ̀lọpọ̀ àwọn mìíràn tí mo ti kọ́ láti ọ̀dọ̀ wọn láti ọ̀pọ̀ ọdún sẹ́yìn*

Mo tún fẹ́ dúpẹ́ lọ́wọ́ ìyàwó mi – Comfort àti àwọn ọmọ mi mẹ́rin – Diana, Joseph, David àti Isaac tí wọ́n ti fi àwọn ohun èlò kún un nípasẹ̀ àwọn ìrírí ìgbésí ayé wa. Àwọn ìjàkadì, àwọn ìgbéga àti ìsàlẹ̀, àwọn àṣeyọrí àti àwọn ìkùnà tí ó ti ran wá lọ́wọ́ láti darí wa sí ète àtọ̀runwá nínú Kristi. Ọlọ́run bùkún gbogbo yín lọ́pọ̀lọpọ̀ ní ọ̀pọ̀lọpọ̀ ọ̀nà tí kò láfiwé ní orúkọ Jésù, Àmín!

Àwọn ìlòkúlò tó pọ̀ jù - 1 – Ìyàsímímọ́

Mo ya iwe yii si Olorun Baba fun dida mi ati itoju emi mi.
Mo ya ìwé yìí sí mímọ́ fún Olúwa Jésù Kristi fún ẹbọ gíga jùlọ tí ó fún mi ní ànfààní láti dé ọ̀dọ̀ Baba láìsí ìdènà, láìsí ìdènà àti ní ìdàpọ̀ pẹ̀lú Ọlọ́run Baba, Ọmọ àti Ẹ̀mí Mímọ́.
Mo ya ìwé yìí sí mímọ́ fún Ọlọ́run Ẹ̀mí Mímọ́, fún agbára àti agbára, fún kíkọ́ni, fún ìtọ́sọ́nà àti fún ìtùnú wíwà nígbà gbogbo kí n lè jẹ́ gbogbo ohun tí Kristi kú láti fi fún mi àti láti fi ṣe mí.
Mo ya ìwé yìí sí mímọ́ fún ìyàwó mi – Comfort and the Children – Diana, Joseph, David àti Isaac nínú ìrìn àjò ìgbésí ayé pẹ̀lú mi pẹ̀lú àwọn àṣàyàn díẹ̀ tàbí kò sí nínú àti sí àwọn ohun tí a kò mọ̀ nínú Ọlọ́run.

Àwọn ìlòkúlò tó pọ̀ jù - 1

- Ifihan

Nínú ìwé yìí, *"Àwọn Ìlòkulò Ńlá - 1 – O ti bí fún èyí – Ìwòsàn, Ìdáǹdè àti Ìtúnṣe – Wá Ọ̀nà Láti ọ̀dọ̀ Àwọn Ńlá,"* ìwọ yóò rí àwọn ìtàn, àwọn ìtàn gidi àti àwọn ìtàn míràn àti àwọn ẹ̀rí tó lé ní ọgọ́rin (80) láti mú kí ìhìn náà lágbára sí i àti láti mú kí ẹ̀kọ́ rẹ lágbára sí i ní ọjọ́ iwájú fún lílò nínú ìgbésí ayé rẹ àti ìgbésí ayé àwọn ẹlòmíràn.

Wàá rí ***àwọn ìjápọ̀ ohùn àti fídíò tí o lè gbé sórí orí 1 sí orí 10 fún gbígbọ́ àti wíwo ìgbádùn rẹ nígbà tí o bá ń rìnrìn àjò.***

Iwọ yoo ri ***awọn ti o san adehun, imularada ara-ẹni, awọn adura igbala ati isọdọtun ni opin ori 2, 4, 5, 6.7.8.9 ati 10 nitori pe eyi jẹ iwe ti o wulo bi o ṣe le ṣe funrararẹ.***

Wàá rí ***ìtàn ìgbésí ayé àwọn olókìkí àti ohun tó mú wọn jẹ́ ẹni ńlá kí o lè kọ́ bí wọ́n ṣe ń ṣe é kí o sì di ẹni ńlá fúnra rẹ.***

Iwọ yoo ri ***awọn ẹri jakejado awọn ọdun lati fun igbagbọ rẹ ninu Ọlọrun lagbara nitori pe O tun wa nihin ati pe o wa ni aye gẹgẹ bi ni awọn ọjọ Bibeli lati ṣe pupọ, lọpọlọpọ ju gbogbo ohun ti o le ronu, ronu tabi fojuinu lọ gẹgẹbi agbara ti n ṣiṣẹ ninu rẹ ti o ba gba A laaye.***

Ìwọ yóò rí ***bí a ṣe lè ṣe ìtẹ̀bọmi nínú Ẹ̀mí Mímọ́ kí o sì bẹ̀rẹ̀ sí í tan ìmọ́lẹ̀ Ọlọ́run sí ayé tí ń kú lọ tí ó sì ń bàjẹ́.***

O *yoo rii* ***pe To To lati ni igbekun ati ki o kaabo si ominira ninu Kristi - Tan imọlẹ Ọlọrun ni Agbaye Yiyi + Adura fun***

Baptismu ninu Ẹmi Mimọ + Itan 2 lati ọdọ Trevor Farrell ti Trevor Place ati Robert W. Schambach lori Igbesi aye Ọkunrin kan ti a fipamọ kuro ninu Alaga Ina - Ifihan

Wàá *rí i* ***Ó tó láti mú Sátánì kúrò ní ìgbèkùn àti láti kaàbọ̀ sí òmìnira nínú Kristi – Agbára láti ọ̀dọ̀ ebi láti gbà láti ọ̀dọ̀ Ọlọ́run àti ìbínú pẹ̀lú Bìlísì fún jíjí ogún wa tí a kò mọ̀! + Ìtàn méjì (2) – Ìtàn àkọ́kọ́: láti ọwọ́ Norvel Hayes: Iṣẹ́ ìyanu – Iṣẹ́ ìyanu tí ó wà ní ọwọ́ ọmọbìnrin rẹ̀ àti Robert Schambach ní Íńdíà + Ìwé Àdúrà Ìdáǹdè Ara-ẹni + Àdúrà Ìdáǹdè, Ìdáǹdè àti Àtúnṣe Apá 1***

O *yoo rii* ***pe To To Lati Ni Igbèkun ati pe o ku si Ominira – Bii o ṣe le wosan tabi gba iwosan lati COVID-19, Akàn ati Awọn miiran – Apá 2***

Ìwọ *yóò rí i* ***pé ó tó láti mú kí Èṣù kó àwọn ènìyàn ní ìgbèkùn àti kí o káàbọ̀ sí òmìnira nínú Kristi Jesu – Ìmúṣiṣẹ́ sínú Ogun Ojoojúmọ́ – Àdúrà Ìkéde Ojoojúmọ́ fún Ìmúrasílẹ̀ ní ipò Àdúrà – Apá Kẹta- Ìwé Àkọ́kọ́ láti ọwọ́ Cindy Trimm***

O *yoo rii pe* ***o to to lati ni igbekun Satani ati Kaabo si Ominira ninu Kristi – Ṣe awọn Kristẹni le di ẹmi eṣu? Irọ ti Olugba, Satani Ta lati pa ọpọlọpọ awọn Kristẹni mọ ni igbekun nipasẹ Aimokan. Bii o ṣe le ṣawari wiwa wọn ninu igbesi aye rẹ ki o si le wọn kuro + Itan otitọ lati ọdọ ile igbimọ aṣofin giga kan ṣe iranlọwọ ẹri ti igbala ara ẹni ti a dari bi Derek Prince ti sọ Apá 4 + Iwe Adura Igbala Ara-ẹni + Adura Adura Iwosan, Igbala ati Atunse***

O *yoo rii* ***pe o to lati ni igbekun Satani ati Kaabo si Ominira ninu Kristi Jesu - Awọn igbesẹ pataki meje (7) si itusilẹ + Bii o ṣe le ṣe idanimọ ati le awọn ẹgbẹ ẹmi eṣu jade ati iran ti Ija Ikẹhin ati Bii o ṣe le bori ni ọna ọgbọn lori Awọn ila iwaju mẹrin (4) ti Ifẹkansi bi Frank ati Ida Mae Hammond*** *ṣe sọ - Apakan 5 & Apakan 6 + Iwe Adura Itusilẹ Igbala ara-ẹni + Adura Adura Adura Atunse, Igbala ati Atunse*

O *yoo rii* ***pe o to lati ni igbekun Satani ati Kaabo si Ominira ninu Kristi Jesu – AGBARA Ẹmi Mimọ ti ngbe inu rẹ ni awọn ọrọ ti a gbe nipasẹ afẹfẹ sinu OMI ati Epo gẹgẹbi aṣoju fun Iwosan, Itusilẹ ati Atunse ninu igbesi aye rẹ ati awọn miiran – Àpẹẹrẹ Iwe Adura ti a fi kun lori omi ati epo + Awọn itan 2 lori ITUSILE PASTỌSIN kan ati Ọmọbinrin ọdun 6 lati Schizophrenia ati ogun awọn ẹmi èṣu miiran gẹgẹbi ọna ikẹkọ fun IWỌ nipasẹ Frank ati Ida Mae – Apakan 7 + Adura adehun fun iwosan, itusilẹ ati imupadabọ***

O yoo rii pe ***o to lati ni igbekun Satani ati Kaabo si Ominira ninu Kristi Jesu – Nibo ni ifẹ ati agbara Ọlọrun wa ni aye ninu gbogbo ọrọ yii lori OMINIRA? Kilode ti kii ṣe pe GBOGBO eniyan ti a gbadura fun ni a mu larada, a gba tabi a mu pada? Kilode ti diẹ ninu wọn jẹ apakan tabi apakan? Kini awọn idiwo si iwosan, itusilẹ ati isọdọtun? Ati diẹ ninu awọn ohun ti a ṣe ati awọn ti a ko gbọdọ + Itan kan (1) lati jẹrisi akọle yii ki o si fọ agbara ẹmi ibẹru nipasẹ Bro Robert Schambach – Apakan 8 + Iwe afọwọkọ igbala ara ẹni ati adura adehun fun Iwosan, Idande ati Imupadabọ***

Iwọ yoo rii pe ***o to to lati ni igbekun Satani ati Kaabo si Ominira ninu Kristi Jesu – Gba Idahun si Awọn Ibeere ti a wọpọ lori iwosan, itusilẹ ati isọdọtun + Awọn itọsọna ti o wulo si Iṣẹ-iranṣẹ Iwosan, Idande ati Imupadabọ + Akopọ ti Schizophrenia gẹgẹbi Ẹmi Mimọ ti ṣafihan fun Ida Mae Hammond ati bi o ṣe le ṣe pẹlu ẹmi apakan 9***

Iwọ yoo ri ***awọn ipari fun ọ lati jẹrisi boya iwe naa ti pade ibeere rẹ ati pe, oju-iwe igbala ati awọn ọna asopọ irin-ajo ọmọ-ẹhin ọjọ 40 wa pẹlu***

Gbadun!

Àwọn ìlòkúlò tó pọ̀ jù - 1

Ìtàn Ìgbésí Ayé Kúkúrú - John G. Lake – Kathryn Kuhlman – Lester Sumrall – Frank àti Ida Mae Hammond – Derek Prince – Ìtàn Hayes – Joseph Ayo Babalola – Robert Schambach

Láti bẹ̀rẹ̀ sí í mọríri àwọn ènìyàn àti ohun tí Ọlọ́run ti lò wọ́n fún ní ìran wa, èmi àti ìwọ gbọ́dọ̀ bẹ̀rẹ̀ sí í wo ìtàn wọn. Tí ohunkóhun bá wà tí aráyé ti kùnà lọ́nà búburú, èyí ni – Àìlèṣe láti wo ẹ̀yìn pẹ̀lú ìfẹ́ ìbátan àti ẹ̀kọ́ láti inú ìtàn kí a lè bẹ̀rẹ̀ sí í ṣe àwárí ìdí tí ó dára fún ìgbésẹ̀ síwájú.

Nínú èyí ni mo ti fi kún un nínú Greater Exploits - 1 ohun tó ń darí ìrònú wọn tó ń sún wọn láti ṣe àṣeyọrí ju ohun tí a mọ̀ lọ fún Ọlọ́run.

Nítorí náà, ṣọ́ra fún èyí, kọ́ ẹ̀kọ́ níbi tí ó bá yẹ kí o sì fi sílò síwájú nínú ìgbésí ayé rẹ àti ti àwọn ẹlòmíràn nínú àti lóde àyíká rẹ fún ògo Ọlọ́run!

John G. Lake

"Jesu Oniwosan"

Wọ́n bí John Graham Lake ní ọjọ́ kejìdínlógún oṣù kẹta, ọdún 1870 ní Ontario, Canada. Nígbà tí ó wà ní kékeré, ìdílé rẹ̀ kó lọ sí Michigan, ní Amẹ́ríkà. Nígbà tí ó wà ní kékeré, Lake lọ sí ìpàdé Salvation Army, wọ́n sì dá a lẹ́bi pé ó nílò olùgbàlà, ó sì pe Jésù láti di Olúwa ìyè. Àìsàn kan Lake nípa gidigidi. Ó jẹ́ ọ̀kan lára àwọn ọmọ mẹ́rìndínlógún, àti ní gbogbo ìgbà tí ó wà ní kékeré, mẹ́jọ nínú wọn kú. Ó bẹ̀rẹ̀ sí í kórìíra àìsàn, ìbànújẹ́, àti ikú tí ó jẹ́ apá kan ìgbésí ayé ìdílé rẹ̀.

Lake nímọ̀lára ìpè sí iṣẹ́ ìránṣẹ́ náà, ó sì kẹ́kọ̀ọ́ láti di àlùfáà Methodist. Ó fi ẹ̀kọ́ Methodist lórí ìsọdimímọ́ sí i, ó sì fi ìtara wá a kiri. Ṣùgbọ́n, nígbà tí ó parí ẹ̀kọ́ rẹ̀, ó pinnu láti bẹ̀rẹ̀ iṣẹ́ ajé àti láti bẹ̀rẹ̀ ìwé ìròyìn ní Illinois. Lẹ́yìn náà, ó padà sí Michigan, ó sì bẹ̀rẹ̀ iṣẹ́ nínú dúkìá ilẹ̀. Ó pàdé Jennie Stevens, ó sì fẹ́ ẹ.

Àìsàn náà ṣì ń lọ lọ́wọ́ ní Lake. Àbúrò rẹ̀ jẹ́ aláìlera, arábìnrin kan ní àrùn jẹjẹrẹ tó gbòòrò, arábìnrin mìíràn ní ìṣòro ẹ̀jẹ̀, ìyàwó rẹ̀ sì ní ikọ́ ẹ̀gbẹ àti àrùn ọkàn. Ní ọdún 1899, ìdílé náà gbọ́ nípa John Alexander Dowie, ní Chicago, nítorí pé ó ń gba àfiyèsí àwọn oníròyìn. Wọ́n mú arákùnrin Lake lọ sí àwọn yàrá ìwòsàn ní Chicago, ó sì wòsàn lẹ́sẹ̀kẹsẹ̀. Lẹ́yìn náà, àwọn arábìnrin méjèèjì lọ, wọ́n sì wòsàn pẹ̀lú.

Níkẹyìn, Lake ti bá àwọn ènìyàn sọ̀rọ̀ láti gbàdúrà fún ìyàwó rẹ̀ ní oṣù kẹfà ọdún 1899, ó sì tún rí ìwòsàn. Ó ṣí ìwé mímọ́ láti wo Ìṣe Àwọn Aposteli 10:38 "*Ẹ mọ nípa Jesu ti Nasareti, bí Ọlọ́run ṣe fi Ẹ̀mí Mímọ́ àti agbára yàn án, àti bí Ó ṣe ń rìn kiri láti ṣe rere, àti bí Ó ṣe ń wo gbogbo àwọn tí Èṣù ń ni lára sàn; nítorí Ọlọ́run wà pẹ̀lú Rẹ̀*. (NASB) Ó rí i kedere pé Jésù ni olùwòsàn àti Sátánì ni olùnilára ènìyàn. Lake di ọmọ ìjọ Kristẹni ti Dowie, wọ́n sì ṣí ẹ̀ka kan ní Sault Ste Marie, níbi tí ó ń gbé ní àkókò náà. Lake di díákónì nínú ìjọ tuntun náà. Ní oṣù kẹjọ ọdún 1900, ọmọ rẹ̀ ọlọ́dún mẹ́rin yìnbọn pa Jennie, ìyàwó Lake, láìròtẹ́lẹ̀. Lẹ́yìn ẹ̀kọ́ Dowie, àwọn Lakes kọ̀ láti ran àwọn oníṣègùn lọ́wọ́, wọ́n sì gbára lé àdúrà. Ìṣẹ̀lẹ̀ náà yani lẹ́nu gan-an, wọ́n kọ àpilẹ̀kọ kan sínú ìwé ìròyìn Chicago Daily Tribune, èyí tí ó máa ń ròyìn déédéé nípa àwọn ìgbòkègbodò Dowie.

Ní ọdún 1904, Lake kó lọ sí Chicago láti bá Dowie ṣiṣẹ́. Nígbà tí ó rí agbára Ọlọ́run, Lake bẹ̀rẹ̀ sí í ké pe Ẹ̀mí Mímọ́. Ó lo oṣù mẹ́sàn-án láti wá ipò pípéye ti wíwà Ọlọ́run. Lake lọ pẹ̀lú ọkùnrin mìíràn láti gbàdúrà fún obìnrin aláìsàn kan. Wíwà Ọlọ́run wà lórí rẹ̀ bí kò ṣe rí tẹ́lẹ̀. Oṣù mẹ́fà tó tẹ̀lé e ni a fi ìdánilójú, ìrònúpìwàdà, àti ìwẹ̀nùmọ́ ọkàn hàn. Àwọn ẹ̀bùn Ẹ̀mí di ńlá, òye àti ẹ̀bùn ìwòsàn sì pọ̀ sí i gidigidi. Lake ń gba ìdánilẹ́kọ̀ọ́ lábẹ́ John Alexander Dowie, ṣùgbọ́n kì í sábà fara mọ́ ọ̀nà tí ó ń gbà ṣe nǹkan. Ní àkókò kan, Dowie kọ àwọn àṣeyọrí rẹ̀ sílẹ̀ ó sì sọ fún un pé "Tí o bá ní àwọn ànímọ́ rere, tí ó dọ́gba pẹ̀lú agbára pàtàkì rẹ, ìwọ yóò jẹ́ ọkùnrin tí ó tóbi ju èmi lọ." John Lake mọ̀ pé òun yóò ní láti bẹ̀rẹ̀ iṣẹ́ tirẹ̀. Ó nímọ̀lára pé a pè é sí Áfíríkà, ó sì lọ síbẹ̀ ní ọdún 1908, lẹ́yìn ìgbà díẹ̀ tí ó fi ṣe olùṣọ́ àgùntàn ní Indianapolis. Láàárín ọdún márùn-ún ní Adágún Gúúsù Áfíríkà, a rí mílíọ̀nù kan (1,000,000) àwọn tó ti di Kristẹni, a gbìn ọgọ́rọ̀ọ̀rún ṣọ́ọ̀ṣì, a sì gbé àwọn òjíṣẹ́ ìbílẹ̀ tó lé ní ẹgbẹ̀rún (1000) dìde. Àmọ́, iṣẹ́ náà le gan-an, ìyàwó rẹ̀ sì kú ní oṣù Kejìlá ọdún 1908. Ó pinnu láti pa ìdílé rẹ̀ mọ́. Ní ọdún 1913, Lake padà sí Amẹ́ríkà, pẹ̀lú àwọn ọmọ rẹ̀ méje.

Nígbà tí ó padà sí Amẹ́ríkà, ó tún fẹ́ ìyàwó, ó sì bẹ̀rẹ̀ iṣẹ́ ìránṣẹ́ ìrìn àjò. Ọ̀kan lára àwọn ibi tí wọ́n ní kí ó sọ̀rọ̀ ni Spokane, Washington. Wọ́n ní kí ó bẹ̀rẹ̀ yàrá ìwòsàn, ó sì gbà bẹ́ẹ̀. Láàárín ọdún márùn-ún, wọ́n ròyìn ìwòsàn tó lé ní ẹgbẹ̀rún lọ́nà ọgọ́rùn-ún (100,000). Wọ́n kéde Spokane gẹ́gẹ́ bí "ìlú tó ní ìlera jùlọ ní Amẹ́ríkà". Bó tilẹ̀ jẹ́ pé ṣọ́ọ̀ṣì Lake kò tóbi rárá, ẹgbẹẹgbẹ̀rún ènìyàn ló wá láti gbogbo orílẹ̀-èdè àti àgbáyé láti gba àdúrà. Ní ọdún 1920, ó nímọ`lára pé kí ó ṣí lọ sí Portland, Oregon kí ó sì bẹ`rẹ` iṣẹ´ iránṣẹ´ yàrá ìwòsàn níbẹ`. Wọ´n tún gbọ´ ìròyìn ìwòsàn tó jọra ní àwọn ọdún wọ`nyí pẹ`lú.

Lake ronú láti bẹ`rẹ` iṣẹ´ iránṣẹ´ yàrá ìwòsàn ní àwọn ìlú ní apá òkè àti ní ìsàlẹ` etíkun ìwọ` oòrùn. Ṣùgbọ´n, agbára rẹ` ti ń bẹ`rẹ` sí í dínkù, nítorí pé ó gbé ìgbésí ayé ní iyàrá tó yanilẹ´nu. Ó lọ sí Houston, Texas láti dá ìjọ sílẹ`, ṣùgbọ´n ìṣòro ìdílé pè é kúrò níbẹ`, kò sì padà wá mọ´. Ó ṣe iṣẹ´ iránṣẹ´ ní àwọn ṣọ´ọ`ṣì ní California, lẹ´yìn náà ó padà sí ọ`dọ` pásítọ` ní Portland fún àkókò kan, nígbẹ`yìn gbẹ´yín ó sì jókòó sí Spokane fún ìyókù ìgbésí ayé rẹ`. Ó kú ní ọjọ´ kẹẹ`ẹ´dógún oṣù kẹsàn-án ọdún 1935. Orísun https://healingandrevival.com/BioJGLake.htm

Kathryn Kuhlman

Mo gbagbọ ninu Awọn iṣẹ iyanu

A bí Kathryn Johanna Kuhlman ní ọjọ́ kẹsàn-án oṣù karùn-ún, ọdún 1907, ní Concordia, Missouri. Àwọn òbí rẹ̀ jẹ́ ọmọ

ilẹ̀ Germany, òun sì jẹ́ ọ̀kan lára àwọn ọmọ mẹ́rin. Ìyá rẹ̀ jẹ́ oníwà-ìkà, tí kò fi ìfẹ́ tàbí ìfẹ́ hàn rárá. Ní ọwọ́ kejì ẹ̀wẹ̀, ó ní ìbátan tímọ́tímọ́ àti ẹni tí ó fẹ́ràn ara rẹ̀ gidigidi. Ìbáṣepọ̀ onífẹ̀ẹ́ pẹ̀lú baba rẹ̀. Gẹ́gẹ́ bí ọmọ kékeré, ó máa ń ṣàpèjúwe bí baba rẹ̀ ṣe máa ń padà wálé láti ibi iṣẹ́, tí òun yóò sì di ẹsẹ̀ rẹ̀ mú, tí yóò sì dì mọ́ ọn. Ó sábà máa ń sọ pé ìbáṣepọ̀ òun pẹ̀lú Ọlọ́run Baba jẹ́ òótọ́ gidigidi nítorí ìbáṣepọ̀ òun pẹ̀lú baba òun.
Nígbà tí Kuhlman pé ọmọ ọdún mẹ́rìnlá, ó di onígbàgbọ́ ní ìpàdé ìwàásù kan tí wọ́n ṣe ní ilé ìjọsìn Methodist kékeré kan. Nígbà tí ó pé ọmọ ọdún mẹ́rìndínlógún, ó parí ẹ̀kọ́ rẹ̀ ní ilé ìwé gíga, èyí tí ó pé ọmọ ọdún mẹ́wàá ní ìlú wọn. Ẹ̀gbọ́n rẹ̀ obìnrin Myrtle ti fẹ́ ajíhìnrere kan tí ó ń rìnrìn àjò, Everett B. Parrott. Wọ́n lo àkókò wọn láti rìnrìn àjò, wọ́n sì béèrè pé kí Kathryn dara pọ̀ mọ́ wọn fún ìgbà ẹ̀ẹ̀rùn náà. Àwọn òbí rẹ̀ gbà, ó sì lọ sí Oregon láti ran wọ́n lọ́wọ́. Ó bá wọn ṣiṣẹ́, ó sì máa ń jẹ́rìí fún un nígbà gbogbo. Nígbà tí ìgbà ẹ̀ẹ̀rùn náà parí, ó fẹ́ dúró síbẹ̀, àwọn méjèèjì sì gbà bẹ́ẹ̀. Ó parí sí ṣíṣiṣẹ́ pẹ̀lú wọn fún ọdún márùn-ún.

Àwọn ènìyàn mẹ́rin ló para pọ̀ di ẹgbẹ́ ìwàásù náà, Everette, Myrtle, Kathryn, àti àwọn tó ń lu páìnì tí orúkọ wọn ń jẹ́ Helen Gulliford. Ní ọdún 1928, Everette kò pàdé ní Boise, Idaho. Myrtle àti Kathryn wàásù láti ṣe iṣẹ́ fún Everette. Pásítọ̀ ìjọ náà gba Kathryn níyànjú láti jáde fúnra rẹ̀. Helen gbà láti dara pọ̀ mọ́ ọn. Ìwàásù àkọ́kọ́ rẹ̀ wà ní gbọ̀ngàn adágún omi kan tó ti bàjẹ́ ní Boise, Idaho. Ẹgbẹ́ náà kárí Idaho, Utah, àti Colorado fún ọdún márùn-ún tó tẹ̀lé e. Ní ọdún 1933, wọ́n kó lọ sí Pueblo, Colorado. Wọ́n kó lọ sí ilé ìkópamọ́ Montgomery Ward kan tí wọ́n ti kọ̀ sílẹ̀. Wọ́n dúró níbẹ̀ fún oṣù mẹ́fà.

Nítorí pé ìlú ńlá ni Denver, ni ibi tí wọ́n tún dúró sí. Wọ́n ṣí lọ nígbà púpọ̀ ṣùgbọ́n wọ́n parí sí ilé ìkópamọ́ ìwé kan, èyí tí wọ́n pè ní Kuhlman Revival Tabernacle. Lẹ́yìn náà ní ọdún 1935 wọ́n tún ṣí lọ sí gáréèjì ọkọ̀ akẹ́rù kan tí wọ́n ti kọ̀ sílẹ̀ tí wọ́n sì pè ní Denver Revival Tabernacle. Kathryn ń rí àṣeyọrí púpọ̀ ní Denver. Ìjọ náà pọ̀ sí nǹkan bí ẹgbẹ̀rún méjì (2000) ọmọ ẹgbẹ́. Ó bẹ̀rẹ̀ ètò rédíò kan tí wọ́n pè ní "Smiling Through" ó sì pe àwọn olùbánisọ̀rọ̀ láti gbogbo orílẹ̀-èdè náà. Ọ̀kan lára wọn ni Phil Kerr tí ó kọ́ni nípa ìwòsàn Ọlọ́run. Ní ọdún 1935, ajíhìnrere mìíràn tí wọ́n pè ni Burroughs Waltrip.

Waltrip jẹ́ ìròyìn búburú fún Kuhlman. Ó jẹ́ ọkùnrin onínúure, ẹni tó lẹ́wà tó sì dàgbà ju òun lọ fún ọ̀pọ̀ ọdún. Ìfàmọ́ra kan wà lẹ́sẹ̀kẹsẹ̀, ìdílé kan sì sọ pé wọ́n ti rí tọkọtaya náà tí wọ́n ń gbá ara wọn mọ́ra ní ọdún 1935, ṣùgbọ́n ó ti gbéyàwó ó sì bí ọmọ méjì. Waltrip kúrò ní Denver ó sì lọ sílé ní Austin, Texas, ṣùgbọ́n ìbáṣepọ̀ náà gbóná girigiri láàárín Kuhlman àti Waltrip. Ní ọdún 1937, wọ́n pè é padà sí Denver láti lọ sí orí àga fún oṣù méjì. Kò pẹ́ lẹ́yìn tí ó kọ ìyàwó rẹ̀ sílẹ̀ ó sì fi àwọn ọmọ rẹ̀ méjèèjì sílẹ̀. Lẹ́yìn náà, ó tan ìtàn náà kálẹ̀ pé ìyàwó rẹ̀ ti fi òun sílẹ̀. Ó kó lọ sí ìlú Mason, Iowa, níbi tí ó ti sọ fún gbogbo ènìyàn pé òun jẹ́ àpọ́n, ó sì bẹ̀rẹ̀ iṣẹ́ ìránṣẹ́ tuntun. Waltrip gbé ìlérí $70,000 kalẹ̀ láti kọ́ ilé iṣẹ́ ìránṣẹ́ kan tí a ń pè ní Radio Chapel. Ó jẹ́ ògbóǹkangí pẹ̀lú àga ìjókòó tí ń pòórá àti àṣà ìjókòó oníṣẹ́ ọnà. Ó dàbí ẹni pé ó jẹ́ oníwàásù tí ó ṣe àṣeyọrí àti onígboyà.

Ìbáṣepọ̀ kan wà láàárín Kuhlman àti Waltrip, wọ́n sì ṣe ìgbéyàwó ní oṣù kẹsàn-án ọdún 1938. Kuhlman kò mọ ohun tó máa ṣẹlẹ̀ sí àwọn ìpinnu rẹ̀, ìgbéyàwó náà sì jẹ́ àjálù. Ó kéde fún ìjọ rẹ̀ pé òun àti Waltrip ti ṣe ìgbéyàwó, wọ́n sì máa lọ sí Denver àti Mason City láti wàásù ní ìjọ méjèèjì wọn. Ọ̀pọ̀lọpọ̀ àwọn ènìyàn nínú ìjọ rẹ̀ ló lọ nítorí ìbáṣepọ̀ rẹ̀ pẹ̀lú Waltrip. Ó fi ìjọ rẹ̀ sílẹ̀ ní Denver, ó pàdánù àwọn ọ̀rẹ́ rẹ̀ tó súnmọ́ ọn jùlọ, ó sì kó lọ sí Mason City. Àṣeyọrí Waltrip náà di àlá lásán. Wọ́n parí ilé ìjọsìn Radio Chapel ní oṣù kẹfà ọdún 1938. Nígbà tí ó fi máa di oṣù kẹwàá ọdún 1938, Waltrip kò lè san gbèsè rẹ̀. Ní oṣù Kejìlá, Waltrip ń béèrè fún owó oṣù tó ga jù, kódà pẹ̀lú àìtó owó oṣù. Ìgbìmọ̀ Olùdarí rẹ̀ fi iṣẹ́ sílẹ̀, ó sì fi í sílẹ̀ láti bójú tó ìnáwó. Ojútùú rẹ̀ ni láti má san gbèsè ilé tàbí gbèsè ilé ìjọsìn náà. Ilé ìjọsìn Radio Chapel di aláìlera. Ìwàásù ìkẹyìn Waltrip jẹ́ ní oṣù karùn-ún ọdún 1939. Àwọn Waltrip nìkan ló wà níbẹ̀. Ìran ayọ̀ Kathryn nípa òun àti ọkọ rẹ̀ tí wọ́n ń fò kiri láàárín Denver àti Mason City pẹ̀lú iṣẹ́ ìwàásù tó yọrí sí rere wó lulẹ̀ pátápátá.

Àwọn ọdún díẹ̀ tó tẹ̀lé e le gan-an fún tọkọtaya náà. Wọ́n bẹ̀rẹ̀ ìrìn àjò gẹ́gẹ́ bí ajíhìnrere arìnrìn àjò, ní pàtàkì wọ́n dúró sí Midwest. Wọn kò gbà wọ́n ní ọ̀pọ̀lọpọ̀ ibi nítorí ìtàn ìgbéyàwó wọn. Àwọn ìpolówó àkọ́kọ́ kọ Waltrip sí ajíhìnrere àkọ́kọ́. Lẹ́yìn náà, nígbà mìíràn, wọ́n tún mẹ́nu ba Arábìnrin Waltrip. Ní ìbẹ̀rẹ̀ ọdún 1940, wọ́n fún Kathryn Kuhlman Waltrip ní owó tó dọ́gba. Níkẹyìn, ní àárín ọdún 1940, Kathryn ń lo Kathryn Kuhlman nìkan ní àwọn ìpàdé níbi tí ó ti jẹ́ agbọ̀rọ̀sọ pàtàkì. Ní ọdún 1944, Kuhlman lọ sí ìrìn àjò ìhìnrere ní etíkun ìlà-oòrùn láìsí Waltrip. Ó ṣeé ṣe kí ó jẹ́ ìpinnu láti fi í sílẹ̀, tàbí kí ó tún lo àǹfààní náà láti tún ṣe àtúnyẹ̀wò ìgbésí ayé rẹ̀. Ó dàbí ẹni pé ó ti jẹ́ díẹ̀díẹ̀ bí Waltrip ṣe ń kọ̀wé nípa wọn gẹ́gẹ́ bí tọkọtaya ní ọdún 1946. Kuhlman kò padà sí Waltrip mọ́, wọ́n sì kọ ara wọn sílẹ̀ ní ọdún 1947. Ó fi ìgbéyàwó rẹ̀ sílẹ̀, láti ìgbà náà lọ, ó sì ń hùwà bí ẹni pé kò sí níbẹ̀ rí.

Ní ọdún 1946, wọ́n ní kí Kuhlman sọ̀rọ̀ ní Franklin, Pennsylvania. Wọ́n gbà á tọwọ́tọwọ́, ó sì pinnu láti dúró sí agbègbè náà. Kuhlman bẹ̀rẹ̀ sí í wàásù lórí àwọn ìgbóhùnsáfẹ́fẹ́ ní ìlú Oil, Pennsylvania. Àwọn wọ̀nyí di ohun tí ó gbajúmọ̀ débi pé wọ́n gbé e ní Pittsburgh, ó sì ń wàásù káàkiri agbègbè náà. Ó bẹ̀rẹ̀ sí í wàásù nípa agbára ìwòsàn Ọlọ́run. Ní ọdún 1947, obìnrin kan wo àrùn jẹjẹrẹ sàn nígbà tí ó ń gbọ́ ìwàásù Kuhlman. Ní ọjọ́ ìsinmi díẹ̀ lẹ́yìn náà, ọkùnrin kan wo ara rẹ̀ sàn nígbà tí ó ń kọ́ni nípa Ẹ̀mí Mímọ́. Ó ti gbàgbọ́ nínú iṣẹ́ ìwòsàn Ọlọ́run báyìí. Ohun pàtàkì kan láti kíyèsí ni àyíká àti àkókò àkókò ìtújáde yìí nínú ìgbésí ayé Kuhlman. Ọdún 1947 ni ìbẹ̀rẹ̀ Ìtúnpadà Ìwòsàn (tí a máa ń pè ní Ìtúnpadà Ìrọ̀lẹ́) tí yóò wà fún ọdún mẹ́wàá tó tẹ̀lé e. Ohun tí ó ń ṣẹlẹ̀ nínú àwọn ìpàdé Kuhlman ń tàn ká gbogbo orílẹ̀-èdè Amẹ́ríkà. Ní àkókò yìí ni wọ́n dá Voice of Healing Ministry sílẹ̀, àwọn ọkùnrin bíi William Branham, Oral Roberts, AA Allen àti ọ̀pọ̀lọpọ̀ àwọn mìíràn sì dúró sí orí ìtàgé gbogbo ènìyàn. Kuhlman kò ní àjọṣepọ̀ pẹ̀lú àwọn ẹgbẹ́ wọ̀nyẹn, ṣùgbọ́n ó gbé ìgbésẹ̀ láti ṣe ohun tí Ẹ̀mí Ọlọ́run ń ṣe káàkiri orílẹ̀-èdè náà àti gbogbo ayé.

Ní ọdún 1948, Kuhlman ṣe àwọn ìpàdé ní Carnegie Hall ní Pittsburgh. Níkẹyìn, ó kó lọ sí Pittsburgh ní ọdún 1950, ó sì tẹ̀síwájú láti máa ṣe àwọn ìpàdé ní Carnegie Hall títí di ọdún 1971. Ọlọ́run lò ó láti mú ìhìn iṣẹ́ ìyanu wá sí ọ̀pọ̀lọpọ̀ ìjọ, títí kan Ṣọ́ọ̀ṣì Kátólíìkì. (Ó gba ọ̀pọ̀lọpọ̀ ẹ̀sùn lórí èyí, wọ́n sì fi ẹ̀sùn kan án pé ó jẹ́ ọmọ ìjọ Kátólíìkì.) Àwọn ọdún wọ̀nyí ni ó mọ̀ jùlọ. Ìwà rẹ̀ jẹ́ ohun ìyanu. Ó máa ń ṣe àwọn iṣẹ́ ìyanu rẹ̀, gbọ̀ngàn náà sì kún fún gbogbo ènìyàn ní gbogbo ìgbà. Ó wà lórí àwọn ètò rédíò àti tẹlifíṣọ̀n. Àwọn Evangelical Church Alliance ló yàn án ní ọdún 1968. Ọgọ́rọ̀ọ̀rún ènìyàn ni wọ́n wò sàn ní àwọn ìpàdé rẹ̀, àti nígbà tí wọ́n ń gbọ́ ọ lórí rédíò tàbí tẹlifíṣọ̀n. Àwọn ènìyàn tí ó ń gbàdúrà fún sábà máa ń ní agbára Ọlọ́run tí wọ́n sì máa ń "pa nínú Ẹ̀mí." Kuhlman kò sọ pé òun ni oníwòsàn. Ó máa ń tọ́ka sí Jésù gẹ́gẹ́ bí oníwòsàn wọn nígbà gbogbo.

Wọ́n ti ṣe àyẹ̀wò Kuhlman pé ó ní ìṣòro ọkàn ní ọdún 1955. Ó ní àkókò púpọ̀, ó sì ń ṣiṣẹ́ ju bó ṣe yẹ lọ, pàápàá jùlọ ní àwọn ọdún 1970. Ó máa ń rìnrìn àjò láti Pittsburgh sí Los Angeles nígbà gbogbo, àti láti rìnrìn àjò káàkiri àgbáyé. Ọkàn rẹ̀ gbòòrò sí i, Kuhlman sì kú ní ọjọ́ ogún oṣù keji, ọdún 1976, ní Tulsa, lẹ́yìn iṣẹ́ abẹ ọkàn. Àwọn fídíò díẹ̀ lára àwọn iṣẹ́ rẹ̀ ṣì wà, wọ́n sì ń gbajúmọ̀ títí di òní.

Lester Sumrall

"Ìhìnrere, Ìwòsàn, àti Ìdáǹdè"

A bí Lester Frank Sumrall ní ọjọ́ kẹ̀ẹ̀ẹ́dógún oṣù kejì, ọdún 1913 ní New Orleans, Louisiana fún George àti Betty Sumrall. Ìyá rẹ̀ jẹ́ Kristẹni alágbára, ṣùgbọ́n baba rẹ̀ kò fi bẹ́ẹ̀ gbóná nínú ìgbàgbọ́ rẹ̀. Ìyá rẹ̀ fi í lé Ọlọ́run lọ́wọ́ kí wọ́n tó bí Lester, ó sì gbàdúrà pé kí ó di oníwàásù. A bí i ní ọmọ kẹfà nínú ìdílé tí ó ní ọmọ méjọ nígbẹ̀yìn-gbẹ́yín. Betty máa ń pe àwọn oníwàásù tí wọ́n ń rìnrìn àjò láti dúró sílé wọn nígbà tí wọ́n bá ń ṣe ìpàdé ní ṣọ́ọ̀ṣì wọn. Èyí sábà máa ń túmọ̀ sí pé ìdílé mìíràn yóò máa bọ́ àwọn ènìyàn, wọn yóò sì máa gbé ilé fún wọn, Lester kò sì fẹ́ràn wàhálà tí ó ń fi kún ilé náà. Ó pinnu pé òun kò fẹ́ràn àwọn oníwàásù, dájúdájú òun kò fẹ́ jẹ́ ọ̀kan lára wọn!

Betty Sumrall jẹ́ jagunjagun àdúrà tó yanilẹ́nu, ó sì máa ń gbàdúrà fún ìdílé rẹ̀ nígbà gbogbo. Lester rí àwọn ìṣẹ̀lẹ̀ ìyanu kan nínú ìgbésí ayé wọn. Lọ́jọ́ kan, wọ́n ṣe àyẹ̀wò àrùn jẹjẹrẹ ọmú rẹ̀. Ó yí ara rẹ̀ ká pẹ̀lú àwọn obìnrin tí wọ́n máa ń gbàdúrà fún un déédéé. Ní òru láàárín ogun yìí, Jésù wọ inú yàrá rẹ̀, ó sì fọwọ́ kàn án. Ó ti wòsàn láti ìgbà náà lọ. Nígbà tí baba ńlá Lester ní àrùn ọpọlọ, ó di aláìlera. Kò lè fún ara rẹ̀ ní oúnjẹ tàbí kí ó wọ aṣọ. Ìdílé mú un wá sí ilé wọn, Betty sì pinnu láti jẹ́ kí àwọn obìnrin gbàdúrà fún un. Wọ́n darí rẹ̀ sí ọ̀dọ̀ Kristi, wọ́n sì bẹ̀rẹ̀ sí í gbàdúrà. Ó wà lórí kẹ̀kẹ́ akẹ́rù, kò sì lè gbé ẹsẹ̀ tàbí apá rẹ̀. Agbára Ọlọ́run wá sórí rẹ̀, ó sì dìde kúrò lórí kẹ̀kẹ́ akẹ́rù, ó sì lè rìn, ó sì gbé apá rẹ̀. Ó padà sílé láti gbé ọdún mẹ́ẹ̀ẹ́dógún sí i fún ara rẹ̀.

Lester dara pọ̀ mọ́ "àwọn ènìyàn búburú" ó sì fi ilé ìwé sílẹ̀ ní ọmọ ọdún mẹ́rìndínlógún. Kò pẹ́ lẹ́yìn náà, ó bẹ̀rẹ̀ sí ní ìṣòro ìlera àti ìtú ẹ̀jẹ̀ jáde. Wọ́n ṣe àyẹ̀wò pé ó ní ikọ́ ẹ̀gbẹ, ìdájọ́ ikú gidi kan. Ó ń burú sí i, ó sì dín sí ìwọ̀n 93 pọ́ọ̀nù, ó sì di ẹni tí kò lè gùn. Ìyá rẹ̀ tún pe àwọn jagunjagun àdúrà rẹ̀ jọ láti gbàdúrà fún Lester déédéé. Ní ọjọ́ ìbí rẹ̀ ọmọ ọdún mẹ́tàdínlógún, dókítà kéde pé ó fẹ́rẹ̀ kú, ó sì kọ ìwé ẹ̀rí ikú náà. Ní alẹ́, Ọlọ́run fún Lester ní ìran. Ní apá kan ibùsùn rẹ̀ ni àpótí kan wà ní apá kejì ibùsùn náà. Wọ́n fún un ní àṣàyàn tí ó ṣe kedere - yálà kí ó wàásù ìhìnrere tàbí kí ó kú nítorí ikọ́ ẹ̀gbẹ ní alẹ́ ọjọ́ náà! Ó pinnu láti wàásù ìhìnrere. Ó rí ìwòsàn gbà, ní òwúrọ̀ ọjọ́ kejì, ó jẹ oúnjẹ fún ìgbà àkọ́kọ́.

lẹ́yìn ìgbà pípẹ́, àti láàárín ọ̀sẹ̀ mẹ́ta ó ti kó àpò rẹ̀ láti dé ipa ọ̀nà ìhìnrere.

Ìbẹ̀rẹ̀ náà kò rọrùn rárá. Lester àti ọ̀rẹ́ apẹja kan, tí ó ń bá wọn lọ gẹ́gẹ́ bí olórí orin, lu igbó ẹ̀yìn gúúsù. Wọn kò fi bẹ́ẹ̀ ní ìmọ́lára àti pé wọ́n ń fipá mú àwọn ènìyàn bí Lester ṣe ń wàásù ìhìnrere rẹ̀. Ohun kan gbọ́dọ̀ ti ń ṣiṣẹ́ nítorí pé níbikíbi tí ó bá lọ, ó ní ẹgbẹ́ kan tí ó tóbi tó láti dá ìjọ sílẹ̀, ó sì máa ń rán sí ẹgbẹ́ rẹ̀ láti pe pásítọ̀ fún ẹgbẹ́ tuntun náà. Ọgọ́rọ̀ọ̀rún ènìyàn ni wọ́n gbà là. Nígbà tí wọ́n rí àṣeyọrí rẹ̀, wọ́n yàn án.

Ní ọdún 1931, Ọlọ́run bẹ̀rẹ̀ sí í bá àwọn èrò ọkàn Lester lò. Ó gbà láti wàásù ìhìnrere láti gba ẹ̀mí rẹ̀ là ṣùgbọ́n kò ní àníyàn gidi fún àwọn ènìyàn. Ọlọ́run fún un ní ìran ọ̀pọ̀ ènìyàn ní àwọn orílẹ̀-èdè àjèjì tí wọ́n ń lọ sí ọ̀run àpáàdì. Ọlọ́run ba ọkàn rẹ̀ jẹ́ fún àwọn tí ó sọnù ní alẹ́ ọjọ́ náà. Ọlọ́run pè é láti jẹ́ ajíhìnrere kárí ayé kí ó sì wàásù ìhìnrere fún gbogbo ayé. Kò rí bẹ́ẹ̀ mọ́. Oṣù méjìdínlógún lẹ́yìn náà, Ọlọ́run so Lester pọ̀ mọ́ Howard Carter, olùkọ́ Bíbélì tí a mọ̀ kárí ayé, wọ́n sì bẹ̀rẹ̀ sí í rìnrìn àjò papọ̀ ní gbogbo ayé. Wọ́n rìnrìn àjò lọ sí Australia, Singapore, Hong Kong, Java, Dutch East Indies, Tibet, Manchuria, Japan, Korea, Germany, Brazil, Bolivia, France, Spain, Portugal, àti England. Wọ́n máa lọ sí agbègbè kan, Howard yóò sì lọ sí ibì kan láti wàásù àti Lester sí òmíràn. Àwọn ìwòsàn àti ìgbàlà tó yanilẹ́nu bẹ̀rẹ̀ sí í ṣẹlẹ̀ nínú ìpàdé Lester. Ẹgbẹẹgbẹ̀rún ènìyàn ń wòsàn, wọ́n sì ń gbà wọ́n là.

Nígbà ogun ní àwọn ọdún 1940, Lester padà sí Amẹ́ríkà, Mexico, Central, àti South America. Nígbà tí ó wà ní Argentina, Lester pàdé míṣọ́nnárì mìíràn tí orúkọ rẹ̀ ń jẹ́ Louise Layman. Wọ́n bẹ̀rẹ̀ sí í ṣe iṣẹ́ ìránṣẹ́ ní ọdún méjì lẹ́yìn náà. Wọ́n bẹ̀rẹ̀ sí í ṣe ìránṣẹ́ gẹ́gẹ́ bí tọkọtaya ní Cuba, Haiti, àti Puerto Rico. Nígbà kan, Louise ní ibà ibà ṣùgbọ́n Ọlọ́run wò ó sàn ní ìdáhùn sí àdúrà Lester. Wọ́n tẹ̀síwájú sí Guyana, Surinam, Brazil, Argentina, Peru, Ecuador, Uruguay, àti Panama. Wọ́n dín ìlera wọn kù nígbà tí Betty lóyún, wọ́n sì padà sí Amẹ́ríkà. Ọlọ́run pe tọkọtaya náà láti lọ sí South Bend, Indiana fún ọdún díẹ̀ tó tẹ̀lé e.

Ní ọdún 1950, Ọlọ́run pe ìdílé náà sí Manila ní Philippines. Iṣẹ́ náà le gan-an títí tí ọmọbìnrin kan tí ẹ̀mí Àǹjọ̀nú ń yọ lẹ́nu fi ń sọ ìròyìn orílẹ̀-èdè náà. Ọlọ́run ní kí Lester gbàdúrà fún un. Ìtúsílẹ̀ àti ìwòsàn náà gba gbogbo ènìyàn lọ́kàn, ó sì jẹ́ ohun ìyanu tó bẹ́ẹ̀ tí àwọn ìwé ìròyìn fi gbé ìtàn náà jáde níbi gbogbo. Gbogbo orílẹ̀-èdè náà ṣí sílẹ̀ fún ìhìn rere. Ó ṣe àwọn ìpàdé ìtúnpadà fún ọ̀sẹ̀ mẹ́fà, wọ́n sì fojú díwọ̀n pé wọ́n tó ẹgbẹ̀rún lọ́nà ọgọ́ta. Clifton Erickson wá láti Amẹ́ríkà láti ran àwọn ènìyàn lọ́wọ́ nínú àwọn ìpàdé náà. Ọgọ́rùn-ún àti ẹgbẹ̀rún lọ́nà ààdọ́ta ni wọ́n gbà là ní àwọn ọ̀sẹ̀ wọ̀nyẹn. Ọ̀ṣẹ̀ré olókìkí kan tí kò lè rìn rí ìwòsàn, èyí sì fún àwùjọ náà ní àfiyèsí púpọ̀ sí i nípa àwọn oníròyìn. Agbẹjọ́rò kan tí ó ti wà lórí igi fún ọdún méjìlá jáde, ó gbé wọn ní apá rẹ̀, ó sì ti sàn pátápátá.

Ọlọ́run pe ìdílé náà padà sí Amẹ́ríkà ní ọdún 1960 láti bẹ̀rẹ̀ iṣẹ́ tẹlifíṣọ̀n aṣáájú-ọ̀nà. Wọ́n bẹ̀rẹ̀ sí gbọ́ ìwàásù rẹ̀ ní gbogbo Amẹ́ríkà àti gbogbo ayé. Ó tún bẹ̀rẹ̀ iṣẹ́ ìránṣẹ́ láti bọ́ àwọn tí ebi ń pa ní gbogbo àgbáyé lẹ́yìn tí Ọlọ́run fún un ní ìran kan tí ó pè é láti tọ́jú àwọn tí ń kú. Ó dúró ṣinṣin **sí ìran tí Ọlọ́run fún un, ó sì padà sílé láti wà pẹ̀lú Olúwa ní ọjọ́ kejìdínlọ́gbọ̀n oṣù kẹrin, ọdún 1996.**

Frank àti Ida Mae Hammond

Frank Davis Hammond (Ọjọ́ Kejìlá oṣù Kẹwàá, ọdún 1921 - Ọjọ́ Kejìdínlógún oṣù Kẹta, ọdún 2005) jẹ́ òǹkọ̀wé àwọn ìwé tó jọ ti ẹ̀sìn Kristẹni, pàápàá jùlọ lórí iṣẹ́ ìránṣẹ́ ìgbàlà. Ní ọdún 1980, Hammond dá Ilé-iṣẹ́ Ìsìn Àwọn Ọmọdé sílẹ̀ pẹ̀lú ìyàwó rẹ̀ (tí ó sì tún jẹ́ ọ̀kan lára àwọn òǹkọ̀wé rẹ̀) Ida Mae Hammond. Hammond jẹ́ ọmọ ilé-ẹ̀kọ́ gíga ti Baylor University àti Southwestern Baptist Theological Seminary. Àwọn ẹ̀kọ́ Hammond kọ́ni pé àwọn ọ̀ràn ìwà rere bíi ìbínú àti ọ̀rọ̀ òfófó - pẹ̀lú àwọn ọ̀ràn bíi jíjẹ oúnjẹ àṣekúdóró, ìgbàgbé, ìṣòro ìbálòpọ̀, àti àìsàn ọpọlọ - jẹ́ àwọn ẹ̀mí èṣù tó nílò iṣẹ́ ìránṣẹ́ ìgbàlà, àti pé gbogbo ènìyàn nílò irú ìgbàlà bẹ́ẹ̀. Òun àti ìyàwó rẹ̀ Ida Mae ni wọ́n pè ní "bóyá àwọn tó ní ipa jùlọ nínú iṣẹ́ ìránṣẹ́ ìgbàlà."

Ìwé wọn ti ọdún 1973, Pigs in the Parlor: A Practical Guide to Deliverance, jẹ́ ọ̀kan lára àwọn ìwé tó ní ipa lórí kókó ọ̀rọ̀ náà, ó sì ti tà ju mílíọ̀nù kan lọ. Àwọn ìwé Hammond ṣe ìrànlọ́wọ́ láti gbé àwọn èrò iṣẹ́ ìránṣẹ́ ìdáǹdè sínú àtúnṣe Charismatic Catholic, pàápàá jùlọ èrò nípa agbára ẹ̀mí èṣù láìka agbára ẹ̀mí èṣù sí, èyí tó ń béèrè fún ìyọkúrò láti ọwọ́ àlùfáà. A bí i ní Terrell, TX ní oṣù kẹwàá ọdún 1921, ó fẹ́ Ida Mae Loden (tí òun náà jẹ́ ọmọ Terrell) ní ọdún 1948. Ìwé Ìròyìn Bíborí Ìkọ̀sílẹ̀ (1987) Àwọn Ìdè Ọkàn (1988) Kíkojú Àwọn Ẹ̀mí Tí A Fẹ́ràn: Àṣìṣe sí Ẹ̀mí Mímọ́ (1988) Ọlọ́run Gbéga (1989) Ogun Wa - Lódì sí Àwọn Ẹ̀mí Èṣù àti Àwọn Ẹ̀mí Agbègbè (1991) Àwọn Ẹ̀mí Èṣù àti Ìdáǹdè nínú Iṣẹ́-Ìránṣẹ́ Jésù (1991) Dídáríjì Àwọn Ẹlòmíràn: Kọ́kọ́rọ́ sí Ìwòsàn & Ìdáǹdè (1995) Ìwé Ìtọ́sọ́nà fún Ìdáǹdè Àwọn Ọmọdé (1996) Ibùsùn Ìgbéyàwó (1999) Ọlọ́run Kílọ̀ fún Amẹ́ríkà (2000) Àwọn Ìtàn Àwọn Frank Méjì: Àwọn Ìrírí Ìdáǹdè Àìdára (2000, pẹ̀lú Frank Marzullo) Ìbùkún Bàbá (2001) Àwọn Àbájáde Láti Inú Ẹ̀ṣẹ̀ Ìbálòpọ̀ (2002) Alágbára Àìgbàgbọ́ (2002, pẹ̀lú Dorman Duggan) Àwọn Ewu ti Passivity (2004) Àwọn Ẹni Mímọ́ ní Ogun (2012)Pẹ̀lú Ida Mae Hammond Pigs ní Àgọ́ Ìtọ́jú: Ìtọ́sọ́nà Tó Wúlò sí Ìdáǹdè (1973) Ìgbésí Ayé Ìjọba fún Ìdílé (1985) Fífọ́ Ègún (1993) Ìtùnú fún Ẹ̀mí Tí Ó Fara Pa (1994)Wo ogun ẹ̀mí pẹ̀lú https://bookpedia.co/writer/frank-hammond

Peter Derek Vaughan Prince (Ọjọ́ kẹ̀rìnlá oṣù kẹjọ ọdún 1915 – ọjọ́ kẹ̀rìnlélógún oṣù kẹsàn-án ọdún 2003) jẹ́ olùkọ́ni Bíbélì tí ètò rédíò ojoojúmọ́ rẹ̀, *Derek Prince Legacy Radio* , ń gbé jáde káàkiri àgbáyé ní onírúurú èdè.

Ìgbéyàwó àti ìdàgbàsókè iṣẹ́ ìránṣẹ́ rẹ̀

Derek Prince ṣiṣẹ́ ní Faith Tabernacle ní Chicago, lẹ́yìn náà ó kó lọ sí Good News Church ní Ft. Lauderdale, Florida. Ní oṣù karùn-ún ọdún 1971, Derek Prince Publications ṣí àwọn ọ́fíìsì ní Ft. Lauderdale, Florida. Derek Prince Publications di Derek Prince Ministries ní oṣù Kejìlá ọdún 1990.

Àwọn ọmọ-aládé rìnrìn àjò púpọ̀ nínú iṣẹ́ ìránṣẹ́ títí tí ìyàwó rẹ̀ Ruth fi kú ní ọjọ́ kọkàndínlọ́gbọ̀n oṣù Kejìlá ọdún 1998. Àkójọ àwọn orílẹ̀-èdè wọ̀nyí bo iṣẹ́ ìránṣẹ́ wọn láti ọdún 1993 sí 1998. Wọ́n ṣe àbẹ̀wò sí àwọn orílẹ̀-èdè kan ní ọ̀pọ̀ ìgbà: Rọ́síà, Jámánì, Kazakhstan, Hungary, Gúúsù Áfíríkà, Kenya, Indonesia, Malaysia, Singapore, Turkey, Poland, Bahrain, Cuba, Colombia, Switzerland, France, Portugal, India àti England.

Òun ni òǹkọ̀wé ìwé 51, ohùn 600 àti fídíò 100, ọ̀pọ̀lọpọ̀ nínú wọn ni a ti túmọ̀ tí a sì ti tẹ̀ jáde ní èdè tó ju 60 lọ. Díẹ̀ lára àwọn ẹ̀kọ́ tí ó kọ́ni ni àdúrà àti ààwẹ̀, ìpìlẹ̀ ìgbàgbọ́ Kristẹni,[5] ogun ẹ̀mí,[6] ìfẹ́ Ọlọ́run àti ìgbéyàwó àti ìdílé.[8] A ń túmọ̀ rédíò ojoojúmọ́ rẹ̀ sí èdè Lárúbáwá, Ṣáínà (Amoy, Cantonese, Mandarin, Shanghainese, Swatow), Croatian, German, Malagasy, Mongolian, Russian, Tamil, Samoan, Spanish, Bahasa Indonesian, Tongan, Telugu, Malayalam, Kannada, Hindi àti ọ̀pọ̀lọpọ̀ èdè mìíràn. Ètò rédíò náà ń bá a lọ láti dé ọ̀dọ̀ ọ̀pọ̀ ènìyàn kárí ayé.
Derek Prince Ministries tẹ̀síwájú fún gbogbo ìyókù ìgbésí ayé rẹ̀ láti pín àwọn ẹ̀kọ́ rẹ̀ àti láti kọ́ àwọn míṣọ́nnárì, àwọn olórí ìjọ, àti àwọn ìjọ.

Àwọn ẹ̀mí èṣù àti ìtúsílẹ̀

Gẹ́gẹ́ bí ọmọ ìjọ Pentecostal, Prince gbàgbọ́ nínú òtítọ́ àwọn agbára ẹ̀mí tí ń ṣiṣẹ́ ní ayé, àti nípa agbára àwọn ẹ̀mí èṣù láti fa àìsàn àti àwọn ìṣòro ọpọlọ. Nígbà tí ó wà ní Seattle, wọ́n ní kí ó lé obìnrin jáde kúrò nínú ẹ̀mí, ó sì wá gbàgbọ́ pé àwọn Kristẹni lè jẹ́ "ẹlẹ́mìí èṣù" (tí a sábà máa ń pè ní "ẹlẹ́mìí èṣù" - Prince yẹra fún ọ̀rọ̀ yìí tí ó túmọ̀ sí "ẹ̀mí ìní"). Èyí lòdì sí èrò Pentecostal tí ó wọ́pọ̀ pé àwọn ẹ̀mí èṣù lè "ní" àwọn aláìgbàgbọ́, ṣùgbọ́n ó lè "ní" àwọn Kristẹni "níyà" nìkan. Prince gbàgbọ́ pé iṣẹ́ ìgbàlà rẹ̀ lo agbára Ọlọ́run láti ṣẹ́gun àwọn ẹ̀mí èṣù.

Ísírẹ́lì

Ibojì Derek Prince ní Alliance Church International Cemetery, Jerusalemu
Ọmọ-alade tako ẹ̀kọ́ ìsìn àyípadà. Ìwé rẹ̀, The Destiny of Israel and the Church, jiyàn pé Ìjọ kò rọ́pò Israẹli àti pé májẹ̀mú tí Ọlọ́run bá orílẹ̀-èdè Israẹli dá dúró títí di òní. Ọmọ-alade tún gbàgbọ́ pé ìṣẹ̀dá orílẹ̀-èdè Israẹli ni ìmúṣẹ àsọtẹ́lẹ̀ Bíbélì. Derek sọ nínú ìwé rẹ̀, Ilẹ̀ Ìlérí, pé, "Kókó

pàtàkì àsọtẹ́lẹ̀ Bíbélì, gẹ́gẹ́ bí ó ti ń ṣẹlẹ̀ ní àkókò wa, yíká ilẹ̀ àti àwọn ènìyàn Israẹli. Ọlọ́run ń ṣe ètò rẹ̀ láti tún kó àwọn ènìyàn Júù jọ láti inú ìtúká wọn kárí ayé kí ó sì dá wọn padà sí ilẹ̀ ìbílẹ̀ wọn àtijọ́."

Ìrìn Àgùntàn

Prince dá Ẹgbẹ́ Olùṣọ́ Àgùntàn sílẹ̀ pẹ̀lú àwọn mínísítà ẹlẹgbẹ́ rẹ̀ Don Basham, Bob Mumford, Charles Simpson àti Ern Baxter, ẹni tí a mọ̀ sí 'Fort Lauderdale Marun'. Wọ́n gbìyànjú láti kojú ohun tí a rí gẹ́gẹ́ bí àṣejù nínú Ẹgbẹ́ Olùṣọ́ Àgùntàn, nípa títẹnumọ́ jíjẹ́ ọmọ-ẹ̀yìn àti ìtọ́jú olùṣọ́-àgùntàn. Wọ́n kà àṣà 'ìtẹríba ara ẹni sí àwọn aláṣẹ ẹ̀mí' sí ohun tí ó fa àríyànjiyàn. Ìbáṣepọ̀ Prince pẹ̀lú Ẹgbẹ́ Olùṣọ́ Àgùntàn mú kí àwọn ènìyàn mọ̀ nípa orílẹ̀-èdè mìíràn. Lẹ́yìn tí ó fi ẹgbẹ́ náà sílẹ̀, ó dojúkọ iṣẹ́ ìránṣẹ́ rẹ̀ kárí ayé.

Àwọn ìtẹ̀jáde

Prince tẹ ọ̀pọ̀lọpọ̀ ìwé jáde, ó sì gba àwọn ìwàásù ìkọ́ni ohùn tó lé ní 600 sílẹ̀ àti àwọn ẹ̀kọ́ fídíò ọgọ́rùn-ún.
Àwọn ìwé rẹ̀ ní nínú

- ***Àwọn Ìpìlẹ̀ Ẹ̀ka*** **(1966)**
- ***Gbígbàdúrà fún Ìjọba*** **(1970)**
- ***Ṣíṣe Àtúnṣe Ìtàn Nípasẹ̀ Àdúrà àti Ààwẹ̀*** **(1973)**
- ***Ìyànsípò ní Jerúsálẹ́mù*** **(1975)**
- ***Ìgbàgbọ́ Láti Gbé Ayé*** **(1977)**
- ***Oore-ọ̀fẹ́ ti Ìgbésẹ̀*** **(1977)**
- ***Májẹ̀mú Ìgbéyàwó*** **(1978)**
- ***Ilẹ̀ Ìlérí*** **(1982)**
- ***Ọ̀rọ̀ Ìkẹyìn lórí Àárín Gbùngbùn Ìlà Oòrùn*** **(1982)**
- ***Ọlọ́run Ni Olùbáṣepọ̀*** **(1986)**
- ***Ìbùkún tàbí Ègún: O Lè Yàn*** **(1990)**
- ***Àyànmọ́ Ísírẹ́lì àti Ìjọ*** **(1992)**
- ***Ǹjẹ́ ahọ́n rẹ nílò ìwòsàn?*** **(1992)**
- ***Ìwòsàn Ọlọ́run fún Ìkọ̀sílẹ̀*** **(1993)**
- ***Àábò kúrò lọ́wọ́ ẹ̀tàn*** **(1996)**

- ***Wọn Yóò Lé Àwọn Ẹ̀mí Èṣù Lò: Ohun Tí Ó Yẹ Kí O Mọ̀ Nípa Àwọn Ẹ̀mí Èṣù - Àwọn Ọ̀tá Rẹ Tí A Kò Lè Fi Rí*** **(1998)**
- ***Ta ni Ẹ̀mí Mímọ́?*** **(1999)**
- ***Àwọn ọkọ àti bàbá*** **(2000)**
- ***Ṣíṣe ìdájọ́: Ìgbà wo? Kí ló dé? Báwo?*** **(2001)**
- ***Nípasẹ̀ Sáàmù pẹ̀lú Derek Prince*** **(2002)**
- ***Ogun ní Ọ̀run: Ogun Àgbàyanu ti Ọlọ́run pẹ̀lú Ibi*** **(2003)**
- ***A ra pẹ̀lú ẹ̀jẹ̀*** **(ọdún 2007, tí a tẹ̀ jáde tẹ́lẹ̀ ní ọdún 2000 lábẹ́ àkọlé *Etutu, Ìpàdé Rẹ pẹ̀lú Ọlọ́run*)**
- ***Wíwọlé sí Wíwà níwájú Ọlọ́run: Ṣíṣe kọjá ìyìn àti ìdúpẹ́ sí Ìjọsìn Tòótọ́***
- ***A Tú Lucifer: Èrò Bìlísì láti Pa Ìgbésí Ayé Rẹ Rẹ́***
- ***Ìtọ́sọ́nà Àsọtẹ́lẹ̀ sí Ìgbà Òpin*** **(2008)**
- ***Àwọn Ọ̀fin Ìbáṣepọ̀: Múra sílẹ̀ fún Ipa Rẹ Nínú Ogun Ẹ̀mí*** **(2006)**
- ***Àṣírí Jagunjagun Àdúrà*** **(2009)**
- ***A Yípadà fún Ìgbésí Ayé: Báwo Ni A Ṣe Lè Mọ̀ Ọlọ́run Dáa Jù Lọ Kí A sì Fẹ́ràn Rẹ̀ Sí I*** **(2002)**

https://en.wikipedia.org/wiki/Derek_Prince

Ìtàn Hayes

Dókítà Norvel Leon Hayes, ẹni ọdún mọ́kànléláàádọ́rùn-ún, kú ní ọjọ́ Àbámẹ́ta, oṣù kẹwàá, ọdún 2018, ní ilé rẹ̀.
Wọ́n bí i ní ọjọ́ ogún oṣù kẹrin ọdún 1927, fún Charles àti Arizona Lewis Hayes tí wọ́n ti kú.
Ó wá láti ìdílé àwọn òṣìṣẹ́ aláápọn àti àgbẹ̀, bí Norvel sì ṣe ń dàgbà sí i, ó bẹ̀rẹ̀ iṣẹ́ àkọ́kọ́ rẹ̀ gẹ́gẹ́ bí ọmọ ọkọ̀ akérò tó ń rí $2 lóòjọ́. Ní ọjọ́ tí ó bẹ̀rẹ̀ iṣẹ́, ó yí ìgbésí ayé rẹ̀ padà. Láti ọ̀pọ̀ ọdún wá, ó di ọ̀kan lára àwọn oníṣòwò tó gbajúmọ̀ jùlọ, ó sì bẹ̀rẹ̀ ọ̀pọ̀ iṣẹ́ ní Indianapolis, Ind.

Ó pàdé ìyàwó rẹ̀ àkọ́kọ́, Noreen Langdon, wọ́n sì jọ bí ọmọbìnrin kan, Zona Hayes. Zona ni ojú Norvel. Nígbà tí Zona pé ọmọ ọdún mẹ́sàn-án, ó pinnu láti padà sí Cleveland, níbi tí ó ti bẹ̀rẹ̀ sí í ta oúnjẹ àti iṣẹ́ ajé díẹ̀. Òun ni ẹni àkọ́kọ́ tó mú píṣà wá sí Cleveland. Òun náà ni ilé iṣẹ́ takisí Yellow Cab ní Cleveland.

Norvel parí sí fífi ẹ̀mí rẹ̀ fún Olúwa, ó sì di ọ̀kan lára àwọn òjíṣẹ́ ìhìnrere tí a mọ̀ jùlọ ní ayé tí a tìí rí rí. Ó rìnrìn àjò káàkiri àgbáyé, ó ń tan ọ̀rọ̀ Ọlọ́run ká láti Hong Kong, sí Áfíríkà, sí Australia, àti ọ̀pọ̀lọpọ̀ orílẹ̀-èdè mìíràn, títí kan níbí ní Amẹ́ríkà. Ó bẹ̀rẹ̀ New Life Bible College ní ọdún 1977, níbi tí ó ti kọ́ àwọn ènìyàn bí a ṣe lè jèrè ọkàn àti rìn nípa ìgbàgbọ́. Ó tún bẹ̀rẹ̀ ibi ìdáná oúnjẹ àwùjọ ní ọdún 1988, tí ó wà ní Cleveland, níbi tí ó ti ń bọ́ àwọn ènìyàn lójoojúmọ́ oúnjẹ gbígbóná. Ìran yẹn ṣì ń lọ lọ́wọ́ lónìí, ó ń bọ́ àwọn ènìyàn tó lé ní 1,300 lóṣù kan. Norvel tún bẹ̀rẹ̀ Ilé-ẹ̀kọ́ Bíbélì New Life àti ilé àwọn ọmọdé ní India, àti New Life Maternity Homes àti Campus Challenge Ministries ní ọ̀pọ̀ kọ́lẹ́ẹ̀jì àti yunifásítì. Ó tún kọ ìwé tó lé ní 50, ó sì ṣe ọ̀pọ̀lọpọ̀ fídíò àti CD.

Ó pàdé ìyàwó rẹ̀ kejì, Maggie Combs, ní ọdún 1980. Wọ́n ṣe ìgbéyàwó ní ọdún 1997, títí tí ó fi padà sílé láti wà pẹ̀lú Olúwa ní ọdún 2016. Ní gbogbo ọdún náà, títí tí ó fi padà sílé láti wà pẹ̀lú Olúwa, Norvel gbé ìgbésí ayé ìwà àti ìwà títọ́, kò sì fi ohun tí ó rò pé Olúwa fẹ́ kí ó ṣe sílẹ̀. Iṣẹ́ ìránṣẹ́ tí ó ti kọ́ yóò máa tẹ̀síwájú láti dé ayé lẹ́ẹ̀kan sí i nípasẹ̀ ọmọ-ọmọbìnrin rẹ̀, Lee Cornelison. Ó máa tẹ̀síwájú pẹ̀lú iṣẹ́ ìránṣẹ́ àti ìran tí Ọlọ́run fún Norvel, pẹ̀lú ìrànlọ́wọ́ láti ọ̀dọ̀ àwọn òṣìṣẹ́ ní New Life Bible Church àti Bible College.

Arákùnrin Hayes dá New Life Bible College sílẹ̀, tí ó wà ní Cleveland, Tennessee, ní ọdún 1977. New Life Bible Church dàgbàsókè láti inú ìsìn àwọn ilé-ẹ̀kọ́ Bíbélì. Láàrín ọ̀pọ̀lọpọ̀ àwọn iṣẹ́ míràn tí ó ń ṣe, ìjọ ń ṣe ìránṣẹ́ Ọ̀rọ̀ Ọlọ́run, àti oúnjẹ gbígbóná lójoojúmọ́ fún àwọn aláìní nípasẹ̀ New Life Soup Kitchen.

Arákùnrin Hayes tún ni olùdásílẹ̀ àti ààrẹ New Life Maternity Home, iṣẹ́ ìránṣẹ́ tí a yà sọ́tọ̀ fún àìní ẹ̀mí, ti ara, àti ti owó àwọn ọmọbìnrin kékeré nígbà oyún; Campus Challenge, iṣẹ́ ìwàásù ìhìnrere ní àwọn ilé-ẹ̀kọ́ gíga káàkiri Amẹ́ríkà; Street Reach, iṣẹ́ ìránṣẹ́ tí a yà sọ́tọ̀ fún àwọn ọ̀dọ́langba tí wọ́n sá lọ tí ó wà ní Daytona Beach, Florida; àti Children's Home, ilé àwọn ọmọ aláìní baba àti ilé ẹ̀kọ́ tí ó wà ní India.

A mọ̀ ọ́n kárí ayé fún ìfihàn Ọ̀rọ̀ Ọlọ́run rẹ̀, Arákùnrin Hayes lo ọ̀pọ̀lọpọ̀ àkókò rẹ̀ ní kíkọ́ni àti ṣíṣe ìránṣẹ́ fún ìgbàlà àti agbára ìwòsàn Ọlọ́run ní àwọn ilé ìjọsìn, àwọn yàrá ìkẹ́kọ̀ọ́, àwọn àpéjọpọ̀, àti àwọn ìpàdé àpérò kárí ayé.

Iṣẹ́ ìránṣẹ́ Dókítà Hayes gba ọdún tó ju àádọ́ta lọ, ó sì kan ẹgbẹẹgbẹ̀rún ènìyàn, ó sì lọ wà pẹ̀lú Olúwa ní oṣù kẹwàá ọdún 2018.

Joseph Ayo Babalola

Joseph Ayo Babalola (25 April 1904 – 26 July 1959) ni Ajihinrere Gbogbogbo akọkọ ti Ijọ Aposteli Kristi, ti a mọ si CAC ni Nigeria. A fun ni agbara iwosan.

Ìgbésí ayé ìbẹ̀rẹ̀

Àwọn òbí Yorùbá ni wọ́n bí Babalola ní Odo-Owa, Ìpínlẹ̀ Kwara, Nàìjíríà. Wọ́n tọ́ ọ dàgbà gẹ́gẹ́ bí ọmọ ìjọ Anglican. Wọ́n forúkọ sílẹ̀ ní ilé ìwé alákọ̀ọ́bẹ̀rẹ̀ kan ní Oto-Awori ní Badagry Road, Ìpínlẹ̀ Èkó, ní ọdún 1914. Ó dé ipò kẹrin, kí ó tó di ọmọ iṣẹ́ alágbẹ̀dẹ, ó sì kọ́ ọ fún ọdún méjì, kí ó tó di oníṣẹ́ abẹ́ ọkọ̀ ayọ́kẹ́lẹ́ lábẹ́ PWD (Ẹ̀ka Iṣẹ́ Gbogbogbò), lẹ́yìn náà lábẹ́ ìṣàkóso Great Britain, ó sì kọ́ bí a ṣe ń wakọ̀ ọkọ̀ ayọ́kẹ́lẹ́. Lẹ́yìn ọjọ́ mẹ́ẹ̀ẹ́dógún tí ó ti kọ́ bí a ṣe ń wakọ̀ ọkọ̀ ayọ́kẹ́lẹ́, ó lè wakọ̀ láìsí ìrànlọ́wọ́ kankan. Lẹ́yìn oṣù mẹ́sàn-án; ó di ọ̀gá ní kíláàsì rẹ̀. Wọ́n kọ́kọ́ fún un ní ọkọ̀ ayọ́kẹ́lẹ́ steamroller ní ọjọ́ kìíní oṣù kẹrin ọdún 1928 láti ṣiṣẹ́ ní òpópónà Osogbo sí Ilesha. Ní ọjọ́ kẹrìnlá oṣù kẹfà, ọdún

1928, wọ́n gbé e lọ sí òpópónà Akure sí Ilesha. Wọ́n ṣe ìrìbọmi fún Babalola ní adágún Èkó ní oṣù Kejìlá ọdún 1929. Iṣẹ́ ìránṣẹ́ àti ìwòsàn

Ní ọdún 1931, Faith Tabernacle tí ó sopọ̀ mọ́ Ìjọ Àpósítélì pẹ̀lú olú ilé iṣẹ́ gbogbogbò ní United Kingdom (kì í ṣe Ìjọ Àpósítélì ti Ilẹ̀ Gẹ̀ẹ́sì, gẹ́gẹ́ bí àwọn òǹkọ̀wé kan ṣe pè é ní àṣìṣe). Lẹ́yìn náà, lẹ́yìn ìyapa kan ní Ìjọ Àpósítélì ní ọdún 1940, Babalola lọ pẹ̀lú ẹgbẹ́ kan tí àwọn Pásítọ̀ọ̀sì JB Akinyele àti DO Odubanjo darí láti dá ìjọ tuntun kan sílẹ̀, Ìjọ Àpósítélì Kristi (CAC), níbi tí ó ti ń tẹ̀síwájú nínú iṣẹ́ ìwòsàn àti ìsọjí rẹ̀ títí di ìgbà ikú rẹ̀. CAC ka Babalola sí àpósítélì, nígbà tí ní ìtumọ̀ gidi nípa ìfinijoyè ìjọ gidi, wọn kò fi í sí ipò yẹn ní ìgbà kan rí. Wọ́n kọ́ ilé ìsinmi CAC ní Ipo Arakeji, Ìpínlẹ̀ Osun níbi tí wọ́n ti kọ́kọ́ pe Babalola ní ọdún 1928. Síbẹ̀síbẹ̀, Babalola kì í ṣe olùdásílẹ̀ CAC nìkan ló sọ lónìí bí ó ṣe jẹ́ ọ̀kan lára àwọn mẹ́ta ti àwọn Fádámọ̀ràn CAC.

Ìjọ Àpósítélì Kristi kò tí ì kú pẹ̀lú Àpósítélì Joseph Ayo Babalola ní ọdún 1959. Ní gidi, ó ti dàgbàsókè kíákíá ní ọ̀pọ̀ ọdún, pẹ̀lú ọ̀pọ̀lọpọ̀ ìjọ lábẹ́ orúkọ Ìjọ Àpósítélì Kristi ṣùgbọ́n ìjọ kọ̀ọ̀kan ní orúkọ ẹ̀ka pàtó kan. Joseph Ayo Babalola University (JABU) Yunifásítì àdáni ti Nàìjíríà tí ó wà ní Ipo Arakeji àti Ikeji-Arakeji, àwọn agbègbè méjì tí ó wà ní agbègbè Osun, tí Ìjọ Àpósítélì Christ Apostolic (CAC) Worldwide dá sílẹ̀ ni wọ́n sọ orúkọ rẹ̀, tí ó wà ní ibi tí ó ti sọ pé Ọlọ́run pè é ní ọdún 1928.
https://en.wikipedia.org/wiki/Joseph_Ayo_Babalola

Nínú ọ̀ràn ajíhìnrere àti olùsọ̀rọ̀-àtúnṣe ńlá ti Áfíríkà, Àpósítélì Joseph Ayodele Babalola, iṣẹ́ ìyanu Ọlọ́run hàn gbangba. Tí Babalola bá jẹ́ ajíhìnrere funfun, àwọn ènìyàn dúdú, bẹ́ẹ̀ kọ́, àwọn ará Áfíríkà ìbá ti ka agbára Ẹ̀mí Mímọ́ sí ààbò pàtàkì fún àwọn ènìyàn funfun. Ògo ni fún Ọlọ́run fún fífún ọkùnrin dúdú tó tọ́ ní agbára àrà ọ̀tọ̀ ti Ẹ̀mí Mímọ́ èyí tí ó fi lè pa agbára ìgbòkègbodò èṣù run.

IBI, ẸKỌ́ ÀTI IṢẸ́ IṢẸ́

A bí Joseph Ayo Babalola ní ọjọ́ kẹ̀ẹ̀dọ́gbọ̀n oṣù kẹrin ọdún 1904 ní Odo-Owa (Ìpínlẹ̀ Kwara). Bàbá rẹ̀ ni Late Pa David Rotimi, Baba Ijo àkọ́kọ́ (Ààrẹ) ti Ṣọ́ọ̀ṣì Anglican St. Peter ní Odo-Owa ní Ìpínlẹ̀ Kwara lónìí. Ìyá rẹ̀ ni Madam Marta Talabi.

Ọmọ náà Ayo jẹ́ ẹ̀bùn Ọlọ́run fún àwọn òbí oníwà-bí-Ọlọ́run wọ̀nyí. Bàbá náà jẹ́ Kristẹni olùfọkànsìn tí ó mú ẹ̀sìn Kristẹni wá sí Odo-Owa àti àwọn abúlé mìíràn tí ó yí i ká. Ìbí Ayo Babalola jẹ́ ohun ìyanu. Gẹ́gẹ́ bí orísun tí a lè gbẹ́kẹ̀lé, ohun àràmàǹdà kan ṣẹlẹ̀ ní ọjọ́ tí a bí ènìyàn Ọlọ́run náà, a gbọ́ ohùn kan láti òkè bí ààrá, ó sì mì ìkùukùu náà.

Láti ìgbà èwe rẹ̀, ó ti ń fi àwọn àmì ìránṣẹ́ Ọlọ́run pàtàkì hàn. Àwọn ìwádìí fi hàn pé nígbà tí ó wà ní kékeré, ó máa ń sọ àwọn nǹkan kan tí ó ju ọgbọ́n àti ìmọ̀ àwọn ẹlẹgbẹ́ rẹ̀ lọ. Ó jẹ́ olùfúnni ní ọ̀làwọ́ fún àwọn ọ̀rẹ́ ìgbà èwe rẹ̀.

Ní ọjọ́ kejìdínlógún oṣù kìíní, ọdún 1918, Babalola tẹ̀lé ìbátan rẹ̀ àkọ́kọ́, Ọgbẹ́ni MO Rotimi lọ sí ìlú Èkó. Ìbátan náà jẹ́ ọmọ ilé-ẹ̀kọ́ gíga lábẹ́ Ẹgbẹ́ Àwọn Míṣọ́nnárì Ìjọ (CMS) ní Ifo, nítòsí Èkó. Nígbà tí Babalola wà níbẹ̀, ó bẹ̀rẹ̀ ẹ̀kọ́ alákọ̀ọ́bẹ̀rẹ̀ kí wọ́n tó gbé e lọ sí ilé-ẹ̀kọ́ Methodist, ní Ago Ijaye ní Ebute Meta, ní Èkó. Babalola ní ìṣòro nínú wíwá sí ilé-ẹ̀kọ́ àti àwọn àkókò ẹ̀kọ́ nítorí ìgbà gbogbo tí olùkọ́ rẹ̀ ń gbé láti ibì kan sí òmíràn. Lẹ́yìn náà, ó lọ sí Ilé-ẹ̀kọ́ All Saints Anglican, ní Oshogbo níbi tí ó ti dẹ́kun ẹ̀kọ́ ní Nàìjíríà Reader IV. (Standard IV).

Iṣẹ́ àkọ́kọ́ tí Babalola ń ṣe láìsí ẹ̀kọ́ ni kíkọ́ rẹ̀ gẹ́gẹ́ bí oníṣòwò oògùn ní African Hospital Oshogbo. Lẹ́yìn náà, ó kọ́ iṣẹ́ agbẹ̀ àti iṣẹ́ abẹ́rẹ́. Lẹ́yìn náà, Babalola bẹ̀rẹ̀ sí í kọ́ bí a ṣe ń wakọ̀ streamroller lábẹ́ Ẹ̀ka Iṣẹ́ Àpapọ̀ (PWD). Ó lè dá ara rẹ̀ mọ̀ nígbà tí wọ́n ń kọ́ ọ ní ìparí ìdánilẹ́kọ̀ọ́ náà, èyí tí wọ́n fi sí

Iléṣà láti ṣe àtúnṣe ọ̀nà Iléṣà-Akure Federal Road. Wọ́n gbé e sí ilé iṣẹ́ owó oṣù tó tó owó oṣù tó tó owó náírà mẹ́jọ fún oṣù kan. Ó ní àwọn òṣìṣẹ́ tó lé ní ọgọ́ta, gbogbo iṣẹ́ náà sì wà lábẹ́ àbójútó ọkùnrin funfun kan tí orúkọ rẹ̀ ń jẹ́ Ọ̀gbẹ́ni Fergusson.

Ìpè Babalola sí Iṣẹ́-Ìránṣẹ́

Bí Babalola ṣe ń bá tiraktọ náà ṣiṣẹ́ láti ìgbàra-Oke sí Owena kí ó tó dé ìlú Ikeji Arakeji, ó dé ibì kan tí wọ́n ń pè ní Odò Ariran, ibẹ̀ ni tiraktọ náà ti kọ̀ láti ṣiṣẹ́. Babalola gbìyànjú gbogbo ohun tó wà nínú agbára rẹ̀ láti jẹ́ kí tiraktọ náà ṣiṣẹ́, ṣùgbọ́n gbogbo rẹ̀ kò já sí pàbó. Ó pe àwọn ògbóǹkangí mìíràn pẹ̀lú olùdarí rẹ̀, Fergusson, ṣùgbọ́n wọn kò lè ṣe é. Kò sí àṣìṣe ẹ̀rọ kankan tó hàn gbangba lórí tiraktọ náà, èyí mú kí Babalola dààmú, kí ó sì dààmú.
Ní ọ̀sán gangan ní ọjọ́ kẹsàn-án oṣù kẹwàá, ọdún 1928, Babalola gbọ́ ohùn kan tó ń pe Joseph! Joseph!! Joseph!!! Tí o kò bá fi iṣẹ́ yìí sílẹ̀, o máa kú ní ọdún yìí. Babalola kò fiyèsí ohùn tó ń gbọ́ hàn, èyí tó jẹ́ pé òun nìkan ló gbọ́. Wọ́n tún fi ìránṣẹ́ kan náà ránṣẹ́ sí i ní àkókò kan náà ní ọjọ́ kejì, síbẹ̀ Babalola kò fiyèsí rẹ̀ dáadáa.
Ní ọjọ́ kẹta, ọjọ́ kọkànlá oṣù kẹwàá, ọdún 1928, ohùn tó ń dún tún dún pé a kò ní fi streamroller síṣẹ́ àyàfi tí Babalola bá fi ìwé ìkọ̀sílẹ̀ sílẹ̀. Àpótí yìí ló mú kí Babalola máa bínú gidigidi. Ó wá bi í pé ta ni ò ń pè mí, iṣẹ́ wo lo sì fẹ́ kí n ṣe? Ìdáhùn tó gbà ni pé tí o bá fi iṣẹ́ sílẹ̀, tí o sì fi iṣẹ́ sílẹ̀, màá fi ohun tó o máa ṣe hàn ọ́.

Babalola bi àwọn tó wà pẹ̀lú rẹ̀ bóyá wọ́n gbọ́ ohùn tó ń bá òun sọ̀rọ̀, wọ́n ní rárá pé ìdáhùn tí wọ́n fún òun nìkan ni wọ́n gbọ́.
Ó kúrò níbi ìṣẹ̀lẹ̀ náà, ó sì lọ sí ilé rẹ̀ ní Ipetu-Ijesa níbi tí ohùn náà tún darí rẹ̀ láti bẹ̀rẹ̀ ààwẹ̀ ọjọ́ mẹ́rin láìsí oúnjẹ kí ó lè mọ ẹni tí ó ń bá a sọ̀rọ̀. Ní ọjọ́ kẹrin nígbà tí ó ṣì ń gbààwẹ̀, ohùn náà bẹ̀ ẹ́ pé kí ó fi ọjọ́ mẹ́ta mìíràn kún un, kí ó jẹ́ kí ọjọ́

méje di ààwẹ̀. Ní ọjọ́ keje ni Babalola rí ìbẹ̀wò ńlá láti ọ̀dọ̀ Olúwa Jésù Kristi.
Kí ó tó di ìpè náà, Babalola ní òru ọ̀sẹ̀ kan láìsùn ní àsìkò yìí, kò lè sùn lọ́sàn-án àti lóru. Lááárín àkókò yìí ni ó ti lè ka gbogbo ìwé Sáàmù láti 1 sí 150, iṣẹ́ ìyanu kan tí ó lè ṣe láìronújinlẹ̀ títí di ìgbà tí ó fi di ológo.

ÌBẸ̀WÒ JESU

Ní alẹ́ ìkẹyìn ààwẹ̀ ọjọ́ méje náà, Babalola rí ìfarahàn Olúwa Jésù Kristi tí ó hàn gbangba. Yàrá rẹ̀ kún fún ìmọ́lẹ̀ ọ̀run. Wọ́n pa iná tí ènìyàn fi ọwọ́ ṣe láti inú fìtílà tí wọ́n gbé sórí tábìlì. Gbogbo àwọn ènìyàn yòókù tí wọ́n wà nínú yàrá náà ń sùn nígbà tí Babalola pàdé Olúwa Jésù Kristi. Bí ó ti jí, ó wárìrì nígbà tí ó rí ìran tí ó rí. Olúwa Jésù tọ̀ ọ́ wá pẹ̀lú áńgẹ́lì kan tí orí rẹ̀ kan ọ̀run. Babalola dìde dúró ní ìhòòhò bí wọ́n ṣe béèrè lọ́wọ́ rẹ̀ bóyá ó fẹ́ jẹun, ó sì dáhùn pé bẹ́ẹ̀ ni. Áńgẹ́lì tí ó bá Jésù wá fún un ní ìdajì ìṣùpọ̀ iṣu tí a ti sè. Wọ́n sọ fún un pé ìdajì ìṣùpọ̀ iṣu náà ni wọ́n ń lò láti fi bọ́ gbogbo aráyé.

Ní ìbẹ̀wò ńlá yìí, Olúwa Jésù fún Babalola ní agogo àdúrà ọwọ́ pẹ̀lú àlàyé pé ìró agogo náà yóò máa lé àwọn ẹ̀mí búburú kúrò ní àyíká rẹ̀ nígbà gbogbo. Jésù Kristi tí ó wọ aṣọ funfun ti fi ìtànná kan tí ó ní orí mẹ́ta hàn Babalola gẹ́gẹ́ bí àmì àtọ̀runwá. Wọ́n tún fún Babalola ní ọ̀pá irin pẹ̀lú ìtumọ̀ rẹ̀ ní Sáàmù 2:8-9. Wọ́n tún fún un ní ìgò omi kan fún ìwòsàn gbogbo onírúurú àìsàn. Wọ́n dá a lójú pé nígbàkúgbà àti níbikíbi tí ó bá gbàdúrà sínú omi, ìwòsàn ìmọ̀lára yóò wáyé. Wọ́n pàṣẹ fún Babalola pé kí ó má ṣe bá ẹnikẹ́ni sọ̀rọ̀ nípa àwọn ìránṣẹ́ àti ìfihàn tí Olúwa fún un. Wọ́n sọ fún un pé Ọlọ́run lòdì sí lílo oògùn láti ọ̀dọ̀ àwọn Kristẹni, wọ́n sì gbọ́dọ̀ gbẹ́kẹ̀lé e fún ìwòsàn àtọ̀runwá.
Babalola bẹ̀rù wíwà àwọn agbára èṣù nínú àwùjọ, nítorí náà ó gbé ọ̀rọ̀ náà kalẹ̀ níwájú Olúwa. Ṣùgbọ́n ó gba ìdánilójú àtọ̀runwá pé gbogbo agbára ni a ti fi fún Olúwa Jésù Kristi, nítorí náà kò sí agbára ọ̀tá kankan tí yóò borí rẹ̀.

Àwọn Ẹ̀wà Ọ̀pẹ Mẹ́ta

Láti túbọ̀ fi agbára Ọlọ́run hàn, wọ́n ní kí Babalola lọ sí ibi tí ó ti gbé ewé ọ̀pẹ mẹ́ta kalẹ̀ ní nǹkan bí ọjọ́ méjìlá sẹ́yìn. Nígbà tí ó dé ibẹ̀ lẹ́yìn náà, ọ̀kan ti gbẹ pátápátá, èkejì ti gbẹ nígbà tí ẹ̀kẹta sì tún jẹ́ tuntun bí ìgbà tí a gé e. Ìtumọ̀ òtítọ́ ni a túmọ̀ sí fún un gẹ́gẹ́ bí èyí. Àwọn tí kò gbà láti gba ìhìnrere Jésù Kristi gẹ́gẹ́ bí a ti fi lé e lọ́wọ́ yóò dàbí ewé ọ̀pẹ tí ó ti gbẹ. Àwọn tí wọ́n gba ìhìnrere pẹ̀lú ìgbóná yóò dàbí ewé ọ̀pẹ tí a ti gé nígbà tí àwọn tí wọ́n gba ìhìnrere pẹ̀lú gbogbo ọkàn wọn yóò dàbí ewé ọ̀pẹ tuntun.

ÌWỌLÉ ÀKỌ́KỌ́ SÍ ODOOWA LẸ́YÌN ÌPÈ

Lẹ́yìn ìbẹ̀wò ńlá Olúwa Jésù Kristi, Olúwa pàṣẹ fún Babalola láti bẹ̀rẹ̀ ààwẹ̀ ọjọ́ mọ́kàndínlógún láti múra sílẹ̀ fún lílọ sí Odo-Owa. Gbogbo ohun tí ó ní láti ṣe ni kí ó ṣàlàyé fún un ní kíkún. Nítorí náà, Babalola wọ Odo-Owa, ìlú ìbílẹ̀ rẹ̀ nígbà tí ó ṣì ń gbààwẹ̀ ní oṣù kẹwàá ọdún 1928. Ní ọjọ́ ọjà ni ó wọ ìlú náà, gẹ́gẹ́ bí Olúwa ti pàṣẹ, ó wà ní ìhòhò pátápátá, ó wọ ewé ọ̀pẹ, ó sì fi èédú kun ara rẹ̀. Ọ̀pọ̀ ènìyàn gbà á gẹ́gẹ́ bí ẹni tí ó ya wèrè.

Ó bẹ̀rẹ̀ sí í wàásù ìhìnrere Ọlọ́run fún àwọn ènìyàn náà láti ronú pìwàdà kúrò nínú ìwà búburú wọn kí wọ́n sì yípadà sí Ọlọ́run bí bẹ̀ẹ̀ kọ́, ẹranko búburú yóò lù wọ́n kí ó tó di ọjọ́ márùndínlógójì. Dípò kí wọ́n fetí sí ìkìlọ̀ rẹ̀ nípa ewu tí ń bọ̀ níwájú wọn, àwọn ènìyàn ìlú rẹ̀ bẹ̀rẹ̀ sí í ṣe inúnibíni sí i. Nítorí náà, wọ́n gbé Babalola lọ síwájú Emir ti Ilorin, ó sì gbé ẹjọ́ rẹ̀ lọ sí ọ̀dọ̀ Aláṣẹ Àgbègbè, ẹni tí ó sì fi í sí àhámọ́ fún ọ̀sẹ̀ méjì kí ó tó pinnu ẹjọ́ rẹ̀. Ṣùgbọ́n, Aláṣẹ Àgbègbè náà, tí ó wà ní òkèèrè, tú u sílẹ̀, ó sì dá a sílẹ̀ nítorí kò rí ẹ̀rí kankan láti fi ẹ̀rí hàn pé wọ́n fi ẹ̀sùn ìdàrúdàpọ̀ kan Babalola.

Nígbà náà, àwọn ènìyàn Odo-Owa ti múra tán láti gbèjà ara wọn kúrò lọ́wọ́ ẹranko ìgbẹ́ tí Babalola ti sọ tẹ́lẹ̀. Ṣùgbọ́n sí ìyàlẹ́nu wọn, àwọn ajẹ́jẹ̀ẹ́ díẹ̀ lẹ́yìn tí wọ́n jáde kúrò nílé wọn àti ní àkókò tí ó ti mẹ́nu kàn án, "ẹranko ìgbẹ́" tí ó farahàn ni àrùn pox kékeré tí ó burú jáì. Àwọn tí Babalola gbàdúrà fún nìkan ni ó yè, gbogbo àwọn yòókù kú nítorí àrùn náà. Síbẹ̀, ọ̀pọ̀lọpọ̀ àwọn ènìyàn kò ṣetán láti gba ìhìn rẹ̀. Wọ́n pinnu láti pa á nípa lílo oníṣègùn egbòogi alágbára kan tí ó ṣèlérí láti pa á láàrín ọjọ́ méje. Láàárín àkókò yìí, Babalola sọ pé òun máa ń rí àwọn ẹ̀mí èṣù tí ń tẹ̀lé òun tẹ̀lẹ̀ ṣùgbọ́n ní àkókò kan áńgẹ́lì Ọlọ́run kan farahàn lójijì ó sì pa àwọn ọmọ ogun ibi run. Nígbà tí ọjọ́ keje parí, Babalola ṣì wà láàyè, wọ́n tún pe oníṣègùn egbòogi náà sí ààfin láti ṣàlàyé ìdí tí kò fi lè pa á gẹ́gẹ́ bí wọ́n ti ṣèlérí tẹ́lẹ̀. Oníṣègùn egbòogi náà sọ fún àwọn ènìyàn pé kí wọ́n fi Babalola sílẹ̀ nìkan àti pé Ọlọ́run nìkan ni ó lè pa á.

Ní àkókò yìí, Babalola máa ń ṣe àwọn ìpàdé àdúrà rẹ̀ ní Ṣọ́ọ̀ṣì Anglican níbi tí baba rẹ̀ ti jẹ́ Ààrẹ aláìlágbára. Ọ̀pọ̀ ènìyàn máa ń wá sí àwọn ìpàdé náà nítorí àwọn àmì àti iṣẹ́ ìyanu tí wọ́n sábà máa ń rí níbẹ̀. Níbí, inúnibíni tún dìde sí i. Àwọn ẹ̀bẹ̀ ti dé ọ̀dọ̀ Bíṣọ́ọ̀bù Smith, ẹni tí ó wà ní ipò olórí Dókítà Ilorin lábẹ́ èyí tí Archdeaconry ti Ilorin wà, pé àwọn ìranran, àwọn tí ń sọ̀rọ̀ ní èdè àti àwọn tí ń gbàdúrà pẹ̀lú ìdàrúdàpọ̀ ń gba ìjọ ní Ilofa. Agbára Pentecostal pẹ̀lú àwọn àmì àti iṣẹ́ ìyanu tí ó lè mú ìbùkún ẹ̀mí àti ti ara wá sí ìjọ àdúgbò náà ni a sọ pé Bíṣọ́ọ̀bù Smith pàṣẹ fún Babalola àti àwọn ọmọlẹ́yìn rẹ̀ láti fi ìjọ náà sílẹ̀. Babalola bẹ̀rẹ̀ sí í ṣètò àwọn àdúrà déédéé rẹ̀ ní ilé àdáni kan tí ó jẹ́ ti Ọ̀gbẹ́ni Oluyemi, Olùkàwé Ìjọ. Láti ibẹ̀ ni Ọlọ́run ti máa ń fi agbára Rẹ̀ hàn nípasẹ̀ Babalola ní Ilofa àti àyíká rẹ̀.

Ohun èlò ọlá tí Ọlọ́run lò láti so Babalola pọ̀ mọ́ ayé òde ni ọmọ ìbílẹ̀ Ilofa Alàgbà David Ajibola, ẹni tí ó jẹ́ ọmọ ẹgbẹ́ Faith Tabernacle, tí ó sì wà ní Ibadan nígbà náà. Ó pe Babalola sí Ibadan, lẹ́yìn náà ó kàn sí Pastor DO Odubanjo ti Olú-iṣẹ́ Míṣọ́nnárì ti ẹgbẹ́ náà ní Èkó.

Nígbà tí ó fi di oṣù kọkànlá ọdún 1929, Babalola ṣe ìpàdé pẹ̀lú àwọn arákùnrin ní Èkó. Ó ṣàlàyé gbogbo kúlẹ̀kúlẹ̀ nípa ìpè ìránṣẹ́ rẹ̀ sí àṣẹ ìjọ Faith Tabernacle, àwọn méjèèjì sì gbà lórí àwọn ẹ̀kọ́ Bíbélì tó dájú. Nítorí náà, Pastor JB l. Shadare (tí a mọ̀ sí Esinsinade) ṣe ìrìbọmi fún Babalola ní Èkó. Lẹ́yìn ìrìbọmi omi, ó lọ sí Odo-Owa pẹ̀lú Alàgbà (Pásítọ̀ JA Medaiyese lẹ́yìn náà).

Nígbà tí ó padà sílé, Pastor KP Titus, ọ̀kan lára àwọn àlùfáà tí ó wà ní Ṣọ́ọ̀ṣì SIM (ECWA) pè é fún ètò ìsọdọ̀tun ní agbègbè Yagba ti Ìpínlẹ̀ Kogi báyìí. Ọlọ́run lo Babalola gidigidi. Kò lo àǹfààní àwọn àṣeyọrí tí a kọ sílẹ̀ nínú ètò ìsọdọ̀tun yìí láti dá ìjọ tuntun sílẹ̀. Ó fẹ́ kí àwọn ọmọlẹ́yìn rẹ̀ mọ̀ nípa ẹgbẹ́ Faith Tabernacle Congregation. Nítorí pé ó ṣì jẹ́ ẹni tuntun nínú ìjọ náà, ó pinnu láti ṣèbẹ̀wò sí aláṣẹ ní Èkó pẹ̀lú èrò láti túbọ̀ mọ ẹ̀kọ́, ìlànà àti ìlànà ìjọ náà. Ó kọ lẹ́tà kan tí ó fi hàn pé ó nífẹ̀ẹ́ sí láti ṣèbẹ̀wò sí Èkó nítorí èyí. Ní ìdáhùn sí lẹ́tà náà, wọ́n ní kí ó dúró de aláṣẹ tí ó ní í ṣe pẹ̀lú rẹ̀ ní Ìbàdàn.

Aláṣẹ Faith Tabernacle fẹ́ lo àǹfààní ìpàdé pàtàkì kan ní Ilesha láti fi Babalola hàn àwọn ìjọ ní Ilesha, àti láti jẹ́ kí ó lọ sí Olú-iṣẹ́ Gbogbogbò ti ìjọ ní Ijebu-Ode lẹ́yìn náà fún ète kíkọ́ ẹ̀kọ́ nípa àwọn ẹ̀kọ́ ìjọ. Nítorí náà, nínú ìdáhùn sí ìbéèrè rẹ̀, wọ́n ní kí ó dúró de àwọn aṣojú Lagos ní ilé Pastor IB Akinyele tí ó ti kú (ẹni tí ó di Olubadan ti Ibadan àti Ààrẹ àkọ́kọ́ ti Ìjọ Àpósítélì Kristi).

Ìpàdé Ilesha jẹ́ ìpàdé àlàáfíà tí a ṣètò láti ṣe. Àìlóye kan wáyé láàrín Pastor JA Babatope tó ti kú tó sì jẹ́ olórí Olú Iléṣà ti Ìjọ Ìgbàgbọ́ Tabernacle àti ọ̀rọ̀ ìbálòpọ̀ obìnrin àti àwọn mìíràn. Láti lè dín àríyànjiyàn náà kù kíákíá, wọ́n ṣètò ìpàdé Ilesha. Ṣùgbọ́n, ó di ìṣẹ̀lẹ̀ tó tóbi jùlọ tí a tíì rí rí nínú ìtàn ẹ̀sìn Kristẹni ní Nàìjíríà.

Àtúnsọ Alágbára ti ọdún 1930

Wọ́n ṣètò ìpàdé àlàáfíà náà ní ọjọ́ kẹsàn-án àti ọjọ́ kẹwàá oṣù keje ọdún 1930 pẹ̀lú àwọn nǹkan mẹ́rìnlélógún lórí àkójọ náà. Ọ̀rọ̀ ìbálòpọ̀ obìnrin fún àwọn Kristẹni ló gba iwájú nínú àkójọ náà, nígbà tí ọ̀rọ̀ kejì sì jẹ́ nípa lílo oògùn fún ìwòsàn láti ọ̀dọ̀ àwọn Kristẹni. Àwọn aṣojú náà ń jíròrò lórí kókó kejì nígbà tí Ọlọ́run alàáyè pinnu láti yí ọjọ́ náà padà sí ọjọ́ Pentecost ti Nàìjíríà. Wọ́n ń gbé ọmọ kan tí ó ti kú lọ sí ilé ìjọsìn, èyí sì mú kí àwọn tó ń kópa nínú ìpàdé àlàáfíà náà má lè sọ̀rọ̀ nípa rẹ̀.

Ọmọ tó kú náà tí orúkọ rẹ̀ ń jẹ́ Obi Ogundipe kò tíì pé ọmọ ọdún mẹ́wàá.
Ìyá rẹ̀ ní láti lo iṣẹ́ àwọn olùjọ́sìn òrìṣà láti mú ọmọ rẹ̀ jíǹde ṣùgbọ́n gbogbo rẹ̀ kò já sí pàbó. Nítorí ìpinnu láti má ṣe fi ọmọ kan ṣoṣo rẹ̀ sílẹ̀, àti dájúdájú, kí ògo Ọlọ́run lè hàn ní kíkún, ó tẹnumọ́ pé kí ó mú ọmọ rẹ̀ tí ó ti kú lọ sí ìjọ Oke-Oye láti wo ohun tí àwọn tí wọ́n ń pè ní "ẹ̀sìn àwọn aláwọ̀ funfun" lè ṣe. Nígbà tí wọ́n gbé òkú náà wá sí ibi ìṣeré ìjọ nígbẹ̀yìn gbẹ́yín, ariwo gba gbogbo ibi. Babalola tí wọ́n gbé sí yàrá ọ̀tọ̀ ni ẹ̀mí Ọlọ́run rọ̀ láti dá ipò náà dúró. Pẹ̀lú ìtìlẹ́yìn àti ìṣírí àwọn òjíṣẹ́ Ọlọ́run tí ó wà níbẹ̀, ó gbé ìgbésẹ̀. Wòlíì Babalola pàṣẹ pé kí wọ́n gbé ọmọ tí ó ti kú náà sí abẹ́ pẹpẹ tí òun yóò dúró sí láti ṣe ìsìn ìtúnsọjí ọjọ́ náà. Nígbà tí ìsìn náà parí, Babalola sọ̀kalẹ̀ láti orí pẹpẹ náà, ó sì lọ tààrà láti tọ́jú òkú náà. Ó pe orúkọ ọmọkùnrin náà nígbà mẹ́ta, ó da omi sí i pẹ̀lú agogo ọwọ́, lójijì àti lọ́nà ìyanu, ọmọkùnrin tí ó ti kú náà dáhùn orúkọ ara rẹ̀—ó ti padà sí ìyè!

Ìtọ́jú ọmọ náà lọ́nà ìyanu ló mú kí ìyá ọmọ náà kọ ìjọsìn òrìṣà sílẹ̀, ó sì mú gbogbo ère rẹ̀ wá fún sísun. Ọ̀pọ̀ ènìyàn bẹ̀rẹ̀ sí í tan ìròyìn kálẹ̀ pé wòlíì àgbàyanu kan ti dé sí Iléṣà. Ìròyìn náà mú kí ọ̀pọ̀ ènìyàn yára lọ sí ibi tí ìṣẹ̀lẹ̀ náà ti ṣẹlẹ̀ ní Òkè-Oye Street ní Iléṣà. Àwọn ìṣẹ̀lẹ̀ tó tẹ̀lé e kò jẹ́ kí àwọn aṣojú náà tẹ̀síwájú nínú ìjíròrò wọn. Ìṣẹ̀lẹ̀ Pentecostal ló fòpin sí ìpàdé náà lójijì.

Àwọn ènìyàn bẹ̀rẹ̀ sí í pọ̀ sí i, wọ́n sì ní láti gbé wọn lọ sí agbègbè igbó tó gbòòrò sí i. Àwọn ènìyàn náà lo ẹsẹ̀ wọn láti fi gbogbo igbó tó wà ní àyíká ilẹ̀ ìtúnsí. Àwọn àmì àti iṣẹ́ ìyanu di ohun tó wọ́pọ̀ ní gbogbo ọjọ́. Àwọn ìwòsàn ìyanu ni a kọ sílẹ̀ nípa lílo agogo àdúrà àti mímu omi mímọ́ (Omi Ayo) tí Ọlọ́run darí sí Babalola fún ète náà.

Agbára láti òkè wá sórí Wòlíì. Àwọn afọ́jú ni a mú ríran, àwọn arọ bẹ̀rẹ̀ sí í rìn, àwọn adití ni a mú gbọ́ràn, àwọn odi ni a mú sọ̀rọ̀. Àwọn wèrè ni a gbà là. A sọ àwọn adẹ́tẹ̀ di mímọ́. Àwọn obìnrin tí wọ́n ti wà ní àgàn fún ọ̀pọ̀ ọdún di ọmọ.

Oyún tí ó ti pẹ́ jù ni wọ́n fi jáde ní àlàáfíà. Àwọn àgbèrè, àwọn ọ̀mùtí, àti àwọn tó ń mu sìgá wá fún ìrònúpìwàdà. Ọ̀pọ̀lọpọ̀ àwọn ènìyàn búburú tí wọ́n wá láti dán agbára Ọlọ́run wò ní Babalola ni Ẹ̀mí Ọlọ́run mú, wọ́n sì jẹ́wọ́ àwọn iṣẹ́ ìtìjú wọn, wọ́n sì fi àwọn ohun ìṣẹ́gun wọn sílẹ̀ fún jíjóná ní ilẹ̀ ìtúnsọjí.

Ọ̀pọ̀lọpọ̀ àwọn aláìsàn ní onírúurú ilé ìwòsàn àti àwọn ilé ìwòsàn ni wọ́n gbé wá sí ibi ìtúnṣe náà, wọ́n sì gba ìwòsàn wọn. Àwọn ènìyàn wá sí ibi ìtúnṣe náà ní ẹgbẹẹgbẹ̀rún ẹsẹ̀ láti àwọn ibi jíjìnnà. Agbára Ọlọ́run farahàn gidigidi bí ìrì ṣe ń sẹ̀ sórí àwọn ènìyàn kódà nígbà tí oòrùn ń tàn ní ọ̀sán.

Ọlọ́run fi hàn Babalola pé ó yẹ kí ó sun igi ńlá kan níwájú ọba ìbílẹ̀ Ilesha-Owa ti Ijeshaland. Wọ́n bẹ̀rù pé igi náà ni ibi tí àwọn àjẹ́ àti àwọn oṣó ti máa ń pàdé. Àwọn àlùfáà juju kan wà tí wọ́n sábà máa ń rú ẹbọ sí àwọn ẹ̀mí èṣù tí ń gbé inú igi ńlá náà. Nígbà tí Babalola dáná igi náà, ọ̀pọ̀ ènìyàn ló rò pé ìyẹn ni yóò jẹ́ òpin ìgbésí ayé rẹ̀. Ṣùgbọ́n kò sí ohun búburú kankan tó ṣẹlẹ̀ sí wòlíì àti àwọn ọmọlẹ́yìn rẹ̀. Iṣẹ́ ìránṣẹ́ rẹ̀ ń tẹ̀síwájú láti mú kí ògo Ọlọ́run pọ̀ sí i. Ìṣẹ̀lẹ̀ kan ṣoṣo yìí mú kí Ọba, àwọn olórí rẹ̀ àti àwọn ènìyàn pàtàkì ní ìlú náà bọ̀wọ̀ fún Wòlíì Babalola.

Àwọn ìjọ tó wà ní Iléṣà àti àyíká rẹ̀ fẹ́rẹ̀ẹ́ di ahoro bí àwọn olùjọ́sìn ṣe ń wọ́de láti gba ẹ̀kọ́ àti ìbùkún ẹ̀mí láti ọ̀dọ̀ ènìyàn Ọlọ́run. Lójijì, ọ̀pọ̀ wọn ló rí i pé Bíbélì Mímọ́ ṣe pàtàkì, àwọn tó ní Bíbélì bẹ̀rẹ̀ sí í wá wọn kí wọ́n sì tọ́jú wọn fún lílò, nígbà tí àwọn tí kò tíì ní ìwé tiwọn rí. Síbẹ̀síbẹ̀, ìsọjí náà mú kí ìbínú bá àwọn àjọ ìsìn bíi Anglican, Methodist, Roman Catholic àti Baptist. Wọn kò láyọ̀ pé wọ́n pàdánù àwọn ọmọ ìjọ wọn nítorí ìsọjí ńlá tó gbòòrò.

Ọ̀pọ̀lọpọ̀ àwọn ọmọ ìjọ tí wọ́n ti sá kúrò ní ṣọ́ọ̀ṣì ni wọ́n ṣe inúnibíni sí ní àwọn agbègbè owó orí, àìforúkọsílẹ̀ àwọn ọmọ ní ilé ìwé alákọ̀ọ́bẹ̀rẹ̀ wọn àti pípa iṣẹ́ wọn. Dájúdájú, ìròyìn ayọ̀ ni pé àwọn tí wọ́n yí padà rí ojú rere Ọlọ́run nínú gbogbo ohun tí wọ́n gbé ọwọ́ lé.

ÀWỌN ÌSÍLẸ̀ SÍ ÀWỌN IBI MÍÌRÀN

Ọ̀pọ̀lọpọ̀ ènìyàn tí wọ́n wá sí ilẹ̀ ìsọdọ̀tun náà padà sí àwọn ìlú wọn tí wọ́n ń kéde ìhìn rere. Nítorí náà, wọ́n ti fi omi rọ̀ ilẹ̀ láti ṣe ìránṣẹ́ gẹ́gẹ́ bí olùgbàlejò tí wòlíì náà bá ṣèbẹ̀wò sí ìlú wọn. Síbẹ̀, Wòlíì Babalola kò kàn pinnu láti lọ sí ibikíbi àyàfi tí Ẹ̀mí Ọlọ́run bá darí rẹ̀ gẹ́gẹ́ bí ó ti yẹ. Nítorí náà, lẹ́yìn ètò ìsọdọ̀tun Ilesha, wọ́n darí rẹ̀ láti lọ tààrà sí Odo-Owa ìlú ìbílẹ̀ rẹ̀ ní ọjọ́ kìíní oṣù kẹsàn-án ọdún 1930. Ó fi iṣẹ́ ìsìn ìsọdọ̀tun Ilesha lé Wòlíì Daniel Orekoya lọ́wọ́. Nígbà tí àwọn ènìyàn gbọ́ nípa èrò rẹ̀ láti lọ sí Odo-Owa, ọ̀pọ̀lọpọ̀ wọn tẹ̀lé e. Ó bani nínú jẹ́ pé àwọn ará Odo-Owa ní àkókò yìí kò tí ì múra tán láti gba ìhìn rere náà. Láìpẹ́ lẹ́yìn náà, wọ́n darí Babalola sí ibìkan kan tí ó dá wà ní nǹkan bí ọgọ́ta kìlómítà sí ìlú pàtàkì náà. Níbẹ̀ ni kò rí ẹnikẹ́ni, ó nìkan wà pẹ̀lú Ọlọ́run alàáyè tí ó ń gba ìtọ́ni láti ọ̀dọ̀ àwọn ọmọ ogun ọ̀run. Lẹ́yìn náà, wọ́n darí rẹ̀ láti padà sí ìlú pàtàkì bí àwọn àlejò láti ibòmíràn ti péjọ láti rí i. Lẹ́yìn náà, ó lọ sí orí òkè kan tí a mọ̀ sí Àpóstélì Ayo Babalola Prayer Mountain ní Odo-Owa.

Láti Odo-Owa, wọ́n ní kí Babalola lọ sí Offa ní Ìpínlẹ̀ Kwara lónìí. Àwọn Mùsùlùmí ní ìlú náà wá ìrànlọ́wọ́ láti ọ̀dọ̀ Aláṣẹ Àgbègbè láti lé e jáde kúrò ní ìlú náà nítorí wọ́n bẹ̀rù pé wíwà rẹ̀ lè ní ipa búburú lórí ẹ̀sìn wọn.

Láti ìlú Offa, Wòlíì Babalola lọ sí Usi ní ìpínlẹ̀ Ekiti òde òní. Àwọn ènìyàn tí wọ́n ti rí ìjíǹde ńlá Ilesha tẹ́lẹ̀ gbà á tọwọ́tẹsẹ̀. Nígbà tí ó dé Usi, wọ́n mú un lọ sí igbó kan níbi tí igi kan tí wọ́n ti gé lulẹ̀ tẹ́lẹ̀ ṣùgbọ́n tí ó dìde dúró ní ipò rẹ̀. Nígbà tí ó dé ibẹ̀, Babalola àti àwọn ọmọlẹ́yìn rẹ̀ gbàdúrà gidigidi, lẹ́yìn náà wọ́n gé igi náà lulẹ̀ kí ó má baà tún dìde mọ́.

Láti ọ̀dọ̀ Usi, ó lọ sí Efon-Alaye ní Ìpínlẹ̀ Ekiti lọ́wọ́lọ́wọ́. Aláṣẹ ìbílẹ̀ ìlú náà ti bẹ Wòlíì Babalola àti àwọn ọmọ-ẹ̀yìn rẹ̀ pé kí wọ́n má wọ ilé mìíràn fún ibùgbé yàtọ̀ sí ààfin rẹ̀. Sí ìbéèrè yìí, ènìyàn Ọlọ́run rán ìránṣẹ́ sí ọba pé àwọn ọmọ-ẹ̀yìn rẹ̀ pọ̀, tí a bá sì gbà wọ́n láàyè láti wá sí ààfin, wọ́n lè ba ibẹ̀ jẹ́. Ṣùgbọ́n Aláyè tẹnumọ́, ó tún dáhùn pé bí àwọn ọmọ-ẹ̀yìn rẹ̀ bá tilẹ̀ ba ààfin jẹ́, kò ní ṣe é ní ǹkan kan láti fi ọwọ́ ara rẹ̀ gbá a mọ́. Èyí mú kí Wòlíì náà wá tààrà sí ààfin, ó sì gbé ilé òkè tí a ti yà sọ́tọ̀ fún òun àti àwọn ọmọ-ẹ̀yìn rẹ̀.

Bí ìsọjí ṣe bẹ̀rẹ̀, ó di dandan láti wá ibi tí ó gbòòrò fún ìsọjí. Nítorí èyí, Ọba fún Wòlíì ní òmìnira láti yan ibi tí ó bá rí i pé ó yẹ ní gbogbo ìlú náà. Nígbà tí Wòlíì náà yan ibi tí a ń pè ní "Igbo Airo" (igbó tí a pa mọ́), ẹ̀rù ba ọba àti àwọn ará ìlú náà. Wọ́n yí Wòlíì náà lérò padà láti má ṣe yan ibi náà nítorí ìwà ìjìnlẹ̀ rẹ̀. Wọ́n bẹ̀rù pé kò sí ẹni tí yóò gbá igbó náà mọ́ tí yóò sì yege ilana náà. Ṣùgbọ́n sí ògo Ọlọ́run, Babalola àti àwọn ọmọlẹ́yìn rẹ̀ gbá igbó náà mọ́, wọ́n sì yí ibò náà padà sí ibi ìsọjí àti ibi àdúrà. Kò sí ohun búburú kankan tí ó ṣẹlẹ̀ sí ẹnikẹ́ni nínú wọn nítorí ìsọjí igbó náà.

Wòlíì Babalola wá pàṣẹ fún gbogbo àwọn tó ní ère àti ìṣẹ́gùn láti fi wọ́n sílẹ̀ fún sísun. Ìdáhùn náà sì fúnni ní ìṣírí débi pé ẹ̀rù ba Ọba, ṣùgbọ́n nígbà tí wòlíì náà sọ fún un pé kí ó má ṣe dààmú, Aláyè fúnra rẹ̀ mú gbogbo ère àti ìṣẹ́gùn jáde ní ààfin fún ìparun pátápátá.

Àwọn àmì àti iṣẹ́ ìyanu tẹ̀lé e kíákíá. Ọ̀pọ̀lọpọ̀ iṣẹ́ ìyanu ni a ṣe, àwọn wọ̀nyí sì fa ọ̀pọ̀lọpọ̀ ènìyàn mọ́ra sí Efon-Alaaye. Àwọn ará ìlú náà gba ẹ̀sìn Kristẹni ní ìwọ̀n púpọ̀. Wọ́n batisí ọba náà, orúkọ rẹ̀ sì yípadà sí Solomon Aladejare Agunsoye—Ọba tí ó fi àwọn ohun ìṣẹ́ àdánidá sílẹ̀ láti gba omi ìyè. Ọba náà kò dákẹ́ síbẹ̀, ó tún na ìhìn ìgbàlà sí ọ̀rẹ́ rẹ̀, Ọba Aramako, ẹni tí a batisí pẹ̀lú orúkọ Hesekiah Adeoye.

Láti Efon-Alaaye, Wòlíì Babalola lè tan ìhìnrere Jésù Kristi ká gbogbo agbègbè Ekiti, Akoko, àti Owo dáadáa.

Ewon Aposteli BABALOLA

Ní àsìkò àyájọ́ ọdún 1932, Wòlíì Babalola wà ní ìlú ìbílẹ̀ rẹ̀, Odo-Owa fún ìsinmi àdúrà. Níbẹ̀ ni wọ́n ti fi àṣẹ ìmúni lé e lọ́wọ́. Àwọn obìnrin méjì ní Otuo (tí wọ́n wà ní Ìpínlẹ̀ Edo lọ́wọ́lọ́wọ́) fi ẹ̀sùn èké kan án pé Babalola fipá mú wọn mu ewéko olóró tí wọ́n ń lò láti fi rí àwọn ajẹ́ tí ìjọba ti fòfin dè. Láìka àìgbọ́dọ̀máṣe rẹ̀ sí àti pé kò rí obìnrin náà rí, wọ́n fi Babalola sí ẹ̀wọ̀n oṣù mẹ́fà ní Benin Prison Yard. Ó ṣe pàtàkì láti tẹnu mọ́ ọn pé Olúwa ti kìlọ̀ fún Babalola láti múra tán láti lọ sí ibi tí kò rọrùn láti gba ẹni rere kan là. Nígbà tí Babalola dé sí ẹ̀wọ̀n, Ọlọ́run fi ẹni náà hàn, ọkùnrin ará Giriki kan tí orúkọ rẹ̀ ń jẹ́ Mr. Cyprian E. Ufon. Ìlera rẹ̀ ti rẹ̀wẹ̀sì ṣùgbọ́n nígbà tí Babalola gbàdúrà fún un, ó rí ìwòsàn gbà lójúkan náà.

Àgbàlá ẹ̀wọ̀n náà kò lè sá fún iṣẹ́ ìwàásù Babalola nítorí pé ibi ìpamọ́ náà di ibi ìtúnṣe àti ìwòsàn mìíràn. Àwọn olùṣọ́ ọgbà ẹ̀wọ̀n jàǹfààní púpọ̀ láti inú wíwà rẹ̀ bí wọ́n ṣe mú àwọn ẹbí wọn wá fún àdúrà pẹ̀lú. Nígbà tí Pastor George Perfect àti Idris Vanghan wá sí Nàìjíríà láti Yúróòpù, lórí iṣẹ́ ìwàásù ìhìnrere, Pastor JA Babatope ló darí wọn láti rí Wòlíì Babalola ní àgbàlá ẹ̀wọ̀n náà.

Babalola ti gba tẹlẹ lati tẹle Ogbeni Ufon lọ si ilu abinibi re, Greek ni Calabar lẹhin ti o ti jade kuro ni tubu. Sibẹsibẹ, Babalola ni lati lọ si Efon-Alaaye nigbati o jade kuro ni tubu. Lati Efon ni oun ati Ogbeni Ufon ti lọ si Calabar fun eto isọdọtun. Laisi iyemeji, Ọlọrun lo tubu rẹ lati ṣii awọn iṣẹ ihinrere rẹ si apa ila-oorun Naijiria. O yẹ lati mẹnuba nibi pe Babalola gba itẹwọgba onigboya lati tubu nipasẹ awọn eniyan Efon-Alaaye ati Ọlọrun alãye ṣii awọn ọrun fun ojo ti o ti gba fun igba pipẹ ṣaaju akoko naa.

Nígbà tí Wòlíì Babalola padà dé láti ìrìn àjò míṣọ́nnárì rẹ̀ sí Calabar, ó jókòó díẹ̀. Nígbà tí ó fi máa di ọdún 1935, ó fẹ́ Dorcas, ìgbéyàwó náà sì ní àwọn ọmọ obìnrin mẹ́ta, ìyẹn Apeke, Wura àti Abiye.

Ní ọdún 1936, Babalola lọ sí Ghana (tí a mọ̀ sí Gold Coast tẹ́lẹ̀) pẹ̀lú Ajíhìnrere Timothy Bababusuyi. Àwọn tí wọ́n ti rí ìsọjí ńlá Ilesha lè dá a mọ̀, wọ́n sì yára dara pọ̀ mọ́ àwọn ènìyàn láti kópa fún ìpolongo ìhìnrere tí ó yọrí sí rere kí wọ́n tó padà sí Nàìjíríà.

ÀWỌN ÌWÀ ÌṢÀKÓSO

i. Ìrẹ̀lẹ̀: Aposteli Ayo Babalola jẹ́ òjíṣẹ́ Ọlọ́run onírẹ̀lẹ̀. Kò jẹ́ kí ìgbéraga ṣàkóso ara rẹ̀. Kódà ní ìbẹ̀rẹ̀ ìpè rẹ̀, kò gbìyànjú láti dá àjọ ìsìn tirẹ̀ sílẹ̀. Ó bọ̀wọ̀ fún gbogbo ènìyàn pàápàá jùlọ àwọn àgbàlagbà. Kò fi ẹnikẹ́ni tí ó bá wá sí ọ̀nà rẹ̀ ṣe yẹ̀yẹ́ ní gbangba.

ii. Àlejò: Gẹ́gẹ́ bí aṣáájú, Wòlíì Babalola máa ń kọ́ àwọn ọmọlẹ́yìn rẹ̀ nípa bí a ṣe lè máa fi àánú àti inú rere hàn sí àwọn ènìyàn. Ohunkóhun tí ó bá ní, ó máa ń pín fún àwọn ènìyàn tí wọ́n bá a pàdé. Ó jẹ́ onínúure gidigidi fún àwọn tálákà, àwọn opó àti àwọn aláìní nínú àwùjọ. Ó ń ṣe onígbọ̀wọ́ fún àwọn ọkùnrin púpọ̀ lábẹ́ iṣẹ́ ìránṣẹ́ rẹ̀. Bí ó ti ń gba ẹ̀bùn láti ọ̀dọ̀ gbogbo ènìyàn, bẹ́ẹ̀ náà ni ó ń pín in pẹ̀lú ọ̀làwọ́. Kò ní owó ìpamọ́ ara ẹni, aṣọ rẹ̀ kò ní àpò. Nígbà tí ọkùnrin Ọlọ́run ńlá yìí kú, owó kan ṣoṣo tí ó rí nínú àpò ọwọ́ rẹ̀ (23 pọ́ọ̀nù (tó tó nǹkan bí Forty Six Naira) ni owó kan ṣoṣo tí ó ní. Kò ra ilẹ̀ kankan. Gbogbo ohun tí ó ní ni ó lò láti bùkún.

Àwọn ènìyàn tó yí i ká. Ilé kan ṣoṣo tó ní ni àwọn ará Efon-Alaaye kọ́ fún un.

iii. Adura: Aposteli Babalola fihan pe adura ni koko pataki ti o le ṣii awọn iṣura Ọlọrun. O maa gbadura ati gbadura fun awọn wakati pipẹ laisi ifihan eyikeyi ami àárẹ̀. Paapaa ni alẹ irin-ajo itan-akọọlẹ si Ilesha fun isọdọtun nla, Pastor I.

B. Akinyele (Àárẹ̀ àkọ́kọ́ CAC àti Olùdáni ní Ìbàdàn tẹ́lẹ̀) tí ó gbàlejò Babalola ní alẹ́ ọjọ́ náà sọ bí Àpósítélì ṣe gbàdúrà pẹ̀lú ohùn rẹ̀ tí ó ń dún ju ẹgbẹẹgbẹ̀rún àrá lọ. Ó pàṣẹ fún àwọn ọmọlẹ́yìn àti àwọn ẹlẹgbẹ́ rẹ̀ láti gbàdúrà láìdáwọ́dúró. Wòlíì Babalola máa ń sá lọ sí àwọn òkè ńlá kan fún àdúrà. Lááàrín àwọn òkè àdúrà tí ó sábà máa ń lò ni Ido Ajinare, Erio, Efon Alaaye ní Ìpínlẹ̀ Ekiti lọ́wọ́lọ́wọ́.

Nínú ọ̀kan lára àwọn ìpàdé àdúrà tí Àpósítélì gbà ní òkè Ido-Ajinare, Ido-Ile (Ìpínlẹ̀ Ekiti) ẹja ńlá kan rá lọ sí ọ̀dọ̀ rẹ̀ láti ṣe ènìyàn Ọlọ́run ní ibi ṣùgbọ́n ooru tó wà nínú ara wòlíì náà di olóró fún ejò eléwu náà, èyí tó fi sílẹ̀ kí ó kú kí ó sì gbẹ lẹ́sẹ̀kẹsẹ̀.

iv. Ààwẹ̀: Ààwẹ̀ jẹ́ ohun ìjà tó lágbára nínú iṣẹ́ ìránṣẹ́ Àpósítélì Ayo Babalola. Kódà ní àkókò náà.

Ní ìbẹ̀rẹ̀ iṣẹ́ ìránṣẹ́ rẹ̀ ní gbangba, ó wà lórí ààwẹ̀ nígbà tí ó dé ìlú ìbílẹ̀ rẹ̀, Odo-Owa.

Ní ọ̀pọ̀ ìgbà, ó bẹ̀rẹ̀ ààwẹ̀ ogójì ọjọ́, yàtọ̀ sí ààwẹ̀ ogójì ọjọ́ Lẹ́ńtì, ó fẹ́rẹ̀ mú kí ó wà ní ipò àdáni. Ọjọ́rú àti Ọjọ́ Ẹtì ni a yàn gẹ́gẹ́ bí ọjọ́ àwẹ̀ fún ìtúnṣe agbára láti ọwọ́ onísẹ̀yìnwá ńlá náà.

v. Ẹkọ Bíbélì: Ohun ìní tó ga jùlọ tí Ayo Babalola ní jẹ láti inú ọ̀rọ̀ Ọlọ́run. Kò jẹ́ kí àwọn ìtòlẹ́sẹẹsẹ rẹ̀ tó díjú pa àfiyèsí rẹ̀ kúrò nínú ìkẹ́kọ̀ọ́ Bíbélì tó lágbára. Ó lè ka ìwé Sáàmù láti orí 1 sí 150.

vi. Ìbáṣepọ̀ pẹ̀lú Ẹmí Mímọ́: Aposteli Ayo Babalola ka Ẹmí Mímọ́ sí alábàáṣiṣẹpọ̀ rẹ̀ àgbà. Kò ṣe ìpinnu kankan nínú iṣẹ́ ìránṣẹ́ láì kọ́kọ́ wá ìtọ́sọ́nà ẹ̀mí.

ÌTÚMỌ̀ RẸ̀ SÍ GREAT BEYOND

Ìtumọ̀ tí a ṣe sí Àpósítélì Babalola sí àwọn ènìyàn ńlá jẹ́ ohun ìyanu fún ọ̀pọ̀ ènìyàn. Kò ṣàìsàn, ara rẹ̀ le, ó sì ní ìgboyà, ó sì ń ṣiṣẹ́ ìsìn ní gbangba. Nígbà àtijọ́, àwọn àkókò kan wà tí Olúwa fi ètò rẹ̀ hàn láti mú un lọ nítorí ìwà àìtọ́ àwọn ènìyàn kan ní àyíká rẹ̀. Ṣùgbọ́n, lẹ́yìn ọ̀pọ̀ àdúrà fún ìdáríjì, Ọlọ́run yóò dá ẹ̀mí rẹ̀ sí. Ṣùgbọ́n ní àkókò yìí, a kò fún un ní irú òye bẹ́ẹ̀, nítorí náà ó wá bí ẹni pé ó ń gbọ̀n rìrì.

Ní àárín oṣù Keje, ọdún 1959, Aposteli Babalola kúrò ní Odo-Owa lọ sí Sapele àti Warri pẹ̀lú èrò láti yanjú àríyànjiyàn kan láàárín ìjọ àdúgbò náà, ó sì ṣe ìpolongo ìhìnrere ní ìpínlẹ̀ Delta lọ́wọ́lọ́wọ́. Lẹ́yìn náà, ó lọ sí Ibadan ní ọjọ́ kẹrìnlélógún oṣù Keje, ọdún 1959 fún ìpàdé ìgbìmọ̀ alákòóso ìjọ ní Olugbode, Ibadan.

Àpósítélì Babalola gbàdúrà gẹ́gẹ́ bí ìṣe rẹ̀ fún gbogbo ẹ̀ka àwùjọ. Kí ó tó kúrò ní Ibadan lọ sí Ede, àbúrò rẹ̀ obìnrin tí ó ti kú, Arábìnrin Orangun, béèrè lọ́wọ́ rẹ̀ ìgbà tí yóò tún lọ sí Ibadan, Ànábì sì dá a lóhùn bí ẹni pé ó ń fi ṣe yẹ̀yẹ́ pé òun kò ní wá sí Ibadan mọ́.

Láti Ibadan, Aposteli Babalola dúró ní Sekona, lẹ́yìn náà ó lọ sí Ede ní ọjọ́ kẹ̀ẹ́ẹ̀dọ́gbọ̀n oṣù Keje, ọdún 1959. Ó ṣe àlejò ní alẹ́ ọjọ́ Àbámẹ́ta gẹ́gẹ́ bí àlejò Wòlíì Akande (Baba Abiye).

Ní ọjọ́ kẹrìndínlógún oṣù keje ọdún 1959, Wòlíì Babalola lọ sí ìsìn ọjọ́ ìsinmi ní CAC Oke Talafia,

Ede níbi tí ó ti gbàdúrà àkọ̀kọ̀ pẹ̀lú ọkùnrin ọwọ́ ọ̀tún rẹ̀, Pastor Medayese, tí ó mọṣẹ́ níṣẹ́, ó ń wàásù ìwàásù náà. Lẹ́yìn ìsìn ọjọ́ ìsinmi, Wòlíì Babalola bá àwọn aṣojú láti onírúurú agbègbè ìjọ sọ̀rọ̀ tí wọ́n péjọ sí Ede láti jíròrò lórí ilé ìtọ́jú ìbímọ ìjọ náà. Lẹ́yìn náà, ó padà sí yàrá ìtura rẹ̀. Olùgbàlejò rẹ̀, Pastor Akande, ti nímọ̀lára òtútù, èyí tí ó mú kí ó ṣe tìì fún Wòlíì Babalola, ó sì fún un ní aṣọ ìbòrí púpọ̀. Ní àkókò kan náà, Pastor Babajide, Pastor Odutola àti Pastor Medayese ti wọ inú yàrá náà láti gbàdúrà fún un. Kódà nígbà tí ó ń gbàdúrà náà, Àpósítélì fúnra rẹ̀ gbàdúrà pẹ̀lú agbára, ó sì sọ oore-ọ̀fẹ́, àwọn pásítọ̀ọ̀sì mẹ́ta náà sì fi í sílẹ̀ nínú yàrá náà.

Kò pẹ́ lẹ́yìn àdúrà ní nǹkan bí agogo márùn-ún ìrọ̀lẹ́ ní ọjọ́ àjálù ọjọ́ kẹrìndínlógún oṣù keje, ọdún 1959, Àpósítélì Babalola kígbe pẹ̀lú ohùn ààrá: ní orúkọ Baba, Ọmọ àti Ẹ̀mí Mímọ́, ó sì kú sí òkè ńlá. Àwọn ọmọ-ẹ̀yìn méjì tí wọ́n wà pẹ̀lú rẹ̀ nínú yàrá náà, Michael Osabi àti Samuel Oluwatusin, rántí bí gbogbo yàrá náà ṣe mì tìtì nígbà tí ó kú. Gẹ́gẹ́ bí ìtọ́ni tó tayọ̀, wọ́n mú Ànábì Babalola lọ sí Efon-Alaaye ní ọjọ́ kan náà. Ìròyìn ikú òjijì rẹ̀ tàn kálẹ̀ bí iná ńlá sí gbogbo àwọn ibi gbogbo ní orílẹ̀-èdè náà. Àwọn onínúure kóra jọ sí Efon-Alaaye ní ọ̀pọ̀lọpọ̀ ènìyàn.

Wọ́n sin Aposteli Babalola lẹ́gbẹ̀ẹ́ ibojì baba rẹ̀ ní ilé-ẹ̀kọ́ alakọ̀bẹ̀rẹ̀ St. Stephen, Efon Alaaye ní ọjọ́ kẹtàdínlógún oṣù keje, ọdún 1959. Kódà títí di ìgbà tí ó kú, iṣẹ́ rẹ̀ ń sọ̀rọ̀, ìgbésí ayé rẹ̀ sì ń ṣiṣẹ́ gẹ́gẹ́ bí orísun ìmísí fún ọ̀pọ̀ ènìyàn tí wọ́n gbàgbọ́ nínú agbára Pentecostal gẹ́gẹ́ bí ìgbà àtijọ́.

Robert W. Schambach

Ó wàásù ọ̀rọ̀ ìgbàgbọ́ tí kò ní ìfọkàntán, pẹ̀lú ọ̀pọ̀lọpọ̀ àmì àti iṣẹ́ ìyanu lẹ́yìn rẹ̀.

Robert W. Schambach jẹ́ oníwàásù tẹlifíṣọ̀n ará Amẹ́ríkà, pásítọ̀, oníwòsàn ìgbàgbọ́ àti òǹkọ̀wé. Ètò tẹlifíṣọ̀n rẹ̀, *Power Today* , ni a lè rí lórí nẹ́tíwọ́ọ̀kì TV Kristẹni DayStar àti lórí ìkànnì ayélujára nínú àwọn podcasts tí ń tàn káàkiri.

Ìbí àti Ìgbésí Ayé Kérésìmesì

A bí Robert W. Schambach ní ọjọ́ kẹta oṣù kẹrin ọdún 1926 ní Harrisburg, Pennsylvania, fún Harry Ellsworth àti Anŋ Moyer Schambach.

Gẹ́gẹ́ bí ọ̀dọ́mọkùnrin tí ó ń jáde lọ, a tún bí i ní igun òpópónà nígbà tí ajíhìnrere kan (CM Ward) ṣe ìpè pẹpẹ lẹ́yìn tí ó wàásù ìhìnrere Jesu Kristi fún àwọn ènìyàn tí wọ́n péjọ. Robert nímọ̀lára ìpè lẹ́sẹ̀kẹsẹ̀ láti wàásù, ṣùgbọ́n ó pinnu láti lépa àwọn àlá mìíràn ní àkọ́kọ́. Níkẹyìn, ó dara pọ̀ mọ́ Ọkọ̀ Ojú Omi Amẹ́ríkà, ó sì ṣiṣẹ́ gẹ́gẹ́ bí olùṣe omi ojú omi lórí ọkọ̀ ogun apanirun ní Gúúsù Pacific àti Asia nígbà Ogun Ọ̀rọ̀ Kejì. Lẹ́yìn rírí Ọlọ́run tí ó pa ẹ̀mí rẹ̀ mọ́ nígbà ọ̀pọ̀lọpọ̀ àwọn ìpàdé eléwu àti rírí ìpadàbọ̀ àwọn ọmọ ogun Amẹ́ríkà, RW fi ara rẹ̀ fún Ọlọ́run pátápátá ó sì pinnu láti wàásù ìhìnrere níbikíbi tí Ọlọ́run rán an, láti rí àwọn ẹlòmíràn tí a tú sílẹ̀ kúrò nínú ẹ̀wọ̀n àti ìdè ẹ̀ṣẹ̀ kí wọ́n sì rí ayọ̀ tòótọ́ ti òmìnira nípasẹ̀ Kristi.

Iṣẹ́-ìránṣẹ́

Nígbà tí Schambach padà dé láti ogun, ó bẹ̀rẹ̀ sí í kọ́ ẹ̀kọ́ Bíbélì, níbi tí ó ti pàdé ìyàwó rẹ̀, Winnie, tí ó sì fẹ́. CM Ward ló yàn án, ó sì bẹ̀rẹ̀ sí í ṣe olùṣọ́ ìjọ. Ó gba ẹ̀kọ́ rẹ̀ ní Central Bible Institute ní Springfield, Missouri, ní àárín ọdún 1940.

Ogun àgọ́ ti TL Osborn ló nípa lórí Robert, lẹ́yìn náà AA Allen. Ọ̀pọ̀lọpọ̀ iṣẹ́ ìyanu tó tayọ̀ ni wọ́n ṣe nípasẹ̀ iṣẹ́ ìránṣẹ́ àwọn ọkùnrin wọ̀nyí, RW sì mọ̀ pé Ọlọ́run ló pè é láti jẹ́ ara èyí. Bí ọ̀kan lára ogun àgbáyé AA Allen ṣe parí, ó béèrè. RW láti di ara ẹgbẹ́ rẹ̀. Èyí bẹ̀rẹ̀ sí í rìnrìn àjò káàkiri Amẹ́ríkà fún ọ̀pọ̀ ọdún láti ran àwọn ogun abẹ́lé lọ́wọ́, láti wàásù àwọn ìsìn, àti láti ṣe iṣẹ́ ìtẹ̀síwájú. Níkẹyìn, ó nímọ̀lára pé Ọlọ́run ń pè é láti bẹ̀rẹ̀ iṣẹ́ ìránṣẹ́ tirẹ̀. Ó dá àwọn ìjọ mẹ́rin sílẹ̀ ní àwọn ìlú ńláńlá, ó sì bẹ̀rẹ̀ ètò rédíò rẹ̀ tó gbajúmọ̀, The Voice of Power. Gbólóhùn àmì-ìdámọ̀ràn rẹ̀, "O kò ní ìṣòro kankan. Gbogbo ohun tí o nílò ni ìgbàgbọ́ nínú Ọlọ́run" ti ru ìgbàgbọ́ nínú ọ̀pọ̀lọpọ̀ ènìyàn sókè.

Iṣẹ́ ìránṣẹ́ Arákùnrin Schambach sí àwọn tó ń jìyà náà ni a ti gbà ní ọ̀pọ̀lọpọ̀ orílẹ̀-èdè àgbáyé: jákèjádò Yúróòpù, Rọ́síà, Íńdíà, Éṣíà, Philippines, Áfíríkà, Ìwọ̀ Oòrùn Indies, Àárín Gbùngbùn Amẹ́ríkà, àti Gúúsù Amẹ́ríkà. Ó ń bá a lọ láti máa bá àwọn ìjọ àti àwọn ilé ẹ̀kọ́ Bíbélì dá sílẹ̀ ní Rọ́síà àti Ṣáínà; pẹ̀lú ilé ìtọ́jú àwọn ọmọ aláìní baba ní Indonesia àti Haiti; pẹ̀lú ilé ìtọ́jú àwọn ọmọ ìlú ńlá ní Mexico City; àti pẹ̀lú àwọn ilé ìtọ́jú àwọn ọmọ ìlú ní New York City.
Ó wàásù ọ̀rọ̀ ìgbàgbọ́ tí kò ní ìfọkàntán, lẹ́yìn náà ni àwọn àmì àti iṣẹ́ ìyanu tẹ̀lé e.

Ìgbésí Ayé Ìdílé àti Ikú

Wọ́n fẹ́ Schambach pẹ̀lú Mary Winifred Donald (tí wọ́n bí ní ọjọ́ kẹta oṣù kẹsàn-án ọdún 1926, ní Philadelphia, Pennsylvania). Ó pàdé rẹ̀ nígbà tí ó jẹ́ akẹ́kọ̀ọ́ ní Eastern Bible Institute of the Assemblies of God ní Valley Forge, Pennsylvania, ní ọdún tó tẹ̀lé e, nígbà tí ó di ọjọ́ kẹrin oṣù kẹsàn-án ọdún 1948 (ní ọjọ́ kan lẹ́yìn ọjọ́ ìbí Mary), àwọn méjèèjì ti ṣe ìgbéyàwó, wọ́n sì bí ọmọkùnrin méjì àti ọmọbìnrin kan: Bobby, Bruce àti Donna.
Donna Schambach jẹ́ pásítọ̀ àti oníwòsàn ìgbàgbọ́ ní agbègbè Tyler.
Schambach ní àwọn ọmọ-ọmọ mẹ́fà: Rachel, Bobby III, Mark, Amanda àti Christi.

Ó ti fẹ́ ìyàwó rẹ̀ fún ọdún mẹ́tàlélọ́gọ́ta kí ó tó kú nítorí àìsàn àdánidá ní Tyler, Texas, ní ọjọ́ ogún oṣù kẹrin ọdún 2010, nígbà tí ó pé ọmọ ọdún mẹ́tàlélọ́gọ́rin.
Ní ọdún méjì lẹ́yìn náà (oṣù kìíní, ọdún 2012), Schambach kú nítorí àrùn ọkàn nígbà tí ó pé ọmọ ọdún mẹ́rìndínlọ́gọ́rin. Wọ́n sin ín lẹ́gbẹ̀ẹ́ ìyàwó rẹ̀ ní Kàtídírà ní ibi ìsinkú Pines ní Tyler, Texas.
https://believersportal.com/biography-evangelist-rw-schambach/

Charles S. Price

Ó jẹ́ ọ̀kan lára àwọn Ajíhìnrere Ìwòsàn tó tayọ ní ìdajì àkọ́kọ́ ọ̀rúndún ogún. A bí i ní Sheffield, England, ó ṣí lọ sí Canada lẹ́yìn náà ó lọ sí Spokane, Washington. A tún bí i ní Methodist Mission ní Spokane, ó sì wọ iṣẹ́ ìránṣẹ́ ní gbogbo ìgbà ní Ṣọ́ọ̀ṣì Methodist

A bí i: 1887, England, United Kingdom
Ikú: 8 Oṣù Kẹta 1947

"Ihinrere Kikun"

Wọ́n bí Charles Sydney Price fún Mary Hannah Bee àti Charles Henry Price ní England ní ọdún 1887. Ìyá rẹ̀ kú nígbà tí ó pé ọmọ ọdún mẹ́rin, baba rẹ̀ sì tún fẹ́ obìnrin kan tí Charles fẹ́ràn tí ó sì bọ̀wọ̀ fún. Price lọ sí ilé-ẹ̀kọ́ gíga ní agbègbè náà títí di ọdún 1899-1904. Bó tilẹ̀ jẹ́ pé wọ́n mọ̀ ọ́n sí Wesley College, ó kàn ń kó àwọn akẹ́kọ̀ọ́ jọ títí wọ́n fi pé ọmọ ọdún 18 ní ìmúrasílẹ̀ fún wíwá sí Yunifásítì London. Nígbà tí Price ń jìjàkadì pẹ̀lú ohun tí ó yẹ kí ó ṣe lẹ́yìn tí ó fi Wesley sílẹ̀, ó dara pọ̀ mọ́ Royal Navy ní ọdún 1906 gẹ́gẹ́ bí olùrànlọ́wọ́ ilé ìkópamọ́, ṣùgbọ́n wọ́n tú u sílẹ̀ láàrín oṣù méjì nítorí orúnkún rẹ̀ tí ó rọ. Ó sọ pé ó lọ sí Oxford Law School fún ìgbà díẹ̀, ṣùgbọ́n Oxford kò ní àkọsílẹ̀ wíwá rẹ̀. Ní ọdún 1907, Price ṣí lọ sí Canada láti wá iṣẹ́, ó sì parí sí iṣẹ́ ọkọ̀ ojú irin. Lẹ́yìn náà, ó ṣí lọ sí Spokane, Washington ní ìrètí láti rí iṣẹ́ níbẹ̀. Ó lọ sí ìsìn ìsìn ní Free Methodist Mission, ó sì di onígbàgbọ́. Ó pinnu láti dúró pẹ̀lú iṣẹ́ ìsìn náà gẹ́gẹ́ bí òṣìṣẹ́, wọ́n sì yàn án gẹ́gẹ́ bí àlùfáà Methodist ní ọdún kan náà. Ó tún pàdé Bessie Rae Osborn, ó sì fẹ́. Tọkọtaya naa yoo tesiwaju lati ni awọn ọmọ mẹrin tiwọn ati ọmọbinrin kan lati England.

Price wá lábẹ́ agbára ẹ̀kọ́ ìsìn "òde òní" tàbí ti àwọn onímọ̀ nípa ẹ̀sìn. Àwọn ẹ̀kọ́ náà ní àìnígbàgbọ́ nínú Bíbélì gẹ́gẹ́ bí Ọ̀rọ̀ Ọlọ́run, àti kíkọ̀ láti gba iṣẹ́ ìyanu náà. Ó fi ìjọ Methodist sílẹ̀, ó sì di pásítọ̀ Congregationalist. Lẹ́yìn náà, ó ṣàpèjúwe àkókò ìgbésí ayé rẹ̀ yìí gẹ́gẹ́ bí ẹni tí ó "fọ́jú nípa ẹ̀mí, tí ó ń darí àwọn ènìyàn rẹ̀ sínú kòtò". Ó ṣe pásítọ̀ lọ́nà yìí fún ọdún méjìlá. Price kó lọ sí California níbi tí ó ti jẹ́ pásítọ̀ ti Ìjọ Àpéjọpọ̀ Àkọ́kọ́ ti Lodi. Ní ọdún 1921, ìsọjí kan wáyé tí Aimee Semple McPherson ń darí ní San Jose, California. Ọ̀kan lára àwọn mẹ́ḿbà ìjọ rẹ̀ sọ fún un nípa bí ó ṣe lọ sí ìsọjí náà tí ó sì ní ìrírí jíjẹ́ kí Ẹ̀mí Mímọ́ kún un. Láìpẹ́ èyí bẹ̀rẹ̀ sí tàn kálẹ̀ nípasẹ̀ àwọn mẹ́ḿbà ìjọ rẹ̀ mìíràn pẹ̀lú. Ó lọ sí àwọn ìpàdé láti kó ẹ̀rí jọ láti kọ́ni lòdì sí ẹ̀kọ́ yìí. Dípò bẹ́ẹ̀, ó wá sí ìgbẹ́kẹ̀lé ńlá nípa òfo ara rẹ̀. Ní alẹ́ kẹta, ó jókòó lórí pèpéle pẹ̀lú àwọn pásítọ̀ mìíràn. Nígbà tí ìpè ìyípadà dé fún àwọn ẹlẹ́ṣẹ̀ láti gba ìgbàlà, Price dáhùn ní gbangba. Ó kún fún ayọ̀. Ó lọ sí àwọn "ìpàdé ìgbà díẹ̀" ní ìjọ Baptist kan, ó sì gba "ẹ̀kún Ẹ̀mí" ní alẹ́ díẹ̀ lẹ́yìn náà, ó sì bẹ̀rẹ̀ sí í sọ̀rọ̀ "pẹ̀lú àwọn èdè mìíràn".

Ẹsẹ̀kẹsẹ̀ ni Price padà sí ìjọ rẹ̀ ó sì jẹ́rìí rẹ̀. Ẹgbẹ̀rún àwọn ọmọ ẹgbẹ́ bẹ̀rẹ̀ sí í ṣe ìpàdé àwọn olùwá tí wọ́n ń ké pe Ọlọ́run fún wíwà níbẹ̀ rẹ̀. Ìsọjí bẹ̀rẹ̀. Ọ̀kan lára àwọn àbájáde rẹ̀ ni pé ẹgbẹ̀rún kan àwọn ọmọ ẹgbẹ́ ìjọ bẹ̀rẹ̀ iṣẹ́ ìwàásù ìhìnrere. Price bẹ̀rẹ̀ sí í rí àwọn ènìyàn tí wọ́n ń wòsàn nínú àwọn ìpàdé rẹ̀. Àwọn olórí ẹ̀sìn ń ṣe àríwísí ohun tó ń ṣẹlẹ̀ nínú ìjọ rẹ̀. Price fi àwọn Congregationalists sílẹ̀ láti bẹ̀rẹ̀ Tẹmpili Betel Lodi. Ní ọdún 1922 ó bẹ̀rẹ̀ sí í ṣe ìpàdé ìhìnrere ìrìn àjò ní Oregon àti British Columbia. Àwọn ìwòsàn ìyanu kan wà ní Victoria, British Columbia. Ní ọdún 1923, Price wàásù fún àwọn ènìyàn tó lé ní 250,000 láàárín ọ̀sẹ̀ mẹ́ta, ọ̀pọ̀ sì rí ìwòsàn gbà. Ní ọdún 1923, ó ṣe ìpàdé ìwòsàn níbi tí Lorne Fox àti gbogbo ìdílé rẹ̀ ti rí ìwòsàn gbà. Lorne àti arábìnrin rẹ̀ bẹ̀rẹ̀ iṣẹ́ ìránṣẹ́ ìhìnrere àti ìwòsàn tiwọn láìpẹ́ lẹ́yìn náà.

Price ṣe àwọn ìpàdé ní Calgary, Edmonton, Winnipeg, Toronto, Minneapolis, Duluth, St Louis àti Belleville, Illinois. Ní ọdún 1926, Price bẹ̀rẹ̀ sí í tẹ ìwé ìròyìn "Golden Grain", èyí tí ó ní ọ̀pọ̀ ẹ̀rí ìwòsàn àti iṣẹ́ ìyanu nínú. Ní ọdún 1928, Price jìyà ìpalára nígbà tí agbẹjọ́rò rẹ̀ sá lọ pẹ̀lú gbogbo owó rẹ̀. Àwọn alátìlẹ́yìn rẹ̀ ran lọ́wọ́ láti kó díẹ̀ nínú owó náà jọ, ṣùgbọ́n ó pinnu láti ra àgọ́ kan láti ṣe àwọn ìpàdé, kí ó má baà san owó gbọ̀ngàn ńlá mọ́. Ó pè é ní Kanvas Katherdral. Wọ́n ròyìn pé ẹgbẹ̀rún kan àwọn ènìyàn ló yí padà ní ọjọ́ kan ní ọjọ́ mẹ́wàá tó kẹ́yìn nínú àwọn ìpàdé Belleville. Ó tẹ̀síwájú láti rìnrìn àjò ní àríwá ìwọ̀ oòrùn láàárín ọdún díẹ̀ tó tẹ̀lé e. Ibikíbi tí ó bá lọ, ó rí ìwòsàn ìyanu nínú àwọn ìpàdé rẹ̀, ẹgbẹẹgbẹ̀rún ènìyàn sì wá sọ́dọ̀ Kristi. Ó ka ẹgbẹ̀rún márùndínlọ́gbọ̀n àwọn ènìyàn tó yí padà ní ọdún 1928 nìkan. Ìrìn àjò tí ó ń lọ dééédéé mú kí ìgbéyàwó rẹ̀ le koko. Nígbà tí ó fi máa di ọdún 1930, òun àti ìyàwó rẹ̀ pínyà. Níkẹyìn, wọ́n kọ ara wọn sílẹ̀ ní ọdún 1930.

Bó tilẹ̀ jẹ́ pé ọ̀pọ̀lọpọ̀ àwọn ilé iṣẹ́ ìránṣẹ́ ti pa tàbí wọ́n dín wọn kù gidigidi ní àwọn ọdún 1930, nítorí ìṣòro ìrẹ̀wẹ̀sì, Charles S. Price tẹ̀síwájú láti fa ẹgbẹẹgbẹ̀rún ènìyàn sí àwọn ìpàdé rẹ̀. Ní ìparí ọdún 1930, ó ṣe iṣẹ́ ìránṣẹ́ ní Norway, England, Egypt, Palestine, Turkey, Syria, Lebanon, Italy, àti pé ó ń bá a lọ láti sọ̀rọ̀ jákèjádò Amẹ́ríkà. Ó bẹ̀rẹ̀ sí í pe ara rẹ̀ ní Dókítà Price, èyí tí ó dà bí ẹni pé ó jẹ́ orúkọ ọlá dípò ẹ̀kọ́. Ní ọdún 1939, Price ṣírò pé ó ti rìnrìn àjò tó lé ní mílíọ̀nù kan kìlómítà lórí ìpolongo ìhìnrere láti ìgbà tí ó ti bẹ̀rẹ̀ ní ọdún 1922. Ìtòlẹ́sẹẹsẹ rẹ̀ gba àkókò púpọ̀. Ní àwọn ìpàdé níbi tí òun ti jẹ́ olùbánisọ̀rọ̀ pàtàkì, ó máa ń sọ̀rọ̀ nígbà méjì tàbí mẹ́ta lójúmọ́, ó sì máa ń gbàdúrà fún ìwòsàn títí di òru. Ní àwọn ọdún ogun, ó túbọ̀ ṣòro láti fa ọ̀pọ̀ ènìyàn mọ́ra, Price sì máa ń sọ̀rọ̀ ní àwọn ṣọ́ọ̀ṣì àti àwọn ìpàdé àgọ́. Ní ọdún 1940 láàárín àárín oṣù kẹta sí àárín oṣù kẹjọ, ó wàásù ní ìgbà

218 yàtọ̀ sí ṣíṣe àwọn iṣẹ́ ìwòsàn 35, ó dúró ní alẹ́ láti gbàdúrà fún àwọn aláìsàn, ó sọ̀rọ̀ ní ọ̀pọ̀ ìgbà fún àwọn ẹgbẹ́ bíi Rotary Club, ó ṣe àkíyèsí rédíò, gbogbo èyí nígbà tí ó ń rìnrìn àjò máìlì 2700 nípasẹ̀ ọkọ̀ ojú irin àti máìlì 8500 nípasẹ̀ ọkọ̀ ayọ́kẹ́lẹ́. Ní ọjọ́ kan ṣoṣo, ó sọ̀rọ̀ ní ìgbà márùn-ún ní Springfield, Missouri.

Price kò ní àjọṣepọ̀ pẹ̀lú ẹ̀sìn kan pàtó, ọ̀pọ̀ ìjọ sì máa ń ṣètìlẹ́yìn fún àwọn ìpàdé rẹ̀. Ó ní ìbáṣepọ̀ pàtàkì pẹ̀lú àwọn olórí ìjọ ní agbègbè kan ní Assembly of God, ó sì máa ń sọ̀rọ̀ déédéé ní àwọn ìpàdé àgọ́ wọn, wọ́n sì máa ń pè é láti sọ̀rọ̀ ní àwọn ìjọ wọn. Ó jẹ́ òǹkọ̀wé tó ní ìmọ̀ púpọ̀. Ó kọ ọ̀pọ̀lọpọ̀ ìwé pẹ̀lú: *And Signs Followed the Life Story of Charles S. Price* , *The Potter and the Clay, Spiritual and Physical Health, Made Alive, Two Worlds, The Real Faith, You Can Know God Here and Now, Divine Intervention* , àti *Miracles* yàtọ̀ sí ṣíṣe ìwé ìròyìn Golden Grain rẹ̀ láti ọdún 1926 sí 1947. Ó lo rédíò púpọ̀, ó sì máa ń wàásù láti Los Angeles, California nígbà tí kò bá sí lójú ọ̀nà. Ó tún kọ́ni ní Southern California Bible College, wọ́n sì máa ń béèrè lọ́wọ́ rẹ̀ láti ṣiṣẹ́ fún àwọn pásítọ̀ ní agbègbè Los Angeles. Ní ọdún 1945, ó rò pé Olúwa ń pè é láti lo àkókò nílé. Ní ọdún méjì tó tẹ̀lé e, wọ́n gbájú mọ́ kíkọ̀wé, wíwàásù ní agbègbè, àti nínú ìsinmi àti àdúrà. Ó kú ní ọjọ́ kẹjọ oṣù kẹta, ọdún 1947.

Stephen Jeffreys

Stephen Jeffreys ni a bí ní ọjọ́ Kejì oṣù Kẹsàn-án ọdún 1876, ẹni kẹta lára àwọn ọmọkùnrin Thomas àti Kezia Jeffreys méjọ. Thomas jẹ́ awakùsà ṣùgbọ́n ó ní àrùn ẹ̀dọ̀fóró, ó sì ń kojú ìṣòro èémí. Láti ran ìdílé lọ́wọ́, Stephen di awakùsà nígbà tí ó wà ní ọmọ ọdún méjìlá. Ó lo ọdún mẹ́rìnlélógún tó tẹ̀lé e láti ṣiṣẹ́ ní ibi ìwakùsà. Ìlera baba rẹ̀ kò lè ṣètìlẹ́yìn fún iṣẹ́ náà, ó sì kú nígbà tí ó jẹ́ ọmọ ọdún mẹ́tàdínlógójì péré. Mẹ́rin lára àwọn arákùnrin Stephen àti arábìnrin rẹ̀ kú pẹ̀lú. Àbúrò rẹ̀ George ń ṣàìsàn. Ìgbésí ayé rẹ̀ le gan-an. Nígbà tí Stephen jẹ́ ọmọ ọdún méjìlélógún, ó fẹ́ Elizabeth Lewis, ọmọbìnrin àgbẹ̀ kan ní àdúgbò náà. Nígbẹ̀yìn-gbẹ́yín, wọ́n bí ọmọ mẹ́rin, ọmọbìnrin mẹ́ta àti ọmọkùnrin kan. Ọmọbìnrin kékeré náà kú nígbà tí ó wà ní ọmọ oṣù mẹ́fà péré.

Àwọn mẹ́ḿbà ìdílé náà jẹ́ àwọn tí wọ́n ń lọ sí ṣọ́ọ̀ṣì déédéé. Wọ́n jẹ́ ti ìjọ olómìnira Wales. Ọdún 1904 jẹ́ ọdún pàtàkì fún Wales. Evan Roberts sọ pé 'Mo ní ìran pé gbogbo Wales yóò gòkè lọ sí ọ̀run. A ó rí ìpadàsẹ̀yìn tó lágbára jùlọ tí Wales tíì mọ̀ rí, Ẹ̀mí Mímọ́ yóò sì dé láìpẹ́, nítorí náà a gbọ́dọ̀ múra sílẹ̀.' Ohun tó sì ṣẹlẹ̀ gan-an nìyẹn. Stephen, àti àbúrò rẹ̀ George, di onígbàgbọ́ nígbà ìtúnsẹ̀yìn ní Shiloh Independent Chapel ní Nantyfyllon, Wales ní ọjọ́ ogún oṣù kọkànlá, ọdún 1904. Ní oṣù mẹ́tàlá tó tẹ̀lé e, gbogbo ìgbèríko mì tìtì pẹ̀lú wíwà Ọlọ́run. Stephen kò ní ẹ̀kọ́ nípa ẹ̀kọ́ ìsìn, kò sì ní ètò láti di òjíṣẹ́, síbẹ̀ Ọlọ́run pè é jáde kúrò nínú ibi ìwakùsà, ó sì wọ inú àga.

Stephen bẹ̀rẹ̀ sí í wàásù ní òpópónà. Ní ìlú Maesteg, ó wàásù fún ìgbà pípẹ́ débi pé òkùnkùn ṣú, wọ́n sì ní láti mú fìtílà wá fún un láti tẹ̀síwájú. Ọlọ́run ti pè é láti jẹ́ ajíhìnrere. Evan Roberts ni olórí ìgbòkègbodò iná ní Wales. Nígbà tó yá, nígbà tí wọ́n bi í pé ta ló ṣe pàtàkì nínú ìtúnpadà náà, ó sọ pé "Láti ọ̀dọ̀ gbogbo àwọn tí mo mọ̀ - Stephen Jeffreys."

Jeffreys tẹ̀síwájú láti ṣiṣẹ́ ní ibi ìwakùsà ṣùgbọ́n ó ń wàásù nígbàkúgbà tí ó bá ní àǹfààní. Àwọn ìwàásù rẹ̀ rọrùn, wọ́n sì pe àwọn ènìyàn sí Kristi.

Ìsọjí àwọn ará Wales bẹ̀rẹ̀ sí í parẹ́. Ọ̀kan lára àwọn àlùfáà tí ó ti kópa nínú ìsọjí náà ni Alexander. A. Boddy. Ó ń fẹ́ kí Ọlọ́run wà níbẹ̀, Boddy gbọ́ nípa ìtújáde Pentecostal ní Oslo, Norway lábẹ́ Thomas Barrat. Ó kọ́kọ́ lọ sí Oslo, lẹ́yìn náà ó ní kí Barratt wá sí ìjọ rẹ̀ ní Sunderland, England ní ọdún 1907. Ó di ilé ìsọjí àwọn Pentecostal. Ní oṣù Kejìlá ọdún 1907, pásítọ̀ ará Wales kan tí orúkọ rẹ̀ ń jẹ́ Thomas Madog Jeffreys kún fún Ẹ̀mí nígbà tí ó ń pàdé pásítọ̀ mìíràn tí ó ti gba ìtẹ̀bọmi Ẹ̀mí Mímọ́ ní Sunderland. Stephen àti àbúrò rẹ̀ George ní ìṣírò nípa ìgbésẹ̀ tuntun yìí ní àkọ́kọ́. Ṣùgbọ́n, ọmọ Stephen Edward ní ìrírí Pentecostal nígbà tí wọ́n wà ní ìsinmi, ó sì padà wá láti sọ fún ìdílé rẹ̀ nípa rẹ̀. Ní ọdún 1908, wọ́n ṣètò àwọn ìpàdé ní Maestag, Stephen àti George sì lọ láti wá nǹkan fúnra wọn. Wọ́n fi Ẹ̀mí Mímọ́ batisí wọn, wọ́n sì bẹ̀rẹ̀ sí í sọ èdè. Stephen rí ìbísí lẹ́sẹ̀kẹsẹ̀ nínú iṣẹ́ ìwàásù rẹ̀.

Wọ́n nímọ̀lára pé àbúrò Stephen, George, ni wọ́n pè sí iṣẹ́ ìránṣẹ́. Ó dara pọ̀ mọ́ ẹgbẹ́ àwọn míṣọ́nnárì Pentecostal ní ọdún 1912. George ní kí Stephen wàásù ní ìlú kékeré kan tí wọ́n ń pè ní Cwmtwrch ní oṣù kẹwàá ọdún 1912. Ó lọ dáadáa débi pé wọ́n béèrè pé kí ó padà wá ní oṣù Kejìlá fún ọjọ́ mẹ́ta sí i. Ìpàdé oṣù Kejìlá yí padà sí ìsọjí kékeré kan, Stephen sì dúró níbẹ̀ fún ọ̀sẹ̀ méje. Àwọn ìwòsàn tó yanilẹ́nu ló ṣe àfihàn àwọn ìpàdé náà. Àbúrò rẹ̀, George, wá láti dara pọ̀ mọ́ ọn láti ran àwọn ìpàdé náà lọ́wọ́. Ó lọ láti ibẹ̀ sí Pen-Y-Bont níbi tí obìnrin kan tí wọ́n fẹ́ gé ẹsẹ̀ rẹ̀ ti rí ìwòsàn lẹ́sẹ̀kẹsẹ̀. George padà sí ẹ̀kọ́ rẹ̀ ṣùgbọ́n Stephen lọ sí Llanelly níbi tí ó ti wàásù tí ó sì bẹ̀rẹ̀ ìjọ tirẹ̀. Ó dúró níbẹ̀ fún ọdún méje.

Ní Llanelly ni iṣẹ́ ìyanu pàtàkì kan ṣẹlẹ̀. Ní alẹ́ ọjọ́ kan nígbà tí ó ń wàásù, ìran kan farahàn lórí ògiri ìjọ náà. Àkọ́kọ́, ọ̀dọ́ àgùntàn ni, lẹ́yìn náà ojú Jésù gẹ́gẹ́ bí ẹni ìbànújẹ́, pẹ̀lú omijé lójú rẹ̀. Ọgọ́rọ̀ọ̀rún ènìyàn rí ìran náà tí ó pẹ́ fún wákàtí bí àwọn ènìyàn ṣe ń bọ̀ tí wọ́n sì ń wọ inú ibi mímọ́. Nígbà tí Stephen gbàdúrà nípa ìran náà, ó rò pé ó farahàn gẹ́gẹ́ bí àmì ìjìyà ńlá tí ó fẹ́ ṣẹlẹ̀. Ní ọ̀sẹ̀ díẹ̀ lẹ́yìn náà, Ogun Àgbáyé Kìíní bẹ̀rẹ̀. Stephen di olókìkí débi pé wọ́n ní kí ó sọ̀rọ̀ ní ọ̀pọ̀ ṣọ́ọ̀ṣì. Ó pa iṣẹ́ olùṣọ́ àgùntàn mọ́ títí di ọdún 1920, ṣùgbọ́n ó sábà máa ń rìnrìn àjò ní àkókò yìí.

Ní ọdún 1920, Stephen dara pọ̀ mọ́ ẹ̀gbọ́n rẹ̀ George láti ṣiṣẹ́ fún ẹgbẹ́ àjọ Elim Pentecostal ti George. Ó ṣe ìpàdé ní Dowlais, ó sì dá ìjọ sílẹ̀, ó sì di pásítọ̀ rẹ̀. Ní ọdún 1924, Stephen àti George lọ sí Amẹ́ríkà àti Kánádà. Wọ́n lọ sí Los Angeles níbi tí wọ́n ti rí Aimee Semple McPherson ní Ilé Àńgẹ́lì. Ó ní ipa ńlá lórí àwọn arákùnrin náà. Lẹ́yìn tí wọ́n padà dé, wọ́n lọ sí London, wọ́n sì bẹ̀rẹ̀ sí í ṣe ìpàdé. Wọ́n pe Aimee Semple McPherson, lẹ́yìn náà wọ́n ṣe ìpàdé náà fúnra wọn. Èyí gba tó bí ọdún méjì.

Àríyànjiyàn ń pọ̀ sí i láàárín George àti Stephen. Ìwà wọn yàtọ̀ pátápátá. Ó ṣeé ṣe kí Stephen jẹ́ ẹni tó ní ẹ̀bùn jù nínú àwọn méjèèjì, ṣùgbọ́n George ní ẹ̀bùn ìṣàkóso tó lágbára. Stephen sábà máa ń gbà láti pàdé ní ibi tó ju ẹyọ kan lọ fún ọjọ́ kan pàtó. Ó máa ń jẹ́ kí ìpàdé máa lọ láìgba ẹbọ tàbí kí àwọn ẹlòmíràn ṣe ipa tiwọn. Stephen yóò sọ ohun tó bá wá sí ọkàn rẹ̀, láìka àbájáde rẹ̀ sí. Ó tún gbàgbọ́ pé George jowú òun. Ní ọdún 1926, Stephen fi ẹgbẹ́ Elim sílẹ̀, ó sì dara pọ̀ mọ́ ìjọ Ọlọ́run ti Britain àti Ireland. Àwọn nǹkan ṣì wà láàárín àwọn arákùnrin náà fún ọdún mélòó kan tó tẹ̀lé e.
Ibi gbogbo tí Sítéfánù lọ ni ìwòsàn àti iṣẹ́ ìyanu ìṣẹ̀dá ti ń ṣẹlẹ̀.

Ó lọ sí Amẹ́ríkà, New Zealand, Australia, àti South Africa. Ẹgbẹẹgbẹ̀rún ènìyàn ló wá sí ìpàdé rẹ̀. Ní ọdún 1933, ó rìnrìn àjò lọ sí Sweden àti Norway láti wàásù. Ó ń ti ara rẹ̀ ní òru àti ọ̀sán, kò ka ìkìlọ̀ àwọn dókítà sí nípa ìlera rẹ̀. Àwọn nǹkan yí padà gidigidi ní àárín ọdún 1930. Àwọn ogun ńláńlá ń dínkù sí i, wọn kò sì ń ṣe àṣeyọrí nínú dídé àwọn tí ó ti sọnù. Ìṣètò Stephen lágbára ń wọ̀ ọ́ lára, ìlera rẹ̀ sì bẹ̀rẹ̀ sí í bàjẹ́. Ó di aláìlera pẹ̀lú àrùn oríkèé. Ní ọdún 1940, George fi àwọn ìjọ Elim sílẹ̀, ó bẹ̀rẹ̀ sí í bẹ̀rẹ̀ Ìfọwọ́sowọ́pọ̀ Ìjọ Bíbélì.

Ó ṣe àṣeyọrí láti bá Stephen àti ọmọ rẹ̀ Edward dá sí ẹgbẹ́ ìjọ tuntun rẹ̀. Nítorí àìlera Stephen kò lè ṣe àtìlẹ́yìn fún iṣẹ́ náà. Ó gbé ọdún mẹ́jọ tó kẹ́yìn ìgbésí ayé rẹ̀ ní ìfẹ̀yìntì pẹ̀lú ọmọbìnrin rẹ̀ May ní Porthcawl, Wales. Àwọn dókítà láti Bible College of Wales, tí Rees Howells ń ṣàkóso, ló ràn án lọ́wọ́. Ó kú ní ọjọ́ kẹtàdínlógún oṣù kọkànlá ọdún 1943.

Àwọn ìlòkúlò tó pọ̀ jù - 1

- Awọn ẹri

Láti ọwọ́ àwọn ìránṣẹ́ Ọlọ́run tó yàtọ̀ síra láti ìgbà pípẹ́ wá láti gbé ìgbàgbọ́ yín ró pé Ọlọ́run ṣì ń ṣiṣẹ́ lónìí àti títí láé.

Charles S. Price – Àwọn ẹ̀yà ara obìnrin tuntun tí a ṣẹ̀dá

Dókítà Charles Sydney Price jẹ́ ọ̀kan lára àwọn àlùfáà tó ní ipa jùlọ ní ọ̀rúndún ogún. Ó di pásítọ̀ ní ọdún 1909 nígbà tó wà ní ọmọ ọdún méjìlélógún, ó sì lo ọdún méjìlá ní ṣíṣe olùṣọ́ lábẹ́ ìdarí ẹ̀kọ́ ìsìn onímọ̀-ẹ̀kọ́ gíga.

Òjíṣẹ́ kan wà níbẹ̀ tó sọ ìtàn kan fún wa. Ó jẹ́ àlùfáà Anglican tó wà nítòsí Saskatoon ní ọdún díẹ̀ sẹ́yìn. Ní ọdún díẹ̀ sẹ́yìn, nígbà tí a ní àǹfààní láti sọ̀rọ̀ ní Arena ní ìlú náà, ó lọ sí àwọn ìpàdé náà. Ìyàwó rẹ̀ ti ṣe iṣẹ́ abẹ kan níbi tí wọ́n ti yọ àwọn ẹ̀yà ara ara rẹ̀ kúrò. Kò lè bímọ láéláé. Wọ́n sì ti ń retí àti lá àlá fún ọmọ tuntun. Wọ́n mú un wá fún àdúrà. Àwọn aláìríwísí sọ pé kò sí ìwòsàn oníṣègùn. Síbẹ̀ Ọlọ́run dáhùn àdúrà, a sì bí ọmọ tuntun sí ilé náà. Iṣẹ́ ìyanu náà ṣẹlẹ̀. Àwọn ẹ̀yà ara náà gbọ́dọ̀ ti dàgbàsókè. Kò sí àlàyé mìíràn. Èyí ni ẹ̀rí tí wọ́n fún wa láti ẹnu òjíṣẹ́ náà, ẹni tó gbàgbọ́ nínú ìwòsàn Ọlọ́run pẹ̀lú gbogbo ọkàn rẹ̀ báyìí.

Àwọn Ojú Tuntun Tí A Dá

Ọ̀kan lára ọgọ́rọ̀ọ̀rún àwọn tó yí ẹ̀sìn wọn padà sílé ni ọ̀dọ́mọkùnrin kan tí orúkọ rẹ̀ ń jẹ́ Tom Wilson. Ìyá rẹ̀ lọ sí ìpàdé ìrọ̀lẹ́ kan ní ìbẹ̀rẹ̀ ìpolongo náà, ó sì pẹ́ díẹ̀ tí wọ́n fi padà sílé. Tom àti bàbá rẹ̀ ń dààmú, wọ́n ń bẹ̀rù pé ohun kan ti ṣẹlẹ̀ sí òun, débi pé nígbà tí ó padà dé, wọ́n fẹ́ mọ ibi tí òun wà. Nígbà tí ó ṣàlàyé pé òun ti lọ sí ìpàdé ìsìn ní Gbọ̀ngàn Ìlú, ọkọ rẹ̀ kò gbàgbọ́ rárá, ó sì fẹ́ mọ irú ìpàdé ìsìn tí ó ń lọ fún ọ̀pọ̀ wákàtí. Pẹ̀lú ìdùnnú, ó bẹ̀rẹ̀ sí í sọ fún wọn pé: "Ẹ mọ ọmọbìnrin afọ́jú náà Celia Brown; ó lè ríran dáadáa."

"Má ṣe jẹ́ òmùgọ̀, ìyá," Tom wí, "èyí kò ṣeé ṣe; gbogbo wa mọ̀ pé Celia kò tilẹ̀ ní ojú kankan, nítorí náà báwo ló ṣe lè ríran? Ojú rẹ̀ kàn jẹ́ ibi tí kò ní ojú."

"Mo ń sọ fún ọ," ìyá rẹ̀ dáhùn pé, "nígbà tí ọkùnrin ará Wales yìí, Stephen Jeffreys, gbàdúrà fún un ní alẹ́ yìí, ó rí ojú aláwọ̀ búlúù méjì, ó sì ríran."

Celia jẹ́ ọmọ ọdún mẹ́tàlá, ó sì gbajúmọ̀ ní àdúgbò náà. Wọn kò gbàgbọ́ ohun tí Arábìnrin Wilson ń sọ, ṣùgbọ́n wọ́n rí i pé òótọ́ ni. Èyí, pẹ̀lú àwọn iṣẹ́ ìyanu ìwòsàn mìíràn, di ọ̀rọ̀ àsọyé ní ìlú náà.

Ààrẹ ìlú Wall, Rev JW Adams, di ọ̀rẹ́ Stephen gidigidi, ó sì ran àwọn ènìyàn lọ́wọ́ nínú àwọn ìpolongo ní Walworth, Kensington, Bedford, Southend-on-Sea, Chelmsford, Bishop Auckland, Sunderland, Maidstone, Tunbridge Wells, Wakefield àti àwọn mìíràn. Kò sí níbi ìpàdé náà nígbà tí Celia ti wòsàn, ṣùgbọ́n ó dé lẹ́yìn náà nígbà ìpolongo náà, ó sì gba ìròyìn Stephen fúnra rẹ̀:

Ní ọjọ́ kọkànlá oṣù kẹta, ó wá gbàdúrà. Kò dà bíi pé ó ní ojú rárá kódà bí ọmọ inú rẹ̀, kò sì mọ ìyàtọ̀ láààrín ìmọ́lẹ̀ àti òkùnkùn, ọ̀sán àti òru. Lẹ́sẹ̀kẹsẹ̀ lẹ́yìn tí ó gbé ọwọ́ lé e lórí, ayé tuntun bẹ̀rẹ̀ sí í ṣí sílẹ̀ fún un: pẹ̀lú ojú tuntun rẹ̀ tó kéré gan-an, ó rí ìyàtọ̀ tó wà láàrín ìmọ́lẹ̀ àti òjìji. Ní ọjọ́ kejì, ó ríran kedere, agbára sì bẹ̀rẹ̀ sí í kà á láti inú aṣọ funfun tí wọ́n fi ṣe tábìlì.

Ọgbẹ́ni Adams fúnra rẹ̀ jẹ́rìí pé: "Mo ti rí i, mo sì ti bá a sọ̀rọ̀ láti ìgbà náà ní ọ̀pọ̀ ìgbà, nígbà kọ̀ọ̀kan ojú rẹ̀ ti dàgbà díẹ̀ ní ìwọ̀n àti agbára rẹ̀. Ó lè ka ìka tí a gbé síwájú rẹ̀, kí ó sì ṣe àyẹ̀wò díẹ̀ nípa ìjìnnà rẹ̀. Nínú èyí, ó ń kọ́ láti ríran bí ọmọ ọwọ́. Ojú rẹ̀ jẹ́ aláwọ̀ búlúù, ó sì dà bí ti baba rẹ̀."

Àyọkà láti inú "Àwọn Aṣáájú-ọ̀nà Pentecostal méje" láti ọwọ́ C. Whittaker. Gospel Publishing House, 1985

Reverend Lee Stoneking jíǹde kúrò nínú òkú

Prófẹ́ẹ̀nì Stoneking bẹ̀rẹ̀ ẹ̀rí rẹ̀ ní Àjọ Àwọn Orílẹ̀-èdè pẹ̀lú gbólóhùn náà "iṣẹ́ ìyanu ni ẹ ń wò." Ní oṣù kọkànlá ọdún 2003, ó kú nítorí àrùn ọkàn ńlá kan ní pápákọ̀ òfurufú ní Sydney Australia. Ó kú fún ìṣẹ́jú mẹ́rìnlélógójì. Wọ́n fún un ní ìtọ́jú CPR wọ́n sì fún un ní ìtọ́jú mọnamọna 10 sí ọkàn rẹ̀. 3 tàbí 4 ni wọ́n sábà máa ń fún ní Amẹ́ríkà àti Australia. Ẹ̀jẹ̀ ti kó jọ sí àwọn ẹsẹ̀ rẹ̀. Kò sí ìrètí rárá fún un. Ó kàn jẹ́ òkú lásán. Wọ́n gbé e sínú ọkọ̀ ambulance. Ìwé tí wọ́n fi hàn pé ó ti kú ti parí ní ilé ìwòsàn. Nínú ọkọ̀ ambulance, Jésù wọlé, ọkàn rẹ̀ sì bẹ̀rẹ̀ sí í lù, ẹ̀mí rẹ̀ sì padà wá. Awakọ̀ àti paramedic náà yà lẹ́nu. Wọ́n sọ nígbà tó yá pé wọn kò rí ẹnikẹ́ni tó ti gbádùn ara rẹ̀ rí. Láàárín ọ̀sẹ̀ díẹ̀, ó padà sílé sí Amẹ́ríkà fúnra rẹ̀, ara rẹ̀ ti yá pátápátá.

Lẹ́yìn tí ó padà sí Amẹ́ríkà, ó lọ sí ilé ìwòsàn kan ní Jackson, Tennessee fún àyẹ̀wò pàtàkì. Wọ́n ṣe àyẹ̀wò ẹ̀jẹ̀, títí kan àyẹ̀wò DNA. Dókítà náà polongo pé òun jẹ́ iṣẹ́ ìyanu. Kì í ṣe pé ara rẹ̀ dáadáá nìkan ni, àmọ́ wọ́n ti yọ àmì àrùn ọkàn kúrò nínú gbogbo sẹ́ẹ̀lì ara rẹ̀! Dókítà náà sọ pé èyí kò ṣeé ṣe, Ọlọ́run nìkan ló lè ṣe irú nǹkan bẹ́ẹ̀. Ọlọ́run kò jí i dìde nìkan, ó tún wò ó sàn pátápátá ní gbogbo ọ̀nà. Dókítà náà sọ fún un pé "o ti rú gbogbo òfin ìmọ̀ ìṣègùn." Rev Stoneking sọ pé "Èmi kò ṣe bẹ́ẹ̀ ṣùgbọ́n mo mọ ẹni tó ṣe bẹ́ẹ̀, orúkọ rẹ̀ sì ni Jésù."

https://youtu.be/a_-s-KobZ64

Iwosan Leukemia ninu Ipade Tommy Hicks

Nínú ìpàdé kan ní Karlsruhe, Germany, wọ́n fi ẹ̀rí tó tẹ̀lé e yìí ránṣẹ́ sí Tommy Hicks ní ọdún méjì lẹ́yìn tí ó ṣe ìpàdé níbẹ̀.

Mo ní àrùn Leukemia nínú àìsàn ikú. Àwọn ìrora náà burú gan-an. Mo fẹ́rẹ̀ẹ́ kú, ó jẹ́ ọ̀ràn ìṣẹ́jú díẹ̀. Ní ọjọ́ kejìdínlọ́gbọ̀n oṣù Kejìlá, ọdún 1955, wọ́n gbé mi sórí ibùsùn sí ìpàdé Tommy Hicks ní Sporthalle ní Beplaz (ibi ìtàgé). Arákùnrin Hicks gbàdúrà fún pẹ̀lú gbogbo ìjọ, ṣùgbọ́n ara mi kò yá. Lójúkan náà, èrò náà wá sí ọkàn mi: Nísinsìnyí, ajíhìnrere ti gbàdúrà fún mi. Nísinsìnyí, mo gbọ́dọ̀ dẹ́kun ìgbàgbọ́ mi kí n sì ṣiṣẹ́ lórí ìgbàgbọ́ mi. Mo ju apá méjèèjì sílẹ̀, mo sọ̀kalẹ̀ sí orí pèpéle, mo ń wárìrì, mo sì ń rìn nìkan láìsí ẹnikẹ́ni tí ó ràn mí lọ́wọ́. Nísinsìnyí ni mo ti mọ bí àìsàn náà ṣe ń jáde kúrò ní ọkàn àti ikùn mi. Mo dúró jẹ́ẹ́, lẹ́yìn náà mo di ìrọ̀rí mi mú, mo sáré lọ sí orí pèpéle mo sì yin Ọlọ́run fún ìgbàlà àti Oore-ọ̀fẹ́ rẹ̀ tó dára. Láti ọjọ́ náà ni mo ti ń lọ sí àwọn ìpàdé ní gbogbo alẹ́. Lónìí, ara mi yá pátápátá (August 1, 1957). Hallelujah!

Iyaafin Erna Schaudt, Karlsruhe, Bachstrasse

Ọmọkùnrin tí a wo sàn kúrò nínú àrùn ọpọlọ nípasẹ̀ Charles àti Frances Hunter

Ọmọkùnrin kékeré kan ni wọ́n bí pẹ̀lú àrùn ọpọlọ tí kò tíì rìn rí ní ìgbésí ayé rẹ̀. Àwọn òbí rẹ̀ ka ìwé Hunter náà "Heal the Sleep" wọ́n sì rò pé ó yẹ kí ọmọ wọn gbàdúrà. Wọ́n rí i pé àwọn Hunter yóò máa sọ̀rọ̀ ní ìpàdé kan tó tó ọgọ́rùn-ún máìlì sí i. Ọmọkùnrin náà ní àmùrè ní ẹsẹ̀ rẹ̀ láti ràn án lọ́wọ́ láti dúró ṣùgbọ́n kò tíì rìn rí. Àwọn Hunter gbàdúrà fún ọmọkùnrin náà, lẹ́yìn náà wọ́n ní kí àwọn òbí bọ́ àmùrè náà kí ó lè gbìyànjú láti rìn. Ọmọkùnrin náà gbé ìgbésẹ̀ kan, lẹ́yìn náà ó sáré lọ sí ẹ̀yìn ṣọ́ọ̀ṣì níbi tí bàbá rẹ̀ jókòó sí. Lẹ́yìn náà, ó yípadà, ó sì sáré padà sí iwájú. Ọmọkùnrin kékeré yìí tí kò tíì rìn rí fò sókè sí Frances Hunter, ó sì gbá a mọ́ra leralera. Ní ọdún méjìlélọ́gbọ̀n lẹ́yìn náà, Frances ń ronú nípa ìṣẹ̀lẹ̀ náà, ó sì pe ọkùnrin tí ó ti wòsàn. Ó ṣì wà ní ìlera pátápátá lẹ́yìn gbogbo ọdún wọ̀nyẹn!
Ìtàn àtilẹ̀bá náà gẹ́gẹ́ bí Frances Hunter ṣe sọ, a lè rí i níbí: http://www.sidroth.us/2013/05/30/our-guest-frances-hunter/

Iwosan Jack Hayford

Nígbà tí mo pé ọmọ ọdún kan, ó yẹ kí n kú. Nígbà tí wọ́n bí mi, nǹkan kan wà ní ọrùn mi tí àwọn dókítà kò lè tún ṣe, ó sì dájú pé bí ọjọ́ ṣe ń gorí ọjọ́, àìsàn náà yóò yí ọrùn mi padà, màá sì kú. Dókítà náà mọ̀ pé kò sí ohun tó lè ṣe láti yí i padà.

Oṣù márùn-ún, ìgbà mẹ́ta lọ́sọ̀ọ̀sẹ̀ ni ìyá mi máa ń mú mi lọ sí ìtọ́jú láti dín ìrora mi kù fún ìgbà díẹ̀. Ṣùgbọ́n dókítà náà dá mi lójú pé kò sí ohun tí a lè ṣe láti ṣàtúnṣe rẹ̀, ó gba owó ìtọ́jú mẹ́fà péré lọ́wọ́ àwọn òbí mi bó tilẹ̀ jẹ́ pé ó fún wọn ní nǹkan bí ààdọ́ta sí ọgọ́ta.

Àwọn òbí mi kò mọ Olúwa. Ìbátan ìyá mi náà kò mọ Olúwa, ṣùgbọ́n ó ti gbọ́ nípa Ṣọ́ọ̀ṣì Foursquare ní Long Beach, California. Ó ti gbọ́ pé ní Ṣọ́ọ̀ṣì náà, Jésù wo àwọn ènìyàn sàn, ó sì kọ ohun tó ń ṣe mí sílẹ̀, ó sì mú àkọsílẹ̀ yìí lọ sí Ṣọ́ọ̀ṣì náà. Níbẹ̀ ni ó ti rí ẹnìkan, ó sì béèrè pé, "Ọmọ kékeré kan wà tó ń kú, mo sì mú àkọsílẹ̀ yìí wá. Ṣé o máa gbàdúrà fún ọmọ yìí?" Àwọn ènìyàn náà wí pé, "A ó ṣe bẹ́ẹ̀." Wọ́n mú un wá sí ìpàdé àdúrà alẹ́ ọjọ́rú ti Ṣọ́ọ̀ṣì náà.

Ní ọjọ́ kejì, àwọn òbí mi bẹ̀rẹ̀ sí í kíyèsí pé nǹkan ti yípadà. Ìbátan ìyá mi ti sọ fún un pé ó ti gba ẹ̀bẹ̀ àdúrà lọ sí ṣọ́ọ̀ṣì. Láàárín ọjọ́ díẹ̀ tó tẹ̀lé e, dókítà náà sọ pé, "Ọmọ yìí ti wà ní ìlera. Kò sí ohun tó burú nínú rẹ̀." Kì í ṣe pé dókítà náà sọ pé ara mi yá nìkan ni, ó kọ̀ láti gba owó lọ́wọ́ àwọn òbí mi fún owó díẹ̀ tí ó fẹ́ gbà, nítorí pé, ó ní, "Mi ò ní nǹkan kan ṣe pẹ̀lú ìwòsàn ọmọ yìí. Èyí gbọ́dọ̀ jẹ́ ohun tí Ọlọ́run ṣe."

A le ri itan yii lori bulọọgi Jack Hayford ni https://www.jackhayford.org/teaching/articles/my-personal-testimony-of-healing

Àrùn èèmọ́ parẹ́ lórí ọmọ lẹ́yìn àdúrà láti ọwọ́ AA Allen

Ẹ̀rí yìí ni a tẹ̀ jáde nínú ìwé ìròyìn Voice of Healing ti oṣù kìíní ọdún 1951.

"Mo ti ń gbé ọmọ mi lọ sí ilé ìwòsàn Highland láti ọjọ́ kẹrìndínlógún oṣù kejọ ọdún 1949. Ìṣù tàbí ìṣù kan ti bẹ̀rẹ̀ sí í hù ní ọrùn rẹ̀, orí rẹ̀ sì ti bẹ̀rẹ̀ sí í dàgbà, ó sì ti bẹ̀rẹ̀ sí í fà sẹ́yìn. Ìṣù náà ń bá a lọ láti tóbi sí i. Orí ọmọ mi ti fà sẹ́yìn ní irú ipò bẹ́ẹ̀, nítorí náà ó lè yí i sí ọ̀nà kan ṣoṣo. Nítorí pé kò gbádùn, mo dẹ́kun lílọ sí ọ̀dọ̀ àwọn dókítà. Mo máa ń fi ọwọ́ pa ọrùn rẹ̀ lójoojúmọ́, ṣùgbọ́n ó ń burú sí i. Nọ́ọ̀sì náà wá, ó sì gbìyànjú láti jẹ́ kí n mú un padà wá fún ìtọ́jú síwájú sí i, ṣùgbọ́n ní àkókò yìí mo ti ń gbọ́ ìwàásù Rev. AA Allen nípa ìwòsàn, mo sì ti pinnu láti gbẹ́kẹ̀lé Ọlọ́run.

Mo gbé ọmọ mi la ìlà ìwòsàn kọjá. Arákùnrin Allen gbé ọwọ́ rẹ̀ lé ọmọ mi, ó sì fi ègún náà bú ní orúkọ Jésù, ó sì pàṣẹ pé kí ó pòórá. Ó dà bíi pé kò sí ohun tó ṣẹlẹ̀ títí tí mo fi dé ilé, tí mo sì ń múra ọmọ mi sílẹ̀ fún ibùsùn. Ìyá mi wà pẹ̀lú mi, àwa méjèèjì sì ń wo ìwúwo náà. Bí àwa méjèèjì ṣe ń wò ó, ó pòórá lójijì, ó sì pòórá. Èmi àti ìyá mi rí i, ṣùgbọ́n èmi náà bí mo ti gbé ọmọ mi ní apá mi, mo sì nímọ̀lára pé ó ti lọ. Mo ní gbólóhùn láti ọ̀dọ̀ dókítà pé ọmọ mi ti yá pátápátá."
Thelma Phillips
San Leandro, CA

Obìnrin kan wo àrùn ẹ̀gbà ọpọlọ sàn lẹ́yìn tí Ọlọ́run fún un ní ìran kan

A bí Marlene Klepees ní ọjọ́ ìbí rẹ̀ láìpẹ́, ó kéré sí ìwọ̀n méjì. Ó ní àrùn ọpọlọ, ó sì yarọ. Nígbà tí ó pé ọmọ ọdún méjì, àwọn òbí rẹ̀ kú nínú ìjànbá alùpùpù. Ó ń gbé pẹ̀lú àwọn òbí ńlá rẹ̀, àwọn ìdílé tí wọ́n ń tọ́jú rẹ̀, àti àwọn òbí ńlá rẹ̀. Nígbà tí ó pé ọmọ ọdún méjìlá, àwọn ọ̀dọ́langba kan mú un wá sí ìpàdé àwọn ọ̀dọ́ níbi tí ó ti fi ẹ̀mí rẹ̀ fún Kristi. Ó rò pé ó ní àrùn ọpọlọ nítorí pé Ọlọ́run ló dá a lọ́nà yẹn.

Marlene ń ṣòro nígbà tí ó ń di ọ̀dọ́langba, ó sì bẹ̀rẹ̀ sí í ní ìrora ọkàn líle. Wọ́n burú débi pé àwọn olùtọ́jú rẹ̀ bẹ̀rẹ̀ sí í ní egungun tí ó fọ́. Lẹ́yìn ìpalára kan, ó fẹ́rẹ̀ẹ́ di aláìlera pátápátá, wọ́n sì sọ fún àwọn òbí àgbà rẹ̀ pé ọpọlọ rẹ̀ ti kú. Ìríran rẹ̀ ń burú sí i, ó sì rò pé ìgbésí ayé rẹ̀ kò fara dà.

Gẹ́gẹ́ bí ìyípadà ìkẹyìn, wọ́n gbé e lọ sí ilé ìwòsàn Mayo ní Rochester Minnesota. Wọn kò lè ràn án lọ́wọ́ ní oṣù mẹ́ta tí ó fi dúró síbẹ̀. Wọ́n fẹ́ rán Marlene lọ sí ilé ìtọ́jú àwọn arúgbó láìsí ìrètí pé yóò sunwọ̀n sí i. Ó kígbe sí Ọlọ́run. Ó nímọ̀lára pé ooru kan bò ó, ó sì bo ojú rẹ̀. Lẹ́yìn náà, Ọlọ́run fún un ní ìran pé ara rẹ̀ yóò yá. Ó fi ẹni tí yóò gbàdúrà fún un hàn án, irú aṣọ tí yóò wọ̀, irú aṣọ tí yóò wọ̀, bí inú ilé ìjọsìn náà ṣe rí, ó sì tún fún un ní ọjọ́ kan - ọjọ́ kọkàndínlọ́gbọ̀n oṣù kẹta.

Nítorí ìtẹnumọ́ Marlene, nọ́ọ̀sì rẹ̀ ràn án lọ́wọ́ láti wo àwọn ojú ìwé aláwọ̀ ewé ní àwọn ṣọ́ọ̀ṣì, ìpolówó kan ṣoṣo fún Ṣọ́ọ̀ṣì Bíbélì Open sì tàn yanranyanran lórí ojú ìwé náà. Ó mọ̀ pé èyí ni èyí tó tọ̀. Nọ́ọ̀sì náà kò gbàgbọ́, ó sì gé ìwé tẹlifóònù náà. Lẹ́yìn náà, nọ́ọ̀sì náà pe pásítọ̀ náà, ó sì fún un ní nọ́ńbà yàrá náà, ṣùgbọ́n kò sọ orúkọ ilé ìwòsàn náà. Pásítọ̀ náà kò dá a lójú, ṣùgbọ́n ó wá Marlene kiri. Nígbà tí ó dé Marlene sọ fún un pé òun jọ ọkùnrin tí ó gbàdúrà fún un nínú ìran náà. Emmerson gbà láti gbàdúrà fún un, ó sì ṣètò kí wọ́n mú un wá sí ṣọ́ọ̀ṣì rẹ̀. Ó ní láti fi ẹ̀wọ̀n dè é nítorí pé ó ń gbọ̀n gidigidi.

Pastor Emmerson kò tíì rí iṣẹ́ ìyanu kankan rí ní ṣọ́ọ̀ṣì rẹ̀. Ènìyàn méje péré ló wà nínú ìsìn alẹ́ ọjọ́ Sunday. Àwọn ènìyàn péjọ sí i láti gbàdúrà. Emmerson fi òróró pa á lára, ó sì bẹ̀ ẹ́ pé kí Ọlọ́run wo Marlene sàn láti orí rẹ̀ títí dé orí ìka ẹsẹ̀ rẹ̀. Lẹ́yìn náà, ó bi Marlene bóyá ó fẹ́ dìde dúró lórí ìgbàgbọ́. Lẹ́sẹ̀kẹsẹ̀ bí ó ti bẹ̀rẹ̀ sí í dúró, Marlene nímọ̀lára agbára láti inú ẹsẹ̀ rẹ̀. Nígbà tí ẹsẹ̀ rẹ̀ kan ilẹ̀, ó fi ọwọ́ kan ilẹ̀ fún ìgbà àkọ́kọ́ nínú ìgbésí ayé rẹ̀. Àwọn orúnkún àti ìka ẹsẹ̀ rẹ̀ tọ́ka sí inú ṣùgbọ́n pẹ̀lú ìgbésẹ̀ kọ̀ọ̀kan wọ́n nà jáde. Ó lágbára sí i pẹ̀lú ìgbésẹ̀ kọ̀ọ̀kan. Ó gbé ìgbésẹ̀ díẹ̀ fúnra rẹ̀, ó sì ń sáré kiri ṣọ́ọ̀ṣì náà. Ọlọ́run sọ fún un pé kí ó bọ́ àwọn awò ojú rẹ̀, ojú rẹ̀ sì rí ìwòsàn lọ́nà ìyanu pẹ̀lú.

Ó padà sí Mayo Clinic tí ó ń rìn kiri, ohun tí kò tíì ṣe rí láti ìgbà tí wọ́n ti gbà á sí yàrá ìtọ́jú. Wọ́n dá a sílẹ̀ ní ọjọ́ kejì. Nígbà tí ó padà dé fún àyẹ̀wò ní ọ̀sẹ̀ díẹ̀ lẹ́yìn náà, ara rẹ̀ ti yá sí i. Gbogbo àmì àìlera ti lọ! Kódà àyẹ̀wò ọpọlọ kò fi àmì àrùn palsy hàn. Ó ń rìn déédéé, ó sì ríran ju 20/20 lọ.

Ìgbésí ayé Marlene ti jẹ́ ohun tó wọ́pọ̀ láti ìgbà náà. Ó máa ń sọ ẹ̀rí rẹ̀ déédéé, ó sì máa ń gbàdúrà fún àwọn aláìsàn. Ó lè ṣe gbogbo ohun tí ẹni tó ní ìlera lè ṣe. Ìgbésí ayé rẹ̀ ti padà bọ̀ sípò pátápátá.
Ẹ̀rí Láti Ìfihàn Sid Roth:

https://youtu.be/4bsKnpOYMUs

https://youtu.be/z4TN2uxS7DA

Iṣẹ́ ìyanu lẹ́yìn tí àwọn iṣan ẹ̀jẹ̀ bú gbàù

Chris Robinson jẹ́ olùkọ́ àti olùgbé ẹrù. Ó dàgbà ní ilé Kristẹni, ó sì mọ Ọlọ́run. Ìgbéyàwó tó le koko ti mú ìbínú wá sí ìgbésí ayé rẹ̀, ó sì pinnu pé ẹ̀bi Ọlọ́run ni, ó sì yípadà kúrò lọ́dọ̀ Rẹ̀.
Lọ́jọ́ kan, Chris wà níbi ìdánrawò pẹ̀lú ọmọ ìyá rẹ̀. Lójijì, ó nímọ̀lára pé ọkàn rẹ̀ ń gbọ̀n, kò sì lè mọ ẹsẹ̀ ọ̀tún rẹ̀ mọ́. Ó dé sílé, ó sì wó lulẹ̀ lórí ibùsùn. Nígbà tí ìyàwó rẹ̀ mú un lọ sí yàrá ìtọ́jú àwọn aláìsàn, àwòrán ológbò fi hàn pé àwọn iṣan ara rẹ̀ ti gé, gbogbo ẹ̀jẹ̀ ọkàn rẹ̀ sì ń tú jáde sínú ikùn rẹ̀. Kò sí ẹ̀jẹ̀ tó ń lọ sí ẹ̀gbẹ́ rẹ̀ tàbí ọpọlọ rẹ̀. Oníṣẹ́ abẹ náà wọlé, ó sì sọ fún un pé “Mi ò lóye bí o ṣe ń sọ̀rọ̀ nísinsìnyí. Ọ̀pọ̀lọpọ̀ àwọn tó ní àìsàn rẹ ti kú.”

Wọ́n gbé Chris lọ sí iṣẹ́ abẹ, wọ́n sì ṣiṣẹ́ lórí rẹ̀ fún wákàtí mẹ́sàn-án. Wọn kò lè tún ìbàjẹ́ náà ṣe, dókítà náà sì pinnu láti dáwọ́ dúró nítorí pé kò sí ìrètí. Ní àkókò yìí, àwọn ọ̀rẹ́, ìdílé, àti àwọn akẹ́kọ̀ọ́ wà ní ilé ìwòsàn tí wọ́n ń gbàdúrà, àwọn ènìyàn kárí ayé sì ń gbàdúrà fún Chris. Dókítà mìíràn béèrè lọ́wọ́ dókítà oníṣẹ́ abẹ bóyá ó lè bá a gbàdúrà. Bó tilẹ̀ jẹ́ pé dókítà oníṣẹ́ abẹ náà kò gbàgbọ́ nínú àdúrà, ó gbà.

Lẹ́yìn àdúrà náà, ó nímọ̀lára pé ó fẹ́ padà wọlé kí ó sì tún gbìyànjú. Ó ń wo àwọn iṣan ara Chris, lójijì agbára Ọlọ́run kan sára yàrá iṣẹ́ abẹ náà. Bí dókítà oníṣẹ́ abẹ náà ti ń wo inú àyà Chris, gbogbo àwọn iṣan ara tí ẹ̀jẹ̀ ń jáde wá jọ lójijì, láìsí dókítà oníṣẹ́ abẹ náà tí ó fọwọ́ kan wọ́n, wọ́n sì dá ẹ̀jẹ̀ dúró. Dókítà oníṣẹ́ abẹ náà ti Chris mọ́, ó sì lọ bá ìdílé rẹ̀ sọ̀rọ̀.

Oníṣẹ́ abẹ náà sọ fún ìdílé Chris pé òun ṣì wà láàyè ṣùgbọ́n ó ṣeé ṣe kí òun jẹ́ ewébẹ̀, òun sì máa pàdánù àwọn ẹ̀gbẹ́ ara rẹ̀. Kò tíì rí aláìsàn kan tó yè fún ìgbà pípẹ́ bẹ́ẹ̀ láìsí ẹ̀jẹ̀ sí àwọn ẹ̀yà ara pàtàkì. Àwọn ènìyàn tẹ̀síwájú láti gbàdúrà. Wọ́n fi Chris sínú ìdákú kí ó má baà lè rìn kiri.

Nígbà kan, Chris jí, ó rí i pé òun kò kú, ó sì bẹ̀rẹ̀ sí í bá Ọlọ́run sọ̀rọ̀. Nígbà tí ó bi Ọlọ́run pé kí ló dé tí òun fi wà láàyè, ó rí ìran kan. Ó rí ara rẹ̀ ní yàrá iṣẹ́ abẹ, àwọn ẹ̀dá dúdú méjì sì wà ní orí tábìlì iṣẹ́ abẹ. Ó mọ̀ pé wọ́n wà níbẹ̀ láti dá iṣẹ́ abẹ dúró. Ó rí gbogbo ènìyàn ní yàrá iṣẹ́ abẹ àti bí wọ́n ṣe ń rí lára wọn. Lẹ́yìn náà, ó rí áńgẹ́lì ńlá kan tó wọ inú yàrá náà. Ó ní òun lè rí i pé áńgẹ́lì náà ga ní ilé mẹ́ta. Áńgẹ́lì náà sọ pé "ó dúró." Àwọn ẹ̀dá dúdú náà jáde lọ.

Nígbà tí Chris jí, ó lè sọ̀rọ̀, àwọn ẹsẹ̀ rẹ̀ sì ń ṣiṣẹ́. Dókítà kíndìnrín kan wá, ó sì sọ fún un pé kíndìnrín rẹ̀ ti dínkù, ó sì ti kú. Ó ní láti lọ ṣe ìtọ́jú ìṣàn ẹ̀jẹ̀. Chris sọ fún un pé "Rárá, Ọlọ́run ló ṣe iṣẹ́ ìyanu yìí, kíndìnrín mi yóò sì ṣiṣẹ́." Dókítà náà rò pé ó ya wèrè, ṣùgbọ́n ó sọ pé òun yóò padà wá ní ọjọ́ kejì. Ní ọjọ́ kejì kíndìnrín rẹ̀ ti padà sí ìwọ̀n rẹ̀ déédéé, ó sì bẹ̀rẹ̀ sí í ṣiṣẹ́. Dókítà náà padà wá, ó sì sọ fún un pé òun yóò nílò ìtọ́jú nítorí pé kíndìnrín kan ti dí. Chris tún sọ pé "Rárá, Ọlọ́run kò ṣe iṣẹ́ ìyanu, kíndìnrín rẹ̀ yóò sì wòsàn pátápátá." Ní ọjọ́ kejì, nígbà tí dókítà náà padà dé, kíndìnrín náà hàn pé iṣẹ́ rẹ̀ pé.
Iṣẹ́ ìyanu tí a kò lè ṣàlàyé rẹ̀ ni èyí. Gbogbo àwọn tó wà ní ilé ìwòsàn, títí kan àwọn dókítà, àwọn nọ́ọ̀sì, àti àwọn òṣìṣẹ́

gbọ́ nípa rẹ̀ nítorí pé ó jẹ́ ohun ìyanu. Kristi ń bá a lọ láti máa jẹ́rìí níbikíbi tí ó bá ti lè ṣe é.

O le wo gbogbo fidio ẹri naa nibi:
https://youtu.be/VHzZE7a72Xw

Oju ti a da nigba ti Mel Bond gbadura

Mel Bond ní ẹgbẹ́ kan, wọ́n sì ń ṣe iṣẹ́ ìránṣẹ́ ní Chinandega, Nicaragua ní oṣù kìíní ọdún 2000. Wọ́n ń pàdé ní gbàgede ìlú kan, àwọn ènìyàn tó wà níbẹ̀ tó tó 3000 sí 3500 ló wà níbẹ̀. Mel ti mú àwọn obìnrin méjì wá síwájú tí wọ́n fọ́jú, wọ́n sì gbàdúrà fún wọn. Àwọn méjèèjì ríran. Ìyá kan wà nínú àwùjọ tó tì í síwájú pẹ̀lú ọmọbìnrin rẹ̀ tó jẹ́ ọmọ ọdún mẹ́fà tàbí méje. Ojú àwọn ọmọbìnrin rẹ̀ funfun pẹ̀lú ohun ọ̀rá tó wúwo níbi tí ojú yẹ kí ó wà, ó sì fọ́jú pátápátá. Kò sí ojú tàbí bí ojú. Ìyá náà béèrè lọ́wọ́ Mel pé "Ṣé Ọlọ́run rẹ lè wo ọmọbìnrin mi sàn?" Mo sọ fún un pé "dájúdájú Ọlọ́run mi lè ṣe bẹ́ẹ̀." Ó dá a lójú pé ohun gbogbo ṣeé ṣe pẹ̀lú Ọlọ́run. Mel di ojú rẹ̀ kí ó lè pọkàn pọ̀, ó sì gbàdúrà gẹ́gẹ́ bí Jésù ti kọ́ ọ. Bó tilẹ̀ jẹ́ pé ojú Mel ti di àlùfáà lẹ́yìn rẹ̀, Pastor Eddie Rogers, rí ìjì líle tàbí ìjì líle tó ń bọ̀ wá sí ojú kọ̀ọ̀kan.

Iyẹn lọ fún ìṣẹ́jú àádọ́ta sí àádọ́rùn-ún. Nígbà tí Mel dẹ́kun àdúrà, ìjì líle náà ti lọ, ojú méjì aláwọ̀ ilẹ̀ sì wà níbẹ̀. Ọmọbìnrin náà yàtọ̀ débi pé nígbà tí Mel ṣí ojú rẹ̀, ó rò pé ẹnìkan ti yí ọmọbìnrin kékeré náà padà pẹ̀lú ẹlòmíràn nígbà tí ó ń gbàdúrà. Pasítọ̀ Rogers lè jẹ́rìí pé ọmọbìnrin kan náà ni. Ó yípadà, ó sì rí ìyá rẹ̀ fún ìgbà àkọ́kọ́. Gbogbo ènìyàn ń sunkún. Pasítọ̀ Rogers jẹ́rìí pé ó jẹ́ iṣẹ́ ìyanu tó yanilẹ́nu jùlọ tí òun tíì rí rí.
A le rii itan kikun lori ifihan Sid Roth:
https://youtu.be/NgNiGyds4EA

Àwọn Kíndìnrín Tó Ti Kú Wá Láàyè

Charles Shamp ń ṣe iṣẹ́ ìránṣẹ́ ní Reno, Nevada nígbà tí ó sọ ẹ̀rí obìnrin kan tí ó ti wo àrùn kíndìnrín sàn. Kurt, ọkùnrin kan láti ìjọ gbọ́ ìtàn náà, ó sì bẹ̀rẹ̀ sí í sunkún láìdáwọ́dúró. Àwọn kíndìnrín rẹ̀ ti pa, ó sì ti ń lo ìtọ́jú ìṣègùn fún oṣù márùn-ún. Àwọn ènìyàn ní ìjọ rẹ̀ mọ ipò rẹ̀, wọ́n sì yí i ká láti gbàdúrà fún un, wọ́n sì gbé ọwọ́ lé e lórí. Obìnrin kan rọ̀ ọ́ láti gbìn sínú iṣẹ́ ìsìn náà. Bí ó ti ń rìn lọ sókè, Ẹ̀mí Mímọ́ sọ fún Kurt láti sọ fún Charles pé "Mo nílò kíndìnrín tuntun." Charles gbàdúrà fún un, ó sì ṣubú lábẹ́ Ẹ̀mí Ọlọ́run. Nígbà tí ó ń gba àdúrà, kíndìnrín rẹ̀ bẹ̀rẹ̀ sí í ṣiṣẹ́ fún ìgbà àkọ́kọ́ láààrín oṣù márùn-ún! Ó parí sí lílo yàrá ìgbọ̀nsẹ̀ ní ìgbà mẹ́ta ní alẹ́ ọjọ́ náà, èyí tí kò ṣeé ṣe ní ipò rẹ̀. Ìjọ rẹ̀ ní ìtara fún un, àwọn ènìyàn kan tilẹ̀ tẹ̀lé e wọ inú yàrá ìgbọ̀nsẹ̀ láti jẹ́rìí ìyípadà náà!

Fídíò àkọ́kọ́ ti ẹ̀rí náà nìyí, Charles sì gbàdúrà fún àwọn ènìyàn tó ń wò ó pẹ̀lú:
https://youtu.be/6tNAsEUd-5A

Iṣẹ́ ìyanu ìṣẹ̀dá nípasẹ̀ Charles Shamp

Charles Shamp wà ní Perth Australia níbi tí obìnrin kan tí orúkọ rẹ̀ ń jẹ́ Deborah ti jẹ́rìí iṣẹ́ ìyanu ìṣẹ̀dá kan. Wọ́n ti ṣe àyẹ̀wò pé ó ní àrùn jẹjẹrẹ ọmú àti lymphoma. Ó ní láti ṣe iṣẹ́ abẹ láti yọ ọmú méjèèjì rẹ̀ kúrò, bó tilẹ̀ jẹ́ pé wọ́n ti fi àwọn ohun èlò ìtọ́jú sínú rẹ̀, wọ́n tún fa àwọn ìṣòro mìíì, ó sì yọ wọ́n kúrò nígbẹ̀yìn-gbẹ́yín. Nígbà ìpàdé náà, Charles pín ẹ̀rí iṣẹ́ ìyanu ìṣẹ̀dá kan níbi tí Ọlọ́run ti mú ọmú obìnrin kan tí wọ́n ti yọ kúrò padà. Deborah gba ọ̀rọ̀ náà, ó sì rí i pé nǹkan kan ń ṣẹlẹ̀. Ooru bẹ̀rẹ̀ láti ààrín rẹ̀, ó sì lọ sí ibi àyà rẹ̀. Lẹ́yìn náà, ó di èéfín, ó sì gbóná. Lẹ́yìn náà, àwọn ohun èlò ìtọ́jú ara rẹ̀ gbóná pẹ̀lú. Nígbà tí ó wọ aṣọ rẹ̀, ó rí i pé ó ti ń ya pẹ́rẹpẹ̀rẹ. Ó lọ sí yàrá ìgbọ̀nsẹ̀, ó sì ṣàyẹ̀wò, ó sì yà á lẹ́nu láti rí i pé ọmú rẹ̀ ń dàgbà. Ọ̀rẹ́ kan tí ó jẹ́ nọ́ọ̀sì náà tún ṣàyẹ̀wò, ó sì gbà pé ọmú rẹ̀ ń dàgbà. Ẹ̀rí rẹ̀ ni pé Ọlọ́run lè ṣe ohunkóhun.

A le rii ẹri fidio atilẹba nibi: https://youtu.be/CVnjjH8Jo1I

Herb Mjorud jí Obìnrin kan dìde kúrò nínú òkú

Nígbà tí wọ́n pe Reverend Mjorud sí iwájú Ìgbìmọ̀ Lutheran ti Amẹ́ríkà láti gbèjà àwọn ìṣe rẹ̀ tó lágbára, ìtàn yìí ni ó ní láti ṣàlàyé. Ó ṣẹlẹ̀ nígbà ìsìn ìhìnrere ní Ṣọ́ọ̀ṣì Lutheran kan. Bó tilẹ̀ jẹ́ pé ọ̀pọ̀ ènìyàn ló rí i gẹ́gẹ́ bí iṣẹ́ ìyanu ìyanu, wọn kò gbà bẹ́ẹ̀. Wọ́n yọ ọ́ kúrò ní ipò rẹ̀ gẹ́gẹ́ bí Ajíhìnrere Lutheran.

Ní ìparí ìsìn alẹ́ kan, mo bẹ àwọn tí wọ́n ń wá ìgbàlà láti gbàdúrà ìdáríjì ní ìdákẹ́jẹ́ẹ́. Mo dábàá pé kí àwọn tí wọ́n fẹ́ gba Jésù Kristi gẹ́gẹ́ bí Olùgbàlà gbé ọwọ́ wọn sókè. Ọ̀pọ̀ ọwọ́ ló gbé sókè lẹ́sẹ̀kẹsẹ̀. Lẹ́yìn náà obìnrin kan ní ẹ̀yìn gbé ọwọ́ rẹ̀ sókè, ó sì sọ ọ́ sílẹ̀ díẹ̀díẹ̀, bí ẹni pé ó dákú. Obìnrin mìíràn, tí mo gbọ́ nígbà tó yá, jẹ́ nọ́ọ̀sì tó ti forúkọ sílẹ̀, yára lọ ràn án lọ́wọ́.

Ṣùgbọ́n mo ní ìpè náà. Ọwọ́ ń jáde lọ sókè. Ó fẹ́rẹ̀ẹ́ tó ènìyàn márùndínlógójì (45) tó gbé ọwọ́ wọn sókè láti gba Kristi. Mo gbàdúrà, mo sọ ọ̀rọ̀ ìtọ́ni, mo sì fi ìsìn náà lé pásítọ̀ lọ́wọ́ fún ìparí. A kọ orin ìparí, ó kéde ìbùkún, lẹ́yìn náà ó ní kí n dara pọ̀ mọ́ òun lẹ́yìn ẹgbẹ́ akọrin láti kí àwọn ènìyàn ní ẹnu ọ̀nà nígbà tí wọ́n bá ń jáde lọ.

Ní àárín ìgbà tí ayẹyẹ ìdágbére yìí ti bẹ̀rẹ̀ ní ẹnu ọ̀nà, obìnrin kan ti wọ́ àárín àwọn ènìyàn náà sí mi. Ó ń sunkún. "Óò, Pasítọ̀ Mjorud," ó bẹ̀bẹ̀ pé, "jọ̀wọ́ wá ràn wá lọ́wọ́. Ìyáàfin Ford ti ń kú tàbí ó ti kú. Wá gbàdúrà pẹ̀lú wa."

Mo fi ọwọ́ mi sílẹ̀, mo sì lọ sí ibi ìtọ́jú ẹ̀yìn lẹ́sẹ̀kẹsẹ̀. Àwọn nọ́ọ̀sì méjì dúró lẹ́yìn Ìyáàfin Ford tí wọ́n wó lulẹ̀ sínú ibi ìtọ́jú náà. Bí mo ṣe yọ́ wọ inú ibi ìtọ́jú náà níwájú Ìyáàfin Ford, nọ́ọ̀sì kan mi orí rẹ̀ (láti kìlọ̀ fún mi ṣùgbọ́n kí n má baà bínú Ọ̀gbẹ́ni Ford), bíi pé ó sọ pé "kò sí ohun tí o lè ṣe." Ẹnìkan sọ pé Ìyáàfin Ford ní àwọn àmì ìtọ́jú tí ń dákú. "Bẹ́ẹ̀ ni mo mọ̀," nọ́ọ̀sì tí a forúkọ sílẹ̀ sọ, "ṣùgbọ́n nígbà tí o bá ní àmì ìtọ́jú tí ń dákú, ìlù ọkàn kan ń dún. Ìyáàfin Ford kò ní ìlù ọkàn."
Mi ò mọ ohun tí mo fẹ́ ṣe, mo sì gbàdúrà fún ìrànlọ́wọ́ Ọlọ́run. Ẹ̀mí Ọlọ́run bẹ̀rẹ̀ sí í gbé mi lórí lẹ̀ẹ̀kan sí i. Mi ò lè fi èyí hàn ọ́, ìmọ̀ lásán ni. Mo fi ọwọ́ mi sí ojú Ìyáàfin Ford. Òtútù mú un, ó sì rọ̀. Mo fi ẹ̀yìn ọwọ́ mi sí abẹ́ imú rẹ̀ láti mí ẹ̀mí. Mi ò lè nímọ̀lára kankan. Mo gbé apá rẹ̀ tó rọ̀ sílẹ̀ láti fi mí kan ara. Mo dúró láti mọ ìlù ọkàn, kò sí ìlù ọkàn. Nọ́ọ̀sì náà mi orí rẹ̀.

Mo sọ fún àwọn ènìyàn tó wà lẹ́yìn ìjọ náà pé Arábìnrin Ford ti kú. Mo sọ pé "ibi àti ọ̀nà tó dára gan-an láti lọ, níbí nínú ìjọ, láàárín àwọn ọ̀rẹ́ àti àwọn èèyàn mi." Ṣùgbọ́n lójijì pẹ̀lú àwọn ọ̀rọ̀ wọ̀nyẹn, Ẹ̀mí Ọlọ́run bá mi sọ̀rọ̀ pé: "Kí ni Pọ́ọ̀lù ṣe nígbà tí Yútíkọ́sì ṣubú sínú sínágọ́gù, tí wọ́n sì gbé e dìde ní òkú?" Mo rántí ohun tí Pọ́ọ̀lù ṣe. Ó gbàdúrà fún ọkùnrin yẹn, ó sì padà sí ìyè.

Lẹ́yìn náà ni mo ṣe nǹkan kan láìronú. Mo na ọwọ́ mi, mo sì fi lé Arabinrin Ford, mo sì gbàdúrà. "Èyí jẹ́ fún ògo Ọlọ́run. Kò sí ohun tí ó ṣòro fún àwa tí a gbàgbọ́ nínú Jesu Kristi. Ó rọrùn fún ọ, Oluwa, láti mú arábìnrin wa ọ̀wọ́n padà sí ìyè. Oluwa fi ògo rẹ hàn kí o sì mú ìyè padà wá fún obìnrin yìí." Mo nímọ̀lára ohun kan tí ó ń ṣẹlẹ̀ nínú ara rẹ̀. Mo fi ọwọ́ mi sí ojú rẹ̀. Ní àkókò yìí mo lè nímọ̀lára ẹ̀mí díẹ̀. "Iyaafin Ford ń mí." Mo wí. Nọ́ọ̀sì náà gbé apá rẹ̀ sókè, ó sì wí pé "kò lè mí nítorí pé ọkàn kò ní ìlù." Lẹ́yìn náà ni àyà Arabinrin Ford bẹ̀rẹ̀ sí í mì, mo sì wí pé "Ó ń mí, wo àyà rẹ̀." Nọ́ọ̀sì náà wí pé "ìyẹn gbọ́dọ̀ jẹ́ irú ìlù nítorí pé ọkàn kò ní ìlù. Dúró, dúró díẹ̀. Ọkàn rẹ̀ ti bẹ̀rẹ̀, ọkàn rẹ̀ ń lù."

Lẹ́yìn náà ni Arábìnrin Ford la ojú rẹ̀, ó sì ní "Mo gbọ́dọ̀ lọ sílé." Nọ́ọ̀sì náà sọ pé "o kò lè lọ sílé síbẹ̀ a ti pe dókítà àti ọkọ̀ ambulance." "Ó dára, Arabinrin Ford sọ fún nọ́ọ̀sì náà." Ó yíjú sí mi, ó sì fi ọwọ́ mi balẹ̀, ó sì wí pé "Ẹ ṣeun Pastor Mjorud fún ìwàásù àgbàyanu yẹn." Lẹ́yìn náà ni dókítà dé, ó sì yọ ìró ìró rẹ̀ jáde, ó sì tẹ́tí sí ọkàn Ìyáàfin Ford. Ó wo ìlù ọkàn rẹ̀, ó mú iná ìró kan, ó sì wo ojú rẹ̀. Níkẹyìn, ó ní "Kò sí ohun tó burú fún ọ Ìyáàfin Ford, o lè lọ sílé." Ó sì ṣe bẹ́ẹ̀.

Mo ti ronú nípa àwọn ipò tó yí ìlera Arábìnrin Ford ká leralera. Ìbá ti mú gbogbo ìṣòro kúrò nítorí pé mo kàn tẹ̀lé èrò gbogbogbò yìí. Gbogbo ènìyàn ń dúró dè mí láti sọ pé "Arábìnrin Ford dákú, ó sì jí dìde lẹ́yìn tí mo gbàdúrà fún un." Ṣùgbọ́n mo wà níbẹ̀! Pẹ̀lú ẹ̀rí ọkàn rere, mi ò lè ṣe bẹ́ẹ̀. Àwọn nọ́ọ̀sì méjèèjì tó ń tọ́jú Arábìnrin Ford kéde ikú rẹ̀. Gbogbo wa gbàgbọ́ nígbà náà, àti lẹ́yìn náà, pé a ti jí i dìde kúrò nínú òkú. Lóòótọ́, kò sí oníṣègùn kankan níbẹ̀ pẹ̀lú àwọn ohun èlò ìṣègùn láti ṣe àyẹ̀wò rẹ̀ títí di ìgbà tí ó jíǹde. Ṣùgbọ́n nígbà tí mo ṣe àyẹ̀wò rẹ̀ lọ́nà àìlábàwọ́n, mo gbàgbọ́ pé ó ti kú. Mo gbàgbọ́ pé Ẹ̀mí Mímọ́ náà mọ̀ pé ó ti kú. Ẹ̀mí Mímọ́ darí mi láti ṣe ohun tí Pọ́ọ̀lù ṣe nígbà tí ó jí Eutiku dìde kúrò nínú òkú. Nínú ọkàn mi, ó ti kú. Àdúrà mi kì í ṣe pé kí ó jáde kúrò nínú oògùn tí ó ń dákú. Ṣùgbọ́n pé Olúwa yóò mú un padà sí ìyè.

Mo nímọ̀lára pé ẹ̀mí padà wá sínú ara rẹ̀ pẹ̀lú ọwọ́ mi lórí rẹ̀. Gbogbo àwọn tó wà níbẹ̀, àwọn nọ́ọ̀sì, ọkọ rẹ̀, àwọn ìbátan rẹ̀, Pásítọ̀, àti pàápàá Ìyáàfin Ford fúnra rẹ̀, gbàgbọ́ pé a ti jí i dìde kúrò nínú òkú.

Àyọkà láti inú "Àṣẹ Rẹ Láti Wosan" láti ọwọ́ Herbert Mjorud. Ilé Creation House tẹ̀ ẹ́ jáde ní ọdún 1975.

Pasitọ Supressa Sithole gbadura fun obinrin ti o gba oju tuntun

Pastor Supressa (Ìyàlẹ́nu) Sithole ní ìbáṣepọ̀ pẹ̀lú Iris Ministries àti Rolland àti Heidi Baker. Ó sọ ìtàn obìnrin kan tí wọ́n gbàdúrà fún ní ìpàdé kan. Ó ní àrùn kan nígbà tí ó ń gbé ní Malawi tí ó kọlu ojú rẹ̀. Nígbà tí àrùn náà bẹ̀rẹ̀ sí í ṣẹlẹ̀ lára ẹnìkan, ojú rẹ̀ yóò bàjẹ́ pátápátá tí yóò sì pòórá. Ojú obìnrin yìí ti lọ pátápátá nígbà tí wọ́n gbàdúrà fún un. Ọ̀pọ̀ ènìyàn gbàdúrà fún un, ṣùgbọ́n kò sí ohun tí ó yípadà. Ní alẹ́ ọjọ́ náà, ó sùn, ó sì lá àlá àgbàyanu kan. Ó lá àlá pé òun lè ríran, ó sì jáde lọ sí ọgbà, ó sì bẹ̀rẹ̀ sí í kọrin. Àwọn obìnrin tí wọ́n wà pẹ̀lú rẹ̀ jáde wá, wọ́n sì béèrè lọ́wọ́ rẹ̀ bí ó ṣe dé síta. Ó sọ fún wọn pé “Mo ń lá àlá tí mo lè ríran.” Wọ́n sọ fún un pé “o kò lá àlá!” Ó ní ojú tuntun.

A le gbọ́ ìtàn yìí àti àwọn ìtàn mìíràn pẹ̀lú ọ̀kan nípa ọmọbìnrin kan tí a jí dìde kúrò nínú òkú lórí ìfọ̀rọ̀wánilẹ́nuwò Pastor Sithole pẹ̀lú Sid Roth.
https://youtu.be/9d-ncO92hr0

Florence Hedges wo Lupus sàn nípasẹ̀ àdúrà ní ọdún 1998

Ní ọdún mẹ́jọ sẹ́yìn, mo ti tọ́jú ọkọ mi ní oṣù mẹ́fà tó kẹ́yìn láyé rẹ̀. Kò pẹ́ lẹ́yìn ikú rẹ̀, ara mi bẹ̀rẹ̀ sí í bàjẹ́. Mo ní ìrora àti ìrora. Mo fẹ́rẹ̀ẹ́ máa ń ní ìrora ní ẹ̀yìn mi. Ọ̀pọ̀ ìgbà ló máa ń dà bíi ọ̀bẹ, ó sì dín ìrìn àjò mi kù gan-an. Mi ò ní agbára rárá, mo sì kàn fẹ́ sùn ní gbogbo ìgbà. Lẹ́yìn ìrìn àjò púpọ̀ sí dókítà, ó darí mi lọ sí ọ̀dọ̀ onímọ̀ nípa àrùn rheumatologist, ó sì ṣètò ọ̀pọ̀lọpọ̀ àyẹ̀wò ẹ̀jẹ̀. Àwọn àbájáde náà kò dára, ṣùgbọ́n wọn kò lè mọ ohun tó fà á. Níkẹyìn, lẹ́yìn oṣù méjìdínlógún àti àyẹ̀wò DNA, wọ́n ṣàwárí àrùn autoimune lupus. Mo tẹ̀síwájú pẹ̀lú àyẹ̀wò ẹ̀jẹ̀ oṣooṣù, wọ́n sì fún mi ní oògùn, d-penicilimine, èyí tó mú kí àwọn àmì àrùn náà dín kù, ṣùgbọ́n kò lè wò mí sàn.

Láìka lílo oògùn náà sí, ní ọ̀pọ̀ ọdún tó tẹ̀lé e, mo fẹ́rẹ̀ẹ́ máa ń ṣàìsàn nígbà gbogbo. Mi ò lè ṣètò láti jáde, nítorí mi ò mọ̀ bóyá ara mi yóò yá tó. Mo sábà máa ń rẹ̀ jù. Ìgbà mẹ́rin ni mo ní ìkọlù líle koko tó gbé mi dé ilé ìwòsàn, níbi tí wọ́n ti fún mi ní atẹ́gùn. Ìkọlù tó kẹ́yìn yìí wáyé ní oṣù Karùn-ún ọdún tó kọjá. Ó jẹ́ ìkọlù tó burú jùlọ tí mo tíì ní rí. Mo wà ní ilé ìwòsàn fún ọjọ́ márùn-ún.

Ní oṣù díẹ̀ lẹ́yìn tí mo jáde kúrò ní ilé ìwòsàn, mo máa ń lọ sí ọ̀dọ̀ àwọn dókítà nígbà gbogbo. Ní oṣù kẹsàn-án, mo bi wọ́n nípa ohun tí mo rò, àwọn méjèèjì sì sọ fún mi pé ohun tí mo ní ni mo ní láti fi gbé. Wọ́n lè ràn mí lọ́wọ́ pẹ̀lú àwọn oògùn ìrora, ṣùgbọ́n ìyẹn ni gbogbo ohun tí wọ́n lè ṣe.

Mo rẹ̀wẹ̀sì gan-an lẹ́yìn ìròyìn yìí, débi pé mo pinnu pé mo gbọ́dọ̀ wá ìrànlọ́wọ́ láti ọ̀dọ̀ ṣọ́ọ̀ṣì. Ọjọ́rú ni, mo sì fẹ́ pe Richard, pásítọ̀, ní ọ̀sán ọjọ́ náà. Ṣùgbọ́n ó kọ́kọ́ pè mí . Mo ní "Richard, o kò ní gbàgbọ́ èyí, mo kàn fẹ́ pe ọ́ ni." Ó ní, "Mo jókòó síbí, ọ̀rọ̀ náà "ring Flo" sì ń wá sí ọkàn mi, mo sì ń pè é.

Mo sọ ohun tí àwọn dókítà sọ fún un, mo sì bi í bóyá ṣọ́ọ̀ṣì lè gbàdúrà fún mi ní ọjọ́ Sunday. Nígbà tí ọjọ́ Sunday dé, mo dá mi lójú pé Ọlọ́run yóò wò mí sàn. Ní àárín ìsìn náà, wọ́n pè gbogbo ènìyàn, kí ẹnikẹ́ni tí ó ní àìsàn onígbà díẹ̀ gbàdúrà. Ọ̀pọ̀ ènìyàn péjọ yí mi ká, wọ́n gbé ọwọ́ lé mi, wọ́n sì gbàdúrà. Lẹ́yìn ìsìn náà, ọ̀kan lára àwọn obìnrin tí kò lè dé ọ̀dọ̀ mi tẹ́lẹ̀, béèrè bóyá òun náà lè gbàdúrà fún mi pẹ̀lú. Bí ó ṣe ń gbàdúrà, mo nímọ̀lára ìgbóná ara kan ní ẹ̀yìn mi.

Lẹ́yìn náà ni mo lọ jẹun ọ̀sán pẹ̀lú àbúrò mi obìnrin. Bí oúnjẹ náà ti parí, ó béèrè bóyá ara mi yá. Mo ní "kí ló dé tí o fi béèrè". Ó ní "nítorí pé o jọ ẹni àjèjì". Mo wá ní "Ed, ìrora mi ti lọ. Mi ò gbàgbọ́!"

Láti ọjọ́ náà, ìrora ẹ̀yìn mi ti lọ pátápátá. Àwọn àmì àrùn mìíràn ti fẹ́rẹ̀ẹ́ má sí rárá. Mo ti ń bá a lọ pẹ̀lú oògùn náà. Àyẹ̀wò ẹ̀jẹ̀ mi tó tẹ̀lé fi ohun tó ṣẹlẹ̀ hàn. Àwọn àbájáde náà kò burú mọ́, wọ́n wà láàárín ìwọ̀n tó yẹ. Onímọ̀ nípa mi sọ fún mi pé mi ò ní Lupus mọ́, ó sì sọ pé "Iṣẹ́ ẹni tó ga jù wá lọ nìyí. A kò lè ṣe èyí!" Wọ́n sọ fún mi pé àwọn àyẹ̀wò ẹ̀jẹ̀ náà ṣe kedere, àti pé ó yẹ kí n máa ṣe àyẹ̀wò oṣooṣù àti pẹ̀lú oògùn náà. Gbogbo àwọn àyẹ̀wò wọ̀nyí ti ṣe kedere. Mo mọ̀ pé Ọlọ́run ti wò mí sàn, mo sì ń yìn ín fún un!
A le ri ọna asopọ atilẹba ni ibi: http://jesusisreal.org/HealedOfLupus.htm

Ìwòsàn Nípasẹ̀ Gayle Jackson

Ìsọjípadà ni ó jẹ́ ní nǹkan bí ọdún 1980 ní Salem, MO. Arákùnrin Gayle Jackson ni ajíhìnrere náà. Ọmọ ọdún méje ni mí. Mo máa ń wọ gíláàsì fún ojú tí ó gùn láti ìgbà tí mo wà ní ọmọ ọdún méjì, mo sì ti ṣe iṣẹ́ abẹ láìsí ìpalára kankan. Mo kórìíra gíláàsì mi, wọ́n máa ń fi mí ṣe yẹ̀yẹ́ nígbà gbogbo. Ní alẹ́ tí mo lọ sí ìsọjípadà, mo ní láti mú ìgboyà mi pọ̀ sí i, ọ̀pọ̀ ènìyàn ló wà níbẹ̀. Ṣùgbọ́n mo mọ̀ pé mo fẹ́ kí ojú mi sàn. Mo rìn lọ sí ọ̀dọ̀ Arákùnrin Jackson mo sì sọ ohun tí mo fẹ́ kí ó sàn fún un. Ó gbé ọwọ́ rẹ̀ lé ojú mi, a sì gbàdúrà. Ó gbé ọwọ́ rẹ̀ sókè, èmi yóò sì máa rántí ọ̀rọ̀ rẹ̀ títí láé. "Títọ̀ bí ọfà!" Ní gbogbo ọ̀nà tí mo ń lọ sílé, mo rántí pé mo kọ gbogbo àwọn nǹkan tí mi ò ní fara dà nítorí pé mi ò ní láti wọ gíláàsì mọ́!

Ní ọjọ́ díẹ̀ lẹ́yìn náà, ìbejì mi obìnrin náà ní irú àbájáde kan náà! Wọ́n gbàdúrà fún un, ó sì wòsàn pẹ̀lú! Mo lọ sí ilé ìwé ní ọjọ́ kejì, olùkọ́ mi sì béèrè lọ́wọ́ mi ibi tí àwọn awò ojú mi wà. Ọmọbìnrin ọlọ́dún méje yẹn wo ojú rẹ̀ tààrà, ó sì sọ fún un pé “Mi ò nílò àwọn awò ojú mi mọ́, Jésù wo ojú mi sàn!” Ní alẹ́ ọjọ́ náà, mo gbọ́ pé ilé ìwé náà kan sí ìyá mi, ó sì sọ fún un pé kí a wọ awò ojú wa títí ìdánwò kan yóò fi sọ ohun tí kò tọ́. Màmá mi fi ọ̀wọ̀ sọ fún wọn. A ó ṣe àyẹ̀wò, kì í ṣe fún wa, ṣùgbọ́n fún yín, wọn kò sì ní lò ó títí dókítà yóò fi sọ pé kí wọ́n ṣe bẹ́ẹ̀.

Àwa méjèèjì, èmi àti ìbejì mi, padà sí ọ̀dọ̀ dókítà kan náà tí a ti rí láti ìbẹ̀rẹ̀. Mo rántí pé ó ń wo ojú mi pẹ̀lú àwọn ẹ̀rọ rẹ̀ tí ó jókòó sẹ́yìn, ó ń wo ìyá mi pẹ̀lú ìyàlẹ́nu, ó tún ń wo ìyá mi lẹ́yìn náà ó sì ń sọ pé “kí ni o ṣe!! Wọn kò nílò awò ojú mọ́!!” Èyí ti ní ipa pàtàkì lórí ìgbésí ayé mi àti ìgbàgbọ́ mi. Mo fẹ́ràn láti máa sọ ìtàn mi fún àwọn ènìyàn!
Malinda Hagenhoff (Varner)
O ṣeun Malinda fun pinpin ẹri iyanu yii!

Ìwòsàn Ìyá Lester Sumrall

Nígbà tí Sumrall wà ní ọmọdé, ìyá rẹ̀, Betty, ní àrùn jẹjẹrẹ ọmú. Ó ní ọgbẹ́ tó gbòòrò tó tóbi tó dọ́là kékeré kan. Nítorí ìrora náà, ó máa ń sunkún fún ọ̀pọ̀ òru láti sùn. Ní àwọn ọjọ́ wọ̀nyẹn, nígbà díẹ̀ lẹ́yìn Ogun Àgbáyé Kìíní, àwọn oníṣẹ́ abẹ kò ní àwọn ọ̀nà tàbí oògùn tí àwọn dókítà òde òní máa ń lò. Dókítà rẹ̀ sọ pé tí ó bá gbìyànjú láti yọ àrùn jẹjẹrẹ náà kúrò, yóò kú. Ó máa ń wọ aṣọ fún ọgbẹ́ náà, ó sì máa ń tọ́jú rẹ̀.
Ní alẹ́ ọjọ́ kan, Betty rìn ní ilẹ̀ ní gbogbo òru, ó ń ké pe Ọlọ́run fún ìtura kúrò nínú ìrora rẹ̀. Kí oòrùn tó yọ, ó ṣubú lulẹ̀ lórí ibùsùn rẹ̀, ó sì sùn. Ìyá Sumrall lá àlá pé Jésù wọ inú yàrá rẹ̀, ó sì wò ó pẹ̀lú àánú. Ó fọwọ́ kan àyà rẹ̀ pẹ̀lú pẹ̀lẹ́pẹ̀lẹ́. Lẹ́yìn tí ó jí, ó sọ fún baba Sumrall, George, nípa àlá náà. Ó ṣiyèméjì.
Ní ọjọ́ díẹ̀ lẹ́yìn náà, George béèrè nípa ìrora rẹ̀. Betty sọ pé ó “fẹ́rẹ̀ gbàgbé nípa àrùn jẹjẹrẹ náà.” Ó fi kún un pé “ìrora

náà ti lọ." Nígbà tí Betty wọ inú yàrá rẹ̀, àrùn jẹjẹrẹ náà yọ kúrò lára rẹ̀.

Betty Sumrall gbé ayé ju ogójì ọdún lọ lẹ́yìn ìwòsàn náà. Ó kú ní ọmọ ọdún mẹ́tàdínlọ́gọ́rin (87) nítorí àwọn àìsàn àdánidá.

Àyọkà láti inú "Mo Gbàgbọ́ Nínú Ìwòsàn" láti ọwọ́ Cecil Murphey.

Kò sí aláàbọ̀ mọ́ – Ìwòsàn nípasẹ̀ John àti Olive Kellner

A bí ọmọ rẹ pẹ̀lú ìdí ọ̀tún rẹ̀ tó dàgbà síta. Nítorí náà, ẹsẹ̀ ọ̀tún àti orúnkún rẹ̀ yípo gidigidi, ẹsẹ̀ rẹ̀ sì yípo sí ọ̀tún pátápátá. Kò lè dúró pẹ̀lú ẹsẹ̀ méjèèjì lórí ilẹ̀. Ẹsẹ̀ ọ̀tún rẹ̀ kúrú . Kò lè tẹ̀ ẹ́ mọ́lẹ̀. Nígbà tí ó bá jókòó lórí àga gíga, ẹsẹ̀ rẹ̀ yóò fà sókè lábẹ́ rẹ̀. Kò lè so ẹsẹ̀ rẹ̀ mọ́lẹ̀ lórí àga bí ó ti jókòó.

A mú ọmọbìnrin wa lọ sí ọ̀dọ̀ àwọn oníṣẹ́ abẹ egungun méjì. Àwọn méjèèjì ló fún wa ní àmùrè bàtà títí tí ìbàdí rẹ̀ yóò fi dàgbà déédé, èyí tí ìbá ti sọ ọmọbìnrin wa di aláìlera díẹ̀. A ra àmùrè náà, a sì ń dúró dè é, nígbà tí ìpolongo ìpàdé ìgbàlà bẹ̀rẹ̀ ní ṣọ́ọ̀ṣì wa (Oṣù kọkànlá, ọdún 1954). John àti Olive Kellner ni àwọn oníwàásù. A pinnu pé a ó ní kí àwọn oníwàásù gbàdúrà fún ọmọbìnrin wa kí a tó fi àmùrè bàtà náà sí i.

Nígbà tí Arábìnrin Kellner gbàdúrà, ẹsẹ̀ ọmọbìnrin wa nà, ó sì gùn lẹ́sẹ̀kẹsẹ̀. Ó lè dúró lórí ẹsẹ̀ rẹ̀! Ó lè máa rìn déédé, ó lè dúró déédé, ó sì lè jókòó déédé pẹ̀lú ẹsẹ̀ rẹ̀ tí ó ń rọ̀ mọ́ ìjókòó àga rẹ̀. Nísinsìnyí tí mo bá sọ fún àwọn ènìyàn nípa iṣẹ́ ìyanu náà, mo máa ń gbé e dìde mo sì ní kí wọ́n mọ èyí tí ó jẹ́. Ọlọ́run tọ́ ẹsẹ̀ náà. Wọ́n sábà máa ń yan ẹsẹ̀ òsì, nígbà tí mo bá sì sọ fún wọn pé ẹsẹ̀ ọ̀tún ni wọ́n gbà pé Olúwa ṣe iṣẹ́ rere láti wò ó sàn. Mo mú un lọ sí ọ̀dọ̀ dókítà, ó sì bi mí pé kí ló ṣẹlẹ̀. Ó ní ẹsẹ̀ rẹ̀ ti wà déédéé báyìí.

Arabinrin William J. Madden, Ipa ọna 3, Chapin Road, New Castle, Pa. (Wọ́n fọwọ́ sí i láti ọwọ́ SW Brewer, Pastor First Pentecostal Church, New Castle, PA)

A tún tẹ̀ ẹ́ jáde láti inú Evangel Pentecostal ti oṣù kọkànlá ọdún 1955

Iwosan Ohùn Pasitọ kan – Orin Dafidi 103

Pasitọ Dwayne Miller funni ni ẹri rẹ̀ nipa iwosan rẹ̀ ninu ijọ Baptist kan.
Ọjọ́ kẹtàdínlógún oṣù kìíní, ọdún 1993

William Jefferson Clinton ń múra sílẹ̀ fún ìgbà àkọ́kọ́ rẹ̀, àwọn Cowboys ṣẹ́gun àwọn 49ers, Ọlọ́run sì fi ara rẹ̀ hàn gẹ́gẹ́ bí alágbára àti ògbóǹtarìgì ní kíláàsì Sunday School ní Ilé Ìjọsìn First Baptist ti Houston ní Houston, Texas.

Ẹ̀kọ́ tí a kọ́ ní òwúrọ̀ ọjọ́ náà wá láti inú Sáàmù 103, ní pàtàkì ẹsẹ 1-5. Dáfídì ń bá ara rẹ̀ sọ̀rọ̀, ó sì ń kọ́ ara rẹ̀ láti "Fi ìbùkún fún Olúwa" èyí tí ó túmọ̀ sí fífi ìyìn fún Ọlọ́run tàbí láti dúpẹ́ lọ́wọ́ rẹ̀. Lẹ́yìn náà, ó ṣe àkọsílẹ̀ àwọn ìdí díẹ̀ tí ó fi yẹ kí ó ṣe bẹ́ẹ̀.
Ó (Ọlọ́run) dárí gbogbo ẹ̀ṣẹ̀ mi jì mí; Ó wo gbogbo àrùn mi sàn; Ó ra ẹ̀mí mi padà kúrò nínú isà òkú, ihò, ìparun; Ó fi ìfẹ́ àti àánú, ìfẹ́ inú rere dé mi ládé; Ó sì mú ìgbà èwe mi padà bí idì.

Mo dúró láti kọ́ àwọn ọmọ kíláàsì 150 tàbí jù bẹ́ẹ̀ lọ ní òwúrọ̀ ọjọ́ náà. Mi ò tíì ní ìrẹ̀wẹ̀sì ọkàn tó pọ̀ ju ti tẹ́lẹ̀ lọ bí mo ṣe ní òwúrọ̀ ọjọ́ náà. Ìgbàgbọ́ mi ò dínkù bíi ti mo ní ní òwúrọ̀ ọjọ́ náà rí. Kòtò tí Dáfídì ṣàpèjúwe ń gbé mi mì.

Ṣùgbọ́n Ọlọ́run (ṣé àwọn ọ̀rọ̀ ńlá láti inú Ìwé Mímọ́ wọ̀nyẹn kò ṣe bẹ́ẹ̀?) yí ohun gbogbo padà. Jẹ́ kí n ṣàlàyé…

Ìtàn Ẹ̀yìn

Ní ọdún 1990, mo ń ṣiṣẹ́ gẹ́gẹ́ bí Pásítọ̀ Àgbà ní Ṣọ́ọ̀ṣì First Baptist ní Brenham, Texas, mo sì ti wà níbẹ̀ fún ìgbà díẹ̀. First Baptist jẹ́ ìjọ ńlá àti Ṣọ́ọ̀ṣì Southern Baptist onítàn. Ní oṣù January, mo kó àrùn ibà kan tó wọ inú àpò ìró mi, tó sì ba àsopọ̀ iṣan ara jẹ́ láìsí àtúnṣe.

Láàárín ọdún mẹ́ta tó tẹ̀lé e, àwọn onímọ̀ nípa oògùn tó lé ní mẹ́tàlélọ́gọ́ta àti àwọn ẹgbẹ́ wọn (tó lé ní dọ́kítà 200) rí mi bí wọ́n ṣe ń gbìyànjú láti ṣàyẹ̀wò mi kí wọ́n sì tọ́jú mi. Ohùn kan wà tí ó dún bí irú àrùn laryngitis tó burú jùlọ tí o tíì gbọ́ rí, tí ó sì lè sọ bẹ́ẹ̀ bí mo bá kígbe ní gbogbo ọkàn mi. Àwọn ọmọbìnrin mi méjèèjì jẹ́ akẹ́kọ̀ọ́ ní Baylor, mi ò sì lè pe ilé ìtọ́jú wọn nítorí pé mo dún bí ẹni tó ń pe fóònù oníwàkiwà.

Bó tilẹ̀ jẹ́ pé ìjọ ti ní sùúrù gidigidi pẹ̀lú àìlera mi, mo ti fi iṣẹ́ sílẹ̀ fún àwọn ìdí tí ó ṣe kedere ní ọdún 1991. Gbogbo ohun tí mo ti ṣe rí láti rí owó ni a so mọ́ agbára ìsọ̀rọ̀ mi, lójijì "àpò irinṣẹ́" mi ti lọ.

A ti pada si Houston ati iyawo mi ti di olutoju owo pataki ninu idile wa. Ore mi kan fun mi ni ise bi oluwadi ikọkọ ti n ṣiṣẹ ni agbegbe kan nibiti ohùn mi ko ṣe pataki, ṣugbọn mo n gbiyanju lati ṣe iṣẹ-iranṣẹ ti a ti pe mi si.

Kíláàsì Catacombs

Kíláàsì Ilé-ẹ̀kọ́ Ọjọ́ Ìsinmi ti àkọ́kọ́ ní Houston tí wọ́n ti pàdé ní ìsàlẹ̀ ilé ìjọsìn náà, ìdí nìyí tí wọ́n fi pè é ní "Àwọn Ààbò." Ẹgbẹ́ àwọn ènìyàn àgbàyanu tí mo ti ní àǹfààní láti kọ́ kí n tó lọ sí Brenham, tí wọn kò sì pàdánù ìbáṣepọ̀ pẹ̀lú wọn. Nígbà tí wọ́n gbọ́ pé a ń padà sí Houston, wọ́n wá sí Brenham pẹ̀lú àwọn òkú àti ọkọ̀ akẹ́rù, wọ́n sì gbé wa… tàbí, gẹ́gẹ́ bí ọ̀kan lára àwọn olùdarí wa ti sọ, "Wọ́n gbà wá" padà.

Ṣọ́ọ̀ṣì Baptist First ti Houston ni a pada si, a si pada si kilasi yẹn gẹgẹbi ọmọ ẹgbẹ. Atilẹyin ati ibakẹgbẹ wọn (ati pe o) niyelori ju bi ọrọ ti le fihan lọ.
Ní oṣù kẹrin ọdún 1992, olùkọ́ àwọn Catacombs ní láti gba àkókò díẹ̀ fún àwọn ìdí ara ẹni. Àwọn olùdarí wa (ọkọ àti ìyàwó) béèrè bóyá mo fẹ́ ṣe iṣẹ́ náà nígbà tí wọ́n bá ń wá ẹni tí yóò rọ́pò wọn títí láé. Mo tako pé ó ṣòro fún mi láti lóye èyí tí wọ́n sọ pé "a ó tẹ̀tí sílẹ̀ dáadáa." Mo ti wá lóye pé wọ́n béèrè, kì í ṣe nítorí pé mo jẹ́ olùkọ́ tó jinlẹ̀, ṣùgbọ́n nítorí pé wọ́n fẹ́ràn mi tí wọ́n sì mọ bí mo ṣe nílò láti kọ́ni gidigidi. Ìdajì obìnrin nínú ẹgbẹ́ olùdarí wa kò gbà mí láyè láti di olùkọ́ títí láé, kódà nígbà tí àwọn òṣìṣẹ́ ilé-ẹ̀kọ́ ní ṣọ́ọ̀ṣì náà sọ pé àwọn kò gbà mí láyè nítorí ohùn mi. Ó sọ fún wọn pé ó dá òun lójú pé Ọlọ́run fẹ́ kí n kọ́ àwọn kíláàsì náà bí ó ti lè ṣe tó, wọ́n sì yọ̀nda nígbẹ̀yìn-gbẹ́yín.

Kò mọ ohun tí Ọlọ́run ń pèsè fún òun, àwọn, tàbí èmi rárá.

Àkókò náà
Gẹ́gẹ́ bí mo ti sọ tẹ́lẹ̀, mo wà nínú ihò burúkú bí mo ṣe ń lọ sí orí pèpéle ní òwúrọ̀ ọjọ́ náà. Ní ọjọ́ méjì ṣáájú, mo ti jókòó sí yàrá ìgbàlejò mi fún ọ̀pọ̀ wákàtí pẹ̀lú ìbọn ní ẹnu mi, mo sì ti pa ara mi. "Ìbùkún Olúwa" ṣòro fún mi. Ní òótọ́, ìdí kan ṣoṣo tí mo fi wà níbẹ̀ ni pé mi ò rí ẹni tí yóò rọ́pò mi, mi ò sì lè fara hàn rárá. Nítorí náà, ẹ̀kọ́ tí mo kọ́ ní òwúrọ̀ ọjọ́ náà jẹ́ àṣehàn, kò sí ohun mìíràn mọ́.

Bí mo ṣe bẹ̀rẹ̀ àkójọpọ̀ ọ̀rọ̀ náà, mo jíròrò ọ̀rọ̀ náà "gbogbo." Ó túmọ̀ sí "gbogbo ènìyàn láìsí àdáwọ́." Ìdáríjì Kristi fún gbogbo *ẹ̀ṣẹ̀* mi ni ó mú kí Ìhìn Rere náà jẹ́ ohun tó dára. Mi ò ní ìṣòro kankan pẹ̀lú ìjíròrò yẹn.

Ṣùgbọ́n, nígbà tí mo bẹ̀rẹ̀ sí í sọ̀rọ̀ nípa ìwòsàn, àwọn ọ̀rọ̀ mi ni, "Mo ṣì gbàgbọ́ pé Ọlọ́run ń woni sàn," nígbà tí àwọn èrò mi jẹ́, "ṣùgbọ́n kí ló dé tí mi ò fi rí bẹ́ẹ̀?" Mo gbé ìjíròrò náà lọ bí mo ṣe lè ṣe tó, mo sì bẹ̀rẹ̀ èrò kẹta mi..." Ó ń ra ẹ̀mí mi padà kúrò nínú ihò."

Mo bẹ̀rẹ̀ ọ̀rọ̀ mi, "Mo ti ní ìrírí ihò, ìwọ sì ti ní ìrírí ihò nígbà àtijọ́." Ní ti ọ̀rọ̀ náà, "ihò," ìfúnpá tí ó ti wà ní ọ̀fun mi fún ọdún mẹ́ta ti lọ bí ẹni pé ẹnìkan ti yọ ọwọ́ rẹ̀ kúrò nínú fífà mí mọ́lẹ̀. Mo tẹ̀síwájú pẹ̀lú ìbẹ̀rù, "Gbogbo wa ti ní àwọn àkókò kan tí ìgbésí ayé wa dàbí ẹni pé ó wà nínú ihò, nínú ibojì, a kò sì ní ìdáhùn sí ihò tí a rí ara wa nínú rẹ̀." Bí mo ti ń sọ̀rọ̀, mo ń gbé mì láìsí ìfúnpá, mi ò sì ní gbàgbé èrò mi láéláé... ṣé ohun tí mo rò niyẹn?"

Lati igbanna
Àwọn dókítà jẹ́rìí sí i pé ohun tí mo rò ni nígbà tí mo rí wọn ní ọjọ́ kejì nìyẹn. Ohùn mi ti padà sípò pátápátá, àti láti sọ ọ̀rọ̀ dókítà àkọ́kọ́ mi, "Mi ò rí ẹ̀rí kankan pé o ní ìṣòro ohùn rí."

Ìṣẹ̀lẹ̀ náà wáyé ní ọjọ́ kẹtàdínlógún oṣù kìíní, ọdún 1993, ọjọ́ ìsinmi kẹta oṣù náà... lónìí. Wọ́n gbé ìṣẹ̀lẹ̀ náà sórí fídíò lọ́nà tí kò fi bẹ́ẹ̀ jọjú. Ìṣẹ̀lẹ̀ náà yí ìgbésí ayé mi padà, ó sì ti nípa lórí àràádọ́ta ọ̀kẹ́ ènìyàn kárí ayé.

Kíláàsì Catacombs bẹ̀rẹ̀ sí í gba àwọn ẹ̀kọ́ sílẹ̀ ní ọ̀pọ̀ ọdún ṣáájú ọjọ́ Sunday yẹn. Nínú àwùjọ ńlá kan, wíwá sí ìpàdé kò ṣeé ṣe 100%. Láti lè jẹ́ iṣẹ́ ìsìn, wọ́n ṣe àwo orin kásẹ́ẹ̀tì láìka ẹni tó kọ́ni sí, wọ́n sì máa ń fi ẹ̀dà kan tàbí méjì sílẹ̀ ní ọjọ́ Sunday tó tẹ̀lé e. Àwọn kásẹ́ẹ̀tì náà yóò wà lórí tábìlì ẹ̀yìn, tí o bá sì fẹ́ ọ̀kan, ó wà níbẹ̀. Nígbà tí mo bá sọ pé, "kò sí ọ̀rọ̀ ńlá," mo ní, "kò sí ọ̀rọ̀ rárá!" Ṣùgbọ́n nínú ìjọ yẹn pẹ̀lú àwọn ọmọ ẹgbẹ́ tó lé ní 20,000, ìyẹn ni kíláàsì kan ṣoṣo tó gba ẹ̀kọ́ wọn sílẹ̀. Níbòmíràn, kì bá tí ní ipa tí Ọlọ́run fẹ́.

Mi ò béèrè láti kọ́ àwọn ọmọ kíláàsì náà, olùdarí wa jà láti jẹ́ kí n kọ́ wọn. Mi ò kọ ìwé tèmi fúnra mi, ohun tí wọ́n ń pè ní "Ìwé Bíbélì" ni mo ń lò ní gbogbo àgbáyé. Má sì gbàgbé pé mi ò fẹ́ wà níbẹ̀. Àwọn ìṣẹ̀lẹ̀ tó ṣẹlẹ̀ ni? Mo rò bẹ́ẹ̀.
Láti ọjọ́ náà títí di òní yìí ni mo ti ń ṣe ayẹyẹ ìmúpadàbọ̀sípò agbára ohùn mi. Mo kọ nípa ìrírí náà ní ọ̀sẹ̀ tó tẹ̀lé e, mo sì ṣàpèjúwe rẹ̀ pẹ̀lú àwọn ọ̀rọ̀ tí ó fi wé bí Lásárù ṣe ń jáde láti inú ibojì. Ìdúpẹ́ mi àti ìmọ̀lára mi kò dínkù ní ogún ọdún.

Mo ti rìn kiri orílẹ̀-èdè yìí àti gbogbo ayé láti sọ ìtàn àkókò náà. Ọlọ́run ti lò mí gẹ́gẹ́ bí ẹ̀kọ́ nípa oore-ọ̀fẹ́ àti agbára Rẹ̀. Mo ti fara hàn lórí ìfihàn Oprah mo sì ti pín ìtàn mi pẹ̀lú obìnrin kékeré kan ní ilé ìtọ́jú àwọn arúgbó tí kò lè sọ̀rọ̀, ṣùgbọ́n mo sunkún bí mo ṣe ń sọ ìtàn Àìlópin ti Ire Rẹ̀. Mo ṣì ń lọ síbikíbi tí wọ́n bá fún mi ní àǹfààní láti pín ìtàn náà, mo sì máa ń ṣe bẹ́ẹ̀ títí tí ara mi kò fi ní lè ṣe bẹ́ẹ̀.

Tí o bá fẹ́ gbọ́ "Ìgbà Ìwòsàn" fúnra rẹ, lọ sí fídíò youtube https://www.youtube.com/watch?v=NuBV3uPxaAc .

A le rii alaye siwaju sii ni oju opo wẹẹbu rẹ http://www.nuvoice.org

"Rírí" Ronald Coyne lọ́nà ìyanu

Ní ọdún 1951, ojú ọ̀tún Ronald Coyne (Roscoe) bàjẹ́ nítorí pé wáyà kan ti dì mọ́ ọn. Àkóràn náà bẹ̀rẹ̀ sí í wọ inú rẹ̀, wọ́n sì ní láti yọ ojú náà kúrò pẹ̀lú iṣẹ́-abẹ. Wọ́n fún un ní ojú ṣíṣu láti wọ̀ kí ó má baà yọ ara rẹ̀ kúrò. Ojú náà kò rí bí ó ti yẹ nítorí pé kò lè yí padà nígbà tí ojú kejì bá yí i padà.

Ní ọdún 1952, ìdílé Coynes lọ síbi ayẹyẹ ìsìnkú Miracle Tent tí Ajíhìnrere Daisy Gillock, arábìnrin Dókítà TL Osborn, ṣe. Ìyá Ronald rán an lọ síbi àdúrà nítorí pé ó ti ń ní ìṣòro ìfun. Nígbà tí Gillock béèrè lọ́wọ́ rẹ̀ ohun tí ó fẹ́ kí a gbàdúrà fún, ó sọ ìṣòro ọ̀fun. Ó gbàdúrà, Coynes sì bẹ̀rẹ̀ sí í kúrò lọ́dọ̀ rẹ̀. Ó dá a dúró, ó sì béèrè ohun tí ó ń ṣe ojú rẹ̀ nítorí pé kò rí bí ó ti yẹ. Ó ní ojú rẹ̀ fọ́jú (láìsọ̀rọ̀ pé wọ́n ti yọ ọ́ kúrò). Ó gbàdúrà fún iṣẹ́ ìyanu láti ríran, ohun ìyanu sì ṣẹlẹ̀. Ronald bẹ̀rẹ̀ sí í ríran láti ojú, bó tilẹ̀ jẹ́ pé kò sí ojú tí a lè rí láti inú rẹ̀! Àwọn dókítà dán an wò, wọ́n sì parí èrò sí pé ìran rẹ̀ kò ṣeé ṣe ní ọ̀nà tí ó yẹ. Kò ṣe pàtàkì bóyá ojú rẹ̀ tó ní agbára wà nínú tàbí lóde. Ó ṣì ní ìran ìyanu.

Ní gbogbo ìyókù ìgbésí ayé rẹ̀, Ronald Coynes rìnrìn àjò káàkiri àgbáyé, ó sì ń jẹ́rìí iṣẹ́ ìyanu. Níkẹyìn, ó di pásítọ̀ pẹ̀lú iṣẹ́ ìránṣẹ́ ìrìn àjò. Ó dojúkọ àríwísí líle koko àti àìdáwọ́dúró nítorí pé ọ̀pọ̀ ènìyàn kò gbàgbọ́ pé Ọlọ́run yóò ṣe irú nǹkan bẹ́ẹ̀. Ó jẹ́rìí rẹ̀ ní àwọn ìpàdé Kristẹni, lórí àwọn ètò tẹlifíṣọ̀n, àwọn ìjọ, àti ibikíbi tí Ọlọ́run bá ti ṣí ilẹ̀kùn fún un. Ohun kan ṣoṣo tí ó béèrè ni pé kí ó ní àǹfààní láti gbé ìhìnrere kalẹ̀. Láti ìgbà ayé rẹ̀, àràádọ́ta ọ̀kẹ́ ènìyàn ló ti gbọ́ ìhìnrere Kristi àti ẹ̀rí rẹ̀ nípa iṣẹ́ ìyanu Ọlọ́run.

Láti wo fídíò Coynes pẹ̀lú ẹ̀rí rẹ̀, wo fídíò ìkànnì you-tube yìí:
https://youtu.be/FD9ULJyRBg4

Obìnrin Wúrú tí wọ́n bí ní Antwerp ti Charles Finney

Àwọn ọ̀ràn ìyípadà méjì tó yani lẹ́nu ló wà níbí yìí; àwọn ọ̀ràn méjì tó yani lẹ́nu sì wà nínú ìlera lẹ́sẹ̀kẹsẹ̀ láti inú wèrè nígbà ìsọjí yìí. Bí mo ṣe ń lọ sí ìpàdé ní ọ̀sán ọjọ́ ìsinmi kan, mo rí ọ̀pọ̀ obìnrin tó jókòó sínú àga ìjókòó, pẹ̀lú obìnrin kan tó wọ aṣọ dúdú tó dà bí ẹni pé ó wà nínú ìbànújẹ́ ọkàn; wọ́n ń dí i lọ́wọ́ díẹ̀, wọ́n sì ń dí i lọ́wọ́ láti jáde. Bí mo ṣe ń wọlé, ọ̀kan lára àwọn obìnrin náà wá sọ́dọ̀ mi, ó sì sọ fún mi pé obìnrin wèrè ni. Mo sọ ọ̀rọ̀ díẹ̀ fún un; ṣùgbọ́n ó gbọ́dọ̀ lọ; àti pé kò gbọ́ àdúrà, ìwàásù tàbí orin kankan; pé ọ̀run àpáàdì ni ìpín rẹ̀, kò sì lè fara da ohunkóhun tó mú kí ó ronú nípa ọ̀run.

Mo kìlọ̀ fún àwọn obìnrin náà ní ìkọ̀kọ̀ láti jẹ́ kí ó jókòó sí ìjókòó rẹ̀, tí wọ́n bá lè ṣe bẹ́ẹ̀, láìsí dí ìpàdé náà lọ́wọ́. Nígbà tí orin náà bẹ̀rẹ̀, ó tiraka gidigidi láti jáde. Ṣùgbọ́n àwọn obìnrin náà dí ọ̀nà rẹ̀ lọ́wọ́; wọ́n sì fi inú rere, ṣùgbọ́n wọ́n ń dá a dúró nígbà gbogbo. Lẹ́yìn ìṣẹ́jú díẹ̀, ó dákẹ́, ṣùgbọ́n ó dàbí ẹni pé ó yẹra fún gbígbọ́ tàbí kí ó tẹ́tí sí gbogbo orin náà. Mo gbàdúrà. Olúwa fún mi ní ẹ̀mí àdúrà ńlá àti ọ̀rọ̀ láti ọ̀dọ̀ àwọn Hébérù pé: "Ẹ jẹ́ kí a wá sí ìtẹ́ oore-ọ̀fẹ́ pẹ̀lú ìgboyà, kí a lè rí àánú gbà, kí a sì rí oore-ọ̀fẹ́ láti ran lọ́wọ́ ní àkókò àìní."

Ète mi ni láti fún ìgbàgbọ́ nísìírí, nínú ara wa. àti nínú rẹ̀; àti nínú ara wa fún un. Bí mo ṣe ń tẹ̀síwájú, ó bẹ̀rẹ̀ sí í gbé orí rẹ̀ sókè díẹ̀díẹ̀, ó sì ń wò mí láti inú fìlà dúdú gígùn rẹ̀. Bí mo ṣe ń rọ àwọn ènìyàn láti jẹ́ ẹbọ ètùtù fún Àlùfáà Àgbà wa ńlá. Lẹ́sẹ̀kẹsẹ̀, ó mú kí ìjọ náà gbọ̀n rìrì nípa kíké rara. Ó sì sọ̀kalẹ̀ láti orí ìjókòó rẹ̀, ó gbé orí rẹ̀ sílẹ̀ gidigidi, mo sì rí i pé ó "wárìrì gidigidi." Bí mo ṣe ń tẹ̀síwájú, ó tún bẹ̀rẹ̀ sí í wo òkè, ó sì jókòó ní dídúró ṣinṣin, pẹ̀lú ojú tí ó yípadà lọ́nà ìyanu, tí ó ń fi ayọ̀ àti àlàáfíà ìṣẹ́gun hàn. Ìmọ́lẹ̀ kan wà lójú rẹ̀ bí èmi kò ti ì rí ní ojú ènìyàn kankan. Ayọ̀ rẹ̀ pọ̀ tó bẹ́ẹ̀ tí kò fi lè fara da ara rẹ̀ títí tí ìpàdé náà fi parí; lẹ́yìn náà ó jẹ́ kí gbogbo ènìyàn mọ̀ ní àyíká rẹ̀ pé ó wà ní òmìnira. Ó yin Ọlọ́run lógo, ó sì yọ̀ pẹ̀lú ìṣẹ́gun àgbàyanu. Ní nǹkan bí ọdún méjì lẹ́yìn tí mo pàdé rẹ̀, mo sì rí i pé ó ṣì kún fún ayọ̀ àti àlàáfíà.

Láti inú ìtàn ìgbésí ayé Charles Finney ni a ti mú jáde.

Ọmọbìnrin tí ọpọlọ rẹ̀ "yípadà sí ìgbẹ́" ti wá sàn báyìí, ó sì parí ẹ̀kọ́ gíga

Ìyá Taylor, Stacy Henningsen, ló sọ ìtàn yìí.
Ní oṣù kẹsàn-án ọdún 2011, ọ̀sẹ̀ méjì péré lẹ́yìn ọdún àkọ́kọ́ rẹ̀, Taylor Hale farapa nínú ọpọlọ nígbà tí ó ń gun ẹṣin pẹ̀lú àwọn ọ̀rẹ́ rẹ̀ lẹ́yìn eré bọ́ọ̀lù ilé-ẹ̀kọ́ gíga. Ó yọ kúrò lórí ìbòrí ọkọ̀ ayọ́kẹ́lẹ́ ó sì gbá orí rẹ̀ pẹ̀lú ọ̀nà líle. Ọ̀nà ìyanu rẹ̀ — láti ìgbà tí wọ́n kéde pé ó ti kú ní ọpọlọ, gẹ́gẹ́ bí ìdílé rẹ̀, títí di ìgbà tí ó ń múra sílẹ̀ láti lọ sí kọ́lẹ́ẹ̀jì — ni a kọ́kọ́ kọ sílẹ̀ nínú Des Moines Register.

Àwọn ẹ̀rọ ń ṣe àkíyèsí wíwú tó wà nínú ọpọlọ Taylor. Ọ̀pọ̀ ìdílé àti àwọn ọ̀rẹ́ ló máa ń wá wò ó nígbà gbogbo, àmọ́ àwọn dókítà kìlọ̀ fún àwọn àlejò pé wọn kò lè sọ̀rọ̀ tàbí kí wọ́n gbọ́ ohùn tó lè mú kí Taylor máa gbọ̀n. Ní ọ̀sẹ̀ kan lẹ́yìn náà, ipò Taylor túbọ̀ le sí i: Ẹ̀jẹ̀ inú ọpọlọ rẹ̀ ń dà bò ó. "Ọpọlọ rẹ̀ ti yọ sínú ọ̀pá ẹ̀yìn rẹ̀ ... Ọpọlọ náà ti di onírun," Henningsen sọ. "Wọ́n ní láti ṣe CPR kí wọ́n sì ṣe gbogbo ohun tó yẹ kí wọ́n lè ṣe láti gbà á padà."
"Ní ọjọ́ kejì, [àwọn dókítà] sọ pé, 'Ẹ má bínú — kò sí ohun mìíràn tí a lè ṣe fún un. Ó ṣe é ṣe kí ẹ sọ pé ó dágbére," Henningsen sọ. "A bẹ̀rẹ̀ sí í sọ̀rọ̀ nípa ètò ìsìnkú." Àwọn dókítà sọ fún ìdílé Taylor pé wọ́n ní ìdánilójú 95 sí 99 nínú ọgọ́rùn-ún pé kò ní jí mọ́, Henningsen sọ.

Wọ́n kéde pé ọpọlọ rẹ̀ ti kú, wọ́n sì yọ àwọn oògùn àti atẹ́gùn kúrò lára rẹ̀. Ìdílé náà gbàdúrà. Onímọ̀ nípa ìtọ́jú ara tó ti ń tọ́jú ìyá àgbà Taylor náà gbàdúrà fún ọmọbìnrin náà, ó lọ sí yàrá ìtọ́jú rẹ̀ láti fi ọwọ́ rẹ̀ lé ẹ̀yìn ọrùn rẹ̀. "Ní wákàtí díẹ̀ lẹ́yìn náà, dókítà náà wọlé, ó sì sọ fún wa pé, 'A kò mọ bí a ṣe lè ṣàlàyé èyí fún yín nípa ìṣègùn, ṣùgbọ́n òun fúnra rẹ̀ ló ń mí ẹ̀mí,'" Henningsen sọ.

Taylor ṣí ojú rẹ̀, ó sì gbé ìka ọwọ́ àti ìka ẹsẹ̀ rẹ̀. Ṣùgbọ́n àwọn dókítà kìlọ̀ fún ìdílé náà pé àǹfààní díẹ̀ ló wà pé òun yóò tún rìn mọ́, àti pé tí ó bá ṣe bẹ́ẹ̀, òun yóò so mọ́ ọ̀pá ìfúnni títí ayé. Nípasẹ̀ iṣẹ́ àṣekára àti ìfaradà, Taylor padà ní agbára láti rìn, jẹun, àti ṣe gbogbo ohun tí ó ń ṣe tẹ́lẹ̀, ìyá rẹ̀ sọ.

Ní ọjọ́ Ajé, yóò parí ẹ̀kọ́ rẹ̀ ní ilé-ẹ̀kọ́ gíga. Ó sọ̀rọ̀ nípa ìròyìn náà láàárín àwọn kíláàsì ìkẹyìn rẹ̀ ní ilé-ẹ̀kọ́ àti ìrìn àjò lọ sí ọjà láti ra aṣọ fún ayẹyẹ ìparí ẹ̀kọ́ rẹ̀ — ọjọ́ kan tí ìyá rẹ̀ kò dá a lójú pé yóò wá fún Taylor lẹ́yìn ìjàǹbá rẹ̀. "Mo máa ń ronú nípa rẹ̀ nígbà gbogbo," Hennsingsen sọ. "Dájúdájú iṣẹ́ ìyanu ni."

A wo Agbègbè Pheonix sàn kúrò nínú àrùn jẹjẹrẹ nípasẹ̀ William Branham ní oṣù kẹta ọdún 1948.

Ní oṣù kẹsàn-án tó kọjá, mo lọ sí ọ̀dọ̀ Dókítà Weldon Baker, North Second Street, Phoenix, Arizona. Ó sì ṣe ìwádìí méjì lórí X-ray. Ó rí i pé mo ní àrùn colitis, pé àrùn jẹjẹrẹ ti pọ̀ sí i láti inú majele, pé ìdá kan nínú márùn-ún ẹ̀dọ̀ mi ló ń ṣiṣẹ́, àti pé ọ̀pọ̀lọpọ̀ òkúta tó tóbi tó àwòrán kékeré mi wà ní apá ọ̀tún ẹ̀dọ̀ mi. Mo bẹ̀rẹ̀ sí í tọ́jú ọ̀sẹ̀ mẹ́fà, ṣùgbọ́n ara mi bẹ̀rẹ̀ sí í sàn gan-an. Dókítà Anderson tọ́jú mi, ó sì sọ pé mo ní àrùn jẹjẹrẹ, ṣùgbọ́n mo ti dúró pẹ́ kí n tó gba ìrànlọ́wọ́. Mo bẹ̀rẹ̀ sí í ṣàìsàn gidigidi, mi ò sì lè gba ìtọ́jú mọ́. Wọ́n ní láti ṣí ikùn mi kí ìdọ̀tí náà lè kọjá. Mo ní àrùn burúkú. Dókítà Baker dé, àwọn ènìyàn mímọ́ sì ń gbàdúrà nígbà tí ó dé ibẹ̀. Ó sọ fún mi nígbà tó yá pé mo ti kú fún ìṣẹ́jú méjì, ṣùgbọ́n Jésù ti gbọ́ igbe àwọn ènìyàn mímọ́.

Mo wà lórí ibùsùn ní ọ̀sẹ̀ mẹ́sàn-án mo sì pàdánù ìwọ̀n 40 pọ́ọ̀nù. Nígbà mìíràn, ara mi máa ń ro mí débi pé mi ò lè gbé omi mì fún ọjọ́ márùn-ún. Lẹ́yìn náà ni wọ́n kéde pé William Branham ń bọ̀ wá sí Phoenix ní ọjọ́ kejì oṣù kẹta láti gbàdúrà fún àwọn aláìsàn àti àwọn tí wọ́n ń jìyà. Ọkọ mi wà ní ṣọ́ọ̀ṣì ní kùtùkùtù òru ọjọ́ Sunday àkọ́kọ́ yẹn, ṣùgbọ́n Arákùnrin Branham kò lè dé ọ̀dọ̀ mi. Bẹ́ẹ̀ náà ni kò lè dé ọ̀dọ̀ mi ní alẹ́ ọjọ́ kejì, bó tilẹ̀ jẹ́ pé mo rí ọ̀pọ̀ iṣẹ́ ìyanu nípa ìwòsàn àwọn ẹlòmíràn. Ní ọjọ́ kejì wọ́n tún gbé mi lọ, ṣùgbọ́n nígbà tí mo dé ṣọ̀ọ̀ṣì náà, ara mi bẹ̀rẹ̀ sí í bàjẹ́ gidigidi. Wọ́n gbé ibùsùn kan wá fún mi, ṣùgbọ́n mi ò rántí ìgbà tí mo dùbúlẹ̀.

Nígbà tí mo kọ́kọ́ mọ̀, Arákùnrin Branham ń bá mi sọ̀rọ̀, ó ní: "Ẹ wò mí arábìnrin." Ní àkọ́kọ́, ó kàn jẹ́ ìfọ̀rọ̀wérọ̀ díẹ̀, ṣùgbọ́n nígbà kẹta tí ó tún un sọ, mo gbìyànjú láti ṣí ojú mi. Lẹ́yìn ìgbà díẹ̀, mo rí àmì kan, ó sì béèrè lọ́wọ́ mi bóyá mo gbà ohun tí ó sọ fún mi gbọ́. Mo ní, "Bẹ́ẹ̀ ni, nítorí mo lè jẹ́ kí áńgẹ́lì tí ó dúró lẹ́gbẹ̀ẹ́ rẹ wà ní ẹ̀gbẹ́ rẹ." Arákùnrin Branham wá sọ pé, "Arábìnrin, ìgbàgbọ́ rẹ ti gbà ọ́ là. Àrùn jẹjẹrẹ náà wà ní gbogbo ikùn rẹ, ṣùgbọ́n Ọlọ́run ti wò ọ́ sàn. Gbogbo gbòǹgbò ni ègún, ìwọ yóò sì wà ní ìlera bí o bá ń bá a lọ láti gbàgbọ́, bó tilẹ̀ jẹ́ pé yóò gba oṣù kan tàbí ọ̀sẹ̀ mẹ́fà kí èyí tó lè jẹrà. Ní wákàtí 72 sí ìsinsìnyí, ìwọ yóò máa ṣàìsàn gidigidi, ìwọ yóò sì wà nínú ìrora ńlá, ṣùgbọ́n gbàgbọ́ nínú gbogbo rẹ̀." Nígbà náà ni Olúwa sọ̀rọ̀ nípasẹ̀ Arákùnrin Branham, òróró gbígbóná kan sì bẹ̀rẹ̀ sí í jáde láti inú orí mi ní òde àti ní inú, ó sì bẹ̀rẹ̀ sí í gúnlẹ̀. Bí ó ti ń lọ sílẹ̀, ìrora náà lọ pátápátá, mo sì nímọ̀lára agbára gidigidi. Mo sọ̀kalẹ̀ lórí ibùsùn, mo ń pariwo, mo sì ń jó, mo sì lè lọ sí àwọn ìsìn márùn-ún mìíràn tí Arákùnrin Branham ṣe ní Phoenix.

Nígbà tí wákàtí méjìlélàáàdọ́rin náà parí, ara mi bẹ̀rẹ̀ sí í bàjẹ́ gidigidi, mo sì ń jẹ̀rora gidigidi débi pé mi ò lè sọkún rárá. Mo ṣàìsàn gidigidi fún ọ̀sẹ̀ méjì díẹ̀, lẹ́yìn náà mo bẹ̀rẹ̀ sí í jẹ ohunkóhun tí mo bá fẹ́, níbi tí mo ti ń jẹ omi èso àti ọbẹ̀ tẹ́lẹ̀. Ọ̀sẹ̀ méje lẹ́yìn tí wọ́n ti gbàdúrà fún mi, wọ́n tún ṣe àwọn ìtọ́jú X-ray sí i, èyí sì fi hàn pé ara mi ti yá pátápátá. Dókítà Baker sọ fún mi pé mo lè sọ gbogbo èyí, òun yóò sì fi ìdùnnú fi àwọn ìtọ́jú X-ray hàn ẹnikẹ́ni tí ó bá fẹ́ rí wọn tàbí tí ó bá fẹ́ bá wọn sọ̀rọ̀. Mo yin Jésù fún un!

IYAAYE Hattie Waldrop Adams Street Phoenix, Arizona

Obìnrin tó ń kú tí wọ́n wo sàn lábẹ́ John Alexander Dowie

Ẹ̀rí yìí ni a tẹ̀ jáde nínú ìwé ìròyìn Leaves of Healing ti ọjọ́ karùn-ún oṣù keji ọdún 1897. (Àkíyèsí: lílo oògùn ni orúkọ àtijọ́ fún ikọ́ ẹ̀gbẹ.)

GRIFFITH, IND. Oṣù Kínní 20, 1897.

Dókítà àti Ìyáàfin Dowie ọ̀wọ́n,

Mo nímọ̀lára pé ó jẹ́ ayọ̀ àti ojúṣe mi láti fi ẹ̀rí mi kún ọgọ́rọ̀ọ̀rún àwọn mìíràn—nípa ìwòsàn pípé mi—nípa ọ̀pọ̀lọpọ̀ àìsàn, nípasẹ̀ Olúwa wa Jésù Kristi.

Mi ò mọ̀ pé ara mi le dáadáa, lẹ́yìn náà, mo rìnrìn àjò lọ sí etíkun Atlantic, ní oṣù kẹwàá, ọdún 1894, nígbà tí mo padà dé lẹ́sẹ̀kẹsẹ̀ tí mo sì bẹ̀rẹ̀ iṣẹ́ mi ní ọ́fíìsì, mo ṣiṣẹ́ ju bó ṣe yẹ lọ, ọjọ́ kẹta oṣù kọkànlá sì ni àrùn ẹ̀jẹ̀ tó ń pa mí.

A kọ́kọ́ gba Dókítà Pettibone, ti Crown Point, Ind síṣẹ́. Ó tọ́jú mi fún bí oṣù méjì, ṣùgbọ́n kò fún mi ní ìtura kankan. Mo tilẹ̀ burú sí i. Kì í ṣe pé ẹ̀jẹ̀ ń ṣẹ̀jẹ̀ nìkan ni, àwọn àrùn mìíràn tún bẹ̀rẹ̀ sí í yọjú. Ó ṣe gbogbo ohun tó lè ṣe fún mi.

Ọkọ mi ní ọjọ́ kìíní oṣù kìíní, ọdún 1895, ó gba Dókítà Vincent síṣẹ́, ọ̀kan lára àwọn oníṣègùn àtijọ́ àti tó mọṣẹ́ jùlọ ní Valparaiso, Ind. Ó sọ pé ọ̀ràn mi le gan-an. Síbẹ̀síbẹ̀, ìyípadà nínú àwọn oníṣègùn kò ṣe mí láǹfààní. Mo ṣì ń burú sí i.

Nígbà náà ni mo ń jìyà pẹ̀lú ìfọ́lẹ̀ ọkàn, ìṣàn ẹ̀jẹ̀ ẹ̀dọ̀fóró, omi yíká ọkàn, ikọ́ ẹ̀gbẹ, ọgbẹ́ àrùn jẹjẹrẹ ní ọ̀fun, ẹ̀dọ̀ tí ó kún fún ìdìpọ̀, àti ohun tí a mọ̀ sí Consumptian of the Bowels. Ìrísí ìfun náà dàbí ìbàjẹ́. Bó tilẹ̀ jẹ́ pé ní ìbẹ̀rẹ̀ àkókò kúkúrú, ìṣẹ́ náà ń rì fún ọ̀pọ̀ wákàtí báyìí, Dókítà náà sì rò pé mi ò lè wà láàyè títí di oṣù March. Síbẹ̀, ó ṣì ń tọ́jú mi títí mo fi ronú nípa oṣù June.

Lẹ́yìn náà, ó sọ fún ọkọ mi pé òun kò rò pé àǹfààní kankan wà fún mi láti gbádùn ara mi, àti pé kò wúlò fún òun láti máa bá ìbẹ̀wò rẹ̀ lọ mọ́. Ó tún sọ fún àwọn ọ̀rẹ́ mi ní Valparaiso pé àkókò kúkúrú ni mo fi wà pẹ̀lú mi. Fún ọ̀sẹ̀ méjì tó tẹ̀lé, mo lo oògùn díẹ̀, àti pé ohun àjèjì ni mo fi di alágbára díẹ̀ sí i fún mi. A fún wa ní ìṣírí gidigidi, a sì rò pé a kò gbọ́dọ̀ juwọ́ sílẹ̀, ṣùgbọ́n a gbọ́dọ̀ wá dókítà mìíràn tó dára wò.

Ọ̀rẹ́ wa kan dámọ̀ràn Dókítà Hilldebrand, ti Chicago. Lẹ́yìn àyẹ̀wò tó jinlẹ̀, ó sọ pé "Oúnjẹ", ó sì ní àwọn àrùn míì tí mo ti mẹ́nu kàn tẹ̀lẹ̀. Nígbà tí ó ń sọ̀rọ̀ nípa ọ̀fun mi (a ti jẹ díẹ̀ lára àwọn àsopọ̀ ara rírọ̀) pé ohun tí ó ti lọ kò lè rọ́pò rẹ̀. Àwọn ọgbẹ́ náà ń tú jáde ní gbogbo ìgbà, òrùlé oṣù náà sì jẹ́ yẹ́lò. Lẹ́yìn tí ó lo oògùn tí ó kọ fún ọrùn; ọgbẹ́ míì tún bẹ̀rẹ̀ sí í jáde, lábẹ́ ìtọ́jú rẹ̀, mo sì ń pàdánù rẹ̀ kíákíá.

Lẹ́yìn náà ni mo pinnu láti má ṣe mu oògùn mọ́, mo sì rí i pé ìgbésí ayé mi níye lórí ju láìsí i lọ. Ọ̀rẹ́ wa kan, Ọ̀gbẹ́ni Wood, aṣojú ẹ̀tọ́ lórí C. & GTRR, sọ fún mi nípa ọkùnrin kan tó dára ní Chicago tó lè wo onírúurú àìsàn sàn láìlo oògùn kankan. Mo lè fi gbogbo agbára mi fún un, ṣùgbọ́n ó ń rọ̀ mí nígbà gbogbo láti lọ, ó sì sọ pé ó rò pé àǹfààní ṣì wà fún mi láti gbádùn.

Mo gbà, kí ó má baà ṣeé ṣe fún mi láti dé ibẹ̀. A fi ìbéèrè ránṣẹ́ sí yín fún àdúrà, mo sì ní okun díẹ̀ débi pé láàárín ọ̀sẹ̀ kan (bó tilẹ̀ jẹ́ pé àwọn ọ̀rẹ́ mi ti kọ̀ mí sílẹ̀, dókítà sì sọ pé mi ò nírètí), ọkọ mi, ní ọjọ́ kejìdínlógún oṣù kẹjọ, mú mi lọ sí Divine Healing Home No. 1, 6020 Edgerton Avenue.

Mo wú gidigidi (omi ti o wa ni ayika ọkan) ti emi ko le wọ eyikeyi ninu awọn aṣọ mi; wọn fẹrẹ to inṣi mẹta kere ju. Mo ni lati wọ awọn aṣọ ti o fẹẹrẹfẹ. Lẹhin ti mo ti fi ọwọ le mi ti mo si gbadura fun mi ni ọjọ Aarọ, ni ọjọ keji lẹhin ti mo de, omi ti o wa ni ayika ọkan dabi pe o n jade kuro ni apanilerin ati pe gbogbo ifun naa kuro ni mi. Mo kọwe si awọn eniyan mi (ti wọn ngbe ni ijinna diẹ si ilu) lati mu awọn aṣọ mi wa fun mi. Wọn ṣe bẹẹ, emi ko si ni iṣoro lati wọ eyikeyi ninu wọn.

Nígbà kejì tí o gbé ọwọ́ lé mi, tí o sì gbàdúrà pẹ̀lú mi, mo rí ìwòsàn kúrò nínú ìforíbalẹ̀ ọkàn, omi yíká ọkàn, ìṣàn ẹ̀jẹ̀ ẹ̀dọ̀fóró, ìṣòro kíndìnrín, àrùn iṣan ara, ìṣùpọ̀, ìfun tí ó jẹ́ ti ara ẹni. Ṣùgbọ́n ìṣòro ọ̀fun líle náà ṣì wà. Mo béèrè lọ́wọ́ rẹ ní ọjọ́ Ìṣẹ́gun tó tẹ̀lé e, ní nǹkan bí ọ̀sẹ̀ kan lẹ́yìn tí mo wà níbẹ̀, ní ọ̀kan lára àwọn Àpéjọ Ilé láti fi ìka rẹ sí ọ̀fun mi. O ṣe bẹ́ẹ̀, ní orúkọ Jésù, àti àwọn àrùn búburú tí ó ti ń jẹ ẹ̀mí mi fún ọ̀pọ̀ oṣù ni a pa run nípasẹ̀ ọwọ́ Dókítà Ńlá nípasẹ̀ iṣẹ́ rẹ, ẹni tí Ọlọ́run ti fi àwọn ẹ̀bùn ìwòsàn bùkún.

Mo ti wà ní Ilé ní ọ̀sẹ̀ méjì péré, àti ní ọjọ́ ìsinmi tí a bẹ̀rẹ̀ sí í lọ sílé, a kò lè so mọ́ àwọn ọkọ̀ ayọ́kẹ́lẹ́ ní òpópónà, ọkọ mi sì sọ pé mo rìn tó máìlì méjì, mi ò sì nímọ̀lára àárẹ̀ tó pọ̀ tó bẹ́ẹ̀. Oṣù méjì lẹ́yìn tí mo dé sílé, mo kọ́ bí a ṣe ń ṣe iṣẹ́ ilé, mo sì ti ń ṣe iṣẹ́ ti ara mi láti ìgbà náà.

Ọdún kan àti oṣù mẹ́rin ni mo ti rí ìwòsàn. Yàtọ̀ sí òtútù méjì, ara mi ti le dáadáa, mi ò sì lè yin Ọlọ́run tó fún gbogbo ìbùkún tí ó ti fún mi. Gbogbo ọgbẹ́ inú ara ti pòórá, àwọn ibi tí àrùn náà ti jẹ tí ó sì yà sọ́tọ̀ sì ti para pọ̀, wọ́n sì ti wòsàn. Ohùn mi ti lágbára gan-an. Mo ń ṣètò láti kọ́ ẹ̀kọ́ nípa 'àṣà ohùn' nígbà tí òtútù líle kan dé bá mi. Mo lọ sí Zion Home fún ìgbà díẹ̀. O gbàdúrà pẹ̀lú mi, mo sì rí ìwòsàn.

Ara mi le koko bayi. Mo nifẹẹ gidigidi lati ṣabẹwo si Ile Sion ki n si feti si awọn itọni iyanu ti a gba lati ọdọ rẹ ati Iyaafin Dowie ọwọn nipa ọna didara Ọlọrun lati wo awọn "ọmọ alaisan" rẹ sàn ti wọn ba le gbekele rẹ nikan.

Mo nírètí pé Ẹrí yìí lè dé ọ̀dọ̀ ọ̀pọ̀lọpọ̀ àwọn tí wọ́n ń jìyà, kí wọ́n sì lè wá Oníṣègùn Ńlá fún ìwòsàn Ẹmí, Ẹmí àti Ara wọn. Mo rí i pé bí mo ṣe ń sún mọ́ ẹsẹ̀ Jésù, bẹ́ẹ̀ ni ẹ̀bùn Rẹ̀ fún mi ṣe pọ̀ tó.

Dókítà àti Ìyáàfin Dowie ọ̀wọ́n, mo máa ń gbàdúrà lójoojúmọ́ pé kí ẹ̀yin lè ṣe àṣeyọrí nínú "Ìrìn Àjò Síónì" yín, àti pé kí ẹ̀yin méjèèjì lè ní ìgbàlà fún ọ̀pọ̀lọpọ̀ ọdún títí tí ìhìn rere ẹlẹ́wà yìí yóò fi tàn ká gbogbo ayé.

Tìrẹ ni tòótọ́ nínú Jésù,

Arabinrin Lulu Dayton

A ti wo ibajẹ PTSD ati Nerve sàn

Dave padà dé láti ogun pẹ̀lú àwọn àmì àrùn PTSD tó le gan-an àti ìpalára iṣan ara. Ó wà lórí kẹ̀kẹ́ akẹ́rù, ó sì máa ń nímọ̀lára bíi pé wọ́n ń fi abẹ́ gé e, awọ ara rẹ̀ dà bíi pé wọ́n ń da ásíìdì sí i, ó sì máa ń nímọ̀lára pé wọ́n ń fọ́ egungun rẹ̀. Ó nímọ̀lára pé ìmọ́lẹ̀ àti ìró ohùn tó ń dún ló ń tàn yanranyanran. Kò tilẹ̀ lè fọwọ́ kan ọwọ́ rẹ̀. Ìmọ̀lára rẹ̀ jẹ́ ìbẹ̀rù àti àkíyèsí nígbà gbogbo. Kò lè kojú àwọn ènìyàn, kò sì lè lo àkókò pẹ̀lú ìdílé rẹ̀. Ìgbésí ayé rẹ̀ jẹ́ ìpalára ti ara àti ti ìmọ̀lára. Ó rí ọ̀pọ̀lọpọ̀ dókítà, ṣùgbọ́n kò rí ìtura kankan.

Dave lọ sí ìpàdé Randy Clark kan níbi tí ó ti lọ sí ọ̀dọ̀ Randy láti bi í ní ìbéèrè kan. Kò tilẹ̀ dá a lójú bí ó ṣe dé iwájú nítorí pé ọ̀pọ̀ ènìyàn ló nífẹ̀ẹ́ sí i. Randy yọ gbohùngbohùn rẹ̀, ó sì gbọ́ ìtàn Dave. Randy ní kí ọ̀kan lára àwọn ọmọ ẹgbẹ́ àdúrà tí orúkọ rẹ̀ ń jẹ́ Mike gbàdúrà fún Dave. Mike gbá ọwọ́ Dave mú, èyí sì mú kí ó bẹ̀rù gidigidi. Mike tún wo ojú Dave tààrà, kò sì jẹ́ kí ó fi orí rẹ̀ sílẹ̀ nítorí ẹ̀bi àti ìtìjú ohun tó ṣẹlẹ̀ sí i nígbà ogun ti bò ó mọ́lẹ̀. Àwọn àwòrán wọ̀nyẹn àti ìrora ọkàn tó wà lára wọn ti ń kó ìdààmú bá a.

Dave bẹ̀rẹ̀ sí í lágun, ó sì nímọ̀lára pé ó fẹ́ sá lọ. Mike di í mú, ó sì gbé e lọ sí ọ̀nà ìwòsàn. Kò pẹ́ tí àdúrà fi gùn, bóyá ó tó ìṣẹ́jú márùn-ún. Dave sọ pé ó dà bíi pé Jésù fọwọ́ kan òun. Àlàáfíà kan dé bá a bíi pé kò tíì nímọ̀lára láti ìgbà tí ó ti wà ní kékeré. Nígbà tí ó dé ilé, Dave sọ pé ó dà bíi pé ó ń gbọ̀n wọ inú ilé òun. Ìyàwó rẹ̀ rí ìyàtọ̀ lẹ́sẹ̀kẹsẹ̀, ó sì béèrè ohun tó ṣẹlẹ̀. Ó kàn kígbe pé "Mo ti di òmìnira." Ìyàwó rẹ̀ sọ fún un pé "Ọmọdé, ó dà bíi pé o ti pàdánù 2000 pọ́ọ̀nù kúrò lórí èjìká rẹ, mi ò sì mọ ẹni tí o jẹ́."

Dave ti bọ́ sílẹ̀ lórí kẹ̀kẹ́ rẹ̀, ó sì ti kúrò nínú oògùn rẹ̀. Ó ń bá àwọn ọmọ rẹ̀ ṣeré, ó gbá wọn mọ́ra, kò sì bẹ̀rù ní gbogbo ìgbà. Ó lọ sí ìpàdé Randy Clark tó tẹ̀lé e. Ọwọ́ òsì rẹ̀ ṣì ń dákú, ṣùgbọ́n ó sọ fún Jésù pé "wo gbogbo ohun tí o ti ṣe fún mi. Ní alẹ́ yìí tí mo bá lọ sí ìpàdé náà, a ó ṣe é. Mi ò nílò kí ẹnikẹ́ni gbàdúrà fún mi, mo kàn fẹ́ yin ohun tí o ti ṣe lógo." Bí ó ti jókòó ní yàrá ìjókòó tí ó ń dúró de àwọn ìlẹ̀kùn, ó fi ọwọ́ òsì rẹ̀ hàn lójijì. Ó ní "ọwọ́… o ti padà." Kò sí ẹni tí ó ti gbàdúrà fún un. Kò sí orin ìjọsìn tí ń dún. Ó pe ìyàwó rẹ̀, ó sì sọ pé ní báyìí, mi ò ní òmìnira nìkan, ṣùgbọ́n nísinsìnyí mo lè fọwọ́ kan ọwọ́ mi, mo lè fọwọ́ kan ọwọ́ mi, mo lè fọwọ́ kan ìka mi. Mo lè jó, kò sì pa mí lára, iná kò sì pa mí lára. Mo ti di òmìnira, Jésù sì ṣe é!

Láti inú ẹ̀rí ibethel tv tí àkọlé rẹ̀ jẹ́ Post Traumatic Stress Disorder Healed! – Oṣù Kẹta Ọjọ́ Karùn-ún, Ọdún 2013. (ibethel.tv ní àwọn akoonu ọ̀fẹ́ àti àwọn akoonu tí a sanwó fún ṣùgbọ́n o gbọ́dọ̀ forúkọ sílẹ̀ láti lò ó)

Iwosan Jo Gummelt Nipasẹ Kathryn Kuhlman

Jo Gummelt ni ìyàwó àlùfáà Southern Baptist kan. Ó ní àrùn kíndìnrín tó ṣọ̀wọ́n gan-an tí a ń pè ní renal papillary necrosis. Àwọn dókítà ní agbègbè Washington, DC kò tíì rí i rí. Àwọn dókítà gbàgbọ́ pé ó jẹ́ àléjì sí oògùn ìrora tí a ń lò lórí ìwé. Wọ́n pa kíndìnrín méjèèjì run 1/3. Àwọn dókítà nírètí pé wọ́n lè mú kí ìbàjẹ́ náà dúró ṣinṣin. Gbogbo àyẹ̀wò tí ó bá ṣeé ṣe ni Jo ṣe. Ó máa ń sinmi lórí ibùsùn fún wákàtí 12 sí 14 lójúmọ́. Irun rẹ̀ ń já jáde. Àwọn dókítà kìlọ̀ fún un pé àkóràn bakitéríà lè pa kíndìnrín rẹ̀. Wọ́n ṣàpèjúwe kíndìnrín rẹ̀ gẹ́gẹ́ bí kànrìnkàn tí kò lágbára tí ó lè fa ìkọlù èyíkéyìí.

Ọ̀rẹ́ kan pè é láti lọ sí ìpàdé ìwòsàn oníṣòwò Kíkún. Kò fẹ́ lọ rárá. Ní gidi, ó wọ fìlà onírun tí a fi bo ojú rẹ̀ nítorí pé kò fẹ́ kí ẹnikẹ́ni dá a mọ̀. Ìsìn ìwòsàn kò dára fún un. Ó so ó pọ̀ mọ́ ìpàdé àgọ́ kan ní etí ìlú. Nígbà tí wọ́n kéde Kathryn Kuhlman, ó rò pé "ó ṣe mí, kì í ṣe ìránṣẹ́ obìnrin." Ó rẹ̀wẹ̀sì gidigidi nítorí ipò rẹ̀. Ìpàdé náà kún fún àwọn ènìyàn, òun àti ọ̀rẹ́ rẹ̀ sì dé ní wákàtí kan ààbọ̀ lẹ́yìn náà. Jo kò lè dìde dúró, ó sì ti rẹ̀ ẹ́ gan-an. Wọ́n jókòó lórí àtẹ̀gùn yàrá ìpàdé náà.

Ọlọ́run ní kí ènìyàn méjì dìde kí wọ́n sì fún àwọn obìnrin ní àga wọn nítorí pé wọ́n ní láti lọ. Àwọn àga náà wà ní apá kejì nítòsí iwájú. Jo rò pé òun ti rí i dájú pé Ọlọ́run ti mọ̀. Ó ti jẹ́ Onísìn Southern Baptist ní gbogbo ìgbésí ayé rẹ̀. Ó gbàgbọ́ pé gbogbo ẹ̀rí ni a ti gbìn. Kò gbàgbọ́ ohunkóhun tí ó rí. Ó jẹ́ oníyèméjì pátápátá. Síbẹ̀ nǹkan kan ń ru sókè ní ọkàn rẹ̀.

Nígbà tí wọ́n parí ìsìn náà, Kathryn Kuhlman ní kí gbogbo àwọn tó wà ní ìpàdé náà gbé ọwọ́ wọn sókè kí wọ́n sì kọrin "Olúwa Mo Gbà Ọ́." Jo bẹ̀rẹ̀ sí í kọrin nítorí pé ó mọ orin náà, ṣùgbọ́n kò fẹ́ gbé apá rẹ̀ sókè. Ìgbàgbọ́ àkọ́kọ́ rẹ̀ ni láti gbé apá rẹ̀ sókè díẹ̀. Lẹ́yìn náà, ó sọ pé Ẹ̀mí Mímọ́ gba agbára rẹ̀. Kí ó tó mọ̀, apá rẹ̀ ti wà ní òkè. Ó wà lábẹ́ Ọlọ́run. Ó dà bíi pé ẹsẹ̀ rẹ̀ ń nà, ó sì wà ní ìka ẹsẹ̀ rẹ̀. Lẹ́yìn náà, ọwọ́ rẹ̀ yí sókè pẹ̀lú ẹ̀mí gbígbà.

Ní àkókò náà, ìmọ̀lára àìtóye, àìmọ̀ àti ìrẹ̀lẹ̀ bo Jo. Kò tíì ní ìrírí bẹ́ẹ̀ rí. Orí rẹ̀ wó lulẹ̀ débi pé ó lè dé. Kò lè gbé e sókè. Ó nímọ̀lára bí agbowó òde tí kò tilẹ̀ lè gbé ojú rẹ̀ sókè sí ọ̀run nítorí mímọ̀ ẹ̀ṣẹ̀ rẹ̀. Jo bẹ̀rẹ̀ sí í sunkún, lẹ́yìn náà ni kànga omi ìyè kan bẹ̀rẹ̀ sí í yọ jáde nínú rẹ̀.

Láti òkèèrè, ó gbọ́ ohùn Kathryn tó ń sọ pé "Olúwa, ògo wà lórí èyí." Nígbà náà, Jo kò mọ ìtumọ̀ rẹ̀, ṣùgbọ́n nígbà tó yá, ó wá mọ̀ pé Olúwa wà pẹ̀lú rẹ̀. Lẹ́yìn náà, Jo bẹ̀rẹ̀ sí nímọ̀lára omi gbígbóná tó ń dà sórí rẹ̀. Kathryn wá sí ọ̀dọ̀ Jo, ó sì fọwọ́ kan ọwọ́ rẹ̀. Wíwà Ọlọ́run pọ̀ sí i débi pé ó rò pé "ó ti lọ sí òde." Ó nímọ̀lára pé ó ń tàn ìmọ́lẹ̀, ó sì ń léfòó nínú omi gbígbóná, Olúwa sì ń di òun mú.

Bó tilẹ̀ jẹ́ pé Jo mọ̀ pé ara òun ti yá, kò sọ pé òun ti rí ìwòsàn ara gbà lẹ́sẹ̀kẹsẹ̀. Ó bẹ̀rẹ̀ sí í gbé ìgbésí ayé rẹ̀ déédéé. Kò dúró lórí ibùsùn mọ́. Ó dẹ́kun lílo oògùn. Ó dẹ́kun lílọ sí ọ̀dọ̀ dókítà. Ó di Ọ̀rọ̀ náà mú ní ọ̀nà tuntun. Lẹ́yìn náà, ó ní ìrírí ìkún Ẹ̀mí Mímọ́. Ìgbésí ayé rẹ̀ yí padà. Ìgbà àdúrà rẹ̀ bẹ̀rẹ̀.

Nígbà ìrìn àjò ìdílé kan nígbà díẹ̀ lẹ́yìn náà, Jo ṣàkíyèsí pé irun rẹ̀ ń dàgbà padà. Fún un, èyí jẹ́ àmì pàtó kan pé ó ti wòsàn. Ọkọ rẹ̀ tẹnumọ́ pé kí ó padà lọ sí ọ̀dọ̀ àwọn dókítà kí wọ́n sì tún ṣe àyẹ̀wò. Dókítà náà wo àwòrán X-ray ó sì wí pé "Mo fẹ́ parí ìwé lórí ọ̀ràn yìí nítorí pé ara rẹ ti yá pátápátá. Tí o bá ní ìṣòro kíndìnrín mìíràn, kò ní ní í ṣe pẹ̀lú àrùn yìí."
http://www.youtube.com/watch?v=vZF23Gjq0Q0

Ọkùnrin tí a jí dìde kúrò nínú òkú nípasẹ̀ onímọ̀ nípa ọkàn

Dókítà Chauncy Crandall jẹ́ onímọ̀ nípa ọkàn àti Kristẹni. Wọ́n pè é nígbà tí Jeff Marken kan dé sí yàrá ìtọ́jú pàjáwìrì, ọkàn rẹ̀ sì gbọgbẹ́ gidigidi. Ọkùnrin náà ti kú fún ọgbọ̀n ìṣẹ́jú, àwọn òṣìṣẹ́ sì ti ń ṣiṣẹ́ lórí rẹ̀ fún gbogbo àkókò náà. Nígbà tí Dókítà Crandall dé, ó hàn gbangba pé ọkùnrin náà ti kú. Ní gidi, Dókítà Crandall sọ pé "òun ni ọkùnrin tí ó kú jùlọ tí mo tíì rí rí." Gbogbo ara rẹ̀ dúdú – ọwọ́ rẹ̀, ẹsẹ̀ rẹ̀, ẹsẹ̀ rẹ̀, ojú rẹ̀. Wọ́n ń pè é ní cyanosis.

Dókítà Crandall sọ fún dókítà yàrá ìtọ́jú pàjáwìrì láti kéde pé Ọ̀gbẹ́ni Marken ti kú. Àwọn òṣìṣẹ́ kún gbogbo ìwé náà, nọ́ọ̀sì náà sì bẹ̀rẹ̀ sí í yọ àwọn ọ̀pá ìtọ́jú páìpù náà kúrò, wọ́n sì ń múra òkú náà sílẹ̀ láti lọ sí ibi ìtọ́jú òkú. Bí Dókítà Crandall ṣe yípadà láti jáde kúrò nínú yàrá náà, ó gbọ́ tí Olúwa sọ pé "Yípadà kí o sì gbàdúrà fún ọkùnrin náà." Ó ń rìn lọ, nígbà kejì Olúwa sọ pé "Yípadà kí o sì gbàdúrà fún ọkùnrin náà." Dókítà Crandall yípadà, ó sì lọ gbàdúrà fún un. Kò mọ ohun tí yóò gbàdúrà, ṣùgbọ́n bí ó ti dúró níbẹ̀, Ẹ̀mí Mímọ́ gba ipò rẹ̀. Ó gbàdúrà pé "Bàbá Ọlọ́run, mo ké fún ẹ̀mí ọkùnrin yìí. Tí kò bá mọ̀ ọ́ gẹ́gẹ́ bí Olúwa àti Olùgbàlà rẹ̀, jí i dìde kúrò nínú òkú nísinsìnyí, ní orúkọ Jésù." Nọ́ọ̀sì náà rò pé ó ya wèrè. Apá Jeff Marken dún sókè lójijì. Nígbà tí dókítà yàrá ìtọ́jú pàjáwìrì padà dé inú yàrá náà, Dókítà Crandall sọ pé "yà ọkùnrin yìí lẹ́nu lẹ́ẹ̀kan sí i." Dókítà yàrá ìtọ́jú pàjáwìrì náà kò fẹ́, ṣùgbọ́n ó ṣe é láti bọ̀wọ̀ fún ìbéèrè Dókítà Crandall. Ó yà aláìsàn náà lẹ́nu lẹ́ẹ̀kan sí i, lẹ́sẹ̀kẹsẹ̀, ìlù ọkàn pípé kan dé sí orí ẹ̀rọ ìtọ́jú náà. Àwọn dókítà àti nọ́ọ̀sì náà yà lẹ́nu. Lẹ́yìn náà ni àyà bẹ̀rẹ̀ sí í mì tìtì, ikùn, ọwọ́ àti ẹsẹ̀ sì bẹ̀rẹ̀ sí í mì tìtì. Wọ́n gbé e lọ sí ibi ìtọ́jú tó le koko. Ọ̀ru ọjọ́ Ẹtì ni. Dókítà Crandall pe alábàáṣiṣẹ́pọ̀ rẹ̀, ó sì sọ fún un pé Jeff Marken ti jíǹde kúrò nínú òkú, àti pé yóò yè nítorí pé ó hàn gbangba pé Ọlọ́run ti pè é.

Nígbà tí Dókítà Crandall wọlé ní òwúrọ̀ ọjọ́ Ajé, tí Jeff Marken sì jókòó sórí ibùsùn. Dókítà Crandall béèrè lọ́wọ́ Jeff ohun tó ti ṣẹlẹ̀ nígbà tí wọ́n ń ṣiṣẹ́ fún un ní ilé ìwòsàn. Jeff ṣàpèjúwe wíwà ní òun nìkan nínú àpótí ìpamọ́ ní ibi òkùnkùn fún ohun tó dà bí ìgbà pípẹ́. Lẹ́yìn náà, àwọn ẹ̀dá kan dì í mọ́lẹ̀, wọ́n sì jù ú nù bí ìdọ̀tí. Ohun tó ti ṣẹlẹ̀ sí Jeff dàámú gidigidi. Dókítà Crandall sọ fún un pé tí ó bá gba Jésù, òun kò ní dá wà láéláé, wọn kò sì ní sọ ọ́ nù láéláé. Jeff gba Jésù nígbà náà.

Jesu ti fun Jeff ni aye keji. Ko ni awọn iṣoro lati iku fun diẹ sii ju iṣẹju 40 lọ. O ni awọn ayẹwo deede ṣugbọn ko si awọn iṣoro ọkan. Dokita Crandall sọ pe kii ṣe ọjọ yẹn nibiti o ti ni "igbagbọ nla" o kan fẹ lati tẹsiwaju iṣẹ rẹ. Sibẹsibẹ nitori pe o duro ati gbadura pẹlu igbagbọ kekere ti o ni pe Ọlọrun lo o ni ọna iyanu yii. Dokita Chauncey ti kọ iwe kan nipa iriri rẹ ti a pe ni "Gbígbé Awọn Òkú." (A n gbe iwe yii wa ninu ile itaja iwe wa.)

Gbọ́ ẹ̀rí pípé tí Dókítà Crandall fún Pat Robertson lórí CBN.
http://www.youtube.com/watch?v=EL2i64j2FZE

Ìtàn ìyanu kan nípa ìwòsàn ìyanu kan ní ìparí àwọn ọdún 1700

Àyọkà láti inú "Àwọn Ìwòsàn Ìgbàgbọ́ Míràn" tí Dókítà Charles Cullis tẹ̀ jáde ní ọdún 1885. Àkọsílẹ̀ tó tẹ̀lé yìí nípa ìwòsàn pàtàkì kan, tí òtítọ́ rẹ̀ jẹ́rìí sí i débi pé ó lè fi hàn gbangba pé kò sí iyèméjì, ni a daakọ láti inú ìwé ìròyìn àtijọ́ kan ní London ti ọdún 1788. Ọlọ́run ní gbogbo ìran kò fi ara rẹ̀ sílẹ̀ láìsí ẹ̀rí agbára ayérayé àti Ọlọ́run rẹ̀, gẹ́gẹ́ bí a ó ti rí i nínú ìtàn tó tẹ̀lé e.

Ìjọ kan ní Tiverton, ní ìwọ̀ oòrùn, tí wọ́n ti péjọ pọ̀, tí wọ́n sì ní ọ̀kan lára wọn tí wọ́n ṣètò fún pásítọ̀ wọn, wọ́n fi lẹ́tà ránṣẹ́ sí ìjọ kan ní Colchester fún ìyọkúrò ọmọ ẹgbẹ́ kan tí wọ́n fẹ́ kí pásítọ̀ náà jáde; àti pẹ̀lú gbólóhùn kan nínú lẹ́tà fún ìtọ́ni nínú ìyanisí, bóyá ó pọndandan láti gbé ọwọ́ lé. Ìjọ tí a ti sọ tẹ́lẹ̀ ní Colchester tí pásítọ̀ wọn kò sí níbẹ̀, mo fẹ́ dáhùn lẹ́tà tí a ti sọ tẹ́lẹ̀, nígbà tí mo sì wá dáhùn kókó yẹn nípa ìyanisí, mo kọ̀wé báyìí pé, "Gbígbé ọwọ́ léni jẹ́ ohun tí kò ṣe pàtàkì, kìkì láti fi hàn pé ẹni tí a yàn ni, tí kò ní agbára láti fi ẹ̀bùn iṣẹ́ ìránṣẹ́ fún ẹni tí a yàn bẹ́ẹ̀, a kà á sí ayẹyẹ ìpilẹ̀ṣẹ̀, bíi fífún aláìsàn ní òróró, àti fífọ ẹsẹ̀, tí ó dáwọ́ dúró pẹ̀lú ìgbésí ayé àwọn Àpósítélì, àti pẹ̀lú ẹ̀bùn ìwòsàn àrà ọ̀tọ̀."

Lẹ́tà yìí, tí a kọ báyìí, ni a mú wá sí ìjọ fún ìtẹ́wọ́gbà, àti láti jẹ́ kí wọ́n fọwọ́ sí i; ṣùgbọ́n àwọn kan kọ̀ ọ́, wọ́n sì dáhùn pé wọ́n gbàgbọ́ pé fífi òróró kùn ún, àti gbígbé ọwọ́ léni, jẹ́ ìlànà nínú ìjọ, ó sì yẹ kí a ṣì máa wàásù rẹ̀; èyí tí mo tako tí mo sì fa ọ̀rọ̀ àwọn òǹkọ̀wé tí mo kà lòdì sí i yọ; ṣùgbọ́n fún ète lásán ni, nítorí pé wọn kò fọwọ́ sí lẹ́tà náà, a sì kọ òmíràn gẹ́gẹ́ bí ọkàn wọn.

Láti ìgbà náà ni mo ti fi sílẹ̀ nínú òkùnkùn ńlá ọkàn, tó bẹ́ẹ̀ tí mo fi máa ń béèrè ìbéèrè nípa ìfẹ́ mi nínú Kristi Jésù nígbà gbogbo, mo sì máa ń fi ọ̀pọ̀lọpọ̀ ọjọ́ ààwẹ̀ àti àdúrà ṣe àtúnṣe ìmọ́lẹ̀ ojú Ọlọ́run; nítorí náà ni mo ṣe ń bá a lọ fún oṣù méjì, títí di ìgbà pípẹ́, nígbà tí mo wà ní St. Edmund's Bury, ní Suffolk, títí di ìparí oṣù Kejìlá, mo fẹ́ láti gbàdúrà pẹ̀lú ọkùnrin àti obìnrin kan tí wọ́n ti ń jìyà fún ìgbà pípẹ́, nígbà tí mo sì ń gbàdúrà, mo wà nínú òkùnkùn púpọ̀ mo sì rò pé mo nílò láti gbàdúrà fún ara mi ju àwọn ẹlòmíràn lọ, èyí tí mo ṣe nínú àwọn ọ̀rọ̀ wọ̀nyí "Èéṣe tí ìwọ fi fi mí sílẹ̀, Olúwa, èéṣe tí ìwọ fi fi ojú rẹ pamọ́ kúrò lọ́dọ̀ mi? Padà, padà, Olúwa, kí o sì gbé ìmọ́lẹ̀ ojú Rẹ sókè sí mi." Ẹ̀bẹ̀ yìí ni mo dáhùn lẹ́sẹ̀kẹsẹ̀ nípa ìrònú ọkàn mi pé mo ti sẹ́ àwọn òfin rẹ̀, ìyẹn ni, ìfàmì òróró àti gbígbé ọwọ́ léni. Mo tún dáhùn nínú ọkàn mi pé "Olúwa, bí mo bá mọ̀ pé wọ́n jẹ́ òfin, èmi kì bá tí fi tinútinú sẹ́ wọn, bẹ́ẹ̀ ni èmi kì bá tí kọ̀ wọ́n sílẹ̀."

Nítorí náà, mo gbàgbọ́ pé ìlànà gbígbé ọwọ́ léni àti fífi òróró kùn ún ni a ń tẹ̀síwájú nínú ìjọ; tí mo bá sì ń ṣe wọ́n, Olúwa ni yóò ni wọ́n. Nígbà náà, lórí ìpinnu ọkàn mi, mo ti gba ìfẹ́ ọkàn mi, nítorí Olúwa gbé ìmọ́lẹ̀ ojú Rẹ̀ sókè sí mi, àdúrà mi sì yípadà sí ìyìn; nígbà tí mo sì parí àdúrà mi, obìnrin onírẹ̀lẹ̀ náà tí ó ti kú ní ẹ̀gbẹ́ kan. Mo sọ fún un pé, "Ìyá, mo gbàgbọ́ tí a bá fi òróró kùn ún ní orúkọ Olúwa, pé àwọn ẹ̀yà ara rẹ yóò padà sípò nítorí mo gbàgbọ́ lọ́nà ìyanu, nípa ohun tí mo tako láìpẹ́ yìí, pẹ̀lú agbára ńlá." Ó sọ fún mi pé òun kò lè fara mọ́ ọn, bẹ́ẹ̀ ni òun kò gbà á gbọ́. Mo lo àwọn àríyànjiyàn díẹ̀ pẹ̀lú rẹ̀, ṣùgbọ́n fún ète lásán.

Nítorí náà ní ọjọ́ náà mo padà sí Colchester, mo sì lọ sí ọ̀dọ̀ ọ̀kan lára wọn, Arábìnrin Mary Munnings, opó kan tí ó ń tọ́jú ilé ìtajà àwọn oníṣòwò nítòsí ọjà, mo sọ fún un bí mo ṣe gbàgbọ́ nínú òfin ìfàmì òróró sí ara mi, mo sì tún sọ fún un pé, mo gbàgbọ́ gidigidi pé Ọlọ́run ni yóò ni àwọn òfin tirẹ̀. Ó yà á lẹ́nu gan-an, ó mọ̀ bí mo ṣe tako rẹ̀ gidigidi, ṣùgbọ́n ní ìgbà díẹ̀ sẹ́yìn; ó sì rò pé ó jẹ́ àṣà, ó béèrè bóyá mo ní ìgbàgbọ́ nínú lílo rẹ̀ fún ọmọbìnrin rẹ̀, ẹni tí ó jẹ́ aláàbọ̀ ara, gẹ́gẹ́ bí ìtàn yìí yóò ti hàn gbangba. Mo sọ fún un pé bẹ́ẹ̀ ni, mo gbà á, mo sì bi í bóyá ó gbàgbọ́ pé ó jẹ́ òfin? Ó ní, ó gbà á.

Lẹ́yìn náà ni mo wo inú yàrá tí ọmọbìnrin rẹ̀ tí a ti sọ tẹ́lẹ̀ jókòó sí, mo sì wí pé, "Ọmọ! Ṣé o gbàgbọ́ pé Olúwa lè mú ọ láradá?" Ó dáhùn pé, "Ọwọ́ Olúwa kò kúrú tó bẹ́ẹ̀ tí kò fi lè gbà ọ́ là, bẹ́ẹ̀ ni etí rẹ̀ kò wúwo tó bẹ́ẹ̀ tí kò fi lè gbọ́." "Ó dára," mo dáhùn, "tí o bá gbàgbọ́ agbára Rẹ̀, mo gbàgbọ́ ìfẹ́ Rẹ̀." Nígbà náà ni ìyá rẹ̀ béèrè lọ́wọ́ mi bóyá ó wù mí láti fún un ní àṣẹ náà? Mo sọ fún un pé màá ṣe bẹ́ẹ̀, ṣùgbọ́n ní ọjọ́ ìkẹyìn ọ̀sẹ̀ yìí, mi ò lè ṣe é nísinsìnyí, nítorí ìkẹ́kọ̀ọ́ mi. Nítorí náà, mo fi wọ́n sílẹ̀, ní ọjọ́ kejì ọ̀sẹ̀ tó tẹ̀lé e, láti ṣàlàyé, lẹ́yìn àṣà mi, Arábìnrin Munnings tí a ti sọ tẹ́lẹ̀, nígbà tí ó wà níbẹ̀, ó rò pé ó jẹ́ àkókò tó dára jùlọ láti fún ọmọbìnrin rẹ̀ ní àṣẹ náà, nígbà tí Ẹ̀mí àti oore-ọ̀fẹ́ Ọlọ́run nípa lórí mi. Gẹ́gẹ́ bí ìbéèrè rẹ̀, mo bá a lọ sí ilé rẹ̀; ó sì rán ìránṣẹ́bìnrin rẹ̀ fún epo kan, ó sì sọ fún mi pé ó nírètí pé èmi yóò dára bí ọ̀rọ̀ mi, láti fi òróró yan ọmọbìnrin rẹ̀. Mo sọ fún un pé ìlérí búburú kan sàn kí ó bàjẹ́ ju kí ó pa mọ́, ṣùgbọ́n tí mo bá lè rí àṣẹ nínú Ọ̀rọ̀ Ọlọ́run èmi yóò ṣe bẹ́ẹ̀. Ní gbígbìyànjú láti rí Bíbélì, mo fẹ́ kí wọ́n dá mi dúró, mo sì wá láti ìpẹ̀kun kan sí ìkejì fún wákàtí mẹ́ta, láti mẹ́sàn-án sí méjìlá, nínú èyí tí mo ti kó ọ̀pọ̀lọpọ̀ ibi nínú Ìwé Mímọ́ jọ, méjèèjì fún ìlànà, àti fún ìṣírí ìgbàgbọ́, gẹ́gẹ́ bí Jákọ́bù v: 14, Máàkù VI: 13, Máàkù xi: 24, èyí tí mo pè ní èdìdì sí iṣẹ́ mi ní ìkẹyìn.

Lẹ́yìn tí mo ti ṣe bẹ́ẹ̀, mo ti pa Bíbélì, mo sì sọ fún ìyá àti arábìnrin kejì tí ó wà níbẹ̀ pé "Kì í ṣe pé mo rí àṣẹ nìkan ni, ṣùgbọ́n èdìdì kan fún un." Nítorí náà, mo sọ̀rọ̀ sí òfin náà ní ọ̀nà tí ó tẹ̀lé e yìí: Ní àkọ́kọ́, mo lọ sí àdúrà, èyí tí yóò gbé ìgbàgbọ́ wa nínú òfin náà ga, àti pé kí a lè di ìlérí náà mú pẹ̀lú; lẹ́yìn náà, mo ya òróró náà sọ́tọ̀ kúrò nínú lílo rẹ̀ fún lílò rẹ̀, nípasẹ̀ àdúrà.

Lẹ́yìn náà ni mo fi òróró yàn án ní orúkọ Olúwa Jésù Kristi ti Násárétì, níbi tí ó ti bàjẹ́, nígbà mẹ́ta, gẹ́gẹ́ bí iye àwọn ènìyàn Mẹ́talọ́kan; ṣùgbọ́n kíyèsí i, nígbà tí mo dé láti fi òróró pa ẹsẹ̀ rẹ̀, mo yà lẹ́nu, nítorí pé ó rọ bí i: egungun ìdí rẹ̀ yọ sí abẹ́ apá rẹ̀; ẹsẹ̀ rẹ̀ rọ̀, ẹsẹ̀ rẹ̀ sì yọ jáde kúrò ní ipò rẹ̀, débi pé a kò rí ẹnikẹ́ni ní inú, ẹsẹ̀ òsì rẹ̀ bí kùkùté, lẹ́gbẹ̀ẹ́ àwọn àìlera ara rẹ̀ mìíràn nítorí àìní àwọn ẹ̀yà ara rẹ̀. Ìyá rẹ̀ sọ pé òun kò mọ̀ bóyá a bí i bẹ́ẹ̀ tàbí bẹ́ẹ̀ kọ́, nítorí ó ṣẹ̀ṣẹ̀ mọ̀ ọ́n nígbà tí ó wà nínú okùn ìṣáájú rẹ̀, tí ó sì fẹ́rẹ̀ẹ́ pé ọmọ ọdún mẹ́rìndínlógún, ọ̀pọ̀ ènìyàn ni ìyá rẹ̀ lò fún ìrànlọ́wọ́ ṣùgbọ́n láìsí ète, ó ṣì ń dàgbà sí i: ó sì ń burú sí i.

Níkẹyìn, ó fi ìbéèrè kan ránṣẹ́ sí oníṣẹ́ abẹ olókìkí kan, ẹni tí ó sọ fún un pé òun kò ní gba owó rẹ̀, nítorí pé kò sí ẹnikẹ́ni láyé tó lè ràn án lọ́wọ́, tàbí kí ó dín egungun náà sí àwọn ibi tó yẹ, iṣan ara rẹ̀ ti dínkù, wọ́n sì kóra jọ sí abẹ́ ẹran rẹ̀ tó tóbi tó ọwọ́ ọkùnrin, gbogbo ẹ̀gbẹ́ rẹ̀ sì ti di aláìlera tó bẹ́ẹ̀ tí kò fi lè gbé ìwọ̀n tó tó ìwọ̀n 4 pọ́ọ̀nù ní ẹ̀gbẹ́ yẹn." Nígbà tí mo rí ẹsẹ̀ rẹ̀ tó bàjẹ́, nítorí mi ò rí i rí, ojú mi wó lulẹ̀, mo sì sọ nínú ara mi pé "Dájúdájú, mo burú ju ẹni tí ó ya wèrè lọ, — ṣé a lè mú egungun tí ó wọ́ra tọ́?" Pẹ̀lú èyí, ìwárìrì gbá mi mú débi pé mi ò lè dá ọwọ́ mi dúró (àfi pẹ̀lú ìrànlọ́wọ́ èkejì) láti fi òróró yàn án, nígbà tí mo sì wà nínú ìdààmú ọkàn, ọ̀rọ̀ yìí sọ sínú ọkàn mi pé, "Bí ó tilẹ̀ jẹ́ pé o kò tíì gbàgbọ́, ó dúró ṣinṣin, kò sì lè sẹ́ ara rẹ̀."

Nítorí náà, nígbà tí mo fi òróró yàn án tán, mo kúnlẹ̀ lórí eékún mi, bí ẹni pé mo wà nínú ìrora, mo sì sọ ọ̀rọ̀ wọ̀nyí pé: "Olúwa, mo ti ṣe ipa ti èmi, mo ti lọ sí òde iṣẹ́ mi; Olúwa, mo fi iṣẹ́ náà sílẹ̀ ní ọwọ́ Rẹ láti parí!" Bí mo sì ti ń sọ báyìí, mo ṣubú sínú ayọ̀, mo sì rí i bí ẹni pé ọ̀run ṣí sílẹ̀, Kristi sì wà ní ọwọ́ ọ̀tún Baba ń fi ẹ̀bẹ̀ kan hàn. Nígbà náà ni mo kígbe pé, "Olúwa, èyí ni ẹ̀bẹ̀ wa, a sì ń dúró de ìdáhùn."

Ìyá àti arábìnrin náà ṣe kàyéfì nípa ọ̀rọ̀ náà; ṣùgbọ́n nígbà tí mo ti sọ bẹ́ẹ̀ tán, wọ́n mú ọ̀rọ̀ wọ̀nyí wá fún mi pé, "Kí ó rí fún ọ gẹ́gẹ́ bí ìgbàgbọ́ rẹ." Mo dáhùn pé, "Mo gbàgbọ́ pé a ó mú un lára dá." Lẹ́yìn náà ni mo dáhùn pé, "Èmi yóò – a ó mú un lára dá." Nígbà náà, kí n tó wólẹ̀ lórí eékún mi, mo yin Ọlọ́run fún mímú un lára dá; nígbà tí mo sì parí ọ̀rọ̀ náà, mo dìde mo sì rìn yíká yàrá náà; lẹ́yìn náà mo jókòó, mo sì tẹjú mọ́ ọn, mo sì wí pé: "Ọmọ, Olúwa ti mú ọ lára dá." Ìyá rẹ̀ dáhùn pé, "Ọ̀gá, kí ni o ń sọ bẹ́ẹ̀ kí o tó mọ̀?" Mo dáhùn pé, "Àìnígbàgbọ́ dúró! Ọmọ, Olúwa ti mú ọ lára dá."

Ìyá rẹ̀ dáhùn gẹ́gẹ́ bí ti àtẹ̀yìnwá; nígbà tí mo dáhùn ní ìgbà kẹta pẹ̀lú ìtara ju ti àtẹ̀yìnwá lọ pé, "Ọmọ mi, Olúwa ti mú ọ láradá." Nígbà náà ni ó dìde, ó sì wí pé, "Kí ni èmi yóò san fún Olúwa fún gbogbo àǹfààní rẹ̀! Nítorí nígbà tí ìwọ sọ mí di mímọ́ ní ìgbà kejì, egungun mi gé láìsí ìrora rárá, wọ́n sì dé ipò wọn." Àti sí ìyàlẹ́nu wa, a rí i tí ó dúró ṣinṣin, tí ó sì gbòòrò ju ti àtẹ̀yìnwá lọ. Nítorí náà, ó na ẹsẹ̀ rẹ̀ jáde, ó fi ẹsẹ̀ rẹ̀ hàn wá, gbogbo rẹ̀ sì dára; àwọn àìsàn ara rẹ̀ tún ti kúrò, ọkàn rẹ̀ sì kún fún ìfẹ́ Olúwa, tí a kò fi mọ bí a ṣe lè fara da ara wa.

"Ẹ wá," ni mo sọ fún ìyá àti àbúrò rẹ̀ obìnrin, "ẹ jẹ́ kí a kọrin ìyìn sí Olúwa." "Rárá," ni ìyá rẹ̀ wí, "àwọn aládùúgbò yóò gbọ́ wa. Ní agogo mẹ́ta péré ní ọjọ́ ọdún tuntun tó kọjá, ní òwúrọ̀." Mo dáhùn pé, "Tí a bá pa ẹnu wa mọ́, àwọn òkúta tí ó wà ní òpópónà yóò ké sí wa." Nítorí náà, a kọrin láìròtẹ́lẹ̀, a sì parí òwúrọ̀ náà pẹ̀lú ìbùkún àti ìyìn fún Ọlọ́run. Ní òwúrọ̀, ìyá rẹ̀ wí pé, "Ẹ lọ, ẹ wò ó bóyá àbúrò yín kò sọkún." Ó gòkè lọ sí òkè, ó sì gbé e sọ̀kalẹ̀, ó jẹ́ ọmọdé onífẹ̀ẹ́fẹ̀ tí ó fẹ́rẹ̀ẹ́ tó ọmọ ọdún márùn-ún. Nítorí náà, ní ọjọ́ kejì, nígbà tí wọ́n pe àwọn mẹ́ḿbà ìjọ kan jọ, a fi gbogbo ìgbà yin Ọlọ́run.

Àwa tí a kọ orúkọ wa sílẹ̀ ní ìpàdé ìjọ wa; Àwa tí a kọ orúkọ wa sílẹ̀ lẹ́yìn ìkọ̀wé (àwọn ọmọ ẹgbẹ́ kan náà) jẹ́rìí sí òtítọ́ ọ̀rọ̀ yìí, a kò sì mọ ọ̀nà mìíràn tí a ti lò, bí kò ṣe pé Ọlọ́run ti fi agbára ńlá rẹ̀ hàn nínú èyí — Thomas Power, Nathaniel Hicks. John Blackfill, Thomas Pettly, Daniel Hart, Robert, Harris, Benjamin Smith, William Rawlings, John Maxey, Samuel Todd, John Browne, Joseph Ellingsford, Francis Howard, Philip Stowars, Jeremiah Baxter." Ọ̀pọ̀lọpọ̀ àwọn mìíràn ló fọwọ́ sí ìtàn yìí, wọ́n sì búra fún un, lára wọn ni oníṣẹ́ abẹ kan tí ó ti ṣe àyẹ̀wò ọmọbìnrin náà tí ó sì ti lọ síbẹ̀.

Obìnrin tí a wo sàn kúrò nínú àìgbọ́rọ̀ ní ìpàdé George Jeffries

Ẹrí mìíràn nípa ìwà rere ìwòsàn ni ti olùkọ́ ilé ìwé ọ̀wọ́n kan tí a wò sàn lọ́nà ìyanu nígbà tí Olórí ẹ̀kọ́ Jeffreys ń wàásù. Èyí ṣẹlẹ̀ ní Hull láti ọdún 1922. Ní ọdún díẹ̀ sẹ́yìn, arábìnrin yìí ti pàdé ìjàǹbá ńlá kan, èyí tí ìsàlẹ̀ agbárí rẹ̀ fọ́, tí ìkọ́lù ọpọlọ sì yọrí sí. Egungun kékeré kan ṣẹ́ ní orí, èyí tí ó ti lu ìlù etí òsì, èyí tí ó sọ òkúta di etí rẹ̀. Dókítà kan sọ pé ohun tí ó yàtọ̀ sí iṣẹ́ ìyanu ló lè mú kí ìgbọ́ran padà bọ̀ sípò.

Nítorí ìṣẹ̀lẹ̀ náà, arábìnrin yìí ní ìrora ńlá ní orí. Nígbà kan lára àwọn ìpàdé pàtàkì tí wọ́n ṣe ní Hull ní ọdún 1922 ni Ọlọ́run ṣe ìdáǹdè àgbàyanu yìí. Láìsí ọwọ́ kan ṣoṣo tí ó gbé e lé e, ó rí ìwòsàn lẹ́sẹ̀kẹsẹ̀ àti pátápátá. Ó fi kún un pé, "Olúwa fún mi ní etí tuntun." Ìgbésí ayé Ọlọ́run kún gbogbo ẹ̀dá rẹ̀ pẹ̀lú ògo tí a kò lè sọ.

Àyọkà láti inú "Ìtànṣán Ìwòsàn" láti ọwọ́ George Jeffreys.

Obìnrin kan ní Australia tí a wòsàn kúrò nínú ọ̀pọ̀lọpọ̀ àrùn

Ẹ n lẹ o, orúkọ mi ni Lars, mo sì fẹ́ sọ fún yín bí Ọlọ́run ṣe wo ọ̀rẹ́ mi Rebecca sàn lọ́nà ìyanu láti inú gbogbo àwọn àrùn tó ń ṣe é, títí bí àìgbọ́dọ̀máṣe, fibromyalgia, àìsàn rírẹlẹ̀ onígbà díẹ̀, àìsàn ìfun tí ń gbóná, tinnitus, àti rhinitis.

Rebecca lọ sí ilé ìwé pẹ̀lú Claudia àti Billy, tí wọ́n ti jẹ́ Kristẹni fún ìgbà pípẹ́ ní Àpéjọpọ̀ wa. Kò pẹ́ lẹ́yìn tí wọ́n mọ wọ́n, àwọn òbí Rebecca sọ fún un pé kó má ṣe bá wọn ṣe nǹkan kan, nítorí wọ́n rò pé àwọn jẹ́ ara ẹgbẹ́ òkùnkùn kan, èyí tí kò dá Rebecca dúró, ọ̀rẹ́ rere sì bẹ̀rẹ̀ láàárín wọn. Láti ọdún mélòókan sẹ́yìn, wọ́n pàdánù ìbáṣepọ̀, nítorí pé Rebecca ti kó lọ sí Dunfermline nígbà tí ó pé ọmọ ọdún mọ́kàndínlógún, láti lè kẹ́kọ̀ọ́.

Nígbà náà ni etí ọ̀tún rẹ̀ di aláìgbọ́: Ó ní àìsàn àìgbọ́ran tí a bí ní ìbí. Àwọn dókítà ti ṣàwárí rẹ̀ nígbà tí ó wà ní ọmọ ọdún mẹ́rin, nígbà tí ó sì wà ní ọ̀dọ́langba, ó ní láti bẹ̀rẹ̀ sí í lo ohun èlò ìgbọ́ran. Wọ́n ṣe àyẹ̀wò rẹ̀ pé ó ní àìsàn fibromyalgia nígbà tí ó wà ní ọmọ ọdún mẹ́rìnlá, bó tilẹ̀ jẹ́ pé ó ti ní àìsàn náà pẹ̀lú ọ̀pọ̀lọpọ̀ àìsàn mìíràn fún ìgbà díẹ̀. Díẹ̀ lára wọn ni: àrùn rírẹlẹ̀ onígbà díẹ̀, TMJD (ìrora oríkèé), epicondylitis (ìgbámú tẹ́nìsì), àrùn patellofemoral (orúnkún ọmọ ọ̀dọ̀), àrùn ìfun onírun, tinnitus, àti rhinitis.

Títí di ìgbà tí Rebecca fi pé ọmọ ọdún mẹ́tàdínlógún, ó ti ń gbé pẹ̀lú ìlera rẹ̀ bí ó ti rí. Ó máa ń jẹ́ ìṣòro nígbà gbogbo, ṣùgbọ́n lọ́nà kan, ó ṣì ń lọ sí ilé ìwé, ó lọ sí ibi iṣẹ́, ó sì ń gbé ìgbésí ayé àwùjọ. Ṣùgbọ́n lẹ́yìn náà, láìpẹ́ lẹ́yìn tí ó kó lọ sí Dunfermline, ó bẹ̀rẹ̀ sí í ṣàìsàn gidigidi. Ìrora náà le gan-an, àárẹ̀ náà sì pọ̀ tó bẹ́ẹ̀ tí kò fi lè dìde lórí ibùsùn. Láìpẹ́, ó di ohun tí kò ṣeé ṣe fún un láti gbé ìgbésí ayé déédéé. Ìrora àti àárẹ̀ di ohun tí ó ń mú kí ẹ̀kọ́ rẹ̀ bàjẹ́, ó sì ń ṣòro fún un láti kojú iṣẹ́ àṣekára rẹ̀. Jù bẹ́ẹ̀ lọ, ó ti ní àrùn neuralgia glossopharyngeal, èyí tí ó jẹ́ nígbà tí iṣan ẹ̀jẹ̀ àti iṣan ara bá fara kan ara wọn ní ẹ̀yìn ọpọlọ; èyí fa ìrora tó burú jáì, ó dàbí ẹni pé wọ́n fi ọ̀bẹ gún un ní orí láti inú etí òsì. Àwọn ọjọ́ dídùn kan wà tí ó lè jáde lọ rìn díẹ̀, ṣùgbọ́n ọ̀pọ̀ ìgbà ni ó máa ń gùn ún lórí ibùsùn.

Tí o bá ti ní ìṣòro pẹ̀lú èyíkéyìí nínú àwọn àìsàn wọ̀nyí tàbí irú wọn, o máa lóye ìrora àti àìbalẹ̀ ọkàn tó wà nínú rẹ̀. Láti lè kojú ìrora náà, ó lọ sí ilé ìwòsàn fún abẹ́rẹ́ steroid, ó sì tún ń mu oríṣiríṣi oògùn ìrora àti ìpara olóró tó lágbára, títí bí tramadol (tí a fi mọ́rófìn ṣe) àti diazepam. Ní àfikún, ó tún ń mu àwọn oògùn tó lágbára tó ń dènà ìgbóná ara bíi arthrotec, èyí tó ń fa ọgbẹ́ inú. Ní ti glossopharyngeal neuralgia, àwọn dókítà fẹ́ ṣe iṣẹ́ abẹ: ṣí agbárí rẹ̀ sílẹ̀, kí wọ́n sì fi ìrọ̀rí kékeré kan sí àárín iṣan ẹ̀jẹ̀ àti iṣan ara nínú ọpọlọ rẹ̀. Èyí ni láti gbìyànjú láti mú ìrora náà kúrò pátápátá, ó sì ṣeé ṣe kí iṣẹ́ abẹ náà yọrí sí rere ní 80%.

Nígbà tí ó fi dé ìpele yìí, ó ti pàdánù gbogbo ìfẹ́ ọkàn rẹ̀, ó nímọ̀lára pé a ti dẹkùn mú òun, ó sì ti gé ara rẹ̀ kúrò nínú ayé: Kò ní ìgbésí ayé àwùjọ mọ́, ó ní láti fi ẹ̀kọ́ rẹ̀ àti iṣẹ́ àbọ̀ọ̀dé rẹ̀ sílẹ̀ pẹ̀lú. Àwọn dókítà sọ pé òun kò ní gbádùn mọ́, ó sì lọ rí onímọ̀ nípa ọpọlọ nítorí ìbànújẹ́ àti àìnírètí tí ó wà nínú rẹ̀. Àwọn èrò ojoojúmọ́ rẹ̀ ni "Báwo ni èyí ṣe lè rí?" "Kí ni mo ṣe tí mo fi yẹ fún èyí?" àti "Ṣé kò sí ìdí kankan mọ́?"

Nígbà tí ó wà ní ipò tí ó rẹ̀wẹ̀sì, ó ní èrò pípa ara ẹni nígbà gbogbo. Ó ní láti padà sí ilé àwọn òbí rẹ̀, nítorí pé kò lè dá gbé mọ́. Nígbà náà ni ó bẹ̀rẹ̀ sí í ké pe Ọlọ́run, ó sì fẹ́ bá ọ̀rẹ́ rẹ̀ Claudia sọ̀rọ̀ lẹ́ẹ̀kan sí i. Ní ọ̀sẹ̀ méjì lẹ́yìn tí ó padà sí ilé àwọn òbí rẹ̀, ó pàdé Claudia, ẹni tí ó pè é wá sí ìpàdé ìjọ. Níbí ni mo ti pàdé Rebecca fún ìgbà àkọ́kọ́. Rebecca sọ fún wa bí ó ṣe rí lára wa tó ní ilé àti nítorí àìsàn rẹ̀, ó tó ọ̀sẹ̀ díẹ̀ kí ó tó lè padà wá. Nígbà ìpàdé yìí, a sọ̀rọ̀ nípa agbára Ọlọ́run àti pé Ọlọ́run fẹ́ kí àwọn ènìyàn ní ìlera tó sì ń retí pé kí àwọn ọmọlẹ́yìn rẹ̀ gbàdúrà fún àwọn aláìsàn. A ka ọ̀pọ̀lọpọ̀ ẹsẹ ìwé mímọ́ bíi MÁÀKÙ 16:15-20, ÀÍSÁYÀ 53:5, MÁTÍÙ 4:23, àti HÉBÉRÙ 13:8, a sì ṣàlàyé wọn.

Ọ̀pọ̀ ènìyàn gba àdúrà ní ìpàdé náà, Rebecca sì béèrè fún àdúrà fún àrùn ọpọlọ rẹ̀ tó ń yọ lẹ́nu. A gbé ọwọ́ lé e, a sì gbàdúrà ní orúkọ Jésù (MÁÀKÙ 16:18). Ó ṣì wà nínú ìrora ní àkọ́kọ́, bí ẹni pé ẹnìkan gún un ní etí, ṣùgbọ́n ní kété tí ó jáde kúrò ní ìpàdé náà, ìrora náà lọ pátápátá; fún ìgbà àkọ́kọ́ ní ọdún 3.5, títí di òní yìí, ìrora náà kò padà wá mọ́. Ó mọ̀ pé Ọlọ́run jẹ́ òótọ́, ó sì padà wá ní ọ̀sẹ̀ tó tẹ̀lé e, bó tilẹ̀ jẹ́ pé àwọn òbí rẹ̀ halẹ̀ mọ́ ọn pé wọn yóò lé e jáde tí ó bá tún padà lọ. A ṣe ní alẹ́ àdúrà ní ọjọ́ Ẹtì yẹn, a sì darí Rebecca láti ka Ìwé Mímọ́ nípa bí a ṣe lè gbà á là. A wo Ìwé Mímọ́ nípa ìtẹ̀bọmi nípa ìtẹ̀bọmi, Rebecca sì béèrè pé kí a ṣe ìtẹ̀bọmi, èyí tí a ṣe lẹ́sẹ̀kẹsẹ̀ nínú ìwẹ̀ òkè. Lẹ́yìn náà, a wo àwọn Ìwé Mímọ́ nípa gbígba Ẹ̀mí Mímọ́ (ÌṢE ÀWỌN APOSTELI 2:4, LÚÙKÙ 11:13), a sì gbé ọwọ́ lé e, a sì bẹ̀ Ọlọ́run pé kí ó fi Ẹ̀mí Mímọ́ kún un. Nítorí náà, ó bẹ̀rẹ̀ sí í sọ̀rọ̀ ní èdè tuntun, a sì tún bí i.

Lẹ́yìn náà, a tún gbé ọwọ́ lé e, a sì bẹ̀ Ọlọ́run láti wò ó sàn pátápátá, láti inú gbogbo àwọn ìṣòro ìlera tí ó ní, títí kan àìgbọ́ràn etí ọ̀tún rẹ̀, Ọlọ́run sì wò ó sàn lẹ́sẹ̀kẹsẹ̀, kúrò nínú ohun gbogbo! Lẹ́sẹ̀kẹsẹ̀ lẹ́yìn tí mo bá etí ọ̀tún rẹ̀ sọ̀rọ̀, ó fẹ́rẹ̀ fò sókè nítorí pé ó ń pariwo gan-an. Gbogbo apá ọ̀tún ayé rẹ̀ ti di ohun tí ó kún fún ìró! Kò di adití mọ́, ó sì ti mú ohun èlò ìgbọ́ràn rẹ̀ kúrò. Àìsàn fibromyalgia ti lọ pẹ̀lú, gbogbo ìrora tí ó ti ní fún ọ̀pọ̀ ọdún sì ti pòórá. Ó ní ó kàn fẹ́ sáré, nítorí pé agbára rẹ̀ kún fún un. Láti parí gbogbo rẹ̀ ní alẹ́ ọjọ́ náà, fún ìgbà àkọ́kọ́ lẹ́yìn ìgbà pípẹ́, ó lè sùn.

Ẹ̀rí láti ojú-òpó wẹ́ẹ̀bù fún Christian Assemblies International a Pentecostal Denomination ní Australia.

Àwọn Míṣọ́nnárì Iris tí Bill Johnson wòsàn – Ẹ̀rí Fídíò

Melissa McKinney jẹ́ míṣọ́nnárì kan ní Iris Ministries tí ó ṣàìsàn gidigidi nígbà tí ó wà ní òkè òkun. Lẹ́yìn tí ó rí ọ̀pọ̀lọpọ̀ dókítà láìsí àbájáde, Jésù bá a sọ̀rọ̀ nínú àlá, ó sì sọ fún un pé kí ó lọ sí Bethel Church ní Redding, CA níbi tí yóò ti gba ìwòsàn pípé. Fídíò yìí ni ẹ̀rí rẹ̀.
Wo fidio youtube yii pẹlu ẹri rẹ.
http://www.godtube.com/watch/?v=YLLYGNNX

Iwosan Ti O Yanilẹnu Nipasẹ Charles F. Parham

Ọ̀pọ̀ ènìyàn máa ń so Charles Parham mọ́ ẹgbẹ́ Pentecostal ìgbàanì ṣùgbọ́n ó ní iṣẹ́ ìránṣẹ́ ìwòsàn ní gbogbo ìgbésí ayé rẹ̀. Ní ọdún 1905, ó ń ṣe àwọn ìpàdé ìwòsàn ní Houston, Texas. Obìnrin kan wá sí àwọn ìpàdé tí ó ti jàǹbá ọkọ̀ ojú irin ní ọdún 1902, tí ó sì rọ, tí ó sì wà lórí kẹ̀kẹ́.

Lẹ́yìn àdúrà "Ó dìde láti orí àga rẹ̀, ó sì rìn káàkiri gbọ̀ngàn náà pẹ̀lú ayọ̀ ńlá, ó ń kígbe, ó ń pàtẹ́wọ́, ó sì ń yin Olúwa fún àtúnṣe. Ìṣẹ̀lẹ̀ náà mú kí ayọ̀ pọ̀ sí i. Arábìnrin Dulaney rìn láti gbọ̀ngàn náà lọ sí ìsàlẹ̀, ó sì padà sílé. Ó máa ń lọ sí ìpàdé wọn lójoojúmọ́ láti ìgbà náà, ṣùgbọ́n kì í ṣe lórí àga."

Àyọkà láti inú ìwé The Houston Suburbanite.

Iṣẹ́ ìyanu ní Ward 17 – Ọlọ́run lo Agnes Sanford

Láàrin àwọn mẹ́ta náà ni iṣẹ́ ìyanu Frederick. Ó dùbúlẹ̀ sí yàrá ìpamọ́ kan, èyí tí ó túmọ̀ sí wípé, gẹ́gẹ́ bí lílo ilé ìwòsàn náà, ikú rẹ̀ ti súnmọ́lé. Ó rẹwẹ̀sì tó bẹ̀ẹ̀ tí ó fi dàbí ọ̀bọ arúgbó tí ó ti gbọ́n. Awọ rẹ̀ jẹ́ àwọ̀ pupa, egungun ìhà rẹ̀ yọ jáde, awọ ara rẹ̀ sì ń gbọ̀n rìrì láàrín wọn bí ó ti ń mí ẹ̀mí. Àwọn ihò wà ní ihò imú méjèèjì tí a sì so mọ́ ọwọ́ méjèèjì. Àti pé dókítà tàbí nọ́ọ̀sì kan sábà máa ń wà pẹ̀lú rẹ̀. Nígbà tí mo bá ń kọjá yàrá ìpamọ́ náà, mo máa ń gbàdúrà kíákíá fún un, ṣùgbọ́n mi ò ní láti wọlé kí n sì gbé ọwọ́ mi lé e. Àdúrà gbogbogbòò láti òkèèrè kò tó. Ó nílò wíwà lójúkan náà àti ọ̀rọ̀ ìgbàgbọ́ àti bí ó bá ṣeéṣe kí a gbé ọwọ́ lé e láti pèsè ọ̀nà tó tó fún agbára ìwòsàn Ọlọ́run.

Ṣùgbọ́n ní ọjọ́ kan, ó dá wà, ó sì jí. Pẹ̀lú ìgboyà gidigidi, ṣùgbọ́n àánú mú mi, mo wọlé. Ní gbogbo ọdún wọ̀nyí, mo ti rí ìdí kan ṣoṣo tó gbéṣẹ́ fún ìwòsàn: àánú. Tí a bá fẹ́ wo ẹnìkan sàn nípasẹ̀ agbára Jésù láti fi ògo fún Jésù, nígbà náà a sábà máa ń kùnà láti dé ọ̀dọ̀ ẹni náà. A ń ṣe Jésù lógo nípa gbogbo ìwòsàn, ṣùgbọ́n nígbà tí a bá jẹ́ pé, gẹ́gẹ́ bí a ti ṣe, "àánú ń sún wa" (Máàkù 1:41).

"O dà bí ẹni pé o ti fẹ́rẹ̀ wẹ̀," ni mo wí. (Mo ti rí i pé àwọn ọkùnrin náà fẹ́ràn ọ̀nà tí kò ní àwọ̀ yìí.) "Bẹ́ẹ̀ ni," ó ní. "Kí ni ìṣòro náà?" Mo béèrè; mi ò rí ọgbẹ́ kankan, bẹ́ẹ̀ ni mi ò rí òórùn àrùn osteomyelitis kankan. "Ẹ̀jẹ̀ dídì," ó dáhùn láìsí ìmọ́lẹ̀. Mo rò pé èyí kò yẹ kí ó ṣòro jù láti wòsàn. Nítorí náà, mo sọ fún un nípa agbára tí ó lè ràn án lọ́wọ́ láti wòsàn. Kò nífẹ̀ẹ́ sí i. Ní gidi, ó di ojú rẹ̀, ó sì jẹ́ ìkọ̀sílẹ̀ kedere. Ṣùgbọ́n lẹ́yìn tí mo ti fi eyín mi sínú ọ̀ràn yìí, bí ẹni pé ó jẹ́, mi ò fi bẹ́ẹ̀ juwọ́ sílẹ̀. "Ẹ gbọ́," ni mo sọ nígbẹ̀yìn-gbẹ́yín, tí ó mú kí ó ṣí ojú rẹ̀ pẹ̀lú ohùn líle. "Tí o bá jẹ́ kí n gbìyànjú, bí mo ṣe sọ fún ọ, mo ṣèlérí pé mi ò ní tún mẹ́nu kàn ọ̀ràn náà mọ́, kí n borí tàbí kí n pàdánù. Ǹjẹ́ ó ńkọ́?" "Ó dára," ó sọ pẹ̀lú ààrẹ̀, pẹ̀lú àìní ìtara.

Nígbà náà ni ó fa aṣọ ìbora náà padà, mo sì rí i pẹ̀lú ìbẹ̀rù pé ikùn rẹ̀ dàbí adágún ẹ̀jẹ̀ dúdú, tí awọ fẹ́lẹ́fẹ́lẹ́ kan bò mọ́lẹ̀ díẹ̀. "Ikùn rẹ̀ ti ya," ó wí, ó sì kíyèsí ìjákulẹ̀ mi. "Wọn kò fẹ́ gbé mi wọlé láti ojú ogun, ṣùgbọ́n mo sọ fún wọn pé wọ́n gbọ́dọ̀ ṣe bẹ́ẹ̀." Èyí ni ìfẹ́ láti wà láàyè bí ó bá wà rí! Wọ́n ti fi oúnjẹ tí a fi sínú iṣan ara, oògùn olóró, àti àwọn ohun amúniláradá pa á mọ́ fún oṣù mélòó kan. Tí mo bá ti rí ikùn rẹ̀ ní àkọ́kọ́, láìsí ikùn tàbí ẹ̀yà ara mìíràn tí mo lè sọ, èmi kì bá tí sọ ọ̀rọ̀ ìgbàgbọ́. Ṣùgbọ́n ó wàníbẹ̀, mi ò sì lè fà á jáde. Nítorí náà mo gbé ọwọ́ mi lé ẹ̀gbẹ́ méjèèjì ti adágún ẹ̀jẹ̀ pupa yìí, mo sì fojú inú wo ikùn àti gbogbo ẹ̀yà ara mìíràn tí ó pé, mo sì ké pe Olúwa láti mú èyí ṣẹ.

Nígbà tí mo dé ilé, mo pe gbogbo àwọn ẹgbẹ́ àdúrà alágbára tí mo mọ̀ lórí fóònù, mo sì pè wọ́n fún ìrànlọ́wọ́ láti ọ̀dọ̀ "àwọn Kristẹni lábẹ́ ilẹ̀" gẹ́gẹ́ bí ọ̀rẹ́ kan ṣe pè é nígbà kan rí pẹ̀lú ìyàlẹ́nu rẹ̀, láìmọ̀ pé àwọn ènìyàn wà káàkiri ilẹ̀ náà tí wọ́n gbàgbọ́ pé Jésù wà láàyè, ó sì ń wòsàn lónìí, tí wọn yóò sì dáhùn sí ìpè fún àdúrà. Èmi fúnra mi sì gbàdúrà fún iṣẹ́ ìyanu kan láti ṣẹlẹ̀ ní Frederick. Èyí yóò nílò iṣẹ́ ìyanu láti ọ̀dọ̀ àwọn ènìyàn. Èyí kì í ṣe kí ó yára sí àwọn iṣẹ́ ìwòsàn déédéé. Kò sí ohun tí ó lè ṣe èyí àyàfi iṣẹ́ Ọlọ́run nípasẹ̀ Jésù Kristi.

Ní ọ̀sẹ̀ tó tẹ̀lé, mo kọjá yàrá rẹ̀ pẹ̀lú ìbẹ̀rù àti ìwárìrì, ṣùgbọ́n ó sùn, èmi kò sì wọlé. Ní ọ̀sẹ̀ kan lẹ́yìn àdúrà wa, mo tún kọjá yàrá rẹ̀. Ó ṣofo. Kò sí lórí ibùsùn rẹ̀. Ṣùgbọ́n ibùsùn náà wó lulẹ̀, àwọn nǹkan rẹ̀ sì fọ́nká káàkiri, orúkọ rẹ̀ sì wà ní ẹnu ọ̀nà. Mo lọ sí yàrá gbogbogbòò ní ìpẹ̀kun ibi tí àwọn ọkùnrin jókòó sí nínú kẹ̀kẹ́, ṣùgbọ́n mi ò rí i. Ní ẹ̀gbẹ́ yàrá náà, ojú mi rí ọkùnrin kan tí ó lẹ́wà, tí ó ní ojú pupa, tí kò jọ ọ̀bọ arúgbó tí ó ní ìwà pẹ̀lẹ́ tí mo ti gbàdúrà fún nínú yàrá ìpamọ́. Ọmọdékùnrin yìí tẹjú mọ́ mi pẹ̀lú ìmọ́lẹ̀ ní ojú rẹ̀ àti ẹ̀rín músẹ́ tí ó mọ̀ ní àkókò náà mo kíyèsí pé ó jọra díẹ̀.

"O kò le jẹ́ Frederick, àbí?" Mo bi í. Ẹ̀rín rẹ̀ gbòòrò sí i. "Bẹ́ẹ̀ ni ìyáàfin, mo jẹ́," ó ní. Nígbà tí mo rántí ìlérí mi, mi ò tọ́ka sí èyí, ṣùgbọ́n mo kàn sọ pé, "Kí lo fẹ́ ṣe nísinsìnyí?" "Mo rò pé màá lọ sí Gúúsù Amẹ́ríkà kí n sì wá iṣẹ́," ó dáhùn. "Ó dà bí èrò rere," 1 sọ. "Àbúrò mi ṣiṣẹ́ níbẹ̀ lórí àwọn òkè ńlá. Ó fẹ́ràn rẹ̀." Mo sì wo kẹ̀kẹ́ mi, "Mu ápù kan." Ó ní ápù kan, mo sì yípadà láti lọ.

Ó tún sọ̀rọ̀ lẹ́ẹ̀kan sí i, mo sì wo ẹ̀yìn. "Ó dára, ṣùgbọ́n ẹsẹ̀ mi ṣì wú," ni ó wí. "Ìyẹn jẹ́ nítorí pé wọn kò mọ̀ ìdúró rẹ nígbà náà," ni mo dáhùn. "Wọn yóò wà ní ìlera láìpẹ́." Pẹ̀lú ọ̀rọ̀ ìṣírí yìí ni mo fi lọ. Ní ọ̀sẹ̀ tó tẹ̀lé e, kò sí ní àhámọ́ rẹ̀. Wọ́n tú u sílẹ̀, ó sì wà nílé. Nígbà kan mo bá àlùfáà kan sọ̀rọ̀ kúkúrú. Mo sọ ìtàn Frederick, nítorí mo mọ̀ pé ó ṣèbẹ̀wò sí Ward 17, ó sì gbọ́dọ̀ ti rí ọ̀dọ́mọkùnrin náà.

"Ṣé ìyẹn ló ṣẹlẹ̀ sí i?" Ó kígbe pẹ̀lú ìyàlẹ́nu. Kì í ṣe ìwòsàn ara ọ̀dọ́mọkùnrin náà ni, ó tún tọ́ka sí jíjí ọkàn rẹ̀. "Kò pẹ́ tí ó fi lè dìde lórí ibùsùn, ó máa ń sùn lójoojúmọ́," ni àlùfáà wí. "Ó fẹ́ Bíbélì. Ó fẹ́ mọ̀ nípa Ọlọ́run àti nípa Jésù Kristi." Oṣù mẹ́ta lẹ́yìn náà, pẹ̀lú ìyàlẹ́nu mi pátápátá, mo kọjá yàrá ìpamọ́ náà ní Ward 17 mo sì rí orúkọ Frederick lẹ́ẹ̀kan sí i ní ẹnu ọ̀nà. Nínú yàrá ìpamọ́ náà ni ọ̀dọ́mọkùnrin gíga kan, onírẹ̀lẹ̀, tó rí bí olùtọ́jú ẹ̀mí ní Atlantic City dúró sí. "O kò lè ṣe bẹ́ẹ̀—" Ó tún sọ pé, "Bẹ́ẹ̀ ni ìyáàfin, mo jẹ́." "Kí ló dé tí o ń ṣe níbí?" "Mo ṣẹ̀ṣẹ̀ dé fún àyẹ̀wò ọjọ́ mẹ́ẹ̀ẹ́dọ́gbọ̀n," ó dáhùn. "Mo ní àrùn jaundice, ṣùgbọ́n gbogbo rẹ̀ ti lọ báyìí."

Mi ò rí i mọ́. Ṣùgbọ́n mo gbàdúrà pé kí Ọlọ́run wá ọ̀nà láti darí ọ̀dọ́mọkùnrin yìí ní pẹ̀lẹ́pẹ̀lẹ́ ní pápá oko Rẹ̀ kí ó sì dáàbò bò ó kúrò nínú ìpakúpa ìjọ aláìgbàgbọ́ kan. Bóyá Frederick jẹ́ ọ̀kan lára àwọn tó gbójúgbóyà láti sọ òtítọ́, àti láti ran lọ́wọ́ láti jí alágbára ìjọ náà dìde sí ìgbésí ayé tuntun.

Àyọkà láti inú ìwé "Sealed Orders: The Autobiography of a Christian Mystic" láti ọwọ́ Agnes Sanford. Bridge-Logos Publishers ló tẹ̀ ẹ́ jáde ní oṣù Kejìlá ọdún 1972.

Ìwòsàn Nípasẹ̀ James Moore Hickson

(Aṣa ijabọ ti o ga julọ, ṣugbọn awọn otitọ wa kanna…)

Ìròyìn nípa Ìwòsàn ní Paris Láti ọwọ́ James Moore Hickson

Ọ̀ṣèrébìnrin ará Paris kan, tí olólùfẹ́ rẹ̀ tí kò fẹ́ gbé ní ọmú rẹ̀, tí ó sì kọ̀ láti fẹ́, bẹ̀ ẹ́ pé kí ó pa ọgbẹ́ rẹ̀, kí ó sì mú ìrora gbígbóná tí kò dáwọ́ dúró tí ó sọ ọjọ́ rẹ̀ di ibi tí kò dára, tí àwọn òru rẹ̀ sì jẹ́ ìrora fún un.

Láìsí ẹ̀mí, àwọn ìjọ ń dúró de iṣẹ́ oníṣègùn náà, ọkùnrin onísìn yẹn tó fẹ́ ṣe àwọn ìlànà ẹ̀sìn Kristẹni ní ti gidi. Kí ni yóò jẹ́ ìṣarasíhùwà rẹ̀ sí obìnrin oníṣẹ́ abẹ tó ń ṣe iṣẹ́ rẹ̀ láti tẹ́ àwọn aláìlágbára lọ́rùn?

"Nínú àyíká yìí tí ó kún fún ìdààmú ọkàn, ìtara àti ìdákẹ́jẹ́ẹ́ tí ó múni ronú jinlẹ̀, Ọ̀gbẹ́ni Hickson gbé ọwọ́ lé ẹni tí ó fẹ́ràn eré orí ìtàgé náà, ẹni tí ojú rẹ̀ ti funfun bí ewéko gardenia, ó sì gbàdúrà! Kò béèrè ìbéèrè kankan, kò sì gbani níyànjú kankan. Ó kàn gba ẹ̀bẹ̀ rẹ̀ fún ìrànlọ́wọ́ ẹ̀mí, ó sì lo gbogbo agbára tí ó gbàgbọ́ pé òun ni ó ń darí láti ran ẹni tí ó ń jìyà lọ́wọ́ láti gba agbára àti ìlera rẹ̀ padà.

Nígbà tó yá, wọ́n ti parí ìfọwọ́sowọ́pọ̀ wọn. Oníwàásù àti òṣèrébìnrin náà dojú kọ ara wọn. Lójijì, obìnrin náà ya aṣọ onírun gíga tó fi àwọn ọgbẹ́ tó fẹ́rẹ̀ẹ́ dé ààrín ọ̀fun pamọ́. "Àwọn ọgbẹ́ tí ọ̀bẹ ọkùnrin oníwàhálà náà fi sí wọn kò tíì hàn gbangba, ṣùgbọ́n wọn kò pupa mọ́, wọ́n sì ń bínú mọ́! Wọ́n tún tàn yòò, wọ́n sì fi gbogbo àmì ìwòsàn hàn. Wọ́n ń sọ pé òṣèrébìnrin náà ti di aláìlera, àti pé àwọn ọgbẹ́ wọ̀nyí, tí ó ti wà fún bí ẹnu mọ́kànlá, ti sàn láàárín ọ̀sẹ̀ méjì lẹ́yìn ìtọ́jú Ọ̀gbẹ́ni Hickson – kò fi àpá kankan sílẹ̀.

A tún tẹ̀ ẹ́ jáde láti inú ìwé ìròyìn Advocate Newspaper, Burnie Tasmania ní ọjọ́ kejìlélógún oṣù kìíní, ọdún 1929. Hickson jẹ́ olókìkí ní Australia láti ìgbà tí ó ti ṣe iṣẹ́ ìtọ́jú ní ọdún 1923.

Ji dide kuro ninu oku ni Oregon

Ìtàn Thomas M. Welch tí ó kú ní ìsàlẹ̀ ẹsẹ̀ bàtà márùndínlọ́gọ́ta. Ó dúró lábẹ́ omi fún ó kéré tán wákàtí mẹ́ta nínú mẹ́rin kí wọ́n tó rí òkú rẹ̀. A jí i dìde nípasẹ̀ àdúrà ìgbàgbọ́, ó sì padà sí iṣẹ́ ní ọ̀sẹ̀ kan náà! Èyí jẹ́ ọ̀kan lára àwọn iṣẹ́ ìyanu ńlá jùlọ ní ọ̀rúndún ogún.

Fún ìjápọ̀ náà
http://www.healingandrevival.com/OregonMiracle.pdf

A wo àrùn oríkèé sàn nípasẹ̀ William Branham

JH Gunderson ti Portland Oregon fi ẹ̀rí yìí ránṣẹ́ sí ìwé ìròyìn Voice of Healing Magazine. Wọ́n tẹ̀ ẹ́ jáde ní oṣù Karùn-ún ọdún 1948.

Mo ní àrùn oríkèé ara tí ó ti ń yọ mí lẹ́nu fún oṣù mélòókan. Wọ́n ti gbàdúrà fún mi fún ìgbà mélòókan. Nítorí náà, mo lọ sí ọ̀dọ̀ dókítà, ó sì sọ pé mo ní àrùn náà tí kò dára, àti pé ó wà ní oríkèé ara. Ó fún mi ní ìbọn mẹ́rìndínlógójì ní apá mi, ṣùgbọ́n kò sí ìtura. Ó wà ní apá mi, ẹsẹ̀ mi, àti gbogbo oríkèé ara mi. Ara mi burú gan-an. Mi ò lè gbé ọwọ́ mi sókè ju ẹnu mi lọ, mo sì ní láti rìn nílẹ̀ fún ìgbà pípẹ́ kí n tó lè wọ aṣọ. Lẹ́yìn náà, mo sọ fún ọkọ mi pé mo fẹ́ dẹ́kun lílọ sí ọ̀dọ̀ dókítà, dípò bẹ́ẹ̀, màá lọ sí ìpàdé àdúrà ní gbogbo òwúrọ̀. Síbẹ̀síbẹ̀, mi ò ní ìtura kankan.

Mo gba àdírẹ́sì Arákùnrin Branham, nítorí náà mo fi aṣọ ìnu kan ránṣẹ́ sí wọn láti fi òróró yàn án, mo sì gbàdúrà fún un. Ní ọjọ́ kọkàndínlọ́gbọ̀n oṣù Kejìlá, ní òwúrọ̀, mo jí, gbogbo ìrora sì ti lọ. Mo wọ aṣọ, mo sì lọ sí ibi iṣẹ́ láti tún ibi ìdáná ṣe. Mo fọ àwọn àwo àti igi, mo sì nímọ̀lára pé ara mi le.

Ní ọjọ́ mẹ́ta lẹ́yìn náà, mo gba aṣọ ìbora náà lọ́wọ́ Arákùnrin Branham, mo sì wo àmì ìfiránṣẹ́ náà, mo sì rí i pé ó gbàdúrà ní òwúrọ̀ ọjọ́ náà, ara mi sì yá. Mo ṣì wà lára ìwòsàn pátápátá.

Ìwòsàn Nípasẹ̀ Aṣọ Àdúrà – Charles àti Frances Hunter

Nítorí pé a gba àwọn aṣọ kéékèèké tí a fi òróró pa gbó, ọ̀pọ̀ ènìyàn ti rí ìwòsàn gbà nígbà tí a rán wọn jáde!

Ọ̀kan lára àwọn ìṣẹ̀lẹ̀ tó dùn mọ́ni jùlọ bẹ̀rẹ̀ nígbà tí a gba lẹ́tà láti ọ̀dọ̀ ìyá àgbà kan ní Failsworth, England. Ó ti gbọ́ nípa iṣẹ́ ìránṣẹ́ ìwòsàn wa, ó sì kọ lẹ́tà kan sí wa. Nínú rẹ̀, ó sọ fún wa nípa ọmọ-ọmọ rẹ̀ tí a bí pẹ̀lú àbùkù ìdí tí a bí i, pẹ̀lú hydrocephalus (àbùkù omi lórí ọpọlọ). Ọmọ tí ó ní hydrocephalic kì í sábà pẹ́ láyé nítorí pé ìyẹn jẹ́ àbùkù ara tí ó burú gan-an, láti ọ̀dọ̀ Bìlísì nìkan, dájúdájú kì í ṣe láti ọ̀dọ̀ Ọlọ́run.

“Tí o kò bá lè wá sí England,” ó kọ̀wé pé, “Jọ̀wọ́, ṣé o lè fi aṣọ àdúrà kékeré ránṣẹ́ sí mi?” England jìnnà sí Houston, Texas, nítorí náà àwa àti gbogbo òṣìṣẹ́ ọ́fíìsì wa gbé ọwọ́ lé aṣọ kékeré kan. A bẹ̀ Ọlọ́run pé kí ó jẹ́ kí agbára ìwòsàn rẹ̀ wọ inú rẹ̀, pẹ̀lú rẹ̀, kí nígbà tí a bá gbé e lé ọmọ náà lórí, agbára àjíǹde yóò lọ láti aṣọ náà sínú ara ọmọ náà, kí a sì wo ọmọ náà sàn pátápátá nípasẹ̀ agbára Ọlọ́run! A gbàgbọ́ pẹ̀lú ìgbàgbọ́ àṣeyọrí bí a ṣe ń gbàdúrà lórí aṣọ kékeré yẹn, a sì fi ẹrù àtọ̀runwá rẹ̀ lé e lórí. Ọmọ náà sùn nígbà tí ó dé, nítorí náà ìyá àgbà náà mú aṣọ kékeré náà, ó yí i sókè, ó sì fi sínú ọwọ́ ọmọ náà. Iyẹn ni ibi tí ó ti kàn án!

Ìyá àgbà kọ̀wé, ó sì sọ fún wa pé aṣọ àdúrà kékeré kejì kan inú ìkùùkù ọmọ náà, agbárí rẹ̀ sì dínkù sí ìwọ̀n tó yẹ. Ọmọ náà kò ní HYDROCEFALUS mọ́. Agbára Ọlọ́run mú ọmọ náà lára dá pátápátá lójúkan náà!

Lẹ́tà wa sí ìyá àgbà ilẹ̀ Gẹ̀ẹ́sì yẹn gbọ́dọ̀ kọjá Òkun Àtìláńtíìkì. Bó tilẹ̀ jẹ́ pé ó wà nínú àpò ìwé lásán, ìfòróróyàn Ọlọ́run dúró lórí aṣọ àdúrà bí ó ti ń lọ láti Houston, bóyá sí New York, lẹ́yìn náà láti New York sí London àti lẹ́yìn náà lórí irú ọkọ̀ mìíràn láti London sí Failsworth, England. AGBARA ỌLỌ́RUN SÌ WÀ NÍBẸ̀! Ó ṣeé ṣe kí ọ̀sẹ̀ kan tàbí ọjọ́ mẹ́wàá kọjá lááàrín àkókò tí wọ́n fi gbàdúrà fún un àti àkókò tí wọ́n fi sí ọwọ́ ọmọ náà, ṣùgbọ́n agbára náà kò dínkù! Agbára yẹn lágbára bí ìgbà tí a gbàdúrà, bẹ́ẹ̀ náà ni ìgbàgbọ́ ìyá àgbà náà sì wà!

Ní ọ̀sẹ̀ méjì lẹ́yìn náà, wọ́n gbé ọmọ yìí padà sí ilé ìwòsàn tí wọ́n ti tọ́jú rẹ̀ tẹ́lẹ̀, nígbà tí dókítà náà fi àwòrán ìbàdí ọmọ náà hàn, ó rí ihò ìbàdí méjì tí ó pé. A bí ọmọ náà láìsí ihò ìbàdí rárá, ó sì ti ní méjì báyìí! Ìyá àgbà náà sọ pé dókítà ní ilé ìwòsàn náà sọ pé, "Èyí kì í ṣe ọmọ kan náà tí a ti ń tọ́jú. Àkọsílẹ̀ ìṣègùn fihàn pé ọmọ náà kò ní ihò ìbàdí. Àkọsílẹ̀ ìṣègùn fihàn pé ọmọ náà ní hydrocephalus. Kí ni o mú èyí wá fún? Èyí kò ní omi lórí ọpọlọ rẹ̀, ó sì ní ihò ìbàdí méjì." Hallelujah!

Àyọkà láti inú "Bí A Ṣe Lè Ṣe Àìsàn" láti ọwọ́ Charles àti Frances Hunter. Wọ́n ti lọ láti wà pẹ̀lú Olúwa, ṣùgbọ́n ọmọbìnrin wọn Joan Hunter ń bá iṣẹ́ ìránṣẹ́ wọn lọ, ó sì ń ta àwọn ohun èlò ìdánilẹ́kọ̀ọ́ wọn àti ti ara rẹ̀. Wá àlàyé sí i ní: www.joanhunter.org

Ọkùnrin kan lọ sí ọ̀run lẹ́yìn ikú rẹ̀ ṣùgbọ́n ó padà sí ìyè.

Jim Anderson ń kú nítorí àrùn ọkàn tó le gan-an. Ọdún kan ṣáájú ni àmì ìṣòro náà dé, ṣùgbọ́n dókítà rẹ̀ pe àwọn àmì àrùn rẹ̀ ní "ìṣòro tó ní í ṣe pẹ̀lú àárẹ̀." Jim ń ṣiṣẹ́ fún wákàtí méjìlá gẹ́gẹ́ bí olùtọ́jú ní ilé ìtọ́jú omi ìdọ̀tí. Ṣùgbọ́n ní àkókò yìí,

Jim mọ̀ pé ó ju ààrẹ̀ lọ. "Mo ń sinmi nínú yàrá mi lójijì, mo ní ìrora tó le koko ní àyà mi; ìrora náà sì ń tàn kálẹ̀ sí apá mi àti sí apá ọrùn mi," Jim sọ. "Mi ò lè mí ẹ̀mí mi mọ́. Mo sì pè ọmọbìnrin mi, mo sì wí pé, 'O gbọ́dọ̀ gbé mi lọ sí ilé ìwòsàn. Mi ò ní yege.'"

Wọ́n fi catheter balloon kan sínú iṣan ẹ̀jẹ̀ rẹ̀. Wọ́n mú un dúró ṣinṣin, wọ́n sì fi sí àkójọ àwọn ohun tí wọ́n fẹ́ gbé ọkàn sí. Ṣùgbọ́n ní ọjọ́ méjì lẹ́yìn náà, Jim tò lẹ́sẹẹsẹ. Jim rántí pé, "Mo rí gbogbo ènìyàn tí wọ́n ń sáré wọ inú yàrá náà, ṣùgbọ́n mi ò gbọ́ ìró ìró náà. Ó dà bíi pé omi ti rọ̀ mí. Ìgbọ́ran náà ti pòórá. Ìgbà náà ni mo bẹ̀rẹ̀ sí í gbàdúrà. Mo mọ̀ pé mo ń kú. Kì í ṣe àdúrà ìbẹ̀rù. Ó jẹ́ òótọ́."

"Bí mo ṣe ń gbàdúrà, ó ṣókùnkùn títí tí ó fi di dúdú," Jim sọ. "Ohun tí mo tún mọ̀ lẹ́yìn náà, ní òkèèrè, mo rí ìmọ́lẹ̀ funfun kan. Ó lẹ́wà. Kì í ṣe pé ó fọ́jú lásán ni, ṣùgbọ́n ó mọ́ tónítóní àti pípé. Bí mo ṣe bẹ̀rẹ̀ sí í lọ síbi ìmọ́lẹ̀ náà, mo rí òde; etí rẹ̀ bẹ̀rẹ̀ sí í yípo. Mi ò sì mọ ohun tí ó jẹ́. Ṣùgbọ́n bí mo ṣe ń sún mọ́ ọn, mo rí i pé àwọn ọ̀rọ̀ àdúrà ni wọ́n ń yípo. Àwọn ọ̀rọ̀ náà já lulẹ̀, wọ́n ń lọ sínú ìmọ́lẹ̀. Mo sì tẹ̀lé wọn sínú ìmọ́lẹ̀."

"Ohun tó tẹ̀lé tí mo nímọ̀lára ni pé wọ́n gbà mí mọ́ra… láìléwu àti láìléwu. Ó dùn mí gan-an. Ó dà bí ìfẹ́ pátápátá," Jim sọ. "Ohun tó tẹ̀lé tí mo mọ̀ ni pé mo ń wo yàrá tí ara mi wà. Mo rí gbogbo ènìyàn tí wọ́n ń ṣiṣẹ́ lórí mi. Mo gbọ́ ohun tí wọ́n ń sọ. Àwọn nọ́ọ̀sì méjì wà níta yàrá náà tí wọ́n ń wò ó. Ọkan sọ fún èkejì pé, 'Kí ló dé tí wọ́n fi ń ṣiṣẹ́ kára tó bẹ́ẹ̀? Ó ti lọ. Tí wọ́n bá mú un padà wá, yóò di ewébẹ̀.' Mo sọ ohun tó sọ fún un nígbà tó yá. Ó dákú."

Lẹ́yìn náà, Jim rò nínú ara rẹ̀ pé, "Níbo ni Debbie wà?" Lẹ́yìn náà, lójúkan náà ó wọ inú yàrá tí ó wà. Debbie, ìyàwó Jim, rántí pé, "Mo ṣẹ̀ṣẹ̀ parí àdúrà yẹn. O mọ̀ pé, 'Tìrẹ ni, Olúwa,' nítorí mo mọ̀ pé ọ̀nà kan ṣoṣo tí ó fi ń padà wá sí ọ̀dọ̀ wa nìyẹn…bí Ọlọ́run bá fẹ́ kí ó ṣe bẹ́ẹ̀." Jim rántí pé, "Nígbà tí ó ṣe bẹ́ẹ̀, mo fi ojú rẹ̀ hàn kedere. Nígbà tí mo sì rí ojú rẹ̀, mo rí gbogbo apá ìgbésí ayé wa papọ̀; láti ọjọ́ àkọ́kọ́ tí a pàdé, ìgbéyàwó wa, ìbí àwọn ọmọ wa, gbogbo ìmọ̀lára tí a ti ní… Mi ò lè fi í sílẹ̀. Mi ò lè fi í sílẹ̀." "Mo ké pe Olúwa mo sì wí pé, 'Olúwa, mo nífẹ̀ẹ́ rẹ gidigidi, ṣùgbọ́n jọ̀wọ́ jẹ́ kí n padà sẹ́yìn.' Mo wí pé, 'Ìyàwó mi nílò mi, àwọn ọmọ mi nílò mi púpọ̀, púpọ̀. Jọ̀wọ́ jẹ́ kí n padà sẹ́yìn.'"

Àwọn dókítà àti àwọn nọ́ọ̀sì kò juwọ́ sílẹ̀. Wọ́n yà Jim lẹ́nu ní ọ̀pọ̀ ìgbà débi pé ara àyà rẹ̀ jóná. Lẹ́yìn náà, àwọn dókítà gbọ́ ìlù ọkàn. "Mo padà sí ayé ìrora," Jim sọ. "Wọ́n yà mí lẹ́nu ní ọ̀pọ̀ ìgbà. Ó dà bí ìgbà tí mo padà jáde láti inú omi. Ìgbọ́ran mi padà wá. Mo gbọ́ tí wọ́n ń sọ fún mi pé, 'Mi ò gbàgbọ́ pé ó ti padà… ó ti padà wá!' Wọ́n ní, 'Ṣé o lè gbọ́ mi?' Mo sì mí ẹ̀mí àkọ́kọ́ yẹn fúnra mi. Ǹjẹ́ o ti tọ́ honeysuckle wò rí? Bẹ́ẹ̀ ni èémí àkọ́kọ́ yẹn rí. Ó dùn gan-an, ó sì dùn gan-an. Mo sì dúpẹ́ lọ́wọ́ Olúwa."

Jim wà láàyè… ṣùgbọ́n ọkàn rẹ̀ kò ṣiṣẹ́ dáadáa. "Wọ́n fi í sínú ìdákú, ìdákú, láti jẹ́ kí ara rẹ̀ yá. Nítorí náà, mi ò lè bá a sọ̀rọ̀ fún ọjọ́ púpọ̀," Debbie sọ. Jim lo ọjọ́ mẹ́tàdínlógún tó tẹ̀lé e ní ìtọ́jú aláìsàn. Ó dúró ní ìlà ní ọ̀pọ̀ ìgbà. Nígbà kọ̀ọ̀kan, Jésù bi í ní ìbéèrè kan… "Ní àwọn ìgbà tí mo bá mú un tí mo sì lọ sí ibi ìmọ́lẹ̀, Ó máa ń béèrè pé, 'Ṣé o dá ọ lójú pé ohun tí o fẹ́ nìyí?' Nígbà kọ̀ọ̀kan tí mo bá sì béèrè láti padà wá ," Jim sọ. Jim jí láti inú ìdákú rẹ̀ tí ìṣègùn fà. Ọkàn rẹ̀ ń ṣiṣẹ́ dáadáa — láti ìpín márùn-ún sí ìpín ọgbọ̀n. Kò nílò ìyípadà ọkàn mọ́. "Ó jẹ́ iṣẹ́ gígùn, ṣùgbọ́n ó dára láti gbọ́ ohùn rẹ̀ lẹ́ẹ̀kan sí i," Debbie sọ.

Dókítà rẹ̀ fi ẹ̀rọ ìṣiṣẹ́ ìpele sí àyà rẹ̀. Ní ọjọ́ díẹ̀ lẹ́yìn náà, Jim lè dé sílé ní àkókò fún ayẹyẹ ìkẹ́kọ̀ọ́yege ọmọbìnrin rẹ̀. Dókítà kan sọ fún Jim pé ọdún kan péré ló kù láti gbé. Ó ju ọdún méje lọ sẹ́yìn. "Ó ti mú wa sún mọ́ ara wa gan-an… a ti sún mọ́ ara wa gan-an. A ń sọ̀rọ̀ nípa àwọn nǹkan nísinsìnyí, ohunkóhun tí a bá fẹ́ ṣe fún ọjọ́ náà ni a ti ṣe é. Ẹ mọ̀, a kì í fojú sí àwọn nǹkan tí kò ṣe pàtàkì," Debbie sọ.

Jim mọ̀ pé gbogbo ọjọ́ tí òun bá ń ṣe pẹ̀lú ìdílé òun jẹ́ ìbùkún láti ọ̀dọ̀ Jésù Kristi. "Mo gbìyànjú láti jẹ́rìí fún ó kéré tán ẹnìkan lójoojúmọ́… láti jẹ́ kí wọ́n mọ̀ pé èyí kì í ṣe nípa mi… ó jẹ́ nípa ìgbésí ayé wọn! Àti láti mọ̀ pé Ó wà fún wọn, Ó sì nífẹ̀ẹ́ wọn," Jim sọ.

Láti inú Ẹ̀rí CBN "Ọ̀run Le Dúró."

Iwosan Àrùn Jẹjẹrẹ Ìpọ́n

"Wọ́n ṣe àyẹ̀wò àrùn jẹjẹrẹ inú ẹ̀jẹ̀ (ìpele tó ga jù) ní ọdún kan ààbọ̀ sẹ́yìn. Lẹ́yìn tí dókítà ti ṣe ètò ìtọ́jú homonu tí wọ́n kọ sílẹ̀ fún mi, ìwọ̀n PSA mi ga sí 95 lẹ́yìn tí wọ́n ti dín in kù sí 15.7. Pásítọ̀ mi sọ fún mi nípa Iṣẹ́ Ìtọ́jú Àwọn Yàrá Ìwòsàn. A rìn ìrìn àjò máìlì 90 lọ sí Àwọn Yàrá Ìwòsàn ní Austin, a sì gba àdúrà, mo sì gba Agbára Ìwòsàn Ọlọ́run. Mo mọ̀ pé Ọlọ́run wo àrùn jẹjẹrẹ mi sàn ní alẹ́ ọjọ́ náà. Mo padà lọ gbàdúrà ní ọ̀pọ̀ ìgbà kí dókítà tó dé ìpàdé mi. Nígbà tí wọ́n tún ṣe àyẹ̀wò PSA mi, ó ti lọ sí 31.7, Dókítà náà sì ní ìṣòro láti rí prostate mi nítorí pé ó ti dínkù púpọ̀. Ẹ ṣeun Austin Healing Rooms fún iṣẹ́ ìránṣẹ́ yín fún Olúwa àti Olùgbàlà wa."

Ẹ̀rí yìí wá láti ọ̀dọ̀ International Association of Healing Rooms láti ọ̀dọ̀ Bruce tó ṣe é lẹ́yìn tí ó gba àdúrà ní Austin Healing Rooms. Ṣé o fẹ́ mọ̀ sí i nípa IAHR? www.healingrooms.com

Iṣẹ́ ìyanu oníṣẹ̀dá – Ọkàn tuntun tí a dá sínú ọmọ ọwọ́

Ní ọdún mẹ́ta sẹ́yìn, lẹ́yìn oyún déédé, Jamie bí ọmọ kejì rẹ̀, Audrey. Ní àkọ́kọ́ tí ó wò ó, ọmọ náà dàbí ẹni pé ó ní ìlera pípé, òun àti ọkọ rẹ̀, Tom, sì ní ìtara láti bí ọmọbìnrin kan. Ṣùgbọ́n, ó ṣòro fún àwọn dókítà láti mú Audrey ní àwọ̀ pupa, nítorí náà wọ́n gbé e lọ sí Ẹ̀ka Ìtọ́jú Ọmọdé (NICU). Níbẹ̀, àwọn dókítà pinnu pé apá kan nínú ọkàn ọmọ náà kò sí àti pé kò sí àwọn iṣan ẹ̀jẹ̀ pàtàkì tí ń ṣàn láti ọkàn sí ẹ̀dọ̀fóró. Lẹ́yìn náà, wọ́n gbé ọmọ náà lọ sí ilé ìwòsàn mìíràn ní ìlú náà tí a mọ̀ fún ìtọ́jú ọkàn tí ó tayọ.

Jamie rántí ìbínú kan tó dìde ní inú rẹ̀, ó sì nímọ̀lára pé Ẹ̀mí Mímọ́ ń rán an létí ohun tó kọ́ láti inú ẹ̀kọ́ Andrew. Ní àǹfàní tó tẹ̀lé e láti rí ọmọ ọwọ́ Audrey, ó gbé ọwọ́ rẹ̀ lé e, ó sì pàṣẹ fún ọkàn Audrey láti wà níbẹ̀, ó sì sọ̀rọ̀ 1 Pétérù 2:24 lórí rẹ̀ pé, "...Nípa ìpalára ẹni tí a mú ọ lára dá." Bó tilẹ̀ jẹ́ pé ó ń wo ọmọ kékeré rẹ̀ tó rọ̀, tó sì ní ìrísí láti orí dé ẹsẹ̀, Jamie nímọ̀lára àlàáfíà kan lórí rẹ̀ bí ó ti ń gbàdúrà. Nígbà tó padà sí yàrá ilé ìwòsàn tirẹ̀ ní alẹ́ ọjọ́ náà, Jamie gbọ́ tí Ẹ̀mí Mímọ́ sọ pé, "Ẹ máa wò mí bí mo ṣe ń ṣiṣẹ́." Jamie mọ̀ pé ìmọ̀lára àlàáfíà rẹ̀ ń wá láti inú ìbáṣepọ̀ rẹ̀ pẹ̀lú Baba—mímọ̀ Rẹ̀, àti ohun tí Ọ̀rọ̀ Rẹ̀ sọ. "Èmi kì bá tí mọ̀ pé bí mo bá ti ń lọ sí ṣọ́ọ̀ṣì tí mo ń lọ kí n tó rí iṣẹ́ ìránṣẹ́ Andrew, nítorí wọn kò kọ́ni pé Ọlọ́run fẹ́ kí o dára."

Lẹ́ẹ̀kan sí i, nípasẹ̀ Ẹ̀mí Mímọ́, Jamie pe àwọn olùrànlọ́wọ́ ní Andrew Wommack Ministries láti jẹ́ kí àlùfáà àdúrà kan gbà pẹ̀lú rẹ̀ nínú àdúrà. Ìgbàgbọ́ rẹ̀ lágbára sí i bí ó ti gbọ́ àṣẹ tí àlùfáà náà fi sọ̀rọ̀ nípa ìwòsàn àti ìlera lórí Audrey. Nígbà tó yá ní ọjọ́ náà, nígbà tí àwọn onímọ̀ nípa ìṣẹ́gun ọmọ rẹ̀ kéde ìròyìn búburú nípa àìlera ìwàláàyè ọmọbìnrin rẹ̀, Jamie dúró ṣinṣin lórí òtítọ́, ó mọ̀ pé Ọlọ́run kọ́ ló dá àwọn ìṣòro wọ̀nyí, àti pé òun ló mú kí Audrey ní ìlera.

Ní òwúrọ̀ ọjọ́ kejì, Jamie pe ilé ìwòsàn láti wo ọmọ rẹ̀, nọ́ọ̀sì náà sì sọ fún un pé nǹkan ti yípadà. Ní alẹ́, onímọ̀ nípa ọkàn ti fún Audrey ní echogram mìíràn láti múra sílẹ̀ fún iṣẹ́ abẹ tí ń bọ̀ ní ìmúrasílẹ̀ fún iṣẹ́ abẹ tí ń bọ̀. Jamie Scott Ìdílé Scott, pẹ̀lú àwọn arákùnrin Josh àti William. Nígbà tí wọ́n ṣe echogram náà, wọ́n rí i pé ọkàn Audrey ti ṣẹ̀dá pátápátá. Jamie sọ̀kalẹ̀ lórí fóònù pẹ̀lú omijé tí ń ṣàn lójú rẹ̀, ó sì sọ fún Tom pé, "Wọ́n rí ọkàn rẹ̀." Inú àwọn Scott dùn, wọ́n mọ̀ pé kì í ṣe àwọn dókítà ló ṣe ohunkóhun fún Audrey, bí kò ṣe Ọlọ́run. "Mo mọ̀ pé Ọlọ́run mi wà níbẹ̀, ọwọ́ Rẹ̀ sì wà nínú rẹ̀, Ó sì fi hàn wọ́n [àwọn nọ́ọ̀sì àti àwọn dókítà] pé agbára gíga wà."

Nígbà tí Jamie àti Tom pàdé àwọn dókítà láti jíròrò àwọn àbájáde àyẹ̀wò tuntun náà, wọ́n sọ fún wọn pé "ìkùn" kan ṣì wà nínú aorta rẹ̀, àti pé iṣẹ́ abẹ kékeré kan yóò yanjú ọ̀ràn náà. Ṣùgbọ́n lẹ́ẹ̀kan sí i, Jamie dúró lórí ọ̀rọ̀ Ọlọ́run bí ó ti ń rò nínú ara rẹ̀ pé, "Ọlọ́run mi kò ní ṣe ohunkóhun ní ààrín, yóò parí gbogbo nǹkan náà, kò sì ní nílò iṣẹ́ abẹ." Jamie tọ̀nà, nígbà tí ó ní ìrírí yìí ni ó ti mọ̀ pé mímọ Ọlọ́run nípasẹ̀ ìfihàn tí ó gbà jẹ́ ohun tí ó ṣe pàtàkì.

Ọ̀sẹ̀ kan sí ọjọ́ kejì lẹ́yìn tí Jamie bí Audrey, ó rìn gba ẹnu ọ̀nà ilé rẹ̀ pẹ̀lú ọmọbìnrin rẹ̀ arẹwà tí ó ní ìlera pípé ní apá rẹ̀. Gbólóhùn náà, "A dá mi lọ́nà ẹ̀rù àti ìyanu" ti ń wá sí ọkàn Jamie nígbà gbogbo ní gbogbo ọ̀sẹ̀ tí ó lò ní ilé ìwòsàn. "Kò ṣe ohunkóhun ní ààrín. Ọlọ́run rere àti Baba olóòótọ́ ni," Jamie sọ. Lónìí, Audrey jẹ́ ọmọ ọdún mẹ́ta tí ara rẹ̀ le, tí ó sì ní ìlera.

Èyí jẹ́ ẹ̀rí láti ọ̀dọ̀ àwọn Ministries ti Andrew Wommack. Ṣé o fẹ́ mọ̀ sí i? www.awmi.net

Iṣẹ́ ìyanu ìṣẹ̀dá nípasẹ̀ Matt Sorg

Mi ò ní gbàgbé ìgbà tí ọmọbìnrin ọmọ ọdún méjìlá kan gbé orí pèpéle náà nígbà tí iṣẹ́ ìyanu ń ṣẹlẹ̀ káàkiri pápá ìṣeré náà. Olúwa ti darí mi láti gbàdúrà fún etí tí ó ti dití láti ṣí. Bí wíwà àti ògo Ọlọ́run ṣe kún inú afẹ́fẹ́ náà, etí tí kò gbọ́ bẹ̀rẹ̀ sí í ṣí

lójijì. Bí ẹrí ṣe ń jáde, àwọn ẹgbẹ́ mi mú ọmọbìnrin kékeré kan wá sí orí pèpéle náà. Bí wọ́n ṣe ń fọ irun rẹ̀ gígùn tó gùn, mo yà lẹ́nu nígbà tí mo rí i. A bí i láìsí etí. Àwọn ihò kéékèèké ló wà ní ẹ̀gbẹ́ orí rẹ̀. Bí ìfòróróyàn Ọlọ́run ṣe dé bá a, ó gbọ́ ìró kan ní etí rẹ̀. Lójijì, bí Olúwa ṣe tú iṣẹ́ ìyanu ìṣẹ̀dá kan jáde, àwọn ìlù etí wá sí inú orí rẹ̀, etí rẹ̀ sì ṣí fún ìgbà àkọ́kọ́ nínú ìgbésí ayé rẹ̀. Mo mọ̀ pé iṣẹ́ ìyanu náà kò ní í ṣe pẹ̀lú mi. Iṣẹ́ mi ni láti darí àwọn ènìyàn nínú ìjọsìn títí tí ògo yóò fi dé, lẹ́yìn náà kí Ọlọ́run ṣe ìyókù. Ní alẹ́ ọjọ́ náà ní Mexico, a rí ọ̀pọ̀ ènìyàn tí agbára Ọlọ́run ti wò sàn, àní àwọn aláàbọ̀ ara.
Ṣé o fẹ́ mọ̀ sí i nípa Matt? www.mattsorger.com

Ẹgbẹ́ Randy Clark – Ẹsẹ̀ náà dàgbà sí i ní ìṣẹ́jú méjì

Ní alẹ́ ọjọ́ kan ṣáájú ní ilé ìjọsìn pásítọ̀ Alda, mo rí ọkùnrin kan tí ó ń rìn pẹ̀lú ẹsẹ̀ tí ó rọ. Bàtà ọ̀tún rẹ̀ ní ìpele ìyẹ̀fun mẹ́ta lórí rẹ̀, ó hàn gbangba pé ẹsẹ̀ rẹ̀ kúrú ju òsì lọ. Nígbà tí àkókò iṣẹ́ ìsìn bẹ̀rẹ̀, mo mú atúmọ̀ kan, mo sì rí i. Mo béèrè bóyá mo lè gbàdúrà kí ẹsẹ̀ rẹ̀ tó dàgbà, ó sì sọ bẹ́ẹ̀ni. Láàárín ìṣẹ́jú márùn-ún tí mo ti gbàdúrà, ìrora kan dé bá a. Mo béèrè lọ́wọ́ atúmọ̀ náà nípa ohun tó ń ṣẹlẹ̀. Ó ní, "Ó dùn mí!" Mo béèrè bóyá ó jẹ́ ìrora ńlá. Ó ní, "Rárá o, ó ń dàgbà!" Ó ń dàgbà ní gbogbo àkókò iṣẹ́ ìsìn náà ní nǹkan bí ìyẹ̀fun kan sí ìyẹ̀fun kan ààbọ̀. Mo rẹ̀wẹ̀sì nígbà tí a lọ nítorí pé kò tíì wòsàn pátápátá. Ní alẹ́ ọjọ́ kejì, ọjọ́ Ẹtì 07/08/05, ó tún wà níbẹ̀, ó ń tẹ̀ẹ́ nínú bàtà náà.

Ó wá sọ́dọ̀ mi fún àdúrà sí i. A wá gbòòrò sí i lórí ìṣoro náà. Mo rí i pé nígbà tí ó pé oṣù mẹ́jọ, bẹ́ǹsì onígi kan ti wó lulẹ̀ ní apá ọ̀tún rẹ̀ ti ìdí àti apá òkè ẹsẹ̀ ọ̀tún rẹ̀. Lẹ́yìn iṣẹ́ abẹ, kò sí èékánná láàárín ìdí rẹ̀ àti ihò ìdí rẹ̀. Bí ó ti ń dàgbà, lílọ egungun náà mú kí ẹsẹ̀ náà kúrú ju èkejì lọ. Ó dùbúlẹ̀ lórí ilẹ̀ pẹ̀lú ẹsẹ̀ méjèèjì tí ó jáde ní tààràtà. Ní mímọ gbòǹgbò ìṣoro náà, mo pàṣẹ fún èékánná náà láti dàgbàsókè. Ẹsẹ̀ ọ̀tún rẹ̀ tẹ̀ lójijì ní igun 90-degree.

Ó ní, "Mi ò lè ṣe bẹ́ẹ̀ tẹ́lẹ̀!" Nígbàkigbà tí ó bá jókòó tàbí dúró, ó máa ń fa ìrora nítorí pé egungun máa ń gbọ̀n, kò sì lè tẹ̀ ẹ́ mọ́ rárá. Kò sí ìrora rárá, ó sì ní ìrọ̀rùn tó pọ̀. Lẹ́yìn náà, mo pàṣẹ fún ikùn láti dàgbà kí ó sì nà án. Ojú rẹ̀ rí ìrora, ó sì wí pé, "Ó dà bíi pé Ọlọ́run wà níbẹ̀ pẹ̀lú ọkọ̀ akẹ́rù tó ń fà á jáde." Ó gùn tó àádọ́ta sẹ̀ǹtímítà, ó sì ní kí n dáwọ́ àdúrà dúró. Ó dìde, ó sì rìn láìsí ìrora, láìsí bàtà tó gbé sókè. Ó ṣì ń bà mí nínú jẹ́ pé kò tilẹ̀ sí ẹsẹ̀ òsì rẹ̀, ṣùgbọ́n ó sọ pé òun gbàgbọ́ pé yóò máa dàgbàsókè títí di alẹ́. Yálà ó máa ń ṣe bẹ́ẹ̀ tàbí bẹ́ẹ̀ kọ́, Ọlọ́run fún un ní egungun tuntun, ó mú ìrora náà, ó sì mú kí ẹsẹ̀ rẹ̀ dàgbà tó nǹkan bíi ínṣì méjì!

Michael Clancey ti Ẹgbẹ Iṣẹ-iranṣẹ Randy Clark ni o royin ni Oṣu Keje ọjọ 8, ọdun 2005
láti ìrìnàjò Global Awakening sí San Paulo, Brazil. Ìròyìn tí a kọ ní ọjọ́ Kejìlá oṣù Keje,
2005. Wọ́n lò ó pẹ̀lú àṣẹ wọn.

AH Dallimore – Iwosan Margaret MacPherson

Ẹ̀rí tó tẹ̀lé yìí jẹ́ ohun tó dùn mọ́ni nítorí pé obìnrin kan tí kò
gbàgbọ́ pé Ọlọ́run ń wòsàn ni ó jẹ́, òǹkọ̀wé kan tí kò gbàgbọ́
pé Ọlọ́run ń wosàn, síbẹ̀síbẹ̀ ó kọ ọ́ sínú ìwé kan...

Margaret Macpherson ti di aláìlera fún ọ̀sẹ̀ mélòókan ní ìgbà òtútù kọ̀ọ̀kan nípasẹ̀ lumbago (ẹ̀sùn ti ìtumọ̀ ìṣègùn tí kò péye). Nígbà tí ó wà ní ipò yìí ní ọdún 1931, ó parí sí ìpàdé Dallimore kan. Ó yà á lẹ́nu: Kì í ṣe olùṣeré. Ó wọ aṣọ ìjókòó lásán, kò sí aṣọ ìbora. Ìmọ́lẹ̀ náà tàn yòò sí i. Kò sí ohùn ìsìn tí kò dáa, kò sí àwọn ipa orí ìtàgé. Ohun kan ṣoṣo ló yani lẹ́nu tí ó sì dùn mọ́ni. Bí ìsìn náà ṣe ń lọ, ìmọ́lẹ̀ rẹ̀ ń pọ̀ sí i. Èmi kì í ṣe ọ̀kan lára àwọn ènìyàn onímọ̀ nípa ẹ̀dá tí ó ń rí ìmọ́lẹ̀ nípa ti ara. Rárá, ìmọ́lẹ̀ gidi ni èyí, èyí tí gbogbo àwọn ẹgbẹ́ mi lè rí kedere. Ó tilẹ̀ pa ìmọ́lẹ̀ funfun iná mànàmáná tí ó wà lórí rẹ̀ rẹ́," Dallimore dá a mọ̀ – ó ti pàdé rẹ̀ ní òpópónà – ó sì pè é sí iwájú. 'Kí n tó lè sọ pé "Ọ̀bẹ!" ó ti ṣe àgbélébùú rẹ̀ lórí iwájú mi, èmi sì wà ní ẹ̀yìn mi pẹ̀lú àwọn yòókù.' Lẹ́yìn náà, lẹ́yìn tí ó dìde tí ó sì jáde ní gbọ̀ngàn, ọ̀kan lára àwọn ẹgbẹ́ rẹ̀ béèrè ìdí tí ó fi ṣubú. Ìdáhùn rẹ̀ ni pé, 'Mo lọ síbẹ̀ nítorí ìfẹ́ àti ọ̀wọ̀ fún ọkùnrin náà. Mi ò lè mì ìgbàgbọ́ wọn nípa dídúró: Mi ò lè ṣe é rárá.' Ẹni tó béèrè ìbéèrè rẹ̀ wá sọ pé òun ti gbójú fo ohun kan nígbà tó ń sọ ìtàn rẹ̀: 'Margaret, o ti wòsàn! O sáré lọ sí ojú pópó! Níbo ni ọ̀pá rẹ wà? O fi sílẹ̀ ní ìpàdé náà!' Òótọ́ ni. AH Dallimore (tàbí agbára tí ó ti gbà) ti wò mí sàn kúrò nínú ìdúró tí mo ti gbé fún ogún ọdún.' Àyọkà láti inú *"Iṣẹ́ ìyanu, Mèsáyà àti Àwọn Oníròyìn: Iṣẹ́ Òjíṣẹ́ AH Dallimore ní Auckland ní àwọn ọdún 1930"* láti ọwọ́ Laurie Guy

Maria Woodworth-Etter – Obìnrin tí ó ní èèmọ́ tí a wòsàn

Mo dúpẹ́ lọ́wọ́ Ọlọ́run fún mímú Arábìnrin Woodworth wá sí apá gúúsù ìlú náà nígbà gbogbo, nítorí nípasẹ̀ ìwàásù rẹ̀, ọkọ mi ti rí ìwòsàn kúrò nínú ìfọ́, àti ìyìn fún Ọlọ́run, mo ti rí ìwòsàn ọkàn àti ara. Mo ti sọnù, ṣùgbọ́n Jésù rí mi. Mo ṣàìsàn, ṣùgbọ́n Jésù wò mí sàn. Rántí pé Jésù ń ṣe ohun gbogbo dáadáa. "Jésù Kristi, ọ̀kan náà ni àná, lónìí àti títí láé." Hébérù 13:8 Nígbà tí mo lọ sí ibi pẹpẹ, mo ní àrùn kan ní apá òsì mi. Ó wá láti inú ìṣubú tí mo ní ní ọdún mẹ́sàn-án sẹ́yìn. Láti ìgbà náà lọ, mo wà nínú ìbànújẹ́, ìjìyà, àti ìrora ńlá—nígbà mìíràn, ó burú ju àwọn mìíràn lọ. Kò sí ẹni tí ó lè sọ ìyà mi.

Kò sí ẹnikẹ́ni nínú àwọn ènìyàn mi tó mọ bí mo ṣe máa ń ronú láti pa ara mi, ìjìyà mi pọ̀ tó bẹ́ẹ̀. Àdúrà àti inú rere ọkọ mi nìkan ló dá mi dúró. Pẹ̀lú àrùn jẹjẹrẹ náà, mo ní ọ̀pọ̀lọpọ̀ àrùn mìíràn - ẹ̀jẹ̀ ìṣàn ẹ̀jẹ̀ ní ìsàlẹ̀ ìfun, ìṣùpọ̀, ìtú ẹ̀jẹ̀ àti àrùn jẹjẹrẹ. Ní ọdún mẹ́ta sẹ́yìn, àrùn jẹjẹrẹ tí ó ń gbóná ní ẹsẹ̀ mi, lẹ́yìn náà ní apá òsì àti ọwọ́ mi. A gbìdánwò ọ̀pọ̀lọpọ̀ àwọn oníṣègùn ayé, ní ìlú yìí àti níbòmíràn, ṣùgbọ́n kò sí àǹfààní kankan, nítorí pé ìtura díẹ̀ ni a rí gbà. Àwọn dókítà sọ pé kò sí iṣẹ́ abẹ kankan tí yóò ràn mí lọ́wọ́. Nígbà náà a mọ̀ pé kò sí ìrànlọ́wọ́ mọ́ fún mi ní ayé, bí kò ṣe ikú díẹ̀díẹ̀, bóyá oṣù tàbí ọdún, ṣùgbọ́n nígbẹ̀yìn gbẹ́yín yóò gba ẹ̀mí mi. Bó tilẹ̀ jẹ́ pé mo wà níta nígbà náà, mo lè fi ìrora àti ìbànújẹ́ mi pamọ́ níwájú ayé, ṣùgbọ́n ó jẹ́ àwọn òru gígùn tí wọ́n jẹ́ fún mi.

Emi kì yóò gbàgbé ọjọ́ tí mo lọ sí pẹpẹ ní ọjọ́ kẹwàá oṣù kẹjọ ọdún 1893. Mo jẹ́ ẹlẹ́ṣẹ̀ aláìní àti aláìní. Mo gbé gbogbo ẹ̀ṣẹ̀ mi kalẹ̀, ara aláìsàn yìí tí ó rọlẹ̀ sí ẹsẹ̀ Jésù. Jésù, nínú inú rere àti àánú rẹ̀, bojú wo ẹni tí ó jẹ́ aláìní bí èmi, lẹ́sẹ̀kẹsẹ̀ mo sì di pípé, ọkàn àti ara. Ta ni kò ní nímọ̀lára láti yọ̀ kí ó sì yin Ọlọ́run, láti ní ìdánilójú ìbùkún náà pé Jésù ni tèmi, àti láti ní ìrora àti ìrora ní ìṣẹ́jú kan? Ó ṣe mí dúpẹ́ lọ́wọ́ Ọlọ́run fún àánú rẹ̀ sí àwọn ọmọdé. Mo nírètí àti gbàdúrà pé ẹ̀rí yìí yóò mú ọ̀pọ̀lọpọ̀ ọkàn tí ó ń ṣàìsàn ẹ̀ṣẹ̀ wá sí ẹsẹ̀ Jésù. Kí Ọlọ́run bùkún fún Arábìnrin Woodworth àti àwọn alábáṣiṣẹpọ̀ rẹ̀, níbikíbi tí wọ́n bá wà. Kí Ọlọ́run bùkún fún Arákùnrin Spiher pẹ̀lú. Gbàdúrà fún mi pé kí n jẹ́ olóòótọ́.
Tirẹ ninu Kristi.
Arabinrin M. Falkenrath
St. Louis, Missouri

Àyọkà láti inú "Oníṣègùn Àgbáyé, Kristi Olúwa" láti ọwọ́ Alàgbà HH Spiher.
Alàgbà HH Spiher jẹ́ pásítọ̀ ìjọ Ọlọ́run (Winebrenner) tí ó ran Maria Woodworth lọ́wọ́ láti dá àwọn ìjọ sílẹ̀ kúrò nínú àwọn ìpàdé ìhìnrere rẹ̀ ní ìgbà méjì ó kéré tán.

TW Ratana (Maori Healer) - Iwosan ti Fannie Lammas

Nínú ọ̀pọ̀lọpọ̀ ìwòsàn tí a tẹ̀ jáde, méjì ni ó gba àfiyèsí pàtàkì láti ọ̀dọ̀ àwọn ìjọ kan. Àwọn ìwòsàn wọ̀nyí nípa lórí ọ̀pọ̀ àwọn aṣáájú àti ìjọ tí wọ́n ronú jinlẹ̀ nípa iṣẹ́ ìránṣẹ́ ìwòsàn àtọ̀runwá pẹ̀lú àdúrà. Èkínní ni ọ̀ràn Miss F. Lammas, ọmọ ìjọ Baptist ní Nelson.

A ti fi irin bò Miss Lammas mọ́ inú fìrílìmù láti orí dé ẹsẹ̀ fún ọdún mẹ́sàn-án, ó sì ti gba ìtọ́jú tó dára jùlọ ní àsìkò yìí. Ní ọdún 1921, ó kọ̀wé sí Ratana, lẹ́yìn tí ó gba ìdáhùn rẹ̀, ó lo àkókò gígùn nínú àdúrà. Bí ó tilẹ̀ jẹ́ pé ó lo agbára Ọlọ́run, ó jẹ́ kí ó jókòó, ó dúró, ó sì rìn láìsí ìrànlọ́wọ́. Gbogbo àwọn tó mọ̀ ọ́n ni ẹnu yà. Dókítà àdúgbò rẹ̀ jẹ́rìí sí i pé ó ti wòsàn. Miss Lammas gbà láti sọ ẹ̀rí ìwòsàn rẹ̀, oṣù mẹ́fà lẹ́yìn ìwòsàn rẹ̀, ó lo oṣù mẹ́fà ní ìrìn àjò, ó ń ṣèbẹ̀wò sí ọ̀pọ̀ ìjọ Baptist, títí kan Tabernacle ní Auckland, ó ń sọ̀rọ̀ nípa agbára Ọlọ́run láti wòsàn, ó sì mú kí ìfẹ́ sí ẹ̀kọ́ Ìwòsàn Àtọ̀runwá yára sí i.

Ìtàn ìwòsàn rẹ̀ ni a sọ fún Pr. Joseph Kemp' tí ó tẹ ẹ̀rí rẹ̀ jáde nínú ìwé kékeré kan tí ó gbajúmọ̀ tí ó gba ìtẹ̀jáde mẹ́rin, tí èkíní sì tà ní ọ̀sẹ̀ mẹ́ta lẹ́yìn tí a tẹ̀ ẹ́ jáde.

Àpèjúwe rẹ̀ nípa àwọn ìṣẹ̀lẹ̀ náà, èyí tí ó yọrí sí ìwòsàn gidi náà nìyí: "Dókítà mi sọ àbájáde ìgbìmọ̀ náà fún mi, ó sì sọ pé kò sí ohun tí a lè ṣe. Mo ti kọjá ìrètí. Mo bi í bóyá ó ti gbọ́ nípa Ratana ọkùnrin ìyanu náà. Ó ní "díẹ̀." Lẹ́yìn náà, mo sọ fún un nípa ọkùnrin àgbàyanu náà àti àwọn ìwòsàn àgbàyanu náà, mo sì fún un ní àwọn ìwé láti kà. Ó jókòó sí ẹ̀gbẹ́ ibùsùn mi, ó sì ka gbogbo wọn. Ó wú u lórí gan-an débi pé ó rọ̀ mí láti kọ̀wé nígbẹ̀yìn gbẹ́yín.

Ó ní tí mo bá ní ìgbàgbọ́ tó láti gbàgbọ́ pé òun kò rí ìdí tí kò fi yẹ kí n wòsàn pẹ̀lú ... ó fẹ́rẹ̀ẹ́ jẹ́ pé mo ti rẹ̀wẹ̀sì jù láti di ìkọ̀wé mú, mo ṣe àṣeyọrí láti kọ̀wé sí Ratana ní ìwọ̀n díẹ̀ láti ṣàlàyé ọ̀ràn mi fún ìgbà díẹ̀... Mi ò ṣe ohunkóhun mọ́ títí tí mo fi gba ìdáhùn Ratana ní ọ̀sẹ̀ kan lẹ́yìn náà. Ó sọ fún mi pé kí n gbàgbọ́ nínú Olúwa Jésù Kristi pẹ̀lú gbogbo ọkàn àti ẹ̀mí mi àti agbára Rẹ̀ láti wòsàn, láti gbàdúrà pẹ̀lú ìtara àti àìrẹ̀wẹ̀sì, àti láti tún àwọn àdúrà mi ṣe. Ó ní òun yóò gbàdúrà fún mi pẹ̀lú.

Ó fa ẹsẹ kan yọ — "Ẹ kò le sin Ọlọrun ati mammon." Kì í ṣe irú lẹ́tà tí mo retí, ṣùgbọ́n bí mo ṣe ń kà á tó, bẹ́ẹ̀ náà ni ó ṣe rí nínú rẹ̀. Mo pinnu láti ṣe ipa ti èmi, nítorí náà mo lo gbogbo ọjọ́ náà nínú àdúrà àtọkànwá. Mo gbàdúrà ní gbogbo ìgbà tí mo dá wà, mo gbàdúrà mo sì gbàdúrà pẹ̀lú gbogbo ọkàn àti ẹ̀mí mi títí mo fi ń jìyà nínú àdúrà... òru dé, mo sì nímọ̀lára pé ó burú ju ti ìgbàkígbà rí lọ. Mo ti rẹ̀wẹ̀sì gidigidi nítorí àdúrà, nítorí náà mo sọ fún Ọlọ́run pé iṣẹ́ Rẹ̀ ni, mo sì fi sílẹ̀ fún un pátápátá.

Lẹ́yìn náà ni mo sùn. Nígbàkúgbà tí mo bá jí, mo máa ń gbàdúrà, ní òwúrọ̀ kùtùkùtù ọjọ́ kejì, mo tún máa ń gbé ẹrù náà sókè nítorí mo ti pinnu láti ṣe ipa ti èmi. Ó dára láti mọ̀ pé Ratana ń gbàdúrà fún mi ní àwọn kìlómítà díẹ̀ sí i. Mo gbàdúrà pẹ̀lú ìtara, mo ń bẹ̀ ẹ́ pé kí ó wò mí sàn. Àwọn ọ̀rọ̀ díẹ̀ tó kẹ́yìn ni mo rántí dáadáa. "Ọlọ́run, ìwọ tóbi, Olódùmarè; Olódùmarè. O lè ṣe ohun gbogbo. Tí ó bá jẹ́ ìfẹ́ rẹ ni ó ń wò mí sàn nísinsìnyìí."

Lẹ́sẹ̀kẹsẹ̀ ni iṣẹ́ ìyanu ńlá náà ṣẹlẹ̀. Ìyè àti agbára sàn wọ inú mi. Láti inú ìmọ̀lára àìlera àti àìsàn pátápátá, mo ní agbára àti ìlera lẹ́sẹ̀kẹsẹ̀. Ìyípadà ńlá tó bẹ́ẹ̀ tí mo fi gbé ara mi sókè lórí ibùsùn láìsí ìrora àti láìsí ìtìlẹ́yìn! ! Mo gbé ẹsẹ̀ mi sókè lórí ibùsùn mo sì ń gbàdúrà fún agbára, mo dìde dúró mo sì rìn pẹ̀lú ìrọ̀rùn àti òmìnira pípé. Mi ò tilẹ̀ ní ìtara rárá. Mo mọ̀ lẹ́sẹ̀kẹsẹ̀ pé mo ti wòsàn ní tòótọ́; gẹ́gẹ́ bí Jésù Kristi ṣe mú àwọn ènìyàn lára dá nígbà tí ó wà lórí ilẹ̀ ayé, bẹ́ẹ̀ náà ni Ó ṣe mú mi lára dá. Bó tilẹ̀ jẹ́ pé ó jẹ́ aláìlera bí ọmọ ọwọ́ àti egungun pípé, nígbà tí agbára ńlá náà wọ inú mi, mo nímọ̀lára ara mi dáadáa. Mo wo aago mi láti ṣàkọsílẹ̀ àkókò iṣẹ́ ìyanu bẹ́ẹ̀. Ó jẹ́ 5:30 gẹ́lẹ́ ní ọjọ́ kẹrìnlélógún oṣù kejì, ọdún 1921. Ó jẹ́ ohun ìyanu láti kọ nípa rẹ̀, ọ̀rọ̀ kò lè sọ tàbí kọ nípa ohunkóhun ìyanu tó bẹ́ẹ̀.

Ó ṣẹlẹ̀ ní wákàtí mẹ́sàn-án lẹ́yìn tí mo gba lẹ́tà Ratana. Mo dúpẹ́ lọ́wọ́ Ọlọ́run lẹ́sẹ̀kẹsẹ̀, mo sì yin án fún oore rẹ̀ tó dára fún mi. "Lẹ́yìn náà, mo rìn lọ sí ẹnu ọ̀nà, mo pe àwọn òbí mi pé ara mi ti yá. Wọ́n dìde, wọ́n sì yára wọlé pẹ̀lú ayọ̀ àti ọpẹ́. Èmi kò ní gbàgbé ojú wọn tó ń tàn yanran bí mo bá wà láàyè. . . . Ọkùnrin tó lágbára jùlọ láyé, kódà bí ó bá wà ní ìlera pípé, tí ó bá ti dùbúlẹ̀ lórí ẹ̀yìn rẹ̀ fún ọdún kan, kò ní lè dìde kí ó sì rìn láìsí ìmọ̀lára ìrẹ̀wẹ̀sì àti àìlera nítorí pé ó lòdì sí òfin ìṣẹ̀dá. Síbẹ̀, bó tilẹ̀ jẹ́ pé mo ti wà ní ẹnu ọ̀nà ikú títí di àkókò tí a kò ní gbàgbé, ara mi yá lẹ́sẹ̀kẹsẹ̀ débi pé èyí nìkan fi bí iṣẹ́ ìyanu náà ti tó hàn."
Àyọkà láti inú *"Ìtàn Àwọn Ìgbésẹ̀ Àmì-ẹ̀yẹ ní New Zealand"* láti ọwọ́ Rev.
JE Worsfold. Àkọsílẹ̀ àkọ́kọ́ tí a tẹ̀ jáde gẹ́gẹ́ bí *"Bí A Ṣe Lè Wo Mi Lára, Iṣẹ́ Àṣeyanu New Zealand"* láti ọwọ́ Rev. Joseph Kemp. 1921.

FF Bosworth – Àwọn ọmọ mẹ́fà tí wọ́n dití tí a wò sàn ní alẹ́ kan

Àwọn ọ̀dọ́ mẹ́fà tí wọ́n jẹ́ ọlọ́gbọ́n ní ìlú kékeré Rochelle, Illinois jókòó sí kíláàsì pàtàkì kan ní ìsàlẹ̀ ilé ìjọsìn Baptist Church níbẹ̀ ní òwúrọ̀ yìí, wọ́n sì tún sọ ọ̀rọ̀ tí olùkọ́ wọn fún wọn nísìírí léraléra. Láìpẹ́ wọn yóò mọ gbogbo álífábẹ́ẹ̀tì, ó sọ fún wọn, wọn yóò sì lè sọ̀rọ̀.

Kò sí ohun tó burú nínú ọkàn tàbí ara àwọn ọmọbìnrin méjì àti àwọn ọ̀dọ́mọkùnrin mẹ́rin tó wà ní kíláàsì. Ṣùgbọ́n ní oṣù kan sẹ́yìn wọn kò lè sọ̀rọ̀, wọn kò sì lè gbọ́rọ̀. Wọ́n ti di adití láti ìgbà tí wọ́n ti bí wọn, mẹ́rin sì wà nínú ìdílé kan.

Ní oṣù tó kọjá, àti ọmọ ìjọ àgbà kan ní ìlú náà, lọ sí ilé Houston, ó sì sọ pé Ọlọ́run yóò wo àwọn ọmọ adití mẹ́rin náà sàn tí wọ́n bá ní ìgbàgbọ́. Ní Chicago ni Pr. FF Bosworth ń wàásù nínú Gospel Tabernacle. Ẹgbẹẹgbẹ̀rún àwọn aláìsàn ni a ti mú lára dá lẹ́yìn tí ọkùnrin yìí ti gbàdúrà fún wọn, ó fi kún un. Kí ló dé tí a kò fi rán àwọn ọmọ náà lọ sí Chicago?

Wọ́n rán àwọn ọmọdé mẹ́rin ti Houston àti méjì mìíràn lọ sí Chicago. Nínú ìsìn nínú àgọ́ ìjọsìn ní alẹ́ ọjọ́ kan, wọ́n lọ sí orí pèpéle nígbà tí Pastor Bosworth béèrè bóyá aláìsàn tàbí aláìsàn kan fẹ́ kí wọ́n gbàdúrà fún. Ìwòsàn náà wáyé lẹ́sẹ̀kẹsẹ̀ fún gbogbo mẹ́fà ní alẹ́ ọjọ́ náà, wọ́n jẹ́rìí sí i. Ní ọjọ́ kejì, wọ́n tẹ́síwájú kíláàsì wọn ní ìsàlẹ̀ ilé ìjọsìn ní Rochelle, ṣùgbọ́n olùkọ́ àti àwọn akẹ́kọ̀ọ́ dojúkọ ìyípadà ẹ̀kọ́.
Àyọkà láti inú ìwé ìròyìn Los Angeles Times ní ọjọ́ kẹfà oṣù karùn-ún ọdún 1928.

Ti pese Idena Dystrophy Muscular

Wọ́n dá mi sílẹ̀ ní ilé ìwòsàn Youngstown pẹ̀lú àrùn tó ń fa ìrora ọkàn, Muscular Dystrophy. Àwọn dókítà kà á sí pé mi ò nírètí rárá. Ní ọdún kan lẹ́yìn náà, ara mi le dáadáa, mo sì wà ní ìlera tó dáa. Nígbà tí ọdún kan sẹ́yìn mi ò lè mu omi, lónìí mo ń tọ́jú ilé tó ní yàrá mẹ́jọ, ọkọ mi àti àwọn ọmọ kékeré méjì. Jésù nìkan ló lè mú ìyípadà ìyanu yìí wá sí ipò mi.

Ìṣòro mi bẹ̀rẹ̀ ní ìgbà ẹ̀ẹ̀rùn ọdún 1956 nígbà tí mo rí ara mi tí ó ń rẹ̀ mí gan-an. A ń kó lọ sí ilé tuntun, nítorí náà mo rò pé bóyá ìyẹn ló fà á tí mo fi ń rẹ̀wẹ̀sì ní gbogbo ìgbà. Lẹ́yìn náà ni mo gbọ́ pé mo máa bí ọmọ mi kejì. Mo túbọ̀ ń rẹ̀wẹ̀sì sí i. Ní oṣù kẹta, mo bẹ̀rẹ̀ sí í pàdánù ìlera mi. Mo máa ń ṣubú ní irọ̀rùn àti nígbà gbogbo. Mo ń ṣàníyàn nípa ọmọ náà ṣùgbọ́n Olúwa fún mi ní ìdánilójú pé ọmọ náà yóò dára.

Ní oṣù tó tẹ̀lé e, ara mi kò balẹ̀ rárá. Mi ò lè bọ́ ìyẹ̀fun, mi ò lè gbé ìyẹ̀fun wàrà kan, tàbí kí n tilẹ̀ fún ara mi ní oúnjẹ. Mo ní láti rìn pẹ̀lú ẹsẹ̀ líle kí n má baà ṣubú. Dókítà mi dàámú nípa ipò mi ṣùgbọ́n mi ò lè ṣe àyẹ̀wò tó yẹ nítorí oyún mi. Pẹ̀lú ìrànlọ́wọ́ Olúwa, mo bí ọmọbìnrin kékeré kan. Ọmọ tó ní ìlera ni. A bí i ní ọjọ́ ogún oṣù kẹfà, ọdún 1957, dókítà sì dá mi sílẹ̀ kúrò ní ilé ìwòsàn pẹ̀lú ìrètí pé mi ò ní ní ìṣòro mọ́. Síbẹ̀síbẹ̀, agbára mi tún bẹ̀rẹ̀ sí í dínkù. Ipò mi bẹ̀rẹ̀ sí í burú sí i kíákíá títí tí mi ò fi lè gbé ọmọ náà sókè tàbí yí i padà. Mi ò tilẹ̀ lè ṣí tàbí ti ìdè ààbò. Ẹlòmíràn ní láti máa wọ aṣọ fún un lójoojúmọ́. Wọ́n rọ̀ mí láti lo àga kẹ̀kẹ́ ṣùgbọ́n mo kọ̀, nítorí wọ́n ti gbàdúrà fún mi mo sì ń gbẹ́kẹ̀lé Ọlọ́run láti wò mí sàn. Mo máa ń rìn díẹ̀ lẹ́ẹ̀kọ̀ọ̀kan, ní ìgbésẹ̀ díẹ̀ lẹ́ẹ̀kan náà. Ṣùgbọ́n mo wà lórí àga ní gbogbo ọjọ́.

Ní àwọn ọjọ́ wọ̀nyẹn, mi ò lè di Bíbélì mi mú, nítorí náà inú mi dùn gan-an nígbàkúgbà tí pásítọ̀ mi, Arákùnrin Roy Armstrong, bá bẹ̀ mí wò. Ó máa ń ka Bíbélì sókè, mo sì máa ń bẹ Ẹ̀mí Mímọ́ láti ràn mí lọ́wọ́ láti rántí gbogbo ohun tí ó ti kà fún mi. Ní oṣù Keje, mo ń kùnà kíákíá, mo sì mọ̀ pé mi ò ní pẹ́ láyé àyàfi tí Olúwa bá ṣe iṣẹ́ ìyanu kan. Àwọn iṣan ara wọn máa ń bàjẹ́ títí tí ẹran ara fi rọ̀ mọ́ egungun mi bí aṣọ lórí okùn. Mi ò lè bọ́ ara mi tàbí tọ́jú ara mi ní ọ̀pọ̀lọpọ̀ ọ̀nà. Mo wà nílé ìwòsàn, mo sì ṣe àyẹ̀wò yàrá fún ọjọ́ mẹ́tàlá. Nígbà tí mo wà ní ilé ìwòsàn, mo di aláìnírètí. Mo sọ fún Olúwa pé mo mọ̀ pé kò sí ìrètí ayé fún ìwòsàn mi. Mo sọ fún un pé mo gbẹ́kẹ̀lé E láti wò mí sàn, mo sì bẹ̀ Ọ́ pé kí ó yọ̀ láti bẹ̀rẹ̀ iṣẹ́ ìwòsàn lẹ́sẹ̀kẹsẹ̀.

Nítorí náà ni mo ṣe bẹ̀rẹ̀ sí í fi àwọn ìlérí Olúwa hàn. Ní àkọ́kọ́, mi ò lè gbé ọwọ́ mi sókè ojú mi nígbà tí mo bá dùbúlẹ̀ níbẹ̀ ní ilé ìwòsàn, ṣùgbọ́n ní gbogbo òwúrọ̀ ni mo máa ń gbàdúrà, mo sì máa ń gbìyànjú láti di ọwọ́ mi mú níbẹ̀. Láàárín ọjọ́ márùn-ún ni mo fi lè ṣàkóso rẹ̀, tí mo sì fọwọ́ kan ojú mi. Èyí fún mi níṣìírí láti gbàgbọ́ pé Ọlọ́run ń dáhùn àdúrà, mi ò sì bẹ̀rù rárá.

Ní ọjọ́ kẹwàá oṣù kẹjọ ọdún 1957, dókítà sọ fún ọkọ mi pé mo ní irú àrùn Muscular Dystrophy tó ti pẹ́ gan-an, ó sì sọ pé ó ṣeé ṣe kí ó fa ikú. Wọ́n mú mi wá sílé, wọ́n sì mú mi ní ìtùnú tó bá ṣeé ṣe, wọ́n rò pé àkókò kan yóò jẹ́. Dókítà náà kò mọ̀ pé agbára ìwòsàn ńlá kan ti ń bẹ̀rẹ̀ iṣẹ́ agbára rẹ̀ nínú mi. Bí ọjọ́ ti ń lọ, mo ń lo ara mi ní gbogbo ohun tí mo lè ṣe, díẹ̀díẹ̀ agbára mi sì ń padà bọ̀ sípò. Nígbàkúgbà tí mo bá ṣí, mo máa ń gbàdúrà ìgbàgbọ́. Mo ń gbé ìgbésẹ̀ díẹ̀. Mo bẹ̀rẹ̀ sí í ṣí ìlẹ̀kùn kọ́bọ́ọ̀dù ibi ìdáná mi. Mo ṣe àṣeyọrí láti ṣí àwọn ṣọ́ọ̀bù náà, mo sì ń kó àwọn ohun èlò fàdákà náà jáde.

Mo kàn tẹ̀síwájú, mo gbẹ́kẹ̀lé Olúwa láti ràn mí lọ́wọ́; ó sì ṣe, mo ní àlàáfíà àti ayọ̀ bí mo ṣe rí ohun tó ń ṣẹlẹ̀. Dípò ikú, Ọlọ́run ń fún mi ní ìyè tuntun, agbára tuntun, àti ìrètí tuntun. Nígbà mìíràn, mo máa ń rẹ̀wẹ̀sì, nítorí pé ó ṣòro láti fara da ìrònú pé mi ò tíì lè tọ́jú àwọn ọmọ mi. Mo gba ìlérí Ọ̀rọ̀ Ọlọ́run, mo sì jà lòdì sí ọ̀tá ọkàn mi. Mo bẹ Olúwa láti jẹ́ kí n tún tọ́jú àwọn ọmọ náà, bó tilẹ̀ jẹ́ pé ó dà bíi pé kò ṣeé ṣe ní àkókò náà. Mi ò tíì lè so mọ́tò ààbò mọ́. Ṣùgbọ́n mo ń ka Bíbélì nìṣó, mo sì rí ọ̀pọ̀lọpọ̀ nǹkan níbẹ̀ láti fún mi níṣìírí.

Ẹ yin Olúwa! Láàárín ọ̀sẹ̀ márùn-ún, mo lè gbé ọmọ náà láti orí ibùsùn láti fi ṣe aṣọ ìbora. Mo lè wẹ̀ ẹ́, mo so àwọn ìkọ́ rẹ̀ mọ́ ara mi, mo sì wọ aṣọ fún ara mi. Inú mi dùn gan-an. Díẹ̀díẹ̀ ni mo bẹ̀rẹ̀ sí í fọ aṣọ, mo ń lọ aṣọ, mo ń ṣe iṣẹ́ ilé, mo sì ń se oúnjẹ díẹ̀. Ó dà bíi pé bí mo ṣe ń ṣe bẹ́ẹ̀ ni Olúwa ṣe ń fún mi láyè láti ṣe é. Nígbà tí ó fi máa di ìgbà ẹ̀ẹ̀rùn ọdún

Smith Wigglesworth – Nọ̀ọ̀sì ti wo àrùn tó ń fa ẹ̀gbẹ́ sàn

Miss H. Todd ti Naremburn, NSW, jẹ́rìí pé: "Nígbà tí mo ń ṣiṣẹ́ gẹ́gẹ́ bí nọ́ọ̀sì ní Sydney, mo pàdé ìjàǹbá ńlá kan, ó fọ́ orúnkún mi, ó sì yọ cartilage inú kúrò, èyí tí ó yọrí sí synovitis àti arthritis (tí ó máa ń ṣẹlẹ̀ nígbà gbogbo). Mo ní ìmọ̀ ìṣègùn tó dára jùlọ ní Sydney àti Orange láìsí ìtura títí láé. Mo jí fún ìgbà díẹ̀, lẹ́yìn náà mo tún padà sùn, àti bẹ́ẹ̀ bẹ́ẹ̀ lọ fún oṣù mẹ́jọdínlógún; àti oṣù gígùn, tí ó rẹ mí, pàápàá jùlọ nígbà tí, lẹ́yìn nǹkan bí oṣù mẹ́rìnlá, mo ní ìṣòro láti fọ́ okùn iṣan ẹsẹ̀ kejì, èyí tí ó yọrí sí níní ìtọ́jú fún ọ̀sẹ̀ mẹ́fà. Ìrora náà máa ń le gan-an nígbà míì. Mo jẹ́ aláìlera gidi, mi ò sì ní ìrètí láti tẹ̀lé iṣẹ́ mi mọ́. Nítorí pé mo ní ìlera pípé, ó ṣòro láti wo ọjọ́ iwájú pẹ̀lú àwọn ẹsẹ̀ méjèèjì tí ó rọ, láti gbẹ́kẹ̀lé àwọn ẹlòmíràn láti tọ́jú mi àti láti máa tọ́jú mi.

"Ẹ wo bí mo ti fọ́jú tó, nítorí láti ìgbà tí mo ti di aláìlera sí Orange, mo ti ń gbé láàrín àwọn ènìyàn tí wọ́n gbàgbọ́ tí wọ́n sì gbìyànjú láti jẹ́ kí n fetí sí ẹ̀kọ́ Ìwé Mímọ́ nípa ìwòsàn àtọ̀runwá, ṣùgbọ́n mo ronú lọ́nà ọ̀tọ̀. Lóòótọ́, Bíbélì sọ nípa àwọn nǹkan àgbàyanu ní àwọn ọjọ́ àtijọ́, ṣùgbọ́n fún mi, àwọn ọjọ́ wọ̀nyẹn ti lọ, àwọn nǹkan sì yàtọ̀ nísinsìnyí. Ọ̀rọ̀ ńlá kan wà nípa Ajíhìnrere Smith Wigglesworth, ṣùgbọ́n mi ò nífẹ̀ẹ́ sí i. Lẹ́yìn tí ajíhìnrere ti bẹ̀rẹ̀ iṣẹ́ rẹ̀, èyí tí yóò gba ọjọ́ márùn-ún péré, arákùnrin mi, pẹ̀lú àwọn ẹlòmíràn, bá mi sọ̀rọ̀ lọ́nà tí ó dájú jùlọ nípa òtítọ́ ẹ̀kọ́ Ìwé Mímọ́ nípa ìwòsàn àtọ̀runwá, bó tilẹ̀ jẹ́ pé mo ti lòdì sí i títí di ìgbà náà, mo tún lọ sí Bíbélì mi, mo sì dàbí ọmọ onínàákúnàá, ní òpin ara mi, mo sọ pé, 'Èmi yóò dìde, èmi yóò sì lọ sọ́dọ̀ Baba mi.' Ẹ yin Olúwa ọ̀wọ́n, ìbùkún tí ó ń dúró dè láti fi fún mi. Mo ti jẹ́ Kristẹni fún ọ̀pọ̀ ọdún, ṣùgbọ́n mo ní láti jí kí n tó gbọ́ ohùn Rẹ̀ kí n sì jẹ́ kí Ó fi òróró pa ojú mi. Nígbà tí mo ń ka Ìwé Mímọ́, àwọn ọ̀rọ̀ náà mú mi, 'Ohun kan tí mo mọ̀ ni pé, nígbà tí mo ti fọ́jú rí, mo ríran nísinsìnyí.' Jòhánù 9:25. Èyí ń lọ sí ọkàn mi ní gbogbo ọjọ́ Ọjọ́ Ẹtì àti Ọjọ́ Àbámẹ́ta; àti ọ̀rọ̀

Ọlọ́run, 'Èmi ni Olúwa, má ṣe yípadà.' Àwọn ìwé mímọ́ wọ̀nyí ń wá sí mi nígbà gbogbo débi pé mo pinnu láti lọ sí iṣẹ́ ìsìn ní alẹ́ yẹn fún àdúrà.

"Ní ẹsẹ̀ kan, mo ní ohun èlò irin àti awọ láti dènà kí orúnkún má baà dì mọ́lẹ̀ tàbí kí ó má baà dì mọ́lẹ̀, èyí tó fa ìrora líle, èkejì sì wà nínú aṣọ ìbòrí tí ó lẹ̀ mọ́lẹ̀. Pẹ̀lú ìrànlọ́wọ́ ọ̀pá ìrọ̀sẹ̀ méjì, mo jáde lọ sí ọkọ̀ ayọ́kẹ́lẹ́ láti gbé mi lọ sí ìpàdé náà, bó tilẹ̀ jẹ́ pé mo ń jìyà gidigidi, mo gbàgbọ́ pé ara mi yóò yá. Lẹ́yìn ọ̀rọ̀ náà, mo dara pọ̀ mọ́ àwọn tí wọ́n fẹ́ ṣe ìránṣẹ́ fún, bí oníwàásù náà sì ti gbé ọwọ́ rẹ̀ lé mi, tí ó sì ń gbàdúrà, mo ní ìrírí àjèjì kan tí ó lẹ́wà bí ẹni pé wọ́n ń fọ́n omi tútù pẹ̀lú agbára ńlá sí àwọn ọmọ ẹgbẹ́ mi méjèèjì níbi tí wọ́n ti farapa. Ó dàbí ẹni pé agbára náà lágbára tó bẹ́ẹ̀ tí ó fi ń pa mí lára, mo sì mọ̀ pé Olúwa ni, ṣùgbọ́n nígbà tí mo yípadà láti lọ, ara mi kò yá, mo sì fi ìjákulẹ̀ hàn sí méjì tàbí mẹ́ta.

"Ní gbogbo ọ̀nà tí mo fi ń lọ sílé, mo sunkún gidigidi, mo sì tú ọkàn mi jáde sí Ọlọ́run, mo sì ń bá a lọ láti máa sọ pé, 'Olúwa, mo gbàgbọ́, ràn ọ́ lọ́wọ́ àìnígbàgbọ́ mi.' Nígbà tí mo dé ilé, wọ́n ràn mí lọ́wọ́ láti jáde kúrò nínú ọkọ̀ ayọ́kẹ́lẹ́, lẹ́yìn tí mo rìn díẹ̀, mo sọ pé mo rò pé mo lè rìn nìkan. Bí mo ṣe dé ẹnu ọ̀nà ilẹ̀kùn, ògiri ìmọ́lẹ̀ dídán kan dojú kọ mí, ìmọ́lẹ̀ tó mọ́lẹ̀ gan-an tó bẹ́ẹ̀ tí ó fẹ́rẹ̀ dà mí láàmú, lójúkan náà mo kígbe pé, 'Ògo ni fún Ọlọ́run, ara mi ti yá,' mo sì rí bẹ́ẹ̀ lóòótọ́. Mo rìn káàkiri ilé náà láti yin Olúwa, mo sì gòkè àti sísàlẹ̀ ní ìta, mo ń yin Ọlọ́run lógo, mo sì ń rìn bí mo ti ṣe kí n tó pàdé ìjàǹbá náà. Nígbà tí mo rí àwọn ọ̀pá náà, mo wí pé, 'Ẹ mú wọn padà sọ́dọ̀ ọ̀rẹ́ rere tí ó yá mi ní owó. Mi ò ní fẹ́ wọn mọ́.' Nítorí náà, wọ́n dá àwọn ọ̀pá náà padà kí ó tó di ọ̀gànjọ́. Hallelujah! Nígbà tí mo jí ní òwúrọ̀ ọjọ́ kejì, mo ju ìtìlẹ́yìn irin àti awọ àti àwọn aṣọ ìbòrí náà sílẹ̀, mi ò sì tíì fọwọ́ kan wọ́n láti ìgbà náà, nítorí mo ti di aláìlera.

"Ní ọjọ́ méjì lẹ́yìn náà, wọ́n fi Ẹ̀mí Mímọ́ ṣe ìrìbọmi fún mi gẹ́gẹ́ bí Ìṣe Àwọn Aposteli 2:4 ti wí. Bíbélì mi túmọ̀ sí mi ju ti ìgbàkígbà rí lọ. Mo rí Olúwa mi gẹ́gẹ́ bí Olùgbàlà mi kúrò nínú ẹ̀ṣẹ̀, Oníṣègùn Ńlá, Ẹni tí ó ń fi Ẹ̀mí Mímọ́ ṣe ìrìbọmi, àti Ẹni tí ó ń bọ̀ wá fún ìyàwó rẹ̀ láìpẹ́."

Àyọkà láti inú ìwé Miracles in Australia and New Zealand láti ọwọ́ Smith Wigglesworth.

AJ Byers – Obìnrin tí a wòsàn lẹ́yìn ọdún mẹ́ẹ̀ẹ́dọ́gbọ̀n ti ìjìyà

Wọ́n bí mi ní ìṣẹ́gun, wọn kò sì retí pé kí n wà láàyè. Fún ọdún márùndínlógójì, mi ò mọ ohun tí ó jẹ́ láti mí ẹ̀mí kan tí ó dáa, mo sì máa ń béèrè lọ́wọ́ Ọlọ́run nígbà gbogbo pé kí ló dé tí mo fi ní láti jìyà bẹ́ẹ̀. Ó dáhùn pé, "Kí n lè fi agbára mi hàn bí o ṣe ń ṣe é." Mo ní, "Olúwa, bí ó bá rí bẹ́ẹ̀, mo fẹ́ tẹrí ba fún ìfẹ́ rẹ." Ní ọdún kan, mo lọ sí ilé ìwòsàn nígbà márùn-ún, gbogbo ìgbà sì wà ní ojú ikú. Mo ní àrùn ọkàn onígbà pípẹ́, àrùn ẹ̀dọ̀fóró , àrùn kíndìnrín àti àìsàn obìnrin. Mo fẹ́rẹ̀ẹ́ sọ ojú mi nù. Wọ́n jẹ́ aláìlera ní gbogbo ìgbésí ayé mi, wọ́n sì nílò iṣẹ́-abẹ nígbà tí mo wà ní ọmọdé, mo sì ń lo àwọn gíláàsì fún ọ̀pọ̀ ọdún.

A ní àwọn oníṣègùn àti oníṣẹ́ abẹ tó dára jùlọ ní gbogbo ìgbà, ṣùgbọ́n ó dà bíi pé wọn kò lè ṣe ohunkóhun fún mi. Níkẹyìn wọ́n sọ fún mi pé iṣẹ́ abẹ lè fún mi ní àǹfààní láti gbádùn ara mi. Nísinsìnyí, mi ò rò pé mo lè ye iṣẹ́ abẹ kan, ṣùgbọ́n mo sọ fún Olúwa pé bí bẹ́ẹ̀ bá ni yóò ṣe mú mi lọ sílé, mo fẹ́, ṣùgbọ́n tí ó bá ní ọ̀nà mìíràn tàbí ètò tó dára jù fún mi, láti jẹ́ kí n mọ̀. Mo wí pé, "Olúwa, mo mọ̀ pé o lè wò mí sàn láìsí iṣẹ́ abẹ tí o bá fẹ́ bẹ́ẹ̀, nítorí pé Ọ̀rọ̀ rẹ sọ pé, 'Jésù Kristi, ọ̀kan náà ní àná, lónìí, àti títí láé,' àti pé àwọn tí ó gbẹ́kẹ̀lé ọ kì yóò tijú." Nínú ìjìyà mi, mo sinmi nínú Olúwa. Mi ò tíì gbọ́ tí wọ́n ń wàásù òtítọ́ ní kíkún rẹ̀, mi ò sì tíì rí àwọn ènìyàn mímọ́ Ọlọ́run tòótọ́; ṣùgbọ́n nígbà tí àwọn ènìyàn tí ó yí mi ká ń dúró dè mí láti kú, Ọlọ́run rán méjì lára àwọn oníwàásù ìhìnrere rẹ̀ láti rí mi (Àwọn arákùnrin Kriebel àti Crose). Mo sọ fún wọn pé mo mọ̀ pé Ọlọ́run ló rán wọn. Wọ́n sọ pé wọn yóò gbàdúrà fún mi.

Ní ọjọ́ díẹ̀ lẹ́yìn náà, wọ́n gbé mi jáde kúrò ní ilé ìwòsàn, wọ́n sì rán mi lọ sí Oakland. Mo ti bẹ̀ Ọlọ́run pé kó tọ́ mi sọ́nà, nítorí náà mo ń dúró dè é. Ní ọjọ́ kan tí mo tún kú, Ọlọ́run bá mi sọ̀rọ̀ láti pe Arákùnrin Crose. Ó dé ní ọjọ́ kejì. Ní ìdáhùn sí àdúrà, mo lè dìde lórí ibùsùn. Arákùnrin C. fi òróró yàn mí ní orúkọ Jésù, ó sì gbàdúrà àdúrà ìgbàgbọ́. Mo ní ìdánilójú pé a gbọ́ àdúrà náà. Mo lè dìde lórí ibùsùn nígbà míì, ṣùgbọ́n ìjìyà mi ti pọ̀ ju ti tẹ́lẹ̀ lọ, mo sì rò pé Ọlọ́run ti kọ̀ mí sílẹ̀ pátápátá.

Mo rò pé ó wà níbì kan, ṣùgbọ́n ó jìnnà gan-an. Ní àkókò yìí, agbára òkùnkùn ti gbá mi mú, ó sì dàbí ẹni pé ó ń fà mí ya pẹ́rẹ́pẹ̀rẹ̀. Kì í ṣe pé mo jìyà nìkan ni, ṣùgbọ́n mo tún wà nínú ìrora ńlá, èyí tí ó pẹ́ fún ọ̀pọ̀lọpọ̀ òru àti ọjọ́. Ẹ rí i pé mo ní láti kẹ́kọ̀ọ́ láti inú èyí tí Ọlọ́run ti pinnu fún mi. Yàtọ̀ sí èyí, mo ti sá kúrò lọ́dọ̀ Olúwa, mo sì nílò ìbáwí líle. Ọlọ́run dúró tì mí, ó sì fún mi ní agbára, bó tilẹ̀ jẹ́ pé mi ò mọ̀ ní àkókò náà.

Lọ́jọ́ kan, ìmọ̀lára wá sí mi lórí pé Ọlọ́run ń ronú nípa mi, mo sì kígbe pé, "Èmi kì yóò kú, ṣùgbọ́n èmi yóò yè, èmi yóò sì máa kéde iṣẹ́ Olúwa." Lẹ́yìn náà, wọ́n mú mi wá sí ìpàdé Oakland ní oṣù kìíní ọdún 1910, Arákùnrin Byers sì fi òróró yàn mí. Àwọn arákùnrin Kriebel àti Holcomb gbé ọwọ́ wọn lé mi, wọ́n sì ké pe Ọlọ́run láti fọwọ́ kan ara mi. Mi ò nímọ̀lára ìyàtọ̀ kankan fún àkókò yìí, ṣùgbọ́n ìgbẹ́kẹ̀lé mi wà nínú Olúwa, mo sì múra tán láti gba ìwòsàn náà bí Ọlọ́run ṣe rí i pé ó yẹ kí ó fún mi. Mo ní ìdánilójú pé àdúrà wà níwájú ìtẹ́ Ọlọ́run. Ní alẹ́ ọjọ́ kan náà ni mo nímọ̀lára pé Jésù wá sí ẹ̀gbẹ́ ibùsùn mi, ó sì fi ọwọ́ rẹ̀ lé orí mi pẹ̀lú ìrọ̀rùn, lẹ́yìn náà ni mo nímọ̀lára agbára Ọlọ́run tí ń kọjá gbogbo ara mi. Mo kígbe pé, "Olúwa Jésù, èmi kò yẹ fún gbogbo èyí." Mo rí ohun kan bí òjò tí ń rọ̀ láti ọ̀run, gbogbo àwọ̀ òṣùmàrè, tí ó mọ́ kedere tí ó sì mọ́lẹ̀ sí i.

Mo fẹ́rẹ̀ rí ọ̀rọ̀ láti fi ọpẹ́ mi hàn. Ó dà bíi pé mo ṣẹ̀ṣẹ̀ jíǹde kúrò nínú òkú. Mo bẹ̀rẹ̀ sí í rí àwọn nǹkan tó yí mi ká kedere, mo sì mọ̀ pé Ọlọ́run ti wò mí sàn kúrò nínú gbogbo ìpọ́njú mi. Gbogbo rẹ̀ dà bí ohun tó dára jù láti jẹ́ òótọ́, ṣùgbọ́n ìyìn fún Olúwa, bẹ́ẹ̀ ni. Mo bẹ̀rẹ̀ sí í lágbára sí i, mo ní ìfẹ́ ọkàn tó dára sí i, mo sì tún lè bẹ̀rẹ̀ sí í ṣe iṣẹ́ ìgbésí ayé díẹ̀díẹ̀. – Marie Spaulding

Àyọkà láti inú "Àwọn Àpẹẹrẹ Ìwòsàn Àtọ̀runwá 200" láti ọwọ́ AL Byers

George Jeffreys – A wo ọkùnrin arọ sàn lẹ́sẹ̀kẹsẹ̀

Wọ́n wo Ọ̀gbẹ́ni James Gregson sàn lọ́nà ìyanu ní Leeds ní oṣù kẹrin ọdún 1927. Àwọn ènìyàn ńlá tí wọ́n rí iṣẹ́ ìyanu náà yóò máa rántí ọjọ́ tí ó ti gbádùn lójijì. Ó jẹ́ aláàbọ̀ ara pátápátá, ẹni tí agbára rẹ̀ láti rìn kiri jẹ́ láti fi ara rẹ̀ lé ilẹ̀ tí ó ń fa ẹsẹ̀ rẹ̀ tí ó yí padà sẹ́yìn.

Mo jẹ́ onísẹ́ irin ní iṣẹ́ ọwọ́. Ní ọjọ́ Kejì oṣù Kejì ọdún 1922, mo pàdé ìjàǹbá ńlá kan. Mo ṣubú láti ibi gíga sínú àpótí èédú, gbogbo egungun sì ti kúrò ní ipò wọn. Ẹ̀yìn mi náà farapa. Wọ́n gbé mi lọ sí ilé ìwòsàn, níbi tí mo ti gba gbogbo ìtọ́jú tí ilé ìwòsàn lè pèsè, ṣùgbọ́n mo di aláìlágbára, aláìnírètí. Mo ní láti rákò lórí ilẹ̀; ẹsẹ̀ mi yípo, mo sì fà wọ́n lọ sí ipò tí ó rékọjá. Mi ò lè jókòó, ṣùgbọ́n mo ní láti purọ́. Ìgbésí ayé mi jẹ́ ìbànújẹ́. Ìyàwó mi kà nínú ìwé ìròyìn nípa obìnrin kan tí ó fọ́jú tí ó ríran ní ìpàdé ìpolongo olórí George Jeffreys. Bí ó ti ń kà á, mo ní ìdánilójú pé mo lè rí ìwòsàn bí mo bá lè lọ sí ìpàdé náà. Mo lọ ní ọjọ́ Sátidé lórí igi mi, mo ń fa ẹsẹ̀ mi sẹ́yìn. Ní alẹ́ ọjọ́ náà, mo rí ìgbàlà: Ó dárí gbogbo ẹ̀ṣẹ̀ mi jì mí. Lẹ́yìn náà mo tún lọ sí Coliseum ní ọjọ́ Àìkú. Ọlọ́run nìkan ló mọ bí mo ṣe dé ibẹ̀, nígbà tí mo dé ibẹ̀, mo ní ìṣòro ńlá láti wọlé, ṣùgbọ́n àwọn kan lára àwọn ènìyàn náà ṣàánú mi, wọ́n sì fà mí sẹ́yìn.

Lẹ́yìn náà ni àwọn olùtọ́jú gbé mi wọlé wọ́n sì tẹ́ mi sí iwájú pèpéle náà. Ọkan lára àwọn ẹgbẹ́ ìtúnpadà náà wá sọ́dọ̀ mi, ó sì wí pé "Arákùnrin, o kò rí bí ẹni pé o fara balẹ̀; ṣé mo lè mú kí ara rẹ balẹ̀ sí i? " Mo sì dáhùn pé, "Mi ò ní ìtura rárá" nítorí mo wà nínú ìrora ní òru àti ní ọ̀sán. Olórí ilé-ẹ̀kọ́ náà gbàdúrà fún mi, nígbà tí ó sì gbé ọwọ́ rẹ̀ lé mi, mo nímọ̀lára bí ẹni pé ọwọ́ méjìlá ni wọ́n gbé sí ara mi, mo sì nímọ̀lára pé gbogbo egungun mi ń padà sí ipò wọn. Mo jáde lẹ́sẹ̀kẹsẹ̀, ara mi sì yá gágá pátápátá. Ara àti egungun lásán ni mí; ojú mi ti rì sínú orí mi. Lááárín ọ̀sẹ̀ méjì, mo ti jèrè òkúta méjì, ó sì ti di ìwọ̀n márùn-ún, mo sì ń bá a lọ láti wọ ẹran ara. Mo lè padà sí iṣẹ́ mi bí ó ti rí tẹ́lẹ̀. Mi ò tíì pàdánù iṣẹ́ ọjọ́ kan rí nítorí àìsàn. Hallelujah! Ọlọ́run ni gbogbo ògo! Ìyìn fún Olúwa!" Àyọkà láti inú *"Ìtànṣán Ìwòsàn"* láti ọwọ́ George Jeffreys,

Ẹgbẹ́ Randy Clark – Àwọn arákùnrin méjì tí wọ́n jẹ́ adití àti odi ni a wò sàn

Ìyá wọn mú àwọn ọmọkùnrin méjì wá sọ́dọ̀ mi. Ó ní kí n gbàdúrà fún àgbàlagbà tó jẹ́ adití àti odi. Lẹ́yìn àdúrà náà, mo ní kí ó pariwo, ó sì sọ̀rọ̀. Mo ní láti béèrè lọ́wọ́ ìyá náà bóyá adití àti odi ni lóòótọ́ nítorí pé ó sọ̀rọ̀ dáadáa. Olùtumọ̀ mi sọ pé, "Bẹ́ẹ̀ ni, ó ti ṣe bẹ́ẹ̀." Ó tọ́ka sí ọmọkùnrin ìyá náà tó kéré jù, ó sì sọ pé òun náà jẹ́ adití àti odi. Mi ò gbà á gbọ́ ní àkọ́kọ́, ṣùgbọ́n ó tẹnumọ́ pé ó jẹ́ adití àti odi bí ẹ̀gbọ́n rẹ̀. Olúwa wá, ọmọkùnrin náà sì gbọ́, ó sì sọ̀rọ̀. Mo ní kí Pasitọ James rí i dájú pé àwọn ọmọkùnrin méjèèjì jẹ́ adití àti odi, àwọn méjèèjì sì ti rí ìwòsàn gbà. Ó jẹ́rìí sí i.

Charles Polston ló ròyìn rẹ̀. Láti inú ìròyìn Awakening Global ti ọjọ́ kẹta oṣù kejì ọdún 2005. Wọ́n lò ó pẹ̀lú àṣẹ wọn.

Jennie Smith – A wosan lẹhin ọdun ti ijiya lile

A fún wa ní àpẹẹrẹ ìwòsàn mìíràn, tí ọ̀pọ̀ ènìyàn ti kà ìtàn rẹ̀, tí àwọn tí ó ti gba òmìnira fúnra wọn sì gbọ́ láti ẹnu ẹni tí ó ti gba òmìnira fúnra rẹ̀. Ìtàn ayọ̀ tí ó yanilẹ́nu nípa Jennie Smith, ti Philadelphia, ni a tún kọ́ nínú ìwé kékeré náà "Láti Baca sí Beulah." Àrùn rẹ̀, tí ó jẹ́ ohun ìjìnlẹ̀ àti ìrora, tí ó sì ń bá a lọ fún ìgbà pípẹ́ tí pásítọ̀ rẹ̀ fi sọ ọ́ pé "ìtàn ìjìyà tí ó ṣòwọ́n bí kò bá tilẹ̀ dọ́gba rí," kò ṣeé ṣe láti ṣàlàyé rẹ̀ níbí. Ó tó láti sọ pé ó jẹ́ aláìlera fún nǹkan bí ọdún mẹ́rìndínlógún, ó ń jìyà ní ọ̀pọ̀ ìgbà ìrora tí ó burú jùlọ.

Ẹ̀yà ara kan wà lábẹ́ ìpalára líle àti àìlèṣàkóso tó bẹ́ẹ̀ tí ó fi jẹ́ pé wọ́n ní láti fi sínú àpótí líle, tí àwọn ẹrù wíwúwo sì máa ń dì í mú. Nígbà ìyà àrà ọ̀tọ̀ rẹ̀, ó dà bíi pé ìgbàgbọ́ àti ìyàsímímọ́ rẹ̀ ni wọ́n mú wá sínú ìdánrawò tó lágbára, débi pé wọ́n fi àga rẹ̀ ṣe àga ìjókòó, wọ́n sì lò ó gidigidi láti mú kí ìgbésí ayé ẹ̀mí àwọn tí ó wà ní ọwọ́ rẹ̀ yára. Ní àkókò yìí, ó bẹ̀rẹ̀ sí í gba ìlérí Ọlọ́run fún ìwòsàn ara, ó sì ń gba àmì agbára rẹ̀ ní ọ̀pọ̀lọpọ̀ ìtura díẹ̀, wọ́n sì mú un lọ sí ìbéèrè àti láti gba ìwòsàn pátápátá.

Ìtàn náà ni a sọ ní ọ̀rọ̀ tirẹ̀. Lẹ́yìn ọjọ́ kan tí ó ti jìyà àìròtẹ́lẹ̀, àwọn ọ̀rẹ́ Kristẹni díẹ̀ péjọ sí i ní alẹ́ bí ó ti dùbúlẹ̀ lórí àga ìfàgùn rẹ̀. Ó ní: "Alẹ́ náà jẹ́ fún àdúrà, tí pásítọ̀ Everett darí. Lẹ́yìn wákàtí àkọ́kọ́ tàbí jù bẹ́ẹ̀ lọ, àwọn kan ní láti lọ. Arákùnrin kan, tí èmi kò tíì pàdé rí, bí ó ti ń gbọn ọwọ́ nígbà tí ó ń lọ, wí pé, 'Arábìnrin mi, o ń béèrè púpọ̀ jù; o ń ṣàníyàn jù láti gbádùn ara rẹ.'"

Olúwa lè lò ọ́ dáadáa lórí ìbùsùn rẹ ju lórí ẹsẹ̀ rẹ lọ.' Mo dúpẹ́ lọ́wọ́ arákùnrin náà fún ọ̀rọ̀ náà. Lẹ́yìn náà, mo wo inú ọkàn mi pẹ̀lú ìwádìí. Olúwa alábùkún mọ̀ pé mo fi òtítọ́ dáhùn pé, 'Rárá, mi ò ní àníyàn láti gbádùn ara mi. Mo ti ṣẹ́gun èyí. Tí a bá mú ooru iná ilé ìléru pọ̀ sí i ní ẹgbẹ̀rún ìlọ́po, mo lè sọ pé, 'Kí ìfẹ́ rẹ ṣẹ, kí ìrora sì dùn bí a bá fi hàn mí pé ìfẹ́ Baba ni pé kí n jìyà. Mo sì gbàgbọ́ pé àkókò ti tó fún mi láti mọ ìfẹ́ yẹn.' Títí di àkókò ìpàdé yìí, kò sí ìṣọ̀kan ọkàn tí mo rò pé ó gbọ́dọ̀ wà. Mo sọ fún àwọn tí ó kù pé, 'Ṣé ẹ lè dúró pẹ̀lú mi títí di òwúrọ̀ tí ó bá pọndandan? Mo rò pé ó gbọ́dọ̀ jẹ́ nípa dídúró kí Baba wa fún wa ní ìbùkún. Ǹjẹ́ a jọ ní ìṣọ̀kan nínú ọ̀ràn yìí?'

Dókítà mi, Dókítà Morgan, ni ẹni àkọ́kọ́ tó sọ pé, 'Èmi yóò dúró, mo sì gbà pẹ̀lú rẹ pátápátá.' Gbogbo wọn péjọ síbi àga mi. Ẹgbẹ́ kékeré yẹn kò lè gbàgbé àkókò yẹn láé. Ó ti di lẹ́yìn aago mẹ́sàn-án báyìí. A tẹ̀síwájú láti dúró níwájú Olúwa. Nígbà mìíràn, ẹnìkan tàbí ẹlòmíràn yóò fa ọ̀rọ̀, pẹ̀lú àlàyé, ẹsẹ ìwé mímọ́ tó yẹ, tàbí kí wọ́n gbàdúrà kúkúrú. Fún ara mi, mo dúró ní ìdákẹ́jẹ́ẹ́, mo ṣì ń jìyà, ṣùgbọ́n mo ní ìmọ̀lára wíwà ní ọ̀run.

Ní ọ̀pọ̀ ìgbà, mo fẹ́rẹ̀ẹ́ má mọ àyíká mi, mo sì ń bá Baba mi ọ̀run ṣe àjọṣepọ̀. Ní nǹkan bí agogo mẹ́rìnlá, wọ́n mú mi fi ara mi fún Ọlọ́run ní ìfọ̀rọ̀wérọ̀ tuntun, mo ń wí pé: 'Mo fún ara yìí ní tuntun—àwọn ojú wọ̀nyí láti ríran, àwọn ètè wọ̀nyí láti sọ̀rọ̀, àwọn etí wọ̀nyí láti gbọ́ran, àti, bí ó bá jẹ́ ìfẹ́ rẹ, àwọn ẹsẹ̀ wọ̀nyí láti rìn—fún Jésù. Gbogbo ohun tí ó jẹ́ ti èmi—gbogbo rẹ̀ jẹ́ tìrẹ, Baba ọ̀wọ́n. Kìkì kí ìfẹ́ rẹ iyebíye ni kí a ṣe.' Títí di àkókò yìí, kò sí ìdádúró kúrò nínú ìjìyà tàbí agbára púpọ̀ sí i, ní tòótọ́, mo jẹ́ aláìlera ju ti àtẹ̀yìnwá lọ. Lẹ́yìn ìdákẹ́jẹ́ẹ́ kúkúrú kan, mo rí ìwòsàn apá tí ó gbẹ náà lójú mi. Ó dà bíi pé mo rí i tí a gbé e jáde pátápátá.

Ní àkókò kan náà, Ẹ̀mí Mímọ́ fún mi ní ìgbàgbọ́ láti gba irú ìbùkún kan náà. Ó dà bíi pé ọ̀run ṣí ní àkókò náà, mo sì mọ̀ nípa ìtẹ̀bọmi agbára, ní ọgbọ́n àti rere bíi pé ìkọlù iná mànàmáná kan ti kọjá nínú ara mi. Mo nímọ̀lára pé agbára náà wọ ẹ̀yìn mi, ó sì wọ inú àwọn ẹ̀gbẹ́ mi tí kò lágbára. Mo gbé ọwọ́ mi lé apá àga náà, mo sì gbé ara mi sókè sí ipò tí mo jókòó sí. Àwọn arákùnrin Garrigues, tí wọ́n jókòó sí ẹ̀gbẹ́ méjèèjì àga náà, fò síwájú, wọ́n sì di ara wọn mú láti ràn mí lọ́wọ́. Ṣùgbọ́n, èyí kò pọndandan.

Dókítà Morgan, ẹni tí ó jókòó sí ẹ̀gbẹ́, tẹ̀síwájú, ó sì sọ àpò ẹsẹ̀ kalẹ̀, nígbà tí ọwọ́ àwọn ọ̀rẹ́ mi sì wà lórí èjìká mi, mo dìde, mo sì dúró lórí ẹsẹ̀ mi. Arábìnrin Fannie kò rántí ìgbà tí mo rí mi tí mo dìde dúró rí. Ó yà á lẹ́nu débi pé ó gbé ọwọ́ méjèèjì sókè, ó sì kígbe pé, 'Óò, Jennie, Jennie!' Kò sí ọ̀rọ̀ tí ó lè sọ ìmọ̀lára mi. Ìwà mi ṣì ń yọ̀ pẹ̀lú ìyìn bí mo ṣe ń sọ̀rọ̀ nípa wákàtí yẹn. Bí mo ṣe dúró, Arákùnrin NV. HG gbé ọwọ́ rẹ̀ lé orí mi, ó ní, 'Ẹ yin Ọlọ́run, láti ọ̀dọ̀ ẹni tí gbogbo ìbùkún ti ń jáde.' Ìrònú mi àkọ́kọ́ ni 'Ṣé mo lè kúnlẹ̀?' Mo béèrè láti ṣe bẹ́ẹ̀, mo sì kúnlẹ̀ bí ẹni pé mo ti mọ́ ọn tẹ́lẹ̀.

Wíwà Ọlọ́run pọ̀ débi pé a kò sọ ọ̀rọ̀ kan. A tú ọkàn wa jáde pẹ̀lú ọpẹ́ àti ìyìn ìdákẹ́jẹ́ẹ́. Mo dìde mo sì rìn kọjá yàrá náà pẹ̀lú ìrọ̀rùn àti ìwà àdánidá; kò sí ìgún tàbí àwọn ìmọ̀lára tí kò dùn mọ́ni. Mo jókòó lórí àga ìgbọ̀nsẹ̀ fún ìṣẹ́jú díẹ̀. Ó dàbí ohun ìyanu tó bẹ́ẹ̀ tí mi ò fi ní láti kọ̀ bí a ṣe ń rìn. Àwọn ẹ̀yà ara àti ara mi dà bí ẹni pé a ti sọ wọ́n di tuntun."
Àyọkà láti inú *"Iṣẹ́ Ìwòsàn"* láti ọwọ́ AJ Gordon

RA Torrey – A wo ìbàjẹ́ ọmọdé sàn

Òjíṣẹ́ ME kan wà ní Dakota tí ó ní ọmọ kan tí ó ní ìrísí tí kò dára. Àbùkù kan wà ní ẹ̀yìn rẹ̀ tó bẹ́ẹ̀ tí ọmọ náà fi tẹ̀ papọ̀, ikùn rẹ̀ sì yọ jáde, èyí tí ó ń fa ìrora nígbà gbogbo, ọmọ náà kò sì lè sùn. Àwọn òbí náà mú ọmọ náà wá sí Minneapolis láti wo ohun tí àwọn onímọ̀ nípa ìlera lè ṣe, ṣùgbọ́n àwọn onímọ̀ nípa ìlera sọ fún wọn pé kò sí ìrètí fún ọmọ náà, pé kí wọ́n fi sí abẹ́ àwọ̀lékè kí ó lè wà láàyè, kí ó sì ní ìrísí tí kò ju ọdún méjì tàbí mẹ́ta lọ. Bó tilẹ̀ jẹ́ pé àwọn òbí náà jẹ́ Methodist, wọ́n fẹ́ ìlera ọmọ wọn débi pé wọ́n gbìyànjú "Ìmọ̀ Sáyẹ́ǹsì Kristẹni," ṣùgbọ́n wọn kò rí ìrànlọ́wọ́ kankan nínú ètò àṣìṣe náà. Lẹ́yìn náà, àlùfáà náà sọ fún ìyàwó rẹ̀ pé, "Ẹ jẹ́ kí a mú un lọ sọ́dọ̀ arákùnrin Torrey." Wọ́n mú un wá sí ilé mi, ọmọ kékeré kan tí ó tó ọmọ ọdún méjì, tí ó ní ìrísí tí kò dára gidigidi tí ó sì ń jìyà gidigidi. Mo gbé ọmọ náà sí apá mi mo sì gbàdúrà fún un. Ọlọ́run fún un ní ìgbàgbọ́ tí ó yẹ, a sì wo ọmọ náà sàn. Ìtura dé lẹ́sẹ̀kẹsẹ̀. Ní alẹ́ ọjọ́ náà ó sùn déédéé fún ìgbà àkọ́kọ́, àní apá ara rẹ̀ tí ó ní ìrísí tí kò dára pààpàà ni a mú padà bọ̀ sípò.

Ní nǹkan bí ọdún méjìdínlógún lẹ́yìn náà, mo ń ṣe ìpàdé ní Petoskey, Mich. Ní ìpàdé ọ̀sán kan, àlùfáà Methodist kan láti ọ̀kan lára àwọn ìlú tí ó wà nítòsí wọlé wá. Ó dìde níbi ìpàdé náà, ó sì sọ ìtàn yìí, ó ní òun ni baba ọmọbìnrin náà, òun sì ti wòsàn pátápátá, òun sì jẹ́ ẹni tí ó fẹ́ ṣiṣẹ́ fún iṣẹ́ ìránṣẹ́ ní ilẹ̀ òkèèrè. Òun fúnra rẹ̀ dé ní ọjọ́ díẹ̀ lẹ́yìn náà, ọmọbìnrin arẹwà kan tí ó ní ìrísí pípé. Ó wà ní Gbọ̀ngàn Àpérò wa ní Los Angeles níbi ìsìn wa ní òwúrọ̀ ọjọ́ Sunday ní ọ̀sẹ̀ díẹ̀ sẹ́yìn.

Àyọkà láti inú "Ìwòsàn Àtọ̀runwá" láti ọwọ́ RA Torrey

AC Valdez Sr. – Àwọn Ojú Tuntun Ni A Ṣẹ̀dá

Mo mọ ọkùnrin kan tí orúkọ rẹ̀ ń jẹ́ "Afọ́jú Martin." Àwọn ibi tí ojú rẹ̀ yẹ kí ó wà ni ó wà. Àwọn onímọ̀ nípa iṣẹ́ tó dára jùlọ ní Orílẹ̀-èdè Amẹ́ríkà ti ṣe àyẹ̀wò rẹ̀ ní Yunifásítì Johns Hopkins. Àwọn ọkùnrin wọ̀nyí sọ pé kò sí ọ̀nà tí òun yóò fi ríran. Afọ́jú Martin fẹ́ obìnrin arẹwà kan tó tọ́jú rẹ̀ dáadáa. Bí òun àti ìyàwó rẹ̀ ṣe ń lọ sí ìsìn ìsìn tí wọ́n sì gbọ́ nípa iṣẹ́ ìyanu tó ń ṣẹlẹ̀ ní àyíká wọn, ìgbàgbọ́ wọn pọ̀ sí i. Ní alẹ́ kan nígbà ìsìn ìsìn kan, mo rí ohun kan tó ń mú mi láyọ̀ títí di òní—iṣẹ́ Olúwa tí kò ṣeé lóye, tí kò ṣeé ṣàlàyé. Afọ́jú Martin dìde dúró. Kò mọ ìdí rẹ̀. Pupa kan kọ́kọ́ fara hàn ní àwọn ibi tí ojú yẹ kí ó wà. Àwọn ibi wọ̀nyí bẹ̀rẹ̀ sí í wú jáde. Lẹ́yìn náà, ohun kan tí kò dájú ṣẹlẹ̀. Àwọn ojú, tí ó tóbi bí ti adìyẹ, bẹ̀rẹ̀ sí í ṣẹ̀dá. Díẹ̀díẹ̀, wọ́n fẹ̀ sí i dé ìwọ̀n tó yẹ, "Olúwa, mo lè ríran!" Martin kígbe. Omijé ọpẹ́ bẹ̀rẹ̀ sí í ṣàn láti ojú tuntun Martin. Mo lè ṣe kàyéfì nípa iṣẹ́ Olúwa nìkan. Kì í ṣe ojú Martin nìkan ló tutu!

Àyọkà láti inú *"Ina lórí Azusa Street"* láti ọwọ́ AC Valdez, Sr.

Brian Fenimore – Iwosan Airotẹlẹ ti Pasitọ Baptist kan

Mo ń ṣe ìpàdé kan ní Wisconsin. Ọkùnrin kan ti mú ọkùnrin mìíràn wá sí ìpàdé náà. Ọkùnrin náà, tí wọ́n mú wá, jẹ́ pásítọ̀ Baptist ní Gúúsù Amẹ́ríkà, ó sì kórìira àwọn ìpàdé Charismatic. Ọkùnrin tí ó mú un wá jẹ́ olùtìlẹ́yìn tirẹ̀; ní tòótọ́, ó jẹ́ ọ̀kan lára àwọn olùrànlọ́wọ́ rẹ̀ tí ó pọ̀ jùlọ. Ọkùnrin náà sọ fún pásítọ̀ náà pé òun gbọ́dọ̀ wá sí ìpàdé náà, pásítọ̀ náà kò sì rò pé òun ní àṣàyàn púpọ̀. Wàyí o, fojú inú wo ìwà pásítọ̀ náà nígbà tí mo ń wá sí ìpàdé yìí níbi tí mo ti ń gbàdúrà fún àwọn aláìsàn.

Ó bínú sí mi. Ní gidi, mo kíyèsí pé ó bínú sí mi ní àárín àkókò ìpàdé náà. Kò sí ẹ̀rín músẹ́ lójú rẹ̀, dípò bẹ́ẹ̀ ìbínú ńlá àti ojú kan wà tí ó sọ pé, "Mo fẹ́ pa ọ́." Mo lè mọ̀, bó tilẹ̀ jẹ́ pé arákùnrin mi ni nínú Kristi, ó fẹ́ kí n lọ sí ọ̀run níwájú rẹ̀. Mo wá mọ̀ pé ó sàn kí n dáwọ́ dúró láti máa wo òun nítorí pé ó ń ba ìgbàgbọ́ mi jẹ́. Nítorí náà, mo dẹ́kun wíwo apá yẹn nínú yàrá náà. Mo wo ó lẹ́ẹ̀kan, ó sì ní ojú yìí tí ó bínú gan-an. Mo ń ronú pé, "Mi ò mọ ohun tí mo fẹ́ ṣe ṣùgbọ́n màá jáde kúrò nínú yàrá yìí kí ó tó rí mi." Ní ìparí ìpàdé náà, a bẹ̀rẹ̀ sí í gbàdúrà fún àwọn ènìyàn. Obìnrin kan wà tí ó ní àléjì tí ó mú kí ìgbésí ayé rẹ̀ bàjẹ́, Olúwa sì wò ó sàn nígbẹ̀. Ó ya gbogbo ènìyàn nínú yàrá náà lẹ́nu. Pásítọ̀ náà rí èyí. Nítorí náà, mo pe àwọn ẹgbẹ́ iṣẹ́ ìránṣẹ́ láti wá gbàdúrà.

Àwọn ènìyàn dìde láti gbàdúrà nígbà tí mo rí pásítọ̀ náà tí ó ń dìde. Nísinsìnyí, kò wo ẹnu ọ̀nà, ó ń wò mí bí ó ti ń rìn. Mo rò nínú ara mi pé "ó yá, a ó lọ. Ó ń bọ̀ wá lù mí." Mo gbìyànjú láti dúró ní ipò "mímọ́" mi jùlọ bí ó ti ń rìn lọ. Ó dúró níwájú mi ó sì wí pé, "Wò mí sàn." Ó yà mí lẹ́nu gan-an tí mo fi sọ pé "Kí ni?" Ó sọ fún mi pé "Mo fẹ́ wò mí sàn nísinsìnyí." Nígbà tí mo bi í pé kí ló ń ṣe é, ó ní; "Ó dára, mo ní ìṣòro ikùn, orúnkún mi sì ń pa mí, mo sì fẹ́ wò mí sàn nísinsìnyí." Kò tilẹ̀ béèrè bóyá mo máa gbàdúrà fún un. Ó kàn fẹ́ wò mí sàn ni.

Nítorí náà, mo pe Ẹ̀mí Mímọ́ láti wá. Mo sọ fún un pé "o mọ̀ pé mi ò lè wò ọ́ sàn, nítorí náà, ẹ jẹ́ kí a dúró de Olúwa láti ṣe é." A jókòó síbẹ̀, mo sì ń wò ó fún ìgbà díẹ̀. Mo sọ fún un pé "Mi ò ní ṣe ohunkóhun àyàfi tí Olúwa bá dé." Ó béèrè pé, "Kí ni ìtumọ̀ èyí?" Mo kàn sọ pé, "Ìwọ yóò mọ̀ bí a ṣe ń lọ." Olúwa bẹ̀rẹ̀ sí í ṣe ìránṣẹ́ fún un. Ó dúró pẹ̀lú apá rẹ̀ tí ó jáde, ojú rẹ̀ sì dí. Àwọn apá rẹ̀ bẹ̀rẹ̀ sí í mì tìtì. Mo béèrè lọ́wọ́ rẹ̀ bóyá ó lè nímọ̀lára bẹ́ẹ̀. Ó ní "mo rí kí ni?" Mo sọ fún un pé kí ó ṣí ojú rẹ̀ kí ó sì wò ó. Ó ṣí ojú rẹ̀, ó sì wo apá rẹ̀ bí ẹni pé kì í ṣe tirẹ̀. Ó béèrè pé, "Báwo ni èyí ṣe ń ṣẹlẹ̀?" Ó wo apá rẹ̀ bí ẹni pé wọ́n jẹ́ nǹkan tí kò so mọ́ ọn. Mo sọ fún un pé ó ń nímọ̀lára Ẹ̀mí Mímọ́. Síbẹ̀ kò tíì tẹ̀ ẹ́, ó sì wí pé "ṣùgbọ́n mi ò ní agbára lórí apá mi, mi ò sì lè nímọ̀lára èyí." Mo dá a lójú pé ó dára, mo sì sọ fún un pé kí ó sinmi.

Ó tún bẹ̀rẹ̀ sí í hó nínú omi tó pọ̀ gan-an. Ó ń ṣàn lójú rẹ̀, ó sì ń wọ́ ní ẹ̀gbẹ́ méjèèjì àgbọ̀n rẹ̀. Ọ̀pọ̀lọpọ̀ nǹkan ló wà níbẹ̀ tó fi ń mú kí omi máa ṣàn, omi náà sì ń dà sí àyà rẹ̀. Mo bi í bóyá ó gbóná, ìdáhùn rẹ̀ sì ni "Rárá." Kò lè fọwọ́ kan ara rẹ̀. Ó yani lẹ́nu nígbà tí mo bi í bóyá ó nímọ̀lára ohunkóhun, ó sọ pé, "Mi ò nímọ̀lára ohunkóhun." Mo bẹ̀rẹ̀ sí í béèrè lọ́wọ́ Ọlọ́run ohun tó ń ṣe, Ọlọ́run sì sọ fún mi pé "Brian, mo ń ṣe ìránṣẹ́ fún un, ṣùgbọ́n kò mọ̀ nípa rẹ̀. Ó ti ya ara rẹ̀ sọ́tọ̀, nítorí náà, tẹ̀ ẹ́ mọ́lẹ̀ kí o sì ṣe ohun tí mo fẹ́ kí o ṣe." Ọlọ́run sọ fún mi pé kí n fi ọwọ́ mi sí ikùn rẹ̀, mo sì béèrè fún àṣẹ rẹ̀, pásítọ̀ náà sì gbà. Olúwa sọ pé "sọ fún un pé mo máa wò ó sàn, lẹ́yìn náà mo máa sọ ọ́ di oníwàásù, kí n sì rán an padà sí orílẹ̀-èdè rẹ̀." Mo rò pé "ó, ìdàrúdàpọ̀ gbáà ni" ṣùgbọ́n mo ṣe ohun tí Ọlọ́run ní kí n ṣe, mo sì fi ọwọ́ mi sí ẹ̀gbẹ́ ikùn rẹ̀, mo sì sọ fún un pé "Olúwa yóò wò ọ́ sàn, yóò sì sọ ọ́ di oníwàásù ìwòsàn, lẹ́yìn náà yóò rán ọ padà sí orílẹ̀-èdè rẹ gẹ́gẹ́ bí olùtún-padà."

Ó kàn ń gbọ̀n, mo sì ní kí ó sọ fún mi ohun tí ó nílò ìwòsàn fún. Ó ní "ikùn mi ń kùn, orúnkún mi sì ń gbọ̀n." Olúwa sọ fún mi pé kí n gbàdúrà fún orúnkún rẹ̀. Nítorí náà, mo fi ọwọ́ mi sí orí orúnkún rẹ̀, mo sì gbá a mú kíákíá. Olúwa sọ fún mi pé kí n bá orúnkún sọ̀rọ̀ kí n sì pàṣẹ fún ìrora náà láti dẹ́kun. (Ẹ wò ó, ó rọrùn nígbà tí Ọlọ́run bá sọ ohun tí ó yẹ kí n ṣe fún ọ.) Mo ní, "Ní orúkọ Jésù, mo pàṣẹ fún ìrora náà láti dẹ́kun." Ọkùnrin náà gbé ẹsẹ̀ rẹ̀ yípo fún ìṣẹ́jú kan, ó sì wí pé, "hmm kò dùn mọ́." Lẹ́yìn náà, Ọlọ́run bá mi sọ̀rọ̀, ó sì sọ fún mi pé, "Kò sọ fún ọ, ṣùgbọ́n ó ní ọ̀pọ̀lọpọ̀ ìṣòro oúnjẹ ní báyìí, kí o sì bẹ̀rẹ̀ sí í gbàdúrà fún oúnjẹ náà láti dẹ́kun." Bí mo ṣe ń gbàdúrà, mo rí àwọn àwòrán ìfun pẹ̀lú gbogbo nǹkan tí ó wú yìí. Mo bẹ̀rẹ̀ sí í pàṣẹ fún ìwúwo náà láti dẹ́kun, ikùn rẹ̀ sì bẹ̀rẹ̀ sí í gbọ̀n. Olúwa wò ó sàn níbẹ̀. Ó ti dùn gan-an báyìí.

Rolland àti Heidi Baker – Àwọn Aláìfọ́jú Rí, Àwọn Adití Rí, àti Ọ̀pọ̀lọpọ̀ ni a gbàlà

Bí fíìmù náà ṣe parí tí Jésù sì ń gòkè lọ sí ọ̀run, a tan àwọn iná díẹ̀ tí kò dáa, Heidi sì fò sókè láti kí àwùjọ náà pẹ̀lú olùtumọ̀ Makua rẹ̀. Ó bẹ̀rẹ̀ pẹ̀lú Makua fúnra rẹ̀, èyí tí ó mú kí gbogbo ènìyàn láyọ̀. Fojú inú wo ọmọbìnrin ará Amẹ́ríkà aláwọ̀ funfun kan tí ń sọ èdè ìbílẹ̀ wọn tí kò ṣe kedere ní abúlé yìí! Lẹ́yìn náà, "Mama Aida" tú ọkàn rẹ̀ jáde láti ṣàpèjúwe Jésù alárinrin yìí, alàáyè tí ó jẹ́ ìrètí ìgbàlà wọn kan ṣoṣo, ẹni kan ṣoṣo tí wọ́n gbọ́dọ̀ rí tí wọ́n sì ní títí láé. Òun ni Ọlọ́run tí a ṣí payá. Ta ló fẹ́ Rẹ̀? Ta ló fẹ́ ìdáríjì Rẹ̀, ọkàn Rẹ̀, ìyè ayérayé Rẹ̀? Ní àkókò yìí, kò sí ẹni tí ó ń ju òkúta àti iyanrìn. Kò sí ẹni tí ó ń pariwo, tí ó ń fi ṣe yẹ̀yẹ́, tí ó sì ń da ìpàdé náà rú. Gbogbo ènìyàn nínú àwùjọ yìí ní ìfẹ́ sí ìhìn rere yìí, ìgbàlà tí a ti fún wọn fún ìgbà àkọ́kọ́.

Ṣùgbọ́n dúró. Ó tún kù sí i. Gbogbo ẹni tó bá nílò ìwòsàn, ẹ wá síwájú! Pàápàá jùlọ afọ́jú àti adití! Jésù wà níbí láti wòsàn! Àwọn ènìyàn díẹ̀ kan rọ́ wá sí iwájú, wọn kò mọ ohun tí wọ́n lè retí. Heidi rí obìnrin afọ́jú kan, ó sì bẹ̀rẹ̀ sí í gbàdúrà pẹ̀lú pẹ̀lẹ́pẹ̀lẹ́ àti pẹ̀lẹ́pẹ̀lẹ́ fún un. Àwọn ìṣẹ́jú díẹ̀ kọjá. Jẹ́ kí ìgbàgbọ́ àti ìfẹ́ máa ṣàn. Ẹ jà fún ìwòsàn náà. Ẹ dúró ṣinṣin. Ẹ sinmi nínú agbára Rẹ̀. Láìpẹ́ obìnrin náà lè ríran, ṣùgbọ́n báwo ni? Ẹ máa gbàdúrà. Ẹ gbé àwọn kọ́kọ́rọ́, ìka ọwọ́, àti àwọn nǹkan mìíràn sókè. Ó dá gbogbo wọn mọ̀. Nísinsìnyí ó ti lè ríran kedere. Ó láyọ̀ gan-an, ìròyìn náà sì tàn ká gbogbo ènìyàn. A ń ní ìtara gidigidi. Adití kan tí kò lè sọ̀rọ̀ farahàn. Heidi àti gbogbo wa ń gbàdúrà. Sùúrù tún dé. Ẹ tún Heidi àti gbogbo wa ń gbàdúrà. Sùúrù. Ẹ má ṣe dáwọ́ dúró. Ẹ máa gbàdúrà. Ẹ bẹ̀rẹ̀ sí í sọ̀rọ̀, ẹ máa fúnni níṣìírí. Ṣé ó lè gbọ́? Ṣé ó lè tún ọ̀rọ̀ sọ? Láàárín ìṣẹ́jú díẹ̀, ó lè ṣe bẹ́ẹ̀! Lẹ́yìn náà ó bẹ̀rẹ̀ sí í tún gbogbo gbólóhùn sọ ní kedere àti ní irọ̀rùn. Àwọn ènìyàn mọ̀, wọ́n sì kún fún ayọ̀. Ọ̀pọ̀ ọdún ti kọjá tí ẹnikẹ́ni ti gbọ́ tí ó ń sọ̀rọ̀ — wọn kò lè rántí ìgbà tí ó pẹ́ tó. Gbogbo abúlé mọ àwọn méjì yìí àti ohun tí Jésù ṣẹ̀ṣẹ̀ ṣe fún wọn. Ta ló fẹ́ tẹ̀lé Jésù báyìí? Gbogbo ènìyàn!! Nísinsìnyí! Abúlé náà ti wà láàyè, kò sì ní rí bẹ́ẹ̀ mọ́...

A ń gbàdúrà pẹ̀lú gbogbo ènìyàn papọ̀. A ń ṣe ayẹyẹ. Àwọn míṣọ́nnárì wa tí ń ṣèbẹ̀wò àti àwọn pásítọ̀ agbègbè ń gba àwọn onígbàgbọ́ tuntun níyànjú. A ń bá a lọ láti gbàdúrà fún àwọn aláìsàn. A ti bẹ̀rẹ̀ sí í ronú nípa bí a ṣe lè mú pásítọ̀ kan wá sí abúlé yìí kí a sì mú ohun tí a ti ṣe ní alẹ́ kan náà ṣọ̀kan.

Láti ọwọ́ ìwé ìròyìn Iris Ministries ní ọjọ́ kẹsàn-án oṣù kọkànlá ọdún 2004. Ẹ fẹ́ mọ̀ sí i nípa wọn, ẹ ṣẹ̀wò ojú òpó wẹ́ẹ̀bù wọn ní: www.irismin.org

Charles Spurgeon – A fi Aláìsàn kan jíjìn lé e lọ́wọ́

Ẹlòmíràn, tó jẹ́ àlejò ní London láti Wales, tó ní ìṣòro ọpọlọ nítorí àbùkù ara tàbí àrùn kan, bẹ̀bẹ̀ pẹ̀lú ìbànújẹ́ gidigidi pẹ̀lú ìdílé rẹ̀ láti pe Ògbẹ́ni Spurgeon, kí ó lè gbàdúrà lẹ́gbẹ̀ẹ́ ibùsùn rẹ̀. Wọ́n kà á sí ìró òmùgọ̀ ọkàn kan tó ya wèrè. Ṣùgbọ́n nígbẹ̀yìn-gbẹ́yín wọ́n gbà láti ní kí Ògbẹ́ni Spurgeon bẹ̀ ẹ́ wò. Àdúrà Ògbẹ́ni Spurgeon ní ọjọ́ yẹn ní ipa tó lágbára lórí wèrè aláìní náà, ó sì dà bíi pé ó mú ìlera ọpọlọ rẹ̀ padà bọ̀ sípò. Ẹbí náà yà lẹ́nu, inú wọn sì dùn sí ipa ẹ̀bẹ̀ náà débi pé, bó tilẹ̀ jẹ́ pé wọ́n gbà pé ó jẹ́ ti ẹ̀dá, wọ́n fi tọkàntọkàn bẹ̀bẹ̀ fún ìpadàbọ̀ Ògbẹ́ni Spurgeon.
Ó dé sí ilé ní alẹ́ ọjọ́ kan náà, lẹ́yìn ìsìn alẹ́, ó sì dúró fún ìgbà díẹ̀, ó ń gbàdúrà pẹ̀lú gbogbo ọkàn rẹ̀ fún ìwòsàn aláìsàn náà, èyí tí àwọn aláìsàn aláìní tí ó jẹ́ aláìlera jù dara pọ̀ mọ́. Ọgbẹ́ni Spurgeon fúnra rẹ̀ sọ lẹ́yìn náà pé nígbà tí òun ń gbàdúrà pẹ̀lú gbogbo ọkàn òun tí ó sì ń gbìyànjú láti gbàgbọ́ pé aláìsàn náà yóò gbádùn, síbẹ̀ òun kò lè yí ara rẹ̀ lérò padà pé ìbẹ̀wò òun jẹ́ àǹfààní mìíràn bí kò ṣe láti tẹ́ ìmọ̀lára àwọn nọ́ọ̀sì lọ́rùn, tí igbe aláìní náà ń dà láàmú. Síbẹ̀ ní alẹ́ lẹ́yìn àdúrà náà, ọkùnrin aláìsàn náà jí pẹ̀lú ìbẹ̀rẹ̀ àti igbe, èyí tí ó dẹ́rù ba àwọn nọ́ọ̀sì rẹ̀. Ṣùgbọ́n wọ́n rí i pé ó wà ní ọkàn tí ó tọ́ pátápátá. Ó kéde pé òun ti lá àlá láti pàdé Olùgbàlà, àti pé Olùgbàlà ti fi dá òun lójú pé wọ́n lé àwọn ẹ̀mí èṣù jáde. Ní ọjọ́ díẹ̀ lẹ́yìn náà, ó lè jáde kúrò nílé, ó sì lọ sí Kánádà ní kété lẹ́yìn náà, níbi tí ó ti jẹ́ oníṣòwò tí ó ṣe àṣeyọrí, tí wọ́n ti gbé e lọ sí ibojì rẹ̀ ní ọdún 1882.

Àyọkà láti inú ìwé "Ìgbésí Ayé Charles Haddon Spurgeon" ti ọdún 1892 láti ọwọ́ Russell H. Conwell.

Francis MacNitt – Àwọn Obìnrin Tí Ẹsẹ̀ Rẹ̀ Rọrùn

Àpẹẹrẹ tó yanilẹ́nu jùlọ nípa ìwòsàn nípasẹ̀ àdúrà gbígbóná tí mo tíì rí rí wáyé lẹ́yìn ìsinmi tí a ṣe ní Diocese ti Sonson, Rionegro, Colombia, South America, ní oṣù Kejì ọdún 1975. Bíṣọ́ọ̀bù Alphonso Uribe ti pè mí láti ṣe ìsinmi fún àwọn àlùfáà níbẹ̀, àwọn ẹgbẹ́ wa sì ní Father Carlos Aldunate, SJ (ti Chile), Sister Jeanne Hill, OP, Mrs. William Callaghan, àti Alberto del Corral gẹ́gẹ́ bí olùtumọ̀. Bó tilẹ̀ jẹ́ pé ìsinmi náà jẹ́ ti àwọn àlùfáà, àwọn ènìyàn mìíràn gbọ́ nípa rẹ̀, wọ́n sì wá sí ibi ìsinmi náà láti béèrè fún àdúrà.

Nítorí náà, kò yani lẹ́nu fún mi láti rí i, lẹ́yìn ìpàdé tó kẹ́yìn (ní nǹkan bí agogo mẹ́rin ìrọ̀lẹ́) Arábìnrin Callaghan, Arábìnrin Jeanne àti àwọn mìíràn tí wọ́n ń gbàdúrà fún obìnrin ọ̀dọ́ kan ní Colombia; wọ́n pè mí láti fi ẹsẹ̀ rẹ̀ tó ti bàjẹ́ hàn mí, wọ́n sì sọ fún mi pé nǹkan kan ti ṣẹlẹ̀—pé ẹsẹ̀ náà ti dàgbà sí i ní ìwọ̀n kan tàbí jù bẹ́ẹ̀ lọ. Nítorí náà, mo dara pọ̀ mọ́ wọn nínú àdúrà wọn. Nígbà tí mo ń bá obìnrin ọmọ ọdún mọ́kàndínlógún náà, Teresa Patino, sọ̀rọ̀, mo rí i pé ó ti tẹ ohun mímú kan mọ́lẹ̀ nínú irà nígbà tí ó jẹ́ ọmọ ọdún márùn-ún péré. Nítorí àìsí ìtọ́jú tó yẹ, àkóràn kan bẹ̀rẹ̀ sí í yọ sí egungun rẹ̀, ó sì di osteomyelitis. Nítorí náà, ẹsẹ̀ ọ̀tún rẹ̀ ti yí padà, bíi pé ó ti yípadà, láti orúnkún rẹ̀. Ó kúrú sí i ní ìwọ̀n ìgbọ̀nsẹ̀ mẹ́fà ju ẹsẹ̀ kejì lọ, ó sì yípo pẹ̀lú. Àpá jíjìn kan tún wà níbi tí wọ́n ti gbìyànjú láti fi egungun gún un láìṣe àṣeyọrí.

Bí a ṣe ń gbàdúrà fún wákàtí méjì pẹ̀lú ìrọ̀rùn, ẹsẹ̀ náà dàbí ẹni pé ó ń dàgbàsókè tó nǹkan bí ìnṣì kan. Nǹkan bí àwa méjọ ló ń gbàdúrà, a ń di ẹsẹ̀ rẹ̀ mú ní ọ̀kọ̀ọ̀kan (nítorí pé kíkúnlẹ̀ fún wákàtí mélòó kan lè máa dunni). Bíṣọ́ọ̀bù náà fúnra rẹ̀ gbàdúrà gẹ́gẹ́ bí ara àwùjọ náà. Lẹ́yìn náà, a sinmi díẹ̀ fún oúnjẹ alẹ́, a sì padà wá gbàdúrà fún wákàtí méjì sí i ní alẹ́ yẹn. Lẹ̀ẹ̀kan sí i, ó dà bíi pé ẹsẹ̀ rẹ̀ tún ń dàgbà sí i ní ìnṣì kan. Bákan náà, ẹsẹ̀ náà ń nà díẹ̀díẹ̀. O kò rí i pé ó ń ṣẹlẹ̀, nítorí pé ó ń ṣẹlẹ̀ díẹ̀díẹ̀, ṣùgbọ́n nípa fífi gígùn rẹ̀ wéra ní gbogbo ìṣẹ́jú mẹ́wàá tàbí jù bẹ́ẹ̀ lọ, a lè rí ìyípadà tí ó ń ṣẹlẹ̀.

Ní ọjọ́ kejì, a péjọ sí ilé Alberto del Corral ní Medillin—lẹ̀ẹ̀kan sí i pẹ̀lú Bíṣọ́ọ̀bù Uribe—a sì gbàdúrà fún wákàtí méjì sí i ní òwúrọ̀ àti wákàtí méjì ní ọ̀sán, irú àdúrà yìí ń gba agbára púpọ̀ lọ́wọ́ rẹ. Lọ́jọ́ yìí, ó dàbí pé ẹsẹ̀ náà ń dàgbà sí i ní ìwọ̀n inṣi mìíràn (ó ti dàgbà sí i ní ìwọ̀n inṣi mẹ́ta ní ọjọ́ kan ṣáájú), débi pé nígbà tí ó di alẹ́, ìyàtọ̀ inṣi méjì péré ló wà láàárín ẹsẹ̀ méjèèjì. Ṣùgbọ́n, ohun tó yani lẹ́nu jù ni pé, ẹsẹ̀ ọ̀tún, tí ó tẹ́jú tí kò sì ní ìpele láti sọ̀rọ̀ nípa rẹ̀, ń dàgbà, ó sì ń yí ìrísí rẹ̀ padà títí tí ìpele náà fi wọlé gẹ́gẹ́ bí ó ti wà ní ẹsẹ̀ déédéé. Àwọn ìka ẹsẹ̀ tí ó ti bàjẹ́, tí ó jẹ́ ìdajì ìwọ̀n àwọn tí ó wà ní ẹsẹ̀ kejì, tún ń dàgbà títí wọ́n fi fẹ́rẹ̀ẹ́ tó ìwọ̀n àwọn tí ó wà ní ẹsẹ̀ déédéé rẹ̀. Láàárín wákàtí díẹ̀, àwọn ìka ẹsẹ̀ ọ̀tún rẹ̀ ti fẹ́rẹ̀ẹ́ tó ìlọ́po méjì ní ìwọ̀n!

Ọ̀pọ̀lọpọ̀ ìṣẹ̀lẹ̀ àìròtẹ́lẹ̀ mìíràn ló ṣẹlẹ̀ tí ó ràn wá lọ́wọ́ láti lóye díẹ̀ lára àwọn ohun tí a ti kọ́ nípa ìwòsàn dáadáa. Wọ́n ní í ṣe pẹ̀lú ìbáṣepọ̀ láàárín ìwòsàn ara àti ìwòsàn ẹ̀mí. Lẹ́ẹ̀mejì ni a wá mọ̀ pé a nílò ìwòsàn ní ìpele ẹ̀mí; àwọn òye méjèèjì—ọ̀kan ní òwúrọ̀, ọ̀kan ní ọ̀sán—dé nítorí pé ó dàbí pé ìwòsàn àti ìdàgbàsókè náà ti dáwọ́ dúró. Lẹ́yìn ìdádúró àkọ́kọ́, a ṣàwárí pé Teresa ní láti dáríjì ìyá rẹ̀ fún ohun tí ó ṣẹlẹ̀ lẹ́yìn tí egungun ti bẹ̀rẹ̀ sí í tàn kálẹ̀. Nítorí pé ìdílé rẹ̀ jẹ́ aláìní, ìyá Teresa ní láti fi Teresa sílẹ̀ kí ó sì bá àwọn ènìyàn mìíràn tí wọ́n lè fún un ní ìtọ́jú tó yẹ. Ohun kan ṣoṣo tí a lè ṣe ní àyíká ipò náà ni ṣùgbọ́n fún Teresa nígbà tí ó wà ní ọmọdé ó dàbí ìkọ̀sílẹ̀. Lẹ́yìn tí a bẹ Teresa láti dáríjì ìyá rẹ̀ lẹ́yìn tí a sì gbàdúrà fún ìwòsàn inú ìmọ̀lára ìkọ̀sílẹ̀ rẹ̀, ẹsẹ̀ Teresa tún bẹ̀rẹ̀ sí í nà tí ó sì ń dàgbà.

Ìṣẹ̀lẹ̀ kejì ṣẹlẹ̀ ní ọ̀sán nígbà tí ẹsẹ̀ náà tún dà bíi pé ó dẹ́kun ìdàgbàsókè (èyí ṣòro láti mọ̀ nígbà gbogbo, nítorí pé a lè ṣàyẹ̀wò rẹ̀ nípa wíwọ̀n ìfiwéra láàárín ìwọ̀n ìdajì wákàtí kan). Ní àkókò yìí, a rí i pé arákùnrin Teresa kan farapa gidigidi nínú ìbàjẹ́ kan ní ọdún díẹ̀ sẹ́yìn, ó sì ti fi ipò arọ rẹ̀ fún Ọlọ́run bí ó bá lè dá ẹ̀mí arákùnrin rẹ̀ sí. Nítorí náà, ó nímọ̀lára ẹ̀bi nípa ìwòsàn tí ń lọ lọ́wọ́, nítorí ó dà bí ẹni pé ó ń padà sí ìlérí tí ó ti ṣe fún Ọlọ́run tẹ́lẹ̀. Níbí, Bíṣọ́ọ̀bù Uribe gbé ìgbésẹ̀ láti ran an lọ́wọ́ nípa lílo àṣẹ rẹ̀, gẹ́gẹ́ bí aṣojú Ọlọ́run láti dá a sílẹ̀ kúrò nínú àwọn àbájáde irú ìlérí bẹ́ẹ̀. Lẹ́ẹ̀kan sí i, ẹsẹ̀ rẹ̀ bẹ̀rẹ̀ sí í sàn.

Bí ọjọ́ àdúrà yẹn ṣe parí, a tún kíyèsí bí àpá tó wà ní ẹsẹ̀ rẹ̀ ṣe sún mọ́ ojú rẹ̀, àyàfi ní ibi méjì, ó ti di funfun dípò àwọ̀ pupa tí ó ti wà ní gbogbo ìgbà tí a bẹ̀rẹ̀ ní ọjọ́ tó ṣáájú. Nítorí pé ní báyìí, ẹsẹ̀ ọ̀tún rẹ̀ ti dàgbà tó láti dé ilẹ̀ (fún ọ̀pọ̀ ọdún ó ti nílò ọ̀pá ìtẹ̀lẹ̀ nítorí pé ẹsẹ̀ ọ̀tún rẹ̀ kúrú jù láti dé ilẹ̀), Teresa fẹ́ gbìyànjú láti rìn fún ìgbà àkọ́kọ́ láti ìgbà tí ó wà ní kékeré, ṣùgbọ́n a sọ fún un pé kí ó dúró títí tí ó fi lọ bá dókítà.

Alberto gbà láti mú un lọ sí ọ̀dọ̀ dókítà àti láti dá ẹgbẹ́ kan sílẹ̀ tí yóò máa bá a gbàdúrà. Bíṣọ́ọ̀bù Uribe náà ṣèlérí láti dúró sí ilé rẹ̀ kí ó sì máa gbàdúrà pẹ̀lú rẹ̀ lẹ́ẹ̀kan lọ́sọ̀ọ̀sẹ̀. Láti ìgbà náà ni ẹsẹ̀ rẹ̀ ti ń dàgbàsókè títí tí ìyàtọ̀ ààbọ̀ inṣi kan fi wà. Ní àkókò kan, ẹsẹ̀ rẹ̀ yípo títí tí àpá tí ó ti yípo sí ẹsẹ̀ rẹ̀ fi di ìlà títọ̀ láti orúnkún sí ẹsẹ̀. Ẹgbẹ́ náà ṣàyẹ̀wò pẹ̀lú dókítà kan tí ó ṣe àyẹ̀wò Teresa ó sì sọ pé egungun náà ṣì bàjẹ́ tí ó sì jẹ́ aláìlera, wọ́n sì gbà á nímọ̀ràn láti má ṣe rìn síbẹ̀. Alberto ṣàlàyé àwọn ìṣẹ̀lẹ̀ síwájú sí i: Láìpẹ́ lẹ́yìn ìbẹ̀wò rẹ̀ sí dókítà, àwùjọ kan tún péjọ pẹ̀lú Bíṣọ́ọ̀bù Uribe fún àdúrà síwájú sí i. Bí a ṣe gbé ọwọ́ lé Teresa, a kíyèsí pé ibi tí egungun náà ti bàjẹ́ gbóná gan-an àti pé ìwúwo rẹ̀ dínkù gidigidi ní ìwọ̀n.

A gbàdúrà fún nǹkan bíi wákàtí méjì, nígbẹ̀yìn-gbẹ́yín, Bíṣọ́ọ̀bù Uribe ní kí Teresa na ẹsẹ̀ àti ẹsẹ̀ rẹ̀, èyí tí ó máa ń fa ìrora púpọ̀ nígbà gbogbo. Pẹ̀lú ìkọ̀kọ̀, Teresa na ẹsẹ̀ rẹ̀, bí ó sì ṣe ń ṣe bẹ́ẹ̀, egungun náà dúró níbẹ̀ fún ìgbà àkọ́kọ́ ní ọ̀pọ̀ ọdún. Kò ní ìrora tàbí ìrora kankan bí ó ṣe ń gbé ẹsẹ̀ rẹ̀.

Gbogbo wa láyọ̀ gan-an, a sì dúpẹ́ lọ́wọ́ rẹ̀, nítorí ó dà bíi pé egungun náà ti hun. Síbẹ̀síbẹ̀, a gba Teresa nímọ̀ràn láti lọ rí dókítà kí ó tó lo ẹsẹ̀ rẹ̀. Ní ọjọ́ díẹ̀ lẹ́yìn náà, kò rí dókítà kan ṣoṣo, àwọn méjèèjì sì jẹ́rìí sí i pé egungun rẹ̀ ti hun." Nísinsìnyí, fún ìgbà àkọ́kọ́ láàárín ọdún mẹ́rìnlá, Teresa tún ń rìn. Kò ṣeé ṣe láti ṣírò iye wákàtí àdúrà gbígbóná tí ó lọ sínú ìwòsàn àrà ọ̀tọ̀ yìí. Bẹ́ẹ̀ ni iye ènìyàn tí ó gbàdúrà. Àti pé ó ṣì nílò àdúrà púpọ̀ sí i fún ẹsẹ̀ náà síbẹ̀ ó nílò ìwòsàn sí i. Ṣùgbọ́n ọ̀pọ̀lọpọ̀ ìwòsàn náà, èyí tí ó béèrè pé kí ẹsẹ̀ àti ẹsẹ̀ rẹ̀ dàgbà kí ó sì nà án kí ó sì tún un ṣe—nígbà tí àwọn dókítà ti kọ̀ ìrètí pé àtúnṣe sí i yóò wáyé—ti wáyé báyìí.
Lẹ́ẹ̀kan sí i—kò ṣeé ṣe láti sọ dájúdájú—mi ò rò pé ìwòsàn Teresa kan ìbá ti ṣẹlẹ̀ tí a kò bá ti kọ́ nǹkan kan nípa àkókò tí a nílò nínú gbígbàdúrà fún ìwòsàn, tàbí bí kò bá sí àwọn ọ̀rẹ́ tí wọ́n fẹ́ lo wákàtí púpọ̀ láti péjọpọ̀ pẹ̀lú Teresa nínú àdúrà.

Láti rí àwọn àyípadà tó ń ṣẹlẹ̀ nínú ẹsẹ̀ tó ti bàjẹ́ bíi ti Teresa jẹ́ ohun tó dùn mọ́ni; láti rí omijé ọpẹ́ tó ń jáde lójú rẹ̀ bí ó ṣe ń rí i pé ẹsẹ̀ rẹ̀ ń fún lágbára ni gbogbo èrè tí ẹnikẹ́ni yóò nílò lẹ́yìn tó bá ti lo wákàtí púpọ̀ láti gbàdúrà pẹ̀lú rẹ̀. Ṣùgbọ́n nígbà tí o bá bẹ̀rẹ̀ sí í gbàdúrà, o kò mọ̀—àyàfi tí Ọlọ́run bá fi hàn ọ́—iye tí ó lè ṣẹlẹ̀ tàbí tí kò ní ṣẹlẹ̀. Ó sì jẹ́ iṣẹ́ àṣekára—nígbà mìí, ó máa ń tánni lókun. Kò yani lẹ́nu pé Jésù pe àwọn ìwòsàn rẹ̀ ní "iṣẹ́"—"Àwọn iṣẹ́ tí mo ń ṣe ní orúkọ Baba mi ni ẹlẹ́rìí mi" (Jòhánù 10:25), dípò "iṣẹ́ ìyanu." Rírí ipa àdúrà gbígbẹ ti fún mi ní ojú ìwòsàn tuntun pátápátá. Ó máa ń jẹ́ pé nígbà tí mo bá kọjá aláàbọ̀ ara, mo máa ń ṣe kàyéfì bóyá àdúrà yóò wò ó sàn, ṣùgbọ́n ní àkókò kan náà mo máa ń nímọ̀lára pé àǹfààní ìwòsàn – bó tilẹ̀ jẹ́ pé ó ṣeé ṣe – kéré. Nísinsìnyí tí mo bá rí aláàbọ̀ ara, mo kàn ń ṣe kàyéfì bóyá a kò lè wò ó sàn, tàbí ó kéré tán ó dára sí i gidigidi, ii ẹnìkan nìkan ló lè lo àkókò láti jókòó lẹ́gbẹ̀ẹ́ rẹ̀ kí ó sì gbàdúrà.

Àyọkà láti inú *"Agbára láti Wosàn"* láti ọwọ́ Francis MacNutt. Ní àkókò yìí, Francis MacNutt jẹ́ Àlùfáà Kátólíìkì, ó sì ní ipa púpọ̀ lórí ìtúnṣe Charismatic nínú Ṣọ́ọ̀ṣì Kátólíìkì. Ní ọdún 1970, ó fi àlùfáà sílẹ̀, ó ṣe ìgbéyàwó nígbẹ̀yìn-gbẹ́yín, ó dara pọ̀ mọ́ Episcopal Diocese ti Florida, ó sì bẹ̀rẹ̀ sí í ṣe iṣẹ́ ìsìn Christian Healing Ministries. O lè rí ìwífún síi lórí ojú-òpó wẹ́ẹ̀bù iṣẹ́ ìsìn náà: www.christianhealingmin.org

Heidi Baker àti Supresa Sithole – Pasitọ tí a wo sàn ní ojú ikú

ỌJỌ́ 3, OṢÙ KẸTA, MAPUTO, MOZAMBIQUE — Surpresa Sithole, olùdarí orílẹ̀-èdè wa ní Mozambique, dàbí ẹni tí kò lè ronú búburú. Bí ó ti kún fún Ẹ̀mí Mímọ́, ó rẹ́rìn-ín gidigidi, ó sì rẹ́rìn-ín ní gbogbo ipò. Òun ni alábàákẹ́gbẹ́ mi nígbà gbogbo nínú igbó, a sì máa ń lọ síbi gbogbo láti wàásù papọ̀. Jésù pè é kúrò lọ́dọ̀ àwọn òbí ajẹ́ ní abúlé rẹ̀, ó sì ti sọ ọ́ di olórí alágbára láàrín àwọn ìjọ wa.

Ṣùgbọ́n fún ìgbà díẹ̀ lónìí, ó ti burú sí i. Ó wà lórí fóònù láti South Africa, a sì tún dojúkọ ìdánwò ìgbàgbọ́. Simon Ndubani, ọ̀kan lára àwọn pásítọ̀ wa tó lágbára jùlọ àti ọmọ ẹgbẹ́ ìgbìmọ̀ aṣíwájú wa ní South Africa, ń ṣàìsàn. Ní gidi, ó fẹ́rẹ̀ẹ́ kú. Bẹ̀rẹ̀ pẹ̀lú ikọ́ àti ìgbẹ́ gbuuru, ó ti ń dínkù fún ọdún kan, ṣùgbọ́n láìsí owó fún dókítà kò tíì ṣe àyẹ̀wò rẹ̀. Àwọn ènìyàn sọ pé ó ní àrùn jẹjẹrẹ ikùn, tàbí àrùn AIDS — ṣùgbọ́n wọ́n ti ṣe àyẹ̀wò rẹ̀ pé kò ní àrùn HIV. Lọ́pọ̀ ìgbà, ó jẹ́ ọkùnrin ńlá, ó ti dínkù bí ó ti jẹ́ tẹ́lẹ̀. Ní ọjọ́ mẹ́ta tó kọjá, ó ti di aláìlera gidigidi. Ó wà nínú ìrora ńlá. Kò lè jẹun. Kò lè rìn. Lónìí, kò lè rìn tàbí yípo lórí ibùsùn. Ìríran rẹ̀ kò dájú, ní wákàtí díẹ̀ tó kọjá, ọ̀rọ̀ àti ìgbọ́ran rẹ̀ ti pàdánù.

Ó ṣòro láti lóye, ṣùgbọ́n Simoni ti jẹ́ ọ̀kan lára àwọn oníwàásù wa tó ní ẹ̀bùn jùlọ, ó sì ti fi ìgbàgbọ́ ńlá hàn. Jesu ti lò ó láti wo àwọn afọ́jú àti àwọn aláàbọ̀ ara sàn lẹ́sẹ̀kẹsẹ̀. Ọ̀pọ̀lọpọ̀ àwọn ènìyàn tí wọ́n ní ìṣòro nínú ìjọ rẹ̀ ti wá sọ́dọ̀ rẹ̀ fún àdúrà, wọ́n sì ti gbà á là. A mọ̀ ọ́n sí ènìyàn ńlá Ọlọ́run. Ṣùgbọ́n nísinsìnyí ó ti dé ẹnu ọ̀nà ikú, aláìní àti aláìní. Kò ní owó, ìbánigbófò tàbí àǹfààní ìlera. Ìdílé rẹ̀ kò ní ọkọ̀. Ìyàwó rẹ̀ ń sunkún, ó sì ń parí rẹ̀.

Ìròyìn búburú gbáà nìyí. Kí ni nípa orúkọ rere Ọlọ́run? Báwo ni àwọn ìjọ wa yóò ṣe kojú irú ìrẹ̀wẹ̀sì bẹ́ẹ̀? Kí ni a ó sọ? Èmi àti Surpresa gbàdúrà lórí fóònù, a sì ń gbàdúrà pẹ̀lú ọ̀pọ̀lọpọ̀ àwọn mìíràn. Surpresa gbé Simon lọ sí ilé ìwòsàn ó sì gbé ara rẹ̀ tó tinrin tó sì ní egungun lọ sí yàrá rẹ̀. Simon wà nínú ìdákú, síbẹ̀ Surpresa ní láti gbé e lọ sí ilé ìgbọ̀nsẹ̀ ní gbogbo ìṣẹ́jú mẹ́wàá. Ó jẹ́ ìdàrúdàpọ̀. Dókítà retí pé Simon yóò kú ní alẹ́ yìí. Tí ó bá wà láàyè fún ọjọ́ mẹ́ta, yóò jẹ́ iṣẹ́ ìyanu. Ìyàwó Simon bẹ̀rù àti ìbànújẹ́ débi pé kò ní wá sí ilé ìwòsàn láti rí i.

Èmi, Surpresa àti Heidi ní àwọn ìpàdé pàtàkì tí ń bọ̀ ní Mozambique ní ọjọ́ díẹ̀ sí i. A gbọ́dọ̀ sọ ìhìn rere fún ẹgbẹ̀ẹgbẹ̀rún àwọn aláìsàn àti aláìní láìsí ìrètí bí kò ṣe Jésù. A kò le gbèjà orúkọ rere Olúwa. A ó kàn máa nífẹ̀ẹ́ Rẹ̀. Símónì ni tìrẹ, Jésù. Ìwọ ni Ọlọ́run àti dókítà rẹ̀. Àwa ni tìrẹ, a ó sì máa wà láàyè fún ọ.

Nítorí náà, ní gbogbo òru àti ọjọ́ kejì, a ń gbàdúrà fún Simon — a sì ń múra sílẹ̀ fún àwọn ìpàdé wa ní Maputo àti ní àríwá. Òru mìíràn tún dé, Simon kò sì tíì kúrú. A ń lọ. Kò sí ìtọ́sọ́nà kankan ju sí òkè lọ, sínú ọkàn Rẹ̀. Ọjọ́ Àbámẹ́ta dé, a sì ń retí pé Surpresa yóò ṣí ìpàdé agbègbè wa fún àwọn ìpínlẹ̀ gúúsù wa ní alẹ́ òní. Ṣùgbọ́n ó ṣì wà ní ilé ìwòsàn pẹ̀lú Simon. Mo pè é lẹ̀ẹ̀kan sí i, ó ń jà ìjà rere ti ìgbàgbọ́, nítorí pé ó nílò láti wakọ̀ lọ sí Mozambique lẹ́sẹ̀kẹsẹ̀.

Surpresa dáhùn pẹ̀lú ọ̀rọ̀ àbùkù. "Ó dà bíi pé iṣẹ́ ìyanu ńlá kan ti ṣẹlẹ̀. Mo ti jókòó síbí pẹ̀lú Simon ní òwúrọ̀ yìí, a sì ti ń sọ̀rọ̀, a sì ń rẹ́rìn-ín fún ọpọ̀ wákàtí. Ní gidi, Simon kò rántí lílọ sí ilé ìwòsàn tàbí ìdí tí ó fi wà níbí pàápàá! Ó dára. Àwọn dókítà yóò fún un ní ẹ̀jẹ̀ díẹ̀ sí i, wọn yóò ṣe àwọn àyẹ̀wò díẹ̀, wọn yóò sì rán an lọ sílé…"

Surpresa fi owó sílẹ̀ fún Simon fún oúnjẹ àti ọkọ̀, ó sì lọ sí Maputo níbi tí a ti ṣe ìpàdé tó dára. Ní ọjọ́ díẹ̀ lẹ́yìn náà, a gbọ́ lórí fóònù pé Simon jẹ́ ọgọ́rùn-ún nínú ọgọ́rùn-ún ó sì ń ṣe gbogbo ohun tí ó máa ń ṣe tẹ́lẹ̀… Jésù ló ní ọ̀rọ̀ ìkẹyìn!

Láti ìwé ìròyìn Iris Ministries ọjọ́ kẹrìnlá oṣù kẹjọ ọdún 2002. Ó fẹ́ ka púpọ̀ sí i lẹ́yìn náà lọ sí: www.irismin.org

James Moore Hickson - Obìnrin tí a wosàn láti ara Lupus

Ọ̀kan lára àwọn àpẹẹrẹ tó dára jùlọ nípa ìwòsàn Kristi ní àkókò wa ni ti obìnrin aláìní kan tó ń jìyà àrùn lupus. Ó ti rí owó rẹ̀ gbà nípa fífọwọ́, ṣùgbọ́n bí àkókò ti ń lọ, àwọn ènìyàn bẹ̀rẹ̀ sí í bẹ̀rù láti gbà á síṣẹ́ nítorí àìsàn rẹ̀. Lẹ́yìn náà, ó rò pé òun jẹ́ ẹni tí a ti kọ̀ sílẹ̀, kò sì mọ bí a ṣe ń gbé. Ìyà àti ìrora rẹ̀ pọ̀ tó bẹ́ẹ̀ tí ó fi jẹ́ pé ó fẹ́ pa gbogbo rẹ̀ run nípa gbígba ẹ̀mí rẹ̀. Wọ́n mú un wá fún àdúrà àti gbígbé ọwọ́ lé e lórí, èmi kò sì ní gbàgbé rírí obìnrin aláìní náà, tí ó dàbí ẹni tí ó ní ìbànújẹ́ gidigidi, ojú rẹ̀ sì kún fún àìsàn. Mo kàn lè mú ọwọ́ rẹ̀ kí n sì fi sí ọwọ́ Kristi. Bí a ṣe ń gbàdúrà papọ̀, mo mọ̀ nípa àánú Rẹ̀ débi pé mi ò lè dá omijé dúró. Mo mọ̀ pé Jésù wà pẹ̀lú wa, ṣùgbọ́n ojú ẹ̀mí rẹ̀ ṣí láti rí I, ó sì sọ fún mi lẹ́yìn náà pé, 'Mo rí Olúwa. Ó dúró níwájú mi, ọwọ́ Rẹ̀ sì wà lórí tìrẹ.' Olúwa wa wo obìnrin náà sàn, a sì lè sọ pẹ̀lú gbogbo ọkàn wa lónìí, tàbí ó jẹ́ òótọ́ pé 'Fi ìbùkún fún Olúwa, ọkàn mi, má sì gbàgbé gbogbo àǹfààní rẹ̀: Ẹni tí ó dárí gbogbo ẹ̀ṣẹ̀ rẹ jì ọ́, Ẹni tí ó wo gbogbo àrùn rẹ sàn; Ẹni tí ó ra ẹ̀mí rẹ padà kúrò nínú ìparun; Ẹni tí ó fi inú rere àti àánú àánú dé ọ ládé.'

Àyọkà láti inú *"Ọkọ ìyàwó ń bọ̀"* láti ọwọ́ James Moore Hickson.

Ègún kan ti bàjẹ́, obìnrin kan sì rìn

Nínú ìwé Òwe 17:19, ó sọ pé "Ẹni tí ó bá fi ibi san rere, ègún ni yóò wà lórí rẹ̀." Òtítọ́ ibẹ̀ ni pé tí o bá ṣe ibi sí ẹni tí ó ṣe rere sí ọ, ègún ni a ó tú sílẹ̀. Òmíràn wà nínú ìwé Máàkù 11:12-14, 21 àti 22. Èyí ni Jésù tí ó fi igi ọ̀pọ̀tọ́ bú. Nínú ọ̀ràn yìí, ó fi igi ọ̀pọ̀tọ́ bú ṣùgbọ́n ipa rẹ̀ kò hàn fún ọjọ́ kan. Àwọn ènìyàn rò pé nítorí pé wọ́n ń sọ ègún ṣùgbọ́n ìṣòro náà kò hàn lójúkan náà, kò ní ipa kankan. Ó ní ipa kan, yálà o rí i ní ìṣẹ́jú kan tàbí ju ọdún mẹ́wàá lọ. Ipa náà yóò ṣẹlẹ̀ sí àwọn ènìyàn.

Nígbà kan tí mo wà ní Mexico, mo gbàdúrà fún obìnrin kan tí ó ní àìsàn ara. Ohun kan tí Olúwa sọ fún mi ni pé àwọn arákùnrin àti arábìnrin rẹ̀ fi í bú láti ọmọ ọdún mẹ́ta lọ. Ó fẹ́rẹ̀ẹ́ jẹ́ pé ó ti yarọ pátápátá, a sì ní láti rìn kọjá kí ó dáríjì àwọn arákùnrin àti arábìnrin rẹ̀. Mo ní láti ṣẹ́ agbára ègún lórí rẹ̀, nígbà tí mo sì ṣe bẹ́ẹ̀, Olúwa wò ó sàn pátápátá. Ó mú ohun èlò ìwakọ̀ rẹ̀, ó sì jù ú sí apá kan, Olúwa sì wò ó sàn lẹ́sẹ̀kẹsẹ̀. Ó yà mí lẹ́nu pé iṣẹ́ ìyanu kan lè ṣẹlẹ̀ ní tòótọ́. Ṣé o mọ iye ìgbà tí wọ́n ti gbàdúrà fún un nínú ìjọ, tí kò sì rí ìwòsàn gbà? Ìdí pàtàkì kan wà tí ó fi ń ṣẹlẹ̀. Nígbà tí o bá ń bá àwọn ènìyàn lò ní ti ìmọ̀lára, nípa ti ẹ̀mí, tàbí nípa ti ara, tí kò sì sí àṣeyọrí kankan, o ní láti bẹ̀rẹ̀ sí í wálẹ̀ jinlẹ̀ kí o sì máa wo àwọn ọ̀nà mìí nínú ìgbésí ayé ẹni náà.

Ìdí kan wà tí èyí fi wà níbẹ̀. Ṣé o mọ ìdí tí ìjọ fi dàrú nípa ìwòsàn? A kò lè mọ ìdí tí Ọlọ́run fi sọ pé òun yóò wo àwọn ènìyàn sàn, lẹ́yìn náà wọn kò ní rí ìwòsàn. Jọ̀wọ́, mọ̀ pé, nínú inú rere, èyí kò ṣẹlẹ̀ láìsí ìdí. Kò sí ohun tó ń ṣẹlẹ̀ ní àgbáyé yìí láìsí ìdí.

Àwọn Ìlòkúlò Ńlá - 1- Àwọn Ìjápọ̀ Podcast Ohùn

Orí Kìíní Ìṣáájú -
https://anchor.fm/otakada.org/episodes/Introd–to-Enough-is-Enough-to-Camptivity-of-Satan-and-Kaabo-si-Ominira-ninu-Kristi—ìrìn-ìrìn-ìrìbọmi-eshkai

Orí Kejì Apá 1 -
https://anchor.fm/otakada.org/episodes/Part-1-Enough-is-Enough-to-Captivity-of-Satan-welcome-to-freedom-powered-by-hunger-and-anger-part-1-esfrdk

Orí Kẹta Apá Kejì
https://anchor.fm/otakada.org/episodes/Enough-is-Enough-to-Captivity-and-welcome-to-Freedom—Báwo-ṣe-ṣe-wo-sàn-tàbí-a-wo-sàn-of-COVID–19–part-2-er35cm

Orí Kẹrin Apá Kẹta -
https://anchor.fm/otakada.org/episodes/Enough-is-Enough-to-Gba-ẹrú-ẹ̀ṣù-Ẹ káàbọ̀ sí Òmìnira-nínú-Kristi-Jesu—Ìmúṣiṣẹ́-apá-3-er5bu4

Orí 5 Apá 4 -
https://anchor.fm/otakada.org/episodes/Enough-to-Captivity-of-Satan–Welcome-to-the-Freedom-in-Christ-can-Christians-be-demonized–Part-4-errv2l

Orí 6 àti 7 – apá 5 àti 6 -
https://anchor.fm/otakada.org/episodes/Seven-7-critical-steps-to-deliverance--How-to-Identify-and-Expel-Demon-Groupings-part-5-6-esap4h

Orí Kẹjọ Apá Kejì -
https://anchor.fm/otakada.org/episodes/The-Holy-Ghost-POWER-resident-in-YOU-in-words-transferred-through-the-air-into-WATER-and-OIL-part-7-esv324

Orí Kẹsàn-án Apá Kẹjọ - Ìjápọ̀ Podcast:
https://anchor.fm/otakada.org/episodes/Part-8—Ó tó láti gba ìgbèkùn Satani àti láti gbà-sí-òmìnira nínú Kristi-Jesu—Where-on-et3d3

Orí 10 Apá 9 -
https://anchor.fm/otakada.org/episodes/Freedom-from-Schizophrenia--QA-and-Practical-guidelines-on-Healing--deliverance-and-restoration-etgret

Àwọn Ìlòkulò Ńlá - 1 - Fídíò

Àwọn Ìjápọ̀ Youtube

Orí 1 Ìṣáájú - https://youtu.be/B-JVbeIMBDY
Orí Kejì Apá Kìíní - https://youtu.be/MrjLuZC8N1c
Orí Kẹta Apá Kejì - https://youtu.be/ydFE_lD8SqU
Orí Kẹrin Apá Kẹta - https://youtu.be/4A2heCj3B5I
Orí Karùn-ún Apá Kẹrin - https://youtu.be/ILEBjZeQAMs
Orí 6 àti 7 – apá 5 àti 6 - https://youtu.be/mzXVmNH880Q
Orí 8 Apá 7 - https://youtu.be/gUuO1IuRKnc
Orí Kẹsàn-án Apá Kẹjọ - https://youtu.be/9wzp-2vYLDQ
Orí 10 Apá 9 - https://youtu.be/f4NEJFp7A18

Àwọn Ìlòkúlò Ńlá - 1 - Orí 1 - Ìfihàn tó tó láti mú kí a kó àwọn ènìyàn ní ìgbèkùn àti láti gbà wọ́n towọ́tẹsẹ̀ sí òmìnira nínú Kristi

Títàn ìmọ́lẹ̀ Ọlọ́run nínú ayé àìtọ́ yìí + Àdúrà fún Ìrìbọmi nínú Ẹ̀mí Mímọ́ + Ìtàn méjì láti ọwọ́ Trevor Farrell ti Trevor Place àti Robert W. Schambach lórí Ẹ̀mí *Ọkùnrin kan* tí a fi pamọ́ kúrò nínú Àga Iná mànàmáná - Ìṣáájú

Ìtọ́kasí Ìwé Mímọ́:

Mátíù 5:14-16
Ìtumọ̀ Ìfẹ́
14 "Ìgbésí ayé rẹ ń tan ìmọ́lẹ̀ sí ayé. Jẹ́ kí àwọn ẹlòmíràn rí ìmọ́lẹ̀ rẹ láti òkèèrè, nítorí báwo ni o ṣe lè fi ìlú tí ó dúró lórí òkè pamọ́? 15 Ta ni yóò tan fìtílà kí ó sì fi pamọ́ sí ibi tí kò ṣókùnkùn?[b] Dípò bẹ́ẹ̀, a gbé e kalẹ̀ níbi tí gbogbo ènìyàn nínú ilé lè jàǹfààní ìmọ́lẹ̀ rẹ̀. 16 Nítorí náà, má ṣe fi ìmọ́lẹ̀ rẹ pamọ́! Jẹ́ kí ó tàn yòò níwájú àwọn ẹlòmíràn, kí àwọn ohun ìyìn tí ìwọ ń ṣe lè tàn bí ìmọ́lẹ̀ sí wọn lára, nígbà náà ni wọn yóò fi ìyìn fún Baba rẹ tí ń bẹ ní ọ̀run."

Bí mo ṣe ń gbé ìṣáájú yìí kalẹ̀ sí Enough is Tough to Intivity of Satani and Kaabọ sí Ominira nínú Kristi – Títàn ìmọ́lẹ̀ Ọlọ́run nínú Ayé Àìtọ́ yìí + Ìrìbọmi nínú Ẹ̀mí Mímọ́ + Ìtàn

2, mo fẹ́ kí a kíyèsí, rántí àti gbé àwọn ànímọ́ pàtàkì méje *A, B, C, D, E* , F àti G kalẹ̀ nínú ara wa kí a lè ṣe àṣeyọrí nínú títàn ìmọ́lẹ̀ Kristi sí ayé tí ó wà lábẹ́ agbára àti ìdarí ẹni ibi náà. Òmìnira nínú Kristi lè hàn nínú àwọn èso tí ó yí ìgbésí ayé wa ká nìkan. Àwọn ànímọ́ méje wọ̀nyí ṣe pàtàkì gẹ́gẹ́ bí àwọn èròjà láti ràn wá lọ́wọ́ láti jẹ́ gbogbo ohun tí a nílò láti jẹ́ àti láti ṣe. Wọ́n ni:

1- A: Wíwà

2- B: Ìgboyà

3- C: Àánú

4- D: Ìpinnu

5- E: Ìfẹ́ Tọkàntọkàn

6-F: Ìbínú Oníná

7-G: Ebi nla

A nílò láti fi àdúrà béèrè lọ́wọ́ Ẹ̀mí Mímọ́ láti ràn wá lọ́wọ́ láti ru àwọn ànímọ́ wọ̀nyí sókè ní onírúurú ìpele nínú ara wa bí àwọn àǹfààní bá ń yọjú sí ara wọn tàbí bí a ṣe ń ṣẹ̀dá àwọn àǹfààní nípasẹ̀ ìṣílétí Ẹ̀mí Mímọ́.

Àṣìṣe tó tóbi jùlọ tí a lè ṣe nígbà tí a bá gbé wa kalẹ̀ tàbí tí a bá dojúkọ àwọn ipò àti ipò tó ń bani lẹ́rù ní ayé wa ni láti bẹ̀rẹ̀ sí í ronú nípa àwọn ẹ̀bùn àti agbára tí Ọlọ́run ti fi sínú wa láti tan ìmọ́lẹ̀ sí ayé òkùnkùn wa. Ohun tí a kò fẹ́ ṣe ni láti sin àwọn ẹ̀bùn náà kí a má sì ṣe ohunkóhun. Gbogbo wa lè ní ìdánilójú pé Ọlọ́run yóò pè wá láti ṣe ìdájọ́ fún bí a ṣe ti fi ìṣúra inú wa fún ògo Rẹ̀.

Nígbà tí a bá ń gbé ìwé mímọ́ tí ó wà lókè yìí yẹ̀ wò, àwọn ìbéèrè tí ó lè dìde ni? Kí ni ìmọ́lẹ̀ yìí? Báwo ni èyí ṣe túmọ̀ sí ẹ̀bùn tí Ọlọ́run yàn fún mi, kí sì ni mo gbọ́dọ̀ ṣe láti jẹ́ kí ìmọ́lẹ̀ yìí nínú mi di mímọ̀ àti láti fi hàn nínú ayé òkùnkùn fún ògo Ọlọ́run?

Ibi tí a ó ti bẹ̀rẹ̀ ni láti wo Jesu nítorí pé Jesu ni ìmọ́lẹ̀ ayé. A gbọ́dọ̀ tan ìmọ́lẹ̀ rẹ̀ sí àwọn ẹlòmíràn ní ayé wa. Ẹ jẹ́ kí a wo Luku 4:18,19 nínú ìran àti gbólóhùn iṣẹ́ Jesu nítorí pé iṣẹ́ ìránṣẹ́ àti ìran rẹ̀ ni iṣẹ́ ìránṣẹ́ àti ìran wa nípasẹ̀ àfikún:

Lúùkù 4:18-21

Ìtumọ̀ Ìfẹ́

18–19 "Ẹ̀mí Olúwa wà lára mi, ó sì ti fi òróró yàn mí láti jẹ́ ìrètí fún àwọn tálákà, òmìnira fún àwọn oníròbìnújẹ́ ọkàn, àti ojú tuntun fún àwọn afọ́jú, àti láti wàásù fún àwọn ẹlẹ́wọ̀n pé, 'A ti dá yín sílẹ̀!' Mo ti wá láti pín ìhìn Jubilee, nítorí àkókò ìtẹ́wọ́gbà ńlá Ọlọ́run ti bẹ̀rẹ̀."

20 Lẹ́yìn tí ó ka èyí, ó ká ìwé náà, ó sì fi lé ìránṣẹ́ náà lọ́wọ́, ó sì jókòó. Gbogbo ènìyàn tẹjú mọ́ Jésù, wọ́n ń ṣe kàyéfì ohun tí ó fẹ́ sọ. 21 Ó sì fi kún un pé, "Ìwé Mímọ́ wọ̀nyí ṣẹ lónìí níwájú yín."

Jésù, ní rírí i dájú pé àwọn ènìyàn kò ní iyèméjì nípa iṣẹ́ àti ìran yìí, Ó ṣe ohun tí àsọtẹ́lẹ̀ náà sọ nípa Rẹ̀ gan-an, ó sì ṣe é. O ka ìtàn náà ní:

Mátíù 4:23-25

Ìtumọ̀ Ìfẹ́

Iṣẹ́ Ìránṣẹ́ Ìwòsàn Jésù

23 Jesu ṣe iṣẹ́ ìránṣẹ́ láti ibìkan sí ibòmíràn jákèjádò gbogbo agbègbè Galili. Ó kọ́ni ní àwọn ilé ìpàdé, ó ń wàásù ìrètí ìjọba náà, ó sì ń wo gbogbo onírúurú àìsàn àti àìsàn sàn láàrín àwọn ènìyàn. 24 Òkìkí rẹ̀ tàn kálẹ̀! Ọ̀pọ̀ ènìyàn tí wọ́n ní ìrora àti ìpọ́njú pẹ̀lú onírúurú àìsàn ni a mú wá sọ́dọ̀ Jesu fún ìwòsàn wọn—àwọn oníwárápá, àwọn alárùn ẹ̀gbà, àti àwọn tí agbára ẹ̀mí èṣù ń yọ lẹ́nu ni a tú sílẹ̀. Gbogbo àwọn tí a mú wá sọ́dọ̀ Jesu ni a mú láradá!

25 Èyí yọrí sí ọ̀pọ̀lọpọ̀ ènìyàn tí wọ́n tẹ̀lé e, títí kan àwọn ènìyàn láti Galili, Jerusalẹmu, ilẹ̀ Juda, agbègbè àwọn ìlú mẹ́wàá tí a mọ̀ sí Dekapolisi, àti ní òdìkejì Odò Jordani.

Lẹ́yìn tí ó kọ́ àwọn ọmọ-ẹ̀yìn fún ọdún mẹ́ta, ó jẹ́ kí wọ́n yọ̀nda láti ṣe iṣẹ́ ìránṣẹ́ àti ìran yìí. A lè rí àwòrán èyí nínú

Ìṣe Àwọn Aposteli 5:12-16

Ìtumọ̀ Ìfẹ́

Àwọn Àpósítélì Ṣe Iṣẹ́ Àmì, Àti Iṣẹ́ Àṣeyán

12 Àwọn aposteli ṣe ọ̀pọ̀lọpọ̀ iṣẹ́ àmì, iṣẹ́ ìyanu, àti iṣẹ́ ìyanu láàrín àwọn ènìyàn. 13 Àwọn onígbàgbọ́ sì wà ní ìṣọ̀kan lọ́nà ìyanu bí wọ́n ṣe ń pàdé déédéé ní àgbàlá tẹ́mpìlì ní agbègbè tí a mọ̀ sí Pápá Sólómọ́nì . Kò sí ẹni tí ó gbójúgbóyà láti pa wọ́n lára, nítorí gbogbo ènìyàn ń bọ̀wọ̀ fún wọn.

14 Ọ̀pọ̀lọpọ̀ ènìyàn ló gba Olúwa gbọ́ nígbà gbogbo, wọ́n sì ń fi kún iye wọn—ọ̀pọ̀lọpọ̀ ọkùnrin àti obìnrin. 15 Ní tòótọ́, nígbà tí àwọn ènìyàn mọ̀ pé Pétérù yóò kọjá, wọ́n gbé àwọn aláìsàn jáde lọ sí òpópónà, wọ́n sì tẹ́ wọn sí orí ibùsùn àti àkéte, nítorí wọ́n mọ̀ pé agbára ńlá tí ń jáde láti ọ̀dọ̀ rẹ̀ yóò

bo àwọn ènìyàn, yóò sì wò wọ́n sàn. 16 Ọ̀pọ̀lọpọ̀ ènìyàn sì wọ́pọ̀ láti àwọn abúlé tí ó wà nítòsí wọ Jerúsálẹ́mù. Wọ́n mú àwọn aláìsàn àti àwọn tí ẹ̀mí èṣù ń yọ lẹ́nu wá—gbogbo wọn sì rí ìwòsàn gbà!

Kí ló mú kí àwọn ènìyàn lásán yìí di alágbára Ọlọ́run tó ju ẹ̀dá lọ? Kí ló lè ràn ọ́ lọ́wọ́ pẹ̀lú àwọn ànímọ́ ABCDEFG tí a ti sọ̀rọ̀ nípa rẹ̀ tẹ́lẹ̀. Ìdáhùn náà wà nínú ọ̀rọ̀ ìkẹyìn Jésù nínú

Ìṣe Àwọn Aposteli 1:3-8

Ìtumọ̀ Ìfẹ́

3 Lẹ́yìn ìjìyà lórí àgbélébùú rẹ̀, Jésù fara hàn láàyè ní ọ̀pọ̀ ìgbà fún àwọn àpọ́sítélì yìí kan náà fún ogójì ọjọ́. Jésù fi ọ̀pọ̀ àmì tó dájú hàn wọ́n pé ó ti jíǹde.

Ní àkókò àwọn ìpàdé wọ̀nyí, ó kọ́ wọn ní òtítọ́ ìjọba Ọlọ́run 4 ó sì bá wọn jẹun. Jésù pàṣẹ fún wọn pé, "Ẹ má ṣe kúrò ní Jerúsálẹ́mù, ṣùgbọ́n ẹ dúró níbí títí ẹ ó fi gba ẹ̀bùn tí mo sọ fún yín, ẹ̀bùn tí Baba ti ṣèlérí. 5 Nítorí Jòhánù fi omi bamitíìsì yín, ṣùgbọ́n ní ọjọ́ díẹ̀ sí i, a ó bamitíìsì yín pẹ̀lú Ẹ̀mí Mímọ́!"

6 Nígbàkúgbà tí wọ́n bá péjọpọ̀, wọ́n bi Jesu pé, "Oluwa, ṣé àkókò nìyí fún ọ láti dá Israẹli sílẹ̀ kí o sì dá ìjọba wa padà?"

7 Ó dáhùn pé, "Baba ni ẹni tí ó ń yan àkókò àti àkókò ìmúṣẹ wọn. Ẹ̀yin kò gbọdọ̀ mọ àkókò gbogbo ohun tí ó ti pèsè sílẹ̀ nípasẹ̀ àṣẹ òun fúnrarẹ̀. 8 Ṣùgbọ́n mo ṣèlérí fún yín pé Ẹ̀mí Mímọ́ yóò bà lé yín, a ó sì fi agbára kún yín. Ẹ̀yin yóò sì jẹ́ ìránṣẹ́ mi sí Jerusalẹmu, ní gbogbo Judea,

àti àwọn agbègbè jíjìnnà sí i, àní títí dé àwọn ibi jíjìnnà jùlọ ní ayé."

Jòhánù tẹnu mọ́ òtítọ́ náà pé Bìlísì ń lo agbára láti ṣe iṣẹ́ wa, ó sì tún tẹnu mọ́ iṣẹ́ tí Jésù ṣe fún láti ṣe ní 1 Jòhánù 5:19 àti 1 Jòhánù 3:8, mo sì kà á pé:

1 Jòhánù 5:19

Ìtumọ̀ Ìfẹ́

19 A mọ̀ pé ọmọ Ọlọ́run ni wá, àti pé gbogbo ayé wà lábẹ́ ìpọ́njú àti agbára Èṣù.

Àti **1 Jòhánù 3:8**

Ìtumọ̀ Ìfẹ́

8 Ṣùgbọ́n ẹni tí ó bá ń gbé ìgbé-ayé ẹ̀ṣẹ̀ láti ọ̀dọ̀ Èṣù ni, nítorí Èṣù ti ń dẹ́ṣẹ̀ láti ìbẹ̀rẹ̀pẹ̀pẹ̀. Ìdí tí a fi fi Ọmọ Ọlọ́run hàn ni láti pa iṣẹ́ Èṣù run àti láti pa á run.

Jesu sọ ninu Matiu 12:29 – "Kò sí ẹni tí ó lè wọ ilé alágbára lọ kí ó sì kó ẹrù rẹ̀, bí kò ṣe pé ó kọ́kọ́ dè alágbára náà; nígbà náà ni ó lè kó ilé rẹ̀."

A kò le gba ilu naa nipa agbara wa bikose nipa agbara Emi Mimo:

Gbọ́ Johannu Onítẹ̀bọmi ní **Luku 3:16**

Ìtumọ̀ Ìfẹ́

16 Ṣùgbọ́n Jòhánù sọ ọ́ di mímọ̀ nípa sísọ fún wọn pé, "Ẹnìkan ń bọ̀ tí ó lágbára jù mí lọ. Òun ni ó ga jùlọ. Ní tòótọ́, èmi kò yẹ láti jẹ́ ẹrú rẹ̀ rárá. Èmi kò lè bamitiisi yín

nínú odò yìí nìkan, ṣùgbọ́n òun yóò bamitiisi yín sínú Ẹ̀mí Mímọ́ àti sínú iná gbígbóná rẹ̀.

Ẹ̀mí Mímọ́ ni olùrànlọ́wọ́ tí yóò ràn wá lọ́wọ́ láti gbé ìjọba náà ga nínú ayé òkùnkùn nípa títàn ìmọ́lẹ̀ Kristi lẹ́yìn tí ó bá ti gba agbára ọ̀tá, Sátánì, run. Ọ̀nà tí a fi ń múra sílẹ̀ ni nípasẹ̀ Ìrìbọmi nínú Ẹ̀mí Mímọ́.

Ìrìbọmi nínú Ẹ̀mí Mímọ́ jẹ́ ìrírí tó ń fún àwọn onígbàgbọ́ tó kún fún Ẹ̀mí lágbára, tó ń mú kí wọ́n rí ẹ̀rí àti iṣẹ́ ìránṣẹ́ níbi tí a ti lè fi àwọn ànímọ́ méje tó wà lókè yìí hàn pẹ̀lú ìrọ̀rùn tó bẹ́ẹ̀.

O le gba iribọmi Ẹmi Mimọ nipa gbigba adura yii ki awọn odò omi iye yoo jade lati inu rẹ ti yoo mu ọ ni itura ati agbara fun ọ fun iṣẹ ti tan imọlẹ Rẹ si agbaye laibikita atako lile:

Ẹ jẹ́ kí a gbàdúrà:

Olúwa, sọ mí di ohun èlò agbára rẹ, ní orúkọ Jésù. Jẹ́ kí ọ̀run ṣí sílẹ̀ kí ògo rẹ sì sọ̀kalẹ̀ sórí mi, Ọlọ́run, ní orúkọ Jésù. Ọlọ́run, bamitîisì ojú mi, etí mi àti ẹnu mi láti gbà, gbọ́ àti láti sọ àwọn ohun ìyanu. Mo gba iná tuntun àti òróró tuntun, ní orúkọ Jésù. Jẹ́ kí iná Ọlọ́run jó gbogbo iṣẹ́ òkùnkùn ní ayé mi run.

Jẹ́ kí ẹ̀mí Ọlọ́run sọ ọgbọ́n, ìfẹ́ àti ìmọ̀lára mi di mímọ́, ní Orúkọ Jésù

Jẹ́ kí ẹ̀mí Ọlọ́run sọ ọkàn, ẹ̀mí àti ara mi di mímọ́, ní orúkọ Jésù

Baptisi mi pẹlu Ẹmi Mimọ ati ina gẹgẹ bi ileri rẹ ninu Luku 3:16.

Olúwa, jẹ́ kí Ẹ̀mí Rẹ tú sí ara Kristi kárí ayé Baba ní orúkọ Jésù Mo fẹ́ gbogbo ohun tí o ní fún mi.

Mo fẹ́ kí ẹ̀kún Ẹ̀mí Mímọ́ pẹ̀lú gbogbo ẹ̀bùn Ẹ̀mí tí ń ṣiṣẹ́ nínú ìgbésí ayé mi. Nítorí náà, mo rẹ ara mi sílẹ̀ níwájú rẹ nísinsìnyí, mo sì bẹ̀ ọ́ gẹ́gẹ́ bí ọ̀rọ̀ rẹ, kí o fi Ẹ̀mí Mímọ́ bamitíìsì mi nísinsìnyí. Mo fi ara mi sílẹ̀ láti ṣàn nínú àwọn ẹ̀bùn tí Ẹ̀mí Mímọ́ yóò fi hàn tàbí tí yóò tàn nípasẹ̀ mi.

Kí ìfàmìsí, ògo, àti agbára Ọlọ́run wá sórí mi àti sínú ìgbésí ayé mi ní ìsinsìnyìí.

Kí a fún mi ní agbára láti ọjọ́ yìí lọ pẹ̀lú gbogbo àwọn ànímọ́ méje tí a dá mọ̀ lókè yìí - wíwà nílẹ̀, ìgboyà, àánú, ìpinnu àti ìfẹ́ àtọkànwá .

O ṣeun, Oluwa Jesu, fun fifi Ẹmi Mimọ Rẹ baptisi mi. Amin.

Mo fi ahọn mi silẹ ki Ẹmi Mimọ le fun mi ni ọrọ lati le sọrọ nipasẹ mi. Mo gba baptisi Ẹmi Mimọ nipasẹ igbagbọ, o jẹ temi ati pe mo ni bayi o.

Nisinsinyi, bẹrẹ sii yin Ọlọrun ki o si jẹ ki ọrọ ti o n jade lati inu rẹ jade lati ẹnu rẹ. O ni lati sọ pe Ẹmi Mimọ yoo fun ọ ni awọn ọrọ naa.

O le ṣe gbogbo eyi ni ile, ninu ọkọ ayọkẹlẹ, ninu ọfiisi, nibikibi ti a ba dari ọ tabi ni atilẹyin lati gbadura.

Láti fi ẹ̀rí ìṣílétí wa hàn, àwọn ìtàn òótọ́ méjì ló wà níbí pẹ̀lú lílo àwọn ànímọ́ méje tí a kọ́ lónìí.

Gbogbo wa ni a pè láti wàásù ìhìnrere kí a sì fi hàn pé Ọlọ́run wà nípa wíwo àwọn aláìsàn sàn. Gbogbo wa ni a ti múra tán láti ṣe àwọn ohun pàtàkì kì í ṣe gbogbo ènìyàn ló ní iṣẹ́ pàtàkì tàbí ọ́fíìsì ní agbègbè iṣẹ́ ìránṣẹ́ ìwòsàn àti ìdáǹdè yìí.

Iṣẹ́ pàtàkì wa lè jẹ́ ìṣàkóso, tí Ẹ̀mí Mímọ́ gbé lé lórí. A lè wà ní ipò ààrẹ nínú ìjọba, a sì lè yí àyànmọ́ orílẹ̀-èdè kan padà sí òdodo nípa ṣíṣe àwọn òfin tí ó ṣe ojúrere sí ète Ọlọ́run. Àwọn kan lè jẹ́ dókítà ní ilé ìwòsàn tí wọ́n ń ṣe iṣẹ́ ìwòsàn fún àwọn aláìsàn nípasẹ̀ ìmísí àti ìṣègùn àtọ̀runwá.

A gbé ìtàn méjì yìí kalẹ̀ lónìí, mo sì gbà yín níyànjú láti kíyèsí àwọn ànímọ́ méje tí a kọ sí òkè yìí nínú àwọn ìtàn wọ̀nyí:

Ọ̀kan láti ọ̀dọ̀ Trevor, ọmọ ọdún mẹ́tàlá tí ó gbé ìgbésẹ̀ onígboyà láti kojú àwọn ìṣòro tó wà nínú àwùjọ fún àwọn aláìnílé, ìtàn kejì sì dá lórí ìjà láààrín obìnrin kan tí wọ́n fẹ́ pa ọmọ rẹ̀ lórí àga iná mànàmáná àti àdúrà ìṣẹ́jú ìkẹyìn ti ajíhìnrere náà dá ìpànìyàn náà dúró:

Trevor Farrell

Trevor Ferrell (tí a bí ní ọdún 1972) jẹ́ ọmọ orílẹ̀-èdè Amẹ́ríkà kan tí, nígbà tí ó jẹ́ ọ̀dọ́langba, ó fa ojú gbogbo ènìyàn mọ́ra fún ìsapá rẹ̀ láti ran àwọn aláìnílé lọ́wọ́. Ó bẹ̀rẹ̀ ìpolongo Trevor fún àwọn aláìnílé ní ọdún 1983, nígbà tí ó jẹ́ ọmọ ọdún 11. Ní ọjọ́ kẹjọ oṣù Kejìlá, ọdún 1983, ó wo ètò ìròyìn kan lórí àwọn ènìyàn òpópónà. Èyí mú kí ó béèrè lọ́wọ́ àwọn òbí rẹ̀, Frank àti Janet Ferrell, bí ó ṣe lè ran wọ́n lọ́wọ́. Wọ́n wa ọmọ wọn lọ sí Philadelphia ní alẹ́ ọjọ́ náà láti fún ọkùnrin aláìnílé kan tí ó sùn ní ẹ̀gbẹ́ ọ̀nà ní iwájú Union League ní Center City ní aṣọ ibùsùn. Lẹ́yìn náà, òun àti àwọn òbí rẹ̀ dá ilé ìtọ́jú aláìnílé sílẹ̀, Trevor's Place. Àwọn òbí rẹ̀ tún kọ ìwé kan, tí a tún ń pè ní Trevor's Place, láti ṣàlàyé àwọn iṣẹ́ tí a ṣe, pẹ̀lú ẹ̀bẹ̀ fún ìgbésẹ̀ síwájú sí i. Wọ́n tẹ̀ ẹ́ jáde ní ọdún 1985.

Ààrẹ Ronald Reagan gba iṣẹ́ Trevor Farrell ní àsọyé rẹ̀ ní ọdún 1986. Fíìmù tẹlifíṣọ̀n kan tó ń ṣe àfihàn àwọn ìgbòkègbodò ilé ìtọ́jú náà, tí àkọlé rẹ̀ ń jẹ́ Kérésìmesì ní Division Street, ni wọ́n gbé jáde ní ọdún 1991. Ó gbé òṣèré Fred Savage jáde gẹ́gẹ́ bí Trevor. Ẹ̀ka kan tí wọ́n ṣe ní ọdún 1994 nínú àwọn ìwé Lifestories: Families in Crisis, tí àkọlé rẹ̀ ń jẹ́ Brotherly Love: The Trevor Ferrell Story, tún ṣàlàyé àwọn ìsapá rẹ̀.
Nígbà tí Farrell pé ọmọ ọdún méjìdínlógún, ìdílé náà dáwọ́ iṣẹ́ wọn dúró nínú ìpolongo náà. Farrell ń ṣiṣẹ́ lọ́wọ́lọ́wọ́ fún United Parcel Service ó sì ń ṣiṣẹ́ ní ilé ìtajà ìnáwó ní Lancaster Avenue ní Philadelphia. Ní ọdún 1985, Ferrell gba ẹ̀bùn Samuel S. Beard fún iṣẹ́ ìsìn gbogbogbòò tí ó dára jùlọ láti ọwọ́ ẹnìkọ̀ọ̀kan ọlọ́dún mẹ́ẹ̀ẹ́dọ́gbọ̀n tàbí kékeré, ẹ̀bùn tí Jefferson Awards ń fúnni lọ́dọọdún.
Ìtàn kíkún:

Ìtàn 1: Ìtàn Trevor nípa títàn ìfẹ́ Kristi sí ayé aláìbìkítà àti aláìnífẹ̀ẹ́.

Ìtàn òótọ́ kan, nípa ọmọkùnrin kan tí orúkọ rẹ̀ ń jẹ́ Trevor. Ó fihàn pé àwọn nǹkan kékeré kan wà tí àwọn ọmọdé lè ṣe tí ó lè ṣe ìyàtọ̀ ńlá. Ní alẹ́ ọjọ́ kan, Trevor ń ṣe ohun tí ọ̀pọ̀ àwọn ọmọdé ọmọ ọdún mẹ́tàlá mìíràn yóò máa ṣe: Ó ń wo tẹlifíṣọ̀n. Nígbà tí ó ń gbọ́ ìròyìn, ó rí ìtàn kan nípa àwọn aláìnílé tí wọ́n ń sùn níta ní òtútù ní òpópónà, ní agbègbè ààrín gbùngbùn ìlú Philadelphia níbi tí ó ń gbé. Trevor kò dúró rárá láti ronú nípa bí ó ti ṣe ní oríire tó láti gbé ní agbègbè ọlọ́rọ̀ kan náà ní ìlú kan náà. Ìtàn àwọn aláìnílé náà wọ̀ ọ́ lọ́kàn, ó sì bẹ̀rẹ̀ sí í ronú nípa ohun tí òun lè ṣe láti ran àwọn ènìyàn wọ̀nyí lọ́wọ́. Ó ṣeé ṣe kí ó rọrùn fún Trevor láti gbàgbé rẹ̀. Ọ̀pọ̀lọpọ̀ ìtàn ìbànújẹ́ ló wà tí a máa ń rí lórí tẹlifíṣọ̀n nígbà míì. Èyí lè jẹ́ òmíràn tí kò kà sí. Trevor náà lè ti ronú pé, "Kí ni mo lè ṣe nípa rẹ̀? Ọmọdé lásán ni mí, ṣùgbọ́n kò ṣe bẹ́ẹ̀." Dípò bẹ́ẹ̀, ó bẹ̀rẹ̀ sí í ronú nípa bí òun ṣe lè ràn án lọ́wọ́, èyí sì mú kí ó rántí pé àwọn aṣọ ìbora tí a kò lò mọ́ wà ní gàráàsì wọn. Nítorí náà, ó lọ sọ́dọ̀ baba rẹ̀, ó sì béèrè bóyá òun lè mú wọn lọ sí ọ̀dọ̀ àwọn ènìyàn tí kò ní ilé láti lọ sí ní àárín gbùngbùn ìlú.

Bàbá Trevor lè ti rò pé ìbéèrè náà jẹ́ ohun àjèjì díẹ̀. Ó rọrùn fún wa láti fẹ́ di àwọn nǹkan tí a ní mú, ó rọrùn fún àwọn àgbàlagbà láti rò pé àwọn ti ṣiṣẹ́ kára láti gba ohun tí wọ́n ní, nítorí náà kí ló dé tí wọ́n fi ní láti fi fúnni? Mo rò pé ó jọ bí ọmọdé kan ṣe ń ronú, Ó gba àkókò púpọ̀ láti fi owó pamọ́ sínú àpò mi láti ran mi lọ́wọ́ láti ra kẹ̀kẹ́ tuntun yìí, nítorí náà kí ló dé tí mo fi ní láti yá a fún ọ̀rẹ́ kan tí ó nílò láti dé ilé ní kíákíá?

Nisinsinyi, baba Trevor jẹ́ ẹni rere. Ó wakọ̀ ní ìlú Trevor láti pín àwọn aṣọ ìbora díẹ̀ tí wọ́n fi sílẹ̀ fún àwọn ènìyàn kan ní òpópónà. Mo rò pé nígbà tí ó tó àkókò láti rọra sùn ní alẹ́ ọjọ́ náà, inú àwọn ènìyàn dùn fún ìgbóná àwọn aṣọ ìbora tuntun náà.

Trevor náà láyọ̀. Ó nímọ̀lára pé ó ń fún àwọn aṣọ ìbora náà ní aṣọ ìbora. Ó nímọ̀lára ìgbóná ara, ó fẹ́rẹ̀ dà bí ẹni pé òun fúnra rẹ̀ ni a fi aṣọ ìbora onímọ̀lára dì. Ṣùgbọ́n ó mọ̀ pé ewu kan wà—ó lè dùn mọ́ni débi pé ó fẹ́ tún ṣe é.

Ní ọjọ́ kejì, Trevor lọ sí ilé ìtajà oúnjẹ àdúgbò rẹ̀ àti àwọn ibi ìtajà mìíràn ní àdúgbò rẹ̀ níbi tí àwọn pátákó ìfitónilétí wà. Ó fi àwọn àmì sí i pé kí àwọn ènìyàn fi àwọn aṣọ ìbora tàbí oúnjẹ tí wọn kò nílò fún wọn. Àbájáde rẹ̀ yani lẹ́nu. Inú rere ń ranni. Trevor rí i pé ọ̀pọ̀ ènìyàn ló fẹ́ ran àwọn ènìyàn lọ́wọ́ débi pé láàárín ọ̀sẹ̀ kan ó ti fi oúnjẹ àti aṣọ ìbora kún gàráàsì bàbá rẹ̀. Ohun tí Trevor ti bẹ̀rẹ̀ pẹ̀lú inú rere rẹ̀ pọ̀ sí i, ó sì tàn káàkiri àwùjọ náà. Kò pẹ́ tí ìwà ọ̀làwọ́ àwọn ènìyàn fi kún gàráàsì bàbá rẹ̀, Trevor àti bàbá rẹ̀ sì ní láti wá ilé tó tóbi jù láti gbé gbogbo ẹ̀bùn tí wọ́n ń fi fúnni. Ṣé o gbàgbọ́ pé ọ̀pọ̀ ilé ìkópamọ́ pàtàkì ló wà ní gbogbo Philadelphia tí wọ́n ń kó oúnjẹ àti aṣọ ìbora jọ láti fún àwọn aláìnílé ní oúnjẹ àti láti gbóná? Gbogbo wọn ni wọ́n ń pè ní "Ibi Trevor."

Lílo ìtàn 1 fún àgbéyẹ̀wò nínú ẹ̀tọ́ wa :

'Ṣé Ọlọ́run lè máa pe ẹnìkan láti yanjú ọ̀rọ̀ àwọn Almajari ní Nàìjíríà nípa pípèsè ilé gbígbé, oúnjẹ àti ẹ̀kọ́ tó dá lórí àwọn Kristẹni láti gbé ìran olódodo dìde ní ilẹ̀ wa? Tí a kò bá ṣe bẹ́ẹ̀, Bìlísì yóò jí wọn gbé fún ète rẹ̀ láti pa, jíjà àti pípa wọ́n run. A lè sọ̀rọ̀ gbogbo ohun tí a bá fẹ́ ṣùgbọ́n iṣẹ́ wa ni láti tan ìmọ́lẹ̀ àti ìfẹ́ Kristi láìka gbogbo rẹ̀ sí, èyí yóò sì ṣí wọn sílẹ̀ láti fẹ́ gbọ́ ohun tí a ní láti sọ nípa Jésù wa yìí. Ka Mátíù 25:1-46

Ìtàn 2: Ẹ̀mí Ènìyàn tí a gbà kúrò lọ́wọ́ àga iná mànàmáná – Ìtàn tí ọmọbìnrin pásítọ̀ sọ – Agbára àdúrà ẹ̀bẹ̀ nínú títàn ìmọ́lẹ̀ Kristi sí ayé aláìṣòdodo .

Ó ń wàásù ní Newark, New Jersey, ní ọdún 1960. Àkókò náà: 9:30 pm Obìnrin kan wá láti orí ààyè ààrín, bàbá mi, RW Schambach, sì mọ ìtumọ̀ rẹ̀. Ó túmọ̀ sí pé ẹnìkan yóò dá iṣẹ́ rẹ̀ dúró. Ó rìn gba ààrín ààyè náà, ó sì dúró níwájú oníwàásù ní alẹ́ ọjọ́ náà. Ó mú Bíbélì rẹ̀ lọ́wọ́, ó sì ń wàásù iṣẹ́ àrà ọ̀tọ̀ kan! Báwo ni ẹnikẹ́ni ṣe lè dá ènìyàn Ọlọ́run dúró?

Ní gidi, obìnrin iyebíye yẹn ń dá a lóhùn pẹ̀lú irú ìgbàgbọ́ àìnírètí, gẹ́gẹ́ bí àwọn ọkùnrin mẹ́rin ṣe ya òrùlé ilé tí Jésù ń kọ́ni kí ọ̀rẹ́ wọn lè rí iṣẹ́ ìyanu gbà. Ìgbàgbọ́ wọn ru Olúwa sókè, ìyẹn sì ni ìgbàgbọ́ tòótọ́ ń ṣe.

Nígbà tí obìnrin yẹn ní Newark tọ bàbá mi lọ, ó ní, "Arákùnrin Schambach, jọ̀wọ́ dáríjì mí. Èmi kò dá oníwàásù dúró rí ní gbogbo ayé mi. Ṣùgbọ́n èyí jẹ́ pàjáwìrì. Ọmọ mi yóò kú lórí àga iná mànàmáná ní agogo mẹ́wàá."

Nípa ìjẹ́wọ́ ara rẹ̀ , Arákùnrin Schambach rò pé, "Óò, Ọlọ́run mi!" Ó gbá ìwàásù náà kúrò lọ́kàn rẹ̀. Nígbà tí ó gbọ́ èyí, kò lè sọ ọ̀rọ̀ mìíràn.

Ó ti gbàdúrà fún àwọn ènìyàn tó ń kú ní ilé ìwòsàn, ṣùgbọ́n kò tíì gbàdúrà fún ẹnikẹ́ni tó fẹ́ kú lórí àga iná mànàmáná rí. Àwọn adájọ́ ẹgbẹ́ rẹ̀ ti dá ọkùnrin yìí lẹ́bi. Wọ́n ti dá a lẹ́bi. Ó fẹ́ kú láti san gbèsè ìpànìyàn tí wọ́n sọ pé ó ṣe—ó sì máa ṣẹlẹ̀ láàárín ọgbọ̀n ìṣẹ́jú. Arákùnrin Schambach kò lè wàásù! Ó ti ìwé náà pa. Kò tilẹ̀ lè gbàdúrà! Ó ní kí gbogbo ènìyàn nínú ìjọ dìde dúró.

Àwọn ènìyàn ti máa ń bi bàbá mi pé, "Ǹjẹ́ mo nílò Ẹ̀mí Mímọ́?" Tí a bá rí àwọn àìní bí obìnrin yìí ṣe gbé kalẹ̀, ẹnìkan kò mọ bí a ṣe ń gbàdúrà. Ìdí nìyí tí gbogbo wa fi nílò ẹ̀kúnrẹ́rẹ́ Ẹ̀mí Mímọ́!

Ẹ̀mí Mímọ́ bẹ̀rẹ̀ sí í gbàdúrà nípasẹ̀ bàbá mi. Ó ní ó dà bíi pé ẹnìkan wọ aṣọ fún un—ó jẹ́ aṣọ ìfàmì òróró fún iṣẹ́ ìyanu, òun sì lè nímọ̀lára ìfàmì òróró náà. Ìwọ̀n méjì ló wà lórí rẹ̀ bí ó ti ń gbàdúrà ní èdè. Lẹ́yìn náà, gẹ́gẹ́ bí ó ti sọ ọ́, ó bẹ̀rẹ̀ sí í fetí sí Ẹ̀mí Mímọ́ nípa gbígbàdúrà ní èdè Gẹ̀ẹ́sì. Nígbà tí ó bẹ̀rẹ̀ sí í gbàdúrà ní èdè Gẹ̀ẹ́sì, ohun tí ó ń sọ yà á lẹ́nu:

"Olúwa, ní orúkọ Jésù, dá apànìyàn gidi lẹ́bi nípasẹ̀ Ẹ̀mí Mímọ́. Jẹ́ kí ó jẹ́wọ́ ẹ̀ṣẹ̀ náà."

Nínú ilé, bàbá mi ń gbá ara rẹ̀. Ó rò pé, "Dákẹ́, òmùgọ̀." Ọkùnrin náà ti dá lẹ́bi. Ó ń bẹ̀ Ọlọ́run pé kí ó mú apànìyàn gidi náà. Kò mọ̀, ṣùgbọ́n Ẹ̀mí Mímọ́ mọ̀ pé ọmọ obìnrin yìí kò ṣe ìwà ọ̀daràn náà. Ẹ̀mí Mímọ́ ń gbàdúrà nípasẹ̀ bàbá mi pé, "Mú apànìyàn gidi náà kí o sì jẹ́wọ́ rẹ̀."

Lẹ́yìn tí Bàbá parí àdúrà, ó wo obìnrin náà, ó sì wí pé, "Lọ sílé, lọ sùn—kí o sì sùn! Ọmọ rẹ kò ní kú lórí àga iná mànàmáná!" Ó tún bá ara rẹ̀ wí, ó ń ronú pé, "Dákẹ́, ìwọ òmùgọ̀ oníwàásù! Rántí pé, o gbọ́dọ̀ padà wá síbí ní alẹ́ ọ̀la kí o sì wàásù!

Nígbà mìíràn, Ẹ̀mí Mímọ́ máa ń sọ àwọn nǹkan tó ṣòro fún ọ láti gbàgbọ́. Nígbà mìíràn nígbà tí o bá ń wàásù, o máa ń sọ àwọn nǹkan tó máa ń mú ọ yà lẹ́nu. Ṣùgbọ́n kì í ṣe ìwọ ló ń sọ̀rọ̀, Ẹ̀mí Mímọ́ ni.

Ṣé o ti múra tán fún àbájáde ìtàn yìí?

Bàbá padà sí hótéẹ̀lì rẹ̀, ó sì lọ sùn. Ó jí ní òwúrọ̀ ọjọ́ kejì, ó sì lọ sí ibi oúnjẹ ní ààrin gbùngbùn kan. Nígbà tí ó ń wọlé, ó ra ìwé ìròyìn New York Daily News. Ògo! Ǹjẹ́ o ti kígbe rí tí o ń wo ìwé ìròyìn kan? Ó ṣe bẹ́ẹ̀. Ṣé o mọ ohun tí àwọn àkọlé ìròyìn sọ? "Ẹ̀mí Ènìyàn Tí A Fi Àga Mọ̀nàmọ́ná Pa Mọ́—Ìtàn ní ojú ìwé 3." Kò jẹ oúnjẹ àárọ̀. Ó, rárá o. Ó jókòó sí ẹ̀bá ọ̀nà yẹn, ó sì ya ìwé náà sí ojú ìwé kẹta. Bàbá rántí ohun tí ìwé ìròyìn náà sọ ní tààràtà. Ó lè sọ orúkọ agbẹjọ́rò àgbègbè fún ọ. Orúkọ rẹ̀ ni Ọ̀gbẹ́ni Hogan. Ìtàn náà kà pé, "Alẹ́ àná ní agogo 9:40, Ọ̀gbẹ́ni Hogan gba ìpè láti ọ̀dọ̀ ọkùnrin kan." (Rántí pé, agogo 9:30 ni obìnrin náà nígbà tí wọ́n da iṣẹ́ náà rú. Ní agogo 9:40, Ọlọ́run dáhùn àdúrà obìnrin náà. Ó, hallelujah!) Ọkùnrin tí ó wà ní apá kejì sọ pé, "O ń sun ọkùnrin tí kò tọ́."

"Kí ni ìtumọ̀ rẹ? Ta ni èyí?" ni Ọ̀gbẹ́ni Hogan béèrè.

"Má ṣe dààmú ẹni tí ó jẹ́. Ṣùgbọ́n o ní ọkùnrin kan tí a ti pinnu láti kú lórí àga iná mànàmáná fún ìpànìyàn ọkùnrin kan ní òkè Bronx. O rí òkú rẹ̀ ní ilé ìgbé kejì, ó dojú kọ ojú rẹ̀ pẹ̀lú ọgbẹ́ ìgún."

Ọ̀gbẹ́ni Hogan sọ pé, "Báwo lo ṣe mọ èyí?"

Ó ní, "Èmi ni mo ṣe ìwà ọ̀daràn náà."

"Níbo lo wà?" ni Ògbẹ́ni Hogan béèrè.

Ó dáhùn pé, "Mo wà ní ìsàlẹ̀ méjì sí agbègbè kan. Mo sì ń lọ láti fi ara mi sílẹ̀."

Ògbẹ́ni Hogan dá ìpànìyàn náà dúró. Ó lọ sí agbègbè náà, ó sì béèrè ìbéèrè lọ́wọ́ ẹni tí a fura sí náà títí di agogo mẹ́ta òwúrọ̀, ó sì tún béèrè ìbéèrè kan náà. "Kí ló dé tí o fi juwọ́ sílẹ̀?"

Léraléra ni ìdáhùn kan náà wá, "Ọkùnrin, mi ò ní èrò láti fi ara mi sílẹ̀ rí. Ṣùgbọ́n nígbà tí mo pè ọ́ ní alẹ̀ àná, ohun kan dì mí mú, ó sì mú kí n jẹ́wọ́."

Mo nireti pe o ti wa pẹlu awọn abuda meje ninu awọn itan ti o wa loke?

Lọ kí o sì ṣe bẹ́ẹ̀ gẹ́gẹ́ ní àyíká tí Ọlọ́run ti pè ọ́ sí. Tẹ̀lé ọkàn rẹ!

Ki Oluwa ki o faagun aye re titi ti awon ebun re yoo fi tan imole si aye okunkun ni oruko Jesu, Amin

Àwọn Ìlòkulò Ńlá - 1 - Orí 2 - Ìtàn Méjì (2) - Ìtàn Kìíní: láti ọwọ́ Norvel Hayes:

Iṣẹ́ Ìyanu – Iṣẹ́ ìyanu tí ó wà ní ọwọ́ ọmọbìnrin rẹ̀ àti Robert Schambach Lo ní Íńdíà + Àkọ́kọ́ Àdúrà Ìdáǹdè Ara-ẹni + Àdúrà Àdéhùn Ìwòsàn, Ìdáǹdè àti Ìmúpadàbọ̀sípò Apá Kìíní

Àwọn ọ̀rẹ́ ọ̀wọ́n,

Ẹ kú àbọ̀ sí àwọn ìtòlẹ́sẹẹsẹ wa fún ÌGBÀLÀ PÚPỌ̀ – Ìwòsàn, Ìdáǹdè àti Ìtúnṣe – Ẹ̀mí, Ọkàn, àti Ara fún yín, fún àwọn ọ̀rẹ́ yín àti fún ẹnikẹ́ni tí ó nílò ìfọwọ́kàn Ọlọ́run gidigidi.

Mo mú ìtàn méjì tó ń múni láyọ̀ wá fún ọ lónìí láti kọ́ ìgbàgbọ́ rẹ kí o lè sopọ̀ mọ́ ìgbàgbọ́ láti gba iṣẹ́ ìyanu rẹ tàbí fún ẹlòmíràn lónìí. Ní ìparí ìránṣẹ́ yìí, àdúrà àti ìbi tí a lè ti pàdé láti sopọ̀ mọ́ agbára Ọlọ́run nípasẹ̀ àwọn ohun èlò ìròyìn yìí fún ìwòsàn, ìdáǹdè, àti àtúnṣe - Ẹ̀mí, ọkàn, àti ara ní orúkọ Jésù, Àmín. Nítorí náà, dúró!

Àkọlé àwọn àpilẹ̀kọ wọ̀nyí tí a kọ sí **"Ó tó láti ṣàìsàn, òṣì àti ikú ẹ̀mí, a sì káàbọ̀ sí Ìwòsàn, Ìdáǹdè, àti Ìmúpadàbọ̀sípò àwọn ẹ̀ka ẹ̀mí, ọkàn àti ara rẹ"** jẹ́ fún ọ tí o bá dáhùn bẹ́ẹ̀ni sí èyíkéyìí nínú àwọn ìbéèrè wọ̀nyí:

1) Ǹjẹ́ o ti pàdánù nǹkan kan tàbí ẹnìkan rí tàbí ṣé o ti pàdánù nǹkan kan tàbí ẹnìkan rí tàbí o ń wà nínú ìrora àti ìbẹ̀rù pípadánù nǹkan kan tàbí ẹnìkan nígbà gbogbo?

2) Ǹjẹ́ ẹnìkan nínú ìyípo rẹ ń ní ìpàdánù ní àkókò yìí gan-an?

Lẹ́yìn náà, àwọn ohun èlò ìpèsè wọ̀nyí wà fún ọ, ó wà fún àwọn ọmọkùnrin àti ọmọbìnrin rẹ; ó wà fún àwọn baba àti ìyá rẹ, ó wà fún àwọn àbúrò àti ìyá rẹ, ó wà fún àwọn ọmọ arákùnrin àti arábìnrin rẹ, ó wà fún àwọn ọ̀rẹ́ àti ọ̀tá rẹ. Ó wà fún ẹnikẹ́ni tí ó ní èémí Ọlọ́run alàáyè nínú wọn.

Ní ọ̀rọ̀ dídùn, mo fẹ́ dúpẹ́ lọ́wọ́ gbogbo yín fún gbogbo ìkíni yín lórí aṣọ ìbora àlùfáà tí ó ń fi ipò aṣojú mi hàn nínú Kristi. Gbogbo wa gbọ́dọ̀ mọ̀ pé a jẹ́ aṣojú àti pé a pè wá sí ipò àlùfáà. A nílò láti lo àwọn àwòrán àti àwọn àfihàn láti jẹ́ kí àwọn ọ̀rọ̀ tí a kọ sílẹ̀ so pọ̀ mọ́ ìrírí wa ojoojúmọ́ kí a lè máa rántí ara wa nígbà gbogbo nípa ẹrù iṣẹ́ àgbàyanu yìí láti sin ìran ènìyàn - àti àwọn tí a rà padà àti àwọn tí a kò rà padà - Kí a sì máa ṣe iṣẹ́ náà - A gbọ́dọ̀ máa sọ̀rọ̀ nípa rẹ̀. A gbọ́dọ̀ jẹ́ olùṣe ẹ̀rí.

Ó jẹ́ aṣáájú ní àwọn àkókò ìdúró mi láti ṣe iṣẹ́ ìránṣẹ́ ní ipò yẹn àti láti wọṣọ tó yẹ fún iṣẹ́ tí Ó ti pè mí sí àti sí. Gbogbo wa ni àlùfáà ọba – Gbogbo wa, gbogbo wa onígbàgbọ́ nínú Kristi wà ní ipò ọba nìkan wa. A jẹ́ ọmọkùnrin àti ọmọbìnrin ẹlẹ́dàá àgbáyé, Jésù Kristi ni arákùnrin wa, a sì pè wá láti sin àwọn ẹlòmíràn ní orúkọ Jésù, Àmín, Àmín

Láti fi ẹ̀rí hàn pé òótọ́ ni èyí, mo pe Àpósítélì **Pétérù, Jòhánù àti Pọ́ọ̀lù** sí ibi ìdúró ẹlẹ́rìí lónìí:

1 Pétérù 2:9

Bíbélì tí a ti mú kí ó túbọ̀ lágbára

[9] Ṣùgbọ́n ẹ̀yin jẹ́ ìran tí a yàn, àlùfáà ọba, orílẹ̀-èdè tí a yà sọ́tọ̀, ènìyàn pàtàkì fún ìní Ọlọ́run , kí ẹ̀yin lè máa kéde àwọn ọláńlá [ìṣe àti ìwà rere àti pípé] Ẹni tí ó pè yín jáde kúrò nínú òkùnkùn sínú ìmọ́lẹ̀ àgbàyanu rẹ̀.

Ìfihàn 1:5-6

Bíbélì tí a ti mú kí ó gbòòrò síi

5 àti láti ọ̀dọ̀ Jesu Kristi, ẹlẹ́rìí olóòótọ́ àti olùgbẹ́kẹ̀lé, [b] Àkọ́bí àwọn òkú , àti
Alákòóso àwọn ọba ayé. Sí ẹni tí ó fẹ́ràn wa nígbà gbogbo àti ẹni
tí ó ti dá wa sílẹ̀ [tàbí wẹ̀ wá] kúrò nínú ẹ̀ṣẹ̀ wa nípasẹ̀ ẹ̀jẹ̀ rẹ̀
(ikú ìrúbọ rẹ̀)— [6] ó sì dá wa sílẹ̀ di ìjọba [gẹ́gẹ́ bí ọmọ abẹ́
Rẹ̀], [d] àwọn àlùfáà fún Ọlọ́run àti Baba Rẹ̀ —Ògo àti
agbára àti ọlá ńlá àti ìjọba ni fún un títí láé àti láéláé.
Àmín.

2 Kọ́ríńtì 5:20

Bíbélì tí a ti mú kí ó túbọ̀ lágbára

[20] Nítorí náà, àwa ni aṣojú fún Kristi, bí ẹni pé Ọlọ́run ń rọ̀ wá láti ọ̀dọ̀ wa; àwa [gẹ́gẹ́ bí aṣojú Kristi] ń bẹ̀ yín ní ipò Kristi láti bá Ọlọ́run rẹ́ .

Kò sí àwùjọ ènìyàn pàtàkì kan ní ilé Ọlọ́run nítorí gbogbo wa jẹ́ arákùnrin. Jésù wá láti dá ìdènà sílẹ̀ sí ipò tí ó wà ní ọjọ́ Rẹ̀, àti gẹ́gẹ́ bí ìtẹ̀síwájú Kristi, a gbọ́dọ̀ fara da ìdènà náà kí iṣẹ́ Rẹ̀ má baà jẹ́ èyí tí àṣà ènìyàn lè dí lọ́wọ́.

Mo pe Marku si ibi iduro ẹlẹri, o n jẹri ohun ti Jesu sọ nipa awọn ofin Rẹ ati aṣa eniyan:

Máàkù 7:8

Bíbélì tí a ti mú kí ó túbọ̀ lágbára

[8] Ẹyin kò ka òfin Ọlọ́run sí, ẹ sì gbẹ́kẹ̀lé àṣà ènìyàn."

Nítorí náà, tí àṣẹ inú Máàkù 16:15-18 kò bá ṣiṣẹ́ nínú àwọn ìjọ wa, ó túmọ̀ sí pé àṣà àwọn ènìyàn ti rọ́pò àṣẹ Ọlọ́run láti jáde lọ, sọ àwọn ènìyàn di ọmọ ẹ̀yìn nígbà tí wọ́n ń fi agbára Rẹ̀ hàn fún àwọn aláìgbàgbọ́.

Tí Ọlọ́run bá yàn wá, kí ni ìyàsímímọ́ ènìyàn? Àyàfi láti tan àṣà àwọn ènìyàn kálẹ̀. Jẹ́ kí Ọlọ́run jẹ́ Ọlọ́run kí gbogbo ọkùnrin tàbí obìnrin tàbí àjọ jẹ́ òpùrọ́!!!

Ipò wa kò dà bí ipò ẹrú iṣẹ́ ayé. A gbọ́dọ̀ jẹ́ olórí ìránṣẹ́ ní gbogbo ọ̀nà. Ka àwọn ọ̀rọ̀ Jésù ní

Máàkù 9:35

Bíbélì tí a ti mú kí ó túbọ̀ lágbára

[35] Ó jókòó, ó sì pe àwọn ọmọ-ẹ̀yìn méjìlá náà, ó sì wí fún wọn pé, "Bí ẹnikẹ́ni bá fẹ́ jẹ́ ẹni àkọ́kọ́, òun ni yóò jẹ́ ẹni ìkẹyìn gbogbo ènìyàn [nípa pàtàkì] àti ìránṣẹ́ gbogbo ènìyàn."

Nísinsìnyí, ÌṢẸ́ ÌṢẸ́: **Ó tó fún àìsàn, òṣì àti ikú ẹ̀mí, a sì káàbọ̀ sí ìwòsàn, ìdáǹdè àti ìmúpadàbọ̀sípò ẹ̀mí àti ara rẹ.**

Àwọn ìtàn òní tó péye tó láti ọ̀dọ̀ ebi láti gbà láti ọ̀dọ̀ Ọlọ́run àti ìbínú pẹ̀lú Bìlísì fún jíjí ogún wa gbà! – Apá Kìíní

Ní ìparí ìránṣẹ́ yìí, mo máa pè ọ́ nípa kíkàn sí àwọn ènìyàn nípasẹ̀ àwọn ìròyìn wọ̀nyí láti bá Jésù alààyè sọ̀rọ̀ fún ìgbàlà ẹ̀mí rẹ, lẹ́yìn náà ìgbàlà fún ẹ̀mí rẹ àti ìwòsàn àti àtúnṣe fún ìgbàlà ara rẹ àti ohunkóhun tí o ti sọnù ní orúkọ Jésù Kristi. Mo ń gbàdúrà àdéhùn níbẹ̀, o kàn ní láti fọwọ́ kan ara rẹ, a ó sì mú ọ lára dá. Ṣùgbọ́n ní àkọ́kọ́, a ní láti bá ọ sọ̀rọ̀ kí o lè wà ní ipò tó tọ́ láti gbà lọ́wọ́ Ọlọ́run.

Jesu sọ ọ́ di mímọ̀ kedere nípa iṣẹ́ ìránṣẹ́ Rẹ̀ àti ìran Rẹ̀, èyí tí ó ti wà, tí ó sì wà, tí yóò sì jẹ́ títí láé láti rí ìgbàlà gbà - Òmìnira fún gbogbo ènìyàn, yálà wọ́n jẹ́ dúdú, funfun, àwọ̀ ilẹ̀, kúkúrú, gíga àti bẹ́ẹ̀ bẹ́ẹ̀ lọ nínú Lúùkù 4:17-21

Lúùkù 4:17-21

Ìtumọ̀ Ìfẹ́

[16–17] Nígbà tí ó dé Násárẹ́tì, [a] níbi tí wọ́n ti tọ́ ọ dàgbà, ó
wọ inú sínágọ́gù, gẹ́gẹ́ bí ó ti máa ń ṣe ní ọjọ́ ìsinmi.
Nígbà tí Jésù wá síwájú láti ka Ìwé Mímọ́, [b] wọ́n fún un
ní ìwé wòlíì Aísáyà. Ó ṣí ìwé náà, ó sì kà á níbi tí a kọ ọ́ sí
pé, [18–19] "Ẹ̀mí Olúwa wà lára mi, ó sì ti fi òróró yàn mí láti
jẹ́ ìrètí [c] fún àwọn tálákà, òmìnira fún àwọn oníròbìnújẹ́
ọkàn, àti ojú tuntun [d] fún àwọn afọ́jú, àti láti wàásù fún
àwọn ẹlẹ́wọ̀n, [e] 'A ti dá yín sílẹ̀!' Mo ti wá láti pín ìhìn
rere Júbílì , [f] nítorí àkókò ìtẹ́wọ́gbà ńlá Ọlọ́run [g] ti
bẹ̀rẹ̀." [h]

[20] Lẹ́yìn tí ó ka èyí, ó ká ìwé náà, ó sì fi lé ìránṣẹ́ náà lọ́wọ́
, ó sì jókòó. Gbogbo ènìyàn tẹjú mọ́ Jésù, wọ́n ń ṣe kàyéfì
ohun tí ó fẹ́ sọ. [21] Ó sì fi kún un pé, "Ìwé Mímọ́ wọ̀nyí ṣẹ
lónìí níwájú yín."

Jesu fi hàn, ó sì fi àṣẹ sílẹ̀ fún wa láti ṣe bẹ́ẹ̀ - láti mú òmìnira wá fún àwọn ìgbèkùn. Ka èyí ní **Máàkù 16:15-19**

Ìtumọ̀ Ìfẹ́

[15] Ó sì wí fún wọn pé, "Bí ẹ ti ń lọ sí gbogbo ayé, ẹ máa
wàásù ìhìnrere ìyanu fún gbogbo ènìyàn ní gbangba! [16]
Ẹnikẹ́ni tí ó bá gbà ìhìnrere gbọ́ tí a sì bamitiisi ni a ó gbàlà,

ẹnikẹ́ni tí kò bá sì gbà ìhìnrere gbọ́ ni a ó dá lẹ́bi. [17] Àwọn àmì iṣẹ́ ìyanu wọ̀nyí yóò sì máa bá àwọn tí ó gbàgbọ́ lọ: Wọn yóò lé àwọn ẹ̀mí èṣù jáde pẹ̀lú agbára orúkọ mi. Wọn yóò máa sọ̀rọ̀ ní èdè. [18] A ó dáàbò bò wọ́n lọ́wọ́ ejò àti kúrò nínú mímu ohunkóhun tí ó léwu. [a] Wọn yóò sì gbé ọwọ́ lé àwọn aláìsàn, wọn yóò sì wò wọ́n sàn."

[19] Lẹ́yìn tí ó ti sọ nǹkan wọ̀nyí, a gbé Jesu sókè sí ọ̀run, ó sì jókòó ní ipò ọlá ní ọwọ́ ọ̀tún Ọlọ́run!

Tí ẹ bá wo ọ̀rọ̀ tó wà lókè yìí dáadáa, nínú ẹsẹ 16 a rí ìgbàlà fún ẹ̀mí wa; nínú ẹsẹ 17, a rí ìgbàlà fún ọkàn wa àti ẹsẹ 18, a rí ìgbàlà fún ara wa.

Ọ̀pọ̀lọpọ̀ wa ti pinnu láti fi ẹsẹ 16 sílẹ̀ – ìgbàlà ẹ̀mí wa sí ìpalára ọkàn àti ara wa. A ti fi àwọn méjì tó kẹ́yìn sílẹ̀, èyí tó ṣe pàtàkì fún wa láti gbádùn òmìnira pátápátá. Lọ́nà tó yani lẹ́nu, gbogbo ẹsẹ mẹ́ta náà ní kí a gbàgbọ́ nípa ìgbàgbọ́ láti gbà. A kò ní ìṣòro láti jẹ́wọ́ Jésù. A ní ìṣòro láti jẹ́wọ́ ìwòsàn àti ìdáǹdè àti láti fi ẹ̀tọ́ sí ìṣẹ́gun tí Jésù fi ẹ̀jẹ̀ Rẹ̀ fún wa. Nítorí náà, nítorí àìmọ̀, a ń jìyà, ọjọ́ wa sì kúrú. A kò tún lè tan ìmọ́lẹ̀ Kristi sí ayé láti fi hàn pé ó jẹ́ mí ní ọ̀nà tó dára. A ń sọ̀rọ̀, a ń sọ̀rọ̀, a sì ń sọ̀rọ̀, ṣùgbọ́n a kò fi ẹ̀rí hàn nípa ìhìn náà.

Jesu kò rán ẹnikẹ́ni jáde láìsí àmì àti iṣẹ́ ìyanu nítorí pé jíjìn gbọ́dọ̀ pe sí inú jíjìn. Ènìyàn jẹ́ ẹ̀dá ẹ̀mí, ẹ̀mí wọn sì ń farahàn pẹ̀lú àwọn ìṣẹ̀lẹ̀ àdánidá. Níwọ́n ìgbà tí apá púpọ̀ nínú ìjọ ti fi àdánidá hàn, àwọn àṣàyàn mìíràn tí kò wúni lórí ń wọ inú ara Kristi. Ó ń bani nínú jẹ́, ó jẹ́ ìtìjú, ó sì yẹ kí ó mú wa bínú sí àwọn irọ́ tí ọ̀tá ọkàn wa ti rà, tí a sì ń fẹ́ láti gba gbogbo ohun tí Ọlọ́run ní fún wa.

A kò lè fa kúrò ní ilẹ̀ ẹ̀mí pẹ̀lú ọkàn gbígbóná janjan, mo ní ìwà rere, mo sì ń retí ohun tó dára jù láti ọ̀dọ̀ Ọlọ́run.

Jesu sọ ní ibi pàtàkì méjì nínú ìwé mímọ́ nípa àìní ebi láti gba gbogbo Ọlọ́run. Mo pe sí ibi ìdúró ẹlẹ́rìí lónìí **Mátíù 5:3,6 Ìtumọ̀ Ìfẹ́**

[3] "Ọrọ̀ wo ni a fi fún ọ [a] nígbà tí o bá nímọ̀lára àìní ẹ̀mí rẹ! [b] Nítorí pé kò sí owó láti wọ ìjọba ọ̀run.

[6] "Ẹ wo bí o ṣe jẹ́ ọlọ́rọ̀ tó nígbà tí o bá ń fẹ́ òdodo! [a] Nítorí pé a ó yí ọ ká pẹ̀lú èso rere .

Tí o bá wo ẹsẹ kẹta, ó sọ̀rọ̀ nípa òṣì - Nínímọ̀lára òṣì, ìgbàlà ni a fún ọ. Má ṣe gbìyànjú láti fipá mú àwọn ènìyàn láti fi ẹ̀mí wọn fún Kristi. Wọ́n gbọ́dọ̀ dé ibi tí wọ́n ti mọ bí wọ́n ṣe jẹ́ aláìní láìsí Kristi nípa ìgbésí ayé wa gẹ́gẹ́ bí àpẹẹrẹ fún àwọn aláìgbàgbọ́. Ní tòótọ́, a sọ fún wa pé ìwòsàn, ìdáǹdè àti ìmúpadàbọ̀sípò yẹ kí ó jẹ́ àmì fún àwọn aláìgbàgbọ́. Nítorí pé a kò ní àmì, àwọn ènìyàn ń rọ̀ mọ́ odi, kódà nínú ìjọ - kò gbóná rárá sí àwọn nǹkan Ọlọ́run. Fi àwọn àmì náà hàn kí o sì rí ìgbàlà Olúwa

Ẹsẹ kejì ní ẹsẹ kẹfà lo ọ̀rọ̀ náà "fẹ́" òdodo. Ọ̀rọ̀ mìíràn fún òdodo ni "ìwà rere" tàbí "ìdájọ́ òdodo". Jésù ń sọ pé tí o kò bá fẹ́ rere tàbí ìdájọ́ òdodo, èso rere kò ní sí nínú ìgbésí ayé rẹ àti ti èmi.

Báwo ni mo ṣe lè fi èyí sílò fún ọ láti mọ̀ pé bí ẹlẹ́dàá àgbáyé bá ti fún mi ní gbogbo ohun tí mo nílò fún ìyè àti ìwà-bí-Ọlọ́run, tí mi ò sì fẹ́ irú èyí, ìwà rere yẹn, tàbí ìdájọ́ òdodo yẹn, nígbà náà àìṣòdodo àti ìwà búburú tó tóbi jù nínú ìrírí wa ojoojúmọ́ ni.

Jesu tun sọrọ nipa ipa ti o le fa fun iwa-tutu-tutu - Mo pe si iduro ẹlẹri:

Ìṣípayá 3:16

Bíbélì tí a ti mú kí ó gbòòrò síi

[16] Nítorí náà, nítorí pé o gbóná (láìní èrè nípa ti ẹ̀mí), tí o kò sì gbóná tàbí tútù, èmi yóò pọ̀ ọ́ jáde kúrò ní ẹnu mi [nípa ìríra tí ó kọ ọ́ sílẹ̀] .

Ọlọ́run ní ìfẹ́ ọkàn. Títí dé ibi tí ó fi ní láti rán Ọmọ Rẹ̀ láti wá kú fún wa kí a lè gba gbogbo ohun tí a ti jí. Ó sọ fún èmi àti ìwọ láti lọ sí ẹnu ọ̀nà ọ̀tá kí a sì gba àwọn ẹ̀mí padà. Fi hàn pé ẹ ń gba ìkógun padà nípasẹ̀ àmì kí àwọn mìíràn tí ó wà ní ọgbà náà lè wọlé pẹ̀lú: Ka ẹlẹ́rìí mìíràn: **1 Jòhánù 3:8**

Bíbélì tí a ti mú kí ó túbọ̀ lágbára

[8] Ẹni tí ó bá ń ṣe ẹ̀ṣẹ̀ [tí ó ń ya ara rẹ̀ sọ́tọ̀ kúrò lọ́dọ̀ Ọlọ́run, tí ó sì ń mú un bínú nípa àìgbọ́ràn, àìbìkítà, tàbí ìṣọ̀tẹ̀] ti Èṣù ni [ó sì ń gba ìwà inú àti ìwà rere rẹ̀ kúrò lọ́dọ̀ rẹ̀, kì í ṣe Ọlọ́run]; nítorí Èṣù ti ṣẹ̀, ó sì ti rú òfin Ọlọ́run láti ìbẹ̀rẹ̀pẹ̀pẹ̀. Ọmọ Ọlọ́run farahàn fún ète yìí, láti pa iṣẹ́ Èṣù run .

Jesu sì pè ọ́ láti ṣe bẹ́ẹ̀ kí o sì ṣe é ní ọ̀nà tó tọ́. Jẹ́ alágbára kí o sì gba gbogbo ohun tí ọ̀tá ti jí padà, kì í ṣe díẹ̀, gbogbo ohun tí ó ní fún ọ, kí ebi sì máa pa ọ́ fún gbogbo ohun tí ó ní fún ọ.

Mo ni itan meji (2) lati fi idi ifiranṣẹ oni mulẹ, lati gbe igbagbọ yin leke, lẹhinna a yoo gbadura fun igbala ẹmi, ẹmi ati ara ni orukọ Jesu Kristi.

Bí o ṣe ń ka àwọn ìtàn wọ̀nyí, rí **A,B,C,D,E, Agbára láti ọwọ́ F àti G** – Ìmoore: **A – Wíwà** ; B – **Ìgboyà** ; C – **Àánú** ; D – **Ìpinnu;** E – **Ìfẹ́ Ernest** ; Agbára láti ọwọ́ **F: Ìbínú Gíga** àti G: **Ìyàn Ńlá**

Ìtàn àkọ́kọ́: láti ọwọ́ Norvel Hayes: Iṣẹ́ ìyanu – Iṣẹ́ ìyanu lórí ọwọ́ àwọn ọmọbìnrin rẹ̀

Mo ti ṣe àbẹ̀wò sí onírúurú ìjọ káàkiri orílẹ̀-èdè náà, àti pé, ní gbogbogbòò, Ìjọ kò mọ̀ nípa ẹ̀bùn iṣẹ́ ìyanu ju ẹ̀bùn Ẹ̀mí Mímọ́ mìíràn lọ.

Ọlọ́run ní ẹ̀bùn kan tí a fi fún Ìjọ tí a ń pè ní iṣẹ́ ìyanu.

Kí ni iṣẹ́ ìyanu? Ẹ̀bùn agbára ni, níbi tí a ti ń rán agbára láti ọ̀dọ̀ Ọlọ́run láti ọ̀run wá sí ayé láti ṣe ohun tí ó ju ìrònú ẹ̀dá ènìyàn lọ. Nígbà tí Ọlọ́run bá ṣe iṣẹ́ ìyanu, iṣẹ́ ìyanu tí ó ju ti ẹ̀dá lọ, ó máa ń ṣòro fún ènìyàn láti gbà á gbọ́.

Ọmọbìnrin mi bẹ̀rẹ̀ sí í ní ìkọ́kọ́ ní gbogbo ara rẹ̀, pàápàá jùlọ ní ọwọ́ rẹ̀.

Kí ni àwọn kókó iṣan?

Àwọn iṣan ara jẹ́ àwọn ibi líle, tí ó ní ìmọ́lára nínú iṣan ara, tí ó máa ń mú kí iṣan ara le, tí ó sì máa ń dì, kódà nígbà tí iṣan náà bá sinmi. Àwọn okùn iṣan ara wọ̀nyí lè fa ìrora ní àwọn ẹ̀yà ara mìíràn nígbà tí a bá fọwọ́ kàn wọ́n. A tún mọ̀ wọ́n sí àwọn ibi tí ó ń fa ìṣòro.

Mi ò lè ṣe ohunkóhun nípa rẹ̀. Mo gbàdúrà mo sì gbàdúrà. Lẹ́yìn náà ni mo ní kí oníṣẹ́ abẹ gé wọn kúrò. Ṣùgbọ́n wọ́n padà wá, wọ́n sì mú gbogbo àwọn ìbátan àti arákùnrin wọn wá pẹ̀lú wọn. Mo gbàdúrà sí i, wọ́n sì pọ̀ sí i. Mo gbàdúrà sí i, wọ́n sì tàn kálẹ̀. Mi ò mọ ohun tí máà ṣe.

Mo ní ìròyìn fún ọ: Jésù mọ ohun tó yẹ kó ṣe.

Mo ń rìn kiri yàrá ìgbàlejò mi ní alẹ́ ọjọ́ kan, mo kàn ń ṣe iṣẹ́ ara mi, lójijì mo lọ sí ayé mìíràn. Mi ò sí ní yàrá ìgbàlejò mọ́. Mo wà ní ayé tí Ọlọ́run ń gbé. Ó bẹ̀rẹ̀ sí í bá mi sọ̀rọ̀.

Ó ní, "Ìgbà wo ni o máa fara da àwọn ìdàgbàsókè tó wà lára ọmọbìnrin rẹ?"

"Ìgbà wo ni mo máa fara dà wọ́n? Wọn kò sí lára mi, Jésù."

Ó ní, "Ìwọ ni olórí ilé yìí."

Àwọn ọkùnrin kan kò mọ̀ pé ẹ̀bi wọn ni ohun tó ń ṣẹlẹ̀ nílé wọn—tiwọn àti ti Èṣù. Olúwa sọ fún mi ní kedere pé ẹ̀bi mi ni nítorí pé ọmọbìnrin mi ní okùn méjìlélógójì ní ara rẹ̀.

Báwo ló ṣe lè jẹ́ ẹ̀bi mi? Bìlísì ló gbé wọn síbẹ̀. Mo mọ̀, ṣùgbọ́n mo ní ẹ̀tọ́, àṣẹ, agbára, àti orúkọ Jésù láti gé agbára rẹ̀ kúrò kí ó sì lé e jáde, láti sọ pé Ọlọ́run ló ṣe iṣẹ́ ìyanu fún ọmọbìnrin mi. Apá tó bani nínú jẹ́ ni pé mi ò ṣe é. Nítorí náà, bí ọjọ́, ọ̀sẹ̀ àti oṣù ṣe ń lọ, ara rẹ̀ kékeré ti di èyí tó kún fún àwọn kókó. Nítorí àìmọ̀kan mi nípa ẹ̀bùn iṣẹ́ ìyanu àti àìlè gba àṣẹ lórí Bìlísì ní ilé mi, ọmọbìnrin mi ní ọwọ́ tó burú jùlọ ní ilé ìwé girama.

Ọlọ́run sọ fún mi pé kí n fi orúkọ Rẹ̀ bú àwọn nǹkan wọ̀nyẹn, wọn yóò sì pòórá. Ṣùgbọ́n Ó sọ fún mi pé mo gbọ́dọ̀ gbàgbọ́, kí n má sì ṣiyèméjì.

Ní kété tí ó sọ bẹ́ẹ̀, mo bẹ̀rẹ̀ sí í padà sí ara mi. Níbi tí mo dúró sí ní yàrá ìgbàlejò mi, mo tún padà sí Norvel Hayes. Mo rí ara mi tí mo dúró níbẹ̀ tí mo ń sunkún tí mo sì ń gbọ̀n.

Mo ní ìṣòro gidigidi. Ọmọbìnrin mi ti ń bẹ̀ mí pé kí n ràn án lọ́wọ́. Ọwọ́ rẹ̀ burú débi pé ojú ti dẹ́kun láti bá a ṣe àjọpín.

Nígbà tí mo padà dé láti ibi tí mo ti ń bá Ọlọ́run sọ̀rọ̀, mo wọlé, mo sì fi wọ́n bú ní orúkọ Jésù, mo ní kí wọ́n kú kí wọ́n sì pòórá. Mo gba ìṣẹ́gun fún agbára Ọlọ́run láti wá fún ọmọbìnrin mi ní ọwọ́ tuntun, láti ṣe iṣẹ́ ìyanu fún un.

O gbọ́dọ̀ sọ ohun tí o ní lọ́kàn. Níwọ̀n ìgbà tí o bá ń yọ́ ara rẹ kúrò nínú ẹrù iṣẹ́ rẹ láti dúró lórí Ọ̀rọ̀ Ọlọ́run láìsí ìbẹ̀rù, mo ní ìròyìn fún ọ: o kò ní rí ohunkóhun gbà. Gbogbo ohun tí o fẹ́ ṣe ni kí o gbàdúrà.

O le jẹ́ olùkọ́ni Bíbélì, oníwàásù Bíbélì, ajíhìnrere, tàbí ohunkóhun tí o bá fẹ́, ṣùgbọ́n tí o kò bá dúró lórí Ọ̀rọ̀ Ọlọ́run fún ilé rẹ, Bìlísì yóò wọlé wá láti kọlu ìdílé rẹ. O gbọ́dọ̀ lé Bìlísì jáde.

O gbọ́dọ̀ bínú sí Bìlísì kí o sì gba agbára Ọlọ́run nípasẹ̀ ìgbàgbọ́.

Ní ọ̀sán ọjọ́ kan, mo gbọ́ ariwo kan ní yàrá Zona, bí ẹni pé aṣọ ìbora kan ń yí padà. Ó sáré wá láti orí gbọ̀ngàn, ó di ọwọ́ rẹ̀ mú níwájú rẹ̀, ó ń sọkún pé, "Bàbá! Bàbá! Èyí ń dẹ́rù bà mí. Èyí ń bani lẹ́rù. Ẹ wo ọwọ́ mi. Mo ní ọwọ́ tuntun! Mo ní ọwọ́ tuntun!"

Mo wò ó, ọwọ́ rẹ̀ méjèèjì sì ń tàn yanranyanran. Àwọn ni ọwọ́ tó lẹ́wà jùlọ tí mo tíì rí lára ọmọbìnrin ọmọ ọdún mẹ́rìndínlógún. Mo mú ọwọ́ rẹ̀ kéékèèké, mo sì gbé e sókè. Wọ́n dà bí ẹni pé wọ́n ní awọ ọmọ ọwọ́, wọ́n rí bí awọ ọmọ ọwọ́ lẹ́yìn tí wọ́n wẹ̀.

Ó ní, "Mo dúró síbẹ̀, Bàbá, mo sì wò ó fún ìṣẹ́jú díẹ̀. Nígbà tí mo wo ẹ̀yìn, mo ní ọwọ́ tuntun! Mo ní ọwọ́ tuntun! Mo lè lóye pé Jésù ń ṣe nǹkan kan fún ọ nítorí pé o ń ṣiṣẹ́ fún Un, Bàbá. Ṣé o fẹ́ sọ fún mi pé Jésù fẹ́ràn ọmọbìnrin ọmọ ọdún mẹ́rìndínlógún tó láti fún un ní ọwọ́ tuntun?"

Mo rìn lọ sí ọ̀dọ̀ rẹ̀ mo sì tún gbá ọwọ́ rẹ̀ mú. Mo ní, "Bẹ́ẹ̀ ni, olólùfẹ́, Jésù fẹ́ràn àwọn ọmọbìnrin ọlọ́dún mẹ́rìndínlógún tó bẹ́ẹ̀ tí wọ́n fi lè wá sílé wọn kí ó sì fún wọn ní iṣẹ́ ìyanu pẹ̀lú ọwọ́ tuntun."

Mo fẹ́ kí ẹ mọ̀ pé mo máa ń jẹ́rìí nípa ọwọ́ ọmọbìnrin mi ní gbogbo ìgbà. Mo máa ń pín in nígbàkúgbà tí mo bá ní àǹfààní. Mo ti pín in lórí tẹlifíṣọ̀n ní ọ̀pọ̀ ìgbà, nígbà tí mo sì pín in lórí tẹlifíṣọ̀n ní Los Angeles, ọ̀gá àgbà náà bẹ̀rẹ̀ sí í sunkún débi pé kò lè ṣe ohunkóhun. Ibikíbi tí mo bá ti sọ ọ́, Ẹ̀mí Ọlọ́run kàn máa ń fi òróró yàn mí, ó sì máa ń rọ̀ lórí mi bí mo ṣe ń sọ nípa iṣẹ́ ìyanu Ọlọ́run fún ọmọbìnrin mi.

Ṣé o rí i, Ọlọ́run fẹ́ kí o mọ̀ kí o sì gbàgbọ́ pé òun ni Ọlọ́run tó ń ṣiṣẹ́ ìyanu.

Mo fẹ́ kí o mọ̀ pé o lè dé ibi tí o ti gbàgbọ́ nínú Bíbélì fúnra rẹ. O lè gbàgbọ́ fún iṣẹ́ ìyanu tìrẹ. Tí àwọn nǹkan bá dà bí ohun tí kò ṣeé ṣe, wo Ọlọ́run kí o sì gbàgbọ́ fúnra rẹ. Kàn dúró níbẹ̀ nítorí pé ọmọ Ọlọ́run ni ọ́, tí o ń wí pé, "Mo gbàgbọ́ nínú Ọlọ́run," yóò sì tú agbára Rẹ̀ sílẹ̀ fún ọ. Ó jẹ́ ìbúgbà agbára tó tó láti bo àwọn igi osàn. Ó jẹ́ ìbúgbà agbára tó lè mú kí orí ààké léfòó. Ó tó láti sọ kẹ́tẹ́kẹ́tẹ́. Ó tó láti ṣẹ̀dá ọwọ́ tuntun. Ó jẹ́ ìbúgbà agbára láti fún ọ ní ohunkóhun tí o bá fẹ́, Ọlọ́run sì ń ṣe é ní ìrọ̀rùn.

Agbára ńlá kan dé sí ilé mi láti fún ọmọbìnrin mi ní ọwọ́ tuntun. Nígbàkúgbà tí mo bá pè é lórí fóònù tí mo sì sọ pé, "Olùfẹ́, Ẹ̀mí Mímọ́ sọ fún mi pé kí n sọ fún wọn nípa iṣẹ́ ìyanu tí Jésù ṣe fún ọwọ́ rẹ," ó máa ń béèrè pé, "Ṣé o sọ fún wọn, Bàbá, pé nígbà tí Jésù fún mi ní iṣẹ́ ìyanu, kò sí ọ̀kan nínú àwọn kókó wọ̀nyẹn tí ó padà wá?" Kò sí ohun tí ó padà wá. Ọlọ́run jẹ́ Ọlọ́run tí ń ṣiṣẹ́ ìyanu.

Iṣẹ́ ìyanu jẹ́ ẹ̀bùn. Ẹ̀bùn iṣẹ́ ìyanu jẹ́ fún yín, gẹ́gẹ́ bí Ẹ̀mí ṣe fẹ́. Ṣùgbọ́n ẹ kíyèsí. Ẹ̀mí Mímọ́ máa ń fẹ́ fún àwọn ènìyàn tí wọ́n gbàgbọ́ ní orí kejìlá ìwé Kọ́ríńtì kìíní. Ẹ rí i, ìyẹn ni apá tó dára jùlọ. Ẹ̀mí máa ń fẹ́ fún àwọn onígbàgbọ́ Bíbélì nígbà gbogbo! Ògo ni fún Ọlọ́run títí láé.

Àdúrà fún Ìṣẹ́ Àṣeyán

Tí o bá nílò iṣẹ́ ìyanu láti ọ̀dọ̀ Ọlọ́run, tí o sì fẹ́ iṣẹ́ ìyanu láti ọ̀dọ̀ Ọlọ́run, tí o sì gbàgbọ́ pé Jésù ni olùṣiṣẹ́ ìyanu rẹ, gba iṣẹ́ ìyanu rẹ nísinsìnyí. Kò sí ìyàtọ̀ kankan nípa ohun tí ó jẹ́. Jésù yóò fún ọ ní iṣẹ́ ìyanu tí o nílò. Ẹ̀mí Ọlọ́run ni ó fún ọ, gẹ́gẹ́ bí Ẹ̀mí ṣe fẹ́.

Sọ pé: "Ẹ ṣeun, Jesu. Oṣiṣẹ́ ìyanu ni ọ́. Òtítọ́ ni Ọ̀rọ̀ náà. Òtítọ́ yóò mú iṣẹ́ ìyanu wá fún mi, tí mo bá gbà á gbọ́. Mo sì gbà á gbọ́. Ẹ̀bùn ni, tí ó wà ní ọ̀run, fún onígbàgbọ́. Ó jẹ́ agbára tí ó ń bẹ jáde tí ó sì ń wá tí ó sì ń ṣe ohun tí kò ṣeé ṣe.

"Ẹ ṣeun, Jesu, fún orí kejìlá ti Kọ́ríńtì Kìíní. Mo gba iṣẹ́ ìyanu mi ní orúkọ Jesu. Ẹ ṣeun, Jesu, fún iṣẹ́ ìyanu mi."

Ìtàn 2: Íńdíà láti ọwọ́ Schambach

Nígbà tí mo ń ṣe olùṣọ́-àgùntàn ní ìbẹ̀rẹ̀ ọdún 1950, a ṣe onígbọ̀wọ́ fún míṣọ́nnárì kan ní Íńdíà nípa sísan owó oṣù rẹ̀. Ó lo ọgbọ̀n ọdún níbẹ̀—ọgbọ̀n ọdún gbáko.

Ní ìgbà kan, ó sọ ohun kan fún mi tí ó mú kí n má ṣe ìtìlẹ́yìn fún un rárá. Ó ní òun ti lo ọgbọ̀n ọdún ní Íńdíà, òun kò sì rí ẹni tí a tún bí ní Mùhámọ́dì rí. Mo ní, "Irú ìdókòwò wo ni mò ń ṣe? A ń fi owó pamọ́, a sì ń pa ọkùnrin náà mọ́ ní Íńdíà láti wàásù ìhìnrere, kò sì sí ẹni tí a ti gbà là. Àkókò tó láti tún àwọn ohun pàtàkì wa ṣe." Nítorí náà, mo lọ sí Íńdíà láti mọ ohun tó ń ṣẹlẹ̀.

Nígbà àkọ́kọ́ tí mo ṣèbẹ̀wò sí i ní ọdún 1956, mo wàásù fún ẹgbẹ̀rún márùn-ún (50,000). Mo ṣèbẹ̀wò sí gbogbo ọjà. Mo rí àwọn alágbe, àwọn afọ́jú, àti àwọn ènìyàn tí kò lè rìn. Mi ò tíì rí ọ̀pọ̀ àwọn aláìsàn rí. Íńdíà jẹ́ ọ̀kan lára àwọn orílẹ̀-èdè tó tálákà jùlọ ní àgbáyé pẹ̀lú ọ̀pọ̀lọpọ̀ àwọn aláìnílé àti aláìní owó.

A fi ẹgbẹẹgbẹ̀rún dọ́là náwó láti kọ́ ilé kan tí ó ń dáàbò bo àwọn ènìyàn kúrò lọ́wọ́ oòrùn gbígbóná kí wọ́n lè gbọ́ ìhìn rere náà. Ní ọjọ́ ìṣípayá yẹn, inú mi dùn gan-an. Mo wàásù fún wákàtí méjì, olùtumọ̀ mi sì túmọ̀ rẹ̀ fún wákàtí méjì—fún gbogbo wákàtí mẹ́rin. Wọ́n fẹ́ kí n máa bá iṣẹ́ náà lọ. Nígbà tí mo pe pẹpẹ ìrúbọ, inú mi bà jẹ́ gan-an. Mo ti wàásù fún ẹgbẹ̀rún márùn-ún ènìyàn, kò sì sí ẹni tí ó gba Jésù.

Ọkàn mi padà sí ìránṣẹ́ Ọlọ́run, mo sì wí pé, "Óò, Olúwa." Ṣùgbọ́n mo mọ̀ pé Ọlọ́run pè wá láti ṣe ju wíwàásù Ọ̀rọ̀ náà lọ. Ó pè wá láti fi Ìhìnrere hàn.

Bó tilẹ̀ jẹ́ pé kò sí ẹnikẹ́ni tó wá láti gba Kristi, tí àwọn ènìyàn sì ti múra tán fún ìbùkún náà, mo ní, "Mi ò tíì parí báyìí. Ọlọ́run sọ pé àwọn àmì máa tẹ̀lé Ọ̀rọ̀ Rẹ̀. Mo ṣe ohun tí Ọlọ́run pè mí láti ṣe; nísinsìnyí mo máa jẹ́ kí Ọlọ́run ṣe ohun tí Ó sọ pé òun yóò ṣe." Mo pe àwọn ènìyàn mẹ́ta láti inú àwùjọ láti wá síwájú—àwọn alágbe ni wọ́n. Mo mọ ẹni tí wọ́n jẹ́. Ọ̀kan jẹ́ afọ́jú, ọkan jẹ́ adití àti odi, èkejì sì jẹ́ obìnrin aláàbọ̀ ara tí kò tíì rìn ní tàárà rí. Ó rìn ní ipò tó dúró ní tàárà lórí ẹsẹ̀ rẹ̀ àti gìgísẹ̀ ọwọ́ rẹ̀. Ó ní àrùn kan tó dí i lọ́wọ́ láti dúró ní tàárà.

Pẹ̀lú ẹgbẹ̀rún márùn-ún ènìyàn tí ń wòran, mo kọ́kọ́ gbé ọwọ́ lé obìnrin afọ́jú náà. Mo ní, "Ní orúkọ Jésù, mo pàṣẹ fún àwọn ojú afọ́jú wọ̀nyí láti ríran." Lójúkan náà, Ọlọ́run ṣí ojú rẹ̀, ó sì sáré la ààrín àwùjọ náà kọjá, ó ń kígbe ní èdè tirẹ̀ pé, "Mo ríran! Mo ríran!"

Lẹ́yìn náà, mo lọ sí ọ̀dọ̀ odi adití, mo sì fi ìka mi sí etí rẹ̀, àtàǹpàkò mi sì fi sí ahọ́n rẹ̀. Mo ní, "Ní orúkọ Jésù, mo pàṣẹ fún ẹ̀mí adití àti odi yìí láti jáde wá!" Lójúkan náà, ẹ̀mí náà dáhùn, ọkùnrin náà sì bẹ̀rẹ̀ sí í sọ èdè Gẹ̀ẹ́sì láàárín ìṣẹ́jú díẹ̀. Kò mọ èdè tirẹ̀. Ó ti jẹ́ adití adití, ṣùgbọ́n Ọlọ́run ti ṣí etí rẹ̀, ó sì tú ahọ́n rẹ̀.

Nígbà tí ó tó àkókò láti gbàdúrà fún obìnrin tí ó ní aláàbọ̀ ara, mo ní, "Nísinsìnyí, mo fẹ́ gbé ọwọ́ lé obìnrin yìí ní orúkọ Mohammed. Èmi yóò fún un ní àkókò kan náà." Olùtumọ̀ mi kò fẹ́ túmọ̀ gbólóhùn yìí. "Jọ̀wọ́ ṣe ohun tí mo ní kí o ṣe, Ọ̀gbẹ́ni—gbẹ́kẹ̀lé ìtọ́sọ́nà Ẹ̀mí lórí èyí." Èyí tí ó bá ìtàn náà mu ní àwọn ọdún tí ó kọjá. Ní àkọ́kọ́, ó jẹ́ "Ṣe ohun tí mo sọ fún ọ láti ṣe. Ìwọ ni olùtumọ̀ mi; Èmi ni ènìyàn Ọlọ́run."

Kò sí ẹnìkan lára àwọn ènìyàn tó retí pé kí ó dìde, nítorí wọ́n mọ̀ pé Móhámọ́dù ti kú. Mo ní, "Ìyàtọ̀ tó wà láàárín ọlọ́run tí ẹ ń sìn àti Ọlọ́run tí mò ń sìn nìyẹn. Mi ò wá síbí láti fi ọlọ́run rẹ sílẹ̀; mo wá láti gbé tirẹ̀ sókè. Ìwọ ni o máa ń lọ sí ibi ìsìnkú rẹ. Mo máa ń lọ sí ilé ìsìnkú mi, ṣùgbọ́n tèmi òfo nítorí pé kò sí níbẹ̀ mọ́. Ìyàtọ̀ tó wà láàárín ibojì náà nìyẹn. Mo wá láti jẹ́ kí ẹ mọ̀ pé Jésù mi kò kú—Ó wà láàyè, ó sì wà bẹ́ẹ̀ lónìí gẹ́gẹ́ bí ó ti wà lánàá."

Mo gbé ọwọ́ lé obìnrin náà ní orúkọ Mohammed mo sì wí pé, "Dìde kí o sì rìn ní orúkọ Mohammed." Ẹnìkan bi mí pé kí ni ì bá ṣe tí ó bá dìde. Mo rò pé ì bá ti yípadà. Ṣùgbọ́n kò dìde.

Mo ní, "Èmi yóò lo orúkọ tí ó ga ju gbogbo orúkọ lọ, orúkọ Jésù—Ọ̀dọ́ Àgùntàn tí a pa fún gbogbo ayé. Jésù kú fún àwọn ènìyàn Índíà àti fún gbogbo ayé." Obìnrin náà kò gbé ìgbésẹ̀ tí ó tọ́ ní ọdún méjìdínlọ́gọ́ta. Mo gbé ọwọ́ lé e ní orúkọ Jésù ti Násárétì mo sì wí pé, "Ní orúkọ Jésù, dìde kí o sì rìn." Ó dúró ní ipò gíga ó sì rìn fún ìgbà àkọ́kọ́ ní ìgbésí ayé rẹ̀, nítorí pé Jésù Kristi ni Ọlọ́run!

Ṣé o mọ ohun tó ṣẹlẹ̀? Àwọn ènìyàn tó wà nínú àwùjọ náà bẹ̀rẹ̀ sí í fò láti orí igi, àwọn ènìyàn kan sì sáré wá sọ́dọ̀ mi. Mo fò lẹ́yìn ògbufọ̀ mi. Mo rò pé wọ́n fẹ́ fi ìyẹ pa mí, wọ́n fẹ́ lé mi kúrò ní orílẹ̀-èdè wọn. Mi ò rí irú ìkọlù bẹ́ẹ̀ rí. Wọ́n ń pariwo pẹ̀lú ohùn wọn. Mo bi ògbufọ̀ mi pé, "Kí ni wọ́n ń sọ?"

Ó ní, "Wọ́n ń pariwo pé, 'Jésù wà láàyè! Jésù ni Kristi! Jésù ni Ọlọ́run!' Wọ́n ń bọ̀ láti gbàlà." Ẹ wo bí ayọ̀ ṣe pọ̀ tó! Kò sí ọ̀kan nínú wọn tó wá nígbà tí mo wàásù, ṣùgbọ́n nígbà tí wọ́n rí ìfihàn Ìhìnrere, wọ́n dé.

Ọlọ́run ti pe Ìjọ láti fi agbára Rẹ̀ hàn. Ǹjẹ́ inú rẹ kò dùn pé Ó wà láàyè lónìí?

Nígbà náà ni Fílípì sọ̀kalẹ̀ lọ sí ìlú Samáríà, ó sì wàásù Kristi fún wọn. Ọpọ̀ ènìyàn sì fi ọkàn kan gbọ́ ohun tí Fílípì ń sọ, wọ́n gbọ́, wọ́n sì rí iṣẹ́ ìyanu tí ó ṣe.

(Iṣe Awọn Aposteli 8:5-6).

Ìgbàlà fún ẹ̀mí rẹ:

Àdúrà Ìgbàlà – Sọ ọ́ kí o sì ní èrò rere nísinsìnyí!

Ṣé o fara mọ́ gbogbo ohun tí o ti kà títí di ìsinsìnyìí? Tí o bá gbà bẹ́ẹ̀, má ṣe dúró díẹ̀ sí i láti bẹ̀rẹ̀ ìgbésí ayé tuntun rẹ nínú Jésù Kristi. Rántí pé, àdúrà yìí kì í ṣe àgbékalẹ̀ ìyanu. O kàn ń sọ ọkàn rẹ fún Ọlọ́run ni. Gbàdúrà yìí pẹ̀lú wa:

"Baba, mo mọ̀ pé mo ti rú òfin rẹ àti pé ẹ̀ṣẹ̀ mi ti yà mí kúrò lọ́dọ̀ rẹ. Mo kààánú gidigidi, nísinsìnyí mo fẹ́ yípadà kúrò nínú ìgbésí ayé ẹ̀ṣẹ̀ mi àtijọ́ sí ọ. Jọ̀wọ́ dáríjì mí, kí o sì ràn mí lọ́wọ́ láti yẹra fún ẹ̀ṣẹ̀ mọ́. Mo gbàgbọ́ pé ọmọ rẹ, Jésù Kristi, kú fún ẹ̀ṣẹ̀ mi, ó jíǹde kúrò nínú òkú, ó wà láàyè, ó sì gbọ́ àdúrà mi. Mo pe Jésù láti di Olúwa ìgbésí ayé mi, láti ṣàkóso àti láti jọba ní ọkàn mi láti òní lọ. Jọ̀wọ́ rán Ẹ̀mí Mímọ́ rẹ láti ràn mí lọ́wọ́ láti gbọ́ràn sí ọ, àti láti ṣe ìfẹ́ rẹ fún gbogbo ìgbésí ayé mi. Ní orúkọ Jésù mo gbàdúrà, Àmín."

O le bẹrẹ irin-ajo ọjọ 40 ni iyara rẹ lori ayelujara nipasẹ ọna asopọ yii https://www.otakada.org/get-free-40-days-online-discipleship-course-in-a-journey-with-jesus/

Ṣé o ń ṣàìsàn tàbí o nílò ìdáǹdè tàbí ìmúpadàbọ̀sípò?

Fún àwọn tí wọ́n ń ṣàìsàn tàbí tí wọn kò ní ìrísí tàbí ìrísí èyíkéyìí, tàbí tí wọ́n nílò ìdáǹdè? Tàbí àtúnṣe, jọ̀wọ́ fi ọwọ́ kan àmì tí ó wà ní ìsàlẹ̀ yìí pẹ̀lú ìgbàgbọ́ ***(Ìgbàgbọ́ ni ríri àbájáde rere pàtó ti ipò rẹ lọ́wọ́lọ́wọ́, ní mímọ̀ pé Jésù ti ṣe ipa tirẹ̀ ní ohun tí ó ju ẹgbẹ̀rún ọdún méjì lọ láti rí ìwòsàn àti ìdáǹdè rẹ gbà, àtúnṣe gẹ́gẹ́ bí ìsanwó ìṣáájú, ní gbígbọ́kànlé pé ìsanwó ìṣáájú náà wà fún ọ láti fà láti inú, bí ìwọ̀ntúnwọ̀nsì rere nínú àkọọ́lẹ̀ ìfowópamọ́ rẹ, kò sí ìbéèrè tí a béèrè bí a ṣe gbà pẹ̀lú rẹ tí a sì pe BE HEALED ní orúkọ Jésù Kristi, Àmín)***

Nípa àṣẹ tí o fún mi àti àwọn, mo lo àṣẹ yẹn nísinsìnyí pẹ̀lú ìgbàgbọ́ pẹ̀lú ìbínú wọn sí ọ̀tá àti ebi láti gba ohun tí o ti fún wa ní ọ̀fẹ́, mo fi gbogbo àìsàn bú, gbogbo àrùn, ìbáà ṣe àrùn jẹjẹrẹ, COVID 19, ìbáà ṣe ẹ̀mí àìlera, ìbáà ṣe ẹ̀mí ẹ̀mí èṣù tàbí ìnilára, ìbáà ṣe ẹ̀mí òṣì, ìjákulẹ̀, ìfàsẹ́yìn tí ó ń pẹ́ láti mú ohun tí Ọlọ́run ti pinnu àti tí ó ti tú sílẹ̀.

A dojúkọ àìdáa náà, mo dè wọ́n, a fi wọ́n bú sí gbòǹgbò wọn a sì lé wọn jáde nípa àṣẹ ní orúkọ Jésù Kristi. Àmín. A kéde ìtúsílẹ̀ ìwòsàn, ìdáǹdè àti ìmúpadàbọ̀sípò sínú ìgbésí ayé wọn ní orúkọ alágbára Jésù Kristi. A dúpẹ́ lọ́wọ́ Olúwa fún àwọn ẹ̀rí tí ó dúró fún ògo àti ọlá àti ìbọ̀wọ̀ rẹ. A dúpẹ́ lọ́wọ́ rẹ fún àwọn ọkàn tí a ń fi kún ìjọba rẹ nítorí ìhìn yìí, àwọn iṣẹ́ ìyanu tí a ti ń rí nísinsìnyí tí a sì ń fi hàn fún ògo rẹ ní orúkọ Jésù, Àmín. Ó ti parí! Ẹ yọ̀!

Fi ọwọ́ kan ibi tí a fihàn gẹ́gẹ́ bí ibi ìfọwọ́sowọ́pọ̀ kí o sì fi ẹnu rẹ jẹ́wọ́ – Mo ti wòsàn, mo ti gbàlà, mo sì ti sọ ara mi di tuntun nínú ẹ̀mí mi, ọkàn mi, ara mi àti gbogbo àyíká mi ní orúkọ JESU KRISTI, Àmín!!!

Bẹ̀rẹ̀ sí í ṣe ohun tí o kò lè ṣe tẹ́lẹ̀ kí o sì bẹ̀rẹ̀ sí í jẹ́wọ́ títí tí ìwòsàn pípé, àtúnṣe ìgbàlà yóò fi di èso nínú ìgbésí ayé rẹ ní orúkọ Jésù, àmín. Ẹ máa pa ebi fún gbogbo Ọlọ́run, ẹ máa bínú kí ẹ sì gba gbogbo ohun tí ọ̀tá ti dá dúró ní orúkọ Jésù, àmín

Àkíyèsí:
Jẹ́rìí sí ìwòsàn fún ògo Ọlọ́run àti ìtìjú ọ̀tá! Fi ìméèlì tàbí whatsapp ránṣẹ́ sí wa tí o bá ṣì nílò kí a gbà pẹ̀lú rẹ lórí ọ̀rọ̀ náà. Kí o sì sopọ̀ mọ́ àwọn ohun èlò tí yóò bẹ̀rẹ̀ ní ọ̀sẹ̀ tó ń bọ̀ ní ọjọ́rú. Wá àlàyé díẹ̀ lórí ojú-òpó wẹ́ẹ̀bù wa láìpẹ́!

Àwọn Ìlòkulò Ńlá - 1 - Orí 3 - Wá bí a ṣe lè rí i láti ọdọ̀ àwọn Ńlá ní apá kejì

Ó tó láti kó àwọn ènìyàn ní ìgbèkùn, a sì káàbọ̀ sí òmìnira – Báwo ni a ṣe lè wòsàn tàbí kí a wo àrùn COVID-19, Àrùn Jẹjẹrẹ àti Àwọn Mìíràn sàn – Apá Kejì

Èyí jẹ́ Ìpèsè fún Ìwòsàn, Ìdáǹdè, àti Ìmúpadàbọ̀sípò fún Ara àti Àwọn Ẹlòmíràn!

Ìdánilẹ́kọ̀ọ́ Tó Wúlò fún Ìdáǹdè àti Ìmúpadàbọ̀sípò Ìwòsàn

Wa ọna asopọ podcast ti o ṣe alaye awọn akoko iwosan ati itusilẹ

níbí https://anchor.fm/otakada.org/episodes/Enough-is-Enough-to-Captivity-and-welcome-to-Freedom—How-to-heal-or-be-cured-of-COVID–19–part-2-er35cm
Wo ìjápọ̀ Youtube: https://youtu.be/ydFE_lD8SqU Ìwọ yóò rí nínú fídíò yìí Bí a ṣe lè wòsàn tàbí kí a wòsàn kúrò nínú COVID -19, Bí a ṣe lè wosàn tàbí kí a wòsàn kúrò nínú àrùn jẹjẹrẹ; Bí a ṣe lè wosàn tàbí kí a wòsàn kúrò nínú ẹ̀jẹ̀ gíga, àti àwọn mìíràn. Ìlànà tí ó rọrùn nípasẹ̀ iṣẹ́ ìránṣẹ́ nínú ìwòsàn, ìdáǹdè, àti ìmúpadàbọ̀sípò nínú Ẹmí, Ẹmí, Ara, àti gbogbo àyíká rẹ. Gbadùn!

Àwọn Ìlòkulò Ńlá - 1 - Orí 4 - Wá Ọnà Láti ọdọ̀ Àwọn Ńlá - apá 3

Ó tó láti mú kí Bìlísì wà ní ìgbèkùn àti kí a káàbọ̀ sí Òmìnira nínú Kristi Jésù – Ìmúṣìṣẹ́ sínú Ogun Ojoojúmọ́ – Ìkéde Ojoojúmọ́ Àdúrà fún ìpèsè ara ẹni ní ipò Àdúrà – Apá Kẹta- Ìwé Àkọ́kọ́ láti ọwọ́ Cindy Trimm

Ẹ̀yin ọ̀rẹ́ mi ọ̀wọ́n, gbígbé ara ẹni tàbí ènìyàn kúrò ní ìgbèkùn èṣù sí ilẹ̀ òmìnira jẹ́ ìgbésẹ̀ ogun. Ìkéde ogun. Kì í ṣe sí ènìyàn ṣùgbọ́n sí àwọn ọ̀tá ọkàn wa. Pọ́ọ̀lù ń kìlọ̀ fún àwọn ará Kọ́ríńtì ní **2 Kọ́ríńtì 10:2-6**

Bíbélì tí a ti mú kí ó gbòòrò síi

2 Mo bẹ̀bẹ̀ pé nígbà tí mo bá dé, a kò ní fi ìgboyà tí mo fẹ́ fihàn sí àwọn díẹ̀ tí wọ́n kà wá sí ẹni tí a ń rìn gẹ́gẹ́ bí ara [bí ènìyàn láìsí Ẹmí]. 3 Nítorí bí a tilẹ̀ ń rìn ní ara [bí ènìyàn tí ó lè kú], a kò ja ogun ẹ̀mí wa gẹ́gẹ́ bí ara àti lílo àwọn ohun ìjà ènìyàn. 4 Àwọn ohun ìjà ogun wa kì í ṣe ti ara [àwọn ohun ìjà ti ara àti ẹ̀jẹ̀]. Àwọn ohun ìjà wa lágbára láti ọ̀run fún pípa àwọn odi run. 5 A ń pa àwọn àríyànjiyàn onígbàlódé àti gbogbo ohun gíga àti ìgbéraga tí ó lòdì sí ìmọ̀ òtítọ́ Ọlọ́run run, a sì ń mú gbogbo ìrònú àti ète ní ìgbèkùn sí ìgbọràn Kristi, 6 a sì ti múra tán láti fìyà jẹ gbogbo ìṣe àìgbọ́ràn, nígbà tí ìgbọ́ràn yín [gẹ́gẹ́ bí ìjọ] bá pé.

Jesu sọ pé èmi yóò kọ́ ìjọ mi, ẹnu ọ̀nà ọ̀run àpáàdì kì yóò sì borí rẹ̀. Ó ti fúnni ní kọ́kọ́rọ́ nínú ẹ̀bùn Ẹ̀mí gẹ́gẹ́ bí Paulu ṣe kìlọ̀ fún àwọn ará Korinti nínú 1 Korinti 12. Gbogbo àwọn ẹ̀bùn wọ̀nyí wà fún ogun. Nígbà tí a kò bá lo ẹ̀bùn náà, a máa ń pa àwọn ènìyàn gẹ́gẹ́ bí Kristẹni.

Bí a ṣe ń bá ọ̀tá jagun ní ọdún yìí, ìkéde tó tó láti fi mú wa ní ìgbèkùn, a gbọ́dọ̀ múra tán láti lo ẹ̀bùn ẹ̀mí tó kún fún agbára! Àwọn ìhámọ́ra wọ̀nyí jẹ́ ìhámọ́ra ẹ̀mí, a sì lè fi agbára mú wa láti bá ọ̀tá jà pẹ̀lú ìmọ̀ orí tàbí ọgbọ́n, àríyànjiyàn tàbí ìjíròrò tàbí ìwà pẹ̀lẹ́. A kò lè fi agbára mú wa tàbí gbé gbogbo ìhámọ́ra wọ̀ nípa lílo àwọn ohun ìjà tí ó ní ẹran ara, tí a fi ṣe ìdènà ilẹ̀ ayé. Éfésù 6:11-18 lè fi agbára mú wa nípa lílo àwọn ẹ̀bùn ẹ̀mí 9 (mẹ́sàn-án) nínú 1 Kọ́ríńtì 12. Ìdí nìyẹn tí a kò fi lè jẹ́ aláìmọ̀ nípa èyí. Tí a bá ṣe bẹ́ẹ̀, kò sí ọ̀nà kankan ní ayé tí a ó fi lè fa ara wa tàbí àwọn ènìyàn jáde nípasẹ̀ igun ìfìdíkalẹ̀ níbi tí a ó ti lè rí àwọn àbájáde ti ara níbí lórí ilẹ̀ ayé.

Ẹ̀rọ To To Lati Gba Igbèkun kuro lọwọ Èṣu ati Kaabọ si ominira ninu Kristi

Mo ti fi àwọn àdúrà ìkéde ojoojúmọ́ tó tó ìṣẹ́jú 50 kún un nínú àwo orin yìí àti fídíò YouTube, èyí tí yóò ràn ọ́ lọ́wọ́ láti ja ìjà rere ìgbàgbọ́ nípa lílọ sí ìkọlù nítorí pé ìdí nìyẹn tí Kristi fi wá, láti pa iṣẹ́ ẹni ibi run (1 Jòhánù 3:8). Iṣẹ́ ìránṣẹ́ wa gan-an nìyẹn. Láti ja ogun àti láti fi àwọn ènìyàn lé ìjọba Ọlọ́run lọ́wọ́. Èyí ni ẹ̀rọ ojoojúmọ́ tí bí a bá ṣe é pẹ̀lú òtítọ́, yóò rí i dájú pé a ṣẹ́gun ní gbogbo ìgbà. Gbígbàdúrà láìdáwọ́dúró ni ẹ̀rọ ìṣọ́ fún àṣeyọrí iṣẹ́ fún ìjọba Ọlọ́run lórí ilẹ̀ ayé - Jésù darí nípasẹ̀ àpẹẹrẹ nínú gbígbàdúrà láìdáwọ́dúró, bẹ́ẹ̀ náà ni àwa gbọ́dọ̀ ṣe.

Gbadun adarọ ese/fidio naa ki o si fi oro re kun bi o ti wu o, sugbon se ki o je ise ojoojumo. Mo tun n fi aṣayan ọrọ/PDF sori oju opo wẹẹbu wa fun igbasilẹ nipasẹ ọna asopọ bulọọgi. Jọwọ wa akoko lati ya o kere ju wakati kan lo si ibi adura. Eyi ni ibẹrẹ kan.

PS: Nígbà tí wọ́n bá kọlù wá tàbí tí wọ́n bá kọlù àwọn ẹlòmíràn, wákàtí kan tí a kùnà láti gbàdúrà ní ibi ìkọ̀kọ̀ yóò di wákàtí ìrora nínú ìgbèkùn Sátánì. Sátánì jẹ́ olórí iṣẹ́ líle, a kò sì gbọdọ̀ jẹ́ kí àwọn ènìyàn ṣí sílẹ̀. A gbọ́dọ̀ máa gbógun tì wá ní orúkọ Jésù Kristi, Àmín

Àdúrà Ìkéde Ìṣẹ́jú 50 ti ìkéde ọgọ́rùn-ún:

Ìmúṣiṣẹ́ sí Ogun - Àwọn Ìkéde Ojoojúmọ́

Mo ti ṣe àkójọ àwọn àṣẹ 92 níbí àti ọgọ́rùn-ún lórí àwo ohùn tí yóò ṣiṣẹ́ gẹ́gẹ́ bí agbára ìṣiṣẹ́ tí ó ń kéde wíwà rẹ àti ipò iṣẹ́ rẹ nínú ẹ̀mí. Àwọn ìkéde tí a ṣe ni a gbé kalẹ̀ ní ìrísí àdúrà, tí ó jọ gbólóhùn ìbúra ọlọ́pàá kan. Ọ̀kọ̀ọ̀kan ìwọ̀nyí ni a gbé kalẹ̀ ní ìbámu pẹ̀lú ìwé mímọ́. Mo ti tọ́ka sí ìwé mímọ́ tí a ti kọ́ apá kọ̀ọ̀kan.

Lo àdúrà yìí lójoojúmọ́, kí o sì gbàdúrà rẹ̀ láti inú ọkàn rẹ. Máa sọ́ ọ́ ní ìrántí. Lo àwọn ìtọ́kasí Ìwé Mímọ́ nínú ìjọsìn rẹ lójoojúmọ́. Kọ́ wọn. Wọn yóò fún ọ lágbára láti ja ìjà rere ti ìgbàgbọ́. Máa kíyèsí àwọn ipò àti ipò tí ń yípadà sí rere. Rántí pé, nígbà tí a bá gbé ọ sí ààrín ogun tàbí ipò tí kò ṣeé ṣe, àti nígbà tí kò sí ẹnìkan tàbí ohunkóhun tí ó lè gbà ọ́ là tàbí gbà ọ́ là bí kò ṣe Ọlọ́run, ni a ó bí jagunjagun tòótọ́. Dípò kí o juwọ́ sílẹ̀, kí o juwọ́ sílẹ̀, tàbí kí o ṣubú sí ìjẹ fún àwọn ọgbọ́n ọ̀tá, ka àkókò ìjàkadì, ìdánwò, àti ìdánwò rẹ sí àwọn àǹfààní àtọ̀runwá láti kọ́ ọ ní ọ̀nà àdúrà ọgbọ́n àti ogun ẹ̀mí. Rí i dájú pé àwọn àkókò wọ̀nyí jẹ́ àwọn ibi ìdánilẹ́kọ̀ọ́ tòótọ́ tí Ọlọ́run ti yàn láti mú ọ wá sí ìjọba tòótọ́. Gẹ́gẹ́ bí ó ti rí fún Dáfídì, wọ́n lè jẹ́ àwọn ibi tí Ọlọ́run ń lò láti kọ́ ọ fún ìṣẹ̀lẹ̀ ìkẹyìn: **mímú agbára pọ̀ sí i àti ìmúṣẹ ète ní gbogbo àwọn agbègbè márùn-ún.**

Bíbélì sọ nínú Jóòbù 22:27–28 pé kí o "gbàdúrà rẹ sí i, òun yóò sì gbọ́ ọ." Ọ̀rọ̀ náà " *make* " túmọ̀ sí "láti kọ, kọ́, tàbí ṣe àwòrán." Gbogbo àwọn ìkéde wọ̀nyí ni a ti kọ, kọ́, àti ṣe àgbékalẹ̀ wọn ní ìbámu pẹ̀lú Ìwé Mímọ́. Àwọn ìtọ́kasí inú Ìwé Mímọ́ ni a fún ní ìparí ìkéde kọ̀ọ̀kan. Bí o ṣe ń gbàdúrà, gbàdúrà pẹ̀lú ìdánilójú pé "àwọn ẹnu ọ̀nà ọ̀run àpáàdì kì yóò borí" (Matteu 16:18). Rántí pé, àwọn ìkéde wọ̀nyí ni a ṣe láti bá àwọn ẹ̀mí jà kì í ṣe àwọn ènìyàn. Má ṣe ṣàánú; má ṣe mú àwọn ènìyàn! Rántí láti jẹ́ gbogbogbòò bí ó ti ṣeé ṣe àti pàtó bí ó ti ṣeé ṣe nígbà tí o bá ní àwọn àlàyé tí ó rọ́pò I fún ọ tàbí òun fún òun tàbí àwa fún wọn àti bẹ́ẹ̀ bẹ́ẹ̀ lọ.

Àdúrà Ìmúṣiṣẹ́ fún ogun ẹ̀mí

<u>aṣòfin àti aṣojú àwọn agbófinró</u> Ọlọ́run :

1. **Mo wá** ní orúkọ Jésù tí a jí dìde, ẹni tí èmi jẹ́ àti ẹni tí mo ń sìn, "pé ní orúkọ Jésù ni kí gbogbo eékún kí ó máa tẹ̀ ba, àwọn ohun tí ń bẹ ní ọ̀run, àti àwọn ohun tí ń bẹ ní ayé, àti àwọn ohun tí ń bẹ lábẹ́ ilẹ̀; àti pé kí gbogbo ahọ́n jẹ́wọ́ pé Jésù Kristi ni Olúwa" (Fílípì 2:10–11; wo Sáàmù 82 pẹ̀lú).

2. **Mo ní ipa lórí** àwọn ètò àti ète Ọlọ́run àtilẹ̀wá, mo sì ń fipá mú wọn ṣe àṣeyọrí lórí àwọn ètò àti ète Sátánì (Dán. 6).
3. **Mo pàṣẹ** , mo sì kéde pé nínú ogun yìí, kò sí ohun ìjà ti ara ẹni (ti inú) tàbí ti òde (ti òde), ìbáà ṣe ti ìmọ̀lára, ti ìnáwó, ti àwùjọ, ti ara, ti ọpọlọ, ti ara ẹni, ti ẹ̀mí, tàbí ti ètò, tí a ṣe sí mi tí yóò ṣe àṣeyọrí (1 Sam. 17:47; Isa. 54:17; Jer. 51:20; Johanu 14:30; 2 Kor. 7:5; Efesu 4:27).
4. **Mo gbé** ìhámọ́ra ìmọ́lẹ̀ àti ti Olúwa lé ara mi (Rom. 13:12; Efesu 6:13–17):

- **Òtítọ́ láti bo ẹ̀gbẹ́ mi (Sm. 51:6)**

- **Àwo ìgbàyà òdodo láti bo ọkàn mi àti ihò àyà mi (Sm. 5:12; 2 Kọ́r. 6:7)**

- **Ìhìnrere àlàáfíà láti bo ẹsẹ̀ mi (Aís. 52:7)**

- **Àpáta ìgbàgbọ́ láti bo ara mi pẹ̀lú ìgbèjà àti ìkọlù (Heb. 10:38; 11:1, 6)**

- **Àṣíborí ìgbàlà láti bo orí mi (Aís. 59:17; 1 Tẹs. 5:8)**

- **Idà Ẹ̀mí, èyí tí í ṣe Ọ̀rọ̀ Ọlọ́run (Efe. 6:17; Ìfihàn 1:16)**

- **Olúwa Jésù Kristi (Róòmù 13:14)**

    - **Aṣọ òdodo (Ais. 61:10)**
    - **Ògo Ọlọ́run ni èrè mi (Aís. 58:8).**
    - **Mo pàṣẹ** , mo sì kéde pé àwọn ohun ìjà ogun mi kì í ṣe ti ara, ṣùgbọ́n wọ́n lágbára láti ọwọ́ Ọlọ́run (1 Sam. 17:45; Rom. 13:12; 2 Kor. 10:3–6; Efesu 6:13–18).
    - **Mo wó** àwọn ibi gíga lulẹ̀ mo sì wó àwọn èrò asán àti gbogbo ohun gíga tí ó gbé ara rẹ̀ ga lòdì sí ìmọ̀ Jesu Kristi lulẹ̀. Àwọn èrò mi ti wà lábẹ́ ìṣàkóso

Kristi nísinsìnyí (Aís. 14:13–14; Eseki. 28:2; 2 Kor. 10:5).

- **Mo sọ** pé ìfòróróyàn Ọlọ́run pa gbogbo àjàgà run ní ìgbésí ayé mi àti pé ọkàn mi, ẹ̀mí mi, àti ara mi ń ṣiṣẹ́ ní ìtòlẹ́sẹẹsẹ gẹ́gẹ́ bí ìlànà àtọ̀runwá (1 Kọ́r. 9:27; 14:40).
- **Mo pàṣẹ** , mo sì kéde pé ara mi ti yá, ẹ̀mí mi sì kún fún mi; àìsàn àti àrùn jìnnà sí mi (Aís. 53:5).
- **Mo gbé** àwọn ààlà, ààlà, àti ààlà àtọ̀runwá kalẹ̀, mo sì ṣe òfin àti ìlànà ìjọba ọ̀run láti ṣàkóso gbogbo ìgbòkègbodò nínú rẹ̀ (1 Kíróníkà 4:10; Sáàmù 147:14; Aísáyà 60:18).
- **Mo kọ̀** (kò gbà, mo sì kọ̀) gbogbo ìjìyà èṣù, ìgbòkègbodò ìyípadà, àṣẹ, ìtọ́ni, àṣẹ, tàbí àṣẹ tí ó lòdì sí ìfẹ́ Olúwa nípa ìgbésí ayé mi, iṣẹ́ ìránṣẹ́, àti ìdílé mi (Matteu 18:18).
- **Mo pa** àwọn ìpinnu àti ìdájọ́ búburú nípa iṣẹ́ ìránṣẹ́ mi, ìgbésí ayé mi, àti ìgbésí ayé àwọn mẹ́ḿbà ìdílé mi, àwọn ọ̀rẹ́ mi, àti àwọn alábàákẹ́gbẹ́ mi run (Aís. 38:1–5; 39:6–8; Mát. 16:19).
- **Mo gba àkóso** lórí àwọn ọ̀nà afẹ́fẹ́, àwọn ìràwọ̀, àwọn ètò, àwọn spheres, àwọn stratospheres, àwọn apá ilẹ̀ ayé, àwọn afẹ́fẹ́, àwọn ilẹ̀, àwọn agbègbè, àti àwọn agbègbè (Jer. 1:10; Matt. 16:19; 18:18; 1 Kọr. 6:2–3; Efe. 2:6; Ìfihàn 5:10; 11:12).
- **Mo lé** àwọn ẹ̀mí alágbára kúrò, mo sì lo Máíkẹ́lì, àwọn olórí áńgẹ́lì mìíràn, àti àwọn ọmọ ogun áńgẹ́lì láti yanjú àwọn ìjà, àríyànjiyàn, ìjà, àti àtakò Sátánì nípa àṣẹ yìí (2 Àwọn Ọba 7:5–7; 2 Kíróníkà 32:21; Dán. 3:24–25; 6:22; 10:13; Sm. 91:11; 103:20; Héb. 1:14).
- **Mo kéde** àwọn iṣẹ́ àtọ̀runwá àti ti àwọn áńgẹ́lì tí ó yọrí sí rere, ìdè ìsàlẹ̀, àwọn ìrànlọ́wọ́, àti ìrànlọ́wọ́. Gẹ́gẹ́ bí Ọ̀rọ̀ Rẹ nínú Sáàmù 103:20, àwọn áńgẹ́lì "tayọ ní agbára" nísinsìnyí láti kópa àti láti dáàbò bo

ara mi, dúkìá, àti dúkìá mi (2 Àwọn Ọba 6:17; Dan. 3:15–30; Ìṣe Àwọn Apọsteli 12:1–10).

- **Jèhófà-Gibbor** , bá àwọn tí ń bá mi jà jà; bá àwọn tí ń bá mi jà jà. Di asà àti àpáta mú, kí o sì dìde dúró fún ìrànlọ́wọ́ mi! Fa ọ̀kọ̀ àti ọ̀kọ̀ jáde pẹ̀lú, kí o sì dí ọ̀nà àwọn tí ń lépa mi tí wọ́n sì ń ṣe inúnibíni sí mi. Wọ aṣọ ogun rẹ. Kó àwọn ọgbọ́n rẹ jọ; kó ohun ìjà àti ohun ìjà rẹ jọ láti inú ohun ìjà àtọ̀runwá rẹ. Mú kí ọfà rẹ mọ́lẹ̀, kó àwọn asà rẹ jọ, kí o sì jẹ́ kí ẹsan jẹ́ àfojúsùn rẹ tó ga jùlọ bí o ṣe ń wó kẹ̀kẹ́ ẹṣin, ẹṣin àti àwọn ẹlẹ́ṣin lulẹ̀. Jẹ́ kí ẹ̀rù kọlu ọkàn àwọn ọ̀tá mi kí ó sì mú kí ọkàn wọn rẹ̀wẹ̀sì.
- **Mo pàṣẹ** , mo sì kéde pé nípasẹ̀ rẹ ni mo fi ń sáré la àárín àwọn ọmọ ogun kọjá, tí mo sì ń fò lórí odi. Ìwọ ni Ọlọ́run mi: Ọlọ́run tí ó fi agbára dì mí, tí ó sì mú ọ̀nà mi pé. Ìwọ ni o ṣe ẹsẹ̀ mi bí ẹsẹ̀ àgbọ̀nrín, tí ó fún mi ní ìdúróṣinṣin kí n lè dúró ṣinṣin, kí n sì tẹ̀síwájú lórí àwọn ibi tí ó léwu ti ìdánwò àti wàhálà. Ìwọ ni o gbé mi kalẹ̀ ní ààbò ní àwọn ibi gíga mi. Ìwọ ni o kọ́ ọwọ́ mi ní ogun, ìka mi sì ń jà, o fún mi ní agbára àti agbára tí ó ju ti ẹ̀dá lọ kí apá mi lè fọ́ ọfà irin. Ìwọ ni àpáta mi, apata mi, àti ilé ìṣọ́ alágbára mi. Ìwọ ti fi apata ìgbàlà rẹ fún mi, ọwọ́ ọ̀tún rẹ sì fi mí múlẹ̀ gẹ́gẹ́ bí olùborí nínú ogun yìí. Lu ọ̀tá mi. Fún mi ní ọrùn rẹ̀. Jẹ́ kí n lépa wọn kí n sì lé wọn títí wọn yóò fi fara pa wọ́n, tí wọn yóò sì pa wọ́n run, tí wọn yóò ṣubú ní ẹsẹ̀ mi, tí wọn kò ní dìde mọ́. Fi orúkọ mi múlẹ̀ ní ọ̀run. Jẹ́ kí àwọn tí ó gbọ́ nípa mi tẹríba kí wọ́n sì gbọ́ràn sí mi.
- **Mo kéde** pé Ìwọ ni o ti súre fún mi. Ìwọ ni o fún mi ní agbára. Kì í ṣe nípa agbára mi tàbí nípa agbára mi, bí kò ṣe nípa Ẹ̀mí Olúwa. Nítorí nígbà tí ọ̀tá bá wọlé bí ìkún omi, Ẹ̀mí rẹ yóò gbé ọ̀págun sókè sí i (Ẹ́ks. 15:3; Deut. 32:41–42; Sm. 7:13; 18:29–50; 35:1–8; 144:5–7; Isa. 42:13–14; 59:16–19; Hag. 2:22).

- **Mo kọ̀** , mo sì kọ̀ láti ṣe àwọn ìgbòkègbodò àtakò síi ti àwọn ènìyàn èṣù pẹ̀lú àwọn iṣẹ́ búburú nípa ìgbésí ayé mi, iṣẹ́ ìránṣẹ́, àti ìdílé mi, mo sì ń bá wọn jagun (Neh. 4:14).
- **Mo kórìíra** àti pé mo kà á léèwọ̀ fún ìdènà ẹ̀mí èṣù àti ìdènà tàbí ìdènà èyíkéyìí (Dan. 10:1–13).
- **Mo tako** awọn ariyanjiyan Satani, awọn ero, awọn imunibinu, ati awọn ijiroro nipa igbesi aye mi ati ẹmi mi, mo si fi idi asọtẹlẹ ati ayanmọ atọrunwa le ori gbogbo awọn iṣe ati awọn agbara alatako ti o lodi si ifẹ Ọlọrun ninu Kristi Jesu nipa igbesi aye mi (1 Sam. 1:1–8; 1 Awọn Ọba 22:1–23; 1 Kronika 21:1–2; Jobu 1:7–12; 3:25; Juda 9).
- **Mo so** ìfòòró Satani pọ̀ mọ́ ara mi, mo sì bá ìfòòró Satani wí (2 Sam. 11:1–2). Mo dá gbogbo ìṣọ́ Satani dúró, mo sì kọ̀ láti ṣe bẹ́ẹ̀ (1 Sam. 18; Matt. 26:4; Marku 11:18; Luku 6:11; Ìṣe 16:16–19).
- **Mo gbé** ẹrù èké sókè mo sì mú ìmọ̀lára ìnira, ìnilára, àti ìbànújẹ́ kúrò. Mo gbé wọn lé Olúwa tí ó ń gbé mi ró. A kì yóò ṣí mi nípò (Sm. 12:5; 54:2; 55:22; Isa. 10:27; 61:3; Matt. 11:28–30; Johanu 14:1).
- **Mo pàṣẹ** àti kéde pé nípa ìfàmì-òróró, gbogbo májẹ̀mú, àdéhùn, ẹ̀wọ̀n, ìdè, ìdè, ìgbèkùn, àti ìgbèkùn tí ó lòdì sí, tako, tàbí dí ìmúṣẹ ètò àtilẹ̀wá Ọlọ́run lọ́wọ́ ni a ti bàjẹ́. Mo ti gba òmìnira kúrò lọ́wọ́ ìbáṣepọ̀ ìran/ẹ̀mí èṣù/ẹ̀mí èṣù, ìbáṣepọ̀, ìdè ọkàn, ẹ̀mí ogún, àti ègún. Mo fi idà Olúwa, ẹ̀jẹ̀, àti Ẹ̀mí ya wọ́n sọ́tọ̀. Mo ń bá DNA mi sọ̀rọ̀ mo sì ń kéde pé mo ti bọ́ lọ́wọ́ gbogbo agbára tí a fi ránṣẹ́ láti ìran kan sí òmíràn—ní ti ẹ̀dá, ti àwùjọ, ti ìmọ̀lára, ti ara, ti ẹ̀mí, ti ẹ̀mí, tàbí nípasẹ̀ ọ̀nà míràn tí mi kò mọ̀ ṣùgbọ́n tí Ọlọ́run mọ̀. Mo kọjú ìjà sí gbogbo ẹ̀mí tí ó ń ṣiṣẹ́ gẹ́gẹ́ bí olùṣọ́nà tàbí olùṣọ́nà sí ọkàn mi, mo sì kọ ìbáṣepọ̀ míràn tí mo mọ̀ tàbí tí mo kò mọ̀, ìbáṣepọ̀, ìbáṣepọ̀, tàbí májẹ̀mú míràn sílẹ̀. Mo ṣí ara mi sílẹ̀ sí ìdáǹdè àtọ̀runwá. Baba, gba ọ̀nà rẹ nísinsìnyí! Ṣe àwọn

nǹkan wọ̀nyẹn nípa mi ní pípé (Deut. 5:9; 7:8–9; Oníw. 7:26; Isa. 61:1; Ìṣe 8:9–13; Gal. 5:1; 1 Tẹsalóníkà 5:23–24; 2 Tímótíù 2:25).

- **Mo pàṣẹ** , mo sì kéde pé ààbò àdúrà, ìfàmọ́ra, ògiri iná, àwọn ìbòrí èéfín, àti ìlà *ẹ̀jẹ̀ kan* ń ṣe àtìmọ́lé ààbò yí mi ká, wọ́n sì ń fi mí pamọ́ kúrò lọ́wọ́ àjàkálẹ̀ àrùn ọ̀tá, àwọn ẹ̀mí tí a mọ̀, àti gbogbo àwọn ẹ̀dá ẹ̀mí èṣù, èyí tí ó mú kí ó ṣòro, bí kò bá tilẹ̀ ṣeé ṣe, fún wọn láti tọ́pasẹ̀ mi tàbí tọ́pasẹ̀ mi ní ọ̀nà ẹ̀mí. Kò ní sí ihò tàbí ìwọ̀ sí àwọn àtìmọ́lé ààbò wọ̀nyí (Ẹ́kísódù 12:13; Jóòbù 1:7–10; Sáàmù 91; Sek. 2:5).
- **Mo tú** orúkọ mi sí ojú ọ̀run, mo sì kéde pé àwọn jagunjagun àdúrà, àwọn alágbàwí, àti àwọn olùṣọ́ àsọtẹ́lẹ̀ ń gbé mi sókè ní agbègbè ẹ̀mí. Mo sọ pé wọn kò ní dáwọ́ dúró tàbí kí wọ́n sọ̀kalẹ̀ láti inú àwọn ilé ìṣọ́ wọn títí tí iṣẹ́ wọn yóò fi parí. Mo pàṣẹ, mo sì kéde pé wọn yóò ṣe iṣẹ́ ìrànlọ́wọ́ wọn lábẹ́ ìtọ́sọ́nà Ẹ̀mí Mímọ́ àti Jésù Kristi, ẹni tí í ṣe olórí alágbàwí mi (Jer. 27:18; Ezek. 3:17; Luku 18:7; Johanu 16:13; Rom. 8:26–27, 34; Heb. 7:25).
- **Mo pàṣẹ** , mo sì kéde pé Ẹ̀mí Olúwa wà lórí mi—ẹ̀mí ọgbọ́n, òye, ìmọ̀ràn àtọ̀runwá, agbára àtọ̀runwá, ìmọ̀, àti ìbẹ̀rù ńlánlà ti Jèhófà. Bí mo ṣe ń tẹ̀síwájú, mo ní agbára àtọ̀runwá, mo sì ń pọ̀ sí i nínú ọgbọ́n àti òye (Aís. 11:2–3; Éfésù 1:17–18; Kólósè 1:9–11; 3:10).
- **Mo pa** àwọn èrò Sátánì, àlá, àsọtẹ́lẹ̀, èrò, àbá, ìfura, àti ẹ̀tàn tí a gbé kalẹ̀ gẹ́gẹ́ bí ẹ̀tàn tàbí ìdè sí ọkàn mi run, àti àwọn tí a yàn láti bá mi gbàdúrà, fún mi, fún mi, àti àwọn tí ń bá mi ṣiṣẹ́, ni a yàn sí mi, tí wọ́n sì ń bá mi ṣe ìbáṣepọ̀ lójoojúmọ́ (1 Àwọn Ọba 22:5–40; Ìṣe Àwọn Apọsteli 13:50; 2 Tẹsalóníkà 2).
- **Mo fi agbára tako** àwọn ọgbọ́n àrékérekè Èṣù, mo sì kọ̀ láti jẹ́ kí àwọn èrò àtọ̀runwá, ìmísí, ìfihàn, òye, ọgbọ́n, ìmọ̀, àti òye tó ń jáde láti inú ìtẹ́ Baba mi ọ̀run máa gbé mi ga, pàápàá jùlọ àwọn tó bẹ̀rẹ̀, tó ń fún mi

níṣìírí, tó ń gbé mi ró, tó sì ń fún mi lágbára ní ìjọba mi ní ilẹ̀ ayé àti ní àwọn ọ̀run, tí wọ́n sì ń mú kí ète ìràpadà Ọlọ́run rọrùn (Mat. 13:19; Efe. 6:11).

- **Mo dá** gbogbo ìgbésẹ̀ ìfàsẹ́yìn, ìdààmú, àti ìparun dúró. Nítorí èyí ni a ṣe fi Ọmọ Ọlọ́run hàn gbangba pé òun yóò pa iṣẹ́ ọ̀tá run (Jòhánù 2:15–17; Ìṣe Àwọn Apọsteli 16:16–19; 1 Jòhánù 3:8).
- **Mo borí** àwọn ìdènà, ìkàléèwọ̀, àti gbogbo ààlà Satani. Mo pàṣẹ, mo sì kéde pé gbogbo ògiri tí a kò lè rí àti èyí tí a kò lè ṣẹ́gun ni a parun (Joṣ. 6:1; Kol. 1:16).
- **Mo ṣe** ìdájọ́ àtọ̀runwá lòdì sí àwọn ìgbòkègbodò èṣù/ẹ̀mí èṣù, mo sì jà pẹ̀lú ẹ̀mí Èlíjà àti Jéhù (1 Àwọn Ọba 18; 2 Àwọn Ọba 9:1–10:28).
- **Mo kọ̀** , mo sọ di asán, mo tú u ká, mo fagilé e, mo sì fi agbára tako gbogbo iṣẹ́ èṣù, ọgbọ́n àrékérekè, àrékérekè, ìbàjẹ́, ọgbọ́n ọgbọ́n, ọgbọ́n àrékérekè, ètò, àti ọgbọ́n àrékérekè tí a ṣe láti dí, dènà, múni bínú, ba, sẹ́, tàbí dá àwọn ètò àtilẹ̀wá Ọlọ́run dúró kúrò nínú ìfarahàn wọn kíákíá, kíákíá, àti kíákíá, pàápàá jùlọ ní àkókò àti àsìkò tí ó tọ́ (Dan. 7:25).
- **Mo kọ̀** láti yí àyípadà àti ìyípadà ìgbà tàbí òfin tó bá kan ìgbésí ayé mi àti iṣẹ́ ìránṣẹ́ mi tàbí ìgbésí ayé ìdílé mi. Mo ń gbé ní ìbámu pẹ̀lú àwọn ìṣípo tí a ṣe pẹ̀lú orin, orin aládùn, àti ìṣípo tí a ṣètò ti Ọlọ́run (Jẹ́n. 1:1–5; Dán. 6:1–15; 7:15–27).
- **Mo fi idi rẹ̀ múlẹ̀** pé tí a bá yí àwọn òfin, ìlànà, ìlànà àkójọpọ̀, ìwé òfin, ìwé àṣẹ, àti ìlànà ìjọba padà, a ó yí wọn padà fún mi kí n lè ṣe àṣeyọrí ní ipò tí a yàn mí sí àti ilẹ̀ tí mo ń gbé (Dán. 6:25–28).
- **Mo pàṣẹ** , mo sì kéde pé àkókò àti àsìkò mi wà ní ọwọ́ Olúwa, ẹnikẹ́ni tàbí ohunkóhun kò ní yí wọn padà tàbí ṣe àtúnṣe wọn. Mo ń ṣiṣẹ́ lábẹ́ ìfòróróyàn àwọn ọmọ Isakari, Ọlọ́run sì fún mi ní agbára àtọ̀runwá láti mọ àkókò àti àsìkò mi dáadáa (1

Kírónikà 12:32; Sm. 31:15; Oníw. 3:1–8; Dáníẹ̀lì 2:21–22).

- **Mo pàṣẹ** , mo sì kéde pé ojú ẹ̀mí mi ń ṣiṣẹ́ pẹ̀lú ìran 20/20 fún òye tó tọ́ àti ìtumọ̀ àwọn ìgbésẹ̀ àtọ̀runwá. Etí mi wà ní ìbámu pẹ̀lú ìgbọ́nára tó tọ́ ti Ẹ̀mí, mo sì ní ìfọ̀rọ̀wérọ̀ tó ṣe kedere (2 Àwọn Ọba 6:17; Jóòbù 42:5; Sáàmù 119:18; Aísáyà 29:18; Jer. 1:11–16; 2 Kọ́r. 4:4; 7:2; Éfésù 4:18; Ìfihàn 4:1).
- **Mo pàṣẹ** pé lónìí ni mo ń ṣiṣẹ́ gẹ́gẹ́ bí àkójọ/ìwé àtòjọ àtọ̀runwá Ọlọ́run. Mo pàṣẹ pé ètò Ọlọ́run ni ètò mi. Èmi kì í ṣe ti ara mi; a ti rà mí pẹ̀lú owó. Nítorí náà mo fi ara mi fún Un nìkan. Mo kéde pé, gẹ́gẹ́ bí Jésù, "Mo dé: nínú ìwé náà ni a kọ nípa mi" (Sm. 40:7; wo Sm. 139:16; 1 Kọ́r. 7:23; Jákọ́bù 4:7).
- **Baba, pa** àwọn ètò àwọn olùyọnu, àwọn ẹlẹ́yà, àwọn ẹlẹ́yà, àwọn ẹlẹ́yà, àwọn olùṣe inúnibíni, àti àwọn apànìyàn run. Fi àwọn aṣojú èṣù hàn kí o sì fún mi ní àwọn ọgbọ́n àti ọgbọ́n àtọ̀runwá láti dá àwọn ètò àti ètò tí a gbé kalẹ̀ fún ikú mi mọ̀, láti tako, àti láti borí wọn (Ẹst. 9:25; Sm. 5:10; 7:14–16; 34:21; 35:1–8; 52:5; 83:13–17; 141:10; Òwe 26:27; 28:10; Dán. 3, 6; Mátíù 7:15–23; 2 Kọ́r. 11:14–15):
- **Fa ọ̀kọ̀ rẹ jáde kí o sì dá wọn dúró ní ọ̀nà wọn.**
- **Jẹ́ kí wọ́n dààmú kí wọ́n sì ìtìjú.**
- **Jẹ́ kí wọ́n ṣubú nípa ìmọ̀ràn ara wọn.**
- **Jẹ́ kí a yí wọn padà kí a sì kó wọn sínú ìdàrúdàpọ̀.**
- **Jẹ́ kí wọ́n dàbí ìyàngbò tí afẹ́fẹ́ ń gbá kiri.**
- **Jẹ́ kí áńgẹ́lì Olúwa lé wọn.**
- **Jẹ́ kí ọ̀nà wọn la àwọn ibi òkùnkùn àti ibi yíyọ̀ kọjá, pẹ̀lú áńgẹ́lì Olúwa tí yóò máa lépa wọn tí yóò sì máa fiyà jẹ wọ́n.**
- **Jẹ́ kí wọ́n jẹ ẹni tí ó ń wá ẹ̀mí mi tí ó sì ń béèrè fún ìtìjú àti ìtìjú.**

- **Jẹ́ kí àwọn tí wọ́n ń gbèrò ibi sí mi yí padà kí wọ́n sì dààmú.**
- **Jẹ́ kí ìparun dé bá wọn lójijì.**
- **Jẹ́ kí wọ́n ṣubú sí ìparun ara wọn.**
- **Jẹ́ kí ìparun dé bá wọn láìmọ̀.**
- **Jẹ́ kí wọ́n kọsẹ̀ kí wọ́n sì ṣubú sínú ìparun tí wọ́n ti gbèrò fún mi.**
- **Jẹ́ kí wọ́n farapa kí wọ́n sì parun nípasẹ̀ àwọn ohun ìjà tí wọ́n ṣe fún mi.**
- **Jẹ́ kí wọ́n wà nínú àwọ̀n kan náà tí wọ́n gbé kalẹ̀ fún mi.**
- **Jẹ́ kí wọ́n ṣubú sínú ihò tí wọ́n gbẹ́ fún mi.**
- **Jẹ́ kí wọ́n wà lórí okùn tí wọ́n kọ́ fún mi.**
- **Jẹ́ kí wọ́n jóná nínú iná tí wọ́n ti dá fún mi.**
- **Jẹ́ kí àwọn ẹranko tí wọ́n ti pèsè sílẹ̀ fún mi jẹ wọ́n run.**
- **Pa wọ́n ní ìṣẹ́ ibi wọn gan-an.**
- **Jẹ́ kí a dá ìwa-burúkú wọn padà sí wọn ní ìlọ́po méjì.**
- **Jà wọ́n kúrò ní ibùgbé wọn.**
- **Fa wọn gbòǹgbò kúrò ní ilẹ̀ alààyè.**
- **Jẹ́ kí ibi pa wọ́n, kí ìparun sì jẹ́ ìpín wọn.**
- **Ṣe wọ́n bí kẹ̀kẹ́ tí ń yípo pẹ̀lú ìdàrúdàpọ̀.**
- **Ṣe wọ́n bí ìyẹ̀fun níwájú afẹ́fẹ́.**
- **Ṣe wọ́n bí igi tí a fi iná jó.**
- **Fi ìjì líle Rẹ lé wọn.**
- **Jẹ́ kí ìbẹ̀rù àti ìbẹ̀rù gba ọkàn wọn.**
- **Jẹ́ kí wọ́n dààmú kí wọ́n sì dààmú títí láé.**
- **Mo lo** àwọn ọmọ ogun ọ̀run láti bá àwọn ọmọ ogun òkùnkùn jà (1 Sam. 17). Gba àṣẹ, dá dúró, kí o sì dá àwọn ìgbòkègbodò ẹ̀mí èṣù àti àwọn ìgbòkègbodò èṣù dúró láti inú:

- **Ayé ìsàlẹ̀ àti àwọn agbègbè mẹ́fà rẹ̀ (Aísáyà 14:9, 15; 38:18; Dán. 7:1–28; Ìfihàn 20:13–14)**
- **Ikú (Jóòbù 34:22; 1 Kọ́r. 15:55)**
- **Ọ̀run Àpáàdì/Ṣìọ́ọ̀lù/Hédíìsì (Aís. 14:19)**
- **Isà òkú (Isa. 38:10; Ìsík. 31:15).**
- **Kòtò náà (Ìsíkíẹ́lì 32:23)**
- **Àìsí ọ̀gbun, agbègbè ìsàlẹ̀ ihò náà (Aís. 38:17; Sáàmù 30:3)**
- **Àwọn agbègbè òkun (Jóòbù 41:1–31; Ìsíkíẹ́lì 26:16)**
- **Àwọn Ọ̀run (Efe. 2:6; 6:12; Ìfihàn 12:7)**
- **Àwọn agbègbè ilẹ̀ ayé, ilẹ̀ abẹ́ ilẹ̀, àti ọ̀run (Aís. 14:12–14; Jer. 1:10; Lúùkù 11:16–26; Róòmù 8:14–23; Fílí. 2:10)**
- **Mo fi** ọ̀rọ̀ àsọtẹ́lẹ̀ lé gbogbo ìgbésẹ̀, ọgbọ́n àti ọgbọ́n ọ̀tá lọ́wọ́ (1 Tím. 1:18–20).
- **Mo ṣẹ́gun lórí ìjọba** àti ìṣẹ́gun, gẹ́gẹ́ bí Isaiah 54:17 ti sọ, ọ̀rọ̀ burúkú, ìfẹ̀kúfẹ̀ẹ́, iṣẹ́ àfọ̀ṣẹ, iṣẹ́ àfọ̀ṣẹ, ìfiṣe-ẹ̀sùn, ègún, Àdúrà àjẹ́, àti gbogbo ọ̀rọ̀ àìlọ́gbọ́n tí a sọ lòdì sí àwọn ètò àti ète Ọlọ́run ní ìpilẹ̀ṣẹ̀.
- **Mo yí** ègún tí ó ní í ṣe pẹ̀lú àwọn ọ̀rọ̀ àti àṣẹ wọ̀nyí padà, mo sì kéde pé wọn kò ní dúró, wọn kò ní ṣẹ, wọn kò ní gbòǹgbò, àti pé àwọn ìṣe ìkà wọn ni a ó dá padà sí wọn ní ọ̀nà méjì.
- **Mo kéde** pé gbogbo ahọ́n èké ni ó jẹ́ àṣìṣe àti pé òtítọ́ ni ó ń borí. Fi ìkọ́ sí ihò imú wọn, fi ètè wọn pamọ́, kí o sì fi mí pamọ́ kúrò nínú àjàkálẹ̀ ahọ́n wọn (Jobu 5:21; Sm. 5:6–10; Isa. 37:29).
- **Mo** lòdì sí irọ́, ọ̀rọ̀ èké, àròjinlẹ̀, ẹ̀sùn, ìkọ̀sílẹ̀, àti ìpàniyàn nípa ìwà. Baba, jẹ́ kí àwọn ọ̀run tẹrí ba pẹ̀lú ìdájọ́ àtọ̀runwá; da mànàmáná jáde láti fọ́n wọn ká; ta ọfà rẹ jáde láti pa wọ́n run; fi ọwọ́ rẹ lé mi láti òkè kí o sì mú wọn kúrò. Èmi kì yóò pàdánù ilẹ̀ tàbí agbègbè kankan nípasẹ̀ àwọn ìsapá tàbí ìgbésẹ̀ wọn

tí ń ba nǹkan jẹ́ (1 Àwọn Ọba 21:1–16; Orin Dafidi 144:5–7).

- **Mo kọ̀** láti jẹ́ kí olùfisùn àwọn arákùnrin ṣiṣẹ́ tàbí kí ó ní ipa lórí ọkàn tàbí èrò inú ẹnikẹ́ni tí ó bá pàdé mi (Ìfihàn 12:10).
- **Mo yí** ipa ti eyikeyi abuku pada mo si kede pe ojurere atọrunwa, oore-ọfẹ, ọlá, ati awọn ifẹ rere ni bayi rọpo eyikeyi ati gbogbo awọn ikunsinu odi, awọn imọran, ati awọn ero nipa ara mi, idile mi, ati iṣẹ/iṣẹ-iranṣẹ ti a pe mi lati ṣe.
- **Mo pàṣẹ** , mo sì kéde pé ọlá àti ọlá ni ìpín mi (Jẹ́n. 12:1–3; Sm. 5:12).
- **Baba** , ba àwọn àmì àwọn àjẹ́ àti àwọn ológun tí wọ́n tako ìfàmì-òróró jẹ́ gẹ́gẹ́ bí ìwọ ti ṣe pẹ̀lú Jannes àti Jambres ní ọjọ́ Mose. Pa àmì àwọn òpùrọ́, àwọn awòràwọ̀, àwọn aríran, àwọn afọ̀ṣẹ, àwọn oníṣẹ́ oṣó, àti irú wọn. Sọ àwọn àfọ̀ṣẹ di òmùgọ̀, kí o sì sọ ìmọ̀ òkùnkùn wọn di òmùgọ̀ (Aís. 44:25; 2 Tím. 3:8).
- **Bá** àwọn àjọṣepọ̀ Sátánì wí kí o sì tú wọn ká, kí o sì fi Ẹ̀mí mú wọn. Jẹ́ kí gbogbo ìsapá àti ìsapá ìkọ̀kọ̀ àti/tàbí ìkọ̀kọ̀ jálẹ̀ (2 Kíróníkà 20:35; Neh. 4:7–8; Ẹst. 3–9; Jóòbù 5:12–14; Sáàmù 35:4; 55:9; 70:2; 83:17; 129:5).
- **Jẹ́ kí àwọn ẹ̀rọ tí wọ́n ṣe já wọn kulẹ̀ kí ọwọ́ wọn má baà lè ṣe iṣẹ́ wọn.**
- **Mú wọn ní ọ̀nà àrékérekè àti ọgbọ́n àrékérekè tiwọn.**
- **Jẹ́ kí wọ́n pàdé òkùnkùn ní ọ̀sán, kí wọ́n sì máa ta ọwọ́ ní ọ̀sán gangan bí ẹni pé ní òru.**
- **Tú àwọn kòkòrò àrùn àtọ̀runwá sílẹ̀ láti gbógun ti ibi ìkópamọ́ ìpamọ́ Satani, kí o sì pàṣẹ pé kí a jẹ wọ́n run kí a sì pa wọ́n run.**
- **Jẹ́ kí gbogbo ìbánisọ̀rọ̀ àti ìsopọ̀ búburú ọjọ́ iwájú já sí òfo. Gbogbo ìgbìyànjú yóò yọrí sí àìbáramu àti àìlóye.**

- **Rán ẹ̀mí ìdàrúdàpọ̀ sí ààrín wọn.**
- **Jẹ́ kí ahọ́n wọn pín sí méjì.**
- **Ṣẹ́gun àti wó ìbàjẹ́, ìbàjẹ́, àti ìfàsẹ́yìn lulẹ̀.**
- **Jẹ́ kí gbogbo ìkọlù ẹ̀san kùnà.**
- ọ̀rọ̀ ìránṣẹ́ rẹ **dájú láàrín wọn, kí o sì mú ìmọ̀ràn àwọn ìránṣẹ́ rẹ ṣẹ (Aís. 44:26).**
- **Rán** àwọn ìkọlù àtọ̀runwá ti àwọn áńgẹ́lì, àsọtẹ́lẹ̀ àti àwọn ọgbọ́n àrékérekè lòdì sí ọgbọ́n èṣù (Joṣ. 5:13–14; Orin Dafidi 103:20–22).
- **Ẹ mú** àwọn tí wọ́n ń ṣiṣẹ́ ní ẹ̀mí Jésíbẹ́lì tàbí Bélíálì. Ẹ má ṣe jẹ́ kí wọ́n tako ìfàmì òróró, kí wọ́n gba agbára, tàbí kí wọ́n ní àǹfààní nínú àdánidá tàbí ní agbègbè ẹ̀mí (1 Sám. 10:27; 1 Àwọn Ọba 19:1–5; 21:1–16).
- **Mo kọ̀ láti fi** àwọn ìfarahàn Satani sílẹ̀, mo sì sọ pé àwọn ìgbésẹ̀ "ìṣẹ́kù" àtọ̀runwá àti "ìṣẹ́kù" máa ń wáyé nínú àwọn ilé ọlẹ̀ Satani àti àwọn ohun èlò ìfàmọ́ra (2 Kọ́r. 10:5).
- Nisinsinyi Baba, O ti fun mi ni ise nla lati se. Mo n ja fun itusilẹ inawo ati gbogbo awọn ohun elo ti o jẹ ti emi. Ohun gbogbo ti a ti pese sile fun mi ṣaaju ipilẹ aye, ti o jẹmọ igbesi aye mi (iṣẹ-iranṣẹ, ipe) ati iwa-bi-Ọlọrun wa si mi nisinsinyi. Emi kii yoo/ni a ko ni kọ̀. Emi kii yoo/ni gba awọn afidipo. Mo pe awọn ohun elo lati ariwa, guusu, ila-oorun, ati iwọ-oorun. Mo paṣẹ ati kede pe gbogbo ohun elo ti o nilo fun mi lati mu awọn eto ati awọn ero Ọlọrun atilẹba ṣẹ wa si ọdọ mi laisi idaduro ni bayi (2 Pet. 1:3).
- **Mo pàṣẹ** , mo sì kéde pé ọ̀rọ̀ àwọn ènìyàn búburú kò ní tọ́jú fún mi mọ́, ṣùgbọ́n wọ́n ti tú wọn sílẹ̀ nísinsìnyí. Jẹ́ kí àwọn tí ó di ọ̀rọ̀ mi mú pẹ́ ju bí ó ti yẹ kí wọ́n ṣe lọ, kí wọ́n sì jìyà láìsí ìtura títí wọn yóò fi tú ohun tí ó tọ́ sí mi sílẹ̀. Mo pàṣẹ fún Sátánì láti "kọ́ ọ," tú u jáde, tú u sílẹ̀, tú u sílẹ̀, kí ó sì jẹ́ kí ó lọ (Jóòbù 20:15–18; Sm. 66:12; Oníw. 2:26).

- **Jèhófà-Jireh** , tú àmùrè àwọn ọba! Ní orúkọ Jésù, pàṣẹ pé kí a ṣí àwọn ẹnu ọ̀nà méjì tí ó ní ìyẹ̀fun. Lọ síwájú mi kí o sì ṣe àwọn ibi tí ó yípo ní títọ́. Fọ́ àwọn ẹnu ọ̀nà idẹ sí wẹ́wẹ́, kí o sì gé àwọn ọ̀pá irin sí wẹ́wẹ́. Fún mi ní àánú àti ojúrere rẹ tí kò láfiwé, ìṣúra òkùnkùn, àti ọrọ̀ ìkọ̀kọ̀ ní àwọn ibi ìkọ̀kọ̀ (Aís. 45:1–3). Mo kéde pé ìfàmìsí Kírúsì ń ṣàn láìsí ìdíwọ́ àti láìsí àbàwọ́n nínú ìgbésí ayé mi (Aís. 60:10–17; Fílí. 4:19).
- **Ẹ gbé** orí yín sókè, ẹ̀yin ẹnu ọ̀nà (àwọn olùṣọ́ ẹnu ọ̀nà), kí a sì gbé yín sókè títí láé, ẹ̀yin ìlẹ̀kùn tí ó dúró títí láé (àwọn olùṣọ́ ilẹ̀kùn) kí Ọba ògo, Olúwa alágbára àti alágbára, Olúwa àwọn ọmọ-ogun, lè wọlé (Sm. 24:7–10). Mo kéde ìmọ̀ mi tí kò lè dí I lọ́wọ́ láti wọlé. Nítorí náà, a kò ní kọ̀ mí sílẹ̀, a kò sì lè kọ̀ mí sílẹ̀ nípa ohun tí ó jẹ́ ti èmi!
- **Mo pàṣẹ** , mo sì kéde pé a ó tú àwọn ọmọ ogun àwọn Kèfèrí sílẹ̀, wúrà àti fàdákà láti inú Tarṣiṣi àsọtẹ́lẹ̀ mi, àti ayaba Sheba, wòlíì mi, láti wá pẹ̀lú gbogbo ohun ìní/ohun àlùmọ́ọ́nì/ẹ̀bùn iyebíye tí ó yẹ fún àwọn ọmọkùnrin àti ọmọbìnrin Ọba àwọn ọba.
- **Mo pàṣẹ** , mo sì kéde pé èmi yóò mu wàrà àwọn Kèfèrí ní ọmú àwọn ọba (Aís. 60:16). Èmi yóò pọ̀ sí i bí ọ̀pọ̀lọpọ̀ òkun ṣe ń yí padà sí mi (Aís. 60:5). Àwọn ọmọ àjèjì yóò kọ́ odi mi, àwọn ọba wọn yóò sì máa ṣe ìránṣẹ́ fún mi (Jóòbù 27:16–17; Aís. 60).
- **Mo pàṣẹ** , mo sì kéde pé Ọlọ́run mi ti mú mi dé ibi ọlọ́rọ̀ mi, mo sì ń gbé ní Goshen tí mo jẹ́ àsọtẹ́lẹ̀. Mo ń pọ̀ sí i ní ọrọ̀, mo sì ń ṣe rere ní ilẹ̀ tí mo ń gbé, a sì rán mi gẹ́gẹ́ bí aṣojú Ọlọ́run. Gẹ́gẹ́ bí aṣojú rẹ̀, gbogbo ẹ̀tọ́, àǹfààní, ọ̀wọ̀, àti ọlá ni a nawọ́ rẹ̀ sí mi. Oore-ọ̀fẹ́, òtítọ́, ìwà rere, àti àánú ni àwọn olùṣọ́ mi.
- **Mo pàṣẹ** , mo sì kéde pé ọgbọ́n ni olùdámọ̀ràn mi; Ẹ̀mí Mímọ́ ni olùdámọ̀ràn mi; Jésù Kristi ni olùdámọ̀ràn mi. Ọlọ́run, El Elyon, onídàájọ́ mi kan ṣoṣo ló kéde, nítorí náà mo fi hàn pé àlàáfíà ni àwọn

olórí mi, òdodo ni àwọn olùfipámúni mi, ìgbàlà odi mi, ìyìn sì ni ẹnu ọ̀nà mi (Jẹ́n. 47:27; Aísá. 60:17–18).

- **Mo pàṣẹ** , mo sì kéde pé àkókò ojúrere mi kì yóò já mi kulẹ̀ (Sm. 102:13).
- **Mo fi** àwọn àmì ìfòyà wọ̀nyí sílẹ̀ fún ọrọ̀ àti àṣeyọrí lórí ìgbésí ayé mi, iṣẹ́ ìránṣẹ́ mi, àti gbogbo àwọn ọmọ ìdílé mi, alábààṣiṣẹpọ̀ mi, àti ọ̀rẹ́ mi, kí a lè fi ògo fún Ọlọ́run àti orúkọ Ọlọ́run nìkan:
- **Ìfàmì òróró sí Jábésì (1 Kíró. 4:10)**
- **Ìfòróróyàn Abrahamu (Jẹn. 12:1–3)**
- **Ìfòróróyàn Melkisedeki (Jẹn. 14:18; Heb. 5:6–10)**
- **Fífàmì òróró sí Jósẹ́fù (Sm. 105:21)**
- **Ìfòróróyàn láti ọ̀dọ̀ Jákọ́bù (Jẹ́n. 28:1; 30:43)**
- **Ìfòróróyàn Ísákì (Jẹ́n. 26:1–14)**
- **Ìfòróróyàn Mèsáyà (Lúùkù 8:1–3)**
- **Ìfàmì òróró onímọ̀ọ́rọ̀ (1 Kíróníkà 29; 2 Kíróníkà 9)**
- **Ìfàmì òróró onígbà méje ní ọgbà Édẹ́nì (Jẹ́n. 1:28, 30; 2:15)**
- **Ìforóróró Ùsáyà (2 Kíró. 26:5–15).**
- **Ìfòróróyàn Jóṣúà (Jóṣ. 6:1–3)**
- **ni mo** kún fún àǹfààní (Sm. 68:19).
- **Mo** dojúkọ ẹ̀mí àìní. Olúwa ń ṣe àṣeyọrí iṣẹ́ ọwọ́ mi. Nípasẹ̀ Rẹ̀ àti nípasẹ̀ Rẹ̀ ni mo fi ń ṣe àwọn iṣẹ́ ńlá. Mo tún sọ ọ́ lẹ́ẹ̀kan sí i pé, a kì yóò kọ̀ mí sílẹ̀ (Dán. 11:32)!
- **Mo kede** aṣeyọri ati ilọsiwaju ni orukọ Jesu (2 Kọr. 2:14). **Mo pàṣẹ** , mo sì kéde pé ìjọba ọ̀run ń ṣàkóso, ó sì ń jọba (Ìfihàn 11:15).
- **Mo rán** àwọn ọ̀rọ̀ wọ̀nyí jáde bí afẹ́fẹ́ Euroclydon ní ìjọba ẹ̀mí láti wó àwọn ibùdó ọ̀tá lulẹ̀ kí ó sì pa wọ́n run. Jẹ́ kí afẹ́fẹ́ mẹ́rin ti Ẹ̀mí àti ti ọ̀run fẹ́ bí afẹ́fẹ́

ìparun, tí ó ń ṣẹ́gun (Jer. 51:1; Ìṣe Àwọn Apọsteli 27:14).

- **Mo pàṣẹ** , mo sì kéde pé àdúrà yìí àti gbogbo àdúrà ọjọ́ iwájú yóò gba àwọn ànímọ́ ti àwọn ohun ìjà ọrun ní agbègbè ẹmí, wọ́n sì ń lu ojú (Sm. 57:4).
- **Mo pàṣẹ** pé àwọn òfin tí ó ń darí àdúrà yìí àti gbogbo ọgbọ́n ogun ẹmí àti ọgbọ́n ìjagun ni ó so mọ́ Ọ̀rọ̀ náà, ẹ̀jẹ̀ àti Ẹmí (1 Jòhánù 5:7–8).
- **Mo pàṣẹ** pé gbogbo ẹmí tí a tú sílẹ̀ kúrò nínú iṣẹ́ búburú wọn yóò di ara àpótí ẹsẹ̀ Jésù báyìí (Sm. 110:1). *Mo fi èdìdì sí àdúrà yìí ní orúkọ Jésù...àmín!*
- **Baba, fi ọrọ̀ ogo ati ojurere rẹ ti ko ni opin han wa titi agbara aidara yoo fi bo inu wa pẹlu agbara atọrunwa rẹ ati agbara iyalẹnu rẹ ni orukọ Jesu Kristi, Amin Efesu 3:16-21**
- **Ẹmí Mímọ́, bí a ṣe ń ru ẹmí rẹ sókè nínú wa nígbà gbogbo, tí a sì ń fi ìgbàgbọ́ hàn nínú ìgbésí ayé àwọn ẹlòmíràn, kí ìyè Kristi lè tú sílẹ̀ nínú wa bí ìfẹ́ Kristi ṣe di orísun àti gbòǹgbò ìgbésí ayé wa ní orúkọ Jésù Kristi, àmín Éfésù 3:16-21**
- **A gba agbara ati agbara lati odo Olorun lati ni iriri opo eniyan ti ife iyanu Kristi ni gbogbo apa re ni oruko Jesu Kristi Amin Efesu 3:16-21**
- **A gba itujade ifẹ rẹ sinu igbesi aye wa titi a o fi kun fun kikun pẹlu kikun Ọlọrun ni orukọ Jesu Kristi, Amin Efesu 3:16-21**
- **A gba igboya ati oye ti o peye lati fi agbara agbara Olorun ti nsise ninu wa han lati se aseyori ati lati se aseyori ju ibeere wa lo, ala wa ti o je alaigbagbọ lọ, ati lati koja ironu wa ti o buru ju ni oruko Jesu Kristi, Amin Efesu 3:16-21**
- **Baba, a n pe agbara iyanu re ninu wa lati fun wa ni agbara nigba gbogbo ni akoko ati ni akoko ti**

ko to fun awon ise ni oruko Jesu, amin Efesu 3:16-21

- Jẹ́ kí oore-ọ̀fẹ́ àti ọgbọ́n pọ̀ sí i níwájú rẹ Olúwa Ọlọ́run àti níwájú ènìyàn ní orúkọ Jésù Kristi, Àmín Éfésù 3:16-21
- Gba gbogbo iyin ologo ti o dide nigbagbogbo nitori awọn iṣẹ-ṣiṣe ti o ti kọja, isisiyi ati ọjọ iwaju ni orukọ Jesu, Amin Efesu 3:16-21
- Àwọn ọ̀rọ̀ wọ̀nyí tí ó ti jáde, kì yóò padà sí wa ní òfo ṣùgbọ́n wọn yóò mú ète tí a fi rán wọn ṣẹ, wọn yóò sì padà wá pẹ̀lú ẹ̀rí sí ògo Ọlọ́run wa Isaiah 55:11

- Mo paṣẹ ati kede iṣẹ mi ati rin pẹlu ọrọ Ọlọrun ti a kọ silẹ, imọlẹ ati itọsọna ti Ẹmi Mimọ mu mi wa si ibamu lojoojumo pẹlu ọrọ naa ni orukọ Jesu Kristi, Amin. Johannu 16:13, 2 Timoti 3:15-16

- Mo pàṣẹ, mo sì kéde pé láti òní lọ, bí mo bá gbé ọwọ́ mi lé àwọn aláìsàn, wọn yóò gbádùn, èmi yóò sì máa sọ̀rọ̀ ní èdè tuntun. Èmi yóò ní ìtumọ̀, àwọn aláìsàn yóò gbádùn lójúkan náà, èmi yóò sì fi ẹ̀jẹ̀ iyebíye Jésù Kristi bo ara mi, ìdílé mi àti gbogbo àwọn tí ó yí mi ká kúrò nínú àwọn àmì àti àìsàn àwọn tí a ń gbàdúrà fún nípa ti ẹ̀mí, nípa ti ẹ̀mí tàbí nípa ti ara ní orúkọ Jésù Kristi. Máàkù 16:15-18, Jòhánù 7:38, Lúùkù 10:19

- Mo pàṣẹ, mo sì kéde pé láti ọjọ́ yìí lọ, mo máa kópa nínú ìsọ̀rọ̀ èdè tó kéré tán wákàtí kan tàbí jù bẹ́ẹ̀ lọ láti gbé ara mi ró nínú Ẹmí Mímọ́, kí n lè jẹ́ oníṣẹ́-ìránṣẹ́ tí Ọlọ́run pè mí fún. Júúdà 1:20, Máàkù 16:17, Aísáyà 28:11, Kọ́ríńtì 14:39, Kọ́ríńtì 14:18

- Mo pàṣẹ, mo sì kéde pé láti òní lọ, mo ń ṣiṣẹ́ ní agbègbè agbára ìwòsàn, ìdáǹdè, iṣẹ́ ìyanu àti ọrọ̀ sí ògo Ọlọ́run alágbára gbogbo. Máàkù 16:15-18; Mátíù 28:17-20; Ìfihàn 5:12; 1 Tímótì 5:18; Fílípì 4:19; Òwe 8:18; 1 Ọba 10:23; Jẹ́nẹ́sísì 49:25; Deuteronomi 18:1-14

- Mo pàṣẹ, mo sì kéde pé èmi yóò ru ẹ̀bùn mi sókè nínú Ẹ̀mí Mímọ́ láti mú ẹ̀bùn tí Ẹ̀mí Mímọ́ ti fi sínú mi wá. Sáàmù 80:2, Sáàmù 35:23, Tímótì Kejì 1:6, Pétérù Kejì 1:13

- Mo pàṣẹ àti kéde láti òní lọ mo ń ṣiṣẹ́ ní agbègbè ẹ̀bùn àsọtẹ́lẹ̀ – Ọ̀rọ̀ ìmọ̀, Ọ̀rọ̀ ọgbọ́n, ìtumọ̀ èdè àti onírúurú èdè fún ìdàgbàsókè, ìtọ́sọ́nà àti ìfarahàn ọ̀rọ̀ Ọlọ́run àti fún ogun Róòmù 15:12; Róòmù 14:19; Éfésù 4:29,12,16; 1 Kọ́ríńtì 14:12,3,26 2 Kọ́ríńtì 12:19; Júúdà 1:20

- Mo pàṣẹ, mo sì kéde pé mo ń ṣiṣẹ́, mo sì ń rìn pẹ̀lú ìmọ̀ pé Ọlọ́run Baba, Ọmọ àti Ẹ̀mí Mímọ́ ń gbé inú mi, èmi sì ni aṣojú wọn, mo ń mú òtítọ́ ọ̀run wá sí ayé yí mi ká, mo sì ń jẹ́ kí ayé mọ ohun tí èrò inú ìjọba Ọlọ́run jẹ́ lórí gbogbo ọ̀ràn. Òwe 13:14; Éfésù 6:20; 2 Kọ́ríńtì 5:20; 2 Kọ́ríńtì 6:1,16 Jòhánù 17:10,23,26

- Mo pàṣẹ, mo sì kéde pé láti òní lọ, ìwòsàn, ìdáǹdè, iṣẹ́ ìyanu, ìṣẹ̀dá àti pípín ọrọ̀ jẹ́ ìgbésí ayé mi ní ìgbésí ayé mi kì í ṣe ìṣẹ̀lẹ̀ ní orúkọ Jésù Kristi. Àwọn àkókò ìwòsàn tó tó. Mátíù 4:23; Mátíù 16:10; Mátíù 14:21; Lúùkù 6:35; Ìṣe Àwọn Apọsteli 10:38; Éfésù 6:7; Fílípì 2:13; Jákọ́bù 2:26 Jóṣúà 1:8 Jákọ́bù 1:27; Jákọ́bù 4:17

- **Mo pàṣẹ, mo sì kéde pé láti ọjọ́ yìí lọ, mo kú sí ìgbésí ayé ara mi lójoojúmọ́, mo gbé àgbélébùú mi, mo sì tẹ̀lé àwọn ìṣípayá àti ìtọ́sọ́nà Ẹ̀mí Mímọ́ nínú mi, kí iṣẹ́ agbára Ẹ̀mí Mímọ́ nínú mi lè pọ̀ sí i ní ìgbésí ayé mi. Máàkù 10:21; Mátíù 16:24, Lúùkù 9:23; Máàkù 8:34; 2 Kọ́ríńtì 4:16; 1 Kọ́ríńtì 15:34**

- **Mo pàṣẹ, mo sì kéde pé èso ẹ̀mí - ìfẹ́ Ọlọ́run tí a gbóná nínú gbogbo ìfarahàn rẹ̀ - Ayọ̀ tí ó kún; Àlàáfíà tí ó borí; sùúrù tí ó dúró; inú rere ní ìṣe; ìgbésí ayé tí ó kún fún ìwà rere; ìgbàgbọ́ tí ó borí; ìwà tútù ọkàn; agbára ẹ̀mí kò ní ààlà nínú mi ní orúkọ Jésù, àmín Mátíù 7:20-23; Gálátíà 5:19-21**

- **Mo pàṣẹ, mo sì kéde pé, èmi yóò darí àwọn ènìyàn sí ọ̀dọ̀ Kristi, èmi yóò sì fi Ẹ̀mí bamitísì wọn pẹ̀lú ẹ̀rí sísọ èdè àjèjì àti mímú wọn gbára dì láti gbọ́ gbogbo ohun tí Jésù ti kọ́ mi nínú ọ̀rọ̀ Rẹ̀. Mátíù 28:18-20; Máàkù 16:15-18**

- **Mo pàṣẹ, mo sì kéde pé, èmi yóò fẹ́ràn Ọlọ́run pẹ̀lú gbogbo ọkàn mi, ọkàn mi àti agbára mi, èmi yóò sì fẹ́ràn àwọn ẹlòmíràn gẹ́gẹ́ bí èmi fúnra mi, bí mo ṣe ń bá àwọn ẹlòmíràn tí wọ́n bá mi ṣe nǹkan pọ̀ pẹ̀lú ọ̀wọ̀ àti ìwà títọ́. Mátíù 22:37**

- **Mo gba ifẹ Ọlọrun, oore-ọfẹ Oluwa wa Jesu Kristi ati wiwa Ẹmi Mimọ nigbagbogbo lati fi gbogbo ifaramọ wọnyi sinu awọn eso ti o duro ni orukọ Jesu, Amin**

Àwọn Ìlòkulò Ńlá - 1 - Orí 5 - Wá Ọ̀nà Láti ọ̀dọ̀ Àwọn Ńlá - apá 4

Ó tó láti mú kí Sátánì wà ní ìgbèkùn àti kí ó sì wá sí òmìnira nínú Kristi – Ṣé àwọn Kristẹni lè di ẹlẹ́mìí èṣù? Irọ́ ni Olùgbàlejò, Sátánì ń tà láti mú kí ọ̀pọ̀ Kristẹni wà ní ìgbèkùn nípasẹ̀ àìmọ̀kan. Báwo ni a ṣe lè rí wíwà wọn nínú ìgbésí ayé wa kí a sì lé wọn kúrò + Ìtàn òtítọ́ láti ọ̀dọ̀ ilé ìgbìmọ̀ aṣòfin gíga kan ń ran àwọn ènìyàn lọ́wọ́ láti jẹ́rìí ìgbàlà ara ẹni gẹ́gẹ́ bí Derek Prince ṣe sọ Apá 4 + Àpilẹ̀kọ Àdúrà Ìdáǹdè Ara-ẹni + Àdúrà Àdéhùn Ìwòsàn, Ìdáǹdè àti Ìmúpadàbọ̀sípò

Ẹ̀yin ará mi ọ̀wọ́n, èyí ni apá kẹrin nínú ìwé náà, Ó tó láti mú Sátánì kúrò ní ìgbèkùn, kí a sì gbà yín sí òmìnira nínú Kristi Jésù.

Nínú àwọn ìtẹ̀jáde yìí, a ń gbé ẹgbẹ́ ọmọ ogun àwọn jagunjagun dìde láti dojúkọ àwọn ọ̀tá ní iwájú ogun kí wọ́n sì fi àwọn ẹlẹ́wọ̀n lé òmìnira nínú Kristi ní ìpele mẹ́ta – Ìgbàlà ẹ̀mí tí a ń pè ní àtúnbí, Ìgbàlà ọkàn, èyí tí a ń pè ní ìdáǹdè àti ìgbàlà ara wa tí a ń pè ní ìwòsàn.

Ó jẹ́ ọgbọ́n láti ṣe fúnra rẹ nínú ètò tí a pín káàkiri, Olúwa Jésù Kristi sì ni Aláṣẹ wa. Iṣẹ́ wa ni láti mú kí o lè kópa. Láti dá ara rẹ, àwọn olólùfẹ́ rẹ àti àwọn ẹlòmíràn nínú àyíká rẹ sílẹ̀. Ète wa ni láti jí alágbára ńlá tí ó ń sùn nínú gbogbo

onígbàgbọ́ àti láti jẹ́ kí o kọ́ èrò ọkàn jagunjagun kan ní ojú ogun kí o sì kópa nínú ìpolongo àṣeyọrí láìsí ìpalára ní orúkọ Jésù.
O gbọ́dọ̀ lóye pé " **Ìgbèjà tó dára jùlọ** ni ìkọlù tó dára", òwe kan tí a ti lò fún ọ̀pọ̀lọpọ̀ ibi iṣẹ́, títí kan àwọn eré àti ìjà ológun. A tún mọ̀ ọ́n sí ìlànà ìkọlù ogun.

Tí o bá wo Éfésù 6 dáadáa, bẹ̀rẹ̀ láti ẹsẹ kejìlá, o ó rí i kíákíá pé Ọlọ́run kò pèsè ìhámọ́ra kankan fún ẹ̀yìn rẹ nítorí Ó ń retí pé kí a kópa kí a má sì jáwọ́ ní àkókò kankan. Kò sí àyè fún àwọn ọmọ ogun runway tàbí sáré láti jà lẹ́ẹ̀kan sí i nítorí pé a ti ṣẹ́gun ogun náà ní àwọn ọ̀run. Tiwa ni láti lo àṣẹ wa àti agbára tí a fún wa nípasẹ̀ Ẹ̀mí Mímọ́ olùgbé láti fi agbára mú ìṣẹ́gun náà ṣẹ nítorí pé ọ̀tá yóò máa fẹ́ láti gba ààlà rẹ̀ nígbà gbogbo. Dán omi wò láti rí i bóyá a jẹ́ aláìmọ̀kan. Ó bani nínú jẹ́ pé ọ̀pọ̀lọpọ̀ wa kò mọ̀ nípa àwọn ọgbọ́n èṣù náà.
Ka èyí:

1 Pétérù 5:7-9
Bíbélì tí a ti mú kí ó gbòòrò síi
7 ***Ẹ máa kó gbogbo àníyàn yín, gbogbo àníyàn yín, àti gbogbo àníyàn yín, lẹ́ẹ̀kan sí i, lé e lórí, nítorí ó ń bìkítà fún yín gidigidi.*** 8 ***Ẹ máa ṣọ́ra, kí ẹ sì máa ṣọ́ra nígbà gbogbo. Èṣù, ọ̀tá yín, ń rìn kiri bí kìnnìún tí ń ké ramúramù, ó ń wá ẹni tí yóò pa jẹ.*** 9 ***Ṣùgbọ́n ẹ tako rẹ̀, ẹ dúró ṣinṣin nínú ìgbàgbọ́ yín [sí ìkọlù rẹ̀]—fìdí múlẹ̀, dúró ṣinṣin, láìsí ìdíwọ́], ẹ mọ̀ pé àwọn arákùnrin àti arábìnrin yín ní gbogbo ayé ń ní ìrírí ìjìyà kan náà . [Ẹ̀yin nìkan kọ́ ni ó ń jìyà.]***

Ẹ le rí i nínú àwọn ẹsẹ wọ̀nyí pé ebi ń pa Sátánì gidigidi láti jẹ wá run, láti jẹ wá láàyè fún oúnjẹ ọ̀sán, oúnjẹ alẹ́, àti oúnjẹ alẹ́. Láti kojú irú ọ̀tá yìí, ẹ nílò àwọn nǹkan wọ̀nyí gẹ́gẹ́ bí a ti tẹnu mọ́ tẹ́lẹ̀ gẹ́gẹ́ bí a ti ṣe àfihàn rẹ̀ nínú **A, B, C, D, E, F àti G. Mo gbọ́dọ̀ tẹnu mọ́ ọn pé àdúrà yìí kì í ṣe fún gbogbo ènìyàn. Àwọn díẹ̀ tí a yàn yóò mú ara wọn tóótun fún ìforúkọsílẹ̀ nípasẹ̀ àwọn ànímọ́ méje wọ̀nyí.**

Àwọn wọ̀nyí ni :

A. **Wíwà nílẹ̀ (Ẹ̀mí, ọkàn àti ara)**
B. **Ìgboyà**
C. **Àánú fún àwọn ẹlòmíràn**
D. **Ìpinnu**
E. **Ìfẹ́ Tọkàntọkàn**
F. **Ìbínú Onínú**
G. **Ebi nla**

Tí o kò bá ní àwọn ànímọ́ wọ̀nyí gẹ́gẹ́ bí àwọn èròjà tí kò tó nǹkan, kò ní ṣeé ṣe láti ṣe ìpolongo àṣeyọrí nítorí gbogbo àwọn èròjà tí a mẹ́nu kàn lókè yìí gbọ́dọ̀ jẹ́ kí a dapọ̀ mọ́ ara wọn láti mú irú ìgbàgbọ́ irúgbìn mustard jáde láti mú ìyípadà wá nítorí pé Ọlọ́run ń bọ́ àwọn ènìyàn tí ebi ń pa, kì í ṣe àwọn ọmọdé tí wọ́n tutù tàbí tí wọ́n gbóná, yálà nínú ìwòsàn, ìdáǹdè àti ìmúpadàbọ̀sípò nínú àti lóde.
Àwọn ìkógun náà ti ṣetán láti kó jọ ṣùgbọ́n irúgbìn mustard kan, ìgbàgbọ́ tí ó dúró ṣinṣin ni a nílò láti kó wọn jọ sínú ìrírí wa.

Lónìí, a wo **Enough is Tough to Intivity of Satani and Kaabo si Ominira ninu Kristi – Ṣe awọn Kristẹni le di ẹmi eṣu? Irọ́ ni Amúnigbé, Satani ta lati pa ọpọlọpọ awọn Kristẹni mọ ni igbekun nipasẹ Aimokan. Bii o ṣe le ṣawari wiwa wọn ninu igbesi aye rẹ ki o si lé wọn kuro + Itan otitọ lati ọdọ ile igbimọ aṣofin giga kan ti o ṣe iranlọwọ fun ẹri igbala ara-ẹni ti a dari** apakan 4. A yoo wo awọn irọ ti Satani ta lati di ọpọlọpọ mọ nipa fifi han gbangba.
Gẹ́gẹ́ bí òye mi, àwọn ẹ̀mí búburú tàbí àwọn ẹ̀mí èṣù ni ipò ìsàlẹ̀ "àwọn ọmọ ogun ẹ̀mí búburú" (Éfésù 6:12) tí Sátánì ń darí sí aráyé. Wọ́n ní ète pàtàkì mẹ́ta tí Sátánì yàn fún wọn:

1. àkọ́kọ́ láti fiyà jẹ wá àti láti fiyà jẹ wá;
2. èkejì, láti má ṣe jẹ́ kí a mọ Kristi gẹ́gẹ́ bí Olùgbàlà;

tí ó bá sì kùnà, ẹ̀kẹta,
3. láti dènà wa láti má ṣe sin Kristi lọ́nà tó dára.

Nígbà tí a bá ń dáhùn ìbéèrè náà, ṣé àwọn Kristẹni lè di ẹlẹ́mìí èṣù? Bẹ́ẹ̀ni, àwọn Kristẹni lè di ẹlẹ́mìí èṣù láti ìbẹ̀rẹ̀ pẹ̀lú ipa òde lórí ọkàn, ìní díẹ̀ níbi tí wọ́n ti gba ọkàn àti ìṣàkóso pátápátá níbi tí ẹni tí ó ní i pàdánù òmìnira ìfẹ́-inú. Àǹfààní láti wọlé sí wa nígbà tí a bá ṣí ìlẹ̀kùn Ìkórìíra, Àìdáríjì, Ìbínú, Ìgbéraga àti Ìṣọ̀tẹ̀ àti bẹ́ẹ̀ bẹ́ẹ̀ lọ, èyí tí ó ń yọ àwọn Kristẹni lẹ́nu gan-an, tí ó ń fún àwọn ọ̀tá ní ibi ìdúró àti yàrá, àti ibi ìdúró ní ọkàn wa.

Ẹ̀mí Mímọ́ yóò máa gbé inú ohun èlò tí kò mọ́ pátápátá, bí a bá fún un ní àǹfààní láti dé ibi tí ó jẹ́ ààrin, tí ó sì ń darí ìwà ènìyàn: ọkàn.
Ẹ̀kọ́ náà pé gbogbo apá ìgbésí ayé ènìyàn gbọ́dọ̀ mọ́ tónítóní kí Ẹ̀mí Mímọ́ tó dé inú rẹ̀ lè mú ọ̀kan lára àwọn àbájáde méjì tí kò dára wá. Ó lè dí àwọn onígbàgbọ́ olóòótọ́ kan lọ́wọ́ láti wá kíkún Ẹ̀mí Mímọ́, nítorí wọ́n ń sọ fún ara wọn pé, “Èmi kò ní lè dé ìwọ̀n yẹn láéláé.” Tàbí irú ẹ̀kọ́ yìí lè fipá mú àwọn mìíràn tí wọ́n ti gba ìtẹ̀bọmi Ẹ̀mí Mímọ́ sínú irú àgàbàgebè ara-ẹni. Ìrònú wọn dà bí èyí: Ó ṣe é ṣe kí n ti jẹ́ pípé láti gba Ẹ̀mí Mímọ́, nítorí náà mo gbọ́dọ̀ máa tẹ̀síwájú láti jẹ́ pípé ní gbogbo ìgbà. Àbájáde rẹ̀ ni ìgbésí ayé Kristẹni tí a fi ṣe ẹlẹ́yà. Irú àwọn ènìyàn bẹ́ẹ̀ ṣì ń bínú ṣùgbọ́n nísinsìnyí wọ́n ń pè é ní ìbínú òdodo. Wọ́n ṣì ń ṣe àríwísí ìránṣẹ́ wọn tàbí àwọn Kristẹni ẹlẹgbẹ́ wọn ṣùgbọ́n wọ́n ń pè é ní òye. Wọ́n ṣì ń jẹ ìfẹ̀kúfẹ̀ẹ́ ara wọn níyà, ṣùgbọ́n wọ́n ń dá a láre nípa sísọ pé, “Ohun gbogbo ni òfin.”

Kíkọ́jú ẹ̀ṣẹ̀ jẹ́ ìjàkadì ìyè àti ikú. Kò jẹ́ ìtìjú láti gbà pé ẹ̀ṣẹ̀ ṣì ń ṣiṣẹ́ nínú ìgbésí ayé wa. Ní ìyàtọ̀ sí èyí, ewu ńlá wa wà nínú kíkọ̀ láti gbà á, èyí tí ó ń jẹ́ kí a má múra sílẹ̀ láti kojú àwọn ìdẹwò nígbà tí wọ́n bá dé. Tí Ẹ̀mí Mímọ́ bá dúró títí a ó fi di pípé láti gbé inú wa, yóò dàbí ọ̀jọ̀gbọ́n kan tí ó ń sọ fún àwọn akẹ́kọ̀ọ́ rẹ̀ pé, “Èmi yóò bẹ̀rẹ̀ sí í kọ́ yín nígbà tí ẹ bá ti yege ìdánwò yín." Àwọn akẹ́kọ̀ọ́ rẹ̀ yóò dáhùn pé, "Ṣùgbọ́n ọ̀jọ̀gbọ́n, kì í ṣe ohun tí a nílò nìyẹn! A nílò kí ẹ bẹ̀rẹ̀ sí í kọ́ wa nísinsìnyí, kí a lè kọ́ ohun tí a nílò láti yege ìdánwò wa." Nísinsìnyí ni a nílò Ẹ̀mí Mímọ́, kí a lè ní ìrànlọ́wọ́ Rẹ̀ fún wa nígbà gbogbo láti borí agbára ibi àti láti dé ìwọ̀n mímọ́ Ọlọ́run. Agbègbè kan pàtó tí a ti nílò ìrànlọ́wọ́ Ẹ̀mí Mímọ́ ni nínú bíbá àwọn ẹ̀mí èṣù lò.

Ẹ̀mí Mímọ́ kì í dá ìrànlọ́wọ́ Rẹ̀ dúró tí Ó bá mọ̀ pé àwọn ẹ̀mí èṣù wà nínú wa. Dípò èyí, Ó rí àìní wa kedere ju bí àwa fúnra wa ṣe rí lọ, Ó sì fún wa lágbára láti lé wọn jáde. Nítorí pé Ó ní àánú sí wa, Ó fẹ́ láti gbé inú wa, àti láti bá wa ṣiṣẹ́ láti fi ìṣẹ́gun Kristi múlẹ̀ lórí gbogbo agbára ọ̀tá. Ìlọsíwájú wa sinmi lórí bí a ṣe ń fọwọ́sowọ́pọ̀ pẹ̀lú Ẹ̀mí Mímọ́ nínú wa tó. **Jẹ́ kí n tún tẹnu mọ́ lẹ́ẹ̀kan sí i:** Ẹ̀mí Mímọ́ kò wá láti gbé inú wa nítorí pé a ti pé. Ó wá láti ràn wá lọ́wọ́ kí a lè di pípé. Dájúdájú, Ẹ̀mí Mímọ́ kò ní ràn wá lọ́wọ́ nínú ìjàkadì wa pẹ̀lú àwọn ẹ̀mí èṣù bí a bá fẹ́ máa gbé nínú ẹ̀ṣẹ̀ nìṣó. Ṣùgbọ́n bí a bá mọ ẹ̀ṣẹ̀ wa, tí a sì ronú pìwàdà tọkàntọkàn, yóò bá wa jà lòdì sí àwọn ẹ̀mí èṣù tí wọ́n ń sọ wá di ẹrú. Pẹ̀lú ìrànlọ́wọ́ Rẹ̀, a ó lè lé wọn jáde, a ó sì dá wọn sílẹ̀.
Ẹ jẹ́ kí a wo ìtàn tó wà ní ìsàlẹ̀ yìí láti jẹ́rìí sí òtítọ́ náà pé àwọn Kristẹni tí a tún bí tí wọ́n sì kún fún ẹ̀mí lè jẹ́ ibùgbé fún àwọn ẹ̀mí èṣù bí a ṣe ń fún wọn ní àyè nínú ìgbésí ayé wa nípasẹ̀ àwọn ìṣípò tí a ń fi ìfẹ́ ọkàn ṣẹ̀dá.

Ìtàn Tòótọ́ Ẹ̀rí ti Ìrànlọ́wọ́ Àgbà ti Ilé Aṣòfin tí a gbà láti ọwọ́ àwọn ẹ̀mí èṣù nípasẹ̀ ìtọ́sọ́nà ìgbàlà ara ẹni gẹ́gẹ́ bí Derek Prince ti sọ:

Nínú ẹ̀rí tí ó tẹ̀lé e, olùrànlọ́wọ́ kan láti ilé ìgbìmọ̀ aṣòfin ní Washington, DC, sọ̀rọ̀ ní òótọ́ nípa àwọn ìṣòro ara rẹ̀:
Wọ́n ṣe ìrìbọmi fún mi nínú Ẹ̀mí ní nǹkan bí ọdún méje sẹ́yìn. Ní ìparí oṣù kẹfà ọdún tó kọjá, nínú ìjọ kan ní Washington, DC, mo gba ìwòsàn lẹ́sẹ̀kẹsẹ̀ ti àìgbọ́dọ̀máṣe ọpọlọ. Lẹ́yìn náà ní oṣù kẹjọ, dókítà mi jẹ́rìí sí i pé mo ti wo

àrùn cysts àti èèmọ́ sàn nínú ọmú. Mo jẹ́ ọ̀kan lára àwọn òṣìṣẹ́ tó ga jùlọ fún Ilé ìgbìmọ̀ aṣòfin, bó tilẹ̀ jẹ́ pé ó ní ìdùnnú pẹ̀lú ìrírí ìwòsàn mi, ẹ̀rí mi kò dára ní àwọn ẹgbẹ́ òṣèlú tí mo kó lọ sí. Ní oṣù kẹsàn-án, mo fi iṣẹ́ mi sílẹ̀ mo sì lo oṣù díẹ̀ tó tẹ̀lé e láti sinmi àti láti lo àkókò pẹ̀lú Olúwa.
Lẹ́yìn náà ní ààrín oṣù Kejìlá, mo ní ìbànújẹ́ àti ìbànújẹ́ ọkàn. Ọ̀sẹ̀ àkọ́kọ́ oṣù Kejìlá burú jáì! Lọ́jọ́ kan, mo bínú gidigidi. Mo wà níbí nìkan, ó sì ní í ṣe pẹ̀lú ọ̀rọ̀ kékeré kan. Lójúkan náà ni mo rí ẹ̀ṣẹ̀ tí mo ti dá—ìbínú. Bí mo sì ṣe ń gbìyànjú láti gbàdúrà fún ìdáríjì ní èdè Gẹ̀ẹ́sì, mo nímọ̀lára pé mo ti rì sínú... kì í ṣe nítorí ìmọ̀lára, bí kò ṣe nítorí ìfúnpá kan lórí ọ̀fun mi—agbára gidi kan. Ọ̀rẹ́ mi kan dámọ̀ràn pé mo lè nílò ìdáǹdè. Nítorí náà, mo ra àwọn fídíò rẹ tí ó sọ̀rọ̀ nípa ìdáǹdè àti ẹ̀mí èṣù.

Mo ti sá fún ohunkóhun tó bá kan àwọn ẹ̀mí, àwọn ẹ̀mí èṣù, àwọn ẹ̀mí èṣù àti àwọn nǹkan tó bá jẹ́ tìrẹ, mo gbàgbọ́ pé tí mo bá fi wọ́n sílẹ̀, dájúdájú wọn yóò fi mí sílẹ̀. Mi ò fẹ́ ọkọ̀ akẹ́rù tó ní àwọn ẹ̀mí èṣù àti àwọn ẹ̀mí èṣù! Síbẹ̀, mo tẹ́tí sí àwọn téèpù rẹ lórí ìdáǹdè. Mo gbé Bíbélì mi sórí tábìlì mo sì ń tẹ̀síwájú bí o ṣe ń tẹ̀lé Ìwé Mímọ́. Ní ìparí téèpù náà, nígbà tí o fún àwọn kíláàsì rẹ ní ìtọ́ni, mo pinnu láti tẹ̀lé e pẹ̀lú. Lẹ́yìn náà o bẹ̀rẹ̀ àdúrà fún ìdáǹdè, ṣùgbọ́n téèpù náà parí lójijì—ó sì fẹ́rẹ̀ẹ́ jẹ́ pé ohun tó kẹ́yìn tí o sọ lórí téèpù náà ni pé, "Rántí pé Jésù ni Olùdáǹdè rẹ. "Mi ò mọ ohun tí mo fẹ́ retí tàbí ohun tí mo fẹ́ ṣe. Nítorí náà, àdúrà mi sí Olúwa ni pé mi ò mọ ohun tí mo fẹ́ ṣe, ṣùgbọ́n níwọ̀n ìgbà tí Ó jẹ́ Olùdáǹdè mi, mo ń fi ara mi fún Un pátápátá."

Mo pe àwọn nǹkan tí kìí ṣe ti Olúwa tí mo rò pé wọ́n jẹ́ ibi àti ẹ̀ṣẹ̀ tí mi ò fẹ́ jẹ́ ara mi—ìkórìíra, àìdáríjì, iyèméjì, àníyàn, ìbẹ̀rù, àti bẹ́ẹ̀ bẹ́ẹ̀ lọ. Gẹ́gẹ́ bí mo ti sọ, mi ò mọ ohun tí mo lè retí. Láàárín ìṣẹ́jú díẹ̀, tí kò ju méjì tàbí mẹ́ta lọ, mo bẹ̀rẹ̀ sí í gbọ̀n rìrì àti mímú ẹnu mi lọ ní ọ̀nà tí ó burú jùlọ. Lẹ́yìn nǹkan bí ìṣẹ́jú mẹ́wàá tàbí nǹkan bí èyí, mo nímọ̀lára pé ikùn mi kò ní rí bẹ́ẹ̀ mọ́ láé! Ṣùgbọ́n mi ò rò tàbí gbàgbọ́ pé mo ti tú ara mi sílẹ̀ pátápátá.

Lẹ́yìn náà ni mo ní kí àwọn ẹ̀mí èṣù tàbí ẹ̀mí náà sọ orúkọ ara wọn, mo sì pàṣẹ fún wọn láti jáde. Èyí kò ṣẹlẹ̀. Èéṣe, mi ò mọ̀. Lẹ́yìn náà ni mo béèrè lọ́wọ́ Olúwa láti sọ fún mi bóyá ó pọ̀ sí i, àti orúkọ tí wọ́n jẹ́, kí n lè béèrè fún ìtúsílẹ̀ lọ́wọ́ wọn. Èkínní ni ìpara ara ẹni, agbára náà sì jẹ́ ohun ìyanu. Mo nímọ̀lára rẹ̀ títí dé orí mi. Mo nímọ̀lára ìtúsílẹ̀ díẹ̀, ṣùgbọ́n kì í ṣe pátápátá. Mo béèrè lọ́wọ́ Olúwa láti sọ fún mi bóyá ó pọ̀ sí i—wọ́n sì sọ fún mi pé ẹ̀mí adití ni. Ìtúsílẹ̀ yẹn jẹ́ ohun ìyanu! Ó pẹ́ ju ohunkóhun mìíràn lọ, agbára náà sì fa ikùn mi sí ẹ̀yìn mi, mo sì nímọ̀lára ìfagilé ikùn mi ní ti ara, nínú èyí náà ni mo ti nímọ̀lára ìfúnpá nínú orí mi. Mo ti tú sílẹ̀ pátápátá, àti láti ìgbà náà mo ti mọ irú àlàáfíà àgbàyanu bẹ́ẹ̀.

Àwọn ànímọ́ wo ni àwọn iṣẹ́ tó lè ràn wá lọ́wọ́ láti dá wọn mọ̀ ní ìgbésí ayé wa?

A ti sọ tẹ́lẹ̀ pé wọ́n ní ète pàtàkì mẹ́ta tí Sátánì yàn fún wọn: ***àkọ́kọ́ láti dá wa lóró àti láti fìyà jẹ wá; èkejì, láti dí wa lọ́wọ́ láti mọ Kristi gẹ́gẹ́ bí Olùgbàlà; àti nígbà tí a bá kùnà láti jẹ́ kí èyí, ẹ̀kẹta, láti dí wa lọ́wọ́ láti sin Kristi lọ́nà tí ó dára.*** Nígbà tí a bá ń ṣe àwọn ète wọ̀nyí, àwọn ẹ̀mí èṣù kì í sábà rí wọn. A kò lè rí wọn lójú ènìyàn. Ṣùgbọ́n, a lè mọ wíwà àti ìgbòkègbodò wọn ní ọ̀nà kan náà tí a fi ń mọ wíwà afẹ́fẹ́. Ní gidi, èyí jẹ́ àfiwé tí ó yẹ nítorí nínú èdè Hébérù àti Gíríìkì, ọ̀rọ̀ fún ẹ̀mí náà tún jẹ́ ọ̀rọ̀ fún afẹ́fẹ́. A kò rí afẹ́fẹ́ ní gidi, ṣùgbọ́n a rí àwọn ipa tí afẹ́fẹ́ ń mú wá: eruku tí ń dìde ní òpópónà, àwọsánmà tí ń rìn lórí ojú ọ̀run, gbogbo igi tí ń tẹ̀ sí ọ̀nà kan, òjò tí ń rọ̀ kọjá pápá ìran wa. Gbogbo **"àmì" wọ̀nyí** ń fi wíwà àti ìgbòkègbodò afẹ́fẹ́ hàn. Bẹ́ẹ̀ náà ni ó rí pẹ̀lú àwọn ẹ̀mí èṣù. A kì í sábà rí wọn, ṣùgbọ́n a mọ wíwà wọn nípa àwọn ìṣe kan pàtó. Àwọn wọ̀nyí ni díẹ̀ lára àwọn ìṣe pàtàkì wọn tí ó wọ́pọ̀ jùlọ: **1. Àwọn ẹ̀mí èṣù ń tàn wá jẹ. 2. Àwọn ẹ̀mí èṣù ń yọni lẹ́nu. 3. Àwọn ẹ̀mí èṣù ń fi ìyà jẹni.**

4. Àwọn ẹ̀mí èṣù ń fipá múni. 5. Àwọn ẹ̀mí èṣù ń di ẹrú. 6. Àwọn ẹ̀mí èṣù ń fa àwọn àṣà ìfàmọ́ra. 7. Àwọn ẹ̀mí èṣù ń sọ ara di ẹlẹ́gbin. 8. Àwọn ẹ̀mí èṣù ń tan ara jẹ. 9. Àwọn ẹ̀mí èṣù ń kọlù ara. A ó fẹ̀ sí i ní apá 5 nínú ìtẹ̀léra náà. Ṣùgbọ́n fún ìsinsìnyí, ẹ jẹ́ kí a wo àwọn àmì ìkìlọ̀ tí yóò fún wa ní àmì láti gbé ìgbésẹ̀.

ÀWỌN ÀMÌ ÌKÌLỌ̀ – ÀǸFÀÀNÍ TÓ ṢEÉṢE FÚN ÌDÀGBÀLÉ-ÀWỌN OHUN TÓ YẸ KÍ A MÁA WO GẸ́GẸ́ BÍ ÀMÌ TÓ ṢEÉṢE:

Àwọn ànímọ́ wọ̀nyí yẹ kí a wò dáadáa nígbà tí wọ́n bá ń hàn gbangba, tí wọ́n ń dúró ṣinṣin tàbí tí wọ́n ń tún ara wọn ṣe fún ìgbà díẹ̀, tàbí tí wọ́n ń tẹ̀síwájú - tí wọ́n ń di ohun tí ó burú jù, dípò kí wọ́n dínkù, tí ó sì ń burú sí i. Ẹ yẹra fún àwọn ìkìlọ̀ wọ̀nyí. Àwọn àpèjúwe àwòrán kékeré nípa ìwà yìí lè jẹ́ ìpè fún ìrànlọ́wọ́:

1. Ìrònú tí ó dàrú tàbí tí ó rú: pípadánù ìfọwọ́sowọ́pọ̀ pẹ̀lú òtítọ́ – ẹ̀tàn (ìdúróṣinṣin àwọn ìgbàgbọ́ tí kò tọ́ lójú ẹ̀rí tí ó lòdì sí èyí) – ìrònú àlá; ọ̀rọ̀ tí a kò so pọ̀ mọ́ ara rẹ̀.
2. Àwọn ìfẹ́ ọkàn: fífaramọ́ kókó ọ̀rọ̀ tàbí èrò kan sí ìyọkúrò àwọn ẹlòmíràn, àwọn ìfàmọ́ra, àwọn ìfẹ́ ọkàn tí kò ṣeé ṣàkóso.
3. Àìlèṣe láti kojú: pẹ̀lú àwọn ìṣòro kéékèèké, pẹ̀lú ìṣe ojoojúmọ́.
4. Iṣoro ni nini/pa awọn ọrẹ mọ: awọn ọgbọn awujọ ti ko dara, iyapa, yiyọ kuro ninu awujọ, igbesi aye Toner.
5. Àpẹẹrẹ ìkùnà gbogbogbòò: ní ilé ìwé, níbi iṣẹ́, nínú eré ìdárayá, nínú àjọṣepọ̀ ara ẹni.
6. Ìsoríkọ́ tó pẹ́ tàbí tó le koko: àwọn ìhalẹ̀mọ́ni/ìgbìyànjú láti pa ara ẹni.
7. Àìdàgbàdé: Ìwà ọmọ ọwọ́ (bíi fífi omi sùn), ìgbẹ́kẹ̀lé ìyá jù (fífi ara mọ́ra jù nígbà tí ó wà ní ọmọdé, ìgbẹ́kẹ̀lé nígbà tí ó bá ń bá àwọn

ọdọ́langba àti ogún ọdún lọ), àìlè tẹ̀lé ẹgbẹ́ àwọn ẹlẹgbẹ́.

8. Àwọn àìsàn ara tí kò sábà máa ń ṣẹlẹ̀ tàbí tí kò lè fara dà sí ìtọ́jú.
9. Àìka ìmọ́tótó ara ẹni sí (àyíká tí kò ní ìbòrí àti tí kò ní ìmọ́tótó) tàbí àníyàn púpọ̀ fún ìṣètò àti ìmọ́tótó.
10. Iṣoro lati ba awọn eniyan ati awọn ibi tuntun mu.
11. Àníyàn àti àníyàn tí kò yẹ: ìbẹ̀rù, ìmọ̀lára pé a ń ṣe inúnibíni sí wọn.
12. Orun pupọ tabi oorun kekere.
13. Ìfẹ́ ara ẹni sí ẹlòmíràn jù: àìbìkítà sí ìmọ̀lára, ìṣe, èrò, àìní ìbánikẹ́dùn sí ìrora tàbí àìní ẹlòmíràn.
14. Àfikún tàbí pípadánù ìwọ̀n kíákíá.
15. Àwọn ìmọ̀lára tí kò rọ̀, tí kò ní "ìparọ́rọ́" (àìsí ìbínú, ayọ̀, àwọn ìṣesí ìbànújẹ́ sí àwọn ohun tí ń múni bínú) tàbí àwọn ìmọ̀lára tí kò yẹ (ìyípadà ìmọ̀lára mímú, tí a kò lè ṣàlàyé, ìwà òmùgọ̀ ní àwọn àkókò pàtàkì, omijé tí a kò lè sọ tẹ́lẹ̀).
16. Àwòrán ara ẹni àti ojú ìwòye búburú: "ìwọ̀nba" tó díjú, ìmọ̀lára àìníláárí.
17. Àwọn àyípadà tí a ń ṣe lórí ètò tí a ń ṣe déédéé: àìlèṣe iṣẹ́, ètò ilé ìwé, ètò ìgbésí ayé, àìlèṣe àdéhùn, àti láti tẹ̀lé àwọn ìpinnu.
18. Ìwà ipá tó ga jù (ìjà, ìkórìíra, ìwà ipá, ìbínú) tàbí ìwà pẹ̀lẹ́ tó pọ̀ jù (àìní ìdíje àti ìdúróṣinṣin ara ẹni, kíkọ̀ láti kojú, yíyẹra fún àríyànjiyàn).
19. Èwu tí kò bófin mu tàbí tí kò bófin mu.
20. Àìní ìfẹ́ àti ìtara: àìnírẹ̀lẹ̀, ìbànújẹ́, ìṣesí tí ó sábà máa ń "rẹ̀wẹ̀sì", àìní ìmọ̀lára àwàdà tàbí àìsí ìmọ̀lára àwàdà.

Àwọn ìgbésẹ̀ mẹ́fà pàtàkì sí ìgbàlà rẹ ni:

1. Mọ àwọn ìṣòro rẹ.
2. Dáríjì, gbàdúrà kí o sì mú ara rẹ tọ́ pẹ̀lú Ọlọ́run.

3. **Bú ègún àti ìdè ẹ̀mí tí ó wà lórí rẹ àti àwọn ọmọ rẹ.**
4. **Lé àwọn ẹ̀mí èṣù rẹ jáde.**
5. **Gbadura fun iwosan okan ati ara re.**
6. **Ṣíṣe àgbékalẹ̀ ìgbésí ayé rẹ nípa yíyí ọ̀nà ìrònú àti ìṣe rẹ padà.**

Àdúrà Kúkúrú fún Ìdáǹdè Ara-ẹni.

"Olúwa Jesu Kristi, mo gbàgbọ́ pé o kú lórí àgbélébùú fún ẹ̀ṣẹ̀ mi, o sì jí dìde kúrò nínú òkú. O rà mí padà nípa ẹ̀jẹ̀ rẹ, èmi sì jẹ́ ti rẹ, mo sì fẹ́ wà láàyè fún ọ. Mo jẹ́wọ́ gbogbo ẹ̀ṣẹ̀ mi—tí a mọ̀ àti èyí tí a kò mọ̀—Mo káàánú fún gbogbo wọn. Mo kọ̀ gbogbo wọn sílẹ̀. Mo dáríjì gbogbo àwọn ẹlòmíràn bí mo ṣe fẹ́ kí O dáríjì mí. Dáríjì mí nísinsìnyí kí o sì fi ẹ̀jẹ̀ Rẹ wẹ̀ mí mọ́. Mo dúpẹ́ lọ́wọ́ Rẹ fún ẹ̀jẹ̀ Jesu Kristi tí ó wẹ̀ mí mọ́ kúrò nínú gbogbo ẹ̀ṣẹ̀ nísinsìnyí. Mo sì wá sọ́dọ̀ Rẹ nísinsìnyí gẹ́gẹ́ bí olùgbàlà mi. O mọ àwọn àìní pàtàkì mi—ohun tí ó so mọ́, tí ó ń pọ́n mi lójú, tí ó ń sọ di aláìmọ́; ẹ̀mí búburú yẹn, ẹ̀mí àìmọ́ yẹn—mo gbà ìlérí ọ̀rọ̀ Rẹ pé, "Ẹnikẹ́ni tí ó bá pe orúkọ Olúwa ni a ó gbà là." Mo ké pè ọ́ nísinsìnyí. Ní orúkọ Olúwa Jesu Kristi, gbà mí sílẹ̀ kí o sì dá mi sílẹ̀. Satani, mo kọ̀ ọ́ àti gbogbo iṣẹ́ rẹ sílẹ̀. Mo tú ara mi sílẹ̀ kúrò lọ́wọ́ rẹ, ní orúkọ Jesu, mo sì pàṣẹ fún ọ láti fi mí sílẹ̀ nísinsìnyí ní orúkọ Jesu. Àmín!"

Jẹ́ kí ó wá láti ọkàn rẹ kí o sì rí ìgbàlà Olúwa!

Ṣé o ń ṣàìsàn tàbí o nílò àtúnṣe?

Fún àwọn tí wọ́n ń ṣàìsàn tàbí tí wọn kò ní ìrísí tàbí ìrísí èyíkéyìí, tàbí tí wọ́n nílò ìtúsílẹ̀? Tàbí ìtúnpadà, jọ̀wọ́ fi ọwọ́ kan àmì tí ó wà ní ìsàlẹ̀ pẹ̀lú ìgbàgbọ́ (Ìgbàgbọ́ ni ríri àbájáde rere pàtó ti ipò rẹ lọ́wọ́lọ́wọ́, ní mímọ̀ pé Jésù ti ṣe ipa tirẹ̀ ní ohun tí ó ju ẹgbẹ̀rún ọdún méjì lọ láti rí ìwòsàn àti ìtúsílẹ̀ rẹ gbà, ìtúnpadà gẹ́gẹ́ bí ìsanwó ìṣáájú, ní

gbígbọ́kànlé pé ìsanwó ìṣáájú náà wà fún ọ láti fà láti inú, bí ìwọ̀ntúnwọ̀nsì rere nínú àkọ́ọ́lẹ̀ ìfowópamọ́ rẹ, kò sí ìbéèrè tí a béèrè bí a ṣe gbà pẹ̀lú rẹ tí a sì pe BE HEALED ní orúkọ Jésù Kristi, Àmín)

Nípa àṣẹ tí o fún mi àti fún wọn, mo lo àṣẹ yẹn nísinsìnyí pẹ̀lú ìgbàgbọ́ pẹ̀lú ìbínú wọn sí ọ̀tá àti ebi láti gba ohun tí o ti fi fún gbogbo wọn lọ́fẹ̀ẹ́, mo fi gbogbo àìsàn bú, gbogbo àrùn, ìbáà ṣe àrùn jẹjẹrẹ, COVID 19, ìbáà ṣe ẹ̀mí àìlera, ìbáà ṣe ẹ̀mí ẹ̀mí èṣù tàbí ìnilára, ìbáà ṣe ẹ̀mí ọ̀ṣì, ìjákulẹ̀, ìmúṣẹ pípé ti ohun tí Ọlọ́run ti pinnu àti tí ó ti tú sílẹ̀. A dojúkọ àìdára náà, mo dè wọ́n, a fi wọ́n bú sí gbòǹgbò wọn a sì lé wọn jáde nípa àṣẹ ní orúkọ Jésù Kristi. Àmín. A kéde ìtúsílẹ̀ ìwòsàn, ìgbàlà àti ìmúpadàbọ̀sípò sínú ìgbésí ayé wọn ní orúkọ alágbára Jésù Kristi. Ẹ ṣé o Olúwa fún àwọn ẹ̀rí tí ó dúró fún ògo àti ọlá àti ìbọ̀wọ̀ rẹ. Ẹ ṣé o fún àwọn ọkàn tí a ń fi kún ìjọba Rẹ nítorí ìhìn iṣẹ́ yìí, àwọn iṣẹ́ ìyanu tí a ti ń rí nísinsìnyí tí a sì ń fihàn fún ògo rẹ ní orúkọ Jésù, Àmín. Ó ti parí! Ẹ yọ̀!

Fi ọwọ́ kan ibi tí a fihàn gẹ́gẹ́ bí ibi tí a lè fọwọ́ kàn, kí o sì fi ẹnu rẹ jẹ́wọ́ – MO NI
MO NI WORA, MO NI OHUN TI O TI GBE MI LOWO, MO NI OHUN TI O TI GBE MI LOWO LOWO LOWO LOWO LOWO JESU KRISTI, AMIN!!!

Bẹ̀rẹ̀ sí í ṣe ohun tí o kò lè ṣe tẹ́lẹ̀ kí o sì bẹ̀rẹ̀ sí í jẹ́wọ́ títí tí ìwòsàn pípé, àtúnṣe ìgbàlà yóò fi di èso nínú ìgbésí ayé rẹ ní orúkọ Jésù, àmín. Ẹ máa pa ebi fún gbogbo Ọlọ́run, ẹ máa bínú kí ẹ sì gba gbogbo ohun tí ọ̀tá ti dá dúró ní orúkọ Jésù, àmín
Àkíyèsí:
Jẹ́rìí sí ìwòsàn fún ògo Ọlọ́run àti ìtìjú ọ̀tá! Fi ìméèlì tàbí whatsapp ránṣẹ́ sí wa tí o bá ṣì nílò kí a gbà pẹ̀lú rẹ lórí ọ̀rọ̀ náà. Kí o sì sopọ̀ mọ́ àwọn ohun èlò tí yóò bẹ̀rẹ̀ ní ọ̀sẹ̀

tó ń bọ̀ ní ọjọ́rú. Wá àlàyé díẹ̀ lórí ojú-òpó wẹ̀ẹ̀bù wa láìpẹ́!

Àwọn Ìlòkulò Ńlá - Orí Kìíní 6 & 7 - Àwọn ìgbésẹ̀ pàtàkì méje (7) sí ìgbàlà +

Bí a ṣe lè dá àwọn ẹgbẹ́ ẹ̀mí Ànjọ̀nú mọ̀ àti lé wọn jáde àti ìran ìjà ìkẹyìn àti bí a ṣe lè borí lọ́nà ọgbọ́n lórí àwọn ìlà iwájú mẹ́rin (4) ti ìbáṣepọ̀ gẹ́gẹ́ bí Frank àti Ida Mae Hammond ṣe sọ – Apá 5 & Apá 6 + Àpótí Àdúrà Ìdáǹdè Ara-ẹni + Àdúrà Àdéhùn Ìwòsàn, Ìdáǹdè àti Ìmúpadàbọ̀sípò

Àwọn arákùnrin àti arábìnrin wa, lónìí, a mú apá karùn-ún àti apá kẹfà ti ìtẹ̀jáde wa wá fún yín lórí tó láti mú wọn lẹ́rú àti láti gbà wọ́n sí òmìnira nínú Kristi.

Nígbà tí èmi àti ìwọ lo àkókò púpọ̀ láti gbàdúrà lórí àwọn ọ̀ràn nípa ara wa, ìdílé wa, ìjọ wa, àwọn orílẹ̀-èdè wa àti àwọn orílẹ̀-èdè ayé fún ọjọ́ 90 gẹ́gẹ́ bí a ti ṣe ní ọdún tó kọjá – láti ọjọ́ kìíní oṣù kẹwàá sí ọjọ́ kọkàndínlọ́gbọ̀n oṣù kejìlá, ọdún 2020, tí a ń béèrè fún ìjọba Ọlọ́run àti ìfẹ́ Rẹ̀ lórí gbogbo àwọn ìjọba márùn-ún wọ̀nyí, ọ̀nà kan wà tí Olúwa fi ohun tí ó wà ní iwájú ọkàn Rẹ̀ fún olúkúlùkù àwọn ọmọ ní àwọn ìjọba márùn-ún wọ̀nyẹn.

Mo gbàgbọ́ gidigidi, fún àkókò yìí, ó níí ṣe pẹ̀lú ìdáǹdè kúrò nínú ìdè Sátánì sínú òmìnira tí Ó kú láti fún wa. Ọ̀pọ̀lọpọ̀ ènìyàn ló fi ẹ̀mí wọn fún Kristi lójoojúmọ́ ṣùgbọ́n tí èmi àti ìwọ bá fi ojú Ẹ̀mí Mímọ́ wo ìgbésí ayé wa ní pẹ̀lẹ́pẹ̀lẹ́ - A ó rí i pé àwọn agbègbè kan wà nínú ìgbésí ayé wa tí ó wà lábẹ́ ìdè Sátánì ní tààràtà tí àdúrà àìdáwọ́dúró kò lè bá mu nínú ẹ̀mí wa, nínú ọkàn wa tàbí nínú ara wa àti ní gbogbo àyíká wa. Ó nílò ìjà tààrà pẹ̀lú ọ̀tá ọkàn wa - Mímú àṣẹ ìjọba tí a ti fi sílẹ̀ lórí àwọn ṣẹ̀ẹ̀lì tí ó kún fún eruku nínú àwọn kọ̀ọ̀bù wa ṣẹ. Bíbéèrè lọ́wọ́ Ọlọ́run láti wá ja ogun tí Ó ti ṣẹ́gun fún wa àti fífún wa ní kọ́kọ́rọ́ láti jagun ... láti gbé títí Ó fi padà jẹ́ lílo ẹrù iṣẹ́ àti àkọ́kọ́. Ìlà àṣẹ tí kò tọ́ tí a sì darí lọ́nà tí kò tọ́.

Iṣẹ́ ogun tó tọ́ yìí, mo rò pé àwọn òṣìṣẹ́ díẹ̀ ló wà níbẹ̀. Ní iwájú ogun pẹ̀lú àwọn ọ̀tá.

Mo n sọ pé, a gbọ́dọ̀ jèrè ọkàn, ọ̀pọ̀lọpọ̀ wọn, kí a sì mú wọn gbára dì láti ja ìjà rere ti ìgbàgbọ́ kí wọ́n lè ní ìrírí òmìnira náà tí Kristi kú, tí ó sì jíǹde láti fún wa ní gbogbo wa. Ilẹ̀ tí a ó gbé wà ní ọkàn wa àti ara wa, kí láìsí ọ̀rọ̀ púpọ̀, àwọn tí ó sọnù lè rí ohun tí a ń nírìírí rẹ̀ lójoojúmọ́ - Òmìnira nínú Kristi - Àyíká pípé. Kì í ṣe nínú ẹ̀mí nìkan, ṣùgbọ́n nínú ọkàn wa àti ara wa.

Mo fẹ́ dúpẹ́ lọ́wọ́ **Dókítà John Lake; Derek Prince, Frank Hammon, Ida Mae** àti ọ̀pọ̀lọpọ̀ àwọn mìíràn tí wọn kò sí níbẹ̀ tí wọ́n ti wà pẹ̀lú Olúwa tí mo ti gba ọmọ-ẹ̀yìn nípasẹ̀ àwọn ìwé wọn nígbà tí mo ń wá ọ̀nà láti ṣe àṣeyọrí ní ọgọ́rùn-ún ọdún sẹ́yìn láti ọwọ́ àwọn ènìyàn mímọ́ àti ìdí tí ọ̀pọ̀ nínú wa, pẹ̀lú èmi àti àwọn Kristẹni òde òní, kò ní agbára àti àṣẹ gẹ́gẹ́ bí Jésù Kristi ti fi lé wa lọ́wọ́ ní Máàkù 16:15-19 láti kojú àti ṣe àṣeyọrí ìkọlù lòdì sí àwọn agbára òkùnkùn. Fi agbára mú ohun tí Ó ti gbà ní ayé ṣẹ.

Àwọn ìwé wọ̀nyí ti jẹ́ kí ó bá àkókò mu gan-an, wọ́n sì ti kọ́ni ní kíkún nípa agbára àti àṣẹ onígbàgbọ́ nínú Kristi lórí ilẹ̀ ìwà ibi tí àwọn díẹ̀ máa ń fi àṣírí bò mọ́lẹ̀ nígbà gbogbo, tí wọn kò sì ṣe àṣeyọrí tó pọ̀ tó bẹ́ẹ̀ nítorí pé wọn kò lè bímọ.

Ó ti di ohun ìṣọ̀kan, ohun ìgbéraga tí ó jẹ́ ti gbogbo onígbàgbọ́.

Mo mọ̀ pé èyí jẹ́ ọgbọ́n àrékérekè ọ̀tá láti fi àwọn ọgbọ́n àrékérekè rẹ̀ dè ọ̀pọ̀lọpọ̀ nípasẹ̀ àìmọ̀. Nípa àṣẹ ní orúkọ tí ó ga ju gbogbo orúkọ mìíràn lọ, orúkọ Jesu Kristi tí a bùkún fún wa tí a sì gbéga, mo wí pé "Ó tó fún ìgbèkùn Bìlísì." Èyí ti jẹ́ ohun tí ó ṣeé ṣe nìkan. Tí a bá fẹ́, a ó jẹ èso ìgbàlà wa— tí mo ti sọ ní àpèjúwe.
Ẹ jẹ́ ká kà á

Àìsáyà 1:19 (NKJV):

Tí ẹ bá fẹ́, tí ẹ sì gbọ́ràn , ẹ óo jẹ ire ilẹ̀ náà;

Láti lè **jẹ** oúnjẹ rere, **a gbọ́dọ̀** jẹ́ **onígbọràn àti onígbọràn láti tẹ̀lé gbogbo àṣẹ tí ó wà nínú ọ̀rọ̀ Rẹ̀ nípa ìrònú, ọ̀rọ̀ àti ìṣe** . Nígbà mííràn Olúwa **lè** sọ fún wa pé kí **a ṣe** nǹkan kan, **a sì gbọ́ràn** sí I, ṣùgbọ́n **a lè ṣe** bẹ́ẹ̀ pẹ̀lú ìkùnsínú tàbí pẹ̀lú ìwà àìnífẹ̀ẹ́.
Iyẹn kìí ṣe ìpín wa ní orúkọ Jésù. A fẹ́ láti gbọ́ràn sí gbogbo àṣẹ tí Jésù fún wa nínú Máàkù 16:15-19 nínú ẹ̀mí ìfẹ́ Ọlọ́run àti ìfẹ́ àwọn ẹlòmíràn gẹ́gẹ́ bí ara wa ní orúkọ Jésù, Àmín.

Tí a kò bá fẹ́, tí a kò sì gbọ́ràn láti ṣe àṣẹ wọ̀nyẹn, kò ní sí òfo nínú wa àti ní àyíká wa, ọ̀tá yóò jẹ ire ilẹ̀ náà - Ẹ̀mí àwọn ọkùnrin àti obìnrin, àwọn ọmọkùnrin àti ọmọbìnrin, àwọn baba àti ìyá àti ohun gbogbo tí ó bá jẹ́ ti ìyè àti ìwà-bí-Ọlọ́run - Kì í ṣe ìpín wa ní orúkọ Jésù. Àmín
Kí ni èrò wa gbọ́dọ̀ jẹ́? Ka kí o sì ṣe àṣàrò lórí èyí díẹ̀díẹ̀ -

2 Pétérù 1:3

Bíbélì tí a ti mú kí ó túbọ̀ lágbára

***[3]** Nítorí agbára Ọlọ́run Rẹ̀ ti fún wa ní gbogbo ohun tí ó yẹ fún ìgbésí ayé ẹ̀mí àti ìwà-bí-Ọlọ́run, nípasẹ̀ ìmọ̀ òtítọ́ àti ti ara ẹni nípa Ẹni tí ó pè wá nípa ògo àti ìtayọ Rẹ̀.*

Iyẹn ni èrò ọkàn wa yẹ kí ó jẹ́. A jẹ́ aṣẹ́gun nínú Kristi – Àtijọ́, Ìsinsìnyí àti Ọjọ́ iwájú! A máa ń ṣẹ́gun nígbà gbogbo. A kì í ṣe ẹni tí ó pàdánù ní iwájú. Àmín?

Nítorí náà, ní apá kẹrin, a ṣe àwárí àkọlé náà – Ṣé àwọn Kristẹni lè di ẹlẹ́mìí èṣù? Àwọn irọ́ tí Sátánì ń tà wá láti fi bo iṣẹ́ rẹ̀ nínú ìgbésí ayé wa, Báwo ni èmi àti ìwọ ṣe mọ̀ pé wọ́n ń ṣiṣẹ́ nínú àti ní àyíká wa àti báwo la ṣe lè lé wọn jáde, a sì parí èyí pẹ̀lú ìtàn ìgbàlà ara ẹni láti ọwọ́ obìnrin kan láti ọ̀nà jíjìn. O lè rí èyí nípasẹ̀ ìjápọ̀ yìí ní ìsàlẹ̀ yìí tàbí lọ tààrà sí ojú-òpó wẹ́ẹ̀bù wa ní https://www.otakada.org

Nínú apá 5 àti apá 6 yìí, a ń ṣe àwárí - **"Àwọn ìgbésẹ̀ pàtàkì méje (7) sí ìdáǹdè + Bí a ṣe lè dá àwọn ẹgbẹ́ ẹ̀mí èṣù mọ̀ àti lé wọn jáde àti ìran ìjà ìkẹyìn àti bí a ṣe lè borí lọ́nà ọgbọ́n lórí àwọn ìlà iwájú mẹ́rin (4) ti ìbáṣepọ̀ – Apá 5 àti Apá 6"**
Ní Ilé Ìjọ Otakada Cyber, A ń gbìn àwọn Orílẹ̀-èdè pẹ̀lú àwọn ohun tó ju mílíọ̀nù méjì lọ, Ọlọ́run sì ń yí ìgbésí ayé padà nípasẹ̀ òtítọ́ tí kò ní àsìkò nínú Ọ̀rọ̀ Rẹ̀!

Pẹ̀lú yín, a ń kọ́ àwọn tẹ́ḿpìlì ẹ̀mí ńláńlá
sínú ọkàn wa kí Ẹ̀mí Ọlọ́run lè máa gbé inú rẹ̀ kí ó sì máa ṣiṣẹ́ pẹ̀lú ìrọ̀rùn ní àwọn àkókò àti àsìkò wọ̀nyí, nítorí náà, dúró pẹ̀lú wa kí o sì kọ́ pẹ̀lú wa!
Nípa ọjọ́ Olúwa, Pọ́ọ̀lù kọ̀wé sí àwọn ará Tẹsalóníkà ní

1 Tẹsalóníkà 5:14-23

Bíbélì tí a ti mú kí ó túbọ̀ lágbára
[14] A ń rọ̀ yín, ẹ̀yin onígbàgbọ́, kí ẹ kìlọ̀ fún àwọn tí kò ní ìwà rere [àwọn aláìlera, àwọn aláìgbọràn, àwọn aláìṣiṣẹ́], ẹ gba

*àwọn tí wọ́n ní ìbẹ̀rù [àwọn tí kò ní ìgboyà ẹ̀mí] níyànjú, ẹ
ran àwọn aláìlera lọ́wọ́, ẹ ní sùúrù pẹ̀lú gbogbo ènìyàn [kí
ẹ máa ṣàkóso ìbínú yín nígbà gbogbo].* 15 *Ẹ rí i pé ẹnikẹ́ni
kò fi ibi san ibi fún ẹlòmíràn, ṣùgbọ́n ẹ máa wá ohun rere
fún ara yín àti fún gbogbo ènìyàn nígbà gbogbo.* 16 *Ẹ máa
yọ̀ nígbà gbogbo, kí ẹ sì máa yọ̀ nínú ìgbàgbọ́ yín;* 17 *Ẹ máa
gbàdúrà nígbà gbogbo;* 18 *Nínú gbogbo ipò, láìsí ìṣòro, ẹ
máa dúpẹ́, kí ẹ sì máa dúpẹ́ lọ́wọ́ Ọlọ́run nígbà gbogbo;
nítorí èyí ni ìfẹ́ Ọlọ́run fún yín nínú Kristi Jesu.* 19 *Ẹ má ṣe
pa [ìṣẹ́gun, tàbí kí ẹ má ṣe fetí sí iṣẹ́ àti ìtọ́sọ́nà] Ẹ̀mí Mímọ́.*
20 *Ẹ má ṣe kẹ́gàn tàbí kọ̀ ẹ̀bùn àsọtẹ́lẹ̀ tàbí àsọtẹ́lẹ̀ [ìfihàn tí
a sọ—ọ̀rọ̀ ìtọ́ni tàbí ìkìlọ̀].* 21 *Ṣùgbọ́n ẹ dán* [a] *wò ohun
gbogbo fínnífínní [kí ẹ lè mọ ohun tí ó dára]. Ẹ di ohun tí
ó dára mú ṣinṣin.* 22 *Ẹ yẹra fún gbogbo ìwà ibi [ẹ yẹra fún
un kí ẹ sì yẹra fún un].*
23 *Ǹjẹ́ kí Ọlọ́run àlàáfíà fúnrarẹ̀ yà yín sọ́tọ̀ kúrò nínú ohun
àìmọ́ àti ohun búburú, kí ó sì sọ yín di mímọ́ àti
aláìlábàwọ́n, àti aláìléwu—tí a yà sọ́tọ̀ fún Un—tí a yà sọ́tọ̀
fún ète Rẹ̀]; kí ẹ̀mí àti ọkàn àti ara yín sì wà ní pípé, kí a sì
rí yín ní àìlẹ́bi ní wíwá Olúwa wa Jésù Kírísítì.*

Peteru tun kilọ fun wa pe ki a ma ṣe jẹ alaimọ nipa awọn arekereke ọta wa ninu awọn lẹta ikẹhin rẹ si awọn onigbagbọ ninu

1 Pétérù 5:7-9
Bíbélì tí a ti mú kí ó túbọ̀ lágbára

7 *Ẹ máa kó gbogbo àníyàn yín, gbogbo àníyàn yín, àti
gbogbo àníyàn yín, lẹ́ẹ̀kan sí i, lé e lórí, nítorí ó ń bìkítà fún
yín gidigidi.* 8 *Ẹ máa ṣọ́ra, kí ẹ sì máa ṣọ́ra nígbà gbogbo.
Èṣù, ọ̀tá yín, ń rìn kiri bí kìnnìún tí ń ké ramúramù, ó ń wá
ẹni tí yóò pa jẹ.* 9 *Ṣùgbọ́n ẹ tako rẹ̀, ẹ dúró ṣinṣin nínú
ìgbàgbọ́ yín [sí ìkọlù rẹ̀]—fìdí múlẹ̀, dúró ṣinṣin, láìsí
ìdíwọ́], ẹ mọ̀ pé àwọn arákùnrin àti arábìnrin yín ní gbogbo
ayé ń ní ìrírí ìjìyà kan náà. [Ẹ̀yin nìkan kọ́ ni ó ń jìyà.]*

NÍ ìdáhùn sí ìbéèrè náà – Ṣé àwọn ẹ̀mí èṣù lè gbé inú àwọn Kristẹni? A rí apá ìkẹyìn nínú

1 Tẹsalonika 23 wí pé [23] ***Ǹjẹ́ kí Ọlọ́run àlàáfíà fúnrarẹ̀ yà yín sọ́tọ̀ kúrò nínú [ìyẹn ni pé, ya yín sọ́tọ̀ kúrò nínú àwọn ohun àìmọ́ àti àwọn ohun àìmọ́, kí ó sì sọ yín di mímọ́ àti aláìlábàwọ́n—tí a yà sọ́tọ̀ fún Un—tí a yà sọ́tọ̀ fún ète Rẹ̀]; kí ẹ̀mí àti ọkàn àti ara yín sì wà ní pípé, kí a sì rí yín ní àìlẹ́bi nígbà wíwá Olúwa wa Jesu Kristi.***

Ọ̀rọ̀ ìsọdimímọ́ ni ọ̀rọ̀ ìtúsílẹ̀ ní èdè Gíríìkì. Ìtúsílẹ̀ nínú ìgbésí ayé ìrònú wa tí ó ń yọrí sí àwọn ìmọ̀lára tí kò tọ́, èyí tí ó ń yọrí sí àwọn ìṣe tí kò tọ́. Àwọn wọ̀nyí wà ní agbègbè ìmọ̀lára , ọgbọ́n **àti** ìfẹ́ **ọkàn.**
Ẹ̀mí náà máa ń sọ di tuntun tàbí ó máa ń wà láàyè láti ipò òkú nígbà tí a bá gba ìgbàlà ẹ̀mí wa nípasẹ̀ ìgbàgbọ́ – Ìṣe ìfẹ́. Ọkàn àti ara nílò iṣẹ́—èyí tí yóò tún nílò ìṣe ìfẹ́ ọkàn.

Ìdí nìyí tí Pọ́ọ̀lù fi kọ̀wé nínú Fílípì 2:12b,13 – Ẹ máa ṣiṣẹ́ ìgbàlà yín pẹ̀lú ìbẹ̀rù àti ìwárìrì. Nítorí Ọlọ́run ni ó ń ṣiṣẹ́ nínú yín láti fẹ́ àti láti ṣe fún ìfẹ́ inú rere Rẹ̀.
Nínú àwọn ìtẹ̀jáde wọ̀nyí, a ń gbé ẹgbẹ́ ọmọ ogun àwọn jagunjagun dìde láti dojúkọ àwọn ọ̀tá ní iwájú ogun kí wọ́n sì fi àwọn ẹlẹ́wọ̀n lé òmìnira nínú Kristi ní ìpele mẹ́ta – Ìgbàlà ẹ̀mí tí a ń pè ní àtúnbí, Ìgbàlà ọkàn, èyí tí a ń pè ní ìdáǹdè àti ìgbàlà ara wa tí a ń pè ní ìwòsàn.

Ó jẹ́ ètò ìṣètò tí a pín kiri, ìṣe ìfẹ́ inú tí a fi ìlànà ṣe, Olúwa Jésù Kristi sì ni Aláṣẹ wa. Iṣẹ́ wa ni láti mú kí o lè kópa. Láti dá ara rẹ, àwọn olólùfẹ́ rẹ àti àwọn ẹlòmíràn nínú àyíká rẹ sílẹ̀. Ète wa ni láti jí alágbára ńlá tí ó ń sùn nínú gbogbo onígbàgbọ́ àti láti jẹ́ kí o kọ́ èrò ọkàn jagunjagun kan ní ojú ogun kí o sì kópa nínú ìpolongo àṣeyọrí láìsí ìpalára ní orúkọ Jésù.

O gbọ́dọ̀ lóye pé " **Ìgbèjà tó dára jùlọ** ni ìkọlù tó dára", òwe kan tí a ti lò fún ọ̀pọ̀lọpọ̀ ibi iṣẹ́, títí kan àwọn eré àti ìjà ológun. A tún mọ̀ ọ́n sí ìlànà ìkọlù ogun.

A ti sọ tẹ́lẹ̀ ní apá kẹrin pé kò sí àyè fún àwọn ọmọ ogun runway tàbí sáré láti jà lẹ́ẹ̀kan sí i nítorí pé a ti ṣẹ́gun ogun náà ní àwọn ọ̀run. Tiwa ni láti lo àṣẹ wa àti agbára tí a fún wa nípasẹ̀ Ẹ̀mí Mímọ́ olùgbé láti fi agbára mú ìṣẹ́gun náà ṣẹ nítorí pé ọ̀tá yóò máa fẹ́ láti gbé ààlà rẹ̀ kọjá nígbà gbogbo. Dán omi wò láti mọ̀ bóyá a jẹ́ aláìmọ̀kan. Ó bani nínú jẹ́ pé ọ̀pọ̀ nínú wa kò mọ̀ nípa àwọn ọgbọ́n èṣù náà.

Láti kojú irú ọ̀tá yìí gẹ́gẹ́ bí ẹgbẹ́ ọmọ ogun tí a ti kọ́ ẹ̀kọ́, a nílò àwọn nǹkan wọ̀nyí gẹ́gẹ́ bí a ti ṣe àfihàn tẹ́lẹ̀ gẹ́gẹ́ bí a ti ṣe àfihàn rẹ̀ nínú **A, B, C, D, E, F àti G. Mo gbọ́dọ̀ tẹnu mọ́ ọn pé àwọn ìtẹ̀jáde wọ̀nyí kì í ṣe fún gbogbo ènìyàn. Àwọn díẹ̀ tí a yàn yóò mú ara wọn yẹ fún ìforúkọsílẹ̀ nípasẹ̀ àwọn ànímọ́ méje wọ̀nyí.**

Àwọn wọ̀nyí ni :

A. **Wíwà nílẹ̀ (Ẹ̀mí, ọkàn àti ara)**
B. **Ìgboyà**
C. **Àánú fún àwọn ẹlòmíràn**
D. **Ìpinnu**
E. **Ìfẹ́ Tọkàntọkàn**
F. **Ìbínú Oníná**
G. **Ebi nla**

Tí o kò bá ní àwọn ànímọ́ wọ̀nyí gẹ́gẹ́ bí àwọn èròjà tí kò tó nǹkan, kò ní ṣeé ṣe láti ṣe ìpolongo àṣeyọrí nítorí gbogbo àwọn èròjà tí a mẹ́nu kàn lókè yìí gbọ́dọ̀ jẹ́ kí a dapọ̀ mọ́ ara wọn láti mú irú ìgbàgbọ́ irúgbìn mustard jáde láti mú ìyípadà wá nítorí pé Ọlọ́run ń bọ́ àwọn ènìyàn tí ebi ń pa, kì í ṣe àwọn ọmọdé tí wọ́n tutù tàbí tí wọ́n gbóná, yálà nínú ìwòsàn, ìdáǹdè àti ìmúpadàbọ̀sípò nínú àti lóde.

Àwọn ìkógun náà ti ṣetán láti kó jọ ṣùgbọ́n irúgbìn mustard kan, ìgbàgbọ́ tí ó dúró ṣinṣin ni a nílò láti kó wọn jọ sínú ìrírí wa.

Lónìí, nínú **To To Láti Gbé Eṣu Nígbèkùn àti Kaabọ sí Òmìnira nínú Kristi Jesu - Àwọn ìgbésẹ̀ pàtàkì méje (7) sí ìdáǹdè + Bí a ṣe lè dá àwọn ẹgbẹ́ ẹ̀mí èṣù mọ̀ àti lé wọn jáde àti ìran ìjà ìkẹyìn àti bí a ṣe lè borí lọ́nà ọgbọ́n lórí àwọn ìlà iwájú mẹ́rin (4) ti ìbáṣepọ̀ – Apá 5 Apá 6**

Gẹ́gẹ́ bí òye mi, àwọn ẹ̀mí búburú tàbí àwọn ẹ̀mí èṣù ni ipò ìsàlẹ̀ "àwọn ọmọ ogun ẹ̀mí búburú" (Éfésù 6:12) tí Sátánì ń darí sí aráyé. Wọ́n ní ète pàtàkì mẹ́ta tí Sátánì yàn fún wọn:

1. àkọ́kọ́ láti fiyà jẹ wá àti láti fiyà jẹ wá;
2. èkejì, láti má ṣe jẹ́ kí a mọ Kristi gẹ́gẹ́ bí Olùgbàlà;
tí ó bá sì kùnà, ẹ̀kẹta,
3. láti dènà wa láti má ṣe sin Kristi lọ́nà tó dára.

Àwọn ànímọ́ mẹ́sàn-án (9) ti àwọn ẹ̀mí èṣù nìyí

1. Àwọn ẹ̀mí èṣù ń tàn jẹ. 2. Àwọn ẹ̀mí èṣù ń yọ lẹ́nu. 3. Àwọn ẹ̀mí èṣù ń dá wọn lóró. 4. Àwọn ẹ̀mí èṣù ń fipá mú wọn. 5. Àwọn ẹ̀mí èṣù ń sọ wọ́n di ẹrú. 6. Àwọn ẹ̀mí èṣù ń fa àwọn àṣà ìbàjẹ́. 7. Àwọn ẹ̀mí èṣù ń sọ wọ́n di ẹlẹ́gbin. 8. Àwọn ẹ̀mí èṣù ń tàn wọ́n jẹ. 9. Àwọn ẹ̀mí èṣù ń kọlù ara.

A wo awọn igbesẹ meje (7) si igbala bayi bi atẹle: 1) Otitọ; 2) Irẹlẹ; 3) Ironupiwada 4) Ikẹkuro 5) Idariji 6) Adura 7) Ogun
Àwọn àlàyé wọ̀nyí nìyí:

Igbesẹ Méje Sí Ìdáǹdè

1. Otitọ

Ẹnikẹ́ni gbọ́dọ̀ jẹ́ olóòótọ́ sí ara rẹ̀ àti sí Ọlọ́run bí ó bá ń retí láti gba ìbùkún ìgbàlà láti ọ̀dọ̀ Ọlọ́run. Àìṣòótọ́ máa ń pa àwọn apá ìgbésí ayé ẹni mọ́ sínú òkùnkùn. Ẹmí èṣù máa ń gbéraga lórí irú òkùnkùn bẹ́ẹ̀. Òtítọ́ máa ń ran wọ́n lọ́wọ́ láti mú wọn wá sínú ìmọ́lẹ̀. Ẹ̀ṣẹ̀ èyíkéyìí tí a kò bá jẹ́wọ́ tàbí ronú pìwàdà fún ni ẹ̀mí èṣù "ẹ̀tọ́ òfin" láti wà. Béèrè lọ́wọ́ Ọlọ́run láti ràn ọ́ lọ́wọ́ láti rí ara rẹ bí Ó ṣe ń rí ọ àti láti mú ohunkóhun tí kì í ṣe ti Rẹ̀ wá sí ìmọ́lẹ̀.

Mo jẹ́wọ́ ẹ̀ṣẹ̀ mi fún ọ, èmi kò sì fi ẹ̀ṣẹ̀ mi pamọ́. Mo wí pé, Èmi yóò jẹ́wọ́ ẹ̀ṣẹ̀ mi fún Olúwa; ìwọ sì dárí ẹ̀ṣẹ̀ mi jì mí. Sáàmù 32:5

Wádìí mi, Ọlọ́run, kí o sì mọ ọkàn mi: dán mi wò, kí o sì mọ èrò ọkàn mi: Kí o sì wò bóyá ọ̀nà búburú kan wà nínú mi, kí o sì tọ́ mi sọ́nà ayérayé. Orin Dáfídì 139:23,24

2. Ìrẹ̀lẹ̀

Èyí ní í ṣe pẹ̀lú mímọ̀ pé ẹnìkan gbára lé Ọlọ́run àti àwọn ìpèsè Rẹ̀ fún ìdáǹdè.

Ọlọ́run kọjú ìjà sí àwọn agbéraga, ṣùgbọ́n ó fi oore-ọ̀fẹ́ fún àwọn onírẹ̀lẹ̀. Nítorí náà, ẹ tẹríba fún Ọlọ́run. Ẹ kọjú ìjà sí Bìlísì, yóò sì sá kúrò lọ́dọ̀ yín. Jákọ́bù 4:7

Ó tún níí ṣe pẹ̀lú ìṣípayá pátápátá pẹ̀lú àwọn ìránṣẹ́ Ọlọ́run tí wọ́n ń ṣe iṣẹ́ ìránṣẹ́ nínú ìdáǹdè.

Ẹ jẹ́wọ́ ẹ̀ṣẹ̀ yín fún ara yín, kí ẹ sì máa gbàdúrà fún ara yín, kí a lè wò yín sàn. Jákọ́bù 5:16a

3. Ìrònúpìwàdà

Ìrònúpìwàdà jẹ́ ìpinnu láti yípadà kúrò nínú ẹ̀ṣẹ̀ àti Sátánì. Ẹnìkan gbọ́dọ̀ kórìíra gbogbo ibi ní ìgbésí ayé rẹ̀ kí ó sì kọ̀ láti gbà pẹ̀lú rẹ̀.

"Ṣé méjì lè jọ rìn, àfi bí wọ́n bá gbà láti ṣe bẹ́ẹ̀?" (Amosi 3:3)

Ẹnìkan gbọ́dọ̀ kórìíra ẹ̀ṣẹ̀ rẹ̀.

Níbẹ̀ ni ẹ̀yin yóò sì rántí ọ̀nà yín àti gbogbo ìṣe yín, níbi tí ẹ ti sọ ara yín di aláìmọ́; ẹ̀yin yóò sì kórìíra ara yín ní ojú ara yín nítorí gbogbo ibi tí ẹ ti ṣe. Esekieli 20:43

Ìdáǹdè kìí ṣe láti rí ìtura gbà lọ́wọ́ àwọn ìṣòro nìkan ni a gbọ́dọ̀ lò, ṣùgbọ́n láti lè dà bí Jésù nípa gbígbọ́ràn sí gbogbo ohun tí Ọlọ́run nílò. Ìrònúpìwàdà jẹ́ ìyípadà kúrò nínú gbogbo ohun tí ó ń dí ìdàgbàsókè ẹ̀mí, iṣẹ́ ìránṣẹ́ àti ìbáṣepọ̀ lọ́wọ́. Ìrònúpìwàdà nílò ìjẹ́wọ́ ẹ̀ṣẹ̀ ní gbangba. Ó gba ẹ̀tọ́ òfin ti àwọn ẹ̀mí èṣù kúrò.

4. Jíjẹ́wọ́

Ìkọ̀sílẹ̀ ni kíkọ̀ ibi sílẹ̀. Ìkọ̀sílẹ̀ jẹ́ ìgbésẹ̀ tí ó ń jẹyọ láti inú ìrònúpìwàdà.
Nígbà tí ó (Jòhánù Onítẹ̀bọmi) rí ọ̀pọ̀ àwọn Farisí àti Sadusí tí wọ́n ń bọ̀ sí ibi ìtẹ̀bọmi rẹ̀, ó wí fún wọn pé, "Ẹ̀yin ìran paramọ́lẹ̀, ta ni ó kìlọ̀ fún yín láti sá kúrò nínú ìbínú tí ń bọ̀? Ẹ mú èso jáde, nítorí náà, ẹ pàdé fún ìrònúpìwàdà." Mátíù 3:7,8
Láti mú èso jáde fún ìrònúpìwàdà ju ọ̀rọ̀ lọ. Ó jẹ́ ìfihàn ìrònúpìwàdà... ẹ̀rí pé ẹnìkan ti yípadà kúrò nínú ẹ̀ṣẹ̀ rẹ̀ ní tòótọ́. Fún àpẹẹrẹ, bí ẹnìkan bá ronúpìwàdà kúrò nínú ìfẹ́kúfẹ̀ẹ́, ó lè nílò láti pa àwọn ohun èlò ìbálòpọ̀ kan run. Tí ẹnìkan bá ti ronúpìwàdà kúrò nínú àṣìṣe ìsìn, ó lè nílò láti kọ̀ ọ́ sílẹ̀ pátápátá nípa pípa gbogbo ìwé àti àwọn ohun tí ó ní í ṣe pẹ̀lú àṣìṣe náà run.

Ọ̀pọ̀lọpọ̀ àwọn tí ó gbàgbọ́ sì wá, wọ́n jẹ́wọ́, wọ́n sì fi iṣẹ́ wọn hàn.
Ọ̀pọ̀lọpọ̀ nínú àwọn tí wọ́n ń lo iṣẹ́ ọnà mú ìwé wọn jọ, wọ́n sì sun wọ́n níwájú gbogbo ènìyàn: wọ́n sì ṣírò iye owó wọn, wọ́n sì rí i pé ó jẹ́ ẹgbẹ̀rún márùn-ún ààbọ̀ owó fàdákà. Ìṣe 19:18,19
Jíjẹ́ kí a kọ̀ ọ́ sílẹ̀ túmọ̀ sí pé a ó yọ̀ kúrò pẹ̀lú Sátánì àti gbogbo iṣẹ́ rẹ̀.

5. Ìdáríjì

Ọlọ́run ń dáríjì gbogbo àwọn tí wọ́n jẹ́wọ́ ẹ̀ṣẹ̀ wọn tí wọ́n sì tọrọ ìdáríjì nípasẹ̀ Ọmọ Rẹ̀ lọ́fẹ̀ẹ́. (Wo 1 Jòhánù 1:9). Ó ń retí pé kí a dáríjì gbogbo àwọn tí wọ́n ti ṣe àìdáa sí wa ní ọ̀nàkọnà.
Nítorí bí ẹ̀yin bá dárí ẹ̀ṣẹ̀ àwọn ènìyàn jì wọ́n, Baba yín ọ̀run yóò dáríjì yín pẹ̀lú: Ṣùgbọ́n bí ẹ̀yin kò bá dárí ẹ̀ṣẹ̀ àwọn ènìyàn jì wọ́n, Baba yín kì yóò dárí ẹ̀ṣẹ̀ yín jì yín. Mát. 6:14,15
Ìfẹ́ láti dáríjì ṣe pàtàkì gan-an fún ìdáǹdè. (Wo Matt. 18:21-35). Kò sí ìránṣẹ́ ìgbàlà kankan tó lè ṣe ìdáǹdè àyàfi tí ẹni tí a yàn bá ti tẹ̀lé àwọn ìlànà Ọlọ́run.

6. Àdúrà

Bẹ Ọlọrun lati gbà ọ là ki o si tú ọ silẹ ni orukọ Jesu.
Ẹnikẹ́ni tí ó bá pe orúkọ Olúwa ni a ó gbàlà. Joeli 2:32

7. Ogun

Àdúrà àti ogun jẹ́ iṣẹ́ méjì ọ̀tọ̀ọ̀tọ̀ tí ó sì yàtọ̀ síra. Àdúrà jẹ́ sí Ọlọ́run, ogun sì jẹ́ sí ọ̀tá. Ogun wa lòdì sí àwọn agbára ẹ̀mí Ànjọ̀nú kì í ṣe ti ara ṣùgbọ́n ti ẹ̀mí (Wo Efe. 6:10-12; II Kor. 10:3-5). Lo àwọn ohun ìjà ìtẹríba sí Ọlọ́run, ẹ̀jẹ̀ ti Jesu Kristi, Ọ̀rọ̀ Ọlọ́run, àti ẹ̀rí rẹ gẹ́gẹ́ bí onígbàgbọ́. (Wo Jakọbu 4:7; Ìfihàn 12:1 I; Efesu 6:17). Dá àwọn ẹ̀mí mọ̀, sọ orúkọ wọn ní tààràtà pẹ̀lú ohùn àṣẹ, kí o sì pàṣẹ fún wọn ní ìgbàgbọ́ láti lọ ní orúkọ Jesu. Wọ ogun náà pẹ̀lú ìpinnu àti ìdánilójú ìṣẹ́gun. Kristi kò le kùnà! Òun ni Olùgbàlà!

"Àmì wọ̀nyí yóò sì máa tẹ̀lé àwọn tí ó gbàgbọ́; Ní orúkọ mi ni wọn yóò máa lé àwọn ẹ̀mí èṣù jáde." Marku 16:17a
"Ẹ kíyèsí i, mo fún yín ní agbára láti tẹ ejò àti àkéekè mọ́lẹ̀, àti lórí gbogbo agbára ọ̀tá: kò sì sí ohun tí yóò pa yín lára rárá." Luku 10:19
"OLUWA ni àpáta mi, ati odi mi, ati olugbala mi." Orin Dafidi 18:2a

A n fẹ̀ sí i nípa fífún yín ní àwọn ẹgbẹ́ ẹ̀mí èṣù. Ẹ̀mí èṣù kan ṣoṣo ń ṣiṣẹ́ gẹ́gẹ́ bí odi agbára, àwọn mìíràn sì ń tẹ̀lé ẹ̀mí Ànjọ̀nú alágbára pàtàkì yìí láti ba ìwà búburú mìíràn jẹ́ nínú ìgbésí ayé Kristi Army, ẹni tí ìwọ jẹ́. Wọ́n ń fi ara wọn sábẹ́ ìwà búburú kan nípasẹ̀ ìṣe ìfẹ́ wa, èyí sì ń pè wọ́n wọlé bí oofa láti gbé inú ìjọba ẹ̀mí àti ara ti onígbàgbọ́. Rántí pé, òkùnkùn ń fa òkùnkùn mọ́ra. Ìmọ́lẹ̀ ń lé òkùnkùn kúrò.

Ohunkóhun tí a bá ṣe tí Ọlọ́run kò bá fara mọ́ tàbí tí kò bá sí nínú ìwé rere inú Bíbélì jẹ́ òkùnkùn. Wo Gálátíà 5 níbi tí Pọ́ọ̀lù ti ṣàlàyé bí a ṣe lè pa òmìnira tí Kristi fún wa mọ́. Ohunkóhun tí ó bá wà lẹ́yìn òmìnira jẹ́ ohun tí ó ń fà wá mọ́ra fún òkùnkùn. Rántí pé, wọ́n ń wá ibi tí wọ́n lè gbé pẹ̀lú ìtara àti pé ara ènìyàn jẹ́ ọ̀kan lára àwọn ohun pàtàkì jùlọ.
Ka èyí:

Gálátíà 5:13-25
Bíbélì tí a ti mú kí ó túbọ̀ lágbára
13 Nítorí ẹ̀yin, ẹ̀yin ará mi, ni a pè sí òmìnira; ṣùgbọ́n ẹ má ***ṣe jẹ́ kí òmìnira yín***
di àǹfààní fún *ìwà ẹ̀ṣẹ̀ (ìwà ayé, ìmọtara-ẹni- nìkan* ***), ṣùgbọ́n nípa*** *ìfẹ́* ***, ẹ***
máa sìn kí ẹ sì máa wá ohun tó dára jùlọ fún ara yín. 14
Nítorí gbogbo òfin [tó kan nípa àjọṣepọ̀ ènìyàn] ni a mú ṣẹ nínú òfin kan, "Ẹ fẹ́ràn aládùúgbò yín gẹ́gẹ́ bí ara yín [ìyẹn ni pé, ẹ ó ní àníyàn aláìmọtara-ẹni-nìkan fún àwọn ẹlòmíràn, kí ẹ sì máa ṣe nǹkan fún àǹfààní wọn]." 15
Ṣùgbọ́n bí ẹ bá bu ara yín jẹ, tí ẹ sì ń jẹ ara yín run, ẹ ṣọ́ra kí ẹ má baà jẹ ara yín run.

16 ***Ṣùgbọ́n mo wí pé, Ẹ máa rìn ní gbogbo ìgbà nínú Ẹ̀mí Mímọ́ [ẹ wá a kí ẹ sì máa dáhùn sí ìtọ́sọ́nà Rẹ̀], nígbà náà ẹ̀yin kì yóò ṣe ìfẹ́kúfẹ̀ẹ́ ti*** *ìwà ẹ̀ṣẹ̀* ***[*** *tí* ***ó ń dáhùn láìsí àkíyèsí fún Ọlọ́run àti àwọn ìlànà Rẹ̀].*** 17 ***Nítorí ìwà ẹ̀ṣẹ̀ ní ìfẹ́kúfẹ̀ẹ́ tirẹ̀ tí ó lòdì sí Ẹ̀mí, ìfẹ́kúfẹ̀ẹ́ Ẹ̀mí sì lòdì sí ìwà*** *ẹ̀ṣẹ̀ ; nítorí àwọn wọ̀nyí [méjì, ìwà ẹ̀ṣẹ̀ àti Ẹ̀mí] lòdì sí ara wọn [* ***nígbà gbogbo nínú ìjà], kí ẹ̀yin***

[gẹ́gẹ́ bí onígbàgbọ́] má baà ṣe ohunkóhun tí ẹ fẹ́ ṣe nígbà
gbogbo. [18] Ṣùgbọ́n bí a bá ń darí yín tí a sì ń darí yín nípasẹ̀
Ẹ̀mí, ẹ̀yin kò wà lábẹ́ Òfin. [19] Nísinsìnyí àwọn ìṣe ìwà èṣè ***hàn***
gbangba: wọ́n ni ìṣekúṣe, àìmọ́, ìfẹ́kúfẹ̀ẹ́ (àìnígbèsè
pátápátá, àìní ìkóra-ẹni-níjàánu), [20] [f] ìbọ̀rìṣà, [g] iṣẹ́ oṣó,
ìkóríìra, ìjà , ***owú, ìbínú, ìjà, ìjà, àwọn ẹgbẹ́ ìṣọ̀kan [tí ó ń gbé***
ẹ̀kọ́ èké lárugẹ], [21] owú, ọtí mímu, ìwà ipá, àti àwọn nǹkan
bí ìwọ̀nyí. Mo kìlọ̀ fún yín tẹ́lẹ̀, gẹ́gẹ́ bí mo ti ṣe tẹ́lẹ̀, pé àwọn
tí ń ṣe irú nǹkan bẹ́ẹ̀ kì yóò jogún ìjọba Ọlọ́run. [22] Ṣùgbọ́n
èso Ẹ̀mí [àbájáde wíwà Rẹ̀ nínú wa] ni ìfẹ́ [àníyàn
àìmọtara-ẹni-nìkan fún àwọn ẹlòmíràn], ayọ̀, àlàáfíà inú,
sùúrù [kì í ṣe agbára láti dúró dè, bí kò ṣe bí a ṣe ń ṣe nígbà
tí a ń dúró], inú rere, ìwà rere, òtítọ́, [23] ìwà pẹ̀lẹ́, ìkóra-ẹni-
níjàánu. Kò sí òfin lòdì sí irú nǹkan bẹ́ẹ̀. [24] Àwọn tí í ṣe ti
Kristi Jesu ti kan [h] ìwà ẹ̀ṣẹ̀ pẹ̀lú ìfẹ́kúfẹ̀ẹ́ àti ìfẹ́kúfẹ̀ẹ́ rẹ̀
mọ́ àgbélébùú.

[25] Tí a bá [sọ pé] a ń gbé nípa Ẹ̀mí [Mímọ́], a gbọ́dọ̀ máa
rìn nípa Ẹ̀mí [pẹ̀lú ìwà rere ara ẹni, ìwà Ọlọ́run, àti ìgboyà
ìwà rere—ìwà wa tí Ẹ̀mí Mímọ́ fún ní agbára].

Àwọn ẹgbẹ́ ẹ̀mí Ànjọ̀nú

A máa ń dá àwọn ẹ̀mí ẹ̀ṣù mọ̀ gẹ́gẹ́ bí ìwà wọn. *Ẹ̀mí ìkórìíra* ni a ń pè ní "ìkórìíra". Ẹ̀mí èṣù kọ̀ọ̀kan jẹ́ ògbóǹkangí. Ẹ̀mí ìkórìíra kì í gbin ìfẹ́kúfẹ̀ẹ́ - ó kàn ń gbé ìkórìíra lárugẹ ni. Nígbà tí a bá pàṣẹ fún àwọn ẹ̀mí èṣù láti dárúkọ ara wọn, wọ́n sábà máa ń pe ara wọn ní orúkọ ara wọn pẹ̀lú ìwà wọn, fún àpẹẹrẹ *ìṣọ̀tẹ̀* , *èpè, àìbìkítà* , àti bẹ́ẹ̀ bẹ́ẹ̀ lọ. Nígbà míìrán ẹ̀mí èṣù kan máa ń fúnni ní orúkọ ara ẹni bíi "Jim" tàbí "Shirley". Nígbà míìrán, wọ́n máa ń fúnni ní orúkọ àjèjì. Èyí jẹ́ ọ̀nà ẹ̀tàn láti dènà ìránṣẹ́ ìgbàlà láti mọ ìwà wọn tòótọ́. Ó yẹ kí àlùfáà pàṣẹ fún àwọn ẹ̀mí èṣù láti fi ìwà wọn hàn, kí ó sọ pé, "Kí ni ìwà rẹ, ẹ̀mí èṣù?"
Àwọn ẹ̀mí èṣù tí ń gbé inú wọn kì í sábà rí ara wọn ní ẹyọ kan ṣoṣo; wọ́n wà papọ̀ ní àwùjọ. Irú àwọn ẹgbẹ́ bẹ́ẹ̀ ni a lè pè ní àwọn agbègbè, ìdílé tàbí ìdílé. Nígbà tí a bá rí tàbí tí a

bá rí ẹ̀mí Ànjọ̀nú kan, ó yẹ kí a kìlọ̀ fún ẹni lẹ́sẹ̀kẹsẹ̀ láti wá àwọn ẹlẹgbẹ́ rẹ̀. A máa ń so àwọn ẹ̀mí ẹ̀ṣù pọ̀ fún ète láti ṣàkóso agbègbè kan pàtó nínú ìgbésí ayé ẹnìkan. Nítorí náà, àpẹẹrẹ ẹ̀mí kan wà tí ó bá ọgbọ́n mu láti rí nínú àwùjọ kan pàtó. Àwọn irú ẹ̀mí kan wà tí a máa ń rí ní ọ̀pọ̀ ìgbà nínú àpapọ̀ kan náà; síbẹ̀síbẹ̀, a kò gbọdọ̀ rò pé àpapọ̀ náà yóò máa rí bákan náà nígbà gbogbo.

ÀWỌN ÀṢẸ FÚN ÀWỌN ẸGBẸ́ KÒ LÓPỌ̀.

Nínú ẹgbẹ́ kọ̀ọ̀kan ni *"ọkùnrin alágbára"* tàbí ẹ̀mí ìṣàkóso yóò wà. Nígbàkúgbà nígbà iṣẹ́ ìránṣẹ́, a máa ń dá ẹ̀mí ìṣàkóso mọ̀ ní pàtó. Kì í ṣe gbogbo ìgbà ni a gbọ́dọ̀ dá a mọ̀ gẹ́gẹ́ bí ẹ̀mí ìṣàkóso láti lè ṣe ìdáǹdè náà. Irú ìdámọ̀ bẹ́ẹ̀ ni a sábà máa ń fúnni ní ìdí. Àkọ́kọ́, Ẹ̀mí Mímọ́ lè máa darí ìlànà ìlànà kan. Olùránṣẹ́ ìgbàlà yóò fẹ́ láti kíyèsára sí ètò ogun èyíkéyìí tí Olúwa lè fúnni. Àwọn ipò kan wà níbi tí Olúwa yóò ti darí pé kí a kọ́kọ́ bá ẹ̀mí ìṣàkóso náà jà, lẹ́yìn náà kí a bá àwọn ẹlẹgbẹ́ rẹ̀ jà. Nígbà mìíràn, ìtọ́sọ́nà Olúwa yóò jẹ́ láti lé àwọn ẹ̀mí kékeré jáde ní àkọ́kọ́ àti láti lé ẹ̀mí ìṣàkóso jáde ní ìkẹyìn. Ó dà bíi pé kò sí àǹfààní gidi nínú bíbéèrè ìdí tí Olúwa fi ń darí ọ̀nà kan àti òmíràn. A kọ́ ọmọ ogun rere láti tẹ̀lé àṣẹ láìbéèrè lọ́wọ́ olórí rẹ̀. Nígbà mìíràn, a lè fún un ní òmìnira ńlá láti yan ọ̀nà ìkọlù tirẹ̀, nígbà mìíràn, àṣẹ rẹ̀ jẹ́ pàtó. Bẹ́ẹ̀ náà ni ó rí nínú àwọn ogun ogun ẹ̀mí.

Ìdí kejì tí a fi lè dá ẹ̀mí olùṣàkóso mọ̀ ni pé ó jẹ́ fún àǹfààní ẹni tí ó ń gba ìdáǹdè. Ó lè ṣe ìrànlọ́wọ́ púpọ̀ láti mọ ẹ̀mí tí ó yẹ kí a ṣọ́ra fún ní ọjọ́ iwájú. Àwọn ẹ̀mí kan ní ìsopọ̀ pẹ̀lú àwọn àṣà ìbílẹ̀ tí a gbọ́dọ̀ yípadà àti àwọn agbègbè ènìyàn tí a gbọ́dọ̀ kàn mọ́ àgbélébùú. Lẹ́yìn ìdáǹdè, ẹni náà yóò ní láti ja àwọn ogun kan fúnra rẹ̀ láti pa ìdáǹdè rẹ̀ mọ́. Ó ṣe ìrànlọ́wọ́ púpọ̀ láti mọ ohun tí ẹnìkan ń jà, àti ohun tí ara àti ohun tí ẹ̀mí ẹ̀mí Ànjọ̀nú jẹ́. Láti inú ìrírí tí a ní nípasẹ̀ ọgọ́rọ̀ọ̀rún àkókò ìdáǹdè àti nínú bíbá àwọn ẹgbẹ́ ẹ̀mí Ànjọ̀nú lò, mo gbàgbọ́ pé ẹ̀mí olùṣàkóso ni ẹ̀mí àkọ́kọ́ tí ó gbógun ti agbègbè kan. Nítorí pé òun ni ẹni àkọ́kọ́ tí ó wọlé, ó lè fi ara rẹ̀ hàn gẹ́gẹ́ bí olùṣàkóso. Lẹ́yìn náà, ó di kọ́kọ́rọ́ láti ṣí ọ̀nà fún àwọn ẹ̀mí mìíràn láti wọlé. Nígbà tí a bá ń lé àwọn ẹ̀mí èṣù jáde, kì í ṣe ohun àjèjì láti pàṣẹ fún ẹ̀mí olùṣàkóso pé, "Ẹ jáde wá kí ẹ sì mú gbogbo àwọn ẹlẹgbẹ́ yín wá pẹ̀lú yín!" tàbí "Ẹ jáde kí ẹ sì mú gbogbo gbòǹgbò yín wá!" Tí a kò bá lé apá kan nínú àwùjọ kan jáde, ọ̀nà wà fún wọn láti jẹ́ kí wọ́n padà wọlé. Nítorí èyí, ìdáǹdè náà gbọ́dọ̀ jẹ́ pípé tó bá ṣeé ṣe.

Ẹ̀mí kan ṣoṣo ló lè wà nínú àwùjọ kan. Fún àpẹẹrẹ, ẹgbẹ́ ìkorò lè ní ọ̀pọ̀lọpọ̀ *ẹ̀mí ìkorò nínú.* Bákan náà, irú ẹ̀mí kan lè wà nínú àwùjọ ju ẹyọ kan lọ. Fún àpẹẹrẹ, *ẹ̀mí ìkorò* lè wà nínú ìdílé ìkorò àti ẹ̀mí ìkorò mìíràn nínú ìdílé pípé. Nínú ìgbàlà kan, a lé ọ̀pọ̀lọpọ̀ ẹgbẹ́ ẹ̀mí jáde. Nínú ẹgbẹ́ kọ̀ọ̀kan, ẹ̀mí ìsoríkọ́ kan wà . Nípasẹ̀ ẹ̀bùn òye tí ó ju agbára ẹ̀dá lọ nìkan ni ẹnìkan lè mọ̀ pé gbogbo irú àwọn ìdàpọ̀ ẹ̀mí bẹ́ẹ̀ ni a ti ṣe àtúnṣe sí.
Fún àpẹẹrẹ: Ìkórìíra

ÌKÍRỌ̀

Nínú Hébérù 12:15, a kìlọ̀ pé: "kí gbòǹgbò kíkorò kan má baà hù jáde láti yọ yín lẹ́nu, kí ọ̀pọ̀lọpọ̀ sì di aláìmọ́." Gbòǹgbò kíkorò ló fa "ìṣòro" púpọ̀. Ìkorò tí a fi sínú ọkàn fún ìgbà pípẹ́ yóò ṣí ìlẹ̀kùn fún ìkọlù ẹ̀mí Ànjọ̀nú. Ó ṣeé ṣe kí èyí ni ọ̀nà tí ó wọ́pọ̀ jùlọ fún ìgbòkègbodò ẹ̀mí Ànjọ̀nú. Nínú ọ̀pọ̀lọpọ̀ ìgbà, kíkorò náà jẹ́ sí ẹnìkan nínú ìdílé tí ó sún mọ́ wa.

Ẹ̀mí ìkorò máa ń mú kí àwọn ìṣẹ̀lẹ̀ ìpalára wà láàyè. Àwọn nǹkan tó ṣẹlẹ̀ ní ọdún díẹ̀ sẹ́yìn jẹ́ tuntun, wọ́n sì wà láàyè nínú ìrántí bíi pé wọ́n ti ṣẹlẹ̀ lónìí nìkan. Nítorí náà, kì í ṣe pé ẹni náà ń kojú àwọn ìṣòro tó ń ṣẹlẹ̀ lọ́wọ́lọ́wọ́ nìkan ni, ṣùgbọ́n ó tún máa ń dojú kọ àwọn ìṣòro tó ń bọ̀. Ẹ̀mí *àìdáríjì* máa ń mú kí gbogbo kúlẹ̀kúlẹ̀ àwọn ìpalára náà wà láàyè; ó máa ń ṣe àtúnyẹ̀wò wọn nígbà gbogbo nínú ọkàn ẹni náà. Ìpalára tó kéré jùlọ ni a kò lè dáríjì tàbí gbàgbé. Nígbàkúgbà tí a bá rí ìwà ìkorò, a lè retí láti rí àwọn ẹ̀mí *ìkorò, ìbínú* àti *ìkórìíra.* Nínú àwọn ọ̀ràn kan, ẹ̀wọ̀n ẹ̀mí máa ń tẹ̀síwájú láti ní àwọn ẹ̀mí mìíràn tàbí gbogbo wọn nínú ìṣọ̀kan náà. Àkójọ àwọn ẹgbẹ́ ẹ̀mí Ànjọ̀nú tó tẹ̀lé yìí dúró fún àwọn àpẹẹrẹ tí a ní láti ìgbà ìdáǹdè gidi.

ÀWỌN ẸGBẸ́ WỌ̀NYÍ WỌ́NÍ NÍPA ÀWỌN OHUN TÓ LÈ ṢE PÀDÀ. KÌ Í ṢE PÀTÀKÌ NÍPA ÀWỌN ẸGBẸ́ WỌ̀NYÍ ....

A ṣe àlàyé nípa àwọn ẹgbẹ́ kan tí a tò sílẹ̀. Èyí ni láti fúnni ní òye díẹ̀ nípa àwọn ìṣòro tí àwọn ẹgbẹ́ ẹ̀mí kan pàtó ń fà. Ọ̀pọ̀lọpọ̀ àwọn ẹgbẹ́ náà ló ń ṣàlàyé ara wọn.
A gbàgbọ́ pé ìwífún tí a fúnni níbí yìí yóò wúlò gidigidi fún àwọn tí ń lọ sí iṣẹ́ ìtúsílẹ̀. Yóò ran ẹnikẹ́ni lọ́wọ́ láti lóye bí àwọn ẹ̀mí èṣù ṣe ń gbé ara wọn kalẹ̀ ní àwùjọ. A kó ọ̀pọ̀ ọdún ìkẹ́kọ̀ọ́ àti ìrírí jọ sí ojú ìwé díẹ̀.

ÀWỌN ẸGBẸ́ ẸṢẸ̀ WÀÁJÚ

1. ÌKÍTÀN
Ìkórìíra Ìkórìíra Àìdáríjì Ìwà ipá Ìbínú Ìgbẹ̀san Ìpànìyàn

2. ÌṢỌ̀TẸ́
Ìfẹ́-ẹni-nìkan Àìgbọràn Àìgbọràn Àìgbọràn Ìtẹríba

3. Ìjà
Àríyànjiyàn Àríyànjiyàn Àríyànjiyàn Àríyànjiyàn
Àríyànjiyàn Àríyànjiyàn

4. ÌṢÀKÓSO
Àkóso Olórí Àjẹ́

5. Ẹ̀san

Ìparun Ìkóríìra Ìbànújẹ́ Ìkà

6. Ẹ̀sùn
Ṣíṣe ìdájọ́ ẹ̀sùn Wíwá ẹ̀sùn

7. ÌKỌ̀SÍLẸ̀
Ìbẹ̀rù Ìkọ̀sílẹ̀ Ìkọ̀sílẹ̀ ara ẹni

8. ÀÌBỌ̀LẸ́
Àìlera ara-ẹni Ìkáàánú ara-ẹni Ìdàámú Ìtìjú Ìtìjú Àìtóótun Àìlóye

9. OWU
Ìlara Ìfura Àìgbẹ́kẹ̀lé Ìmọ̀tara-ẹni-nìkan

10. Ìyọkúrò
Pouting Day ń lá àlá Fantasy Pretension Unreality

11. SA ÀÀBÒ
Àìbìkítà Ìdáhùn Ìdáhùn Ìdáhùn Ìsùn Oògùn Ọtí

12 ÌṢẸ́ṢẸ́ṢẸ́
Àìníyànjú Funk

13. ÌRÌNÚJẸ́
Ìrètí Ìrẹ̀wẹ̀sì Ìrẹ̀wẹ̀sì Ìṣẹ́gun
Ìrẹ̀wẹ̀sì Ìrètí Ìpakúrò Ikú Àìsùn Àìsàn Àìsàn Àìsàn

14. ÌRÚRÒ
Ìríra Ìkóríìra Ìbànújẹ́

15. ÀRÙN
Àníyàn Ìbẹ̀rù Ìbẹ̀rù Ìbẹ̀rù Ìbẹ̀rù

16. ÀRÙN
Orí fífó ààrẹ̀ Àṣà ìfọkànsí Àìsísùn Ìtura Ìsùn Roving

17. ÌFẸ́RẸ́RẸ́
Ìmọ̀ nípa ara ẹni Ìbẹ̀rù ènìyàn Ìbẹ̀rù àìtẹ́wọ́gbà

18. INÚNÍBÌNÍ
Àìṣòdodo Ìbẹ̀rù ìdájọ́ Ìbẹ̀rù ìdálẹ́bi Ìbẹ̀rù ẹ̀sùn
Ìbẹ̀rù ìbáwí Ìfọkànsí

19. ÀÌSÀN ỌPỌ̀
Ìwà Ìwà Ìwà Ìwà Ìpalára Ìpalára Ìrora Ìrora Ìrora Ìrora

20. Àìsàn ẹ̀dọ̀fóró

21. ÌṢÒRO PÀTÀKÌ
Owú Owú Ìfura Ìgbẹ́kẹ̀lé Àìgbẹ́kẹ̀lé Inúnibíni Ìbẹ̀rù Ìjàkadì

22. ÌDÚRÓJÚ
Ìjákulẹ̀ Àìbáramu Àìgbàgbé

23. IYEMEJI
Àìnígbàgbọ́

24. ÀÌPINNU
Ìforígbárí Ìforígbárí Ìdàrúdàpọ̀ Ìgbàgbé Àìbìkítà

25. Ẹ̀tàn ara-ẹni
Ìtànjẹ ara ẹni Ìgbéraga ìfẹ́kúfẹ̀ẹ́ ara ẹni

26. ÌṢẸ́ṢẸ̀LẸ̀ ỌKÀN
Ìdààmú Ìbẹ̀rù ènìyàn Ìbẹ̀rù ikùnà àwọn ẹ̀mí ẹ̀ṣù Àwọn ẹ̀mí ìbẹ́mìílò

27. Ìbọ̀rìṣà Ọpọlọ
Ìmọ̀-ẹ̀rọ Ìlànà Ìgbéraga Ìgbéraga Ìgbéraga

28. Ẹ̀rù (Gbogbo onírúurú)

Phobias (Gbogbo Irú) Ìdààmú ọkàn

29. ÌBẸ̀RÙ ÀṢẸ
Ẹ̀tàn Irọ́

30. ÌGBÉRAGÀ
Ìgbéraga Ìwà-bí-ẹni-lódodo ara-ẹni Ìgbéraga Pàtàkì
Ìgbéraga Ìgbéraga

31. ÌFẸ́RẸ́
Àwọn eré ìṣeré tó ń ṣeré tó ní ọgbọ́n àti ìfarahàn

32. Ojúkòkòrò
Jíjí Kleptomania Ìfẹ́kúfẹ̀ẹ́ ohun èlò Ojúkòkòrò Àìnítẹ́lọ́rùn

33. PÍPÉ
Ìgbéraga Asán Ìgbéraga Ìjákulẹ̀ Àríwísí Ìbínú
Ìbínú Àìfaradà

34. Ìdíje
Ìjíròrò Ìwakọ̀

35. ÀÌSÚRÚ
Ìrúkèrúdò Ìjákulẹ̀ Àìfaradà Ìbínú Àríwísí Ìbínú

36. Ẹrù èké
Ojuse eke Ianu eke

37. Ìbànújẹ́
Ìbànújẹ́ Ìbànújẹ́ Ìbànújẹ́ Ìbànújẹ́ Ìkà

38. ÀRÀÁRÀ
Àárẹ̀ Àárẹ̀ Ọ̀lẹ

39. Àìlera
(eyikeyi aisan tabi aisan)

40. IKÚ

41. OGUN
(Ti ara) (Ẹmí) (Ọpọlọ) (Ègún)

42. ÀRÙN ÀRÙN
Ìfúnpá ìwakọ̀ àìsinmi
43. ÈGÙN
Ẹrín ọ̀rọ̀ òdì Àríwísí Ọ̀rọ̀-òdì Ẹ̀gàn Ẹ̀gàn Àìka Ọ̀rọ̀-òdì sí

Ọtí Nikotínì **tó ń fi ara balẹ̀ àti tó ń fipá múni**
Àwọn Oògùn Oògùn
Àjẹsára

45. Àjẹjù
Àìbalẹ̀ ọkàn Jíjẹ oúnjẹ tí ó nípá Ìbínú Ìjákulẹ̀ Àìníṣẹ́kan
Ìkáàánú ara-ẹni Ẹ̀rè ara-ẹni

46. Ẹ̀sùn ara ẹni
Ìkóríìra ara-ẹni Ìdálẹ́bi ara-ẹni

47. Ẹ̀bi
Ìdálẹ́bi ìtìjú
Àìtóótọ́ Ìtìjú

48. Àìmọ́ Ìbálòpọ̀
Ìfẹ́kúfẹ̀ẹ́ Ìfẹ́kúfẹ̀ẹ́ Ìbálòpọ̀ Ìbálòpọ̀ Ìbálòpọ̀ Ìbálòpọ̀ Ìbálòpọ̀
Àgbèrè Ìbálòpọ̀ Ìbálòpọ̀ Ìbálòpọ̀
Ìfarahan Ifipabanilopo Ewu

49. ÀWỌN ẸGBẸ́ ÀWỌN ẸGBẸ́
Ẹlẹ́rìí Jèhófà
Ìmọ̀ Ìsìn Kristẹni
Ìmọ̀-ẹ̀sìn Rosicrucian
Ìmọ̀-ẹ̀kọ́ Theosophy

Urantia
Subud
Latihan
Iṣọ̀kan
Ìsìn Mọ́mọ́nì
Bahaism
Ìsìn Àwọn Alágbàgbé, àwọn àwùjọ àti àwọn àjọ àwùjọ tí wọ́n ń lo Bíbélì àti Ọlọ́run gẹ́gẹ́ bí ìpìlẹ̀ ṣùgbọ́n tí wọ́n ń yọ ẹ̀jẹ̀ Jésù Kristi kúrò nínú ìwẹ̀nùmọ́)

50. OCCULT
Ìwádìí Ìtọ́ka Ọwọ́ Ouija, Ìwádìí Ìkọ̀wé Ọwọ́, Ìkọ̀wé Àìfọwọ́kọ Àdánidá, ESP
Ìmọ̀lára ìkọ́kọ́ Ìmọ̀lára ìkọ́kọ́ Ìmọ̀lára ìkọ́kọ́
Levitation Fortune Telling Water Witching Tarot Cards Pendulum Witchcraft Dudu Magic Funfun Conjuration Incartation Charms Fetishes Ati bẹẹbẹ lọ.

51. Ẹ̀sìn
Ìlànà Ìsìn Ìṣètò Ìfẹ́kúfẹ̀ẹ́ ẹ̀kọ́ Ìtànjẹ, àṣìṣe ẹ̀kọ́, Ìbẹ̀rù Ọlọ́run.Ìbẹ̀rù ọ̀run àpáàdìÌbẹ̀rù ìgbàlà tí ó sọnù ÌsìnÀti bẹ́ẹ̀ bẹ́ẹ̀ lọ.

52. ÌṢẸ́GUN
Àwọn ìtọ́sọ́nà Seance Spirit Necromancy àti bẹ́ẹ̀ bẹ́ẹ̀ lọ

53. ÀWỌN ẸSÌN ÈKÈ
Ìsìn Búdà Tao Ìsìn Híńdù Ìsìn Mùsùlùmí Ṣíntó Ìsìn Confucian
Àti bẹ́ẹ̀ bẹ́ẹ̀ lọ

Ija Ikẹhin – Àlá Ẹ̀mí

Gbogbo wa mọ̀ pé jálẹ̀ ìtàn Bíbélì, Ọlọ́run máa ń bá àwọn ìránṣẹ́ rẹ̀ sọ̀rọ̀ nípasẹ̀ ìran àti àlá nígbà mìí. Ní ọjọ́ Pẹ́ńtíkọ́sì, Pétérù fa ọ̀rọ̀ yọ láti ọ̀dọ̀ wòlíì Jóẹ́lì pé:

Ó sì ṣe ní ọjọ́ ìkẹyìn, ni Ọlọ́run wí, Èmi yóò tú Ẹ̀mí mi jáde sára gbogbo ènìyàn; àwọn ọmọkùnrin yín àti àwọn ọmọbìnrin yín yóò sì sọtẹ́lẹ̀, àwọn ọ̀dọ́mọkùnrin yín yóò sì rí ìran, àwọn àgbà yín yóò sì lá àlá. Ìṣe Àwọn Apọsteli 2:17
Ní ọjọ́ kẹsàn-án oṣù keje, ọdún 1970, Olúwa bá mi sọ̀rọ̀ nínú àlá ẹ̀mí. Ó sọ fún mi pé mo gbọ́dọ̀ fi òtítọ́ tí a fihàn fún mi hàn nípasẹ̀ àlá yìí. Mo gbàdúrà pé kí ó jẹ́ ìbùkún àti ìmísí fún ọ gẹ́gẹ́ bí ó ti jẹ́ fún ọ̀pọ̀lọpọ̀ àwọn mìíràn tí a ti pín in fún.

ÀLÀ náà

Bí àlá náà ṣe bẹ̀rẹ̀ ni mo rí ara mi tí mo ń wọ inú pápá ìṣeré ńlá kan.
Àwọn ibi ìdúró náà kún fún ènìyàn pátápátá, afẹ́fẹ́ ayọ̀ àti ìfojúsùn sì wà lórí ohun tí yóò ṣẹlẹ̀. Ó yẹ kí ó jẹ́ eré bọ́ọ̀lù aláfẹ́fẹ́, èmi náà yóò sì jẹ́ ọ̀kan lára àwọn ọ̀ṣèré náà. Mo ti wọ aṣọ ìbora mi tẹ́lẹ̀. Aṣọ ìbora ẹgbẹ́ mi jẹ́ pupa àti funfun. Mo rí àwọn ọmọ ẹgbẹ́ ẹgbẹ́ tí wọ́n dojúkọ ara wọn, wọ́n sì wọ aṣọ dúdú àti funfun.
Bí mo ṣe ń lọ sí pápá ìṣeré, mo rí i pé gbogbo àwọn ọmọ ẹgbẹ́ mi ló wà ní ẹ̀gbẹ́ àríyànjiyàn gbígbóná pẹ̀lú gbogbo àwọn ọmọ ẹgbẹ́ tí wọ́n wà ní ẹgbẹ́ òdìkejì. Mi ò fẹ́ kópa nínú rhubarb, mo sì rìn lọ sí pápá ìṣeré, mo nírètí pé àwọn yòókù yóò dara pọ̀ mọ́ mi níbẹ̀ láìpẹ́. Bí mo ṣe ń lọ sí pápá ìṣeré, ọ̀kan lára àwọn ọmọ ẹgbẹ́ tí wọ́n wà ní ẹ̀gbẹ́ òdìkejì bá mi lọ. Ọkàn mi kún fún àníyàn láti bẹ̀rẹ̀ sí í ṣe ìgbéyàwó náà. Láti ibi tí oòrùn wà, mo mọ̀ pé ó ku wákàtí méjì láti ojú ọjọ́. Ìgbésẹ̀ náà gbọ́dọ̀ bẹ̀rẹ̀ láìpẹ́.
Níkẹyìn, àríyànjiyàn tó wà ní ẹ̀gbẹ́ ogun náà túká, àwọn ẹgbẹ́ náà sì bẹ̀rẹ̀ sí í gba ipò wọn. Ẹgbẹ́ wa yóò wà ní pápá ogun náà, ẹgbẹ́ òdìkejì yóò sì wà ní bọ́ọ̀lù. Mo ti jáde lọ sí pápá ogun òsì mo sì rí i pé wọn kò tíì fún mi ní iṣẹ́ nípa ipò tí màá gbá. Mo wá olùkọ́ mi mo sì rí i pé ó wà láàárín pápá ogun náà. Ó juwọ́ sí mi pé kí n borí ibùdó kẹta, mo sì gba ipò mi níbẹ̀ lẹ́sẹ̀kẹsẹ̀.

Àwọn ẹgbẹ́ wa bẹ̀rẹ̀ sí í "sọ̀rọ̀ nípa rẹ̀," gẹ́gẹ́ bí wọ́n ṣe sọ. Gbogbo wa ń kígbe ọ̀rọ̀ ìṣírí sí ara wa, a sì ń wọ inú ẹ̀mí ìbáṣepọ̀ náà. Lẹ́yìn náà, a bẹ̀rẹ̀ sí í ṣe àwọn ìdánrawò ìfaradà wa—nína ọwọ́ wa, ní fífẹ́ orúnkún wa àti ní títẹ̀ ẹ̀yìn wa. Ó tó àkókò fún eré náà láti bẹ̀rẹ̀.

Agbábọ́ọ̀lù náà gbé bọ́ọ̀lù àkọ́kọ́ sí orí àwo náà. Agbábọ́ọ̀lù tí ó dojúkọ náà fi gbogbo agbára rẹ̀ gún ún. Ó lu ú.

Bọ́ọ̀lù gíga kan tí ó ń fò. Mo wò ó bí ó ti ń gòkè lórí mi, tí ó sì ń padà sẹ́yìn, tí ó sì ń já bọ́ọ̀lù níta pápá ìṣeré. Ẹ̀rù mú ọkàn mi. Mo rò pé, "Tí gbogbo àwọn agbábọ́ọ̀lù wọn bá lágbára tó bẹ́ẹ̀, kí ló dé tí a ó fi ní àǹfààní?" Mo wá rí i pé mo gbọ́dọ̀ wà lójúfò gidigidi. Mo yí ẹrù mi láti ẹsẹ̀ sí ẹsẹ̀. Tí bọ́ọ̀lù tó tẹ̀lé bá dé ọ̀dọ̀ mi, mo gbọ́dọ̀ jẹ́ alágbára bíi ológbò tí ó ṣetán láti sáré lọ sí ìhà èyíkéyìí láti gbá bọ́ọ̀lù náà kí ó sì mú ẹni tí ó ń gbá bọ́ọ̀lù náà jáde. Ní àkókò yìí, àlá náà parí. Nígbà tí mo jí tí mo sì bẹ̀rẹ̀ sí í rántí àlá náà, ìṣesí mi àkọ́kọ́ jẹ́ ìjákulẹ̀. Mo nífẹ̀ẹ́ bọ́ọ̀lù aláfẹ́fẹ́, inú mi sì bà jẹ́ pé mi ò lè parí àlá náà.

ÌTUMỌ̀

A kò le mọ àlá ẹ̀mí - a gbọ́dọ̀ túmọ̀ rẹ̀. Bí Ẹ̀mí Mímọ́ ṣe ń rántí àlá náà fún mi ní òwúrọ̀ ọjọ́ kejì, ó bẹ̀rẹ̀ sí í fún mi ní ìtumọ̀ náà. Mo mú pẹ́ńsù àti ìwé, mo sì bẹ̀rẹ̀ sí í kọ ìtumọ̀ náà kíákíá bí mo ṣe lè ṣe é tó. Gbogbo rẹ̀ hàn kedere láàárín àkókò díẹ̀. A kọ ọ́ láìsí ìdádúró gẹ́gẹ́ bí Ẹ̀mí ṣe ń fún mi.

Pápá ìṣeré náà dúró fún gbogbo ayé. Àwọn ibi tí wọ́n ti ń ṣeré tí ó kún fún àwọn olùwòran ni àwòrán tí a gbé kalẹ̀ nínú Hébérù 12:1.

Nítorí náà, bí a ti fi àwọsánmọ̀ ńlá àwọn ẹlẹ́rìí yí wa ká pẹ̀lú... Olúwa sọ fún mi pé àwọn tó wà nínú àpótí ìdúró ni àwọsánmà àwọn ẹlẹ́rìí ńlá. Gbogbo wọn ni àwọn Kristẹni tí wọ́n ti gbé ayé rí, tí wọ́n sì ń wo ayé láti ipò ọ̀run wọn. Gbogbo àwọn baba ńlá àti àwọn ènìyàn mímọ́ ti ìgbà àtijọ́ àti Májẹ̀mú Tuntun ló wà nínú àpótí ìdúró náà. Ábúráhámù, Jákọ́bù, Ísákì, Jósẹ́fù, Dáfídì, Dáníẹ́lì, Jeremáyà, Aísáyà, Pétérù, Jákọ́bù àti Jòhánù àti gbogbo àwọn yòókù ló wà níbẹ̀.

Àwọn ni wọ́n ti wà nínú "ẹ̀yà ìran" ní àwọn ìran àtijọ́. Ọ̀pọ̀lọpọ̀ wọn ti ṣe dáadáa, wọ́n sì wà ní "gbọ̀ngàn olókìkí" gẹ́gẹ́ bí a ṣe kọ ọ́ sínú Hébérù orí mọ́kànlá. Wọ́n ń wò pẹ̀lú ìfojúsùn gidigidi láti rí bí àwa tó wà ní pápá nínú ìran yìí yóò ṣe rí.

Nígbà náà ni Olúwa wí fún mi pé, "Èyí ni eré ayé! Èyí ni ìjà ìkẹyìn láàrin àwọn agbára ibi àti àwọn agbára òdodo. Èyí ni láti pinnu ìdíje ayé!"

Lẹ́yìn náà ni wọ́n sọ ìtumọ̀ aṣọ ìbora náà fún mi. Aṣọ ìbora wa jẹ́ pupa àti funfun. Pupa dúró fún ẹ̀jẹ̀ Jesu. Ó fi àmì hàn wá gẹ́gẹ́ bí àwọn tí í ṣe ti Oluwa. Ẹ̀jẹ̀ náà ń sọ̀rọ̀ nípa agbára wa nínú Kristi Jesu. "Wọ́n ṣẹ́gun rẹ̀ (Satani) nípa ẹ̀jẹ̀ Ọ̀dọ́ Àgùntàn náà…" (Ìfihàn 12:11). Funfun náà ń sọ̀rọ̀ nípa ìwà mímọ́. Àwọn tí ó wà nínú ẹgbẹ́ Oluwa lónìí gbọ́dọ̀ jẹ́ ẹni tí a fi ìwà mímọ́ sàmì sí. Ẹ̀mí ń tẹnu mọ́ ìwà mímọ́ ara ẹni àti òdodo tí ó ṣeé lò. Àkókò yìí kì í ṣe àkókò láti máa rìn pẹ̀lú ẹsẹ̀ kan ní ayé àti èkejì ní Ìjọba Ọlọ́run!
Àwọn ẹgbẹ́ tó ń tako ara wọn wọ aṣọ dúdú àti funfun.

Dúdú ni àmì ibi. Ó ń ṣàfihàn Sátánì àti iṣẹ́ ibi rẹ̀. Àwọn ẹgbẹ́ alátakò náà hàn gbangba gẹ́gẹ́ bí Èṣù àti ogun ẹ̀mí èṣù rẹ̀. Ó yà mí lẹ́nu. Ẹgbẹ́ èṣù náà ní funfun nínú aṣọ ìbora wọn. Kí ni èyí lè túmọ̀ sí? Nígbà tí ìbéèrè náà ń wáyé ní ọkàn mi, Ẹmí ń dáhùn... Dúdú àti funfun dúró fún àdàpọ̀ ibi àti rere. Sátánì kì í wá sí wa pẹ̀lú gbogbo dúdú àti ibi. Ó tún wá sí wa pẹ̀lú funfun. Dúdú àti funfun dúró fún àdàpọ̀ *òtítọ́* àti *àṣìṣe.* Èyí jẹ́ ọkan lára àwọn àdàpọ̀ ọgbọ́n tí Sátánì ń lò jùlọ. Lónìí, ju ti ìgbàkígbà rí lọ, àdàpọ̀ rere àti búburú wà; òtítọ́ àti àṣìṣe.
Ẹmí ń sọ̀rọ̀ ní kedere pé ní àkókò ìkẹyìn, àwọn kan yóò kúrò nínú ìgbàgbọ́, wọn yóò máa fetí sí àwọn ẹ̀mí tí ń tanni jẹ àti ẹ̀kọ́ àwọn ẹ̀mí èṣù. 1 Tím. 4:1
Kí ló dé tí mo fi wà nínú ìjà yìí? Olúwa fihàn mí pé wíwà mi nínú ìjà náà jẹ́ ti ẹni tí a ṣojú fún. Mo jẹ́ aṣojú fún ọ̀pọ̀lọpọ̀

àwọn Kristẹni tí wọ́n ń lọ sí pápá ìjà ẹ̀mí láti gbé ìjà lòdì sí àwọn agbára ọ̀run àpáàdì.

Mo béèrè pé, "Ṣùgbọ́n, Olúwa, kí ló dé tí gbogbo àwọn ẹgbẹ́ mi fi wà ní ìkọ̀kọ̀ nínú àríyànjiyàn pẹ̀lú ẹgbẹ́ alatako?" Olúwa ṣàlàyé pé ọgbọ́n mìíràn ni èyí jẹ́ láti ọwọ́ ọ̀tá. Ó ń gbìyànjú láti mú àwọn ènìyàn Ọlọ́run wà ní ìkọ̀kọ̀, kí wọ́n sì kúrò nínú iṣẹ́ pàtàkì náà kí wọ́n sì dè wọ́n mọ́lẹ̀. Ó fihàn mí pé èyí dúró fún ìpínyà ẹ̀sìn Kristẹni *àwọn ìjọ* . Èṣù ní àwọn Kristẹni wà ní ìkọ̀kọ̀ láti gbèjà ẹ̀kọ́ àti àṣà tiwọn, láìmọ̀ pé Èṣù ti tàn wọ́n jẹ. Ó tó àkókò fún àwọn ènìyàn Ọlọ́run láti wá sí ìṣọ̀kan kí wọ́n sì bẹ̀rẹ̀ sí í ṣe iṣẹ́ tí ó wà ní ọwọ́! Ní òótọ́, èyí ni ohun tí ń ṣẹlẹ̀ nítorí ìtújáde ńlá ti Ẹ̀mí Mímọ́ jákèjádò ayé lónìí.

Àníyàn mi ni pé ọjọ́ náà ti fẹ́rẹ̀ parí. Wákàtí díẹ̀ péré ló kù fún ìmọ́lẹ̀. Lóòótọ́, òru ń bọ̀ tí ẹnikẹ́ni kò lè ṣiṣẹ́. A ń gbé ní àkókò ìkẹyìn ìtàn ènìyàn. A gbọ́dọ̀ jẹ́ kí gbogbo ìṣẹ́jú náà ṣe pàtàkì. A gbọ́dọ̀ mọ̀ pé gẹ́gẹ́ bí Kristẹni, a gbọ́dọ̀ wọ inú pápá ogun kí a sì ṣẹ́gun Sátánì àti àwọn ọmọ ogun rẹ̀.

Níkẹyìn, àwọn ẹgbẹ́ bẹ̀rẹ̀ sí í lọ sí pápá. Ọkùnrin kan kò dá ẹgbẹ́ kan sílẹ̀! Ìpele ìgbésí ayé ìjọ tí a ń lọ sí nílò iṣẹ́ ẹgbẹ́... ìṣọ̀kan! Lẹ́yìn náà, Olúwa rán mi létí pé àwọn ẹlẹ́ṣẹ̀ *mẹ́sàn-án ló wà* nínú ẹgbẹ́ bọ́ọ̀lù aláfẹsẹ̀gbá. Nọ́mbà mẹ́sàn-án náà tọ́ka sí *ẹ̀bùn mẹ́sàn-án* ti Ẹ̀mí àti *èso mẹ́sàn-án* ti Ẹ̀mí. Àwọn tó wà nínú ẹgbẹ́ Olúwa nínú ìjà ìkẹyìn yìí pẹ̀lú àwọn agbára Sátánì yóò máa ṣiṣẹ́ lábẹ́ ìdarí Ẹ̀mí Mímọ́, Àwọn ẹ̀bùn Ẹ̀mí - ọ̀rọ̀ ọgbọ́n, ọ̀rọ̀ ìmọ̀, ìgbàgbọ́, ẹ̀bùn ìwòsàn, iṣẹ́ ìyanu, àsọtẹ́lẹ̀, mímọ àwọn ẹ̀mí, irú èdè àti ìtumọ̀ èdè (Wo 1 Kọ́r. 12:8-10) - yóò ṣiṣẹ́ nínú iṣẹ́ ìránṣẹ́ wọn. Èso Ẹ̀mí - ìfẹ́, ayọ̀, àlàáfíà, ìpamọ́ra, ìwà tútù, ìwà rere, ìgbàgbọ́, ìwà tútù, ìkóra-ẹni-níjàánu - yóò wà ní ìfihàn. (Wo Gál. 5:22,23). Yin Olúwa! Ó ń mú ẹgbẹ́ Rẹ̀ wá sí pápá ní *ọjọ́ wa*. Ó jẹ́ ẹgbẹ́ *tí Ẹ̀mí kún* . Àwọn ẹ̀bùn ti

Ẹmí ni a ń mú padà sí ìjọ. Àwọn èso náà ń hàn gbangba láàárín àwọn ènìyàn Ọlọ́run ju ti ìgbàkígbà rí lọ. Àwọn ìdènà tí ó ti yà wá sọ́tọ̀ tí ó sì ti pa wá mọ́ fún ìgbà pípẹ́ ni a ń borí. Àwọn ìdènà ìsìn ń wó lulẹ̀. Àwọn ìbéèrè ẹ̀kọ́ tí ń pínyà ni a ń sin. Jésù ni Olúwa! A ń ní ìrírí ìṣàn ìfẹ́. A wà lórí ilẹ̀ tí a jọ ń gbé. A lè jọ́sìn àti ṣe ìránṣẹ́ papọ̀ lábẹ́ Ẹmí Mímọ́.

Nígbà tí mo kó lọ sí pápá ìjà, ọmọ ẹgbẹ́ kan tí ó lòdì sí mi jáde pẹ̀lú mi. Nínú ìrírí gidi, mo kó lọ sí pápá ìjà nígbà tí mo ní ìrírí Ẹmí Mímọ́. Nígbà náà ni mo ní agbára, mo sì di ewu sí Bìlísì. Lẹ́yìn ìrírí yẹn ni ẹ̀bùn Ẹmí bẹ̀rẹ̀ sí í ṣiṣẹ́ nínú iṣẹ́ ìránṣẹ́ mi, ọ̀pọ̀lọpọ̀ agbára tí ó yọrí sí ni a darí sí Bìlísì. Ìrìbọmi nínú Ẹmí Mímọ́ kò fi òpin sí ìṣòro mi - ní òtítọ́, ìṣòro mi dàbí èyí tí ó pọ̀ ju ti ìgbàkígbà rí lọ. Ní òru kan, ọ̀pọ̀lọpọ̀ àwọn ọ̀rẹ́ mi di ọ̀tá tí wọ́n kọ̀ mí sílẹ̀, tí wọ́n sì fi ẹ̀sùn ìgbéraga àti ẹ̀tàn kàn mí. Ìbẹ̀rù mú ọkàn mi, mo sì ń ronú ohun tí yóò ṣẹlẹ̀ sí mi. Àwọn agbára ẹ̀mí Ànjọ̀nú ti lọ sí pápá ìjà láti dojú ìjà kọ mí!

Ní àkókò yìí ni mo dúró ní pápá òsì. Ṣé o mọ ìtumọ̀ wíwà ní pápá òsì? A ti lo gbólóhùn yìí láti ṣàpèjúwe ẹnìkan tí ó dààmú tí kò sì mọ ibi tí ó wà. Mo mọ̀ pé mo wà nínú ìjà àti ní pápá ṣùgbọ́n mi ò mọ ohun tí ipa mi jẹ́. Èyí ṣe àpèjúwe ìṣòro mi ní ọ̀nà tó péye àti ní ọ̀nà àrà ọ̀tọ̀ lẹ́yìn ìrìbọmi nínú Ẹmí Mímọ́. Ǹjẹ́ èyí kò rí bẹ́ẹ̀?
Àpèjúwe ọ̀pọ̀ Kristẹni? Wọ́n wà ní pápá òsì. Wọn kò tíì rí ìfẹ́ Ọlọ́run fún ìgbésí ayé wọn rí. Wọ́n ń rìn kiri láìsí ète. Wọn kò ṣe ìrànlọ́wọ́ gidi fún ẹgbẹ́ náà. Ìbùgbé tí wọ́n wà láti kún ni a fi sílẹ̀ lófo. Àlà wà nínú àwọn ẹgbẹ́. Ṣùgbọ́n Olùkọ́ náà ti ṣetán láti fúnni ní ìtọ́sọ́nà! Ta ni Olùkọ́ náà? Òun ni Ẹmí Mímọ́. Níbo ni a ó sì rí i? Èyí jẹ́ ohun àjèjì nínú àlá náà. Lọ́pọ̀ ìgbà, olùkọ́ náà wà ní ẹ̀gbẹ́ tàbí ní ihò. Ṣùgbọ́n níbí, olùkọ́ náà wà ní àárín pápá náà. Níbo ni Ẹmí Mímọ́ wà lónìí? Ó wà láàárín wa gan-an. Ó wà níbẹ̀ láti fún wa ní ìtọ́sọ́nà bí a ṣe ń wo Ó. Ó fihàn mí pé mo wà ní ìpìlẹ̀ kẹta. A ó dé ìtumọ̀ èyí ní ìṣẹ́jú kan.

Àwọn ọmọ ẹgbẹ́ ọ̀tọ̀ọ̀tọ̀ náà bẹ̀rẹ̀ sí í rí ipò wọn kíákíá. Láìpẹ́, eré náà yóò bẹ̀rẹ̀. A bẹ̀rẹ̀ sí í kígbe ọ̀rọ̀ ìṣírí sí ara wa. Ó, àwòrán ìjọ náà dára gan-an.

Ẹ jẹ́ kí a gba ara wa rò láti ru ara wa sókè sí ìfẹ́ àti iṣẹ́ rere: kí a má ṣe kọ ìpéjọpọ̀ ara wa sílẹ̀, gẹ́gẹ́ bí àṣà àwọn kan ti rí; ṣùgbọ́n kí a máa gba ara wa níyànjú: àti jù bẹ́ẹ̀ lọ bí ẹ ti rí i pé ọjọ́ náà ń súnmọ́lé. Heb. 10:24,25
Lẹ́yìn náà ni àwọn ìdánrawò wa bẹ̀rẹ̀. Olúwa fihàn mí pé àwọn ìdánrawò ara àwọn olùgbá bọ́ọ̀lù bá àwọn ìdánrawò ẹ̀mí Kristẹni mu. Tí a bá fẹ́ wà ní ìlera fún ìjà ẹ̀mí, a gbọ́dọ̀ tẹ̀lé àwọn òfin àti ìlànà ìdánrawò ẹ̀mí nípa títẹ eékún wa nínú àdúrà, gbígbé apá wa sókè ní ìyìn, títẹ̀ ẹ̀yìn wa ní ìjọsìn! Hallelujah! Àwọn tí ó kópa nínú ìjà ìdíje àgbáyé yóò máa wà ní ipò gíga nígbà gbogbo. Ẹ má ṣe jẹ́ kí a sọ nípa wa pé...
Àwọn ọmọ ayé yìí gbọ́n ní ìran wọn ju àwọn ọmọ ìmọ́lẹ̀ lọ. Lúùkù 16:8b
Tí àwọn ọkùnrin tó wà ní pápá eré ìdárayá bá lè máa gbé ìgbésí ayé wọn bí wọ́n ṣe fẹ́ kí wọ́n sì wà ní ipò tó dára jùlọ láti dé adé ayé, mélòómélòó ni Kristẹni náà gbọ́dọ̀ san owó náà kí ó lè múra sílẹ̀ fún ìjà tó tóbi jùlọ láàárín gbogbo àwọn tó wà ní eré ìdárayá?

Nísinsìnyí, ó tó àkókò fún ìjà náà láti bẹ̀rẹ̀. Ọlọ́run fi hàn mí pé ẹgbẹ́ wa wà ní pápá ìgbèjà. Ó sọ fún mi pé èmi, àwọn ènìyàn Rẹ̀ ti wà ní ipò yìí fún ìgbà pípẹ́. Ó tó àkókò láti gba agbára Bìlísì kí a sì bẹ̀rẹ̀ sí í gbógun. Ìgbèjà tó dára ṣe pàtàkì, ṣùgbọ́n ẹgbẹ́ ìgbèjà ni ó ń gba àmì. Nípasẹ̀ ogun ẹ̀mí, ìjọ ń gbé ìjà lónìí. Wọ́n ń lé àwọn ẹ̀mí èṣù jáde. Àwọn ìjọba àti agbára òkùnkùn ẹ̀mí ni wọ́n ń kọlù tí wọ́n sì ń ṣẹ́gun. Jésù sọ nígbà kan rí...
Bí mo bá fi ìka Ọlọ́run lé àwọn ẹ̀mí èṣù jáde, dájúdájú ìjọba Ọlọ́run ti dé bá yín. Lúùkù 11:20

Ọjọ́ ogun ẹ̀mí àti ìṣẹ́gun ẹ̀mí nìyí. Kí Ìjọba Ọlọ́run tó lè di òótọ́ nínú ìgbésí ayé rẹ tàbí tèmi, a gbọ́dọ̀ dojúkọ àwọn

agbára ọrun àpáàdì tí ó ń yí wa ká kí a sì ṣẹ́gun wọn. Kí ìjọ tó lè mú ohun tí Olúwa sọtẹ́lẹ̀ nípa ìjọ rẹ̀ tí ó ṣẹ́gun ṣẹ (Mat. 16:18) ó gbọ́dọ̀ gba.
Ìkọlù sí Bìlísì. Ìhìn àti ìṣe ogun ẹ̀mí ń tàn kálẹ̀ kíákíá lónìí jákèjádò ìjọ. Wọ́n ń tako Bìlísì, wọ́n sì ń fipá mú un láti sá lọ. Fún ìgbà àkọ́kọ́ a ń rí ẹ̀yìn Bìlísì. Ìran ẹlẹ́wà ni!

Mo rántí ìtàn àwọn ọmọkùnrin tí wọ́n ń gbá bọ́ọ̀lù ní pápá kan lọ́jọ́ kan. Ọkùnrin kan ń kọjá lọ. Ó béèrè lọ́wọ́ ọ̀kan lára àwọn ọmọkùnrin náà bí eré náà ṣe ń lọ. Ọmọkùnrin náà dáhùn pé ó ń lọ dáadáa. Ọkùnrin náà béèrè nípa àmì náà. Ọmọkùnrin náà sọ pé 35 sí 0. Ọkùnrin náà fẹ́ mọ ẹni tí ó wà ní ojurere rẹ̀. Ọmọkùnrin náà sọ pé ẹgbẹ́ kejì ló wà ní ojurere rẹ̀. Lẹ́yìn náà ọkùnrin náà sọ pé wọ́n ń lu ẹgbẹ́ ọmọkùnrin náà gidigidi. Ọmọkùnrin náà dà bí ẹni tí ó dàámú, ó sì wí pé, "Rárá o, Ọ̀gá! A kò ní lù wá." Nísinsìnyí, ọkùnrin náà dàámú. Ó fẹ́ mọ bí ọmọkùnrin náà ṣe rò pé wọn kò ṣẹ́gun wọn nígbà tí wọ́n wà lẹ́yìn 35 sí 0.
Nígbà náà ni ọmọdékùnrin náà ṣàlàyé pé, "Ọ̀gá, a kò tí ì wá láti gbá bọ́ọ̀lù."
Àwòrán ìjọ náà mà dára o! Bìlísì ti ń sáré dé ibi tí wọ́n ń lọ. Ṣùgbọ́n nísinsìnyìí ó tó àkókò fún ìjọ láti gbéjàko Bìlísì kí ó sì ṣẹ́gun rẹ̀. Àmín!

Lẹ́yìn náà ni wọ́n gbé bọ́ọ̀lù àkọ́kọ́. Àwọn tó ń gbá bọ́ọ̀lù náà lu bọ́ọ̀lù náà gidigidi. Bọ́ọ̀lù náà ga sókè gan-an, ó sì jìnnà sí i, ṣùgbọ́n ó ṣubú lulẹ̀. Olúwa wí pé, "Mo fẹ́ fi iṣẹ́ ọ̀tá hàn yín. Ó dà bí bọ́ọ̀lù tí wọ́n gbá. Ọ̀tá náà ní agbára díẹ̀. Ohun tí ó ń ṣe sábà máa ń ga gan-an, ó sì máa ń jẹ́ ohun ìyanu, ṣùgbọ́n ó jẹ́ "ohun búburú" ní gbogbo ọ̀nà."

Ìbẹ̀rù tó gún ọkàn mi wọ́pọ̀ fún ọ̀pọ̀lọpọ̀ àwọn ìránṣẹ́ Ọlọ́run nígbà tí wọ́n bá rí gbogbo ohun tí Bìlísì ń ṣe. Wọ́n ń ṣe kàyéfì bóyá àǹfààní kankan wà láti ṣẹ́gun. Wọ́n bẹ̀rẹ̀ sí í ronú nípa bí a ó ṣe mú wọn lọ síbi ìgbádùn. Ṣùgbọ́n Ọlọ́run kò mú irú ìjọ bẹ́ẹ̀ wá! Òun ni Olúwa ìjọ oníjàgídíjàgan. Ó ti ń dúró de ìran kan bí tiwa láti gba pápá ogun. Lábẹ́ ìdarí rẹ̀ ni a ó ti ṣe é. A ó ṣẹ́gun ọ̀tá. Ṣé o wà nínú ẹgbẹ́ náà? Ṣé o ń gbé ìjà lòdì sí Bìlísì?

Mo rí i ní àkókò yìí nínú àlá pé mo gbọ́dọ̀ ti múra tán. Mo gbọ́dọ̀ jẹ́ ẹni tí ó dára jùlọ. Mo gbọ́dọ̀ lè rìn sí ibikíbi tí ó bá yẹ kí n sì lé alátakò náà jáde.
Nítorí náà, ẹ rí i dájú pé ẹ ń rìn pẹ̀lú ìṣọ́ra, kì í ṣe bí aláìgbọ́n, ṣùgbọ́n bí ọlọ́gbọ́n, kí ẹ máa ra àkókò padà, nítorí pé àwọn ọjọ́ burú. Efe. 5:15,16
Ó dà bíi pé àlá náà ti parí ní àkókò tí kò tó. Mo béèrè lọ́wọ́ Olúwa nípa ìdí tí wọn kò fi gbà mí láyè láti rí òpin eré náà. Olúwa béèrè lọ́wọ́ mi ní àtúnṣe ìdí tí mo fi fẹ́ kí ó parí títí dé òpin. Mo ṣàlàyé pé mo fẹ́ mọ àbájáde náà. Olúwa wá sọ ohun tó dára fún mi pé, "Ọmọ", Ó ní, "o kò nílò láti mọ àbájáde náà; o ti mọ̀ ọ́n tẹ́lẹ̀. Ọ̀rọ̀ mi ti ṣèlérí fún ọ pé o wà lára ẹgbẹ́ tó ń ṣẹ́gun. Yóò rí bí mo ti sọ. Rárá o, o kò nílò láti mọ àbájáde náà, ṣùgbọ́n o nílò láti mọ̀ pé ÌKẸYÌN

Ìjà ti bẹ̀rẹ̀!"

Bẹ́ẹ̀ni, ọ̀rẹ́ Kristẹni ọ̀wọ́n, a wà ní òpin ayé. Ìjà ìkẹyìn láààrín àwọn agbára Sátánì àti ẹgbẹ́ ọmọ ogun Ọlọ́run ti ń lọ lọ́wọ́. A rí ẹ̀rí rẹ̀ ní gbogbo ìhà. Ìpè sí ogun ni. Kò sí àkókò mọ́ láti dá dúró. Ogun náà ti ń lọ lọ́wọ́! Ṣé o ní ipa nínú rẹ̀?

Àtẹ̀lé

Ìtumọ̀ àlá náà kò tíì parí. Wọ́n fún mi ní ìtumọ̀ àwọn ìpìlẹ̀ náà. Ìpìlẹ̀ àkọ́kọ́ dúró fún *àjọṣepọ̀ àwùjọ* , ìpìlẹ̀ kejì jẹ́ *àjọṣepọ̀ ìṣòwò* , ìpìlẹ̀ kẹta sì jẹ́ *àjọṣepọ̀ ṣọ́ọ̀ṣì.* Ìdí nìyí tí wọ́n fi yàn mí sí ìpìlẹ̀ kẹta. Iṣẹ́ mi ni láti lé èṣù jáde nígbà tí ó gbìyànjú láti dé ìpìlẹ̀ kẹta - nínú ìjọ.
Ìbáṣepọ̀ ilé dúró fún ohun tí ó túmọ̀ sí gan-an - *àjọṣepọ̀ ilé.* Ẹ̀mí fihàn mí pé ohun gbogbo bẹ̀rẹ̀ láti ilé dé ilé, wọ́n sì parí sí ilé dé ilé. Nígbà tí àwọn ọmọ ẹgbẹ́ Olúwa bá dé láti gbá bọ́ọ̀lù, wọ́n ní láti bẹ̀rẹ̀ láti ilé dé ilé kí wọ́n sì gba ìgbádùn níbẹ̀. Láìka bí wọ́n ṣe ń ṣiṣẹ́ lórí ìpìlẹ̀ àjọṣepọ̀ àwùjọ, ìṣòwò

tàbí ìjọ pàápàá, tí wọn kò bá ti bẹ̀rẹ̀ nílé, wọn kì í ṣe alágàbàgebè lásán!
Ọlọ́run ń tẹnu mọ́ ìgbésí ayé ilé tó tọ́ lónìí. Ó ń ṣètò ilé wa. Ó ń mú ọkọ àti baba padà sí ipò àṣẹ rẹ̀ nínú ilé. Ilé ń di ibi pàtàkì fún ìgbésí ayé ẹ̀mí. Èyí ni ìlànà Ọlọ́run. A kò lè tọ̀nà nínú àjọṣepọ̀ mìíràn nínú ìgbésí ayé títí ayé wa yóò fi tọ́. ilé. Ẹgbẹ́ Bìlísì ń ju bọ́ọ̀lù kíákíá àti bọ́ọ̀lù tí ó ń yípo sílé. A gbọ́dọ̀ ṣẹ́gun Bìlísì ní àkọ́kọ́ nínú ìkọlù rẹ̀ sí àwọn ilé wa. Olúkúlùkù mẹ́ḿbà ìdílé gbọ́dọ̀ gba ìdìbò tí Ọlọ́run ti yàn:

Ẹ̀yin aya, ẹ tẹríba fún àwọn ọkọ yín, gẹ́gẹ́ bí fún Olúwa... Ẹ̀yin ọkọ, ẹ fẹ́ràn àwọn aya yín, gẹ́gẹ́ bí Kristi pẹ̀lú ti fẹ́ràn ìjọ, tí ó sì fi ara rẹ̀ fún un... Ẹ̀yin ọmọ, ẹ gbọ́ràn sí àwọn òbí yín nínú Olúwa; nítorí èyí tọ́. Efe. 5:22,25, 6:1
Idanwo akọkọ fun igbesi aye Kristiẹni wa lati ile. Ti ifẹ, ayọ ati alaafia ti Ẹmi Mimọ ko ba jade lati inu igbesi aye wa ni ibatan pẹlu awọn ọmọ ẹgbẹ ti ara wa, lẹhinna Satani ti ṣẹgun wa. Nigbati o ba han gbangba pe Satani ti gba ipilẹ ni ile wa ati nipasẹ ara wa, o jẹ ipe si ogun ẹmi. Ṣẹgun eṣu ninu igbesi aye tirẹ ati ninu idile rẹ lẹhinna iwọ yoo ni anfani lati gbe ogun naa lọ si awọn agbegbe miiran ti igbesi aye.
Nínú àkàwé rẹ̀ nípa ewéko àti ìtànná igi náà, Jésù fihàn wá pé a gbọ́dọ̀ ṣètò ìgbésí ayé wa kí a tó lè ṣe ìránṣẹ́ fún àwọn ẹlòmíràn. Ẹ jẹ́ kí a rí i dájú pé kò sí *ẹlẹ́dẹ̀ ní àwọn yàrá ìjẹun wa.*

Àdúrà Kúkúrú fún Ìdáǹdè Ara-ẹni

"Olúwa Jesu Kristi, mo gbàgbọ́ pé o kú lórí àgbélébùú fún ẹ̀ṣẹ̀ mi, o sì jí dìde kúrò nínú òkú. O rà mí padà nípa ẹ̀jẹ̀ rẹ, èmi sì jẹ́ ti rẹ, mo sì fẹ́ wà láàyè fún ọ. Mo jẹ́wọ́ gbogbo ẹ̀ṣẹ̀ mi—tí a mọ̀ àti èyí tí a kò mọ̀—mo káàánú fún gbogbo wọn. Mo kọ̀ gbogbo wọn sílẹ̀. Mo dáríjì gbogbo àwọn ẹlòmíràn bí mo ṣe fẹ́ kí O dáríjì mí. Dáríjì mí nísinsìnyí kí o sì fi ẹ̀jẹ̀ Rẹ wẹ̀ mí mọ́. Mo dúpẹ́ lọ́wọ́ Rẹ fún ẹ̀jẹ̀ Jesu Kristi tí ó wẹ̀ mí mọ́ kúrò nínú gbogbo ẹ̀ṣẹ̀ nísinsìnyí. Mo sì wá

sọ́dọ̀ Rẹ nísinsìnyí gẹ́gẹ́ bí olùgbàlà mi. O mọ àwọn àìní pàtàkì mi—ohun tí ó so mọ́, tí ó ń pọ́n mi lójú, tí ó ń sọ di aláìmọ́; ẹ̀mí búburú yẹn, ẹ̀mí àìmọ́ yẹn—mo gbà ìlérí ọ̀rọ̀ Rẹ pé, "Ẹnikẹ́ni tí ó bá pe orúkọ Olúwa ni a ó gbà là." Mo ké pè ọ́ nísinsìnyí. Ní orúkọ Olúwa Jesu Kristi, gbà mí sílẹ̀ kí o sì dá mi sílẹ̀. Satani, mo kọ̀ ọ́ àti gbogbo iṣẹ́ rẹ sílẹ̀. Mo tú ara mi sílẹ̀ kúrò lọ́wọ́ rẹ, ní orúkọ Jesu, mo sì pàṣẹ fún ọ láti fi mí sílẹ̀ nísinsìnyí ní orúkọ Jesu. Àmín!"

Jẹ́ kí ó wá láti ọkàn rẹ kí o sì rí ìgbàlà Olúwa!

Ṣé o ń ṣàìsàn tàbí o nílò àtúnṣe?

Fún àwọn tí wọ́n ń ṣàìsàn tàbí tí wọn kò ní ìrísí tàbí ìrísí èyíkéyìí, tàbí tí wọ́n nílò ìtúsílẹ̀? Tàbí ìtúnpadà, jọ̀wọ́ fi ọwọ́ kan àmì tí ó wà ní ìsàlẹ̀ pẹ̀lú ìgbàgbọ́ ***(Ìgbàgbọ́ ni rírí àbájáde rere pàtó ti ipò rẹ lọ́wọ́lọ́wọ́, ní mímọ̀ pé Jésù ti ṣe ipa tirẹ̀ ní ohun tí ó ju ẹgbẹ̀rún ọdún méjì lọ láti rí ìwòsàn àti ìtúsílẹ̀ rẹ gbà, ìtúnpadà gẹ́gẹ́ bí ìsanwó ìṣáájú, ní gbígbọ́kànlé pé ìsanwó ìṣáájú náà wà fún ọ láti fà láti inú, bí ìwọ̀ntúnwọ̀nsì rere nínú àkọọ́lẹ̀ ìfowópamọ́ rẹ, kò sí ìbéèrè tí a béèrè bí a ṣe gbà pẹ̀lú rẹ tí a sì pe BE HEALED ní orúkọ Jésù Kristi, Àmín)***

Nípasẹ̀ àṣẹ, ìwọ ti fún mi àti àwọn, mo lo àṣẹ yẹn nísinsìnyí pẹ̀lú ìgbàgbọ́ pẹ̀lú ìbínú wọn sí ọ̀tá àti ebi láti gba ohun tí o ti fi fún gbogbo wọn lọ́fẹ̀ẹ́, mo fi gbogbo àìsàn bú, gbogbo àrùn, ìbáà ṣe àrùn jẹjẹrẹ, COVID 19, ìbáà ṣe ẹ̀mí àìlera, ìbáà ṣe ẹ̀mí ẹ̀mí ẹ̀ṣù tàbí ìnilára, ìbáà ṣe ẹ̀mí òṣì, ìjákulẹ̀, ìmúṣẹ pípẹ́ ti ohun tí Ọlọ́run ti pinnu àti tí ó ti tú sílẹ̀. A dojúkọ àìdára náà, mo dè wọ́n, a fi wọ́n bú sí gbòǹgbò wọn a sì lé wọn jáde nípa àṣẹ ní orúkọ Jésù Kristi. Àmín. A kéde ìtúsílẹ̀ ìwòsàn, ìgbàlà àti ìmúpadàbọ̀sípò sínú ìgbésí ayé wọn ní orúkọ alágbára Jésù Kristi. Ẹ ṣé o Olúwa fún àwọn ẹ̀rí tí ó dúró fún ògo àti ọlá àti ìbọ̀wọ̀ rẹ. Ẹ ṣé o fún àwọn ọkàn tí a ń fi kún ìjọba Rẹ nítorí ìhìn iṣẹ́ yìí, àwọn iṣẹ́ ìyanu

tí a ti ń rí nísinsìnyí tí a sì ń fihàn fún ògo rẹ ní orúkọ Jésù, Àmín. Ó ti parí! Ẹ yọ̀!

Fi ọwọ́ kan ibi tí a fihàn gẹ́gẹ́ bí ibi ìfọwọ́sowọ́pọ̀ kí o sì fi ẹnu rẹ jẹ́wọ́ – Mo ti wòsàn, mo ti gbàlà, mo sì ti sọ ara mi di tuntun nínú ẹ̀mí mi, ọkàn mi, ara mi àti gbogbo àyíká mi ní orúkọ JESU KRISTI, Àmín!!!

Bẹ̀rẹ̀ sí í ṣe ohun tí o kò lè ṣe tẹ́lẹ̀ kí o sì bẹ̀rẹ̀ sí í jẹ́wọ́ títí tí ìwòsàn pípé, àtúnṣe ìgbàlà yóò fi di èso nínú ìgbésí ayé rẹ ní orúkọ Jésù, àmín. Ẹ máa pa ebi fún gbogbo Ọlọ́run, ẹ máa bínú kí ẹ sì gba gbogbo ohun tí ọ̀tá ti dá dúró ní orúkọ Jésù, àmín
Àkíyèsí:
Jẹ́rìí sí ìwòsàn fún ògo Ọlọ́run àti ìtìjú ọ̀tá! Fi ìméèlì tàbí whatsapp ránṣẹ́ sí wa tí o bá ṣì nílò kí a gbà pẹ̀lú rẹ lórí ọ̀rọ̀ náà. Kí o sì sopọ̀ mọ́ àwọn ohun èlò tí yóò bẹ̀rẹ̀ ní ọ̀sẹ̀ tó ń bọ̀ ní ọjọ́rú. Wá àlàyé díẹ̀ lórí ojú-òpó wẹ́ẹ̀bù wa láìpẹ́!

Àwọn Ìlòkulò Ńlá - 1 - Orí 8 - Wá bí a ṣe lè rí i láti ọdọ àwọn Ńlá ní Apá 7

– AGBARA MIMI MIMO TI N GBE INU RE NINU ORO NINU AFEFE SI OMI ORÍ PE gege bi asoju fun IWOSAN, ITUSILE ATI IMUSEPO SINU AYE RE LORI AYE RE LORI AWON ELOMIRAN – Apeere Iwe Adura ti a fi kun lori omi ati epo + Itan 2 lori ITUSILE Aguntan kan ati Ọmọbìnrin ọmọ ọdún mẹ́fà láti àrùn Schizophrenia àti ogun àwọn ẹ̀mí èṣù mìíràn gẹ́gẹ́ bí ọ̀nà ẹ̀kọ́ fún ÌWỌ láti ọwọ́ Frank àti Ida Mae – Apá 7 + Àdúrà ìfọwọ́sowọ́pọ̀ fún ìwòsàn, ìdáǹdè àti ìmúpadàbọ̀sípò

Ẹyin ọ̀rẹ́ mi, lónìí, a mú apá keje nínú àwọn ìtẹ̀jáde wa wá fún yín lórí tó tó láti kó àwọn ènìyàn ní ìgbèkùn àti láti gbà wọ́n sí òmìnira nínú Kristi.

A sọ pé nípasẹ̀ àwọn ìwà búburú tàbí ìgbésí ayé tí kò bá Ìwé Mímọ́ mu, a sọ ara wa di Kristẹni láti jẹ́ ibùgbé tó fani mọ́ra fún àwọn agbára òkùnkùn nípa yíyàn láti mọ̀ọ́mọ̀ láti ṣàìgbọràn sí ìlànà ìgbésí ayé Ọlọ́run. A di ẹrú tí a fi ìfẹ́ wa sílẹ̀ láti gbọ́ràn sí. Láti fi ìdí èyí múlẹ̀, níbí ni Pọ́ọ̀lù wà nínú

Róòmù 6:16 Bíbélì Agbára, Àtúnse Àtijọ́
16 ***Ẹ kò mọ̀ pé bí ẹ bá ń fi ara yín fún ẹnikẹ́ni nígbà gbogbo láti ṣe ìfẹ́ rẹ̀, ẹrú ẹni tí ẹ ń gbọ́ràn sí ni yín, ìbáà ṣe ẹ̀ṣẹ̀, èyí tí ó yọrí sí ikú, tàbí ìgbọràn tí ó yọrí sí òdodo (ṣíṣe òdodo àti ìdúró rere pẹ̀lú Ọlọ́run)?***

Jésù sì tọka sí òtítọ yìí pé ọgá yìí - Sátánì jẹ olórí iṣẹ líle àti apanirun.. Ka èyí

Jòhánù 10:10
Bíbélì tí a ti mú kí ó gbòòrò síi, Àtúnse Àtijọ
[10] Olè kì í wá láti jalè, láti pa, àti láti parun. Èmi wá kí wọn lè ní, kí wọn sì gbádùn ayé, kí wọn sì ní in lọpọlọpọ (títí dé ìgbà tí yóò fi kún).
Ọlọrun ti fún wa ní ẹbùn òmìnira láti ṣe àwọn yíyàn, ṣùgbọn kò fún wa ní òmìnira láti yan àbájáde àwọn yíyàn wa.Níbí, Mósè ń kìlọ fún àwọn ọmọ Ísírẹlì àti gẹgẹ bí a ṣe ń sọrọ sí i, àwa Kristẹni òde òní:

Diutarónómì 30:16-20
Bíbélì tí a ti mú kí ó gbòòrò síi, Àtúnse Àtijọ
[16] [Tí ẹ bá gbọràn sí àṣẹ Olúwa Ọlọrun yín tí mo pàṣẹ fún yín lónìí, láti fẹràn Olúwa Ọlọrun yín, láti rìn ní ọnà Rẹ, àti láti pa àṣẹ Rẹ mọ, àti ìlànà Rẹ àti ìlànà Rẹ, nígbà náà ni ẹyin yóò yè, kí ẹ sì pọ sí i, Olúwa Ọlọrun yín yóò sì bùkún yín ní ilẹ tí ẹyin yóò wọ láti gbà.
[17] Ṣùgbọn bí ọkàn rẹ bá yípadà tí o kò sì gbọ, ṣùgbọn tí a fà ọ lọ láti sin àwọn ọlọrun mìíràn àti láti sìn wọn,
[18] Mo sọ fún yín lónìí pé dájúdájú ẹ ó parun, ẹ kò sì ní pẹ ní ilẹ tí ẹ ó rékọjá Jọdánì láti wọlú àti láti gbà.
[19] Mo pe ọrun ati aiye lati jẹri si ọ loni pe mo ti fi iye ati iku, ibukun ati egún siwaju rẹ; nitorina yan iye, ki iwọ ati awọn ọmọ rẹ le yè.
[20] Kí o sì fẹràn Olúwa Ọlọrun rẹ, kí o gbọ ohùn rẹ, kí o sì rọ mọ ọn. Nítorí òun ni ìyè rẹ àti gígùn ọjọ rẹ, kí o lè máa gbé ní ilẹ tí Olúwa búra láti fi fún àwọn baba rẹ, fún Ábúráhámù, Ísáákì àti Jákọbù.

Nípa yíyàn mímọ, ọpọlọpọ nínú àwa Kristẹni ti sọ ara wa di ilẹ ọlọràá àti ibi ìsádi fún àwọn ẹmí èṣù. Òtítọ ọrọ náà ni pé ọpọlọpọ wa kò mọ nípa èyí, ìyẹn sì jẹ nípa ìṣẹdá àwọn agbára búburú títí tí a fi jẹ́ kí Ẹ̀mí Mímọ́ fi ìmọ́lẹ̀ Rẹ̀ sí wa lórí fún ìdáǹdè. A mọ̀ pé ọ̀pọ̀lọpọ̀ ibi ló wà nínú ìgbésí ayé wa tí a kò fi ní agbára tàbí ìgbèkùn rárá tí àdúrà àìdáwọ́dúró kò ti ran wá lọ́wọ́ láti ọ̀pọ̀ ọdún wá nítorí pé a kò tí ì yanjú ìṣòro náà tí ó ń yọ wá lẹ́nu nípa ìwòsàn pátápátá, ìdáǹdè àti ìmúpadàbọ̀sípò nínú ẹ̀mí, ọkàn àti ara wa.

Lónìí ní apá keje, a mú yín wá nínú àwọn ìwé wa tó ń jẹ́ Enough is Too to Prictivity of Satan àti Welcome to OMINIRA nínú Kristi, àwọn òye lórí bí a ṣe lè ru **AGBARA Ẹ̀mí Mímọ́ sókè nínú Ìwọ àti ÈMI nínú àwọn ọ̀rọ̀ tí a gbé kalẹ̀ nípasẹ̀ afẹ́fẹ́ sínú omi àti òróró gẹ́gẹ́ bí aṣojú fún Ìwòsàn, Ìdáǹdè àti Ìmúpadàbọ̀sípò nínú ìgbésí ayé rẹ àti àwọn ẹlòmíràn + Ìtàn 2 lórí ÌGBÀLÀYÉ Pásítọ̀ kan àti ọmọbìnrin ọmọ ọdún mẹ́fà gẹ́gẹ́ bí ọ̀nà ẹ̀kọ́ fún Ìwọ – Apá 7**

Ẹ rántí pé a ti ń múra sílẹ̀ láti ṣe àṣeyọrí àṣẹ tí ó wà nínú Máàkù 16:15

Máàkù 16:16-20

Bíbélì tí a ti mú kí ó gbòòrò síi, Àtúnse Àtijọ́

16 Ẹni tí ó bá gbàgbọ́, tí ó sì gbẹ́kẹ̀lé ìhìnrere àti Ẹni tí ó gbékalẹ̀ rẹ̀, tí a sì bamitiisi rẹ̀, a ó gbà á là [[a] kúrò nínú ìyà ikú àìnípẹ̀kun; ṣùgbọ́n ẹni tí kò gbàgbọ́ [ẹni tí kò gbẹ́kẹ̀lé ìhìnrere àti Ẹni tí ó gbékalẹ̀ rẹ̀] ni a ó dá lẹ́bi.
17 Àti àwọn àmì ẹ̀rí wọ̀nyí yóò máa bá àwọn tí ó gbàgbọ́ lọ : ní orúkọ mi ni wọn yóò máa lé àwọn ẹ̀mí èṣù jáde; wọn yóò máa sọ̀rọ̀ ní èdè tuntun;
18 Wọn yóò gbé ejò sókè; bí wọ́n bá tilẹ̀ mu ohunkóhun tí ó lè pa ènìyàn, kì yóò pa wọ́n lára; wọn yóò gbé ọwọ́ wọn lé àwọn aláìsàn, ara wọn yóò sì yá.
19 Nígbà náà ni Olúwa Jésù, lẹ́yìn tí ó ti bá wọn sọ̀rọ̀ tán, a gbé e sókè sí ọ̀run, ó sì jókòó ní ọwọ́ ọ̀tún Ọlọ́run.
20 Wọ́n sì jáde lọ wọ́n sì wàásù níbi gbogbo, nígbà tí Olúwa ń bá wọn ṣiṣẹ́, ó sì ń fi ẹ̀rí ọ̀rọ̀ náà múlẹ̀ nípa àwọn àmì àti iṣẹ́ ìyanu tí ó tẹ̀lé e. Àmín (kí ó rí bẹ́ẹ̀).

A ti sọ ninu awọn jara iṣaaju pe lati ṣe aṣeyọri ni ṣiṣe aṣẹ Jesu yii si gbogbo awọn onigbagbọ ninu Kristi, ko si aye fun awọn ọmọ ogun ti o salọ tabi ṣiṣe lati ja lẹẹkansi nitori ogun naa ti ṣẹgun ni awọn ọrun. Tiwa ni lati lo aṣẹ wa ati agbara ni a fun wa nipasẹ Ẹmi Mimọ ti ngbe lati fi agbara mu iṣẹgun yẹn nitori ọta yoo fẹ lati gbe opin rẹ kọja nigbagbogbo. Idanwo omi lati rii boya a jẹ alaimọ. Laanu, ọpọlọpọ wa ko mọ awọn ọgbọn ti ẹni buburu naa.

A sọ pé láti kojú irú ọ̀tá yìí gẹ́gẹ́ bí ẹgbẹ́ ọmọ ogun onímọ̀ràn, a nílò àwọn wọ̀nyí gẹ́gẹ́ bí nínú **A, B, C, D, E, F àti G. Mo gbọ́dọ̀ tẹnu mọ́ ọn pé gbogbo ènìyàn kọ́ ni ó wà nínú àwọn ìtẹ̀jáde yìí. Àwọn díẹ̀ tí a yàn yóò fi ara wọn hàn fún ìforúkọsílẹ̀ nípasẹ̀ àwọn ànímọ́ méje wọ̀nyí. Wọ́n nìyí** :

A. **Wíwà nílẹ̀ (Ẹ̀mí, ọkàn àti ara)**
B. **Ìgboyà**
C. **Àánú fún àwọn ẹlòmíràn**
D. **Ìpinnu**
E. **Ìfẹ́ Tọkàntọkàn**
F. **Ìbínú Onínú**
G. **Ebi nla**

Tí o kò bá ní àwọn ànímọ́ wọ̀nyí gẹ́gẹ́ bí àwọn èròjà tí kò tó nǹkan, kò ní ṣeé ṣe láti ṣe ìpolongo àṣeyọrí nítorí gbogbo àwọn èròjà tí a mẹ́nu kàn lókè yìí gbọ́dọ̀ jẹ́ kí a dapọ̀ mọ́ ara wọn láti mú irú ìgbàgbọ́ irúgbìn mustard jáde láti mú ìyípadà wá nítorí pé Ọlọ́run ń bọ̀ àwọn ènìyàn tí ebi ń pa, kì í ṣe àwọn ọmọdé tí wọ́n tutù tàbí tí wọ́n gbóná, yálà nínú ìwòsàn, ìdáǹdè àti ìmúpadàbọ̀sípò nínú àti lóde.
Àwọn ìkógun ti ṣetán fún kíkójọ ṣùgbọ́n irúgbìn mustard kan, ìgbàgbọ́ tí ó dúró ṣinṣin ni a nílò láti kó wọn jọ sínú ìrírí wa. A ń sọ̀rọ̀ nípa ọkàn, ọkàn, àti ọ̀pọ̀lọpọ̀ ọkàn àti ohun gbogbo tí a nílò gẹ́gẹ́ bí ẹgbẹ́ ọmọ ogun Ọlọ́run alàáyè láti

ṣe ìpolongo àṣeyọrí. A wà níbí láti fún yín ní ẹ̀kọ́ láti ọ̀dọ̀ àwọn tí ó ti ṣáájú wa.

Wàyí o, wo apá àkọ́kọ́ ìgbékalẹ̀ wa lónìí – **AGBARA Ẹ̀mí Mímọ́ tí ń gbé inú rẹ nínú àwọn ọ̀rọ̀ tí a gbé nípasẹ̀ afẹ́fẹ́ sínú omi àti epo gẹ́gẹ́ bí aṣojú fún Ìyanu – Ìwòsàn, Ìdáǹdè àti Ìmúpadàbọ̀sípò nínú ìgbésí ayé rẹ àti àwọn ẹlòmíràn – – Àpẹẹrẹ ìwé àdúrà tí a fi kún un**

A bẹ̀rẹ̀ pẹ̀lú Jésù, olùpilẹ̀ṣẹ̀ àti olùparí ìgbàgbọ́ wa tí Ẹ̀mí Mímọ́ ń gbé inú Rẹ̀ nínú:

Jòhánù 9:1-7
Bíbélì tí a ti mú kí ó gbòòrò síi, Àtúnse Àtijọ́
9 Bí ó ti ń kọjá lọ, ó rí ọkùnrin kan tí ó fọ́jú láti ìgbà ìbí rẹ̀.
2 Àwọn ọmọ-ẹ̀yìn rẹ̀ bi í pé, "Rabbi, ta ni ó ṣẹ̀, ọkùnrin yìí tàbí àwọn òbí rẹ̀, tí a fi bí i ní afọ́jú?"
3 Jesu dáhùn pé, "Kì í ṣe pé ọkùnrin yìí tàbí àwọn òbí rẹ̀ dẹ́ṣẹ̀, ṣùgbọ́n a bí i ní afọ́jú kí iṣẹ́ Ọlọ́run lè farahàn nínú rẹ̀."
4 A gbọ́dọ̀ ṣe iṣẹ́ Ẹni tí ó rán mi, kí a sì máa ṣiṣẹ́ pẹ̀lú iṣẹ́ rẹ̀ nígbà tí ó bá jẹ́ ọ̀sán; òru ń bọ̀, nígbà tí ẹnikẹ́ni kò lè ṣiṣẹ́.
5 Níwọ́n ìgbà tí mo bá wà ní ayé, èmi ni ìmọ́lẹ̀ ayé.
6 Nígbà tí ó ti sọ èyí tán, ó tutọ́ sí ilẹ̀, ó sì fi itọ́ rẹ̀ ṣe amọ̀, ó sì fi ìpara sí ojú ọkùnrin náà.
7 Ó sì wí fún un pé, "Lọ, wẹ̀ nínú adágún Siloamu"—èyí tí ó túmọ̀ sí "Ẹni tí a rán jáde." Ó sì lọ, ó wẹ̀, ó sì padà wá, ó sì ríran."

Tí iṣẹ́ ìyanu yìí bá ṣẹlẹ̀ ní ọjọ́ wa láti ọwọ́ ẹnikẹ́ni tó jẹ́ onígbàgbọ́ tó jẹ́ Kristi, a ó yára dájọ́, a ó sì wí pé, "ó ṣeé ṣe kí a máa lo juju. Gẹ́gẹ́ bí Jésù tí wọ́n fi ẹ̀sùn kàn lẹ́yìn iṣẹ́ ìyanu pàtàkì yìí tí a bá kà á títí dé òpin Jòhánù 9."

Jesu n fi ilana kan han wa nihin ti a le lo ati pe o yẹ ki a lo ni ọjọ ati ọjọ wa nitori a n gbe Ẹmi Mimọ sinu wa ati nigbati a ba sọrọ si ohunkohun ninu agbara Ẹmi Mimọ ti ngbe, awọn ero inu ọkan wa yoo ṣẹ. Mo mu awọn iwe mimọ miiran wa lati jẹri agbara iyalẹnu ti awọn ọrọ lati ni ipa ati ṣe iyipada ninu awọn ipo okú ati awọn ti n bajẹ. Lẹhinna, Emi yoo pẹlu adura ti o rọrun bi iwe afọwọkọ ti a le lo ati ṣe atunṣe fun ipo ati ipo tiwa:

Òwe 18:20-21
Bíbélì tí a ti mú kí ó gbòòrò síi, Àtúnse Àtijọ́
20 ***Èrò ọkàn ènìyàn yóò kún fún èso ẹnu rẹ̀; àti pẹ̀lú àbájáde ọ̀rọ̀ rẹ̀ ni a ó fi tẹ́ ẹ lọ́rùn [ìbáà ṣe rere tàbí búburú].***
21 ***Ikú àti ìyè wà ní agbára ahọ́n, àwọn tí ó bá sì jẹ ẹ́ yóó jẹ èso rẹ̀ [fún ikú tàbí ìyè].***
Òwe 18:4,6,16
Bíbélì tí a ti mú kí ó gbòòrò síi, Àtúnse Àtijọ́
4 ***Ọ̀rọ̀ ẹnu ènìyàn [olóye àti ọlọ́gbọ́n] dàbí omi jíjìn [ọ̀pọ̀lọpọ̀ àti ṣòro láti lóye], àti orísun ọgbọ́n ọlọ́gbọ́n àti ìwà-bí-Ọlọ́run bí odò tí ń ṣàn [tí ń tàn yanran, tí ó tutù, tí ó mọ́, tí ó sì ń fúnni ní ìyè].***
6 ***Ètè òmùgọ̀ [tí ó ní ìgbẹ́kẹ̀lé ara rẹ̀] a máa fa ìjà, ẹnu rẹ̀ a sì máa pe ìlù.***
16 ***Ẹbùn ènìyàn a máa mú àyè wá fún un, a sì máa mú un wá síwájú àwọn ènìyàn ńlá.***
Kí a tó gbàdúrà, mo fi ìtàn agbára Jésù kún un nínú ọ̀rọ̀ wa.
Máàkù 11:20-26
Bíbélì tí a ti mú kí ó gbòòrò síi, Àtúnse Àtijọ́
20 ***Nígbà tí wọ́n ń kọjá lọ ní òwúrọ̀, wọ́n rí i pé igi ọ̀pọ̀tọ́ náà ti gbẹ pátápátá títí dé gbòǹgbò rẹ̀.***
21 ***Peteru si ranti, o si wi fun u pe, Oluwa, wo igi ọpọtọ ti iwọ ti parun ti gbẹ!***
22 ***Jesu si dahùn o si wi fun wọn pe, Ẹ ni igbagbọ́ ninu Ọlọrun nigbagbogbo.***
23 ***Lóòótọ́ ni mo wí fún yín, ẹnikẹ́ni tí ó bá wí fún òkè yìí pé, 'Gbé sókè kí o sì sọ sínú òkun!' tí kò sì ṣiyèméjì rárá nínú***

ọkàn rẹ̀ ṣùgbọ́n tí ó gbàgbọ́ pé ohun tí òun wí yóò ṣẹ, yóò rí bẹ́ẹ̀ fún un.
24. Nítorí náà ni mo ṣe wí fún yín pé, ohunkóhun tí ẹ bá
béèrè fún nínú àdúrà, ẹ gbàgbọ́ pé a ti fi fún yín, ẹ̀yin yóò
sì rí i gbà.
25 Nígbàkúgbà tí ẹ bá sì dúró tí ẹ ń gbàdúrà, bí ẹ bá ní
ohunkóhun sí ẹnikẹ́ni, ẹ dáríjì í, kí ẹ sì fi í sílẹ̀, kí Baba yín
tí ń bẹ ní ọ̀run lè dáríjì yín pẹ̀lú àṣìṣe àti àìpé yín, [kí] ó ***sì jẹ́ kí wọ́n***
ṣẹ́kù.
26 [b] Ṣugbọn bi ẹnyin ko ba dariji, Baba nyin ti mbẹ li ọrun
kì yio dariji awọn aṣiṣe ati awọn aito nyin.

Tí o bá wo ẹsẹ 23, Ó ní "ẹnikẹ́ni tó bá sọ". Pé ẹnikẹ́ni tó bá ní ìwọ nínú. Kò sọ pé, "bí o bá jẹ́ ẹni àmì òróró Ọlọ́run tàbí obìnrin" Ohun kan ṣoṣo tó wà níbẹ̀ ni "tí kò sì ṣiyèméjì rárá, tó bá gbàgbọ́ pé ohun tó sọ yóò ṣẹlẹ̀, a ó ṣe é fún un." Ẹ má gbàgbé pé èyí ti ṣẹlẹ̀ kí a tó fún ni Ẹ̀mí Mímọ́. Nísinsìnyí, èmi àti ìwọ ni Ẹmí Mímọ́ ń gbé inú wa. Gbogbo ohun tí a nílò ni láti ru ú sókè. Nípa ìjọsìn, ìyìn, sísọ̀rọ̀ ní èdè kí a lè gbé wa ró nínú ìgbàgbọ́ láti sọ ìkéde tí yóò bẹ̀rẹ̀.

Ẹ jẹ́ kí a bẹ̀rẹ̀ báyìí. ÀPẸẸRẸ ÀPẸẸRẸ

Àpẹẹrẹ ìwé àdúrà láti sọ̀rọ̀ nípa omi tàbí epo kí a tó fi sí i tàbí kí a mu ún láti mú ète tí a fẹ́ ṣe ṣẹ. Rántí pé, o gbọ́dọ̀ rí àbájáde tí o fẹ́ nígbà tí o bá ń sọ àwọn ìkéde wọ̀nyẹn sínú omi tàbí epo láti di aṣojú ìwòsàn, ìdáǹdè, àti ìmúpadàbọ̀sípò. Tẹ̀síwájú láti ṣe èyí títí tí ìyípadà yóò fi wáyé nínú ipò tàbí ipò náà.

Bẹ̀rẹ̀ sísọ̀rọ̀ : Omi tàbí òróró, mo mí ẹ̀mí ìyè tí ń gbé inú mi nípasẹ̀ ìjẹ́wọ́ ìgbàlà nípa ìgbàgbọ́ nínú orúkọ Jésù Kristi àti agbára àti wíwà Ẹmí Mímọ́ nínú mi nísinsìnyìí. – (fẹ́ afẹ́fẹ́ sínú omi tàbí òróró nísinsìnyí nípasẹ̀ ìgbàgbọ́, wo àbájáde tí a fẹ́ tí ó bá ìwé mímọ́ mu)

Omi tabi epo, nipa agbara Ẹmi Mimọ, di ẹni ti a fi ororo yàn fun iwosan (sọ ohun ti o fẹ iwosan fun), itusilẹ (sọ ohun ti o fẹ itusilẹ fun), ati isọdọtun ni orukọ Jesu Kristi (sọ ohun ti o fẹ isọdọtun fun) – (Fẹ lati inu ijinle ọkan rẹ, nipasẹ agbara Ẹmi Mimọ sinu omi tabi epo – sọ ni ede bi a ti gbe e)
Bí mo ṣe ń mu omi tí a fi òróró yàn yìí tí mo sì ń mu tàbí tí mo ń mu òróró, tí mo sì ń fi sí i, jẹ́ kí ìró agbára ìfàmìsí Ẹ̀mí Mímọ́ tàn ká gbogbo ara mi, nínú ara mi, kí ó sì mú ìwòsàn pátápátá, ìgbàlà pátápátá àti ìmúpadàbọ̀sípò pátápátá wá ní orúkọ Jésù Kristi, Àmín (Sọ àwọn agbègbè tí o nílò ìwòsàn, ìgbàlà àti ìmúpadàbọ̀sípò)
Mo kéde ètò àtọ̀runwá àti ìtúnṣe pípé nínú ẹ̀mí mi, ọkàn mi, àti ara mi ní orúkọ Jésù Kristi, àmín.

Mo dúpẹ́ lọ́wọ́ Rẹ, Baba, mo dúpẹ́ lọ́wọ́ Rẹ, Jesu, mo dúpẹ́ lọ́wọ́ Rẹ, Ẹ̀mí Mímọ́ ọ̀wọ́n, fún ìwòsàn pátápátá (ìwòsàn láti ọ̀dọ̀ kí ni? dárúkọ wọn, wo àbájáde ìwòsàn), Ìdáǹdè (láti ọ̀dọ̀ kí ni? Dárúkọ wọn, wo àbájáde tí a mú jáde) àti Ìmúpadàbọ̀sípò (kí ni? Dárúkọ wọn, wo àbájáde tí a mú padà) Àmín àti Àmín.

PS – Bẹ̀rẹ̀ sí í rí àbájáde náà – nígbà gbogbo, bẹ̀rẹ̀ sí í jẹ́wọ́ àbájáde náà – nígbà gbogbo, bẹ̀rẹ̀ sí í ní ìrírí àbájáde náà kí o sì jẹ́rìí àbájáde náà fún ògo Rẹ̀ àti ìbùkún Rẹ ní orúkọ Jésù, Àmín. Tẹ̀síwájú láti máa tún un ṣe títí àbájáde yóò fi ṣẹ kí o sì tan ìròyìn náà kálẹ̀ fún àwọn ẹlòmíràn tí wọ́n nílò ìfọwọ́kàn Ọlọ́run ní orúkọ Jésù Àmín

Nísinsìnyí, ẹ jẹ́ kí a mú àwọn ìtàn méjì lórí ìtújáde pásítọ̀ kan àti ọmọbìnrin ọmọ ọdún mẹ́fà gẹ́gẹ́ bí ọ̀nà ẹ̀kọ́ fún yín.

Ìtàn 1 Ṣé kí n jẹ́ Mínísítà Ìdáǹdè? Báwo ni Frank Hammond ṣe gbé mi dé ìdáǹdè – Ìdáǹdè pásítọ̀ kan.

"Báwo lo ṣe dé iṣẹ́ ìtúsílẹ̀?" Ìbéèrè yẹn ni wọ́n máa ń béèrè lọ́wọ́ mi nígbà gbogbo. Dájúdájú kì í ṣe ohun tí mo fẹ́ tí mo sì ń wá kiri. Mo sábà máa ń sọ fún àwọn ènìyàn pé, "Tí o bá wo ìta ilẹ̀, o máa rí àwọn ìdọ̀tí tí ìka ẹsẹ̀ mi ń fà nígbà tí wọ́n ń fà mí sínú iṣẹ́ yìí." Olúwa kò pè mí sínú apá yìí ti iṣẹ́ ìránṣẹ́ – Ó tì mí sínú rẹ̀! Nínú Mátíù 9:38, Jésù sọ fún àwọn ọmọlẹ́yìn rẹ̀ láti gbàdúrà pé kí Olúwa ìkórè "rán" àwọn òṣìṣẹ́. Ìtumọ̀ gidi ni pé òun yóò "lé" àwọn òṣìṣẹ́ "jáde" tàbí "lé wọn jáde." Bẹ́ẹ̀ ni mo ṣe ní ìrírí "ìpè náà". Olúwa kò béèrè lọ́wọ́ mi; Ó sọ fún mi!

Ó jẹ́ àwárí tó dùn mọ́ni láti mọ̀ pé Jésù jẹ́ "ọkan náà lánàá àti lónìí àti títí láé" (Hébérù 13:8). Nígbà tí mo rí ìtẹ̀bọmi nínú Ẹ̀mí Mímọ́, mo rí i pé iṣẹ́ ìyanu kò parí nígbà tí àwọn àpọ́sítélì méjìlá kú tàbí nígbà tí ìwé mímọ́ parí. Iṣẹ́ ìyanu wà fún òní. Mo lọ gbọ́ ọ̀rọ̀ Kathryn Kuhlman, mo sì rí ọ̀pọ̀ iṣẹ́ ìyanu ìwòsàn nínú iṣẹ́ ìsìn yẹn. Ìgbàgbọ́ mi ti sọjí, mo sì bẹ̀rẹ̀ sí í ronú nípa àwọn ọ̀rẹ́ tí wọ́n nílò ìwòsàn.

Pásítọ̀ ẹlẹgbẹ́ mi kan wà ní ọkàn mi gidigidi. Mo fẹ́ rí i pé ó wòsàn ju bí ẹnikẹ́ni ṣe lè rò lọ. Fún ọdún mẹ́rìndínlógún ó ti ń ní orí fífó nígbà gbogbo. Èyí jẹ́ àbájáde ìpalára orí tó le koko. Àwọn dókítà kò fún mi ní ojútùú kankan. Wọ́n dámọ̀ràn iṣẹ́ abẹ ọpọlọ tó léwu, ṣùgbọ́n Fred kò gbà láti ṣe iṣẹ́ abẹ tó léwu bẹ́ẹ̀ pẹ̀lú ìlérí ìrànlọ́wọ́ díẹ̀. Nítorí ìrora náà, kò lè sùn, àwọn iṣan ara rẹ̀ sì ń bàjẹ́. Kò lè kẹ́kọ̀ọ́ kí ó sì múra sílẹ̀ dáadáa fún ìwàásù rẹ̀. Ìrora náà mú kí ó bínú, kí ó sì bínú. Ìdílé rẹ̀ wà lábẹ́ wàhálà ńlá. Àwọn ọmọ náà kò lè pariwo rárá. Gbogbo nǹkan yíká ìṣòro Fred.

Mo sọ fún Fred pé mo máa gbàdúrà fún un títí tí mo fi rí i tí ó ti wòsàn. Lojoojumọ fún ọ̀sẹ̀ kan ni mo máa ń gbàdúrà fún un. Lẹ́yìn náà ní òwúrọ̀ ọjọ́ kan bí mo ti ń gbàdúrà, Olúwa sọ fún mi pé ẹ̀mí búburú kan ló fa ìṣòro Fred. Ǹjẹ́ mo gbọ́ ohùn Ọlọ́run ní tòótọ́? Báwo ni mo ṣe lè pín irú ìṣípayá bẹ́ẹ̀ pẹ̀lú ọ̀rẹ́ mi? Kí ni yóò rò? Ó ṣe tán, kí ni mo mọ̀ nípa àwọn ẹmí èṣù? Mo ti gbọ́ àwọn ìtọ́kasí díẹ̀ sí wọn ní àwọn ìpàdé méjì tí mo ti lọ, ṣùgbọ́n mi ò tíì ka ohunkóhun lórí kókó ọ̀rọ̀ náà rí. Báwo ni mo ṣe lè ní ìdánilójú? Kí ni kí n ṣe?

Ìrònú láti sọ ìṣípayá mi fún Fred kò ní lọ; ó túbọ̀ lágbára sí i. Ní ọjọ́ kan tí a wà papọ̀, mo fi ìṣọ́ra gbé ọ̀rọ̀ náà kalẹ̀. "Fred, mo ṣèlérí láti gbàdúrà fún ọ títí tí Ọlọ́run yóò fi wò ọ́ sàn," mo rán mi létí. "Mo ti ń gbàdúrà fún ọ lójoojúmọ́. Ní ọjọ́ kejì Olúwa sọ fún mi ohun tí ìṣòro rẹ jẹ́." Mo dákẹ́ díẹ̀díẹ̀ fún ìdáhùn Fred. Mo fiyèsí rẹ̀ dáadáa. "Olúwa, yin," ó ní, "Kí ni Olúwa sọ fún ọ?" "Nísinsìnyí, Fred, mi ò mọ ohun tí ìwọ yóò rò nípa èyí," mo sọ, mo yan àwọn ọ̀rọ̀ pẹ̀lú ìṣọ́ra bí mo ṣe mọ̀, "ṣùgbọ́n Olúwa sọ fún mi pé ẹmí èṣù ni ó fa orí rẹ." Mo di ẹmí mi mú bí mo ṣe ń wo ojú rẹ̀ láti ṣe ohun tí yóò ṣẹlẹ̀. Mi ò mọ̀ pé Fred ní ìmọ̀ nípa ẹmí èṣù ju èmi lọ. Ó gbé e kalẹ̀ ní kíákíá. "Olúwa, yin!" ó kígbe, ó tilẹ̀ dà bí ẹni tí ó ń yọ̀. "Ǹjẹ́ Bíbélì kò sọ pé a lè lé ẹmí èṣù jáde? Mo fẹ́ kí o lé e jáde kúrò lára mi."

"Nísinsìnyí, dúró díẹ̀," ni mo tako. "Mi ò mọ ohunkóhun nípa lílé àwọn ẹmí èṣù jáde, ṣùgbọ́n mo rò pé mo lè rí ẹnìkan tí ó mọ bí a ṣe ń ṣe é. Fún mi ní ọjọ́ díẹ̀ láti gbàdúrà nípa ẹni tí ó lè ṣe èyí fún ọ. Èmi yóò jẹ́ kí o mọ̀ nígbà tí mo bá rí ẹnìkan."

Mo lọ síbi àdúrà tí ó tọ́ láti béèrè lọ́wọ́ Ọlọ́run kí ó darí mi lọ sí ọ̀dọ̀ ìránṣẹ́ ìgbàlà kan. Olúwa sọ pé, "Ìwọ ni kí o ṣe é." Nítorí náà, mo tún gbàdúrà. Mo ṣàlàyé fún Olúwa pẹ̀lú ìṣọ́ra bí mo ṣe jẹ́ aláìtóótun tó. Ó ṣe é ṣe kí n ti sọ̀rọ̀ bí ẹni tí kò tóótun tó. Ó ṣe é ṣe kí n ti sọ̀rọ̀ bí ẹni tí kò tóótun tó ju ti Mósè lọ níbi igbó tí ń jó tí ó ń ṣe àwáwí nípa ìdí tí kò fi lè darí àwọn ènìyàn rẹ̀ kúrò ní Íjíbítì. Olúwa kò ní fún mi ní ọ̀nà mìíràn. Mo gbọ́dọ̀ ṣe iṣẹ́ ìránṣẹ́ náà.
Ọ̀pọ̀lọpọ̀ èrò ló bẹ̀rẹ̀ sí í yí padà sí ọkàn mi. Kí ló máa ṣẹlẹ̀ sí mi tí mo bá kọlù àwọn ẹmí Ànjọ̀nú ní iwájú? Ṣé wọn kò ní

ṣe àfojúsùn pàtàkì kan fún mi? Dájúdájú, mo máa wà nínú ìṣòro. Àwọn tó ń retí náà ń bani lẹ́rù.

Ní ọ̀sẹ̀ kan lẹ́yìn náà, mo tún bá Fred sọ̀rọ̀. Mo sọ àbájáde àdúrà náà fún un. Kò dà bíi pé ó bójú mu pé èmi ni mo yẹ kí n ṣe ìránṣẹ́ fún un, ṣùgbọ́n ó fẹ́ láti tẹ̀lé e. A gbà pé a óò gbàdúrà ní ọ̀sẹ̀ mìíràn kí a sì kẹ́kọ̀ọ́ ohun tí Ìwé Mímọ́ sọ nípa kókó ọ̀rọ̀ náà. Lẹ́yìn náà, àwa àti àwọn ìyàwó wa yóò péjọpọ̀ láti wo ohun tí yóò ṣẹlẹ̀.

Ọjọ́ náà dé tí a fẹ́ ṣe iṣẹ́ ìsìn náà. Fred àti ìyàwó rẹ̀ yóò pàdé ní ilé wa fún oúnjẹ alẹ́, lẹ́yìn náà a ó lọ sí ilé ìjọsìn fún ìpàdé àdúrà - tàbí ohunkóhun tí yóò jẹ́. Inú mi dùn pé ọjọ́ náà kún fún iṣẹ́ púpọ̀ fún wa. Ó ṣe pàtàkì láti lọ sí ìrìn àjò iṣẹ́ níta ìlú. A dé sílé ní nǹkan bí wákàtí méjì kí Fred àti ìyàwó rẹ̀ tó dé. Ìwé kékeré kan wà ní ẹnu ọ̀nà mi, tí a fi òkúta wúwo lé lórí. Ọ̀rẹ́ kan ti wá láti ìlú náà, nígbà tí kò rí mi nílé, ó fi ìwé kékeré náà sílẹ̀ fún mi. Mo fẹ́rẹ̀ẹ́ gbàgbọ́ ojú mi bí mo ṣe ń ka àkọlé náà - *"Ìfihàn sí Lílé Ẹ̀mí Èṣù Lékúrò"* láti ọwọ́ Derek Prince. Ọ̀rẹ́ mi kò mọ̀ nípa iṣẹ́ ìsìn náà tí ń bọ̀. Àkókò náà pé. Ó gbọ́dọ̀ jẹ́ Ọlọ́run!

Láàárín ìṣẹ́jú díẹ̀, mo ti ka gbogbo ohun tó wà nínú ìwé kékeré náà tán. Ó wúlò gan-an, ó sì kún fún àwọn ìsọfúnni tó wúlò. A lè fojú sọ́nà fún irú ìṣẹ̀lẹ̀ kan nígbà tí ẹ̀mí Ànjọ̀nú náà bá jáde. Ó kéré tán, mo ní ìgboyà díẹ̀ sí i nípa gbogbo ọ̀rọ̀ náà. Nígbà tí Fred dé, mo ní kí òun àti ìyàwó rẹ̀ ka ìwé kékeré náà kí a tó bẹ̀rẹ̀ iṣẹ́ òjíṣẹ́.

A lo àkókò díẹ̀ nínú àdúrà kí a tó pe ẹ̀mí èṣù náà níjà. Mo sì ń ronú nípa ẹ̀mí èṣù kan ṣoṣo nígbà náà. Òye mi kò ju ìyẹn lọ. Fred ṣì wà lórí eékún rẹ̀ nígbà tí mo dábàá pé kí a bẹ̀rẹ̀ sí í bá ẹ̀mí èṣù náà sọ̀rọ̀. Èmi àti ìyàwó mi gbé ọwọ́ lé e lórí, àwa méjèèjì sì wí pé, "Mo pàṣẹ fún ẹ̀mí èṣù náà láti jáde kúrò nínú rẹ̀ ní orúkọ Jésù." Lẹ́yìn tí mo ti pàṣẹ yìí tí ìyàwó mi sì tún sọ ọ́, a dúró láti wo ohun tí yóò ṣẹlẹ̀. Níkẹyìn, mo béèrè pé, "Ṣé o nímọ̀lára ohunkóhun, Fred? Ṣé o rò pé ohunkóhun ṣẹlẹ̀?" Fred mi orí rẹ̀ ní òdì, irọ́ kò tíì nímọ̀lára ohunkóhun. A ṣe ìgbìmọ̀ kúkúrú kan, a sì pinnu láti tún gbìyànjú rẹ̀.

Wọ́n tún pàṣẹ fún un nígbà mélòó kan sí i. Kí ló ń ṣẹlẹ̀ sí Fred? Ojú rẹ̀ ń yípo! Ó ń gbìyànjú láti sọ̀rọ̀, ṣùgbọ́n kò lè sọ ọ̀rọ̀ kan jáde. Ó dà bíi pé ó ń mí. Kò tó àkókò láti dẹ́kun ara rẹ̀ báyìí. A tẹ̀síwájú láti pàṣẹ fún ẹ̀mí Ànjọ̀nú náà láti jáde kúrò lára rẹ̀. Fred bẹ̀rẹ̀ sí í kọ́ ikọ́ gidigidi. Èyí gba tó bí ìṣẹ́jú kan. Lẹ́yìn náà, ó wó lulẹ̀ sí ẹ̀gbẹ́ kan ilẹ̀, ó sì dùbúlẹ̀ láìmira. "Ṣé ó ti jáde, Fred?" Mo béèrè. "Mo rò bẹ́ẹ̀," ó sọ ní kẹ́lẹ́kẹ́lẹ́. Kò lè sọ̀rọ̀ dáadáa. "Mo rẹ̀wẹ̀sì débi pé mi ò lè dìde," ó ṣàlàyé. A gbàdúrà fún Fred, a sì dúpẹ́ lọ́wọ́ Ọlọ́run fún ìgbàlà rẹ̀. Ó tó ìṣẹ́jú márùn-ún kí Fred tó lè jókòó.

Ìyàwó Fred ti jókòó tí ó sì ń gbàdúrà ní gbogbo àkókò yìí. Nísinsìnyí mo gbọ́ orin rẹ̀ pẹ̀lú ìrọ̀rùn. Mo dá orin náà mọ̀ gẹ́gẹ́ bí orin tí a mọ̀ tẹ́lẹ̀… "Ore-ọ̀fẹ́ Àgbàyanu". Mo rò pé màá dara pọ̀ mọ́ ọn nínú orin náà, bí mo sì ṣe ń tẹ́tí sí àwọn ọ̀rọ̀ náà, mo rí i pé ó ń kọrin ní èdè. Ní ọ̀sẹ̀ díẹ̀ sẹ́yìn, mo ti gbàdúrà fún un láti gba ìrìbọmi nínú Ẹ̀mí Mímọ́, ó sì lè sọ gbólóhùn kúkúrú kan ṣoṣo ní èdè. Nísinsìnyí ó ń kọrin pẹ̀lú òmìnira pátápátá. Àwa mẹ́rẹ̀ẹ̀rin ń yọ̀.
Ọ̀sẹ̀ kan lẹ́yìn náà ni mo tún rí Fred. Mo fẹ́ gbọ́ ìròyìn nípa orí fífó rẹ̀. Mo ní ìgbẹ́kẹ̀lé pé yóò sọ fún mi pé gbogbo rẹ̀ ti lọ. "Frank, mi ò mọ ohun tí mo lè sọ nípa rẹ̀," Fred bẹ̀rẹ̀, "ṣùgbọ́n orí fífó mi ṣì ń dà mí láàmú. Kò sàn ju bẹ́ẹ̀ lọ." Ìmọ̀lára ìjákulẹ̀ wá sí mi lọ́kàn. Báwo ni iṣẹ́ òjíṣẹ́ kan ṣe lè jẹ́ ohun ìyanu tó bẹ́ẹ̀ tí kò sì lè ṣiṣẹ́ dáadáa? Àwa méjèèjì dààmú.
Fred sọ fún mi pé òun ti gba ìpè láti lọ sí ṣọ́ọ̀ṣì kan ní ìpínlẹ̀ mìíràn. Ó máa ń ṣí lọ lẹ́sẹ̀kẹsẹ̀. Oṣù mẹ́fà ni ó kọjá kí a tó tún rí i. A wà ní ìrìn àjò kan tí ó mú wa sún mọ́ ibi iṣẹ́ ìsìn tuntun rẹ̀, nítorí náà a wakọ̀ fún àwọn máìlì díẹ̀ sí i láti ṣe ìbẹ̀wò kí a sì sùn ní alẹ́ náà. Bí a ṣe ń gbàdúrà ní alẹ́ ọjọ́ náà, a pinnu pé a gbọ́dọ̀ tún ṣe ìránṣẹ́ fún Fred. Ní àwọn oṣù tó kọjá a ti

kọ́ nípa àwọn ẹ̀mí èṣù. Ó ṣeé ṣe kí ó ju ọ̀kan lọ nínú wọn. Bóyá a kò rí èyí tó fa orí fífó. A ó máa tẹ̀síwájú sí i.

A ní kí Fred jókòó sórí àga bí a ṣe ń péjọ yí i ká. Ó fọwọ́sowọ́pọ̀ gidigidi. Ó múra tán láti ṣe ohunkóhun tó máa fúnni ní ìrètí láti mú ìrora àìdáwọ́dúró tó ń pa á run kúrò. Ní àkókò yìí, a kò mọ bí a ṣe lè rí oríṣiríṣi ẹ̀mí, a kò sì tíì rí òye tó ju ti ẹ̀dá lọ lórí àwọn ẹ̀mí èṣù pàtó kan. Nítorí náà, a pàṣẹ fún gbogbogbòò pé kí àwọn ẹ̀mí èṣù tó wà nínú rẹ̀ jáde. Nígbàkigbà tí a bá pàṣẹ, Fred máa ń ní ikọ́ àfọ̀ṣẹ. Ó lè nímọ̀lára ìfúnpá nínú ọ̀fun rẹ̀ tí ìkọ́ náà yóò dínkù. Èyí ṣẹlẹ̀ ní ìgbà mẹ́fà. "Ṣé orí rẹ ti lọ?" Mo béèrè lọ́wọ́ rẹ̀. "Rárá, ó burú ju ti ìgbàkigbà rí lọ," Fred ṣàlàyé. A lè mọ̀ pé nǹkan kan ṣì wà nínú Fred. Mo rántí pé mo ti gbọ́ téèpù kan lórí ìtúsílẹ̀ níbi tí àlùfáà ti pàṣẹ fún àwọn ẹ̀mí èṣù láti dárúkọ ara wọn. Wọ́n pinnu pé kí a gbìyànjú èyí.
"Kí ni orúkọ rẹ?" Mo béèrè lọ́wọ́ ẹ̀mí Ànjọ̀nú tí mo rò pé ó ṣì wà nínú Fred. "Ní orúkọ Jésù mo pàṣẹ fún ọ láti sọ orúkọ rẹ fún mi." Ojú rẹ̀ bẹ̀rẹ̀ sí í yípo gẹ́gẹ́ bí ó ti rí nígbà iṣẹ́ ìsìn àkọ́kọ́. A ń pàṣẹ fún ohun náà láti sọ orúkọ ara rẹ̀. Ètè Fred jáde, ẹnu rẹ̀ sì yípo di ariwo. Díẹ̀díẹ̀ àti pẹ̀lú ohùn tí a kò gbọ́ dáadáa, ọ̀rọ̀ kan ni a sọ – "P..a..i..n".
Ó dún bí ohun tó rọrùn. Kí ló dé tí a kò tíì mọ̀ ọ́n tẹ́lẹ̀? *"Ẹ̀mí èṣù ìrora* , jáde kúrò nínú Fred!" Ọ̀rọ̀ wa tẹnumọ́. "Ní orúkọ Jésù, jáde kúrò nínú rẹ̀!" Ìyàwó Fred gbọ́dọ̀ ti mọ̀ nínú ẹ̀mí rẹ̀ ohun tó máa ṣẹlẹ̀. Ó gbé ìwé ìròyìn kan láti orí tábìlì kọfí, ó sì jù ú sí ilẹ̀ láàárín ẹsẹ̀ Fred. Lójúkan náà, Fred gbó, ó sì da ìṣùpọ̀ ńlá méjì sí orí ìwé náà. Ẹ̀mí èṣù náà ti jáde! Ìrora náà sì ti lọ! Ó fẹ́rẹ̀ẹ́ tó ọdún márùn-ún tí Fred ti ń wò, ara rẹ̀ sì ti yá. Ọlọ́run ti dáhùn àdúrà wa!

Ìtàn 2) Ida Mae Ṣàpèjúwe Ìdáǹdè Ọmọdébìnrin ọmọ ọdún mẹ́fà láti Schizophrenia àti àwọn ẹ̀mí èṣù mìíràn

Ìdásílẹ̀ ọmọ tí ó ṣe kedere jùlọ tí mo tíì rí rí ni ti ọmọbìnrin ọmọ ọdún mẹ́fà kan. A ó pè é ní Mary. Bàbá Mary wá sọ́dọ̀

wa fún ìdásílẹ̀. Nínú ìfọ̀rọ̀wánilẹ́nuwò náà, ó sọ̀rọ̀ nípa ìṣòro tí ó ní nínú bíbójútó ọmọbìnrin rẹ̀. Òun àti ìyàwó rẹ̀ ti kọ ara wọn sílẹ̀, òun sì ń tọ́ ọmọbìnrin náà dàgbà. Ó sọ pé ọmọ tí ó ṣòro jùlọ ni, ó jẹ́ olóríkunkun, onínúure àti ọlọ̀tẹ̀. Ó ní àníyàn gidigidi nítorí pé ìwà rẹ̀ mú kí ó bínú gidigidi débi pé yóò fìyà jẹ ẹ́ gidigidi. A sọ fún un pé ọmọbìnrin náà nílò ìdásílẹ̀ tó pọ̀ bí òun, bí kò bá tilẹ̀ ju bẹ́ẹ̀ lọ, a sì tẹnumọ́ pé kí ó mú un wá sọ́dọ̀ wa.
Mary wá sí ọ̀dọ̀ wa tààrà láti ilé ìwé ní ọjọ́ díẹ̀ lẹ́yìn náà. Mo ní láti sọ fún un pé bí mo ṣe ń mọ òun tí mo sì ń ṣàlàyé fún un pé mo fẹ́ gbàdúrà fún un; ó mu nǹkan bí ìdajì omi ọsàn kan. Ó jẹ́ ẹni tí ó ń yára gbéraga, ó ń fò sókè lórí ilé ìjọsìn, nítorí àìbalẹ̀ ọkàn, kò lè jókòó nígbà tí a ń bá ara wa sọ̀rọ̀.

Mo ní, “Màríà, bàbá rẹ sọ fún mi pé o mọ̀ pé àwọn ẹ̀mí búburú wà.” Ojú rẹ̀ ṣí, ó sì bẹ̀rẹ̀ sí í sọ fún mi ní òótọ́ nípa bí ó ṣe máa ń rí i dájú pé gbogbo ilẹ̀kùn ti wà ní títì kí ó tó lọ sùn. Nígbà tí ó jí ní òru láti mu ọtí tàbí lọ sí yàrá ìwẹ̀, ẹ̀rù bà á, ó sì mọ̀ fúnra rẹ̀ pé gbogbo ilẹ̀kùn ni a ti tì pa. Mo ní, “Bẹ́ẹ̀ ni, ìyẹn ni ìbẹ̀rù, Màríà. O ní àwọn ẹ̀mí èṣù ìbẹ̀rù nínú ara rẹ. Wọ́n ń mú ọ bẹ̀rù, mo sì fẹ́ gbàdúrà fún ọ kí n sì mú kí wọ́n jáde kúrò nínú ara rẹ. Wọ́n ti wọ inú rẹ, nígbà tí mo bá sì gbàdúrà, wọn yóò jáde láti ẹnu rẹ, wọn yóò sì jáde lọ.” Ó gba ọ̀rọ̀ mi pẹ̀lú ìgbàgbọ́ tí ó rọrùn, bí ọmọdé.

Mo ní kí ó wá jókòó lórí àga ìjókòó lẹ́gbẹ̀ẹ́ mi nígbà tí mo ń gbàdúrà. Ó ṣe bẹ́ẹ̀, ṣùgbọ́n ara rẹ̀ kò balẹ̀ tó bẹ́ẹ̀ tí mo fi ní láti gbé e sórí àga mi láti jẹ́ kí ó sún mọ́ mi. Ó jókòó lórí àga mi pẹ̀lú ẹ̀yìn rẹ̀ sí mi. Mo bẹ̀rẹ̀ sí gbàdúrà pẹ̀lú ìgbàgbọ́ àti ìgbẹ́kẹ̀lé pé Jésù yóò dá a sílẹ̀. Ẹ̀mí Mímọ́ sọ fún mi ní kedere pé kí n pa ohùn mi mọ́… ó rẹlẹ̀ ju ohùn ìjíròrò lọ. Bákan náà, láti ka gbogbo ọ̀rọ̀ tí ó jáde láti ẹnu Màríà lẹ́yìn èyí sí ẹ̀mí Ànjọ̀nú tí ń sọ̀rọ̀ tàbí tí ẹ̀mí Ànjọ̀nú mí sí.

Lẹ́yìn náà ni mo bẹ̀rẹ̀ sí í bá àwọn ẹ̀mí èṣù sọ̀rọ̀. Mo ní, “Nísinsìnyí, ẹ̀yin ẹ̀mí èṣù tí ń gbé inú yín, ara Màríà, mo fẹ́ kí ẹ mọ̀ pé ẹ̀jẹ̀ Jésù ni Màríà bò mọ́lẹ̀ nípasẹ̀ ìbátan bàbá rẹ̀ pẹ̀lú Jésù. Gẹ́gẹ́ bí baba ní ọjọ́ Mósè ṣe fọ́n ẹ̀jẹ̀ náà sí òpó ilẹ̀kùn fún ààbò gbogbo ìdílé, bẹ́ẹ̀ náà ni Màríà wà lábẹ́ ìbòrí ẹ̀jẹ̀. Ẹ̀yin ẹ̀mí èṣù, mo fẹ́ kí ẹ mọ̀ pé baba Màríà ti gbọ́ òtítọ́ Ọ̀rọ̀ Ọlọ́run nípa àwọn ẹ̀mí Ànjọ̀nú yín, ó sì ti gbà á gbọ́. Ó mọ̀ nísinsìnyí pé ẹ̀yin ni ó ti ń bá jà kì í ṣe Màríà."

Mo mọ̀ pé Màríà ń sọ̀rọ̀ kẹ́lẹ́kẹ́lẹ́, mo sì tẹ̀ ara mi láti mọ̀ bóyá mo lè gbọ́ ohun tó ń sọ. Ó ń sọ̀rọ̀ kẹ́lẹ́kẹ́lẹ́ pé, "Mi ò fẹ́ràn ohun tí ò ń sọ." Mo dáhùn pé, "Mo mọ̀ pé ẹ kò fẹ́ràn rẹ̀, ẹ̀yin ẹ̀mí èṣù, nítorí mo ń tú àṣírí yín, mo sì mọ̀ yín. Ẹ ti ń fìyà jẹ Màríà láti ìgbà tí ó ti bí i. Nígbà tí ó ṣì wà nínú ikùn ìyá rẹ̀, àwọn kan lára yín wọ inú rẹ̀. Ṣùgbọ́n Ọlọ́run ti sọ pé ẹ kò lè gbé inú ara rẹ̀ mọ́." Ẹ̀ẹ̀kan sí i, ẹ̀mí Ànjọ̀nú inú Màríà bẹ̀rẹ̀ sí í sọ̀rọ̀ kẹ́lẹ́kẹ́lẹ́. Ní àkókò yìí, wọ́n fi ọ̀rọ̀ líle koko sọ pé, "Èmi … kò … fẹ́ràn … kí ni … kí ni … ìwọ … ń sọ! Mo ṣọ́ra láti pa ohùn mi mọ́ bí mo ṣe fèsì pé, "Kò ní dára fún ọ, ẹ̀mí èṣù, ṣùgbọ́n ó burú jù nítorí pé wọ́n máa lé ọ jáde kúrò nínú rẹ̀ lónìí. O ń pàdánù ilé rẹ." Nígbà tí ẹ̀mí èṣù náà gbọ́ èyí, ó tún fèsì pé, "Mi ò fẹ́ràn ohun tí ò ń sọ; pa ẹnu rẹ mọ́ nísinsìnyí!" Mo dáhùn pé, "Rárá o, mi ò ní pa ẹnu mọ́ ṣùgbọ́n màá máa bá a lọ láti sọ̀rọ̀ títí tí o fi jáde kúrò nínú ara rẹ̀."

Mo tẹ̀síwájú láti bá àwọn ẹ̀mí èṣù sọ̀rọ̀ pẹ̀lú pẹ̀lẹ́pẹ̀lẹ́. "Nísinsìnyí, ẹ̀yin ẹ̀mí èṣù bẹ̀rẹ̀ sí í farahàn ní orúkọ Jésù." Lẹ́sẹ̀kẹsẹ̀, Màríà bẹ̀rẹ̀ sí í sọ ní kẹ́lẹ́kẹ́lẹ́ pé, "O kò nífẹ̀ẹ́ mi; tí o bá ṣe bẹ́ẹ̀, o kò ní di mí mú." Mo dáhùn pé, "Bẹ́ẹ̀ ni, ẹ̀mí Ànjọ̀nú ìkọ̀sílẹ̀, o ti pa á mọ́ kúrò nínú àjọṣepọ̀ ìfẹ́. O mú un rò pé kò sí ẹni tí ó fẹ́ràn rẹ̀. O tilẹ̀ mú un rò pé Ọlọ́run kò fẹ́ràn rẹ̀. O máa jáde kúrò nínú rẹ̀, ìkọ̀sílẹ̀, ní orúkọ Jésù." Ẹnìkọ̀ọ̀kan àwọn ẹ̀mí èṣù bẹ̀rẹ̀ sí í fi ìwà wọn hàn. Wọ́n dé kíákíá, mo sábà máa ń ní àkókò láti pe ọ̀kan àti òmíràn ní gbangba.

Àwọn ẹ̀mí èṣù náà ń mú kí Mary jìjàkadì láti jáde kúrò ní ìdí mi bó tilẹ̀ jẹ́ pé mo ṣì lè gbá a mú ní apá mi. Níkẹyìn, mo ní láti fi ẹsẹ̀ rẹ̀ kan sáàárín tèmi, nípa bẹ́ẹ̀ mo gbá a mọ́ra. ìbòjú kan ó sì ń dí i lọ́wọ́. Ẹmí ìkórìíra náà gbé ojú rẹ̀ sókè sí ojú mi pẹ̀lú imú wa tí ó fọwọ́ kan, ó sì kígbe pé, "Mo kórìíra rẹ." Ó ṣì ń sọ̀rọ̀ jẹ́ẹ́jẹ́ẹ́, ó sì bá ẹ̀mí Ànjọ̀nú náà sọ̀rọ̀ pé, "Jáde, ẹ̀mí ìkórìíra." Ó bẹ̀rẹ̀ sí í kígbe pé, "Mo fẹ́ ọ̀bẹ, mo fẹ́ "Ọ̀bẹ." Mo béèrè. "Kí ni o fẹ́ pẹ̀lú ọ̀bẹ?" Ẹmí Ànjọ̀nú náà gbá eyín Màríà mú, ó sì wí pé, "Nítorí náà, Mo le pa ọ." ' 'Ó dára, ìwọ ẹ̀mí Ànjọ̀nú ìpànìyàn,' Mo pàṣẹ, "o jáde wá ní orúkọ Jésù."

Lẹ́yìn náà, Mary dìde dúró, ó ju èjìká rẹ̀ sílẹ̀, ó gbé ọwọ́ rẹ̀ lé ìdí rẹ̀, ó sì fèsì pé, "Kò sí ẹni tí ó máa sọ ohun tí màá ṣe fún mi láé!" Mo ní, "Ìtakò, o jáde wá!"

Ìyípadà ohùn kan hàn gbangba bí ẹ̀mí Ànjọ̀nú tó tẹ̀lé e ṣe ń sọ̀rọ̀. Ó ní, "Ohun tí mo fẹ́ ṣe nìkan ni mo ń ṣe." Mo ní, "Ara mi yóò jáde." Lẹ́yìn náà ni ohùn mìíràn tún yí padà. "O kò ní jẹ́ kí n jáde láéláé," ni ohùn tuntun náà wí. "Ìwà ìkà, ìwọ náà gbọ́dọ̀ jáde," ni mo tẹnumọ́. Lẹ́yìn náà ni Mary gbé ọwọ́ rẹ̀ sókè bí èékánná, ó sì ń mí ìmí sí ojú mi; ojú rẹ̀ ń yọ jáde, ó sì ń pariwo. Mo ní, "Ìwà wèrè, o jáde láti ọ̀dọ̀ Màríà ní orúkọ Jésù." Ó bẹ̀rẹ̀ sí í fi irun rẹ̀, ó sì ń gbọn orí rẹ̀ pẹ̀lú ìkà. Mo ní, "Àìsàn ọpọlọ àti ìrísí, ẹ jáde wá." Lẹ́yìn náà ni mo ké sí ẹ̀mí ìrísí wèrè. "Ẹyin ẹ̀mí èṣù ìrísí wèrè, mo pè ọ́. O mú àwọn ìwà méjì tí ó yàtọ̀ síra yín jáde tí o ń gbé kalẹ̀ nínú rẹ̀. Ọ̀kan nínú yín fìdí múlẹ̀ nínú ìkọ̀sílẹ̀ àti àánú ara ẹni, èkejì sì fìdí múlẹ̀ nínú ìṣọ̀tẹ̀ àti ìbínú. Kò sí ọ̀kan nínú àwọn ìwà wọ̀nyẹn tí ó jẹ́ Màríà tòótọ́. Mo tú Màríà tòótọ́ sílẹ̀, mo sì tú u sílẹ̀ láti jẹ́ ohun tí Jésù fẹ́ kí ó jẹ́." Pẹ̀lú èyí, ó fi ìka ọwọ́ rẹ̀ gbá mi, ó fi ọwọ́ rẹ̀ gbá mi, ó sì fi ọwọ́ rẹ̀ gbá mi, ó sì já aṣọ ìbora mi lulẹ̀. Nígbà tí ó dé pẹ̀lú apá kan aṣọ ìbora mi ní eyín rẹ̀, ó yà lẹ́nu gan-an bí ẹni pé ó retí pé kí n gbá a ní ojú. Mo lè mọ̀ pé Màríà gidi ló yà lẹ́nu. Mo bá àwọn ẹ̀mí èṣù sọ̀rọ̀, mo sì wí pé, "Rárá, ẹ̀yin ẹ̀mí èṣù, n kò ní pa Màríà lára fún bí ó ṣe ba aṣọ ìbora mi jẹ́ nítorí pé mo lè yà á kúrò lọ́dọ̀ yín.

Wọ́n ti fi ìyà jẹ Màríà fún ìgbà pípẹ́ nítorí àwọn ohun tí ẹ ti ṣe nípasẹ̀ rẹ̀. Ẹyin ẹ̀mí èṣù ti fẹ́rẹ̀ẹ́ di aláìlera.

Ó yàtọ̀ lónìí; ẹ̀yin ẹ̀mí èṣù ń gba ìyà náà, Màríà sì ń lọ sílẹ̀." Màríà rí ara rẹ̀ fún ìṣẹ́jú kan, lẹ́yìn náà àwọn ẹ̀mí èṣù yòókù bẹ̀rẹ̀ sí í fara hàn.

Níkẹyìn, lẹ́yìn bí ìṣẹ́jú ogún tàbí ọgbọ̀n tí wọ́n ti ṣe ìdáǹdè yìí, Màríà bẹ̀rẹ̀ sí í kígbe sókè lẹ́ẹ̀kan sí òmíràn, ó sì ń bẹ̀bẹ̀ pé kí wọ́n dá òun sílẹ̀. Ó máa ń wí pé, "Má ṣe di ẹsẹ̀ mi mú! Má ṣe di ẹsẹ̀ mi mú! Ẹ̀mí Mímọ́ fún mi ní òye pé ara rẹ̀ ti rú sókè báyìí, mo sì gbọ́dọ̀ tú u sílẹ̀ kí n sì jẹ́ kí ó jókòó sí orí àga ìjókòó lẹ́gbẹ̀ẹ́ mi. Mo pàṣẹ fún un pé, "Màríà, mo fẹ́ jẹ́ kí o jókòó sí orí àga ìjókòó."

Ó dára?" Ó ń sunkún díẹ̀díẹ̀, ó sì wí pé, "Mi ò fẹ́ kí o dì mí mú bẹ́ẹ̀." Mo wí pé, "Ó dára, ó dùn mí pé mo dì ọ́ mú ṣinṣin, ṣùgbọ́n àwọn ẹ̀mí búburú ló ń mú kí o bá mi jà." Mo máa ń ṣọ́ra láti fi ẹ̀bi lé àwọn ẹ̀mí èṣù lórí. Ní ọ̀nà ìgbà ọmọdé rẹ̀, ó dà bíi pé ó mọrírì pé wọ́n ti di ẹ̀bi náà mú dípò ara wọn.
Màríà jókòó lẹ́gbẹ̀ẹ́ mi fún ìgbà díẹ̀, ó sì dákẹ́ jẹ́ẹ́, ó sì sinmi. Ẹ̀mí Mímọ́ sọ fún mi pé kí n pàṣẹ kíákíá fún àwọn ẹ̀mí èṣù tó kù láti jáde. Mo ní, "Ní orúkọ Jésù, mo pàṣẹ fún gbogbo ẹ̀mí Ànjọ̀nú tó kù nínú Màríà láti jáde. Ẹ jáde wá ní orúkọ Jésù!"

Lójúkan náà ni Mary bẹ̀rẹ̀ sí í ṣàìsàn ní ikùn rẹ̀, kí n tó fi ọwọ́ kan aṣọ ìnuwọ́, ó ju ìgò ńlá kan síta. Ó kún ọwọ́ mi àti ọwọ́ kéékèèké rẹ̀. Ó gbé ojú sókè, ó sì rẹ́rìn-ín díẹ̀, lẹ́yìn náà ó dàbí ẹni pé ó yípadà sí àlàáfíà ní gbogbo ibi.
Rántí pé ní ìbẹ̀rẹ̀ ìtàn yìí, mo sọ pé Mary ń mu omi osàn nígbà tí ó wá sí iṣẹ́ ìsìn. Kò sí omi kankan nínú ohun tí ó tú jáde. Kò sí omi kankan nínú ikùn rẹ̀.

Ó dára, a jókòó níbẹ̀, a sì sọ̀rọ̀ fún bí ìṣẹ́jú mẹ́ẹ̀ẹ́dógún. Mary jókòó jẹ́ẹ́jẹ́ẹ́, ó sì sinmi, ní ìyàtọ̀ sí ìwà àìníláárí tí ó ti fi hàn tẹ́lẹ̀.

Baba rẹ̀ yà lẹ́nu gan-an. Ó ti wo ìtújáde ìjì náà pẹ̀lú àwọn ìmọ̀lára onírúurú àti ìdàrúdàpọ̀. Láìmọ̀ nípa àwọn ìfarahàn ẹ̀mí èṣù, àti pé kò lè mọ onírúurú ohùn àwọn ẹ̀mí èṣù bí etí mi tí mo ti kọ́ lẹ́kọ̀ọ́ ti ṣe, baba Mary rò pé wọ́n ń fi ìwà ìkà bá Màríà gidi lò, ó sì sọ pé nígbà tí ó jẹ́ pé gbogbo ohun tí òun lè ṣe láti yẹra fún dídá sí i ni.
Bó tilẹ̀ jẹ́ pé mi ò tíì rí Màríà láti ìgbà tí wọ́n ti dá a sílẹ̀, mo ti gbọ́ ìròyìn rere tó pọ̀. Ọ̀pọ̀lọpọ̀ ènìyàn ló máa ń sọ pé, "Ó yàtọ̀ gan-an." "Kò jọra rárá." "Mo lè di i mú, ó sì máa ń dáhùn sí ìfẹ́." "O kò ní ṣe bẹ́ẹ̀."
gbàgbọ́ pé ọmọbìnrin kan náà ni.

Ojú mi máa ń rọ̀ bí mo ṣe ń kọ èyí. Òun nìkan ni ìgbàlà tó ti mú kí n sunkún rí. Ogun náà rú gan-an, àlàáfíà náà sì lẹ́wà lẹ́yìn náà. Mi ò lè dá omijé dúró. Ọlọ́run ni ògo!

Àdúrà Kúkúrú fún Ìdáǹdè Ara-ẹni.

"Olúwa Jesu Kristi, mo gbàgbọ́ pé o kú lórí àgbélébùú fún ẹ̀ṣẹ̀ mi, o sì jí dìde kúrò nínú òkú. O rà mí padà nípa ẹ̀jẹ̀ rẹ, èmi sì jẹ́ ti rẹ, mo sì fẹ́ wà láàyè fún ọ. Mo jẹ́wọ́ gbogbo ẹ̀ṣẹ̀ mi—tí a mọ̀ àti èyí tí a kò mọ̀—Mo káàánú fún gbogbo wọn. Mo kọ̀ gbogbo wọn sílẹ̀. Mo dáríjì gbogbo àwọn ẹlòmíràn bí mo ṣe fẹ́ kí O dáríjì mí. Dáríjì mí nísinsìnyí kí o sì fi ẹ̀jẹ̀ Rẹ wẹ̀ mí mọ́. Mo dúpẹ́ lọ́wọ́ Rẹ fún ẹ̀jẹ̀ Jesu Kristi tí ó wẹ̀ mí mọ́ kúrò nínú gbogbo ẹ̀ṣẹ̀ nísinsìnyí. Mo sì wá sọ́dọ̀ Rẹ nísinsìnyí gẹ́gẹ́ bí olùgbàlà mi. O mọ àwọn àìní pàtàkì mi—ohun tí ó so mọ́, tí ó ń pọ́n mi lójú, tí ó ń sọ di aláìmọ́; ẹ̀mí búburú yẹn, ẹ̀mí àìmọ́ yẹn—mo gbà ìlérí ọ̀rọ̀ Rẹ pé, "Ẹnikẹ́ni tí ó bá pe orúkọ Olúwa ni a ó gbà là." Mo ké pè ọ́ nísinsìnyí. Ní orúkọ Olúwa Jesu Kristi, gbà mí sílẹ̀ kí o sì dá mi sílẹ̀. Satani, mo kọ̀ ọ́ àti gbogbo iṣẹ́ rẹ sílẹ̀. Mo

pàdánù ara mi kúrò lọ́wọ́ rẹ, ní orúkọ Jesu, mo sì pàṣẹ fún ọ láti fi mí sílẹ̀ nísinsìnyí ní orúkọ Jesu. Àmín!"

Jẹ́ kí ó wá láti ọkàn rẹ kí o sì rí ìgbàlà Olúwa!

Ṣé o ń ṣàìsàn tàbí o nílò àtúnṣe?

Fún àwọn tí wọ́n ń ṣàìsàn tàbí tí wọn kò ní ìrísí tàbí ìrísí, tàbí tí wọ́n nílò ìdáǹdè? Tàbí àtúnṣe, jọ̀wọ́ fi ọwọ́ kan àmì tí ó wà ní ìsàlẹ̀ pẹ̀lú ìgbàgbọ́ (Ìgbàgbọ́ ni rírí àbájáde rere pàtó ti ipò rẹ lọ́wọ́lọ́wọ́, ní mímọ̀ pé Jésù ti ṣe ipa tirẹ̀ ní ohun tí ó ju ẹgbẹ̀rún ọdún méjì lọ láti rí ìwòsàn àti ìdáǹdè rẹ gbà, àtúnṣe gẹ́gẹ́ bí ìsanwó ìṣáájú, ní gbígbọ́kànlé pé ìsanwó ìṣáájú wà fún ọ láti fà láti inú, bí ìwọ̀ntúnwọ̀nsì rere nínú àkọọ́lẹ̀ ìfowópamọ́ rẹ, kò sí ìbéèrè tí a béèrè bí a ṣe gbà pẹ̀lú rẹ tí a sì pe BE HEALED ní orúkọ Jésù Kristi, Àmín)

Nípasẹ̀ àṣẹ, ìwọ ti fún mi àti àwọn, mo lo àṣẹ yẹn nísinsìnyí pẹ̀lú ìgbàgbọ́ pẹ̀lú ìbínú wọn sí ọ̀tá àti ebi láti gba ohun tí o ti fi fún gbogbo wọn lọ́fẹ̀ẹ́, mo fi gbogbo àìsàn bú, gbogbo àrùn, ìbáà ṣe àrùn jẹjẹrẹ, COVID 19, ìbáà ṣe ẹ̀mí àìlera, ìbáà ṣe ẹ̀mí ẹ̀mí ẹ̀ṣù tàbí ìnilára, ìbáà ṣe ẹ̀mí ọ̀ṣì, ìjákulẹ̀, ìmúṣẹ pípẹ́ ti ohun tí Ọlọ́run ti pinnu àti tú sílẹ̀. A dojúkọ àìdára náà, mo dè wọ́n, a fi wọ́n bú sí gbòǹgbò wọn a sì lé wọn jáde nípa àṣẹ ní orúkọ Jésù Kristi. Àmín. A kéde ìtúsílẹ̀ ìwòsàn, ìdáǹdè àti ìmúpadàbọ̀sípò sínú ìgbésí ayé wọn ní orúkọ alágbára Jésù Kristi. Ẹ ṣé o Olúwa fún àwọn ẹ̀rí tí ó dúró fún ògo àti ọlá àti ìbọ̀wọ̀ rẹ. Ẹ ṣé o fún àwọn ọkàn tí a ń fi kún ìjọba Rẹ nítorí ìhìn iṣẹ́ yìí, àwọn iṣẹ́ ìyanu tí a ti ń rí nísinsìnyí tí a sì ń fihàn fún ògo rẹ ní orúkọ Jésù, Àmín. Ó ti parí! Ẹ yọ̀!

Fi ọwọ́ kan ibi tí a fihàn gẹ́gẹ́ bí ibi ìfọwọ́sowọ́pọ̀ kí o sì fi ẹnu rẹ jẹ́wọ́ – Mo ti wòsàn, mo ti gbàlà, mo sì ti sọ ara mi di tuntun nínú ẹ̀mí mi, ọkàn mi, ara mi, àti gbogbo àyíká mi ní orúkọ JESU KRISTI, Àmín!!!

Bẹ̀rẹ̀ sí í ṣe ohun tí o kò lè ṣe tẹ́lẹ̀ kí o sì bẹ̀rẹ̀ sí í jẹ́wọ́ títí tí ìwòsàn pípé, àtúnṣe ìgbàlà yóò fi di èso nínú ìgbésí ayé rẹ ní orúkọ Jésù, àmín. Ẹ máa pa ebi fún gbogbo Ọlọ́run, ẹ máa bínú kí ẹ sì gba gbogbo ohun tí ọ̀tá ti dá dúró ní orúkọ Jésù, àmín

Àkíyèsí:
Jẹ́rìí sí ìwòsàn fún ògo Ọlọ́run àti ìtìjú ọ̀tá! Fi ìméèlì tàbí whatsapp ránṣẹ́ sí wa tí o bá ṣì nílò kí a gbà pẹ̀lú rẹ lórí ọ̀rọ̀ náà. Kí o sì sopọ̀ mọ́ àwọn ohun èlò tí yóò bẹ̀rẹ̀ ní ọ̀sẹ̀ tó ń bọ̀ ní ọjọ́rú. Wá àlàyé díẹ̀ lórí ojú-òpó wẹ́ẹ̀bù wa láìpẹ́!

Àwọn Ìlòkulò Ńlá - 1 - Orí 9 - Wá bí a ṣe lè rí i láti ọ̀dọ̀ àwọn Ńlá ní Apá 8

Ibo ni ìfẹ́ Ọlọ́run àti agbára-ọba wà ní ayé nínú gbogbo ọ̀rọ̀ yìí lórí òmìnira? Kí ló dé tí kì í ṣe gbogbo ẹni tí a ń gbàdúrà fún ni a ń wòsàn, a ń gbà wọ́n là tàbí a ń mú wọn padà bọ̀ sípò? Kí ló dé tí àwọn kan fi jẹ́ díẹ̀díẹ̀ tàbí díẹ̀díẹ̀? Kí ni àwọn ìdíwọ̀ sí ìwòsàn, ìtújáde àti ìtúnpadà? Àti àwọn kan tí a ń ṣe àti àwọn tí a kò gbọdọ̀ + Ìtàn kan (1) láti fi ìdí àkọlé yìí múlẹ̀ kí a sì fọ̀ ẹ̀mí ìbẹ̀rù láti ọwọ́ Bro Robert Schambach – Apá 8 + Ìwé ìtújáde ara-ẹni àti àdúrà ìfọwọ́sowọ́pọ̀ fún ìwòsàn, ìtújáde àti ìtúnpadà

Ẹyin ọ̀rẹ́ mi, lónìí, a mú apá kẹjọ nínú ìtẹ̀jáde wa wá fún yín nípa tó tó láti fi gba òmìnira nínú Kristi. Ìgbàgbọ́ wá nípa gbígbọ́ àti gbígbọ́ nípasẹ̀ ọ̀rọ̀ Ọlọ́run – Róòmù 10:17. Ìtẹ̀jáde kẹjọ yìí [lè] jẹ́ ìdènà ìkẹyìn sí ẹnìkan tí ó ń gba ìwòsàn lónìí fún ara rẹ̀ àti àwọn ẹlòmíràn. Ọjọ́ ìbẹ̀rẹ̀ tuntun ti òmìnira nìyí. Nítorí náà, ẹ dúró tì mí, ẹgbẹ́ ọmọ ogun Ọlọ́run alààyè. Ìtẹ̀jáde ohun èlò ni èyí.

Jésù tọ́ka sí òtítọ̀ pé Sátánì jẹ́ olè, olórí iṣẹ́ líle àti apanirun.. Ka èyí

Jòhánù 10:10
Bíbélì tí a ti mú kí ó gbòòrò síi, Àtúnse Àtijọ́

10 Olè kì í wá láti jalè, láti pa, àti láti parun. Èmi wá kí wọ́n lè ní, kí wọ́n sì gbádùn ayé, kí wọ́n sì ní in lọ́pọ̀lọpọ̀ (títí dé ìgbà tí yóò fi kún).

Nígbà tí Jésù ń bá ọ̀tá yìí jà, ó pàṣẹ fún gbogbo àwọn onígbàgbọ́ nínú Rẹ̀ gẹ́gẹ́ bí a ṣe sọ:

Máàkù 16:16-20
Bíbélì tí a ti mú kí ó gbòòrò síi, Àtúnse Àtijọ́
16 Ẹni tí ó bá gbàgbọ́, tí ó sì gbẹ́kẹ̀lé ìhìnrere àti Ẹni tí ó gbékalẹ̀ rẹ̀, tí a sì bamitiisi rẹ̀, a ó gbà á là [[a] kúrò nínú ìyà ikú àìnípẹ̀kun; ṣùgbọ́n ẹni tí kò gbàgbọ́ [ẹni tí kò gbẹ́kẹ̀lé ìhìnrere àti Ẹni tí ó gbékalẹ̀ rẹ̀] ni a ó dá lẹ́bi.
17 Àti àwọn àmì ẹ̀rí wọ̀nyí yóò máa bá àwọn tí ó gbàgbọ́ lọ : ní orúkọ mi ni wọn yóò máa lé àwọn ẹ̀mí èṣù jáde; wọn yóò máa sọ̀rọ̀ ní èdè tuntun;
18 Wọn yóò gbé ejò sókè; bí wọ́n bá tilẹ̀ mu ohunkóhun tí ó lè pa ènìyàn, kì yóò pa wọ́n lára; wọn yóò gbé ọwọ́ wọn lé àwọn aláìsàn, ara wọn yóò sì yá.
19 Nígbà náà ni Olúwa Jésù, lẹ́yìn tí ó ti bá wọn sọ̀rọ̀ tán, a gbé e sókè sí ọ̀run, ó sì jókòó ní ọwọ́ ọ̀tún Ọlọ́run.
20 Wọ́n sì jáde lọ wọ́n sì wàásù níbi gbogbo, nígbà tí Olúwa ń bá wọn ṣiṣẹ́, ó sì ń fi ẹ̀rí ọ̀rọ̀ náà múlẹ̀ nípa àwọn àmì àti iṣẹ́ ìyanu tí ó tẹ̀lé e. Àmín (kí ó rí bẹ́ẹ̀).

A mẹ́nu kàn án nínú àwọn ìtẹ̀jáde tó ṣáájú pé láti lè ṣe àṣeyọrí àṣẹ Jésù yìí fún gbogbo àwọn onígbàgbọ́, láti kojú irú ọ̀tá yìí gẹ́gẹ́ bí ẹgbẹ́ ọmọ ogun onímọ̀ràn, tí wọ́n fẹ́ láti tẹrí ba fún àṣẹ olórí wa, a nílò àwọn wọ̀nyí gẹ́gẹ́ bí a ṣe rí nínú **A, B, C, D, E, F àti G. Mo gbọ́dọ̀ tẹnu mọ́ ọn pé àwọn ìtẹ̀jáde wọ̀nyí kì í ṣe fún gbogbo ènìyàn. Àwọn díẹ̀ tí a yàn yóò mú ara wọn tóótun fún ìforúkọsílẹ̀ nípasẹ̀ àwọn ànímọ́ méje wọ̀nyí. Wọ́n nìyí** :

A. **Wíwà nílẹ̀ (Ẹ̀mí, ọkàn àti ara)**
B. **Ìgboyà**
C. **Àánú fún àwọn ẹlòmíràn**
D. **Ìpinnu**

E. **Ìfẹ́ Tọkàntọkàn**
F. **Ìbínú Onínú**
G. **Ebi nla**

Tí o kò bá ní àwọn ànímọ́ wọ̀nyí gẹ́gẹ́ bí àwọn èròjà tí kò tó nǹkan, kò ní ṣeé ṣe láti ṣe ìpolongo àṣeyọrí nítorí gbogbo àwọn èròjà tí a mẹ́nu kàn lókè yìí gbọ́dọ̀ jẹ́ kí a dapọ̀ mọ́ ara wọn láti mú irú ìgbàgbọ́ irúgbìn mustard jáde láti mú ìyípadà wá nítorí pé Ọlọ́run ń bọ́ àwọn ènìyàn tí ebi ń pa, kì í ṣe àwọn ọmọdé tí wọ́n tutù tàbí tí wọ́n gbóná, yálà nínú ìwòsàn, ìdáǹdè àti ìmúpadàbọ̀sípò nínú àti lóde.
Àwọn ìkógun ti ṣetán fún kíkójọ ṣùgbọ́n irúgbìn mustard kan, ìgbàgbọ́ tí ó dúró ṣinṣin ni a nílò láti kó wọn jọ sínú ìrírí wa. A ń sọ̀rọ̀ nípa ọkàn, ọkàn àti ọ̀pọ̀lọpọ̀ ọkàn àti ohun gbogbo tí a nílò gẹ́gẹ́ bí ẹgbẹ́ ọmọ ogun Ọlọ́run alààyè láti ṣe ìpolongo àṣeyọrí. A wà níbí láti fún yín ní ẹ̀kọ́ láti ọ̀dọ̀ àwọn tí ó ti ṣáájú wa.

Ní báyìí, ní apá kẹjọ ti òní, a fẹ́ ṣe àwárí àwọn ìbéèrè pàtàkì kan tí ó máa ń yọjú sí ọkàn àwọn onígbàgbọ́ tí ó máa ń jẹ́ ìdènà sí gbígbà ohun tí Ó ti fún wa lọ́fẹ̀ẹ́ lọ́wọ́ Ọlọ́run. Pàápàá jùlọ nígbà tí a bá ti ṣe gbogbo ohun tí a sì ti yọ̀ǹda fún wa bí àjàkálẹ̀-àrùn.
Àwọn ìbéèrè wo ni wọ̀nyí?

Ibo ni ìfẹ́ Ọlọ́run àti agbára-ọba wà ní ayé yìí nínú gbogbo ọ̀rọ̀ yìí lórí òmìnira? Kí ló dé tí kì í ṣe gbogbo ẹni tí a ń gbàdúrà fún ni a ń wòsàn, a ń gbà wọ́n là tàbí a ń mú wọn padà bọ̀ sípò? Kí ló dé tí àwọn kan fi jẹ́ díẹ̀díẹ̀ tàbí díẹ̀díẹ̀? Kí ni àwọn ìdíwọ́ sí ìwòsàn, ìtúsílẹ̀ àti ìtúnṣe? Àti àwọn kan tí a kò gbọ́dọ̀ ṣe àti àwọn tí a kò gbọ́dọ̀ ṣe + Ìtàn kan (1) láti fi ìdí àkọlé yìí múlẹ̀ àti láti fọ́ ìdè ẹ̀mí ìbẹ̀rù.

Ẹ jẹ́ kí a bẹ̀rẹ̀ sí í bá wọn sọ̀rọ̀ lọ́kọ̀ọ̀kan.

1) Ṣé ó tọ́ láti gbàdúrà "Bí ó bá jẹ́ ìfẹ́ rẹ" nígbà tí a bá ń ṣe ìránṣẹ́ fún ìwòsàn àti ìdáǹdè?

Lẹ́yìn tí a ti fi ìdí òtítọ́ múlẹ̀ pé ìfẹ́ Ọlọ́run ni fún gbogbo ẹni tí ó bá tọ̀ ọ́ wá pẹ̀lú ìgbàgbọ́ láti rí ìwòsàn gbà, gẹ́gẹ́ bí a ti fi ìdí rẹ̀ múlẹ̀ ní kíkún nípasẹ̀ apá kìíní sí keje ti ìtẹ̀jáde yìí pé ó tó láti mú kí a kó wọn lẹ́rú àti láti gbà wọ́n sí òmìnira, nítorí náà, kò sí àyè kankan fún wa láti gbàdúrà **"bí ó bá jẹ́ ìfẹ́ rẹ"** nígbà tí a bá ń ṣe iṣẹ́ ìránṣẹ́ fún ìwòsàn àti ìdáǹdè. A ti mọ ìfẹ́ Ọlọ́run nínú ọ̀ràn yìí. A mọ̀ pé ìfẹ́ Ọlọ́run ni kí gbogbo ènìyàn rí ìwòsàn gbà kí wọ́n sì rí ìgbàlà bí wọ́n bá fẹ́ gbàgbọ́.
Jesu ni apẹẹrẹ wa a ko si ri Jesu ti o n gbadura "bi o ba jẹ ifẹ rẹ" nigbati o n ṣe iranṣẹ iwosan ati idasilẹ. Ko tilẹ jẹ lẹẹkan! Ki ni idi ti a fi ṣẹda ẹkọ ẹsin ati ṣe awọn nkan ti o tako Ọrọ naa funrararẹ? Nitori Jesu ni Ọrọ naa Johanu 1:14 – apẹẹrẹ pipe wa, alãye, ati ẹmi ninu igbesi aye ati iṣẹ-iranṣẹ.

Ìgbà kan ṣoṣo tí Ó sọ pé "kì í ṣe bí mo ṣe fẹ́, bí kò ṣe bí ìwọ ṣe fẹ́" (Mátíù 26:39,42) wà ní ọgbà Gẹtisémánì bí Ó ti ń múra láti lọ sí ibi Àgbélébùú. Àdúrà yìí jẹ́ ti ìfarajìn sí ètò Baba. Nígbàkúgbà tí àwọn ènìyàn bá béèrè fún ìwòsàn, Ó máa ń wí pé, "Mo fẹ́." Àyàfi *obìnrin ará Sírífóníkì* tí ó yí Jésù lérò padà láti wo ọmọbìnrin ẹ̀mí èṣù sàn. Ìdí kan ṣoṣo ni pé, ṣáájú àkókò yìí, Jésù ṣiṣẹ́ gẹ́gẹ́ bí májẹ̀mú pẹ̀lú àwọn Júù ṣùgbọ́n nítorí ìgbàgbọ́ àti ìfaradà rẹ̀, ó gba ìbéèrè rẹ̀. Ọ̀pọ̀lọpọ̀ àwọn ènìyàn mìíràn tí kò ní májẹ̀mú náà ni a wò sàn nítorí ìgbàgbọ́ wọn nìkan. Nípasẹ̀ Máàkù 16:14-19, a ní agbára láti ṣe bẹ́ẹ̀ fún àwọn aláìgbàgbọ́ tí wọ́n gbàgbọ́ nípasẹ̀ ìrìbọmi nínú Ẹ̀mí Mímọ́ – Ìṣe Àwọn Àpóstélì 1:4-8.
Ó ní láti ṣe ìpinnu láti rìn ní ìgbọ́ràn kí ó sì fara mọ́ ètò Baba fún ìràpadà tí a lè ṣe nípasẹ̀ ikú Rẹ̀ lórí Àgbélébùú nìkan.

Ǹjẹ́ a ó gbàdúrà fún ẹlẹ́ṣẹ̀ kan tó wá sọ́dọ̀ wa tó fẹ́ gba ìdáríjì láé? ti awọn ẹṣẹ nipasẹ igbagbọ ninu Jesu , **"Olúwa, bí ó bá jẹ́ ìfẹ́ rẹ, jọ̀wọ́ dárí ẹ̀ṣẹ̀ rẹ̀ jì í kí o sì fún un ní**

ìyọ̀nda ìyè àìnípẹ̀kun rẹ̀. Bí bẹ́ẹ̀ kọ́, bí kì í ṣe ìfẹ́ rẹ ni kí ó jẹ́ kí ó ṣe bẹ́ẹ̀ lọ sí ọ̀run àpáàdì."
Kò rí bẹ́ẹ̀! Àwa Kò ní gbàdúrà irú àdúrà bẹ́ẹ̀ láéláé, nítorí a mọ̀ pé Ọlọ́run ti ṣèlérí pé "nípasẹ̀ orúkọ Rẹ̀, ẹnikẹ́ni tí ó bá gbàgbọ́ nínú Rẹ̀ yóò gba ìdáríjì ẹ̀ṣẹ̀" (Ìṣe Àwọn Apọsteli 10:43) àti pé "Ọlọ́run fẹ́ ayé tó bẹ́ẹ̀ tí ó fi fi Ọmọ bíbí Rẹ̀ kan ṣoṣo fúnni, kí ẹnikẹ́ni tí ó bá gbàgbọ́ nínú Rẹ̀ má baà ṣègbé ṣùgbọ́n kí ó ní ìyè àìnípẹ̀kun" (Jòhánù 3:16).

Ọ̀nà tó tọ́ láti fi ṣe ìránṣẹ́ fún ìwòsàn àti ìdáǹdè ni láti ṣe bẹ́ẹ̀ pẹ̀lú ìmọ̀ pípéye pé Ọlọ́run fẹ́ kí a mú aláìsàn lára dá, kí a sì gbà á là. A wà níbí láti fi agbára mú ìfẹ́ Rẹ̀ ṣẹ lórí ilẹ̀ ayé, gẹ́gẹ́ bí ó ti rí ní ọ̀run. Ọ̀nà tí a gbà láti gba ẹnikẹ́ni láti gba ìwòsàn àti ìdáǹdè gbọ́dọ̀ jẹ́ bákan náà gẹ́gẹ́ bí ọ̀nà tí a gbà nígbà tí wọ́n bá dé láti gba ìdáríjì ẹ̀ṣẹ̀. Gbàgbọ́ nìkan! – Àpò kan náà!

2) Níwọ̀n ìgbà tí Ọlọ́run jẹ́ alágbára, ṣé kò ní wo àwọn ènìyàn sàn bí ó bá fẹ́ àti nígbà tí ó fẹ́ bẹ́ẹ̀?

Ibeere otitọ ni eyi ti ọpọlọpọ eniyan n beere, o si tun nira lati dahun. Ko si iyemeji pe Ọlọrun lagbara, o le se ohunkohun. O le wo eniyan sàn ki o si gba ni ese kan. A tun mo pe Olorun ni oba ati pe o nsise nipa ife Re ati ni akoko eyikeyi ti O fe. Ko si eniti o le da a duro. Ki lo de ti Olorun rere, alagbara, ofe, ti o n wo eniyan sàn ati ti o n gba gbogbo eniyan ti a n ni lara larada? Kilode ti a tun n ri awon arakunrin wa, ani awon ti won ti sin Olorun pelu otito ati awon ti won feran Re gidigidi ti won n jiya irora, aisan ati iku nitori aisan gigun? Kilode ti Olorun ninu agbara Re ko fi wo won sàn ki o si mu won larada?

A yoo koju eyi ni awọn apakan mẹta:
A, Ipò ọba-aláṣẹ Ọlọ́run àti ojúṣe ènìyàn
B, Ipò ọba-aláṣẹ Ọlọ́run àti lílo ìgbàgbọ́

C, A n rin nipa otitọ ti a ti fihan a si n wa kini kò mọ̀

A, Ijọba Ọlọrun ati Ojuse Eniyan

Sáàmù 115:3,16 3 Ṣùgbọ́n Ọlọ́run wa wà ní ọ̀run; Ó ń ṣe ohunkóhun tí ó bá wù ú. 16 Ọ̀run, àní ọ̀run, ti Olúwa ni; Ṣùgbọ́n ayé ni ó fi fún àwọn ọmọ ènìyàn.

Ọlọ́run ni ọba aláṣẹ, ó sì ń ṣe ohunkóhun tí ó bá wù ú, gẹ́gẹ́ bí Ìwé Mímọ́ ti sọ. Síbẹ̀síbẹ̀, nínú ìṣàkóso Rẹ̀, Ó ti pinnu láti fi ilẹ̀ ayé lé aráyé lọ́wọ́, ó sì ti pinnu pé lábẹ́ àwọn ipò déédé, Òun kò ní borí ẹrù iṣẹ́ ènìyàn àti ìpinnu ènìyàn. Ọlọ́run ti pinnu láti ṣe èyí dé àyè tí ó fi jẹ́ pé nínú ọgbà Édẹ́nì pàápàá, nígbà tí Ádámù àti Éfà fẹ́rẹ̀ ṣàìgbọràn tí wọ́n sì ṣẹ̀, Ọlọ́run kò dá sí i, bó tilẹ̀ jẹ́ pé Ó lè ṣe bẹ́ẹ̀. Ní tòótọ́, Ọlọ́run ti mọ gbogbo èyí ṣáájú àkókò, síbẹ̀ Ó ṣì ń bá a lọ láti dá ènìyàn àti láti fi í sí ọgbà Édẹ́nì.

Ẹ ronú nípa èyí, Ọlọ́run nínú agbára-ọba Rẹ̀ ti pèsè ẹ̀bùn ìgbàlà ọ̀fẹ́ fún gbogbo ènìyàn. Nítorí pé a ti pèsè ìgbàlà fún olúkúlùkù ènìyàn kò túmọ̀ sí pé olúkúlùkù ènìyàn ni a ó gbàlà láìfọwọ́sí. Olúkúlùkù ènìyàn gbọ́dọ̀ gba ẹrù-iṣẹ́ láti gba ìpèsè ìgbàlà yìí. Bíbélì ṣì sọ pé, "Ẹnikẹ́ni tí ó bá gbà Ọmọ gbọ́ ní ìyè àìnípẹ̀kun; ẹni tí kò bá sì gbà Ọmọ gbọ́ kì yóò rí ìyè, ṣùgbọ́n ìbínú Ọlọ́run ń bẹ lórí rẹ̀" (Jòhánù 3:36).

Bákan náà, ní agbègbè iṣẹ́ ìránṣẹ́ ìwòsàn àti ìdáǹdè, ọ̀pọ̀lọpọ̀ àwọn agbègbè ojuse wà fún wa, lábẹ́ àwọn ipò déédé:

(a) Ojúṣe àwọn tó ń ṣe ìránṣẹ́ ni láti dàgbà nínú oore-ọ̀fẹ́ (2 Pétérù 3:18), láti dàgbà nínú agbára ẹ̀mí (Éfésù 3:16) àti láti dàgbà nínú ìgbàgbọ́ àti agbára wa láti ṣe àkóso ìfàmì-òróró àti agbára Ọlọ́run. Ìfàmì-òróró kan wà láti fọ́ gbogbo àjàgà, láti mú gbogbo ẹrù kúrò àti láti wo gbogbo ipò sàn. Ǹjẹ́ ó ṣeé ṣe kí àwa gẹ́gẹ́ bí òjíṣẹ́, máa kùnà nínú ẹrù iṣẹ́ wa láti tẹ̀síwájú kí a sì wọ inú ìpele ìfàmì-òróró yìí? Bóyá a máa ń ṣe bẹ́ẹ̀ lẹ́ẹ̀kọ̀ọ̀kan, dípò kí a máa ṣiṣẹ́ ní agbègbè yẹn nígbà gbogbo.

(b) Ojúṣe olúkúlùkù ni láti tọ́jú ara wọn, láti gba Ọ̀rọ̀ Ọlọ́run gbọ́ àti láti tako Bìlísì àti iṣẹ́ rẹ̀. Ọlọ́run kò ní ṣe èyí fún wa. Nítorí òye yìí, a kì í sábà rí Ọlọ́run tó ń wo ìwòsàn láìsí àwọn ẹ̀ka ojúṣe ènìyàn wọ̀nyí. Ó ti pinnu láti má ṣe bẹ́ẹ̀. Èyí jẹ́ ẹ̀gbẹ́ kan sí ipò ọba aláṣẹ Ọlọ́run.
Síbẹ̀síbẹ̀, àwọn àkókò kan wà tí Ọlọ́run ń gbéra láìka ìkùnà ènìyàn sí ní àwọn agbègbè méjì (a) àti (b) gẹ́gẹ́ bí a ti sọ, tí ó sì ń mú ìwòsàn àti ìdáǹdè wá. Àwọn wọ̀nyí ni àwọn àyọkúrò tí a rí kì í ṣe àṣà. Ọlọ́run ń gbéra àti ń wòsàn láìka ìkùnà ènìyàn sí ní àwọn agbègbè méjì náà (a) àti (b) ni apá kejì sí ipò ọba aláṣẹ Ọlọ́run. Àwọn apá méjì sí owó kan náà, ní òye ipò ọba aláṣẹ Ọlọ́run.

B, Ipò Ọba-aláṣẹ Ọlọ́run àti Lílo Ìgbàgbọ́

Mátíù 13:58 58 Kò ṣe iṣẹ́ ìyanu púpọ̀ níbẹ̀ nítorí àìnígbàgbọ́ wọn.
Máàkù 6:5, 6 5 Kò lè ṣe iṣẹ́ agbára kankan níbẹ̀, àfi pé ó gbé ọwọ́ rẹ̀ lé àwọn aláìsàn díẹ̀, ó sì wò wọ́n sàn. 6 Ó sì yà á lẹ́nu nítorí àìnígbàgbọ́ wọn. Ó sì rìn káàkiri àwọn abúlé káàkiri, ó ń kọ́ni.
Jesu pada wa si ile ni ilu re, Nasareti, nibiti O ti dagba bi omo onigi titi di omo ogbon. O seni laanu pe awon eniyan ni orile ede Re ko le gba A fun eni ti O je. Won ri I gege bi omo onigigi, dipo Eni ti a ran lati odo Olorun, ti a fi ami ororo yan lati wosan ati lati gbani la. Ninu iru ayika bee, Jesu ko se ise agbara pupo nitori aigbagbo won.

Bí Ọlọ́run bá jẹ́ ọba gbogbo (alágbára gbogbo, ju gbogbo àwọn ẹlòmíràn lọ, tí kò sì ní òmìnira sí gbogbo àwọn ẹlòmíràn) tí ẹnikẹ́ni kò sì lè dá dúró, kí ló dé tí ó fi ń béèrè lọ́wọ́ àwọn ènìyàn Rẹ̀ láti lo ìgbàgbọ́ ara ẹni bí wọ́n bá fẹ́ ní ìrírí iṣẹ́ agbára Rẹ̀ nínú ìgbésí ayé wọn?
Ó lè dàbí ẹni tí ó tako ara rẹ̀, pé Ọlọ́run wa jẹ́ alágbára àti ọba, síbẹ̀ Ọlọ́run lè ní ààlà nítorí àìnígbàgbọ́ wa. Ó sábà máa ń ṣe bẹ́ẹ̀, kò sì lè ṣiṣẹ́ bí kò bá sí ìgbàgbọ́.

Tí gbogbo nǹkan bá jẹ́ ẹ̀bùn oore-ọ̀fẹ́, báwo ni a ṣe lè gbà wọ́n nípasẹ̀ ìgbàgbọ́ nìkan? Nítorí bí a ṣe lóye rẹ̀, oore-ọ̀fẹ́ jẹ́ ìfihàn ìwà Ọlọ́run tí kò ní ohunkóhun tí a ti ṣe, nígbà tí ìgbàgbọ́ jẹ́ ìfihàn ìgbẹ́kẹ̀lé àti ìgbẹ́kẹ̀lé nínú Ọlọ́run.

Àwọn nǹkan díẹ̀ nìyí láti gbé yẹ̀wò:

1) Ọlọ́run nínú ọgbọ́n Rẹ̀ ti rí i pé ó yẹ kí àwọn ànímọ́ méjì tí ó hàn gbangba pé wọ́n tako ara wọn wà papọ̀. Ilẹ̀ ìṣàkóso Ọlọ́run tí a kò lè jiyàn lé lórí wà, dájúdájú ohun pàtàkì àti pàtàkì ti ìgbàgbọ́ ara ẹni pẹ̀lú àwọn àbájáde rẹ̀ wà.
2) Àwọn nǹkan kan wà tí ó sinmi lórí agbára Ọlọ́run nìkan gẹ́gẹ́ bí ète ayérayé Ọlọ́run àti ètò rẹ̀ fún àwọn ọjọ́ pípé. Àwọn wọ̀nyí ni a ó ṣe láìsí lílo ìgbàgbọ́ ẹnìkọ̀ọ̀kan. Lẹ́yìn náà àwọn ète ẹnìkọ̀ọ̀kan wà tí Ọlọ́run ní, tí ìmúṣẹ wọn sinmi lórí ìfọwọ́sowọ́pọ̀ ẹnìkọ̀ọ̀kan pẹ̀lú Ọlọ́run.

3) Ní fífún wa ní gbogbo ẹ̀bùn rẹ̀. lọ́fẹ̀ẹ́ láti inú oore-ọ̀fẹ́ Rẹ̀, síbẹ̀ ó ṣe pàtàkì fún olúkúlùkù láti gbà wọ́n nípasẹ̀ ìgbàgbọ́, Ọlọ́run ń fún olúkúlùkù ní "àǹfàní dọ́gba" láti gbà lọ́wọ́ Rẹ̀. Láìka ẹ̀yà, àwọ̀, ipò àwùjọ tàbí ọrọ̀ ajé, àti ìrírí àtijọ́ sí, olúkúlùkù ní àǹfààní kan náà láti gba ohun tí Ọlọ́run ti nawọ́ rẹ̀ sí wa lọ́fẹ̀ẹ́ nípasẹ̀ oore-ọ̀fẹ́ Rẹ̀.
4) Agbègbè ìgbàgbọ́ ní àwọn ààlà rẹ̀ tí a gbé kalẹ̀ nípasẹ̀ ìfẹ́ àti ète Ọlọ́run. Láti ṣiṣẹ́ lẹ́yìn èyí túmọ̀ sí "lílù" ìfẹ́ Ọlọ́run, kò sì sí ẹni tí ó lè ṣe àṣeyọrí nínú ṣíṣe bẹ́ẹ̀.

Nítorí náà, ó ṣe pàtàkì fún gbogbo onígbàgbọ́ láti kọ́ bí a ṣe ń gbé ìgbésí ayé nípa ìgbàgbọ́.
Síbẹ̀, ẹgbẹ́ méjì ló wà nínú owó ìgbàgbọ́ nínú Ọlọ́run yìí. Lọ́pọ̀ ìgbà, Ọlọ́run ti pinnu láti ọ̀dọ̀ ọba pé òun yóò máa ṣiṣẹ́ nígbà gbogbo ní ìdáhùn sí ìgbàgbọ́. ***"Gẹ́gẹ́ bí ìgbàgbọ́ rẹ, kí ó rí fún ọ" (Mátíù 9:29)*** ni ìdáhùn Rẹ̀ sí ìgbàgbọ́. Báyìí ni Ó ti pinnu láti ṣiṣẹ́ déédéé. Ní ọwọ́ kejì ẹ̀wẹ̀, àwọn àkókò kan wà tí Ọlọ́run ń gbéra láti wo ara rẹ̀ sàn àti láti dáni nídè, kódà

nígbà tí ó hàn gbangba pé kò sí ìgbàgbọ́. Àwọn wọ̀nyí máa ń ṣẹlẹ̀, ṣùgbọ́n àwọn wọ̀nyí jẹ́ àwọn àyọkúrò kì í ṣe àṣà.

C, A n rin nipa otitọ ti a ti fihan a si n wa ohun ti a ko mo

Deuteronomi 29:29 Àwọn ohun ìkọ̀kọ̀ jẹ́ ti Olúwa Ọlọ́run wa, ṣùgbọ́n àwọn ohun tí a fihàn jẹ́ ti àwa àti ti àwọn ọmọ wa títí láé, kí a lè máa ṣe gbogbo ọ̀rọ̀ òfin yìí.
Òwe 25:2 Ògo Ọlọ́run ni láti fi ọ̀rọ̀ pamọ́, ṣùgbọ́n ògo àwọn ọba ni láti wá ọ̀rọ̀ kiri.
Oníwàásù 1:13 Mo sì fi ọkàn mi sí láti wá àti láti ṣe àwárí nípa ọgbọ́n nípa gbogbo ohun tí a ń ṣe lábẹ́ ọ̀run; iṣẹ́ líle yìí tí Ọlọ́run ti fi fún àwọn ọmọ ènìyàn, nípa èyí tí a lè fi ṣe àṣeyọrí wọn.

Yóò jẹ́ ìwà òmùgọ̀ pátápátá ní apá wa láti sọ pé gbogbo ìdáhùn la ní. Òótọ́ ibẹ̀ ni pé a kò ní. Ó jẹ́ àṣìṣe gidigidi láti tọ́ka sí ẹnìkan tí a mọ̀ pé ó jẹ́ olóòótọ́ sí Ọlọ́run, ẹni tí ó nífẹ̀ẹ́ Ọlọ́run gidigidi tí yóò sì kú fún Kristi, tí ó sì sọ pé wọn kò ní ìgbàgbọ́. Nígbà tí a bá rí àwọn arákùnrin wa kan, àní àwọn tí wọ́n ti sin Ọlọ́run pẹ̀lú ìṣòtítọ́ àti àwọn tí wọ́n nífẹ̀ẹ́ rẹ̀ gidigidi tí wọ́n ń jìyà ìrora, àìsàn àti ikú nítorí àìsàn gígùn, tí a sì béèrè pé "kí ló dé?" nígbà náà ni gbogbo ohun tí a lè sọ ni pé "a kò mọ̀."

Ohun tí a pinnu láti ṣe ni láti máa gbé ní ìbámu pẹ̀lú òtítọ́ tí a mọ̀. A ń tẹ̀lé ohun tí Ọ̀rọ̀ náà kọ́ wa. A kì í fi òtítọ́ tí a ti fihàn kedere balẹ̀. Lẹ́yìn náà a ń tẹ̀síwájú láti wá ohun tí a kò mọ̀. Èyí kò túmọ̀ sí pé a
A ó rí ìdáhùn sí gbogbo Ìdí. Ohun tí a ń wá ni bí a ṣe lè di àti bí a ṣe lè ní ìrírí ohun tí Ọlọ́run ti yàn fún wa. Ó fẹ́ kí a dà bí Olúwa àti ìránṣẹ́ wa gẹ́gẹ́ bí Olúwa Jésù ti ṣe. A ń wá ìdáhùn lórí bí a ṣe lè dàgbà sí èyí.
Àní láàárín àwọn ìrírí tí a kò ní ìdáhùn lẹ́sẹ̀kẹsẹ̀, a ń tẹ̀síwájú láti "rìn nípa ìgbàgbọ́ kì í ṣe nípa rírí" (2 Kọ́ríńtì 5:7).

Igbagbọ ṣe tán láti ṣe bẹ̀ẹ̀ láti gbé ní ìbámu pẹ̀lú ohun tí a ti fihàn àti ohun tí a mọ̀ nípa Ọlọ́run, láìka ti gbogbo awọn ohun ti a ko mọ. Igbagbọ ṣe má ṣe jẹ́ kí ohun tí a kò mọ̀ jẹ́ gba ohun tí a mọ̀. Ìgbàgbọ́ Kò gbà kí òkùnkùn ṣú kọja lati bori imọlẹ ti a ní. Dípò bẹ̀ẹ̀, ìgbàgbọ́ ka ìmọ́lẹ̀ tí a ní lọ́wọ́lọ́wọ́ tó láti gbé àwọn ìgbésẹ̀ tí ó tẹ̀lé e, bó tilẹ̀ jẹ́ pé ayé òkùnkùn lè kọjá.

A ń tẹ̀síwájú láti wá ìdáhùn sí ohun tí a nílò láti ṣe ní ìparí wa, láti ṣe ìránṣẹ́ fún ìwòsàn àti ìdáǹdè lọ́nà tí ó gbéṣẹ́ gẹ́gẹ́ bí Jésù ti ṣe. A ń tẹ̀síwájú láti tẹ̀síwájú láti tọ Ọlọ́run lọ fún ohun tí a kò mọ̀. Ó ti ṣèlérí pé, "'Pè mí, èmi yóò sì dá ọ lóhùn, èmi yóò sì fi àwọn ohun ńlá àti alágbára hàn ọ́, èyí tí ìwọ kò mọ̀'" (Jeremiah 33:3). Solomoni sọ pé, "Mo fi ọkàn mi sí láti mọ̀, láti wá àti láti wá ọgbọ́n àti ìdí àwọn nǹkan…" (Oniwasu 7:25). A ń tẹ̀síwájú láti kẹ́kọ̀ọ́, láti wá Ìwé Mímọ́, láti fetí sí Ẹ̀mí, kí a lè jèrè àwọn òye tí a kò ní lọ́wọ́lọ́wọ́ tí yóò ràn wá lọ́wọ́ láti ṣe ìránṣẹ́ pẹ̀lú agbára àti àṣẹ tí ó pọ̀ sí i. Olúwa Jesu ṣèlérí pé bí a bá tẹ̀síwájú nínú Ọ̀rọ̀ Rẹ̀, a ó "mọ òtítọ́, òtítọ́ yóò sì sọ yín di òmìnira" (Johannu 8:31,32).
A tesiwaju lati te siwaju sii lati sin Olorun.

Níkẹyìn, ìfẹ́ fún Olúwa ló ń sún wa ṣiṣẹ́. A nífẹ̀ẹ́ Rẹ̀ nítorí pé Òun ni ó kọ́kọ́ fẹ́ràn wa (1 Jòhánù 4:19). Kò sí ohun tó ń dín ìfẹ́ wa fún Un kù. A nífẹ̀ẹ́ Rẹ̀ kódà nígbà tí a bá dán ìgbàgbọ́ wò tí ìrètí sì dà bí ẹni pé a ti fọ́. A mọ̀ pé lọ́jọ́ kan, ìgbàgbọ́ wa yóò di ohun tí a lè rí. Ìrètí wa yóò ṣẹ. Ìfẹ́ yóò sì máa bá a lọ. "Nísinsìnyí, ìgbàgbọ́, ìrètí, ìfẹ́ yóò dúró, àwọn mẹ́ta wọ̀nyí; ṣùgbọ́n èyí tí ó tóbi jùlọ nínú ìwọ̀nyí ni ìfẹ́" (1 Kọ́ríńtì 13:13).

Kí ló dé tí gbogbo ènìyàn kò fi ní rí ìwòsàn gbà?

A gbà pé kìí ṣe gbogbo ẹni tí a ń ṣe ìránṣẹ́ fún ni a ó wòsàn tàbí gbà. Mo dá mi lójú pé gbogbo àwọn ajíhìnrere ìwòsàn

ńlá àti ọkùnrin tàbí obìnrin Ọlọ́run ló ti dojúkọ èyí, wọ́n sì tún tiraka láti dáhùn ìbéèrè yìí nípa ìdí tí a kò fi rí gbogbo ẹni tí a ń ṣe ìránṣẹ́ fún ìwòsàn àti ìgbàlà.
Ìdáhùn sí irú ìbéèrè bẹ́ẹ̀ jẹ́ ti ara ẹni nítorí pé ipò náà lè yàtọ̀ síra láti ọ̀dọ̀ ẹnìkọ̀ọ̀kan sí ẹnìkọ̀ọ̀kan. A mọ̀ pé ọ̀pọ̀lọpọ̀ nǹkan ló lè dí ènìyàn lọ́wọ́ láti gba ìwòsàn tàbí ìdáǹdè wọn. Oríṣiríṣi ìdí ló lè wà, àwọn kan wà tí a mọ̀ sí àwọn ìdí kan tí a kò mọ̀ sí.

Ṣùgbọ́n, bí a ṣe ń hùwà sí àwọn "àìkùnà" wọ̀nyí ṣe pàtàkì. A gbọ́dọ̀ máa rántí nígbà gbogbo pé ìkùnà èyíkéyìí wà ní ìhà wa, kì í ṣe ìhà Ọlọ́run. Ọlọ́run jẹ́ olóòótọ́ sí Ọ̀rọ̀ Rẹ̀. A wà nínú ìlànà kíkọ́ àti ṣíṣàwárí òtítọ́ nípa Ìjọba Ọlọ́run àti àwọn ọ̀nà tí Ọlọ́run ń gbà ṣiṣẹ́. Kò sí ẹnikẹ́ni nínú wa tí ó pé ní ìmọ̀ wa. A ní láti máa tẹ̀síwájú láti ṣàwárí òtítọ́ tí a fi pamọ́ nínú Ọ̀rọ̀ Rẹ̀ àti nípasẹ̀ Ẹ̀mí Rẹ̀, kí a lè ṣojú fún Un lọ́nà tí ó péye jù àti láti ṣe àwọn ohun tí Ó ti yàn fún wa láti ṣe.

Àwọn ni wọ̀nyí

Àwọn ohun tí a kò gbọ́dọ̀ ṣe/kò gbọ́dọ̀ ṣe nígbà tí a bá dojú kọ àwọn ipò níbi tí a kò ti rí ìwòsàn tàbí ìtọ́jú àwọn ènìyàn tí a ń ṣe ìránṣẹ́ fún:

Má ṣe bá Òtítọ́ dọ́gba

A kò gbọdọ̀ fi òtítọ́ ṣòfò. A kò ní yí òye wa nípa ìwà Ọlọ́run, Ọ̀rọ̀ Ọlọ́run àti iṣẹ́ Kristi tí ó parí lórí Àgbélébùú padà. Àwọn wọ̀nyí jẹ́ àṣeyọrí. Ẹni tí Ọlọ́run jẹ́, ohun tí Ó ti ṣèlérí àti ohun tí Kristi ti ṣe lórí Àgbélébùú kò ní yípadà. A gbọ́dọ̀ kọ̀ láti kọ̀ láti yí ẹ̀kọ́ ìsìn wa padà láti bá ìrírí wa mu. Dípò bẹ́ẹ̀, a gbọ́dọ̀ tẹ̀síwájú láti gbé ìpele ìrírí wa ga láti bá ìwọ̀n Ọ̀rọ̀ Ọlọ́run mu.

Má ṣe rò, jẹ́wọ́ pé "Èmi kò mọ̀"

Nítorí pé a kò ní gbogbo ìdáhùn, a kò gbọ́dọ̀ máa ṣe àròyé kí a sì máa ṣe bíi pé a mọ̀. Tí a kò bá ní ìdánilójú, a gbọ́dọ̀ yẹra fún sísọ àwọn ọ̀rọ̀ bíi "O kò ní ìgbàgbọ́ tó," "Ẹ̀ṣẹ̀ kan wà tí a fi pamọ́," "Àwọn ègún ìran kan wà," àti bẹ́ẹ̀ bẹ́ẹ̀ lọ. A lè pa àwọn ènìyàn lára nígbà tí a bá ń sọ̀rọ̀ nítorí àìmọ̀kan. Ó tó láti sọ pé, "Mi ò mọ ìdí tí o kò fi rí ìwòsàn gbà ṣùgbọ́n ìfẹ́ Ọlọ́run fún ọ dájú, ìfẹ́ Rẹ̀ sì ni pé kí Ó fẹ́ kí o dára."

Béèrè lọ́wọ́ Ọlọ́run fún Ìmọ̀lára Kí o sì Máa Bá A Lọ Láti Ṣe Iṣẹ́ Ìránṣẹ́ fún Ẹnikẹ́ni

Òótọ́ ni pé kìí ṣe gbogbo ẹni tí a bá ń gbàdúrà fún ni a ó wòsàn. Ṣùgbọ́n èyí kò gbọdọ̀ dí wa lọ́wọ́ láti tẹ̀síwájú àti láti ṣe gbogbo ohun tí a lè ṣe láti mú ìwòsàn àti ìdáǹdè wá fún gbogbo ènìyàn tí ó bá ṣeé ṣe. A ń gbàdúrà nígbà gbogbo, a sì ń gbìyànjú ọ̀nà ọ̀tọ̀ọ̀tọ̀ láti ṣe ìránṣẹ́ fún ẹni náà nígbàkúgbà tí ó bá ṣeé ṣe. A ń gba ẹni náà níyànjú láti máa tẹ̀síwájú nínú títẹ̀síwájú sí Ọlọ́run, láti máa gbàdúrà nígbà gbogbo, láti máa gbàgbọ́, láti máa yin Ọlọ́run fún ìwòsàn wọn àti láti di Ọ̀rọ̀ Ọlọ́run mú ṣinṣin. Béèrè lọ́wọ́ Ọlọ́run fún òye, fún àwọn ẹ̀bùn Ẹ̀mí tí yóò ṣí àwọn ohun tí ń dí ìwòsàn àti ìdáǹdè lọ́wọ́ láti dé hàn. Nígbà mìíràn, ẹni náà lè nílò láti ronú pìwàdà kúrò nínú ẹ̀ṣẹ̀ kan, tàbí kí ó tú ìdáríjì sílẹ̀ fún ẹlòmíràn. Jẹ́ kí Ẹ̀mí Mímọ́ máa ṣọ́ra kí o sì máa ṣàn pẹ̀lú ohun tí Ẹ̀mí Ọlọ́run ń fihàn.

Ẹ yin Ọlọ́run lógo, kìí ṣe ipò náà

A gbọ́dọ̀ yin Ọlọ́run lógo kìí ṣe ipò náà. Má ṣe gbé àìsàn tàbí iṣẹ́ ìnilára Bìlísì ga. Kò sí àìsàn kankan, iṣẹ́ ẹ̀mí èṣù tó ju Ọlọ́run wa lọ. Nítorí pé a kò rí ìwòsàn tàbí ìdáǹdè, ẹ má ṣe jẹ́ kí ó dàbí ẹni pé àwọn wọ̀nyí le jù fún Ọlọ́run wa. Kò sí ohun tó le jù fún Ọlọ́run wa. A kàn nílò láti kọ́ bí a ṣe lè tú agbára Rẹ̀ jáde dáadáa. Láìka ipò náà sí, a máa ń yọ̀, a máa ń gbàdúrà nígbà gbogbo, nínú ohun gbogbo tí a bá ń dúpẹ́ lọ́wọ́ Ọlọ́run (1 Tẹsalóníkà 5:16-18) nítorí a mọ ẹni tí Òun jẹ́.

"Láìka" Kìí ṣe "Nítorí"

Ọlọ́run lè lo ènìyàn "láìka" àìsàn, àìsàn ara, tàbí ìṣòro ara sí. Síbẹ̀síbẹ̀, èyí kò túmọ̀ sí pé ipò tí wọ́n wà jẹ́ èyí tí ó dára jùlọ fún Ọlọ́run fún wọn. Ọlọ́run kò lò wọ́n "nítorí" àìsàn tàbí àìsàn wọn. Ọlọ́run ń ṣiṣẹ́ láìka ipò náà sí. Kò ní ààlà sí i nítorí àwọn ààlà wa. Ó ń ṣiṣẹ́ nítorí ète àti oore-ọ̀fẹ́ Rẹ̀ tí a fún wa nínú Jésù Kristi (2 Tímótì 1:9), àìsàn tàbí àìsàn kankan! Ìdí nìyí tí Òun fi jẹ́ Ọlọ́run! Nítorí náà, nígbà tí Ọlọ́run bá lo ènìyàn láìka àìsàn tàbí àìsàn wọn sí, a ń yin Ọlọ́run lógo kì í ṣe àìsàn náà. Àìsàn yẹn ṣì jẹ́ ohun tí a nílò láti jà kí a sì kọjú ìjà sí.

Tẹsiwaju lati tẹ sii fun diẹ sii!

Àṣìṣe èyíkéyìí wà ní ìhà wa, kì í ṣe ti Ọlọ́run. Máa tẹ̀síwájú láti rí ìfòróróyàn àti ìfihàn Rẹ̀ lórí bí a ṣe lè mú ìwòsàn wá fún "gbogbo ènìyàn" àti "àwọn ènìyàn tó pọ̀ tó," gẹ́gẹ́ bí Jésù ti ṣe. Òun ni Àwòrán wa. A gbọ́dọ̀ tẹ̀síwájú láti ṣe iṣẹ́ Rẹ̀ àti iṣẹ́ tó tóbi jù bẹ́ẹ̀ lọ.
Ó kéré tán ìbéèrè méjì mìí tó jọra ló wà tí a lè dáhùn níbí: Kí ló dé tí àwọn ìwòsàn kan fi máa ń lọ díẹ̀díẹ̀? Kí ló sì fà á tí àwọn ìwòsàn kan fi jẹ́ apá kan tí wọn kò sì pé?

Kí ló dé tí àwọn ìwòsàn kan fi máa ń wáyé díẹ̀díẹ̀?

Nínú iṣẹ́ ìránṣẹ́ Jésù, yàtọ̀ sí ìṣẹ̀lẹ̀ kan tí Ó fọwọ́ kan afọ́jú kan lẹ́ẹ̀mejì, a rí gbogbo ìwòsàn àti ìgbàlà mìíràn tí ń ṣẹlẹ̀ lójúkan náà. Ṣùgbọ́n, nígbà tí a bá ń ṣe ìránṣẹ́, ọ̀pọ̀ ìgbà ló wà, nígbà tí ìwòsàn bá ń ṣẹlẹ̀ díẹ̀díẹ̀ lórí àkókò. Lẹ́ẹ̀kan sí i, ìdáhùn sí ìbéèrè yìí jẹ́ ti ara ẹni, ó sì sinmi lórí ipò ẹnìkọ̀ọ̀kan. Ní ọ̀pọ̀lọpọ̀ ìgbà, a kò mọ ìdí tí àwọn nǹkan fi ń ṣẹlẹ̀ díẹ̀díẹ̀ dípò kí ó ṣẹlẹ̀ lẹ́sẹ̀kẹsẹ̀. Síbẹ̀síbẹ̀, ìdáhùn wa gbọ́dọ̀ jẹ́ láti tẹ̀síwájú láti rí i pé iṣẹ́ náà parí, láìka bí ó ti pẹ́ tó. A ń ṣe ayẹyẹ ìpele ìdàgbàsókè kọ̀ọ̀kan tí a bá rí ní ọ̀nà. A gbọ́dọ̀ dúpẹ́ lọ́wọ́ Olúwa fún gbogbo ìlọsíwájú kékeré nínú ìwòsàn tí a rí, kí a máa yin Ọlọ́run nígbà gbogbo, kí a sì máa tẹ̀síwájú láti rí ìwòsàn àti ìgbàlà pípé.

Máàkù 8:22-26 22 Nígbà náà ni ó dé Bẹtisáídà; wọ́n sì mú afọ́jú kan wá sọ́dọ̀ rẹ̀, wọ́n sì bẹ̀ ẹ́ pé kí ó fọwọ́ kan án. 23 Ó sì mú ọwọ́ afọ́jú náà, ó sì fà á jáde kúrò ní ìlú náà. Nígbà tí ó tutọ́ sí ojú rẹ̀, tí ó sì gbé ọwọ́ rẹ̀ lé e, ó bi í bóyá ó rí ohunkóhun. 24 Ó sì gbé ojú sókè, ó sì wí pé, "Mo rí àwọn ènìyàn bí igi, wọ́n ń rìn." 25 Ó sì tún fi ọwọ́ rẹ̀ lé ojú rẹ̀, ó sì mú kí ó gbé ojú sókè. Ó sì padà sípò, ó sì rí gbogbo ènìyàn kedere. 26 Lẹ́yìn náà ó rán an lọ sí ilé rẹ̀, ó wí pé, "Má ṣe lọ sí ìlú, má sì sọ fún ẹnikẹ́ni ní ìlú náà."

Kí ló dé tí Jésù fi mú afọ́jú yìí jáde kúrò ní ìlú láti ṣe ìránṣẹ́ fún un? Kí ló dé tí Jésù fi fọwọ́ kan án nígbà méjì kí ó tó di pé ó ríran pátápátá? Kí ló dé tí Jésù fi sọ fún un pé kó má padà sí ìlú náà tàbí kí ó sọ fún ẹnikẹ́ni ní ìlú náà? Gbogbo ìbéèrè tó gbàfiyèsí gan-an ni.
Ó kéré tán mẹ́rin lára àwọn ọmọ-ẹ̀yìn Jésù wá láti Bẹtisaida. Anderu, Simoni Peteru, Filipi àti Nataniẹli wá láti ìlú Bẹtisaida (Johannu 1:44). Bẹtisaida jẹ́ ọ̀kan lára àwọn ìlú tí Olúwa Jesu bá wí fún àìfẹ́ wọn láti dáhùn sí àwọn iṣẹ́ ìyanu ńlá tí wọ́n rí (Matteu 11:21-26). Ó hàn gbangba pé ìlú yìí jẹ́ aláìgbàgbọ́ àti aláìgbàgbọ́ sí àwọn iṣẹ́ ìyanu Jesu, bóyá nítorí àwọn ènìyàn "ọlọ́gbọ́n àti ọlọ́gbọ́n" (Matteu 11:25) wọn tí wọ́n sì ba àwọn olùgbé ìlú náà jẹ́. Ó kéré tán ní àkókò kan mìíràn, ní ilé Jairus, a rí Olúwa Jesu tí ó ń lé gbogbo àwọn tí ó ń fi ṣe ẹlẹ́yà, tí wọ́n jẹ́ aláìgbàgbọ́ àti aláìgbàgbọ́ sí iṣẹ́ ìránṣẹ́ Rẹ̀ jáde (Marku 5:40).

Bó tilẹ̀ jẹ́ pé ẹsẹ ìwé yìí kò sọ èyí, ó ṣeé ṣe kí ìdí tí Olúwa Jésù fi mú ọkùnrin yìí jáde kúrò ní ìlú náà, tó sì ṣe ìránṣẹ́ fún un, tó sì tún fún un ní ìtọ́ni pé kí ó má padà sí ìlú tàbí kí ó sọ fún àwọn ènìyàn ní ìlú náà ni láti yà á sọ́tọ̀ kí ó sì dáàbò bò ó kúrò nínú àìnígbàgbọ́ àti àìní ìtẹ́wọ́gbà tó gbòde kan ní ìlú náà. Ìdí kan náà tí Olúwa Jésù kò fi jẹ́ kí ẹnikẹ́ni àyàfi Pétérù, Jákọ́bù àti Jòhánù àti àwọn òbí ọmọbìnrin náà wà níbẹ̀ nígbà tó jí ọmọbìnrin Jáírù dìde. Nínú àwọn ọ̀ràn mìíràn tí wọ́n rí ìwòsàn àwọn afọ́jú, Olúwa Jésù ṣe ìránṣẹ́ fún wọn láìsí ìṣòro, ó tún ríran wọn padà sípò gẹ́gẹ́ bí ìdáhùn sí ìgbàgbọ́ wọn. Bó tilẹ̀ jẹ́ pé ẹsẹ ìwé ìwé Máàkù 8 kò mẹ́nu kan ìgbàgbọ́ (tàbí àìní rẹ̀) nínú ọkùnrin afọ́jú yìí ní Bẹ́tísáídà, ó ṣeé ṣe kí ìgbàgbọ́ tó gbòde kan ní ìlú náà ti nípa lórí wọn. Ìgbàgbọ́ rẹ̀ gba ìṣírí nígbà tó kíyè sí ìdàgbàsókè díẹ̀ nínú ojú rẹ̀, ó sì lè gbàgbọ́ fún ìmúpadàbọ̀sípò pátápátá.
Bóyá àwọn ẹ̀kọ́ díẹ̀ tí a lè rí gbà láti inú ìṣẹ̀lẹ̀ afọ́jú yìí pẹ̀lú ọkùnrin afọ́jú ní Bẹtisaida ni pé a ń kọ́ bí a ṣe ń ya àwọn ènìyàn sọ́tọ̀ kúrò nínú àyíká iyèméjì àti àìnígbàgbọ́ láti lè ran ìgbàgbọ́ wọn lọ́wọ́. A tún ń fún ìgbàgbọ́ àwọn ènìyàn níṣìírí pẹ̀lú ìdàgbàsókè díẹ̀díẹ̀ nínú ipò ara wọn, a sì ń tẹ̀síwájú títí tí ìwòsàn náà yóò fi parí.

Kí ló dé tí àwọn ìwòsàn kan fi jẹ́ apá kan tí wọn kò sì pé?

Ohun mìíràn tí a lè kíyèsí nígbà tí a bá ń ṣe iṣẹ́ ìránṣẹ́ ìwòsàn ni pé nígbà mìíràn àwọn ènìyàn tí wọ́n ní ọ̀pọ̀lọpọ̀ ìṣòro máa ń rí ìwòsàn gbà kúrò nínú àwọn àìsàn kan, àwọn àìsàn mìíràn sì máa ń wà nínú ara wọn. Níbí, a kò ní ní gbogbo ìdí tí ìwòsàn pípé kò fi wáyé. A gbọ́dọ̀ dúpẹ́ lọ́wọ́ Olúwa fún gbogbo ìlọsíwájú kékeré nínú ìwòsàn tí a bá rí, kí a máa yin Ọlọ́run, kí a sì máa tẹ̀síwájú láti rí ìwòsàn pípé àti ìgbàlà. Ẹ máa tẹ̀síwájú láti fún ẹni kọ̀ọ̀kan níṣìírí, kì í ṣe láti dójútì tàbí dá ẹnìkan lẹ́bi. Ẹ máa bá a lọ láti béèrè lọ́wọ́ Ọlọ́run láti fi bí a ṣe ń ṣe ìránṣẹ́ fún ẹni kọ̀ọ̀kan hàn, kí ó sì fi ohun tí a gbọ́dọ̀ ṣe hàn láti rí ìwòsàn pípé.

Ó ṣeé ṣe kí àwọn ohun tó ń fa àwọn àìsàn tó yàtọ̀ síra. Ọ̀kan lè jẹ́ àìsàn ara lásán tí ó nílò ìwòsàn tí a sì wòsàn lẹ́sẹ̀kẹsẹ̀. Ipò mìí lè jẹ́ ti ẹ̀mí èṣù pẹ̀lú ẹ̀mí àìlera líle tí ó nílò láti lé jáde kí ìwòsàn lè dé.
Bóyá a lè yanjú ipò kan nípa lílé ẹ̀mí àìlera jáde, nígbàtí kí a tó lè wo ipò mìíràn sàn, ó ṣeéṣe kí a kàn ní láti fún ìgbàgbọ́ níṣìírí láti dìde nínú ọkàn wọn kí wọ́n lè gbà á.
A gbọ́dọ̀ ní ìmọ̀lára sí ìtọ́sọ́nà àti ìtọ́sọ́nà Ẹ̀mí Mímọ́ lórí bí a ṣe lè fi agbára Ọlọ́run fún ẹnìkọ̀ọ̀kan.

Àwọn Ìwà Ọ̀kàn Mẹ́ta Tó Ń Jẹ́ Kí Ọlọ́run Ṣe Iṣẹ́ Ìyanu

Yàtọ̀ sí ABCDE àti F tí a mẹ́nu kàn tẹ́lẹ̀, Láti ṣe ìránṣẹ́ fún àwọn ìránṣẹ́ ìwòsàn àti ìdáǹdè, àti láti fún àwọn ènìyàn níṣìírí láti múra tán láti gba ìwòsàn àti ìdáǹdè, àwọn ìwà ọkàn pàtàkì mẹ́ta ló wà: ìgbàgbọ́, ìfojúsùn àti ìfẹ́kúfẹ̀ẹ́ tó lágbára.
Nígbà tí a bá ń ṣe ìránṣẹ́ fún àwọn ènìyàn, a gbọ́dọ̀ rìn nínú ìgbàgbọ́, ìfojúsùn àti ìfẹ́kúfẹ̀ẹ́ gbígbóná. A ń ṣe ìránṣẹ́ fún ìwòsàn àti ìdáǹdè pẹ̀lú ìgbàgbọ́ nínú ọkàn wa. Àìgbàgbọ́ wa lè jẹ́ ìdènà sí agbára Ọlọ́run tí ń ṣàn nípasẹ̀ wa. A gbọ́dọ̀ retí pé kí àwọn ènìyàn yára. A retí pé kí a dá àwọn ènìyàn nídè kí a sì mú wọn lára dá. Ní ìfẹ́kúfẹ̀ẹ́ gbígbóná láti rí àwọn ènìyàn tí a wòsàn, tí a mú wọn lára dá tí a sì tú wọn sílẹ̀ fún ògo Ọlọ́run.
Bí a ṣe ń ṣe ìránṣẹ́ fún àwọn ènìyàn, a nílò láti ràn wọ́n lọ́wọ́ láti dé ibi ìgbàgbọ́, ìrètí àti pẹ̀lú ìfẹ́ ọkàn gbígbóná láti di pípé. A ń fún wọn ní ìṣírí nípasẹ̀ Ọ̀rọ̀, àdúrà àti ìjọsìn. Gẹ́gẹ́ bí obìnrin tí ó ní ìsun ẹ̀jẹ̀, a gbọ́dọ̀ fún àwọn ènìyàn ní ìṣírí láti retí ohun kan láti ṣẹlẹ̀ bí wọ́n ṣe ń nawọ́ sí ìgbàgbọ́. Gẹ́gẹ́ bí obìnrin ará Kénáánì, a gbọ́dọ̀ fún àwọn ènìyàn ní ìṣírí láti pinnu láti gba ìwòsàn àti ìdáǹdè wọn.

Àwọn ìdíwọ́ fún gbígba ìwòsàn

Bó tilẹ̀ jẹ́ pé èyí kì í ṣe àkójọpọ̀ gbogbo "ìdènà" tàbí ìdènà sí gbígba ìwòsàn àti ìdáǹdè, a ní láti mọ̀ nípa àwọn wọ̀nyí, bí a ṣe ń ṣe ìránṣẹ́ fún àwọn ènìyàn. Tí a bá mọ̀ pé ọ̀kan tàbí jù bẹ́ẹ̀ lọ lára àwọn ìdènà wọ̀nyí wà, a gbọ́dọ̀ bá wọn sọ̀rọ̀ ní ọ̀nà ìfẹ́ àti ìṣírí. Má ṣe ṣe àríwísí, dá ẹni náà lẹ́bi, dá a lẹ́bi tàbí dójútì nígbà tí a bá ń ṣe ìránṣẹ́. A kò gbọdọ̀ gbìyànjú láti gba ipò "Ọlọ́run" nínú ìgbésí ayé àwọn ènìyàn. A jẹ́ ohun èlò amọ̀ lásán tí a fi ara wa sí ọwọ́ Ọlọ́run láti lò fún ète Rẹ̀.

- **Àìní ìmọ̀ (Hosea 4:6, Isaiah 5:13)**
- **Àìní ìgbàgbọ́ (Máàkù 6:5,6)**
- **Gbígbé àìsàn náà sí ìfẹ́ Ọlọ́run.**
- **Àìní ìfẹ́ ọkàn láti gbádùn ara wọn nígbà gbogbo. Àìní ìfẹ́ ọkàn láti gbádùn ara wọn nígbà gbogbo. Bóyá, gbígbádùn ìbánikẹ́dùn àti àfiyèsí àwọn ènìyàn. Bóyá ìbẹ̀rù gbígbé ìgbésí ayé pẹ̀lú àwọn ẹrù iṣẹ́ déédéé nígbà tí wọ́n bá ti gbádùn ara wọn.**
- **Jíjẹ́ aláìfaradà ní kíkọjú ìjà sí àìsàn (ìdúró tí kò tọ́ tí ó ń yọrí sí ìgbàgbọ́ aláìfaradà: "Bí ó bá jẹ́ ìfẹ́ Ọlọ́run, yóò wò mí sàn," "Ọlọ́run yóò wò mí sàn ní àkókò Rẹ̀," "Ohunkóhun tí ó bá ṣẹlẹ̀ ni ìfẹ́ Ọlọ́run," àti bẹ́ẹ̀ bẹ́ẹ̀ lọ).**
- **Ìwà tí kò tọ́ nínú ọkàn: ìbínú, ìbínú, owú, àìdáríjì, ìkorò, àti bẹ́ẹ̀ bẹ́ẹ̀ lọ. Òwe 14:30 Ọkàn tí ó ní ìlera jẹ́ ìyè fún ara, ṣùgbọ́n ìlara jẹ́ ìbàjẹ́ fún egungun. Òwe 17:22 Ọkàn ayọ̀ ń ṣe rere bí oògùn, ṣùgbọ́n ọkàn tí ó bàjẹ́ ń gbẹ egungun.**
- **Ìgbésí ayé apanirun: Tí ẹnìkan bá ń bá a lọ láti ṣe àwọn nǹkan tí ó lè ba ìlera rẹ̀ jẹ́, fún àpẹẹrẹ ọtí líle, sìgá mímu, oògùn olóró, àti bẹ́ẹ̀ bẹ́ẹ̀ lọ.**
- **Àwọn ohun àìmọ̀ míràn: A kò mọ gbogbo ohun tó lè dí ènìyàn lọ́wọ́ láti rí ìwòsàn àti ìgbàlà gbà. Nítorí náà, a kọ́ bí a ṣe ń fetí sí Ẹ̀mí Mímọ́, yóò sì fi ohun tí a ó ṣe hàn wá ní àwọn ipò pàtó kan.**

Ìtàn kan _ pípa ìdìmú ẹ̀mí ìbẹ̀rù láti ọwọ́ Bro Schambach –

RÍRÍN ÀWỌN ÌTA GÚÚSÙ PHILADELPHIA

Bíbélì sọ pé, "Ọlọ́run kò fún wa ní ẹ̀mí ìbẹ̀rù..." (2 Tímótì 1:7). Ó tún sọ pé, "...ẹ̀rù ní ìjìyà..." (1 Jòhánù 4:18). Nítorí náà, mo lè parí èrò sí pé ìbẹ̀rù jẹ́ ẹ̀mí ìjìyà. Ọ̀pọ̀lọpọ̀ àwọn ènìyàn Ọlọ́run ni ẹ̀mí ìbẹ̀rù yìí dè, kódà nígbà tí wọ́n bá gbọ́ ìwàásù Ọ̀rọ̀ náà.

Ìbẹ̀rù jẹ́ òdìkejì ìgbàgbọ́. Ó lè dí ọ lọ́wọ́ láti máa ṣiṣẹ́ gẹ́gẹ́ bí Kristẹni. Tí ẹ̀mí ìbẹ̀rù bá dè ọ́, mi ò ní láti sọ fún ọ—o nílò iṣẹ́ ìyanu ìgbàlà. Mo sì ní ìròyìn ayọ̀—Ọlọ́run fẹ́ kí o bọ́ kúrò nínú ìbẹ̀rù nínú ìgbésí ayé rẹ, ó sì ti múra tán láti dá ọ sílẹ̀.

Nígbà kan, nígbà tí mo wà ní Philadelphia, mo pàdé obìnrin kan tí ó ní ìṣòro **ìbẹ̀rù.**

Mo máa ń ṣe ìfọ̀rọ̀wánilẹ́nuwò ní ìkọ̀kọ̀ níbi tí àwọn ènìyàn ti lè wá pàdé mi ní ọ̀kọ̀ọ̀kan. Obìnrin yìí wọlé láti fi àwọn ènìyàn hàn. Ó sọ̀rọ̀ ní èdè díẹ̀, lẹ́yìn náà ó jókòó.

Mo ní, "Kí ni mo lè ṣe fún ọ?"

Ó ní, "Mo wá kí o gbàdúrà fún mi."

Mo ní, "Èmi kì í gbàdúrà ní ọ̀sán. Mo máa ń gbàdúrà ní òru. Ṣé o rí i, a máa ń wàásù ní ọ̀sán láti ru ìgbàgbọ́ rẹ sókè. Lẹ́yìn náà a máa ń gbé ọwọ́ lé ọ nígbà ìsìn òru nígbà tí ìgbàgbọ́ bá wà láàyè."

Ó ní, "Ó dára, mi ò lè wá ní alẹ́."

Mo ní, "Ṣé o ń ṣiṣẹ́?"

"Rárá."

"Ṣé o ní àdéhùn?"

"Rárá."

"Lẹ́yìn náà, ẹ padà wá ní alẹ́ yìí," ni mo sọ fún un.

"Èmi kò ní padà wá."

Mo ní, "Ó dára, mi ò gbàdúrà."

Ó lè dà bí ohun tó le koko, àmọ́ mo mọ̀ pé ó ń fi nǹkan kan pamọ́ fún mi. Mo rí i nínú ẹ̀mí mi. Nítorí náà, mo bi í pé, "Kí ni ìṣòro rẹ? Mo fẹ́ mọ̀."

Ó ní, "Ó dára, ẹ̀jẹ̀ ríru mi ń pọ̀, àrùn àtọ̀gbẹ sì ń ṣe mí." "Ṣé gbogbo rẹ nìyẹn?" Mo ní.

Ó dáhùn pé, "Bẹ́ẹ̀ ni, ó jẹ́ bẹ́ẹ̀."

Mo ní, "Rárá o, irọ́ ni o ń pa fún mi. O ń sọ fún mi pé o kò lè wá ní alẹ́ yìí. Ìdí tí o kò fi lè wá ni pé ẹ̀mí ìbẹ̀rù ló dè ọ́."
Ó ní, "Báwo lo ṣe mọ̀?"
Gbọ́, ọmọ Ọlọ́run ni. Ó fẹ́ràn Olúwa. Ṣùgbọ́n ẹ̀mí ìbẹ̀rù ṣì wà nínú rẹ̀.

Ó ní, "Mi ò tíì jáde kúrò nílé mi ní alẹ́ fún ọdún méjìlá sẹ́yìn. Ó, Arákùnrin Schambach, ẹ̀mí yìí ń yọ mí lẹ́nu."
Mo ní, "Wò ó, dúró títí di alẹ́ yìí. Lọ sí ilé kejì kí o ra sánwíṣì kan. Dúró níbí, màá sì gbàdúrà fún ọ ní alẹ́ yìí. Màá mú ẹ̀mí ìbẹ̀rù kúrò. Ọlọ́run ti fún mi ní agbára láti lé àwọn ẹ̀mí èṣù jáde, màá sì gbà ọ́ sílẹ̀ kúrò lọ́wọ́ ẹ̀mí búburú tó ń yọ ọ́ lẹ́nu. Tí o bá dúró, tí Ọlọ́run kò sì gbà ọ́ sílẹ̀, èmi àti ìyàwó mi yóò mú ọ lọ sílé."
Ó ní, "Ṣé o máa ṣe bẹ́ẹ̀?"
Mo ní, "Èmi yóò ṣe é. Èmi yóò tilẹ̀ wọ ilé rẹ ní àkọ́kọ́. O lè dúró pẹ̀lú ìyàwó mi nínú ọkọ̀ ayọ́kẹ́lẹ́. Èmi yóò tan gbogbo ìmọ́lẹ̀, èmi yóò wo ẹ̀yìn àga àti àwọn àga, èmi yóò ṣí àpótí rẹ, èmi yóò sì rí i dájú pé kò sí ẹnikẹ́ni níbẹ̀."
Ó gbàgbọ́. Ó ní, "Tí o bá ṣe bẹ́ẹ̀, màá dúró."
Lẹ́yìn tí mo wàásù ní alẹ́ ọjọ́ náà, mo kọ́kọ́ pè é fún àdúrà. Mo gbé ọwọ́ lé e, agbára Ọlọ́run sì gbá a, ó sì gbá a ní ẹ̀yìn. Mo gbé ọwọ́ lé ǹkan bí 500 ènìyàn ní alẹ́ ọjọ́ náà.
Lẹ́yìn tí gbogbo rẹ̀ parí, èmi àti ìyàwó mi ń wá obìnrin náà nítorí mo ti ṣèlérí láti fún un ní ọkọ̀ ayọ́kẹ́lẹ́ padà sílé. Ṣùgbọ́n mi ò rí i níbikíbi! Mo sáré jáde mo sì wo gbogbo ibẹ̀. Mo ní, "Olúwa. Mo gbọ́dọ̀ rí obìnrin náà." Mi ò rí i rárá.
Ní alẹ́ ọjọ́ kejì, ó padà sí ìpàdé pẹ̀lú ayọ̀ àti igbe ayọ̀. Ní alẹ́! Mo ní, "Wá sókè níbí. Mo mọ̀ pé o ní ẹ̀rí."
Ó sọ ìtàn tí mo sọ fún yín fún àwọn ènìyàn. Ó ní, "Mo mọ̀ pé Arákùnrin Schambach sọ fún mi pé òun àti ìyàwó rẹ̀ yóò mú mi lọ sílé ní alẹ́ àná. Ṣùgbọ́n mi ò ní láti jẹ́ kí wọ́n mú mi lọ sílé nítorí nígbà tí ó gbé ọwọ́ lé mi, Bìlísì ìbẹ̀rù náà lọ. Ọlọ́run gbà mí sílẹ̀ ó sì dá mi sílẹ̀! Mo rìn ní gbogbo ọ̀nà ilé."
Mo ní, "Ṣé o rìn? Ní Philadelphia?"

Mo ti bẹ̀rẹ̀ sí í bẹ̀rù! Ó ń gbé ní Gúúsù Philadelphia ní ọgbọ̀n ìbúlé. Èyí túmọ̀ sí pé ó ti rìn gba ààrín ìlú tó burú jù lọ! Obìnrin yìí gan-an ló ń bẹ̀rù láti jáde ní alẹ́!
Ó ní, "Mo dé ibẹ̀ ní nǹkan bí agogo mẹ́ta òwúrọ̀. Mo fi kọ́kọ́rọ́ náà sí ẹnu ọ̀nà, ṣùgbọ́n inú mi dùn débi pé mo mú un jáde, mo sì rìn ní gbogbo òru náà, mo ń wí pé, 'Bìlísì, òpùrọ́ ni ọ́. Mi ò bẹ̀rù rẹ mọ́!'"
Ọlọ́run gbà á lọ́wọ́ ìbẹ̀rù! Tí ẹ̀mí ìbẹ̀rù bá dè ọ́, ó fẹ́ ṣe ohun kan náà fún ọ. O kò ní láti bẹ̀rù mọ́. O lè yípadà kí o sì dojúkọ ọ̀tá pẹ̀lú ìgboyà nítorí pé Ọlọ́run wà pẹ̀lú rẹ!

Jẹ́ kí n gbàdúrà fún ọ:

Baba, ní orúkọ Jesu, mo wá sọ́dọ̀ rẹ nítorí ẹni tí ó ń kà á tí ẹ̀rù ti dè. Mo dúpẹ́ lọ́wọ́ rẹ fún àṣẹ tí o fún mi lórí àwọn ẹ̀mí èṣù. Ìbẹ̀rù, ìwọ ẹ̀mí búburú, ẹni tí ń dáni lẹ́bi, mo fi Jesu bú ọ— tú ẹ̀mí ẹni yìí sílẹ̀. Mo pàṣẹ fún un ní orúkọ Jesu. Olúwa, fún un ní iṣẹ́ ìyanu ìgbàlà, kí o sì fún un ní agbára láti dojúkọ ọ̀tá. Ní orúkọ Jesu, mo pè é ní ṣíṣe. Àmín àti Àmín.

Àdúrà Kúkúrú fún Ìdáǹdè Ara-ẹni.

"Olúwa Jesu Kristi, mo gbàgbọ́ pé o kú lórí àgbélébùú fún ẹ̀ṣẹ̀ mi, o sì jí dìde kúrò nínú òkú. O rà mí padà nípa ẹ̀jẹ̀ rẹ, èmi sì jẹ́ ti rẹ, mo sì fẹ́ wà láàyè fún ọ. Mo jẹ́wọ́ gbogbo ẹ̀ṣẹ̀ mi—tí a mọ̀ àti èyí tí a kò mọ̀—Mo káàánú fún gbogbo wọn. Mo kọ̀ gbogbo wọn sílẹ̀. Mo dáríjì gbogbo àwọn ẹlòmíràn bí mo ṣe fẹ́ kí O dáríjì mí. Dáríjì mí nísinsìnyí kí o sì fi ẹ̀jẹ̀ Rẹ wẹ̀ mí mọ́. Mo dúpẹ́ lọ́wọ́ Rẹ fún ẹ̀jẹ̀ Jesu Kristi tí ó wẹ̀ mí mọ́ kúrò nínú gbogbo ẹ̀ṣẹ̀ nísinsìnyí. Mo sì wá sọ́dọ̀ Rẹ nísinsìnyí gẹ́gẹ́ bí olùgbàlà mi. O mọ àwọn àìní pàtàkì mi—ohun tí ó so mọ́, tí ó ń pọ́n mi lójú, tí ó ń sọ di aláìmọ́; ẹ̀mí búburú yẹn, ẹ̀mí àìmọ́ yẹn—mo gbà ìlérí ọ̀rọ̀ Rẹ pé, "Ẹnikẹ́ni tí ó bá pe orúkọ Olúwa ni a ó gbà là." Mo ké pè ọ́ nísinsìnyí. Ní orúkọ Olúwa Jesu Kristi, gbà mí sílẹ̀

kí o sì dá mi sílẹ̀. Satani, mo kọ̀ ọ́ àti gbogbo iṣẹ́ rẹ sílẹ̀. Mo pàdánù ara mi kúrò lọ́wọ́ rẹ, ní orúkọ Jesu, mo sì pàṣẹ fún ọ láti fi mí sílẹ̀ nísinsìnyí ní orúkọ Jesu. Àmín!"

Jẹ́ kí ó wá láti ọkàn rẹ kí o sì rí ìgbàlà Olúwa!

Ṣé o ń ṣàìsàn tàbí o nílò àtúnṣe?

Fún àwọn tí wọ́n ń ṣàìsàn tàbí tí wọn kò ní ìrísí tàbí ìrísí èyíkéyìí, tàbí tí wọ́n nílò ìtúsílẹ̀? Tàbí ìtúnpadà, jọ̀wọ́ fi ọwọ́ kan àmì tí ó wà ní ìsàlẹ̀ pẹ̀lú ìgbàgbọ́ (Ìgbàgbọ́ ni rírí àbájáde rere pàtó ti ipò rẹ lọ́wọ́lọ́wọ́, ní mímọ̀ pé Jésù ti ṣe ipa tirẹ̀ ní ohun tí ó ju ẹgbẹ̀rún ọdún méjì lọ láti rí ìwòsàn àti ìtúsílẹ̀ rẹ gbà, ìtúnpadà gẹ́gẹ́ bí ìsanwó ìṣáájú, ní gbígbọ́kànlé pé ìsanwó ìṣáájú wà fún ọ láti fà láti inú, bí ìwọ̀ntúnwọ̀nsì rere nínú àkọọ́lẹ̀ ìfowópamọ́ rẹ, kò sí ìbéèrè tí a béèrè bí a ṣe gbà pẹ̀lú rẹ tí a sì pe BE HEALED ní orúkọ Jésù Kristi, Àmín)

Nípasẹ̀ àṣẹ, ìwọ ti fún mi àti àwọn, mo lo àṣẹ yẹn nísinsìnyí pẹ̀lú ìgbàgbọ́ pẹ̀lú ìbínú wọn sí ọ̀tá àti ebi láti gba ohun tí o ti fi fún gbogbo wọn lọ́fẹ̀ẹ́, mo fi gbogbo àìsàn bú, gbogbo àrùn, ìbáà ṣe àrùn jẹjẹrẹ, COVID 19, ìbáà ṣe ẹ̀mí àìlera, ìbáà ṣe ẹ̀mí ẹ̀mí èṣù tàbí ìnilára, ìbáà ṣe ẹ̀mí òṣì, ìjákulẹ̀, ìmúṣẹ pípé ti ohun tí Ọlọ́run ti pinnu àti tí ó ti tú sílẹ̀. A dojúkọ àìdára náà, mo dè wọ́n, a fi wọ́n bú sí gbòǹgbò wọn a sì lé wọn jáde nípa àṣẹ ní orúkọ Jésù Kristi. Àmín. A kéde ìtúsílẹ̀ ìwòsàn, ìgbàlà àti ìmúpadàbọ̀sípò sínú ìgbésí ayé wọn ní orúkọ alágbára Jésù Kristi. Ẹ ṣé o Olúwa fún àwọn ẹ̀rí tí ó dúró fún ògo àti ọlá àti ìbọ̀wọ̀ rẹ. Ẹ ṣé o fún àwọn ọkàn tí a ń fi kún ìjọba Rẹ nítorí ìhìn iṣẹ́ yìí, àwọn iṣẹ́ ìyanu tí a ti ń rí nísinsìnyí tí a sì ń fihàn fún ògo rẹ ní orúkọ Jésù, Àmín. Ó ti parí! Ẹ yọ̀!

Fi ọwọ́ kan ibi tí a fihàn gẹ́gẹ́ bí ibi ìfọwọ́sowọ́pọ̀ kí o sì fi ẹnu rẹ jẹ́wọ́ – Mo ti wòsàn, mo ti gbàlà, mo sì ti sọ ara mi di tuntun nínú ẹmí mi, ọkàn mi, ara mi àti gbogbo àyíká mi ní orúkọ JESU KRISTI, Àmín!!!

Bẹrẹ sí í ṣe ohun tí o kò lè ṣe tẹlẹ kí o sì bẹrẹ sí í jẹwọ títí tí ìwòsàn pípé, àtúnṣe ìgbàlà yóò fi di èso nínú ìgbésí ayé rẹ ní orúkọ Jésù, àmín. Ẹ máa pa ebi fún gbogbo Ọlọrun, ẹ máa bínú kí ẹ sì gba gbogbo ohun tí ọtá ti dá dúró ní orúkọ Jésù, àmín

Àkíyèsí:
Jẹrìí sí ìwòsàn fún ògo Ọlọrun àti ìtìjú ọtá! Fi ìméèlì tàbí whatsapp ránṣẹ sí wa tí o bá ṣì nílò kí a gbà pẹlú rẹ lórí ọrọ náà. Kí o sì sopọ mọ àwọn ohun èlò tí yóò bẹrẹ ní ọsẹ tó ń bọ ní ọjọrú. Wá àlàyé díẹ lórí ojú-òpó wẹẹbù wa láìpẹ!

Àwọn Ìlòkulò Ńlá - 1 – Orí 10 - Gba Ìdáhùn sí Àwọn Ìbéèrè Tó Wà Lórí Ìwòsàn, Ìtúsílẹ̀ àti Ìtúnṣe + Àwọn Ìtọ́sọ́nà Tó Wúlò sí Ìránṣẹ́ Ìwòsàn, Ìtúsílẹ̀ àti Ìtúnṣe + Ìṣọ̀kan Àìsàn Ẹsẹ̀ bí Ẹmí Mímọ́ ṣe fi hàn sí Ida Mae Hammond àti bí a ṣe lè bá ẹ̀mí lò apá 9

Ẹyin ọ̀rẹ́ mi, lónìí, a mú apá kẹsàn-án nínú ìtẹ̀jáde wa wá fún yín nípa tó tó láti kó àwọn ènìyàn ní ìgbèkùn àti láti gbà wọ́n sí òmìnira nínú Kristi. Ìgbàgbọ́ wá nípa gbígbọ́ àti gbígbọ́ nípa ọ̀rọ̀ Ọlọ́run – Róòmù 10:17. Ọlọ́run sọ fún wòlíì Hosea nínú **Hosea 4:6-7**

Bíbélì tí a ti mú kí ó gbòòrò síi, Àtúnse Àtijọ́
6 Àwọn ènìyàn mi ti parun nítorí àìní ìmọ̀; nítorí pé ìwọ [orílẹ̀-èdè àlùfáà] ti kọ ìmọ̀ sílẹ̀, èmi náà yóò kọ̀ ọ́ sílẹ̀ pé ìwọ kì yóò jẹ́ àlùfáà fún mi; nítorí pé ìwọ ti gbàgbé òfin Ọlọ́run rẹ, èmi náà yóò gbàgbé àwọn ọmọ rẹ.
7 Bí wọ́n ṣe ń pọ̀ sí i tí wọ́n sì ń pọ̀ sí i, bẹ́ẹ̀ náà ni wọ́n ṣe ń dẹ́ṣẹ̀ sí mi tó; Èmi yóò yí ògo wọn padà sí ìtìjú.

Ẹ jẹ́ kí a ronú nípa àwọn ọ̀rọ̀ tí ó wà lókè yìí fún ìgbà díẹ̀. Ọlọ́run sọ bí a ṣe ń kọ̀ ìmọ̀ sílẹ̀. Ìmọ̀ nípa Rẹ̀ gẹ́gẹ́ bí a ṣe fihàn nínú ìwé mímọ́, Òun yóò tún kọ̀ wá láti ṣe ìránṣẹ́ gẹ́gẹ́ bí àlùfáà fún Un. Ó sọ pé níwọ̀n ìgbà tí a ti gbàgbé òfin Ọlọ́run, Ó sọ pé òun yóò gbàgbé àwọn ọmọ wa pẹ̀lú. Ní kúkúrú, Òun yóò gbàgbé àwa àti àwọn ọmọ wa. Bẹ́ẹ̀ ni ọ̀rọ̀ náà ṣe jẹ́ ohun tí ó burú àti ohun tí Ọlọ́run sọ pé Òun yóò ṣe nítorí àìmọ̀ tàbí àìní ìmọ̀ nípa iṣẹ́ Ọlọ́run. Ọlọ́run tún so ọ̀rọ̀ kan mọ́ apá àkọ́kọ́ ẹsẹ 6 náà. Ó sọ pé a ń ṣẹ̀ sí I nípa ìwọ̀n aásìkí wa. Bí a ṣe ń ṣe rere sí i, bẹ́ẹ̀ ni a ń gbẹ́kẹ̀lé ara wa tó àti bí a ṣe ń gbàgbé nípa Ọlọ́run tó.

Ṣé ó yani lẹ́nu pé ìgbà kan ṣoṣo tí a fi ń wá ojútùú sí Ọlọ́run ni ìgbà tí a bá ti tán àwọn àṣàyàn wa? Nígbà tí a bá ń ṣàìsàn, ẹni àkọ́kọ́ tí ó máa wá sí ọkàn wa ni àwọn àǹfààní mìíràn tí ìpara Gilead bá wà nínú wa. A máa ń lo Ọlọ́run gẹ́gẹ́ bí taya àfikún nígbà tí gbogbo nǹkan bá kùnà.
Nígbà tí a bá gbé ọ̀rọ̀ Ọlọ́run tàbí ohunkóhun tó bá mú ìmọ̀ wá láti ràn wá lọ́wọ́ láti yanjú àwọn àníyàn wa, a máa ń sọ pé a kò ní àkókò. Ṣùgbọ́n a kò ní àníyàn láti fi ara wa fún ohunkóhun tó bá ń mú wa gbádùn ara wa tàbí ohunkóhun tó bá ń fún wa ní àǹfààní ayé.

A le lo wakati ati wakati lati wo awọn ọrọ inawo wa ṣugbọn nigbati o ba de awọn nkan ti o jẹmọ ijọba, a n wo awọn aago wa pẹlu itara tabi ki a sun oorun ki a to le bẹrẹ si ni oye ifiranṣẹ ti O n gbiyanju lati sọ fun wa eyiti o jẹ igbala wa. A le lo awọn wakati ati awọn wakati lati duro de dokita ṣugbọn a ko ni wakati kan fun ohun elo ti o nilo lati mu wa wa si pipe ninu iṣẹ wa ati rin pẹlu Oluwa.

Ta ni a ń tàn jẹ nígbà náà? Ọlọ́run tàbí àwa fúnra wa? A sì ń ṣe kàyéfì ìdí tí àdúrà wa kò fi fa àfiyèsí ọ̀run – Ní ọjọ́ tí a bá bẹ̀rẹ̀ sí í gba Ọlọ́run ní pàtàkì, yóò bẹ̀rẹ̀ sí í kà wá sí pàtàkì Oluwa si n sọ fun iwọ ati emi - **Jeremiah 29:13**

Bíbélì tí a ti mú kí ó gbòòrò síi, Àtúnse Àtijọ́
[13] Nígbà náà ni ẹ̀yin yóò wá mi, ẹ ó béèrè, ẹ ó sì béèrè lọ́wọ́ mi, ẹ ó sì rí mi nígbà tí ẹ bá fi gbogbo ọkàn yín wá mi.

Ìdí nìyí tí ìwé yìí kò fi jẹ́ ti gbogbo ènìyàn. Ìwé yìí wà fún àwọn tí ebi ń pa gbogbo Ọlọ́run. A gbọ́dọ̀ fi àwọn nǹkan wọ̀nyí ṣáájú kí a tó lè ṣe àyẹ̀wò ara wa:
A: Wíwà – Ẹ̀mí, Ọkàn àti Ara;
B: Ìgboyà láti lo àṣẹ àti agbára;
C: Ìyọ́nú láti jókòó níbi tí àwọn ènìyàn ń jìyà;
D: Ìpinnu láti tẹ̀síwájú títí di ìgbà tí a ó fi ṣẹ́gun;
E: Ìfẹ́ Tọkàntọkàn tí kò dá lórí ohun tí a kò lè fojú rí;
F: Ibinu gbigbona pẹlu Satani ati
G: Ebi nla fun kikun Ọlọrun ninu wa ati ni ayika wa ki a le fi ọwọ kan aye fun Un

Mo fẹ́ kí a máa ṣe àṣàrò lórí ọ̀rọ̀ Jésù yìí - **Lúùkù 18:7-8**
Bíbélì tí a ti mú kí ó gbòòrò síi, Àtúnse Àtijọ́
[7] Ǹjẹ́ Ọlọ́run wa tí ó jẹ́ olódodo kò ní gbèjà àwọn àyànfẹ́
rẹ̀ (àwọn àyànfẹ́ rẹ̀), tí wọ́n ń ké pè é ní ọ̀sán àti lóru? Yóò
ha dá wọn dúró kí [ó] **sì dá wọn dúró** ? [b] **kí wọ́n fi ìrànlọ́wọ́ sílẹ̀**
fún wọn?
[8] Mo sọ fun yin, Oun yoo gbèjà wọn , yoo sì dáàbò bò wọn
, yoo sì gbẹ̀san wọn kíákíá. Ṣùgbọ́n nígbà tí Ọmọ Ènìyàn
bá dé, ǹjẹ́ yóò rí [[c] ìfaradà nínú] ìgbàgbọ́ ní ayé?

Kí Olúwa rí ìwọ àti èmi nínú ìgbàgbọ́ nígbà tí ó bá dé. Irú ìgbàgbọ́ tí ó wá nípa gbígbọ́ àti gbígbọ́ nípa ọ̀rọ̀ Ọlọ́run, tí ó ń gbé ìgbésẹ̀ tí ó báramu – Róòmù 10:17. Àmín? Àmín

ÌDÁHÙN SÍ ÀWỌN ÌBÉÈRÈ TÓ WÀ NÍPA ÀÌSÀN ÀTI ÌWÀLÀYÀ

Àpẹẹrẹ: **Ẹ̀gún Pọ́ọ̀lù; Ìṣòro Jóòbù; Jíjẹ́ kí ẹnìkan wà fún Sátánì; Ìjọ Kọ́ríńtì—Ọ̀pọ̀lọpọ̀ àwọn aláìlera, Ọ̀pọ̀lọpọ̀ àwọn aláìsàn, Ọ̀pọ̀lọpọ̀ sì kú ní àìpé; Ikùn Tímótì; Àìsàn**

Hesekiah; Tírófímù fi àìsàn sílẹ̀; Epafíródítù – nítorí iṣẹ́ Kristi Ó sún mọ́ ikú; Ǹjẹ́ àìsàn jẹ́ ìbáwí Olúwa? Ṣé ó dára láti so ìgbàgbọ́ àti ìtọ́jú pọ̀? Ṣé bíbójútó ìlera rẹ jẹ́ àmì àìnígbàgbọ́?

Ọ̀pọ̀lọpọ̀ ẹsẹ ìwé mímọ́ ló wà nínú Bíbélì tí a sábà máa ń lóye tí a sì máa ń lò gẹ́gẹ́ bí ìpìlẹ̀ fún gbígbà àìsàn àti àwọn iṣẹ́ ẹ̀mí èṣù mìíràn. Nínú ìhìn iṣẹ́ òní, a wo díẹ̀ lára ìwọ̀nyí, a sì fún wa ní òye lórí bí a ṣe lè lóye ìwọ̀nyí. A gbọ́dọ̀ rántí pé gbogbo Ìwé Mímọ́ gbọ́dọ̀ jẹ́ ìtumọ̀ ní ìmọ́lẹ̀ ìyókù Ìwé Mímọ́ àti ní ìmọ́lẹ̀ Ẹni tí Jésù Kristi jẹ́.
Gbogbo ohun tí a mọ̀ nípa Ọlọ́run gbọ́dọ̀ bá ohun tí a rí àti tí a gbọ́ nípasẹ̀ Ọlọ́run tí ó di ara, Jésù Kristi mu. Ohunkóhun tí a bá sọ pé a mọ̀ nípa Ọlọ́run tí kò bá ohun tí Jésù sọ àti ohun tí ó ṣe mu, a lè béèrè ìbéèrè àti kọ̀ ọ́ sílẹ̀. Jésù Kristi jẹ́ ẹ̀kọ́ ìsìn pípé, Ọ̀rọ̀ tí ó di ara.

Ẹ̀gún Pọ́ọ̀lù

2 Kọ́ríńtì 12:7-10 7 Àti kí a má baà gbé mi ga ju bí ó ti yẹ lọ nítorí ọ̀pọ̀lọpọ̀ àwọn ìfihàn, a fún mi ní ẹ̀gún kan nínú ara, ìránṣẹ́ Sátánì láti lù mí, kí a má baà gbé mi ga ju bí ó ti yẹ lọ.
8 Nípa èyí, mo bẹ̀ Olúwa nígbà mẹ́ta pé kí ó lè kúrò lọ́dọ̀ mi.
9 Ó sì wí fún mi pé, "Oore-ọ̀fẹ́ mi tó fún ọ, nítorí agbára mi ni a sọ di pípé nínú àìlera." Nítorí náà, pẹ̀lú ayọ̀ ni mo fi ń ṣògo nínú àìlera mi, kí agbára Kristi lè wà lórí mi. 10 Nítorí náà mo ní inú dídùn nínú àìlera, nínú ẹ̀gàn, nínú àìní, nínú inúnibíni, nínú ìpọ́njú, nítorí Kristi. Nítorí nígbà tí mo bá jẹ́ aláìlera, nígbà náà ni mo di alágbára.
Àpọ́stélì Pọ́ọ̀lù gba ọ̀pọ̀lọpọ̀ ìṣípayá. Yàtọ̀ sí ọ̀pọ̀lọpọ̀ ìrírí ara ẹni rẹ̀, ìbẹ̀wò rẹ̀ àti gbígbà tí a gbé e lọ sí ọ̀run kẹta, Pọ́ọ̀lù lóye àti kọ ọ̀pọ̀lọpọ̀ ìṣípayá Májẹ̀mú Tuntun. Kí Pọ́ọ̀lù má baà lè gbéraga, Ọlọ́run gbà kí "ẹ̀gún kan wà nínú ara." Nísinsìnyí, ọ̀pọ̀ ènìyàn ń ronú nípa ohun tí "ẹ̀gún nínú ara" yìí jẹ́. Àwọn kan sọ pé àìsàn ni, ìṣòro ojú, àti ìṣòro ọwọ́.

Ṣùgbọ́n, àpọ́sítélì náà sọ pé ó jẹ́ "ońṣẹ́ (Gíríkì angelos = áńgẹ́lì) ti Satani." Pọ́ọ̀lù sọ ní kedere pé ẹ̀gún nínú ara jẹ́ ońṣẹ́ Satani. Ọ̀rọ̀ náà ońṣẹ́ ní èdè Gíríìkì, jẹ́ ọ̀rọ̀ kan náà tí a lò fún áńgẹ́lì, àti fún àpẹẹrẹ a lò ó nínú "áńgẹ́lì ìjọ," nínú ìwé Ìṣípayá, orí kejì àti kẹta, nígbà tí Olúwa bá gbogbo ìjọ sọ̀rọ̀. Nítorí náà, ońṣẹ́ Satani jẹ́ ẹ̀dá ẹ̀mí kan tí ó ń tako Paulu nígbà gbogbo nínú iṣẹ́ ìránṣẹ́ rẹ̀ "láti lù ú" (tí ó túmọ̀ sí láti lù ú nígbà gbogbo). Nínú orí tí ó ṣáájú, Pọ́ọ̀lù ṣàpèjúwe ọ̀pọ̀lọpọ̀ ìnira, wàhálà, àti àìlera tí ó fara dà. Èyí ni ohun tí ó sọ, "Ṣé wọ́n jẹ́ ìránṣẹ́ Kristi ni?—Mo ń sọ̀rọ̀ bí òmùgọ̀—mo pọ̀ sí i: nínú iṣẹ́ púpọ̀ , nínú ìnà tí ó ju ìwọ̀n lọ, nínú ẹ̀wọ̀n nígbà gbogbo, nínú ikú nígbà gbogbo.

Láti ọwọ́ àwọn Júù, mo gba ogójì pàṣán láìsí ọ̀kan. Nígbà mẹ́ta ni wọ́n fi ọ̀pá lù mí; nígbà kan rí ni wọ́n sọ mí lókùúta; nígbà mẹ́ta ni ọkọ̀ ojú omi rì mí; òru kan àti ọ̀sán ni mo ti wà nínú ibú omi; nígbà púpọ̀, nínú ewu omi, nínú ewu àwọn ọlọ́ṣà, nínú ewu àwọn ará ìlú mi, nínú ewu àwọn Kèfèrí, nínú ewu ìlú, nínú ewu ní aginjù, nínú ewu òkun, nínú ewu láàrín àwọn arákùnrin èké; nínú àárẹ̀ àti làálàá, nínú àìsùn nígbàkúgbà, nínú ebi àti òùngbẹ, nínú ààwẹ̀ nígbàkúgbà, nínú òtútù àti ìhòòhò" (2 Kọ́ríńtì 11:23-27). Bó tilẹ̀ jẹ́ pé ó ń gbé díẹ̀ nínú àwọn ìṣòro wọ̀nyí, ọ̀pọ̀lọpọ̀ nínú wọn wá gẹ́gẹ́ bí àtakò sí iṣẹ́ tí ó ń ṣe.
Gbogbo àwọn wọ̀nyí ṣiṣẹ́ láti "gbé ẹsẹ̀ rẹ̀ kalẹ̀," kí ó lè rìn pẹ̀lú ìrẹ̀lẹ̀ ní mímọ̀ pé ó gbọ́dọ̀ gbẹ́kẹ̀lé Olúwa. Pọ́ọ̀lù gbàdúrà nígbà mẹ́ta pé kí ẹ̀mí èṣù yìí lọ. Nínú ipò yìí, Ọlọ́run kò mú ìránṣẹ́ Sátánì kúrò ní ọ̀nà. Dípò bẹ́ẹ̀, ó pe Pọ́ọ̀lù láti gbẹ́kẹ̀lé oore-ọ̀fẹ́ Rẹ̀ láti máa tẹ̀síwájú kí ó sì borí ohun tí ẹ̀mí èṣù yìí ń ṣe. Nítorí náà, Pọ́ọ̀lù lóye pé àní ní àwọn àkókò tí ó rẹ̀wẹ̀sì jùlọ, oore-ọ̀fẹ́ Ọlọ́run tó láti jẹ́ kí ó lágbára.

Gẹ́gẹ́ bí onígbàgbọ́ lónìí, kò sí ẹnikẹ́ni nínú wa tí ó ti gba ọ̀pọ̀lọpọ̀ ìṣípayá bẹ́ẹ̀. A kò tíì lò wá lọ́nà kan náà gẹ́gẹ́ bí Pọ́ọ̀lù láti ní àǹfààní láti gba "ẹ̀gún nínú ara," ìránṣẹ́ Sátánì láti lù wá láti jẹ́ kí a rẹ ara wa sílẹ̀. Síwájú sí i, kí a sọ pé àìsàn wa jẹ́ "ẹ̀gún nínú ara" tí a fún wa fún ète ẹ̀mí ńlá kan jẹ́ ohun tí kò bá Ìwé Mímọ́ mu àti ìgbéraga ara ẹni. A gbọ́dọ̀ bá àìsàn jà gẹ́gẹ́ bí iṣẹ́ Bìlísì tí kò ní ẹ̀tọ́ nínú ara wa.

Àwọn Ìṣòro Jobu

Jóòbù 1:12 Bẹ̀ẹ̀ ni Satani jáde kúrò níwájú Olúwa.
Jóòbù 2:6, 7 6 Olúwa sì wí fún Sátánì pé, "Wò ó, ó wà ní ọwọ́ rẹ, ṣùgbọ́n dá ẹ̀mí rẹ̀ sí." 7 Nígbà náà ni Sátánì jáde kúrò níwájú Olúwa, ó sì fi oówo líle kọlù Jóòbù láti àtẹ́lẹsẹ̀ rẹ̀ títí dé àtàrí rẹ̀.
Jóòbù 2:10 Nínú gbogbo èyí, Jobu kò fi ètè rẹ̀ ṣẹ̀.
Jóòbù 3:25 Nítorí ohun tí mo bẹ̀rù gidigidi ti dé bá mi, ohun tí mo bẹ̀rù sì ti ṣẹlẹ̀ sí mi.
Jóòbù 42:10 Olúwa sì dá àdánù Jóòbù padà nígbà tí ó gbàdúrà fún àwọn ọ̀rẹ́ rẹ̀. Ní tòótọ́, Olúwa fún Jóòbù ní ìlọ́po méjì ju ti tẹ́lẹ̀ lọ.
Jákọ́bù 5:11 Nítòótọ́, àwa kà wọ́n sí ẹni ìbùkún fún àwọn tí ó faradà. Ẹ̀yin ti gbọ́ nípa ìfaradà Jobu, ẹ sì ti rí òpin tí Oluwa pinnu láti ṣe—pé Oluwa jẹ́ oníyọ̀ọ́nú àti aláàánú.
Sátánì ló kọ lu Jóòbù àti ìdílé rẹ̀ tó fa onírúurú àjálù àti àìsàn (Jóòbù 1:12; 2:7). A kò lè dá Ọlọ́run lẹ́bi fún àwọn ohun tí Sátánì ṣe. Lóòótọ́ ni pé Ọlọ́run fún Sátánì láyè láti fọwọ́ kan Jóòbù, ẹni tó wà lábẹ́ ààbò Ọlọ́run nítorí pé Ọlọ́run ti "ṣe ààbò yí i ká" (Jóòbù 1:10). Ṣùgbọ́n Bìlísì ló tún fa gbogbo àjálù náà, nípa lílo àwọn ohun tó jẹ́ ojú ọjọ́ àti ìṣẹ̀dá pẹ̀lú.

Nínú ayé wa lónìí, a gbà Èṣù àti àwọn ẹ̀mí èṣù rẹ̀ láyè láti ṣe iṣẹ́ búburú wọn. Ní gbogbogbòò, Ọlọ́run kò dá Èṣù àti àwọn ẹ̀mí èṣù dúró láti má ṣe dojúkọ onígbàgbọ́ pẹ̀lú àwọn ìdánwò, ìdènà àti àwọn ìdènà mìíràn. Gbogbo wa ni a ń dojúkọ irú àwọn nǹkan wọ̀nyí. Ọlọ́run gbà kí àwọn nǹkan wọ̀nyí máa bá àwọn tí wọ́n gbàgbọ́ nínú Rẹ̀ lọ. Ọlọ́run ń lo ìwọ̀nyí gẹ́gẹ́ bí apá kan ìdánilẹ́kọ̀ọ́ wa àti dídàgbà sí ìrísí Kristi. Ó pè wá láti ja ìjà rere, kọjú ìjà sí Èṣù, ja ìjàkadì lòdì sí agbára òkùnkùn, pa gbogbo ọfà iná, kí a sì gbé ìgbé ayé tí ó borí. Gẹ́gẹ́ bí onígbàgbọ́, a lè gba ààbò àtọ̀runwá (Sáàmù 34:7; Sáàmù 91; Aísáyà 54:17; 1 Jòhánù 5:18) tàbí nípasẹ̀ ìbẹ̀rù, iyèméjì tàbí àìgbọ́ràn sọ ara wa di ẹni tí ó farapa sí àwọn ìkọlù ẹ̀mí èṣù tí kò yẹ kí ó borí wa. Ọlọ́run ti fún wa ní gbogbo ohun ìjà láti borí ọ̀tá (Éfésù 6:10-18), ohun kan tí Jóòbù kò mọ̀ ní pàtó. Ní ìmọ́lẹ̀ gbogbo ohun tí a ní nínú Májẹ̀mú Tuntun, láìdàbí Jóòbù, kò sí ìdí fún wa láti jẹ́ kí ọ̀tá borí wa, kódà nígbà tí àwọn ọmọ ogun rẹ̀ bá dojú kọ wá.

Láàrín gbogbo ohun tó ṣẹlẹ̀, Jóòbù pa ìwà títọ́ àti ìgbàgbọ́ rẹ̀ mọ́ nínú Olúwa. Ó dúró ṣinṣin nínú ìfọkànsìn rẹ̀ sí Ọlọ́run. Ìfaradà Jóòbù yìí ni a gbọ́dọ̀ fara wé, ní mímọ̀ pé Olúwa jẹ́ oníyọ̀ọ́nú àti aláàánú ní tòótọ́, yóò sì yí àwọn nǹkan padà fún ire wa nígbẹ̀yìn gbẹ́yín. Apá mìíràn nípa Jóòbù ni pé ó dà bí ẹni pé ó jẹ́ ọkùnrin tí ó bẹ̀rù gidigidi pé irú àjálù bẹ́ẹ̀ lè dé bá òun, wọ́n sì ṣe bẹ́ẹ̀. Ìbẹ̀rù ni ìgbàgbọ́ sí ọ̀nà tí kò tọ́. Ó ń fa àwọn ohun tí kò tọ́ nínú ìgbésí ayé wa. Gẹ́gẹ́ bí ọmọ Ọlọ́run, a lè kọ́ láti gbé láìsí irú ìbẹ̀rù bẹ́ẹ̀, kí a sì sinmi nínú ìgbàgbọ́.

Jífi Ẹnìkan lé Sátánì lọ́wọ́

1 Kọ́ríńtì 5:1-5 1 Ní tòótọ́, a gbọ́ pé ìwà àgbèrè wà láàrín yín, àti irú ìwà àgbèrè bẹ́ẹ̀ tí a kò tilẹ̀ mẹ́nu kàn án láàrín àwọn Kèfèrí—pé ọkùnrin kan ní ìyàwó baba rẹ̀! 2 Ẹ̀yin sì ń gbéraga, ẹ kò sì ṣọ̀fọ̀, kí a lè mú ẹni tí ó ṣe iṣẹ́ yìí kúrò láàrín yín. 3 Nítorí èmi, bí ẹni pé èmi kò sí ní ara ṣùgbọ́n mo wà ní ẹ̀mí, mo ti ṣe ìdájọ́ (bí ẹni pé mo wà níbẹ̀) ẹni tí ó ṣe iṣẹ́ yìí. 4 Ní orúkọ Olúwa wa Jésù Kírísítì, nígbà tí ẹ bá péjọpọ̀, pẹ̀lú ẹ̀mí mi, pẹ̀lú agbára Olúwa wa Jésù Kírísítì, 5 ẹ fi irú ẹni bẹ́ẹ̀ lé Sàtánì lọ́wọ́ fún ìparun ara, kí a lè gba ẹ̀mí rẹ̀ là ní ọjọ́ Olúwa Jésù.
1 Tímótì 1:20 Nínú àwọn ẹni tí Híméníọ́sì àti Alẹ́ksándà wà, àwọn tí mo fi lé Sàtánì lọ́wọ́ kí wọ́n lè kọ́ láti má sọ̀rọ̀ òdì.

2 Tímótì 2:17-18 17 Ọ̀rọ̀ wọn yóò sì tàn kálẹ̀ bí àrùn jẹjẹrẹ. Irú àwọn wọ̀nyí ni Híméníọ́sì àti Fílétọ́sì, 18 Àwọn tí wọ́n ti ṣìnà nípa òtítọ́, tí wọ́n ń wí pé àjíǹde ti kọjá; wọ́n sì ń bi ìgbàgbọ́ àwọn kan ṣubú.

2 Tímótì 4:14-15 14 Aleksanderu alágbẹ̀dẹ bàbà ṣe mí ní ibi púpọ̀. Kí Olúwa san án padà fún un gẹ́gẹ́ bí iṣẹ́ rẹ̀. 15 Ìwọ náà gbọ́dọ̀ ṣọ́ra fún un, nítorí ó ti tako ọ̀rọ̀ wa gidigidi. Ìgbà méjì péré ni àpọ́sítélì Pọ́ọ̀lù mẹ́nu kàn nípa fífi ẹnìkan lé Sátánì lọ́wọ́. Nínú ìjọ Kọ́ríǹtì, ó ní í ṣe pẹ̀lú ìbáwí ọkùnrin kan tí ó ń gbé nínú ìwà àìmọ́, ẹni tí kò dà bí ẹni pé ó ronú pìwàdà ní àkọ́kọ́. Pọ́ọ̀lù fẹ́ kí wọ́n lé ọkùnrin yìí kúrò nínú ìjọ àdúgbò fún ìgbà díẹ̀ (1 Kọ́ríǹtì 5:13) kí wọ́n sì fi lé Sátánì lọ́wọ́ fún ìparun ara, kí a lè gba ẹ̀mí rẹ̀ là. A mọ̀ pé Pọ́ọ̀lù ń lo àṣẹ àpọ́sítélì rẹ̀, ó sì ń báni wí fún ìwà ẹ̀ṣẹ̀ tí kò ronú pìwàdà. Wọ́n lé ọkùnrin náà kúrò nínú ìjọ àdúgbò, ní ọ̀nà kan, nípa ti ara àti nípa ti ẹ̀mí. Èyí túmọ̀ sí pé ààbò tí òun ìbá máa ní tẹ́lẹ̀ ni wọ́n yọ kúrò, ó sì ti di ẹni tí Sátánì lè fara pa nítorí ẹ̀ṣẹ̀ rẹ̀. Sátánì lè ṣe ohunkóhun láti mú ìpalára wá ní agbègbè ti ara, ṣùgbọ́n èyí ni a gbà láàyè kí ọkùnrin náà lè ronú pìwàdà.

A ní àkọsílẹ̀ lẹ́yìn náà nínú 2 Kọ́ríǹtì, níbi tí lẹ́yìn àkókò kúkúrú, àṣẹ Pọ́ọ̀lù sí ìjọ ni pé: "Ìyà yìí tí ọ̀pọ̀ ènìyàn fi jẹ ẹ́ tó fún irú ẹni bẹ́ẹ̀, nítorí náà, dípò èyí, ó yẹ kí ẹ dáríjì í kí ẹ sì tù ú nínú, kí ó má baà jẹ́ pé ìbànújẹ́ púpọ̀ jù ni ó gbé e mì. Nítorí náà mo bẹ̀ yín láti fi ìfẹ́ yín hàn sí i" (2 Kọ́ríǹtì 2:6-8). Kò sí àkọsílẹ̀ pé ọkùnrin yìí farapa nínú ìpalára ara kan. Bó ti wù kó rí, ó dà bíi pé ìbànújẹ́ àti ìrònúpìwàdà tòótọ́ pọ̀, débi pé Pọ́ọ̀lù fúnra rẹ̀ kọ̀wé pé: "Nítorí bí mo bá ti dáríjì ohunkóhun, mo ti dáríjì í nítorí yín níwájú Kristi" (2 Kọ́ríǹtì 2:10).

Ọ̀ràn kejì jẹ́ nípa àwọn ọkùnrin méjì tí wọ́n jẹ́ ọlọ̀tẹ̀ nínú ìjọ Éfésù, Híméníọ́sì àti Alẹ̀ksándà. Híméníọ́sì jẹ́ ọ̀kan tí ó ń sọ̀rọ̀ ibi (tó ń sọ̀rọ̀ ibi), bóyá nípa Pọ́ọ̀lù àti òtítọ́ nípa Kristi, ó sì ń wàásù ẹ̀kọ́ èké pé àjíǹde ti parí, ó sì ń mú kí àwọn kan ṣubú kúrò nínú ìgbàgbọ́. Ó dàbí ẹni pé Alẹ́ksándà ni ẹni tí ó tako Pọ́ọ̀lù, ó ń sọ àwọn nǹkan tí ó fa ìpalára púpọ̀ fún Pọ́ọ̀lù. Nínú ọ̀ràn méjèèjì, Pọ́ọ̀lù lo àṣẹ àwọn àpọ́sítélì láti tú àwọn ọkùnrin wọ̀nyí sílẹ̀ kúrò nínú ìjọ kí ó sì lé Sátánì lọ́wọ́. Ní mímọ ọkàn àpọ́sítélì náà, èyí ìbá ti ṣẹlẹ̀ pẹ̀lú èrò pé àwọn ọkùnrin wọ̀nyí yóò ronú pìwà dà kí wọ́n sì bá òtítọ́ mu. Ṣùgbọ́n a kò ní àkọsílẹ̀ kankan nípa àbájáde nínú ọ̀ràn yìí.

Òótọ́ ni pé nígbà tí ẹnìkan bá rìn nínú àìgbọ́ràn, ìṣọ̀tẹ̀ àti kọjá ààlà Ọlọ́run, ó di ẹni tí ó lè farapa sí Sátánì. Ṣùgbọ́n, gẹ́gẹ́ bí onígbàgbọ́, kò sí ìdí fún wa láti bẹ̀rù pé a ó fi wá lé Sátánì lọ́wọ́, bí a ṣe ń tẹ̀síwájú sí Ọlọ́run, kì í ṣe pé a ń sá fún un.

Ṣọ́ọ̀ṣì Kọ́ríńtì—Ọ̀pọ̀lọpọ̀ àwọn aláìlera, Ọ̀pọ̀lọpọ̀ àwọn aláìsàn, àti Ọ̀pọ̀lọpọ̀ kú ní àìpé

1 Kọ́ríńtì 11:17-34 17 Nísinsìnyìí, nígbà tí mo ń fún yín ní àwọn àṣẹ wọ̀nyí, èmi kò yìn yín, nítorí pé ẹ̀yin péjọpọ̀ kì í ṣe fún rere bí kò ṣe fún búburú. 18 Nítorí ní àkọ́kọ́, nígbà tí ẹ bá péjọpọ̀ gẹ́gẹ́ bí ìjọ, mo gbọ́ pé ìyapa wà láàrín yín, àti ní apá kan mo gbàgbọ́ rẹ̀. 19 Nítorí pé àwọn ìyapa gbọ́dọ̀ wà láàrín yín pẹ̀lú, kí àwọn tí a fọwọ́sí lè mọ̀ láàrín yín. 20 Nítorí náà, nígbà tí ẹ bá péjọpọ̀ ní ibìkan, kì í ṣe láti jẹ Oúnjẹ Alẹ́ Olúwa. 21 Nítorí nígbà tí ẹ bá jẹun, olúkúlùkù ń jẹ oúnjẹ alẹ́ tirẹ̀ ṣáájú àwọn ẹlòmíràn; ebi sì ń pa ọ̀kan, ẹlòmíràn sì ń mutí yó. 22 Ṣé ẹ kò ní ilé láti jẹ àti láti mu nínú rẹ̀? Tàbí ẹ ń kẹ́gàn ìjọ Ọlọ́run, ẹ sì ń dójútì àwọn tí kò ní nǹkan kan? Kí ni èmi yóò sọ fún yín? Ṣé kí n yìn yín nínú èyí? Èmi kò yìn yín. 23 Nítorí mo gba èyí tí mo fi lé yín lọ́wọ́: pé Olúwa Jésù ní alẹ́ kan náà tí a fi í léni lọ́wọ́ mú àkàrà; 24 Nígbà tí ó sì ti dúpẹ́, ó bù ú, ó sì wí pé, "Ẹ gbà, ẹ jẹ; èyí ni ara mi tí a gé fún yín; ẹ ṣe èyí ní ìrántí mi." 25 Bẹ́ẹ̀ gẹ́gẹ́ ni ó tún mú ago lẹ́yìn oúnjẹ alẹ́, ó wí pé, "Ago yìí ni májẹ̀mú tuntun nínú ẹ̀jẹ̀ mi. Ẹ ṣe èyí, nígbàkúgbà tí ẹ bá mu ún, ní ìrántí mi." 26 Nítorí nígbàkúgbà tí ẹ bá jẹ àkàrà yìí, tí ẹ sì mu ago yìí, ẹ ń kéde ikú Olúwa títí yóò fi

dé. 27 Nítorí náà, ẹnikẹ́ni tí ó bá jẹ àkàrà yìí tàbí tí ó bá mu ago Olúwa yìí ní ọ̀nà àìyẹ yóò jẹ̀bi ara àti ẹ̀jẹ̀ Olúwa. 28 Ṣùgbọ́n kí ènìyàn yẹ ara rẹ̀ wò, bẹ́ẹ̀ ni kí ó jẹ nínú àkàrà náà, kí ó sì mu nínú ago náà. 29 Nítorí ẹni tí ó bá jẹ, tí ó sì mu ní ọ̀nà àìyẹ, ó ń jẹ, ó sì ń mu ìdájọ́ fún ara rẹ̀, kò mọ ara Olúwa. 30 Nítorí èyí, ọ̀pọ̀lọpọ̀ ni ó jẹ́ aláìlera àti aláìsàn láàárín yín, ọ̀pọ̀lọpọ̀ sì sùn. 31 Nítorí bí a bá fẹ́ dá ara wa lẹ́jọ́, a kì bá tí dá wa lẹ́jọ́. 32 Ṣùgbọ́n nígbà tí a bá dá wa lẹ́jọ́, Olúwa yóò fìyà jẹ wá, kí a má baà dá wa lẹ́bi pẹ̀lú ayé. 33 Nítorí náà, ẹ̀yin ará mi, nígbà tí ẹ bá péjọ láti jẹun, ẹ dúró dè ara yín.

34 Ṣùgbọ́n bí ebi bá ń pa ẹnikẹ́ni, kí ó jẹun nílé, kí ẹ̀yin má baà péjọ fún ìdájọ́. Èmi yóò sì ṣètò ìyókù nígbà tí mo bá dé.

Bó tilẹ̀ jẹ́ pé ìjọ Kọ́ríńtì jẹ́ àwùjọ àwọn ènìyàn tí wọ́n ní ẹ̀mí púpọ̀, wọ́n tún ní ọ̀pọ̀lọpọ̀ ìṣòro tí wọ́n ní láti yanjú, ní àwọn agbègbè ìwà rere, ìwà ní àwọn ìpàdé ìjọ àti gbígbé papọ̀ gẹ́gẹ́ bí àwùjọ kan ṣoṣo. Apá kan nínú èyí ni ìwà wọn ní ṣíṣe ayẹyẹ Tábìlì Olúwa. Dípò kí wọ́n máa fi ọ̀wọ̀ fún èyí àti ṣíṣe èyí pẹ̀lú ìtumọ̀ ẹ̀mí, èyí di àkókò fún àsè, jíjẹ àti mímu nínú ìpàdé ìjọ. Wọ́n yí èyí padà sí àkókò àsè papọ̀, èyí tí Pọ́ọ̀lù sọ pé wọ́n lè ṣe nílé. Ohun tí Olúwa fẹ́ kí ó jẹ́ àkókò ọ̀wọ̀ ńlá àti ìkéde nípa ikú Rẹ̀, àjíǹde Rẹ̀ àti pípadà láìpẹ́, di ohun tí ó dàbí àsè oúnjẹ ọ̀sán!

Nítorí náà, dípò kí wọ́n gbádùn àǹfààní, ìbùkún àti agbára Àgbélébùú Kristi, ní ìyàtọ̀ sí èyí, àwọn ará Kọ́ríńtì wọ̀nyí nípa bíburú sí tábìlì mímọ́, wọ́n ń fi ara wọn sí ipò ìdájọ́ Ọlọ́run. Nítorí náà, ọ̀pọ̀lọpọ̀ ń di aláìsàn, aláìlera àti kíkú ní àìpé, dípò kí wọ́n gbádùn àǹfààní Àgbélébùú ti ìwòsàn, ìdáǹdè àti ìlera pípé.
Ète tí a fi fún wa ní Tábìlì Olúwa ni láti kéde ikú Olúwa ní ayẹyẹ mímọ́ yìí kí a sì ní ìrírí gbogbo ìbùkún ti Àgbélébùú Jésù Kristi. Èyí ni ètò àti ìfẹ́ Ọlọ́run. Èyí ni ìfẹ́ Ọlọ́run. Kì í ṣe èrò Rẹ̀ kí àwọn ènìyàn Rẹ̀ di aláìlera, aláìsàn, kí wọ́n sì kú ní àìpé.

Ṣùgbọ́n, nípa fífi àìbọ̀wọ̀ fún ohun mímọ́ láìsí àfiyèsí rárá àti fífi í ṣe àkókò fún àsè láìsí àfiyèsí lórí ṣíṣe àyẹ̀wò ìgbésí ayé ẹni àti mímọ ara Olúwa, a kùnà láti gba ìbùkún tí Ọlọ́run fẹ́, dípò bẹ́ẹ̀ a ó jáde kúrò nínú ààbò Ọlọ́run a ó sì sọ ara wa di ẹni tí ó lè farapa sí àìlera, àìsàn àti ikú àìtọ́jọ́. A lóye bí Ọlọ́run ṣe ń ṣe ìdájọ́ gẹ́gẹ́ bí (A) yíyọ ààbò àtọ̀runwá kúrò àti (B) Ọlọ́run gbà tàbí kí ó lo àwọn ohun wọ̀nyí (àìlera, àìsàn àti ikú àìtọ́jọ́) láti gba àfiyèsí àwọn ènìyàn, kí ó lè mú wa padà sí ọ̀nà títọ́. Èyí kì í ṣe ìfẹ́ Ọlọ́run, ṣùgbọ́n ohun tí ó máa ń ṣẹlẹ̀ nígbà tí a bá jáde kúrò nínú ètò Ọlọ́run tí a sì rìn nínú àìgbọràn. Tí a bá ṣe ìdájọ́ ara wa tí a sì rìn ní ìgbọràn, a lè yẹra fún ìwọ̀nyí.

Gẹ́gẹ́ bí onígbàgbọ́ lónìí, a kò ní láti bẹ̀rù àìlera, àìsàn àti ikú àìtọ́jọ́ nítorí pé a "ń ṣe àṣìṣe" láti kópa nínú Tábìlì Olúwa, nítorí pé a ti kọ́ wa bí a ṣe ń ṣe é dáadáa. A mọ ohun tí a gbọ́dọ̀ ṣe nígbàkúgbà tí a bá jẹ Tábìlì Olúwa. Kì í ṣe pé Ọlọ́run ń dúró de àṣìṣe kékeré láti tú ìdájọ́ sórí wa! Dípò bẹ́ẹ̀, nígbàkúgbà tí a bá ń ṣe ayẹyẹ Tábìlì Olúwa, a ń mú ayọ̀ wá sí ọkàn Rẹ̀ àti ìbẹ̀rù ní àgọ́ àwọn ọ̀tá!

Ikùn Tímótì

1 Tímótì 5:23 Má ṣe mu omi nìkan mọ́, ṣùgbọ́n lo wáìnì díẹ̀ fún ikùn rẹ àti fún àìsàn rẹ nígbàkúgbà.

Ó hàn gbangba láti inú ẹsẹ yìí pé Tímótì ní irú ìṣòro ikùn kan tó ń tún padà wá àti bóyá àwọn àìsàn ara mìíràn tó ń wáyé nígbà gbogbo. Yálà èyí jẹ́ ohun tó bẹ̀rẹ̀ sí í ṣẹlẹ̀ sí i lẹ́yìn tó dé Éfésù tàbí bóyá àwọn ìṣòro wọ̀nyí ti wà láti ìgbà pípẹ́ sẹ́yìn, a kò mọ̀. Bákan náà, a kò mọ̀ bóyá Tímótì ní àwọn ìṣòro wọ̀nyí fún ìgbà díẹ̀ tàbí bóyá wọ́n jẹ́ ìṣòro tó ń bá a lọ. Nítorí náà, gbogbo ọ̀rọ̀ tó bá wà ní ìbámu pẹ̀lú èyí yóò jẹ́ àbájáde lásán. Ohun tí a mọ̀ ni pé Tímótì ṣe olórí ìjọ ní Éfésù, iṣẹ́ òjíṣẹ́ rẹ̀ kò sì dúró nítorí àwọn àìsàn wọ̀nyí.

Àpọ́stélì Pọ́ọ̀lù dámọ̀ràn lílo wáìnì fún ìlera tó wà nínú ìkùn Tímótì. Nítorí náà, a lè parí èrò sí pé ó dára láti lo àwọn oògùn àdánidá àti ti ìṣègùn, kí a sì máa fi ọkàn wa sin Ọlọ́run.

Àìsàn Hesekiah

2 Àwọn Ọba 20:1-7 1 Ní ọjọ́ wọnnì Hesekiah ń ṣàìsàn, ó sì súnmọ́ ikú. Wòlíì Isaiah, ọmọ Amosi, sì tọ̀ ọ́ wá, ó sì wí fún un pé, "Báyìí ni Olúwa wí: 'Tọ́jú ilé rẹ, nítorí ìwọ yóò kú, ìwọ kì yóò sì yè.'" 2 Nígbà náà ni ó yí ojú rẹ̀ sí ògiri, ó sì gbàdúrà sí Olúwa, wí pé, 3 "Rántí nísinsìnyí, Olúwa, mo bẹ̀ ọ́, bí mo ti rìn níwájú rẹ ní òtítọ́ àti pẹ̀lú ọkàn òtítọ́, àti bí mo ti ṣe ohun tí ó dára ní ojú rẹ." Hesekiah sì sọkún kíkorò. 4 Ó sì ṣẹlẹ̀ kí Isaiah tó jáde lọ sí ààfin àárín, ni ọ̀rọ̀ Olúwa tọ̀ ọ́ wá, wí pé, 5 "Padà kí o sì sọ fún Hesekiah olórí àwọn ènìyàn mi pé, 'Báyìí ni Olúwa, Ọlọ́run Dafidi baba rẹ wí: "Mo ti gbọ́ àdúrà rẹ, mo ti rí omijé rẹ; dájúdájú èmi yóò wò ọ́ sàn. Ní ọjọ́ kẹta ìwọ yóò gòkè lọ sí ilé Olúwa. 6 Èmi yóò sì fi ọdún mẹ́ẹ̀ẹ́dógún kún ọjọ́ rẹ. Èmi yóò gbà ọ́ àti ìlú yìí lọ́wọ́ ọba Asiria; Èmi yóò sì dáàbò bo ìlú yìí nítorí tèmi àti nítorí ìránṣẹ́ mi Dáfídì." 7 Nígbà náà ni Aísáyà wí pé, "Ẹ mú ìṣùpọ̀ èso ọ̀pọ̀tọ́ kan." Wọ́n sì mú un, wọ́n sì fi sí orí oówo náà, ara rẹ̀ sì yá.
Àìsáyà 38:21 Nísinsìnyìí, Isaiah ti wí pé, "Jẹ́ kí wọn mú ìṣù èso ọ̀pọ̀tọ́ kan, kí wọn sì fi sí orí èédú náà, kí ó sì sàn."

Ọba Hesekiah ń ṣàìsàn, ó sì fẹ́rẹ̀ẹ́ kú. Lẹ́yìn tí ó gbọ́ ìkìlọ̀ wòlíì náà, Hesekiah yípadà sí Olúwa, ó sì gbàdúrà. Ọlọ́run gbọ́ àdúrà ọba, ó sì ní kí wòlíì náà pàṣẹ fún àwọn ènìyàn láti ṣe ìyẹ̀fun láti inú ìṣùpọ̀ ọ̀pọ̀tọ́, kí wọ́n sì fi sí orí oówo náà (àwọn ìtumọ̀ kan kà pé 'ọgbẹ́' tàbí 'ìwú'). Hesekiah wòsàn, ó sì wà láàyè fún ọdún mẹ́ẹ̀ẹ́dógún mìíràn.
Dájúdájú, Ọlọ́run ìbá ti wo Hesekiah sàn láìlo ìpara tí a fi ọ̀pọ̀tọ́ ṣe. Kò dájú bóyá ìpara tí a fi ọ̀pọ̀tọ́ ṣe ní ìwòsàn tàbí agbára ìtọ́jú fún egbò, bóyá ó ní àǹfààní ìlera tàbí bẹ́ẹ̀ kọ́. Yálà ó ní àǹfààní ìlera tàbí bẹ́ẹ̀ kọ́, a lè fìdí rẹ̀ múlẹ̀ pé Ọlọ́run

kò lòdì sí lílo àwọn ohun àdánidá nípasẹ̀ (tàbí pẹ̀lú èyí tí) a fi ń fún ẹnìkọ̀ọ̀kan ní ìwòsàn Rẹ̀.

Trófímù Àìsàn Òsì

2 Tímótì 4:20 Erastu dúró ní Kọ́ríńtì, ṣùgbọ́n mo fi Trofimu sílẹ̀ ní Miletu nínú àìsàn.
Àpọ́stélì Pọ́ọ̀lù jẹ́ ọkùnrin kan tí ó ṣe ìránṣẹ́ pẹ̀lú agbára Ẹ̀mí, ó sì rí ìwòsàn ńlá, iṣẹ́ ìyanu, àmì àti iṣẹ́ ìyanu tí a ṣe ní ọ̀pọ̀lọpọ̀ ibi tí ó ti ṣe ìránṣẹ́. Síbẹ̀síbẹ̀, ó tún kọ̀wé pé ó fi ọ̀kan lára àwọn ọmọ ẹgbẹ́ rẹ̀, Tírófímù, sílẹ̀ ní Mílétù, àìsàn (Ìṣe Àwọn Apọsteli 20:4,15), kí ó tó lọ sí Róòmù.
Bó tilẹ̀ jẹ́ pé Pọ́ọ̀lù fúnra rẹ̀ kò rí àwọn àbájáde pípé, kò fi ẹ̀gàn bá iṣẹ́ Ẹ̀mí, ìwòsàn, iṣẹ́ ìyanu, ẹ̀bùn Ẹ̀mí, àmì àti iṣẹ́ ìyanu. Ní tòótọ́, ó kọ ọ̀rọ̀ rẹ̀ lọ́nà tó ṣe kedere lórí ìwọ̀nyí nínú àwọn lẹ́tà rẹ̀.
A kò mọ ohun tó ṣẹlẹ̀ sí Tírófímù gan-an. A kò mọ̀ bóyá àìsàn ìgbà díẹ̀ ni èyí tó yára gbà. Bó ti wù kó rí, a gbà pé a kì í sábà mọ gbogbo ìdáhùn. Ṣùgbọ́n a ṣì ń tẹ̀síwájú nínú iṣẹ́ Olúwa, a ń ṣe ìránṣẹ́ pẹ̀lú agbára Ẹ̀mí, gẹ́gẹ́ bí Pọ́ọ̀lù ti ṣe.

Epafroditu—fún iṣẹ́ Kristi Ó súnmọ́ ikú

Fílípì 2:25-30 25 Ṣùgbọ́n mo kà á sí pé ó pọndandan láti rán Epafroditu sí yín, arákùnrin mi, alábàṣiṣẹpọ̀, àti ọmọ-ogun ẹlẹgbẹ́ mi, ṣùgbọ́n ìránṣẹ́ yín àti ẹni tí ó ń ṣe ìránṣẹ́ fún àìní mi; 26 nítorí ó ń fẹ́ gbogbo yín, ó sì dààmú nítorí ẹ̀yin ti gbọ́ pé ó ń ṣàìsàn. 27 Nítorí ó ti fẹ́rẹ̀ẹ́ kú nítòótọ́; ṣùgbọ́n Ọlọ́run ṣàánú fún un, kì í ṣe fún un nìkan ṣùgbọ́n fún èmi pẹ̀lú, kí èmi má baà ní ìbànújẹ́ lórí ìbànújẹ́. 28 Nítorí náà ni mo ṣe fi ìtara rán an sí i, kí nígbà tí ẹ bá tún rí i, kí ẹ̀yin lè yọ̀, kí èmi sì lè dín ìbànújẹ́ kù. 29 Nítorí náà, ẹ gbà á nínú Olúwa pẹ̀lú ayọ̀ gbogbo, kí ẹ sì bu ọlá fún irú àwọn ènìyàn bẹ́ẹ̀; 30 nítorí pé nítorí iṣẹ́ Kristi, ó súnmọ́ ikú, kì í ṣe nípa ẹ̀mí rẹ̀, láti pèsè ohun tí ó kù fún iṣẹ́ ìsìn yín sí mi.

Fílípì 4:18 Nítòótọ́, mo ní ohun gbogbo, mo sì pọ̀ sí i. Mo kún, mo ti gba nǹkan tí a rán láti ọ̀dọ̀ yín lọ́wọ́ Epafiroditu, òórùn dídùn, ẹbọ ìtẹ́wọ́gbà, tí ó wu Ọlọ́run.

Fílípì 1:22-24 22 Ṣùgbọ́n bí mo bá wà láàyè nínú ara, èyí yóò jẹ́ èso iṣẹ́ mi; ṣùgbọ́n ohun tí èmi yóò yàn èmi kò le mọ̀. 23 Nítorí mo ní ìṣòro láàrín àwọn méjèèjì, mo ní ìfẹ́ láti lọ kí n sì wà pẹ̀lú Kristi, èyí tí ó sàn jù. 24 Ṣùgbọ́n láti dúró nínú ara jẹ́ ohun pàtàkì fún yín.

Wọ́n fi Pọ́ọ̀lù sẹ́wọ̀n ní Róòmù. Ìjọ ní Fílípì rán Epafíródítù láti ṣiṣẹ́ ìránṣẹ́ fún àpọ́sítélì náà nígbà tí ó wà nínú ẹ̀wọ̀n. Nígbà tí ó ń ṣiṣẹ́ ìránṣẹ́ fún àpọ́sítélì Pọ́ọ̀lù, ó dà bíi pé Epafíródítù ti na ara rẹ̀ dé ibi tí ó jìnnà sí ikú, kì í ṣe nípa ẹ̀mí ara rẹ̀. A kò mọ irú iṣẹ́ ìsìn tí ó ṣe àti bí ó ṣe ṣiṣẹ́ tó. Ṣùgbọ́n ó tó láti kíyèsí pé nígbà tí ó ń ṣiṣẹ́ sin Olúwa, ó ṣàìsàn, ó sì fẹ́rẹ̀ẹ́ kú. àànú Ọlọ́run ló gbà á là, Epafíródítù sì ń bá a lọ láti wà láàyè.

Nítorí pé a wà nínú iṣẹ́ ìsìn Kristẹni tí a ń sìn Olúwa àti àwọn ènìyàn Rẹ̀, a kò ní ìdánilójú pé ìlera àti agbára yóò dára láìsí àṣeyọrí. A tún ní láti ṣe ohun tí ó yẹ gẹ́gẹ́ bí apá kan nínú ojuse wa láti tọ́jú ìlera wa. Ó ṣeé ṣe kí a ṣiṣẹ́ jù kí a sì fi ara wa sínú ewu ikú nínú iṣẹ́ náà.

Bó tilẹ̀ jẹ́ pé ó lè dàbí ohun tó dára láti ṣiṣẹ́ títí a ó fi kú nítorí Kristi, èyí kò pọndandan rárá, kò sì ní èrè. A wúlò fún Ọlọ́run, Ìjọba Rẹ̀ àti àwọn ènìyàn Rẹ̀ níbí lórí ilẹ̀ ayé, ju bí a bá ti kú lọ. Dájúdájú, láti lọ kí a sì wà pẹ̀lú Kristi sàn jù bẹ́ẹ̀ lọ. Ṣùgbọ́n, fún Ìjọ Rẹ̀ àti Ìjọba Rẹ̀, ó sàn láti tọ́jú ìlera wa, láti gbé ìgbésí ayé gígùn, ní ìlera àti ní èso.

Ṣé ìjìyà Olúwa ni àìsàn?

1 Kọ́ríńtì 11:28-32 *28 Ṣùgbọ́n kí ènìyàn yẹ ara rẹ̀ wò, bẹ́ẹ̀ ni kí ó jẹ nínú àkàrà náà, kí ó sì mu nínú ago náà. 29 Nítorí ẹni*

tí ó bá jẹ, tí ó sì mu ní ọ̀nà àìyẹ, ó ń jẹ, ó sì ń mu ìdájọ́ fún ara rẹ̀, láì mọ ara Olúwa. 30 Nítorí èyí, ọ̀pọ̀ ènìyàn ni ó jẹ́ aláìlera àti aláìsàn láàárín yín, ọ̀pọ̀ sì sùn. 31 Nítorí bí a bá fẹ́ dá ara wa lẹ́jọ́, a kì bá tí dá wa lẹ́jọ́. 32 Ṣùgbọ́n nígbà tí a bá dá wa lẹ́jọ́, Olúwa ń fìyà jẹ wá, kí a má baà dá wa lẹ́bi pẹ̀lú ayé.

Hébérù 12:5-11 5 *Ẹ̀yin sì ti gbàgbé ọ̀rọ̀ ìyànjú tí ó ń bá yín sọ̀rọ̀ bí ọmọ pé: "Ọmọ mi, má ṣe fojú di ìbáwí Olúwa, má sì jẹ́ kí ó rẹ̀wẹ̀sì nígbà tí ó bá bá yín wí; 6 Nítorí ẹni tí Olúwa fẹ́ràn ni ó ń bá wí, ó sì ń nà gbogbo ọmọ tí ó gbà." 7 Bí ẹ bá fara da ìbáwí, Ọlọ́run ń bá yín lò bí ọmọ; nítorí ọmọ wo ni ó wà tí baba kò bá ń bá wí? 8 Ṣùgbọ́n bí ẹ̀yin kò bá ní ìbáwí, èyí tí gbogbo ènìyàn ti di alábápín nínú rẹ̀, nígbà náà ẹ̀yin jẹ́ àlè, kì í ṣe ọmọ. 9 Jù bẹ́ẹ̀ lọ, àwa ní àwọn baba ènìyàn tí wọ́n ń bá wa wí, àwa sì bọ̀wọ̀ fún wọn. Ǹjẹ́ a kò ní fi sùúrù tẹrí ba fún Baba àwọn ẹ̀mí kí a sì yè? 10 Nítorí wọ́n tọ́ wa sọ́nà fún ọjọ́ díẹ̀ bí ó ti dára jùlọ fún wọn, ṣùgbọ́n Òun fún èrè wa, kí àwa lè jẹ́ alábápín nínú ìwà mímọ́ Rẹ̀. 11 Wàyí o, kò sí ìbáwí tí ó dàbí ohun ayọ̀ fún ìsinsìnyí, bí kò ṣe ìrora; ṣùgbọ́n lẹ́yìn náà, ó máa so èso àlàáfíà òdodo fún àwọn tí a ti kọ́ nípasẹ̀ rẹ̀.*

Ìfihàn 3:19 *Gbogbo àwọn tí mo fẹ́ràn ni mo máa ń bá wí, tí mo sì máa ń nà. Nítorí náà, jẹ́ onítara, kí o sì ronú pìwàdà. Sáàmù 103:10-13 10 Kò ṣe sí wa gẹ́gẹ́ bí ẹ̀ṣẹ̀ wa, bẹ́ẹ̀ ni kò fìyà jẹ wá gẹ́gẹ́ bí ẹ̀ṣẹ̀ wa. 11 Nítorí bí ọ̀run ti ga ju ilẹ̀ ayé lọ, bẹ́ẹ̀ ni àánú rẹ̀ tóbi sí àwọn tí ó bẹ̀rù rẹ̀; 12 Bí ìlà-oòrùn ti jìnnà sí ìwọ̀-oòrùn, bẹ́ẹ̀ ni ó ti mú ẹ̀ṣẹ̀ wa kúrò lọ́dọ̀ wa. 13 Bí baba ti ń ṣàánú àwọn ọmọ rẹ̀, bẹ́ẹ̀ ni Olúwa ń ṣàánú àwọn tí ó bẹ̀rù Rẹ̀.*

Ta ni nínú wa tí a jẹ́ òbí tí àwọn ọmọ wa bá ṣe ohun tí kò tọ́, tí yóò fẹ́ tọ́ wọn sọ́nà kí ó sì kọ́ wọn ní ohun tí ó tọ́ àti èyí tí ó tọ́ nípa fífi àrùn kan sí wọn lára, fífi wọ́n sínú jàǹbá kan, gbígbé wọn sórí ibùsùn àìsàn, tàbí kí ó fa àrùn jẹjẹrẹ tàbí àìsàn mìíràn tí ó lè fa ikú? Mo rò pé ó dájú láti sọ pé kò sí ẹnikẹ́ni nínú wa tí yóò ṣe irú nǹkan bẹ́ẹ̀! Ọ̀pọ̀lọpọ̀ wa ni yóò bẹ̀rẹ̀ pẹ̀lú ọ̀rọ̀ líle sí ọmọ náà, nígbà míìrán máa ń nà án ní pàṣán lẹ́ẹ̀mejì, lẹ́yìn náà bóyá a ó yọ àwọn àǹfààní wọn kúrò. Tí àwọn ọmọ bá dàgbà, níbi tí lílù kò bá yẹ mọ́, a ó jókòó a ó sì bá wọn fèròwérò a ó sì gbìyànjú láti ṣàlàyé láti kọ́ wọn ní ohun tí ó tọ́. Tí a bá jẹ́ ẹni ibi, tí a mọ bí a ṣe ń ṣe sí àwọn ọmọ wa ní ọ̀nà bẹ́ẹ̀, mélòómélòó ni Baba wa Ọ̀run yóò ṣe sí àwọn ọmọ Rẹ̀ ní ọ̀nà tí ó dára jù, láti lè tọ́ wọn sọ́nà, kọ́ wọn, kọ́ wọn, kí ó sì tọ́ wọn sọ́nà sí ohun tí ó dára jùlọ fún ìgbésí ayé wọn.

Ọ̀rọ̀ ìbáwí Olúwa ni a sábà máa ń lóye tí a sì máa ń fi àṣìṣe hàn. Àwọn ènìyàn máa ń ṣàìsàn, lẹ́yìn náà wọ́n máa ń sọ pé Ọlọ́run ló mú wọn ṣàìsàn láti kọ́ wọn ní ẹ̀kọ́ ẹ̀mí jíjinlẹ̀. A gbà pé àwọn òbí ayé pàápàá kò ní ṣe irú nǹkan bẹ́ẹ̀ sí àwọn ọmọ wọn, nígbà tí a bá fi ẹ̀sùn kan Ọlọ́run pé ó ṣe irú nǹkan bẹ́ẹ̀, a máa ń sọ ọ́ di ibi tí ó burú ju àwa òbí ayé lọ. Fún àpẹẹrẹ, onígbàgbọ́ kan tí ó bá ṣàìsàn, tí ó sì ní láti lo ọjọ́ díẹ̀ (tàbí ọ̀sẹ̀) lórí ibùsùn. Ní dídùbúlẹ̀ lórí ibùsùn, láìsí ohun mìíràn láti ṣe, onígbàgbọ́ náà bẹ̀rẹ̀ sí í ka àwọn ìwé Kristẹni rere tàbí kí ó fetí sí ọ̀pọ̀lọpọ̀ ìwàásù, nítorí náà, nípasẹ̀ àwọn wọ̀nyí, ó ń jèrè òye ẹ̀mí, ó sì ń nímọ̀lára pé ó lágbára nípa ti ẹ̀mí. Nígbà tí ó bá yá, onígbàgbọ́ náà ti padà sí ìlera. Àlàyé tí ó wọ́pọ̀ jùlọ tí a óò gbọ́ ni pé Ọlọ́run mú kí ẹni yìí ṣàìsàn láti fún un ní okun nípa ti ẹ̀mí àti láti kọ́ wọn ní àwọn ẹ̀kọ́ ẹ̀mí pàtó wọ̀nyẹn. Èrò mi ni pé, àkọ́kọ́ a ń fi ẹ̀sùn kan Ọlọ́run pé ó ń ṣe ohun tí àwa gẹ́gẹ́ bí òbí kò ní ṣe fúnra wa tí ó ń mú Ọlọ́run burú ju wa lọ. Èkejì, tí onígbàgbọ́ náà bá ti ka àwọn ìwé kan náà nígbà tí ó wà ní ìlera tó dára, tí ó sì ti gbọ́ àwọn ìwàásù kan náà, òun/òun ìbá ti kọ́ àwọn ẹ̀kọ́ ẹ̀mí kan náà yẹn!

Ọ̀rọ̀ náà "ìbáwí" ni "paideuo" ti Giriki ti o ó kàn túmọ̀ sí láti "kọ́ ẹ̀kọ́ ọmọdé, ìyẹn ni pé, kọ́ ẹ̀kọ́, tàbí (nípasẹ̀ ìtumọ̀) ìbáwí (nípasẹ̀ ìyà)," sí "kọ́ni, kọ́ ẹ̀kọ́, kọ́ni" (Àdéhùn Strong). A tún túmọ̀ ọ̀rọ̀ náà sí "ẹni tí a kọ́" (Ìṣe 7:22) gẹ́gẹ́ bí "Mose ni a kọ́ ní gbogbo ọgbọ́n àwọn ará Íjíbítì, ó sì lágbára ní ọ̀rọ̀ àti ìṣe." A tún túmọ̀ ọ̀rọ̀ náà sí "ẹni tí a kọ́" (Ìṣe 22:3) gẹ́gẹ́ bí Pọ́ọ̀lù ṣe tọ́ka sí bí a ṣe tọ́ òun dàgbà láti ọwọ́ Gamalieli. "Ní tòótọ́, Júù ni mí, tí a bí ní Tarsu ti Silisia, ṣùgbọ́n tí a tọ́ dàgbà ní ìlú yìí ní ẹsẹ̀ Gamalieli, tí a kọ́ ní ìbámu pẹ̀lú àìléwu òfin àwọn baba wa, mo sì ní ìtara sí Ọlọ́run gẹ́gẹ́ bí gbogbo yín ti rí lónìí." A tún lò ọ̀rọ̀ náà láti tọ́ka sí ìlù ara (Lúùkù 23:16,22), èyí tí Pílátù kò rí ẹ̀bi kankan nínú Jésù, tí ó sì fi sílẹ̀, ó ń retí pé èyí yóò tẹ́ àwọn Júù lọ́rùn. Ìbáwí lẹ́yìn náà ní í ṣe pẹ̀lú kíkọ́ni (ẹ̀kọ́, ìdánilẹ́kọ̀ọ́, ìtọ́ni), àtúnṣe àti nígbà míìràn ìjìyà. Ète pàtàkì ti ìbáwí ni láti ran ẹni náà lọ́wọ́ láti kọ́ nǹkan kan. Ìtọ́ni kì í ṣe ìparun, ni ète náà.

Ìbáwí ní ọ̀nà déédéé ní í ṣe pẹ̀lú ẹ̀kọ́, ìbáwí àti ìyà tí a fi ìfẹ́ ṣe bí ọmọ, àti pé ní àwọn ipò líle koko nìkan ni ó ní í ṣe pẹ̀lú ìdájọ́.
Lọ́pọ̀ ìgbà, ìbáwí gbọ́dọ̀ jẹ́ nípa kíkọ́ ọmọ lẹ́kọ̀ọ́, nítorí náà ó túmọ̀ sí ohun tí a ṣe láti inú ìfẹ́, kì í ṣe ìbínú. Ìbáwí ní ọ̀nà déédéé ní í ṣe pẹ̀lú kíkọ́ni, ìbáwí àti ìyà tí a ṣe pẹ̀lú ìfẹ́ gẹ́gẹ́ bí a ṣe ṣe sí ọmọ, àti pé ní àwọn ipò líle koko nìkan ni ó ní í ṣe pẹ̀lú ìdájọ́.

Heberu 12 ṣàlàyé ète ìbáwí Olúwa tí ó jẹ́ láti kọ́ wa ní ìwà mímọ́ àti òdodo. Nítorí náà, padà sí ìbéèrè àkọ́kọ́ wa: Ǹjẹ́ òbí ayé kan yóò lo àìsàn àti àrùn láti kọ́ àwọn ọmọ wọn láti kọ́ bí a ṣe ń ṣe ohun tí ó tọ́? Rárá o! Síbẹ̀síbẹ̀, Ọlọ́run wa tí ó jẹ́ Baba tí ó tóbi jùlọ, Baba ọ̀run tí ó nífẹ̀ẹ́ ayérayé, kì yóò mú kí àwọn ọmọ Rẹ̀ ṣàìsàn láti bá wọn wí ní ìgbésí ayé ojoojúmọ́. Nínú ìrìn àjò ojoojúmọ́ pẹ̀lú Rẹ̀, Ọlọ́run yóò lo Ọ̀rọ̀ Rẹ̀, Ẹ̀mí Rẹ̀ àti ìbáṣepọ̀ àwọn onígbàgbọ́ mìíràn láti fi ìbáwí Rẹ̀ sínú ìgbésí ayé wa.

A ti jíròrò tẹ́lẹ̀ ní orí yìí nípa ìjọ Kọ́ríńtì, níbi tí wọ́n ti wà ní ipò àìtọ́ pátápátá tí wọ́n sì ti tàbùkù Tábìlì Olúwa, nípa ṣíṣe é ní àsè dípò kíkópa mímọ́. Ohun tí ó ṣẹlẹ̀ nínú ọ̀ràn wọn ni pé nípasẹ̀ àìgbọ́ràn, wọ́n pàdánù ìbùkún tí a pinnu láti gbà láti wo àìsàn, ìlera àti ìlera sàn, dípò bẹ́ẹ̀ wọ́n sọ ara wọn di ẹni tí ó lè farapa sí àìlera, àìsàn àti ikú. Ọlọ́run gbà àwọn nǹkan wọ̀nyí láàyè gẹ́gẹ́ bí apá kan nínú ìbáwí àtọ̀runwá Rẹ̀ láti lè mú wọn padà sí ọ̀nà títọ́ láti ṣe Tábìlì Olúwa. Ṣùgbọ́n, èyí kì í ṣe ìbáwí déédéé ti Olúwa fún wọn gẹ́gẹ́ bí onígbàgbọ́, ṣùgbọ́n ọ̀ràn ìdájọ́ àtọ̀runwá ni. Ní ìmọ́lẹ̀ gbogbo ohun tí Ìwé Mímọ́ fi hàn nípa ìwà Ọlọ́run àti iṣẹ́ Ọlọ́run gẹ́gẹ́ bí a ti fihàn nínú Ẹni tí Jésù Kristi jẹ́, yóò jẹ́ àṣìṣe fún onígbàgbọ́ tí ó ń bá Olúwa rìn, láti sọ pé Olúwa ń fi àìsàn kan bá a wí.

Ṣé ó dára láti so ìgbàgbọ́ àti ìṣègùn pọ̀?

Lẹ́yìn tí a ti wo àpẹẹrẹ ọba Hesekiah àti Timoteu, a gbàgbọ́ pé kò sí ohun tí ó burú nínú sísopọ̀ ìgbàgbọ́ àti ìṣègùn pọ̀. Ọlọ́run ti fi àwọn ohun èlò ìmọ̀, ìmọ̀ ẹ̀rọ àti àwọn ohun àdánidá tí a gbọ́dọ̀ lò fún ète Rẹ̀ àti fún ògo Rẹ̀ lé wa lọ́wọ́. A mọ̀ pé ète Ọlọ́run ni láti wo àwọn ènìyàn sàn àti láti mú wọn lára dá. A mọ̀ pé Ọlọ́run ń gba ògo nígbà tí a bá wo àwọn ènìyàn sàn. Nítorí náà, a kò ní lọ́ra láti lo àwọn ohun èlò tí Ọlọ́run fún wa láti mú ìwòsàn wá.
Àní nígbà tí a bá ń lo oògùn tàbí tí a bá ń gba ìrànlọ́wọ́ ìṣègùn, ojú wa wà lára Olúwa láti mú ìwòsàn àti ìwòsàn wá. Ìgbàgbọ́ wa wà nínú Ọ̀rọ̀ Rẹ̀ àti agbára Rẹ̀ fún ìwòsàn wá láti ọ̀dọ̀ Rẹ̀ nígbẹ̀yìn gbẹ́yín.

Ṣé bíbójútó ìlera rẹ jẹ́ àmì àìnígbàgbọ́?

Ọ̀kan lára àwọn ẹ̀kọ́ tí a lè kọ́ láti ọ̀dọ̀ Epafroditu ni pé nígbà tí a bá ń ṣe iṣẹ́ ìsìn Kristẹni wa láti sin Olúwa àti àwọn ènìyàn Rẹ̀, a tún nílò láti máa ṣe iṣẹ́ wa bí ẹni tí ó ní ẹ̀tọ́ àti ìlera wa. Bí bẹ́ẹ̀ kọ́, ó ṣeé ṣe kí a má ṣe fi ara wa sílẹ̀, a sì lè kú láìpẹ́ láìṣe iṣẹ́ tí a yàn fún wa. Bí a tilẹ̀ ń wo Olúwa fún ìwòsàn, ìlera pípé àti ìlera, gẹ́gẹ́ bí apá kan iṣẹ́ wa, ó ṣe pàtàkì fún wa láti tọ́jú ìlera wa. A ní láti ṣe ohun tí ó wà fún wa àti ní ìwọ̀n agbára wa láti pa ìlera wa mọ́. Fún àpẹẹrẹ, àwọn kan lára wa lè lo àyẹ̀wò ìlera déédéé (fún àpẹẹrẹ) ọdọọdún, kí wọ́n máa ṣọ́ oúnjẹ wa, kí wọ́n máa ṣe eré ìdárayá, àti bẹ́ẹ̀ bẹ́ẹ̀ lọ. Níbi tí ó bá pọndandan, gbé àwọn ìgbésẹ̀ ìdènà gẹ́gẹ́ bí àwọn dókítà ṣe dámọ̀ràn. Àwọn wọ̀nyí kì í ṣe àmì àìnígbàgbọ́ ṣùgbọ́n dípò bẹ́ẹ̀, wọ́n jẹ́ àmì ìtọ́jú rere. Ìgbàgbọ́ wa fún ìwòsàn àti ìlera dúró nínú Olúwa.

Àwọn Ìtọ́sọ́nà Tó Wúlò Lórí Ìwòsàn Ìránṣẹ́

Àwọn Ọ̀nà Láti Jẹ́ Olùrànlọ́wọ́ Ìwòsàn

Ọ̀pọ̀lọpọ̀ ọ̀nà ni a lè gbà ṣe ìránṣẹ́ fún aláìsàn. Kò sí ọ̀nà tàbí ìlànà tí a gbọ́dọ̀ lò ní gbogbo ìgbà. Ohun tí a ń gbìyànjú láti ṣe ni láti mọ àwọn ọ̀nà tó yàtọ̀ síra láti ṣe ìránṣẹ́ ìwòsàn gẹ́gẹ́ bí a ti ṣàlàyé rẹ̀ nínú Ìwé Mímọ́. Kọ́ bí a ṣe ń ṣe ìránṣẹ́ ní àwọn ọ̀nà tí a ti rí nínú Ìwé Mímọ́. Múra sílẹ̀ nígbàkigbà láti ṣe ìránṣẹ́ ní ọ̀nà èyíkéyìí. Lẹ́yìn náà, jẹ́ ẹni tí ó ní ìmọ̀lára sí Olúwa kí o sì lo ọ̀nà èyíkéyìí tí o bá nímọ̀lára pé ó tú ọ sílẹ̀ ní ọkàn rẹ láti lò, nínú iṣẹ́ ìránṣẹ́ ìwòsàn.
Rántí pé ìwòsàn kìí ṣe nípa ọ̀nà náà, bí kò ṣe nípa Ẹni tí ó jẹ́. Jésù ni Oníwòsàn. Ìwòsàn kìí ṣe nítorí pé a ṣe ohun gbogbo dáadáa. Ìwòsàn máa ń wáyé nítorí agbára Rẹ̀ tí ó ń ṣàn sínú aláìsàn, tí ó ń mú un láradá.

Ẹ rántí pé a ń jíròrò àwọn wọ̀nyí láti ojú ìwòye ohun èlò tí a lè lò, a kò gbọdọ̀ pín wọn sí méjì tàbí yà wọ́n sọ́tọ̀ lọ́nà tí ó fi jẹ́ pé tí a bá ń lo ọ̀nà kan, a kò gbọdọ̀ so wọ́n pọ̀ mọ́ àwọn ọ̀nà mìíràn. Ní òótọ́, nígbà iṣẹ́ ìránṣẹ́, a sábà máa ń lo àpapọ̀ àwọn ọ̀nà wọ̀nyí láti ṣe ìránṣẹ́ fún ìwòsàn.

Ẹ tún rántí pé bó tilẹ̀ jẹ́ pé a ń sọ̀rọ̀ nípa ìwòsàn ara níbí, ní òtítọ́, àwọn ipò kan yóò wà tí a ó máa ṣe ìránṣẹ́ fún ìwòsàn ara, ìtúsílẹ̀ àti ìwòsàn inú, gbogbo wọn yóò sì máa ṣàn papọ̀. Níbí náà, kò sí ìlànà pàtó kan tí a ó máa ṣe fún olúkúlùkù. Nígbà mìíràn, a lè bẹ̀rẹ̀ pẹ̀lú ìtúsílẹ̀, lẹ́yìn náà a lè ṣe ìránṣẹ́ fún ìwòsàn ara àti ìwòsàn inú. Nígbà mìíràn, Ọlọ́run lè darí

wa lọ́nà ọ̀tọ̀ọ̀tọ̀. Ẹ tún rántí pé nígbà tí a bá ń ṣe ìránṣẹ́ fún ìwòsàn ara, ní àkókò kan náà, Ọlọ́run lè máa ṣe ìtúsílẹ̀ àti ìwòsàn inú nínú ìgbésí ayé ẹnìkọ̀ọ̀kan. A lè má mọ̀ nípa gbogbo ohun tó ń ṣẹlẹ̀ nínú ènìyàn nígbà tí wọ́n bá ń ní ìrírí ìfọwọ́kàn Ọlọ́run.
A fi awọn ọna pupọ han nihin lati ṣe iranṣẹ/gba iwosan gẹgẹ bi a ti rii ninu Iwe Mimọ.

Nípasẹ̀ Ìgbàgbọ́ Ara Ẹni nínú Ọlọ́run

Ọlọ́run ti kéde pé Ọ̀rọ̀ Rẹ̀ jẹ́ oògùn fún gbogbo ara wa (Òwe 4:20-22). Nítorí náà, ẹnikẹ́ni lè gba ìwòsàn nípa ṣíṣàṣàrò nínú Ọ̀rọ̀ Ọlọ́run àti lílo ìgbàgbọ́ tí a bí láti inú Ọ̀rọ̀ Rẹ̀ (Róòmù 10:17). Nígbà tí ìgbàgbọ́ bá dàpọ̀ mọ́ Ọ̀rọ̀ tí a gbà, agbára Ọlọ́run a tú sílẹ̀ láti ṣe iṣẹ́ ìyanu ìwòsàn.

Òfin ìgbàgbọ́ ni a sọ ní ṣókí pé "gẹ́gẹ́ bí ìgbàgbọ́ yín, kí ó rí fún yín" (Mátíù 9:29). A ó máa rí gbà nígbà gbogbo nígbà tí a bá tú ìgbàgbọ́ tí ó wà ní ọkàn wa sílẹ̀. Òfin tí Ọlọ́run ti gbé kalẹ̀ nìyẹn.

O le ni igbagbọ ninu Ọlọrun fun iwosan ara rẹ. Awọn apẹẹrẹ: Obinrin ti o ni isun ẹjẹ (Matteu 9:22), awọn ọkunrin afọju meji (Matteu 9:22-30), ọkan ninu awọn adẹtẹ mẹwa (Luku 17:11-19), ọkunrin afọju ni ita Jeriko (Luku 18:35-42).
A le fi igbagbọ ninu Ọlọrun han ni ọpọlọpọ awọn ọna:

1. Gbígbàgbọ́ àti sísọ̀rọ̀ (Mátíù 17:20, Máàkù 11:23, Róòmù 10:9,10). A gbàgbọ́ pẹ̀lú ọkàn wa a sì jẹ́wọ́ pẹ̀lú ẹnu wa. Ọ̀nà kan nìyí tí a fi ń fi ìgbàgbọ́ hàn.
2. Gbígbàgbọ́ àti ṣíṣe ìgbésẹ̀ lórí ìgbàgbọ́ rẹ. Lílo Ìgbàgbọ́ fún Àwọn Ẹlòmíràn A le ni igbagbọ ninu Ọlọrun fun ẹlomiran lati gba iwosan. Awọn apẹẹrẹ: Balogun ọrún Romu fun iranṣẹ rẹ̀ (Matteu 8:10-13), obinrin ara Kenaani fun ọmọbinrin rẹ̀ (Matteu 15:28), Peteru ati Johanu fun ọkunrin arọ ni ẹnu-ọna tẹmpili (Iṣe Awọn Aposteli 3:16). Ìgbàgbọ́ méjì lè

wà nínú Ọlọ́run níbi tí ènìyàn méjì tàbí jù bẹ́ẹ̀ lọ bá gbàgbọ́ papọ̀. Àpẹẹrẹ: àwọn ọ̀rẹ́ mẹ́rin àti ọ̀rẹ́ wọn tó ní àrùn rọ (Mátíù 9:2), àwùjọ àwọn alàgbà tó ń gbàdúrà ìgbàgbọ́ (Jákọ́bù 5:14-15). A tun le ni igbagbo ninu Olorun fun elomiran, nibiti opo eniyan ti gbagbo papọ fun iṣẹ iyanu kan. Apere: Awọn ọmọẹhin pejọ ni ayika Paulu lẹhin ti a sọ ọ ni okuta ti a si fi silẹ pe o ti ku (Iṣe Awọn Aposteli 14:19-20). Nípasẹ̀ Àdúrà Ìbámu Mátíù 18:18-20 18 "Lóòótọ́ ni mo wí fún yín, ohunkóhun tí ẹ bá dè ní ayé ni a ó dè ní ọ̀run, ohunkóhun tí ẹ bá sì tú ní ayé ni a ó tú ní ọ̀run. 19 "Mo tún wí fún yín pé bí méjì nínú yín bá fohùn ṣọ̀kan ní ayé nípa ohunkóhun tí wọ́n bá béèrè, Baba mi ní ọ̀run yóò ṣe é fún wọn. 20 Nítorí níbi tí méjì tàbí mẹ́ta bá péjọpọ̀ ní orúkọ mi, èmi wà níbẹ̀ láàárín wọn." Àwọn àkókò kan wà, nígbà tí a bá ń ṣe iṣẹ́ ìránṣẹ́ ní àwùjọ kan, a lè gbàdúrà tàbí lo àṣẹ láti dè ohun tí Bìlísì ń ṣe àti tú ẹni kọ̀ọ̀kan sílẹ̀ kúrò nínú ohun tí ọ̀tá ti fi lé e lórí. A ń ṣe èyí nítorí pé a fọwọ́sowọ́pọ̀, nígbà tí a ń tú ìgbàgbọ́ wa sílẹ̀ àti nígbà tí a ń lo àṣẹ tí Ọlọ́run fún wa. Agbára wà nínú ìfọwọ́sowọ́pọ̀, èyí sì ń ṣiṣẹ́ gidigidi.

Nípasẹ̀ Àdúrà Ìgbàgbọ́

Jákọ́bù 5:14,15 14 *Ǹjẹ́ ẹnikẹ́ni nínú yín ń ṣàìsàn? Kí ó pe àwọn àgbà ìjọ, kí wọ́n sì gbàdúrà lé e lórí, kí wọ́n fi òróró kùn ún ní orúkọ Olúwa. 15 Àdúrà ìgbàgbọ́ yóò sì gba aláìsàn là, Olúwa yóò sì gbé e dìde. Bí ó bá sì ti dẹ́ṣẹ̀, a ó dáríjì í.*

Mátíù 21:22 *Ohunkóhun tí ẹ bá sì béèrè nínú àdúrà, pẹ̀lú ìgbàgbọ́, ẹ ó rí gbà."*

Jòhánù 14:14 Tí ẹ bá béèrè ohunkóhun ní orúkọ mi, èmi yóò ṣe é.

Ìṣe 28:8 Ó sì ṣe pé baba Publiu dùbúlẹ̀ àìsàn ibà àti ìgbẹ́ ọ̀rìn. Paulu wọlé tọ̀ ọ́ lọ, ó sì gbàdúrà, ó sì gbé ọwọ́ lé e, ó sì wò ó sàn.
Àyọkà Ìwé Mímọ́ nínú Jákọ́bù pe àwọn àgbà (àwọn olórí ẹ̀mí) nínú ìjọ láti gbàdúrà ìgbàgbọ́ lórí aláìsàn náà. Èyí ni a ṣe ní orúkọ Jésù Olúwa àti pẹ̀lú òróró ìpara.
Gbogbo onigbagbọ le gbadura adura igbagbọ fun ẹnikan lati ri iwosan. Nitorinaa a ko gbọdọ fi adura igbagbọ mọ awọn agba nikan. Iwosan naa waye nitori a gbadura adura igbagbọ ni orukọ Oluwa Jesu Kristi.

Nípasẹ̀ Ọ̀rọ̀ Àṣẹ kan

Mátíù 8:16 *Nígbà tí alẹ́ di, wọ́n mú ọ̀pọ̀lọpọ̀ àwọn tí ó ní ẹ̀mí èṣù wá sọ́dọ̀ rẹ̀. Ó sì fi ọ̀rọ̀ kan lé àwọn ẹ̀mí èṣù jáde, ó sì wo gbogbo àwọn aláìsàn sàn.*

Lúùkù 4:38,39 *38 Nígbà tí ó dìde láti inú sínágọ́gù, ó wọ ilé Símónì lọ. Ṣùgbọ́n ìyá ìyàwó Símónì ń ṣàìsàn ibà líle, wọ́n sì bẹ̀ ẹ́ nítorí rẹ̀. 39 Ó sì dúró lẹ́bàá rẹ̀, ó sì bá ibà náà wí, ibà náà sì fi sílẹ̀. Lójúkan náà ó dìde, ó sì ṣe ìránṣẹ́ fún wọn.*

Mátíù 17:20 *Jesu si wi fun wọn pe, Nitori aigbagbọ́ nyin: nitori lõtọ ni mo wi fun nyin, Ti ẹ ba ni igbagbọ́ bi irugbin mustardi, ẹnyin o wi fun òke yi pe, Gbe kuro nihin lọ si ibẹ, yio si ṣi; kò si si ohun ti yio ṣòro fun nyin.*

Gẹ́gẹ́ bí ohun tí a rí tí Jésù ń ṣe, a máa ń sọ ọ̀rọ̀ àṣẹ fún àìsàn tàbí ẹ̀mí búburú tí ó ń pàṣẹ fún un láti lọ. Jésù bá ibà wí, ó sì lọ. Bákan náà, a máa ń bá àìsàn tàbí àrùn náà wí, a sì máa ń pàṣẹ fún un láti lọ ní orúkọ alágbára Jésù. A máa ń ṣe èyí pẹ̀lú ìgbàgbọ́ nínú ọkàn wa. Jésù sọ pé tí a bá ní ìgbàgbọ́, tí a sì bá òkè náà sọ̀rọ̀, ó máa ń lọ, kò sì sí ohun tí kò ní ṣeé ṣe. A lè sọ ọ̀rọ̀ àṣẹ kan tí ó ń bá àìsàn àti àrùn wí nígbà tí ẹni náà bá wà níwájú wa tàbí nígbà tí ẹni náà bá wà ní ibìkan tí ó yàtọ̀ síra ní ti ilẹ̀ ayé. Kò sí "ìjìnnà" ní agbègbè ẹ̀mí.

Nípasẹ̀ gbígbé ọwọ́ léni (pẹ̀lú ìfàmì òróró, pẹ̀lú ọ̀rọ̀ àṣẹ)

***Mátíù 8:3** Nígbà náà ni Jésù na ọwọ́ rẹ̀, ó sì fi ọwọ́ kàn án, ó wí pé, "Mo fẹ́; di mímọ́." Lójúkan náà ni ẹ̀tẹ̀ rẹ̀ kúrò.*
***Mátíù 8:15** Ó sì fi ọwọ́ kan ọwọ́ rẹ̀, ibà náà sì fi í sílẹ̀. Ó sì dìde, ó sì ṣe ìránṣẹ́ fún wọn.*
***Mátíù 9:29** Ó sì fi ọwọ́ kan ojú wọn, ó wí pé, "Gẹ́gẹ́ bí ìgbàgbọ́ yín, kí ó rí fún yín."*
***Mátíù 20:34** Jesu ṣàánú wọn, ó sì fi ọwọ́ kan ojú wọn. Lójúkan náà ojú wọn ríran, wọ́n sì tẹ̀lé e.*
***Máàkù 6:12-13** 12 Wọ́n sì jáde lọ, wọ́n sì wàásù pé kí àwọn ènìyàn ronú pìwàdà. 13 Wọ́n sì lé ọ̀pọ̀lọpọ̀ ẹ̀mí èṣù jáde, wọ́n sì fi òróró pa ọ̀pọ̀ àwọn aláìsàn lára, wọ́n sì wò wọ́n sàn.*
***Máàkù 7:32-35** 32 Wọ́n mú ẹnìkan tí ó dití tí ó sì ní ìṣòro ọ̀rọ̀ sísọ wá sọ́dọ̀ rẹ̀, wọ́n sì bẹ̀ ẹ́ pé kí ó gbé ọwọ́ rẹ̀ lé e. 33 Ó sì mú un kúrò láàrin ọ̀pọ̀ ènìyàn, ó sì fi ìka ọwọ́ rẹ̀ sí etí rẹ̀, ó tutọ́, ó sì fọwọ́ kan ahọ́n rẹ̀. 34 Ó sì wo ọ̀run, ó mí kanlẹ̀, ó sì wí fún un pé, "Efata," èyí ni, "Ṣí." 35 Lójúkan náà, etí rẹ̀ ṣí, ahọ́n rẹ̀ sì tú, ó sì sọ̀rọ̀ kedere.*
***Lúùkù 4:40** Nígbà tí oòrùn ń wọ̀, gbogbo àwọn tí wọ́n ní aláìsàn pẹ̀lú onírúurú àìsàn mú wọn wá sọ́dọ̀ rẹ̀; ó sì gbé ọwọ́ lé olúkúlùkù wọn, ó sì wò wọ́n sàn.*
***Lúùkù 13:13** Ó sì gbé ọwọ́ rẹ̀ lé e, lójúkan náà ni ó ti tọ́, ó sì yin Ọlọ́run lógo.*
***Máàkù 16:17,18** 17 Àwọn àmì wọ̀nyí ni yóò tẹ̀lé àwọn tí ó gbàgbọ́: Ní orúkọ mi ni wọn yóò lé àwọn ẹ̀mí èṣù jáde; wọn yóò sì máa fi èdè tuntun sọ̀rọ̀; 18 wọn yóò gbé ejò sókè; bí wọ́n bá sì mu ohunkóhun tí ó lè pa ènìyàn, kì yóò pa wọ́n lára rárá; wọn yóò gbé ọwọ́ lé àwọn aláìsàn, ara wọn yóò sì yá."*

Ṣíṣe ìránṣẹ́ fún ìwòsàn fún àwọn aláìsàn nípa gbígbé ọwọ́ léni jẹ́ ọ̀nà tí ó wọ́pọ̀ láti ṣe ìránṣẹ́. A ń gbé ọwọ́ lé aláìsàn a sì ń pàṣẹ fún àìsàn náà láti lọ ní orúkọ alágbára Jésù. A retí pé kí agbára Ẹ̀mí Mímọ́ wà nípasẹ̀ gbígbé ọwọ́ léni.

Ìwòsàn iṣẹ́ ìránṣẹ́ nípa gbígbé ọwọ́ léni le ṣee ṣe ní ọ̀pọ̀lọpọ̀ ọ̀nà, fún àpẹẹrẹ:

1 Gbé ọwọ́ lé lórí pẹ̀lú àdúrà ìgbàgbọ́ ní orúkọ Jésù

2 Gbé ọwọ́ lé lórí àti pípè àṣẹ ní orúkọ Jésù

3 Gbé ọwọ́ lé orí pẹ̀lú àdúrà ìgbàgbọ́ àti fífi òróró pa á lára

4 Gbé ọwọ́ lé lórí àti fífi òróró pa òróró ní orúkọ Olúwa (a kò gbọdọ̀ gbàdúrà ẹnu) Nígbà tí a bá ń ṣe ìránṣẹ́ fún àwọn ènìyàn nípa gbígbé ọwọ́ lé wọn, wọ́n lè "pa" tàbí kí wọ́n má "pa" nínú Ẹ̀mí. Kò pọndandan kí àwọn ènìyàn "ṣubú lábẹ́ agbára" nígbà tí a bá gbé ọwọ́ lé wọn. Tí èyí bá ṣẹlẹ̀, ó dára. Tí kò bá ṣẹlẹ̀, a kò ní àníyàn jù. Lọ́pọ̀ ìgbà, a máa ń gbé ọwọ́ lé ibi tí a ti nílò ìwòsàn. Èyí jẹ́ ohun tí ó wọ́pọ̀, bó tilẹ̀ jẹ́ pé kì í ṣe ohun tí a béèrè fún. Nígbà míìrán, tí ọkùnrin bá ń ṣe ìránṣẹ́ fún obìnrin kan, a lè ní kí obìnrin náà gbé ọwọ́ rẹ̀ lé apá ara rẹ̀ tí ó ní ìpalára náà, nígbà tí ọkùnrin náà bá gbé ọwọ́ rẹ̀ lé orí obìnrin náà.

5 Nígbà tí Àìsàn bá fọwọ́ kan Ọ́ Mátíù 9:20 Lójijì, obìnrin kan tí ó ní ìṣàn ẹ̀jẹ̀ fún ọdún méjìlá wá láti ẹ̀yìn, ó sì fi ọwọ́ kan etí aṣọ rẹ̀.

Mátíù 14:36 Wọ́n sì bẹ̀ ẹ́ pé kí wọ́n kàn fọwọ́ kan ìṣẹ́tí aṣọ rẹ̀ nìkan. Gbogbo àwọn tí wọ́n sì fọwọ́ kan án ni a mú láradá pátápátá.

Àwọn àkókò kan wà tí àwọn ènìyàn lè nawọ́ sí wa kí wọ́n sì fọwọ́ kan wá pẹ̀lú ìgbàgbọ́. Ìfọwọ́kan wọn ni ìṣe ìgbàgbọ́ wọn àti ìbáṣepọ̀ wọn pẹ̀lú agbára Ọlọ́run. Ọlọ́run bu ọlá fún ìgbàgbọ́ wọn ní ṣíṣe èyí, wọ́n sì gba ìwòsàn wọn.

Nípasẹ̀ Ìkéde Ìgbàgbọ́

***Mátíù 8:13** Nígbà náà ni Jésù wí fún balógun ọ̀rún náà pé, "Máa lọ; gẹ́gẹ́ bí ìwọ ti gbàgbọ́, bẹ́ẹ̀ ni kí ó rí fún ọ." A sì mú ọmọ ọ̀dọ̀ rẹ̀ láradá ní wákàtí kan náà.*
***Mátíù 15:28** Nígbà náà ni Jesu dáhùn, ó sì wí fún un pé, "Obìnrin, ìgbàgbọ́ rẹ tóbi! Kí ó rí fún ọ bí o ṣe fẹ́." A sì mú ọmọbìnrin rẹ̀ láradá láti wákàtí náà lọ.*
***Jòhánù 4:50** Jesu wí fún un pé, "Máa lọ; ọmọ rẹ yè." Ọkùnrin náà sì gba ọ̀rọ̀ tí Jesu sọ fún un gbọ́, ó sì bá tirẹ̀ lọ.*

***Jòhánù 5:8, 9** 8 Jesu wí fún un pé, "Dìde, gbé ibùsùn rẹ, kí o sì máa rìn." 9 Lójúkan náà, ọkùnrin náà yá, ó gbé ibùsùn rẹ̀, ó sì rìn. Ọjọ́ náà sì ni ọjọ́ ìsinmi.*

Àwọn àkókò kan wà tí Olúwa lè darí wa láti kéde fún ẹni náà pé a ti ṣe ìwòsàn náà. Ó lè má ṣe dandan kí àdúrà tàbí ọ̀rọ̀ àṣẹ wà, tàbí kí àpapọ̀ àwọn wọ̀nyí wà. A ń kéde pẹ̀lú ìgbàgbọ́ àti àṣẹ pé iṣẹ́ náà ti parí. Ọlọ́run ló ń ṣe iṣẹ́ náà. Ẹni náà rí i pé ìwòsàn náà ti parí.

Nípasẹ̀ Ṣíṣe Ìṣe Nínú Ìgbàgbọ́

***Mátíù 9:6, 7** 6 Ṣùgbọ́n kí ẹ lè mọ̀ pé Ọmọ Ènìyàn ní agbára ní ayé láti dárí ẹ̀ṣẹ̀ jì"—nígbà náà ni ó wí fún alárùn ẹ̀gbà náà pé, "Dìde, gbé ibùsùn rẹ, kí o sì lọ sí ilé rẹ." 7 Ó sì dìde, ó sì lọ sí ilé rẹ̀.*

***Mátíù 12:13** Ó sì wí fún ọkùnrin náà pé, "Na ọwọ́ rẹ." Ó sì nà án, ọwọ́ rẹ̀ sì padà bọ̀ sípò gẹ́gẹ́ bí ọwọ́ kejì.*
***Jòhánù 9:7** Ó sì wí fún un pé, "Lọ wẹ̀ nínú adágún Siloamu" (èyí tí ìtumọ̀ rẹ̀ ni, "Ránṣẹ́.") Ó sì lọ, ó wẹ̀, ó sì padà wá, ó sì ríran.*

***Ìṣe Àwọn Aposteli 3:6-8** 6 Nígbà náà ni Pétérù wí pé, "Èmi kò ní fàdákà àti wúrà, ṣùgbọ́n ohun tí mo ní ni mo fi fún ọ: Ní orúkọ Jésù Kírísítì ti Násárétì, dìde kí o sì rìn." 7 Ó sì di ọwọ́ ọ̀tún rẹ̀ mú, ó sì gbé e sókè, lẹ́sẹ̀kẹsẹ̀ ẹsẹ̀ àti*

egungun ẹsẹ̀ rẹ̀ sì lágbára. 8 Ó fò sókè, ó dúró, ó sì rìn, ó sì bá wọn wọ inú tẹ́mpìlì lọ, ó ń rìn, ó ń fò sókè, ó sì ń yin Ọlọ́run.
Ìṣe Àwọn Aposteli 14:8-10 8 Ní Lísírà, ọkùnrin kan jókòó ní ẹsẹ̀ rẹ̀ tí kò lágbára, ẹni tí ó jẹ́ arọ láti inú ìyá rẹ̀, tí kò tíì rìn rí. 9 Ọkùnrin yìí gbọ́ tí Pọ́ọ̀lù ń sọ̀rọ̀. Nígbà tí Pọ́ọ̀lù tẹjúmọ́ ọn, tí ó sì rí i pé ó ní ìgbàgbọ́ láti rí ìwòsàn, 10 ó wí pẹ̀lú ohùn rara pé, "Dìde dúró ṣánṣán lórí ẹsẹ̀ rẹ!" Ó sì fò sókè, ó sì rìn.

Àwọn àkókò kan wà tí Ẹ̀mí Mímọ́ lè darí wa láti sọ fún aláìsàn náà láti ṣiṣẹ́ lórí ìgbàgbọ́ rẹ̀. Èyí sábà máa ń jẹ́ ìtọ́ni fún wọn láti bẹ̀rẹ̀ sí í ṣe ohun tí wọn kò lè ṣe nítorí àìsàn wọn. Nígbà míìrán a lè ràn wọ́n lọ́wọ́ ní àkọ́kọ́ bí wọ́n ṣe ń sapá láti ṣe bẹ́ẹ̀. Bí àwọn ènìyàn ṣe ń bẹ̀rẹ̀ sí í ṣe ohun tí ó bá ìgbàgbọ́ wọn mu, agbára Ọlọ́run ń mú wọn lára dá. Wọ́n ń wọlé sí ìwòsàn wọn.

Nígbà tí Àwọn Ènìyàn Bá Ń Gbégbè Ní Ìgbàgbọ́

Mátíù 9:20-22 20 Lójijì, obìnrin kan tí ó ti ní ìsun ẹ̀jẹ̀ fún ọdún méjìlá wá láti ẹ̀yìn, ó sì fi ọwọ́ kan etí aṣọ rẹ̀. 21 Nítorí ó ń wí fún ara rẹ̀ pé, "Bí mo bá lè fọwọ́ kan aṣọ rẹ̀, ara mi yóò yá." 22 Ṣùgbọ́n Jesu yípadà, nígbà tí ó sì rí i, ó wí pé, "Gbàyọ̀, ọmọbìnrin; ìgbàgbọ́ rẹ ti mú ọ láradá." Obìnrin náà sì ti mú ara rẹ̀ láradá láti wákàtí náà wá.

Máàkù 2:3-5 3 Wọ́n sì tọ̀ ọ́ wá, wọ́n mú aláàrùn kan wá tí àwọn ọkùnrin mẹ́rin gbé. 4 Nígbà tí wọn kò sì le súnmọ́ ọn nítorí ọ̀pọ̀ ènìyàn, wọ́n ṣí òrùlé ilé níbi tí ó wà. Nígbà tí wọ́n sì ti wó lulẹ̀, wọ́n sọ ibùsùn tí aláàrùn náà dùbúlẹ̀ sí kalẹ̀. 5 Nígbà tí Jésù rí ìgbàgbọ́ wọn, ó wí fún aláàrùn náà pé, "Ọmọ, a dárí ẹ̀ṣẹ̀ rẹ jì ọ́."
Bákan náà, àwọn ènìyàn lè ṣe nǹkan pẹ̀lú ìgbàgbọ́ láìsí pé wọ́n sọ fún wọn láti ṣe bẹ́ẹ̀. Gẹ́gẹ́ bí obìnrin tí ó ní ìsun ẹ̀jẹ̀ tí

ó la àárín àwùjọ kọjá tí ó sì fọwọ́ kan etí aṣọ Jésù. Èyí ni ìṣe ìgbàgbọ́ rẹ̀. Ọlọ́run bu ọlá fún èyí. Àwọn ọkùnrin mẹ́rin tí wọ́n mú ọ̀rẹ́ wọn tí ó ní àrùn rọpárọsẹ̀ wá sọ́dọ̀ Jésù ń ṣe ohun tí wọ́n gbàgbọ́. Wọ́n gòkè lọ sí orí òrùlé wọ́n sì jẹ́ kí ọ̀rẹ́ wọn sọ̀kalẹ̀ láti orí òrùlé. Jésù rí ìgbàgbọ́ wọn. A mú ọ̀rẹ́ wọn lára dá. Ìṣe ìgbàgbọ́ wọn jẹ́ ohun kan láàárín wọn àti Ọlọ́run. Ọlọ́run rí ọkàn wọn ó sì dáhùn.

Nípasẹ̀ Àwọn Ẹ̀bùn Ẹ̀mí

1 Kọ́ríńtì 12:7-11 7 Ṣùgbọ́n a fi ìfihàn Ẹ̀mí fún olúkúlùkù ènìyàn fún èrè gbogbo ènìyàn: 8 nítorí a fi ọ̀rọ̀ ọgbọ́n fún ẹnìkan nípasẹ̀ Ẹ̀mí, a fi ọ̀rọ̀ ìmọ̀ fún ẹlòmíràn nípasẹ̀ Ẹ̀mí kan náà, 9 ìgbàgbọ́ fún ẹlòmíràn nípasẹ̀ Ẹ̀mí kan náà, a fi ẹ̀bùn ìwòsàn fún ẹlòmíràn nípasẹ̀ Ẹ̀mí kan náà, 10 iṣẹ́ ìyanu fún ẹlòmíràn, a sì fi àsọtẹ́lẹ̀ fún ẹlòmíràn, a sì fi òye àwọn ẹ̀mí hàn, a sì fi onírúurú èdè fún ẹlòmíràn, a sì fi ìtumọ̀ àwọn ahọ́n fún ẹlòmíràn. 11 Ṣùgbọ́n Ẹ̀mí kan náà ni ó ń ṣe gbogbo nǹkan wọ̀nyí, ó ń pín fún olúkúlùkù gẹ́gẹ́ bí ó ti fẹ́.

Hébérù 2:3, 4 3 Báwo ni a ó ṣe sá àsálà bí a bá gbàgbé irú ìgbàlà ńlá bẹ́ẹ̀, èyí tí Olúwa ti kọ́kọ́ sọ, tí àwọn tí ó gbọ́ ọ sì fi ìdí rẹ̀ múlẹ̀ fún wa, 4 Ọlọ́run pẹ̀lú ń jẹ́rìí pẹ̀lú àwọn àmì àti iṣẹ́ ìyanu, pẹ̀lú onírúurú iṣẹ́ ìyanu, àti ẹ̀bùn Ẹ̀mí Mímọ́, gẹ́gẹ́ bí ìfẹ́ rẹ̀?

Ọlọ́run ń ṣe ìwòsàn nípasẹ̀ àwọn ẹ̀bùn Ẹ̀mí. Lọ́pọ̀ ìgbà èyí ni iṣẹ́ àwọn ẹ̀bùn ìwòsàn, àti ọ̀rọ̀ ìmọ̀, nígbà mìíràn pẹ̀lú iṣẹ́ ìyanu àti ẹ̀bùn ìgbàgbọ́. Àwọn ẹ̀bùn Ẹ̀mí mìíràn tún lè wà ní àkókò kan náà. Ọ̀rọ̀ ọgbọ́n, mímọ ẹ̀mí tàbí àsọtẹ́lẹ̀ lè wà ní ìtúsílẹ̀ pẹ̀lú ní àkókò iṣẹ́ ìránṣẹ́ ìwòsàn àti ìdáǹdè.

A gbọ́dọ̀ fẹ́ kí àwọn wọ̀nyí máa ṣiṣẹ́ nígbà tí a bá ń ṣe ìránṣẹ́ fún àwọn ènìyàn. A gbọ́dọ̀ jáde nínú ìgbàgbọ́ kí àwọn ẹ̀bùn wọ̀nyí lè di èyí tí a tú sílẹ̀. Èyí ni apá tiwa. Ọlọ́run sábà máa ń dáhùn sí ìfẹ́ àti ìfẹ́ wa láti jáde nínú ìgbàgbọ́, nípa fífún wa ní ìtúsílẹ̀ èyíkéyìí nínú àpapọ̀ ẹ̀bùn Ẹ̀mí wọ̀nyí.

Àwọn àkókò kan wà tí a máa ń tú àwọn ẹ̀bùn wọ̀nyí sílẹ̀ nígbà tí ẹnikẹ́ni kò ní ìgbàgbọ́ gidi tàbí tí ó ń retí ohun kan láti ṣẹlẹ̀. Ẹni tí ń ṣe ìránṣẹ́ tàbí ẹni tí a ń ṣe ìránṣẹ́ fún kò ní ìgbàgbọ́ ńlá, síbẹ̀ ìwòsàn, ìdáǹdè àti iṣẹ́ ìyanu ṣì ń ṣẹlẹ̀ nítorí iṣẹ́ àwọn ẹ̀bùn náà. Fún àpẹẹrẹ, aláìgbàgbọ́ tí ó bá wà níbi ìpàdé gẹ́gẹ́ bí olùwòran lásán, tí kò ní ìmọ̀ tàbí ìgbàgbọ́ nínú Olúwa Jésù Kristi, lè gba iṣẹ́ ìyanu ìwòsàn nígbà ìsìn náà láìsí ẹnikẹ́ni tí ó ń gbàdúrà tàbí ṣe ìránṣẹ́ fún ẹni yìí ní ti gidi. Èyí yóò jẹ́ iṣẹ́ ọba Ọlọ́run tí ó ń gba àfiyèsí ẹni náà tí ó sì ń fà wọ́n sí ìgbàgbọ́ nínú Kristi.

Nípasẹ̀ Ìfọ̀róró Ìwòsàn

Lúùkù 5:17 Ní ọjọ́ kan, bí ó ti ń kọ́ni, àwọn Farisi àti àwọn olùkọ́ òfin jókòó níbẹ̀, tí wọ́n ti gbogbo ìlú Galili, Judea àti Jerusalẹmu wá: agbára Oluwa sì wà láti wò wọ́n sàn.
Lúùkù 6:19 Gbogbo ìjọ ènìyàn sì ń wá ọ̀nà láti fọwọ́ kàn án, nítorí agbára jáde láti ọ̀dọ̀ rẹ̀, ó sì mú gbogbo wọn láradá.

Lúùkù 8:46-47 46 Ṣùgbọ́n Jésù wí pé, "Ẹnìkan fọwọ́ kan mí, nítorí mo rí i pé agbára ń jáde láti ọ̀dọ̀ mi." 47 Nígbà tí obìnrin náà rí i pé òun kò fara pamọ́, ó wá pẹ̀lú ìwárìrì, ó sì wólẹ̀ níwájú rẹ̀, ó sì sọ fún un níwájú gbogbo ènìyàn ìdí tí òun fi fọwọ́ kan án àti bí òun ṣe rí ìwòsàn lẹ́sẹ̀kẹsẹ̀.

Ìfàmìsí ni wíwà àti agbára Ẹ̀mí Mímọ́. Ìfàmìsí le fún ẹnìkan lágbára tàbí kí ó wà lórí ìjọ (ìpéjọpọ̀) àwọn onígbàgbọ́ láti jẹ́ kí agbára Ọlọ́run hàn. Olúwa Jésù ṣe ìránṣẹ́ nípa agbára Ẹ̀mí Mímọ́ (Ìṣe 10:38). Agbára kan náà yìí wà fún gbogbo onígbàgbọ́ (Ìṣe 1:8) nítorí náà ó lè jáde láti inú wa, gẹ́gẹ́ bí ó ti ń jáde láti ọ̀dọ̀ Jésù. Ìfàmìsí ni wíwà àti agbára Ẹ̀mí Mímọ́ tí ó ń mú kí ìwòsàn wáyé. Nígbà tí Jésù ṣe ìránṣẹ́, agbára Olúwa wà láti wo àwọn ènìyàn sàn. Agbára ìwòsàn (ìwà rere ìwòsàn tàbí ìfàmìsí ìwòsàn) ń jáde láti ọ̀dọ̀ Rẹ̀ ó sì ń wo ọ̀pọ̀ ènìyàn sàn tí wọ́n fọwọ́ kàn án sàn.

Nígbà tí a bá ń ṣe iṣẹ́ ìránṣẹ́ fún ìwòsàn, a gbọ́dọ̀ fẹ́ kí agbára ìwòsàn kan náà ti Ẹmí Mímọ́ máa ṣàn láti inú wa kí ó sì wo àwọn aláìsàn sàn. Àwọn àkókò kan wà tí a lè mọ (nímọ̀lára tí ó hàn gbangba) bí agbára ìwòsàn yìí ṣe ń ṣàn. Ní àwọn àkókò mìíràn a kò ní nímọ̀lára ohunkóhun, síbẹ̀ a ń ṣe ìránṣẹ́ nípa ìgbàgbọ́ ní mímọ̀ pé agbára Ẹmí Mímọ́ ń tú jáde nípasẹ̀ wa.

Nípasẹ̀ Àwọn Àmì Òróró Pàtàkì

Ìṣe Àwọn Aposteli 5:12-16 12 Láti ọwọ́ àwọn aposteli sì ni ọ̀pọ̀lọpọ̀ iṣẹ́ àmì àti iṣẹ́ ìyanu ti ṣẹlẹ̀ láàrín àwọn ènìyàn. Gbogbo wọn sì wà ní ìṣọ̀kan ní ìloro Solomoni. 13 Síbẹ̀síbẹ̀, kò sí ẹnìkan nínú àwọn ìyókù tí ó ní ìgboyà láti dara pọ̀ mọ́ wọn, ṣùgbọ́n àwọn ènìyàn gbé wọn ga. 14 Àwọn onígbàgbọ́ sì ń pọ̀ sí i, ọ̀pọ̀lọpọ̀ ọkùnrin àti obìnrin, 15 débi pé wọ́n mú àwọn aláìsàn jáde sí òpópónà, wọ́n sì tẹ́ wọn sí orí ibùsùn àti àga ìrọ̀gbọ̀kú, kí ó kéré tán òjìji Peteru tí ń kọjá lọ lè wó lu àwọn kan nínú wọn. 16 Ọ̀pọ̀ ènìyàn sì péjọpọ̀ láti àwọn ìlú ńláńlá tí ó yí wọn ká sí Jerusalẹmu, wọ́n ń mú àwọn aláìsàn àti àwọn tí ẹ̀mí àìmọ́ ń yọ lẹ́nu wá, gbogbo wọn sì ń wòsàn.

Àwọn àkókò kan wà tí ìfòróró pàtàkì kan fún ìwòsàn bá dé bá wa gẹ́gẹ́ bí ẹnìkọ̀ọ̀kan tàbí lórí gbogbo ìpàdé. Nígbà tí èyí bá ṣẹlẹ̀, ọ̀pọ̀lọpọ̀ iṣẹ́ ìyanu tí kò wọ́pọ̀ àti ọ̀pọ̀lọpọ̀ bẹ̀rẹ̀ sí í ṣẹlẹ̀ láìròtẹ́lẹ̀. A gbọ́dọ̀ ní ìmọ̀lára kí a sì mọ èyí kí a sì máa ṣàn pẹ̀lú ohun tí Ẹmí Mímọ́ fẹ́ ṣe ní àkókò náà, kí a lè fọwọ́ kan àwọn ènìyàn. A kò gbọdọ̀ pa iṣẹ́ Ẹmí ní irú àkókò bẹ́ẹ̀ nítorí pé Ọlọ́run ń mọ̀ọ́mọ̀ tú ìfòróró pàtàkì yìí sílẹ̀ fún ìdí kan.

"Ayẹfun ìwòsàn," níbi tí ìfòróró ìwòsàn ti kún àyíká ẹ̀mí lórí ìpàdé, ni a lè ṣẹ̀dá nípasẹ̀ àdúrà, ìjọsìn, ìgbàgbọ́ gíga àti ìrètí. Bó tilẹ̀ jẹ́ pé ṣíṣẹ̀dá àyíká fún ìwòsàn wúlò àti ohun tí a fẹ́, ọ̀pọ̀ èyí kì í ṣe ohun tí ó ṣeé ṣe nígbà gbogbo, nítorí bíi Jésù, a lè ní láti ṣe ìránṣẹ́ ní àwọn àyíká tí ó lòdì sí wa. Ọlọ́run lè rìn pẹ̀lú agbára láìka àyíká sí, nítorí náà a gbọ́dọ̀ máa ṣí sílẹ̀ kí a sì ní ìmọ̀lára sí Ẹ̀mí Ọlọ́run nígbà gbogbo.

Nípasẹ̀ Ìrònúpìwàdà àti Jíjẹ́ Ẹ̀ṣẹ̀

Jòhánù 5:14 Lẹ́yìn náà, Jesu rí i ní tẹmpili, ó sì wí fún un pé, "Wò ó, a ti mú ọ láradá: má ṣe dẹ́ṣẹ̀ mọ́, kí ohun tí ó burú jù bẹ́ẹ̀ lọ má baà bá ọ."
Jòhánù 9:1-3 1 Bí Jesu ti ń kọjá lọ, ó rí ọkùnrin kan tí ó fọ́jú láti ìgbà ìbí rẹ̀. 2 Àwọn ọmọ-ẹ̀yìn rẹ̀ sì bi í pé, "Rabbi, ta ni ó ṣẹ̀, ọkùnrin yìí tàbí àwọn òbí rẹ̀, tí a fi bí i ní afọ́jú?" 3 Jesu dáhùn pé, "Kì í ṣe ọkùnrin yìí tàbí àwọn òbí rẹ̀ ni ó ṣẹ̀, ṣùgbọ́n kí iṣẹ́ Ọlọ́run lè hàn nínú rẹ̀."

Kì í ṣe gbogbo àìsàn ló ń fi ẹ̀ṣẹ̀ ara ẹni hàn nínú ẹnìkọ̀ọ̀kan, gẹ́gẹ́ bí a ti rí i nínú ọ̀ràn ọkùnrin tí a bí ní afọ́jú nínú Jòhánù 9. Ṣùgbọ́n, ó ṣeé ṣe kí ẹ̀ṣẹ̀ wà nínú ìgbésí ayé ẹnìkọ̀ọ̀kan tí ó ti ṣí ìlẹ̀kùn sí àìsàn ara. Ó ṣeé ṣe kí ọkùnrin arọ náà nínú Jòhánù 5, wọ inú ipò arọ náà nítorí ẹ̀ṣẹ̀ pàtó kan. Nígbà tí Olúwa wò ó sàn, tí ó sì kìlọ̀ fún un pé, "má ṣe dẹ́ṣẹ̀ mọ́ kí ohun búburú jù bẹ́ẹ̀ lọ má baà dé bá ọ," ó lóye ohun tí èyí túmọ̀ sí. Kì í ṣe pé kò ní ṣe "ẹ̀ṣẹ̀" láé, ṣùgbọ́n Jésù ń tọ́ka sí ẹ̀ṣẹ̀ (tàbí ẹ̀ṣẹ̀) tí ó mú un wọ inú ipò arọ náà ní àkọ́kọ́. Ronú nípa ohun tí ìbá ti ṣẹlẹ̀ tí ọkùnrin arọ náà tí a ti wò sàn nínú Jòhánù 5 bá lọ tí ó sì dẹ́ṣẹ̀. Gẹ́gẹ́ bí Jésù ti sọ, "ohun búburú jù" lè ti lù ú. Ó ní láti ronú pìwàdà kí ó sì kọ ẹ̀ṣẹ̀ náà sílẹ̀ kí ó lè wò ó sàn kí ó sì tún padà di mímọ́.

Nígbà tí a bá ń ṣe iṣẹ́ ìránṣẹ́ ìwòsàn, Olúwa lè tọ́ wa sọ́nà láti kọ́kọ́ kojú ẹ̀ṣẹ̀ nínú ìgbésí ayé ẹni tí a ń ṣe ìránṣẹ́ fún. Lẹ́yìn náà, a ó fi ìfẹ́ bá ẹni náà sọ̀rọ̀, a ó sì darí rẹ̀ nípasẹ̀ ìrònúpìwàdà àti kíkọ̀ àwọn nǹkan tí ó ní í ṣe pẹ̀lú ẹ̀ṣẹ̀ náà sílẹ̀. Àìdáríjì, ìkórìíra, ìbínú àti àwọn ìwà ọkàn tí kò tọ́ mìíràn lè wà tí ẹni náà lè ní, èyí tí ó yẹ kí a kọ̀ sílẹ̀. Lọ́pọ̀ ìgbà a máa ń darí ẹni náà láti kọ àwọn ìwà ìgbésí ayé, ìwà ẹ̀ṣẹ̀, ìyàsímímọ́ sí àwọn ẹ̀mí àìmọ́ sílẹ̀, fífagilé ìbáṣepọ̀ pẹ̀lú àwọn agbára ẹ̀mí èṣù àti pípa àwọn ilẹ̀kùn/àwọn ibi ìwọlé.

Nípasẹ̀ Ìdáǹdè

Mátíù 9:32,33 32 Bí wọ́n ti ń jáde lọ, wọ́n mú ọkùnrin odi kan tí ẹ̀mí èṣù ń yọ lẹ́nu wá sọ́dọ̀ rẹ̀. 33 Nígbà tí wọ́n lé ẹ̀mí Ànjọ̀nú náà jáde, odi náà sọ̀rọ̀. Ẹnu ya àwọn ènìyàn náà, wọ́n sì wí pé, "A kò rí irú èyí rí ní Ísírẹ́lì!"
Mátíù 12:22 Nígbà náà ni wọ́n mú ẹnìkan tí ẹ̀mí Ànjọ̀nú ń yọ lẹ́nu wá sọ́dọ̀ rẹ̀, afọ́jú àti odi; ó sì wò ó sàn, tó bẹ́ẹ̀ tí afọ́jú àti odi náà fi sọ̀rọ̀ tí ó sì ríran.
Lúùkù 13:11-13 11 Obìnrin kan wà níbẹ̀ tí ó ní ẹ̀mí àìlera fún ọdún méjìdínlógún, ó sì tẹ̀ ba, kò sì le gbé ara rẹ̀ sókè rárá. 12 Ṣùgbọ́n nígbà tí Jésù rí i, ó pè é sọ́dọ̀ rẹ̀, ó sì wí fún un pé, "Obìnrin, a ti tú ọ sílẹ̀ kúrò nínú àìlera rẹ." 13 Ó sì gbé ọwọ́ rẹ̀ lé e, lójúkan náà ó sì di mímọ́, ó sì yin Ọlọ́run lógo.

Ṣàkíyèsí nínú àwọn ọ̀ràn tí a mẹ́nu kàn lókè yìí, a rí ìfọ́jú, ìfọ́jú, ìfọ́jú àti ìfọ́jú ẹ̀yìn tí àwọn ẹ̀mí èṣù ń wà. Èyí kò túmọ̀ sí pé gbogbo ìfọ́jú, ìfọ́jú, ìfọ́jú tàbí ìṣòro ẹ̀yìn jẹ́ nítorí ẹ̀mí àìlera. Àwọn ìfọ́jú kan lè jẹ́ nítorí jàǹbá tàbí àwọn ìdí mìíràn. A máa ń gbìyànjú láti fetí sí Ẹ̀mí Ọlọ́run kí a sì tẹ̀lé ìtọ́sọ́nà Rẹ̀. Nígbà tí a kò bá dá wa lójú, a máa ń tẹ̀síwájú láti ṣe ìránṣẹ́ fún ìwòsàn àti láti bójútó èyíkéyìí ẹ̀mí àìlera tí ó lè wà. Ọ̀pọ̀lọpọ̀ àìsàn tí a kò lè wòsàn àti àwọn ipò ara mìíràn tí a kò lè dá mọ̀ sábà máa ń fi ẹ̀mí àìlera hàn tí ó nílò láti lé jáde.

Àwọn ìwé ìhìnrere mẹ́ta náà tún ṣàkọsílẹ̀ ọ̀ràn ọmọdékùnrin náà tí ó dàbí ẹni pé ó ní àrùn wárápá àti wárápá (Mátíù 17:14-

18 Máàkù 9:17-27 Lúùkù 9:37-43). Èyí jẹ́ ọ̀ràn ẹ̀mí èṣù tí ó fa àìgbọ́ràn, òmùgọ̀, wèrè àti ìfàmọ́ra láti pa ara ẹni. Nígbà tí Jésù lé ẹ̀mí náà jáde, a wò ó sàn. A mọ̀ ní ti ìṣègùn pé àrùn wárápá máa ń jẹ́ nítorí àìdọ́gba kẹ́míkà tó ń béèrè fún iṣẹ́ ìyanu. Ṣùgbọ́n nígbà míìrán, ẹ̀mí àìlera kan lè wà tí a gbọ́dọ̀ kojú.

Nípasẹ̀ Lílo Ìgbàgbọ́ Nígbà Tí A Bá Ń Ṣe Àjọyọ̀ Tábìlì Olúwa

1 Kọ́ríǹtì 11:26 Nítorí nígbàkúgbà tí ẹ bá jẹ àkàrà yìí, tí ẹ sì mu ago yìí, ẹ ń kéde ikú Olúwa títí yóò fi dé.

Àgbélébùú Olúwa wa Jésù Kristi ni "ìkéde ìdáǹdè wa." Ibẹ̀ ni a ti pèsè ìdáríjì ẹ̀ṣẹ̀, ìwòsàn àti ìpéye fún ara àti èrò inú, àti gbogbo ohun tí a nílò láti yí ìṣubú padà. Olúwa Jésù dá ohun tí a pè ní "Oúnjẹ Alẹ́ Olúwa" tàbí "Tábìlì Olúwa" sílẹ̀ fún wa láti ṣe bẹ́ẹ̀ nígbà gbogbo ní ìrántí Rẹ̀. Nígbàkúgbà tí a bá jẹ Tábìlì Olúwa, a "ń kéde ikú Olúwa." A ń jẹ nínú Tábìlì Olúwa "ní ríran ara Olúwa." A mọ ohun tí Kristi parí fún wa nínú ara Rẹ̀ lórí Àgbélébùú. Tábìlì Olúwa jẹ́ ìkéde tàbí ìkéde ìgbàgbọ́ wa nínú iṣẹ́ Kristi lórí Àgbélébùú tí a parí àti òtítọ́ pé Ó jíǹde yóò sì tún padà wá. Àkókò yìí ni a ti so ìgbàgbọ́ wa pọ̀ mọ́ ìfẹ́ àti ìfojúsùn láti gba gbogbo ìbùkún Àgbélébùú láti jẹ́ òótọ́ àti kí ó ṣiṣẹ́ nínú ìgbésí ayé wa. A retí pé Ẹ̀mí Mímọ́ yóò fi agbára mú wa ṣiṣẹ́ ní gbogbo apá ìgbésí ayé wa, àwọn ìbùkún kíkún ti Àgbélébùú Kristi. A ń pe Ẹ̀mí Ọlọ́run láti jẹ́ kí agbára Àgbélébùú ṣiṣẹ́ nínú ìgbésí ayé wa. Iṣẹ́ Kristi lórí Àgbélébùú ni a ṣe nípasẹ̀ agbára Ẹ̀mí Mímọ́ (Hébérù 9:14). Ẹ̀mí kan náà yìí wà níbí láti mú kí agbára àti ìbùkún Àgbélébùú ṣiṣẹ́ nínú ìgbésí ayé wa. Nígbàkúgbà tí a bá jẹ nínú Tábìlì Olúwa, a gbọ́dọ̀ ṣe bẹ́ẹ̀ pẹ̀lú ìrètí yìí. Ọlọ́run yóò fi iṣẹ́ agbára pàdé ìgbàgbọ́ wa (2 Tẹsalóníkà 1:11).

Àwọn ará Kọ́ríǹtì ń pàdánù ìbùkún yìí nítorí wọn kò jẹ nínú Tábìlì Olúwa lọ́nà tí ó yẹ. Wọ́n ń kà á sí àkókò àsè àti ìmutípara. Dípò kí wọ́n ní ìrírí ìbùkún Ọlọ́run, wọ́n parí sí wíwá ìdájọ́ sórí ara wọn, wọ́n sì parí sí àìlera, àìsàn àti ikú àìtọ́jọ́. "Nítorí ẹni tí ó bá jẹ, tí ó sì mu ní ọ̀nà àìtọ́, ó ń jẹ, ó sì ń mu ìdájọ́ fún ara rẹ̀, kò mọ ara Olúwa. Nítorí èyí, ọ̀pọ̀ ènìyàn ló jẹ́ aláìlera àti aláìsàn nínú yín, ọ̀pọ̀ ènìyàn sì sùn" (1 Kọ́ríńtì 11:29,30). Àìlera, àìsàn àti ikú ni a lè yẹra fún nípa kíkópa nínú Tábìlì Olúwa bí ó ṣe yẹ kí a ṣe é.

Nípasẹ̀ Lílo Àṣọ Àdúrà

Ìṣe 19:11, 12 11 Ọlọ́run sì ṣe iṣẹ́ ìyanu àrà ọ̀tọ̀ láti ọwọ́ Pọ́ọ̀lù, 12 tó bẹ́ẹ̀ tí wọ́n fi ń mú aṣọ ìnu tàbí aṣọ ìbora láti ara rẹ̀ wá fún àwọn aláìsàn, àìsàn náà sì ń fi wọ́n sílẹ̀, àwọn ẹ̀mí búburú sì ń jáde kúrò nínú wọn .

A rí Ọlọ́run tí ó ń ṣe iṣẹ́ ìyanu nípasẹ̀ Pọ́ọ̀lù níbi tí àwọn aṣọ ìbora àti aṣọ ìbora tí a mú láti ọ̀dọ̀ Pọ́ọ̀lù lọ sọ́dọ̀ àwọn aláìsàn àti àwọn tí ẹ̀mí èṣù ń yọrí sí mú ìwòsàn àti ìdáǹdè wá. Ọlọ́run ṣì ń ṣiṣẹ́ nípasẹ̀ ọ̀nà yìí. Nítorí náà, nígbà tí Olúwa bá darí wa, a lè gbàdúrà lórí aṣọ kí a sì mú wọn lọ sọ́dọ̀ àwọn tí ara wọn kò yá. Nígbà tí a bá gbé ìwọ̀nyí lé àwọn aláìsàn lórí ìgbàgbọ́, a ń ṣe ìwòsàn àti ìdáǹdè fún wọn. Ọlọ́run lè lo àwọn nǹkan mìíràn bí òróró, omi, àti bẹ́ẹ̀ bẹ́ẹ̀ lọ.

Ìkìlọ̀ kan nibí nígbà tí a bá ń lo aṣọ/ohun/ohun èlò. Nígbà míìrán tí a kò bá kọ́ àwọn ènìyàn ní ọ̀nà tó tọ́, wọ́n lè ṣe ohun tí wọ́n fi mú ìwòsàn tàbí ìdáǹdè wá fún wọn gẹ́gẹ́ bí ohun ìjọsìn, gẹ́gẹ́ bí iṣẹ́ ọwọ́ tàbí ohun mìíràn tí ó gba àfiyèsí wọn. Ó ṣe pàtàkì kí a jẹ́ kí ó yé wa pé Olúwa Jésù ló mú ìwòsàn wá àti pé ohun èlò náà fúnra rẹ̀ ni a lò gẹ́gẹ́ bí ibi tí a lè kàn sí. Olúwa lè mú ìwòsàn wá láìlo ohun èlò náà.

Nípasẹ̀ Àwọn Ọ̀nà Míràn Tó Dára Jù

Bó tilẹ̀ jẹ́ pé a ti gbìyànjú láti ṣe àkọsílẹ̀ díẹ̀ lára àwọn ọ̀nà tí a gbà ń wo ìwòsàn, ẹ jọ̀wọ́ ẹ rántí pé èyí kì í ṣe àkójọpọ̀ pípé. Olúwa lè lo àwọn ọ̀nà mìíràn tí kò wọ́pọ̀, a sì gbọ́dọ̀ wà ní ṣíṣí sílẹ̀ fún Un. Ẹ ronú nípa òtítọ́ pé Olúwa Jésù tún ṣe ìránṣẹ́ ní àwọn ọ̀nà tí kò wọ́pọ̀ ní àwọn ìgbà kan. Nígbà kan rí, nígbà tí ó ń ṣe ìránṣẹ́ fún adití àti odi, Olúwa Jésù fi ìka rẹ̀ sí etí ẹni náà, lẹ́yìn náà ó tutọ́, ó sì fi ìtọ́ ara rẹ̀ fọwọ́ kan ahọ́n ọkùnrin náà, ọkùnrin náà sì gbọ́, ó sì sọ̀rọ̀ (Máàkù 7:32-25). Fún ọkùnrin afọ́jú mìíràn, Jésù tutọ́ sí ojú rẹ̀, ó sì fi ọwọ́ rẹ̀ lé e, afọ́jú náà sì ríran (Máàkù 8:22-26). Fún ọkùnrin afọ́jú mìíràn, Jésù tutọ́ sí ilẹ̀, ó sì fi itọ́ rẹ̀ ṣe amọ̀, ó fi amọ̀ náà sí ojú afọ́jú náà, ó sì sọ fún un pé kí ó "Lọ, wẹ̀ nínú adágún Sílóámù" afọ́jú yìí sì rí ìwòsàn (Jòhánù 9:6,7). Nínú ìwé Ìṣe Àwọn Àpósítélì, a kà nípa Ọlọ́run tí ó lo òjìji Pétérù láti mú ìwòsàn wá.

Nítorí náà, a gbọ́dọ̀ wà ní ṣíṣí sílẹ̀ sí ìtọ́sọ́nà Olúwa kí a sì máa ṣe ìránṣẹ́ ní àwọn ọ̀nà tí kò wọ́pọ̀, tí Ó bá darí wa sí. Síbẹ̀síbẹ̀, má ṣe ṣe àṣà láti inú ohun tí Olúwa ti sọ fún ọ láti lò ní ipò pàtàkì kan. Tẹ̀lé ìtọ́sọ́nà Rẹ̀. Ète wa níbí kì í ṣe láti gbé ọ̀nà tuntun lárugẹ tàbí láti rí ìdámọ̀ wa ní ọ̀nà tí kò wọ́pọ̀ ti ìtọ́jú ìwòsàn. Ète wa ni láti jẹ́ kí àwọn ènìyàn wòsàn kí a sì yin Olúwa lógo nínú ohun gbogbo.

Ìwòsàn Ìránṣẹ́—Ọ̀kan-kan-kan

Nígbà tí o bá ń ṣe ìránṣẹ́ fún ìwòsàn fúnra rẹ sí ẹnìkan, tí ó bá ṣeé ṣe, ya àkókò láti kọ́ ìgbàgbọ́ ẹni náà nípasẹ̀ iṣẹ́ ìránṣẹ́ Ọ̀rọ̀ náà. Pin ìpìlẹ̀ fún ìwòsàn àti ìgbàlà wa. Lẹ́yìn náà, a ń ṣe ìránṣẹ́ nípa lílo èyíkéyìí nínú àwọn ọ̀nà tí a ti jíròrò lókè, bí ó ti yẹ. A fẹ́ àti wá ìṣàn ẹ̀bùn ìwòsàn àti iṣẹ́ ìyanu. Nínú orí tí ó tẹ̀lé e, a kọ́ ọ̀nà tí ó rọrùn àti tí ó rọrùn láti ṣe iṣẹ́ ìránṣẹ́ ìwòsàn ní ọ̀kọ̀ọ̀kan.

Ìránṣẹ́ Ìwòsàn ní Àpéjọ Ńlá kan

Bó tilẹ̀ jẹ́ pé kò sí ìlànà tàbí ìṣàn tí a gbọ́dọ̀ tẹ̀lé nígbà tí a bá ń ṣe iṣẹ́ ìránṣẹ́ ìwòsàn ní àpéjọpọ̀ ńlá, àwọn ọ̀nà gbogbogbòò láti ṣe iṣẹ́ ìránṣẹ́ ní ààyè ńlá nìyí. Ọ̀nà tí a sábà máa ń gbà wàásù Ọ̀rọ̀ náà láti gbé ìgbàgbọ́ ró nínú ọkàn àwọn ènìyàn, nígbàkúgbà tí ó bá ṣeé ṣe. Lẹ́yìn náà, a máa ń gbìyànjú láti tẹ̀lé ìtọ́sọ́nà Olúwa lórí bí a ṣe ń ṣe iṣẹ́ ìránṣẹ́. Nígbà míìrán, Olúwa lè darí wa láti pe fún àdúrà ìwòsàn tàbí ìpè pẹpẹ níbi tí àwọn ènìyàn ti ń wá sí iwájú láti gba iṣẹ́ ìránṣẹ́. Nígbà míìrán, nípasẹ̀ ọ̀rọ̀ ìmọ̀ a máa ń pe àwọn ọ̀ràn pàtó fún ìwòsàn, lẹ́yìn náà a máa ń ṣe ìránṣẹ́ fún àwọn ẹlòmíràn láti wòsàn. Kò sí ìlànà pàtó kan. Kókó pàtàkì ni láti ní ìmọ̀lára sí Olúwa kí a sì tẹ̀lé ìtọ́sọ́nà Rẹ̀. Àwọn nǹkan gbogbogbòò tí a máa ń ṣe nígbà tí a bá ń ṣe iṣẹ́ ìránṣẹ́ ìwòsàn ní gbogbogbòò lẹ́yìn iṣẹ́ ìránṣẹ́ Ọ̀rọ̀ náà nìyí.

A le sọ fun awọn eniyan lati fi ọwọ wọn le apa ara ti o nilo iwosan ti o ba ṣeeṣe. Eyi jẹ igbesẹ ti o rọrun lati lo igbagbọ wọn ati lati ran wọn lọwọ lati wo Oluwa fun iṣẹ iyanu kan pato.
Nígbà tí a bá ń ṣe iṣẹ́ ìránṣẹ́ ìwòsàn gbogbogbòò, a máa ń bẹ̀rẹ̀ nípa lílé àwọn ẹ̀mí àìmọ́ àti àwọn ẹ̀mí àìlera jáde. Àwọn wọ̀nyí ni àwọn ẹ̀mí èṣù tí wọ́n ń pa àwọn ènìyàn mọ́ nínú àìsàn wọn tí wọ́n sì ń dènà ìwòsàn láti dé. Nítorí náà, a máa ń la àkókò ìgbàlà gbogbogbòò kọjá. A máa ń gbìyànjú láti ní ìmọ̀lára sí Olúwa bí Ó ṣe ń fi òye àwọn ẹ̀mí hàn, irú àwọn ẹ̀mí pàtó tí ó yẹ kí a bá wí.

Lẹ́yìn náà, a máa ń fi ọ̀rọ̀ àṣẹ fún àwọn ènìyàn láti rí ìwòsàn gbà. Ní àkókò yìí, a máa ń fiyèsí Olúwa fún ọ̀rọ̀ ìmọ̀, a sì máa ń pe àwọn ipò pàtó tí a ń wòsàn tàbí tí a ń ṣàpèjúwe àwọn ipò pàtó tí ó lè fa àìsàn tàbí ìṣòro náà. Àwọn ọ̀rọ̀ ìmọ̀ pàtó tàbí àpèjúwe àwọn ipò wọ̀nyí ń gbé ìgbàgbọ́ ró nínú ọkàn àwọn ènìyàn, wọ́n sì ń ṣí wọn sílẹ̀ láti gba iṣẹ́ ìyanu ìwòsàn wọn.

A pe agbara Ẹmi Mimọ lati gbe wọn lọ pẹlu agbara iwosan Rẹ̀ (ifamọra iwosan) ati fun awọn ẹbun imularada ati iṣẹ iyanu lati tu silẹ. Lẹẹkan si Ẹmi Mimọ le ṣafihan awọn ipo kan pato ti a n wosan ati pe a pe wọn jade.

Lẹ́yìn náà, a máa ń gba àwọn ènìyàn níyànjú láti ṣàyẹ̀wò ìwòsàn wọn kí wọ́n sì ṣe ìgbàgbọ́ wọn. Nígbàkúgbà tí àwọn ènìyàn bá bẹ̀rẹ̀ sí í ṣàyẹ̀wò ara wọn tí wọ́n sì ń ṣe ìgbàgbọ́ wọn, iṣẹ́ ìyanu ìwòsàn máa ń ṣẹlẹ̀. Wọ́n máa ń rí i pé wọ́n ti wòsàn pátápátá tàbí pé wọ́n ti sunwọ̀n sí i láti ohun tí wọ́n ti jẹ́ tẹ́lẹ̀. Fún àwọn tí wọ́n bá rí ìdàgbàsókè díẹ̀, ẹ gbà wọ́n níyànjú láti dúpẹ́ kí wọ́n sì retí ìwòsàn pípé.

Àwọn ẹ̀rí máa ń gbé ìgbàgbọ́ ró. Nítorí náà, tí ó bá ṣeé ṣe, a máa ń gba àwọn ènìyàn níyànjú láti wá sọ àwọn ẹ̀rí ìwòsàn tí ó ti ṣẹlẹ̀ nígbà náà tí a sì lè fìdí rẹ̀ múlẹ̀. Ní àwọn ipò tí kò ṣeé ṣe láti gba ẹ̀rí ẹnìkọ̀ọ̀kan, a máa ń gba àwọn ènìyàn níyànjú láti fi hàn pé wọ́n ti sàn nípa gbígbé ọwọ́ sókè tàbí ní ọ̀nà mìíràn. Ó jẹ́ òótọ́ pé àwọn ipò kan lè wà tí a lè fìdí rẹ̀ múlẹ̀ nípasẹ̀ àwọn àyẹ̀wò àti àyẹ̀wò ìṣègùn nìkan. Ní irú àwọn ọ̀ràn bẹ́ẹ̀, gba àwọn ènìyàn níyànjú láti lọ sí ọ̀dọ̀ dókítà wọn ní àkọ́kọ́, kí wọ́n jẹ́rìí àwọn nǹkan náà, lẹ́yìn náà kí wọ́n jẹ́rìí nígbà tí ó bá yá.

Nígbà tí a bá ń ṣe iṣẹ́ ìránṣẹ́ ní àpéjọpọ̀ ńlá, kì í sábà ṣeé ṣe láti yanjú àwọn ọ̀ràn ara ẹni ti ẹ̀ṣẹ̀ tí a kò jẹ́wọ́ rẹ̀, ìlẹ̀kùn ṣíṣí sílẹ̀, àti bẹ́ẹ̀ bẹ́ẹ̀ lọ. Fi èyí sílẹ̀ fún Ẹ̀mí Mímọ́ láti bá ẹni náà lò bí Ó ṣe fẹ́. Tí Ẹ̀mí Mímọ́ bá ṣí àwọn ẹ̀ṣẹ̀ kan tàbí àwọn ìgbòkègbodò àtijọ́ tí ó nílò ìrònúpìwàdà àti ìkọ̀sílẹ̀, pe àwọn wọ̀nyí jáde kí o sì darí àwọn ènìyàn sínú àdúrà lórí irú àwọn ọ̀ràn bẹ́ẹ̀. Ṣùgbọ́n, ṣe èyí láìsí ìtìjú tàbí fífi ẹni kan pàtó hàn. Ète wa ni láti kọ́ àwọn ènìyàn ní ọ̀nà tí kò gbọdọ̀ pa wọ́n run.

Àwọn Ẹgbẹ́ Ìwòsàn

Lúùkù 10:1, 9 1 Lẹ́yìn nǹkan wọ̀nyí, Olúwa yan àádọ́rin mìíràn pẹ̀lú, ó sì rán wọn ní méjì méjì ṣáájú rẹ̀ sí gbogbo ìlú àti ibi tí òun fúnrarẹ̀ yóò lọ. 9 Kí ẹ sì mú àwọn aláìsàn láradá níbẹ̀, kí ẹ sì wí fún wọn pé, 'Ìjọba Ọlọ́run ti súnmọ́ yín.'

Nígbà tí Olúwa Jésù rán àwọn ọmọ-ẹ̀yìn rẹ̀ jáde, Ó rán wọn ní ẹgbẹ́ méjì pẹ̀lú àṣẹ láti wàásù Ìjọba Ọlọ́run, láti wo àwọn aláìsàn sàn àti láti lé àwọn ẹ̀mí èṣù jáde. Nípa fífún èrò yìí ní àfikún sí ọjọ́ wa, a mọ̀ pé iṣẹ́ ìránṣẹ́ ìwòsàn àti ìdáǹdè gẹ́gẹ́ bí ẹgbẹ́ kan lágbára. A lè ní àwọn ẹgbẹ́ ìwòsàn fún iṣẹ́ ìránṣẹ́ láàárín ìjọ àdúgbò láti ṣiṣẹ́ nígbà ìsìn tàbí àwọn ẹgbẹ́ ìwòsàn tí wọ́n ń lọ sí àwọn ilé ìtajà ńlá, òpópónà, ilé-ẹ̀kọ́/kọ́lẹ́ẹ̀jì àti àwọn agbègbè mìíràn fún ìhìnrere. Àwọn ẹgbẹ́ ìwòsàn tún lè ṣiṣẹ́ ní àwọn ilé ìwòsàn tàbí ìbẹ̀wò sílé láti ṣe ìránṣẹ́ fún àwọn tí ń ṣàìsàn. Ìjọ àdúgbò lè ṣètò àwọn ẹgbẹ́ ìwòsàn ní ọ̀nà tí ó ṣe tààràtà tàbí kí ó jẹ́ ìpàdé àìròtẹ́lẹ̀ ti àwọn ènìyàn díẹ̀ tí wọ́n ní èrò kan náà, tí wọ́n ní ìtara tí wọ́n fi ara wọn fún Olúwa.

Àwọn kókó pàtàkì díẹ̀ nìyí láti ṣiṣẹ́ gẹ́gẹ́ bí ẹgbẹ́ ìwòsàn:

- Ní pàtàkì, àwọn ẹgbẹ́ ìwòsàn jẹ́ ti ènìyàn méjì tàbí jù bẹ́ẹ̀ lọ tí a ti kọ́ nípa bí a ṣe ń ṣe ìránṣẹ́ ìwòsàn àti ìdáǹdè.
- Wọ́n ń ṣàn ní ìṣọ̀kan àti ní ìfọwọ́sowọ́pọ̀ nígbàkúgbà tí wọ́n bá ń ṣe ìránṣẹ́.
- Kò sí ẹni tí ó ń wá ipò ọlá tàbí ìjẹ́pàtàkì nígbà tí ó bá ń ṣe iṣẹ́ ìránṣẹ́.
- Wọ́n ń ṣètìlẹ́yìn àti fún ara wọn ní ìṣírí. Wọ́n lóye ohun tó wà nínú ìgbàgbọ́ àti ewu tí olúkúlùkù ọmọ ẹgbẹ́ ń gbé nígbà tí wọ́n bá ń jáde lọ sí iṣẹ́ ìránṣẹ́, nítorí náà wọ́n ń fi ìdákẹ́jẹ́ẹ́ ran ara wọn lọ́wọ́ nínú ìgbàgbọ́.
- Kò sí ẹni tó gbà pé òun fúnra rẹ̀ ló fún iṣẹ́ ìyanu tàbí iṣẹ́ ìyanu tí Ọlọ́run ṣe. Olúwa ló fi gbogbo ògo fún.
- Àwọn ọmọ ẹgbẹ́ náà máa ń jíròrò ìtàn àti ẹ̀kọ́ wọn (àṣeyọrí àti àṣìṣe) pẹ̀lú ara wọn àti pẹ̀lú àwọn ẹgbẹ́ ìwòsàn mìíràn, kí gbogbo ènìyàn lè jàǹfààní àti dàgbàsókè nínú kíkọ́ bí a ṣe ń ṣe ìránṣẹ́ fún ìwòsàn àti ìdáǹdè.
- Àwọn ọmọ ẹgbẹ́ máa ń pàdé pọ̀ déédéé fún àdúrà, ìjọsìn àti ìbáṣepọ̀ tí ó ń mú kí ìṣọ̀kan àti òye ara wọn dàgbà. Èyí ń ran àwọn ọmọ ẹgbẹ́ lọ́wọ́ láti lóye ara

wọn àti láti máa ṣàjọpọ̀ nígbà tí wọ́n bá jáde lọ sí iṣẹ́ ìránṣẹ́. Kí Àwọn Ènìyàn Lè Lo Ìgbàgbọ́ Wọn Àwọn ìlànà díẹ̀ tí ó rọrùn nìyí nígbà tí a bá ń fún àwọn ènìyàn níṣìírí láti jáde kí wọ́n sì lo ìgbàgbọ́ wọn:

- Ṣe é nípasẹ̀ Ẹ̀mí. Rí i dájú pé Ẹ̀mí Mímọ́ ń sún ọ láti sọ èyí fún wọn. Bí bẹ́ẹ̀ kọ́, mú ìṣírí rere wá kí wọ́n lè ṣe ohun tí wọ́n fẹ́ ṣe nígbà tí wọ́n ń lo ìgbàgbọ́ wọn.
- Má ṣe jẹ́ onígberaga. Fún àpẹẹrẹ—tí ẹnìkan tí ó ń lo àwọn ohun èlò ìríran (gíláàsì tàbí lẹ́ǹsì ojú) bá sọ pé òun ń ṣe ìgbàgbọ́ òun, tí ó sì fi ìgbéraga bọ́ àwọn ohun èlò ìríran rẹ̀ kúrò, àbájáde búburú lè wà! Ní ọwọ́ kejì ẹ̀wẹ̀, nígbà tí ojú rẹ̀ bá ti sàn, wíwọ àwọn gíláàsì ojú yóò má balẹ̀ fún un. Àkókò yẹn ni ó yẹ kí ó bọ́ àwọn ohun èlò ìríran rẹ̀ kúrò.
- Má ṣe jẹ́ kí ìtara àkókò yìí mú kí o hùwà òmùgọ̀. Lo ọgbọ́n.
- Má ṣe gba ipò dókítà. Má ṣe fúnni ní ìmọ̀ràn dókítà. Má ṣe sọ fún àwọn ènìyàn pé kí wọ́n dáwọ́ oògùn tàbí ìtọ́jú wọn dúró. Jẹ́ kí wọ́n ṣe èyí nítorí ìgbìmọ̀ pẹ̀lú dókítà wọn.
- Kọ́ Àwọn Ènìyàn Bí Wọ́n Ṣe Lè Mú Ìwòsàn Wọn Wá Tí ẹnìkan bá gba ìfọwọ́kan ìwòsàn ní agbègbè kan, kò túmọ̀ sí pé kò ní ní àìsàn mìíràn mọ́ tàbí pé àìsàn náà kò ní tún padà wá mọ́. Àwọn ènìyàn nílò láti kọ́ bí wọ́n ṣe lè máa ṣe ìwòsàn ní ọ̀nà tó wúlò àti nípasẹ̀ ìgbàgbọ́ nínú Ọlọ́run. Àwọn ènìyàn nílò láti kọ́ bí a ṣe ń ṣàṣàrò nínú Ọ̀rọ̀ náà, kí wọ́n lè ní ìgbàgbọ́ nínú Ọlọ́run láti máa mú ìwòsàn wọn dúró kí wọ́n sì máa rìn ní ìlera. Àwọn ènìyàn nílò láti kọ́ bí a ṣe ń sọ Ọ̀rọ̀ náà, kí a ja ìjà rere ti ìgbàgbọ́, kí a sì gbàgbọ́ pé Ọlọ́run yóò gbà ìwòsàn ara wọn kí ó sì máa ṣe é. Nítorí náà, tí ó bá ṣeé ṣe, pèsè àwọn ohun èlò (ìwé, ìwàásù, ẹ̀kọ́) àti ìtọ́sọ́nà fún àwọn ènìyàn láti ṣe èyí.

Síwájú sí i, àwọn nǹkan pàtàkì kan wà tí gbogbo wa lè ṣe bí oúnjẹ tó dára, ìsinmi àti eré ìdárayá tó ṣe pàtàkì fún ìlera tó ń bá a lọ.

Ìmúrasílẹ̀ Ti Ara Ẹni fún Ìwòsàn Ìránṣẹ́

Bó tilẹ̀ jẹ́ pé Ọlọ́run ni Olùwòsàn àti pé agbára Rẹ̀ ló ń wo àwọn ènìyàn sàn tí ó sì ń gbà wọ́n là, àwọn nǹkan kan wà tí a lè ṣe láti jẹ́ alábáṣiṣẹpọ̀ rere pẹ̀lú Ọlọ́run ní ṣíṣe ìránṣẹ́ agbára ìwòsàn Rẹ̀ fún àwọn ènìyàn. Àwọn nǹkan díẹ̀ nìyí tí a kọ sílẹ̀ gẹ́gẹ́ bí ìrántí rírọrùn:

Dídàgbà nínú Ọ̀rọ̀ náà

Jẹ́ kí Ọ̀rọ̀ nípa ìwòsàn, ìfàmì òróró, iṣẹ́ ìyanu, ìdáǹdè, àti àṣẹ fìdí múlẹ̀ nínú wa lọ́pọ̀lọpọ̀ nípasẹ̀ àṣàrò nígbà gbogbo. Ìgbàgbọ́ wa nínú Ọlọ́run gbọ́dọ̀ lágbára, ọ̀kan lára àwọn ọ̀nà tí a gbà ń gbé ìgbàgbọ́ ró ni nípasẹ̀ Ọ̀rọ̀ náà. A kò gbọdọ̀ bẹ̀rù ìṣòro àìsàn tàbí ìnilára ẹ̀mí èṣù tí a bá pàdé.

Dídàgbà nínú Ìfàmì-òróró

A gbọ́dọ̀ ní àjọṣepọ̀ jíjinlẹ̀ àti ìmọ̀lára sí Ẹ̀mí Mímọ́. Gbígbàdúrà ní èdè jẹ́ apá pàtàkì nínú mímú èyí dàgbà. A tún ń dàgbà nínú ìfàmì òróró nípa sísopọ̀, wíwòran, kíkọ́ ẹ̀kọ́ àti gbígbà láti ọ̀dọ̀ àwọn ìránṣẹ́ Ọlọ́run mìíràn. Ìfẹ́ fún wíwà níhìn-ín àti agbára Rẹ̀ púpọ̀ sí i. Ìfẹ́ fún iṣẹ́ àwọn ẹ̀bùn Ẹ̀mí púpọ̀ sí i.

Dídàgbà nínú ìbáṣepọ̀ nípasẹ̀ ìgbọ́ràn, àdúrà, ìjọsìn àti ààwẹ̀

Dídàgbà nínú ìbáṣepọ̀ wa pẹ̀lú Olúwa nípa ìgbọ́ràn, lílo àkókò nìkan pẹ̀lú Rẹ̀ nínú àdúrà, ìjọsìn àti ààwẹ̀.

Dídúró ní Mímọ́ Ọkàn

A gbọ́dọ̀ pa ọkàn mímọ́ mọ́. A gbọ́dọ̀ dáàbò bo ọkàn wa kúrò nínú ìdíje tí kò tọ́, owú, ìgbéraga, àti ara ẹni. A gbọ́dọ̀ dáàbò bo ọkàn wa kúrò nínú ìfẹ́kúfẹ̀ẹ́ fún òkìkí, ọrọ̀ àti ohunkóhun mìíràn tí kò dùn mọ́ Ọlọ́run nínú.

Dídàgbà nínú Ìgbàgbọ́ nípasẹ̀ ìgbésẹ̀ jáde

Ọ̀nà kan ṣoṣo láti rìn lórí omi ni nípa títẹ̀ jáde kúrò nínú ọkọ̀ ojú omi. Níwọ̀n ìgbà tí Ó ti sọ̀rọ̀, tó sì ti fún wa ní ọ̀rọ̀ náà 'Wá', àkókò wa ni láti jáde. Èyí jẹ́ ìgbésẹ̀ ìgbàgbọ́. A gbọ́dọ̀ borí ìbẹ̀rù ìkùnà kódà láti inú àwọn ìrírí àtijọ́. Nígbà míì, èrò náà "kí ló dé tí kò bá sí ohun tó ṣẹlẹ̀" máa ń wá sí ọkàn wa. Síbẹ̀síbẹ̀, a lè fi "kí ló dé tí nǹkan kan bá ṣẹlẹ̀" rọ́pò rẹ̀. Nígbà tí iyèméjì bá dà bíi pé ó ń bò wá mọ́lẹ̀, a máa ń fún ara wa níṣìírí láti sọ pé "Mo ń retí ohun kan láti ṣẹlẹ̀."

Nígbà gbogbo ni kí ẹ máa fi gbogbo ògo fún Ọlọ́run

Ọlọ́run ń wo ọkàn wa. Ṣé lóòótọ́ la ń yin Ín, tí a sì ń fún un ní gbogbo ògo tàbí a ń pa díẹ̀ lára ògo náà mọ́ fún ara wa? A gbọ́dọ̀ ní ọkàn tí ó ń fún Ín ní gbogbo ìyìn, ògo, ọlá àti ìjọsìn fún gbogbo ohun tí ó bá ṣẹlẹ̀.

Àwọn Ọ̀fin Díẹ̀ Láti Yẹra fún

Má ṣe ìlérí èké

Gbogbo àwa tí a ń ṣe ìránṣẹ́ fẹ́ dé ibi tí gbogbo ènìyàn tí a ń ṣe ìránṣẹ́ fún ti rí ìwòsàn gbà. Nínú ìlépa wa sí góńgó yìí àti nínú ìtara wa láti dé góńgó náà, a máa ń sọ àwọn ọ̀rọ̀ tí ó jẹ́ ìgbéraga. Fún àpẹẹrẹ, tí a bá dìde níwájú àwọn ènìyàn tí a sì sọ pé "gbogbo ènìyàn ni yóò rí ìwòsàn ní alẹ́ òní," èyí lè jẹ́ gbólóhùn rere láti sọ, ṣùgbọ́n ìdánwò gidi ni ní ìparí ìpàdé náà, nígbà tí a bá ṣàyẹ̀wò bóyá gbogbo ènìyàn ti rí ìwòsàn gbà. Tí wọn kò bá ṣe bẹ́ẹ̀, ẹnìkan ń purọ́! Ọ̀rọ̀ tí ó yẹ láti sọ ni "Gbogbo ènìyàn ni a lè rí ìwòsàn ní alẹ́ òní" èyí tí ó jẹ́ gbólóhùn tòótọ́ àti òótọ́ tí a gbé karí Ọ̀rọ̀ Ọlọ́run. Bí a ṣe ń tẹ̀síwájú sí ìlànà pípé, ẹ jẹ́ kí a ṣọ́ra fún ohun tí a ń sọ àti bí a ṣe ń ṣe àwọn nǹkan ní ọ̀nà. Sọ ohun tí Ọlọ́run ti sọ nìkan.

Ṣíṣubú tàbí Wíwòsàn—Kí ni ó ṣe pàtàkì jù?

Àfojúsùn wa ni láti mú àwọn ènìyàn lára dá dípò kí wọ́n "ṣubú" sí ilẹ̀. Ó bani nínú jẹ́ pé, ní àwọn ẹgbẹ́ Kristẹni wa kan, a máa ń rí àwọn òjíṣẹ́ tí wọ́n ní ìtẹ̀sí láti tì àwọn ènìyàn tàbí kí wọ́n sọ̀kalẹ̀ pẹ̀lú "ọwọ́ líle" láti fipá mú wọn dé ilẹ̀. Bó tilẹ̀ jẹ́ pé èyí dára lójú àwọn tí ń wò ó, bí ẹni pé wọ́n ń "pa nínú Ẹ̀mí" nítorí "ṣíṣubú lábẹ́ agbára," èyí kì í ṣe ìṣe tó wúlò rárá. Ẹ jẹ́ kí a gbájú mọ́ ṣíṣe ìránṣẹ́ fún ìwòsàn fún àwọn ènìyàn, kì í ṣe fífi ara hàn. Tí àwọn ènìyàn bá sọ̀kalẹ̀ nítorí wíwà Ẹ̀mí Mímọ́ bò wọ́n mọ́lẹ̀, ìyẹn dára. Ṣùgbọ́n ìdánwò gidi ni nígbà tí wọ́n bá gòkè láti ilẹ̀ wá, ṣé wọ́n ti wòsàn tí wọ́n sì ti gbà wọ́n là?
Ní ìparí, ẹ jẹ́ kí a tẹ̀lé iṣẹ́ ìránṣẹ́ Jésù, nígbà tí a bá ń nawọ́ láti sin àwọn ènìyàn nípa ṣíṣe ìránṣẹ́ ìwòsàn àti ìdáǹdè.

Ìṣẹ̀dá Ìṣòro Schizophrenia gẹ́gẹ́ bí Ẹ̀mí Mímọ́ ṣe fi hàn sí Ida Mae àti bí a ṣe lè kojú ẹ̀mí

Ìṣòro ọpọlọ jẹ́ ìṣòro tó wọ́pọ̀ gan-an. Àwọn aláṣẹ kan ní ẹ̀ka àìsàn ọpọlọ ṣírò pé ó lè tó mílíọ̀nù àádọ́ta ènìyàn ní Orílẹ̀-èdè Amẹ́ríkà tí àrùn ọpọlọ ń ṣe dé àyè kan, "...a fojú díwọ̀n pé àwọn oní àrùn ọpọlọ jẹ́ nǹkan bí 50% àwọn tó ń gba ilé ìwòsàn ọpọlọ ní ìpínlẹ̀, pẹ̀lú 300,000 àwọn tó ń gba àìsàn ọpọlọ lọ́dọọdún." Àwọn ọ̀ràn kan le koko nígbà tí àwọn mìíràn sì le gan-an, wọn kò nílò ìtọ́jú tó péye. Schizophrenia ti jẹ́ ìṣòro tó ń rú àwọn onímọ̀ nípa ìlera ọpọlọ lójú. Ohun tó ń fà á àti ìwòsàn náà ṣì wà nínú àìdánilójú.

Ìdàrúdàpọ̀, ìyípadà àti ìfọ́mọ́ra ènìyàn tí a mọ̀ sí schizophrenia tàbí dementia praecox ni a sábà máa ń rí nípasẹ̀ ìránṣẹ́ ìgbàlà. Ó fẹ́rẹ̀ẹ́ jẹ́ pé gbogbo ènìyàn tí ó bá wá sí ọ̀dọ̀ wa fún ìgbàlà ni a rí pé ó ní onírúurú ìwọ̀n ti àwọn ẹ̀mí èṣù tí ó ń fa schizophrenia. Olúwa ti fi oore-ọ̀fẹ́ fún wa ní **ìfihàn pàtàkì kan lórí ìṣòro náà, èyí tí** ó jẹ́ kí a lè mú ọ̀pọ̀lọpọ̀ padà sí ìpéye ìwà. Láti ìgbà tí ìfihàn náà ti dé ọ̀dọ̀ ìyàwó mi, Ida Mae, mo ti béèrè lọ́wọ́ rẹ̀ láti kọ ìyókù èyí.

ÌṢÍPADÀ SCHIZOPHRENIC Ida Mae Hammond

A ń ṣiṣẹ́ pọ̀ ní ìdáǹdè pẹ̀lú ẹnìkan tí kò fi ìdàgbàsókè púpọ̀ hàn lẹ́yìn iṣẹ́ ìránṣẹ́ tí a ṣe leralera. Ẹni yìí ní ìtara gidigidi nípa wíwá ìdáǹdè. Ó fẹ́ràn Olúwa gidigidi, ó gbàgbọ́ pẹ̀lú gbogbo ọkàn rẹ̀ pé ìdáǹdè ni ìdáhùn sí àwọn ìṣòro rẹ̀, ó sì kígbe sí Olúwa pẹ̀lú ìjákulẹ̀. Ó fọwọ́sowọ́pọ̀ pátápátá pẹ̀lú iṣẹ́ ìránṣẹ́ náà. Síbẹ̀síbẹ̀, gbogbo àbájáde náà já sí ìbànújẹ́. Lẹ́ẹ̀kọ̀ọ̀kan, a nímọ̀lára pé a ti ṣẹ́gun náà. Fún ọjọ́ díẹ̀, ìwà rẹ̀ yóò fi àmì ìdúróṣinṣin hàn, lẹ́yìn náà lójijì, gbogbo nǹkan yóò di ìdàrúdàpọ̀. A óò padà sí ibi tí a ti bẹ̀rẹ̀.

Lẹ́yìn náà ní alẹ́ kan lẹ́yìn ìrúkèrúdò líle koko kan, mo jí láti oorun. Olúwa ń sọ̀rọ̀ nínú ẹ̀mí mi. Olúwa wí pé, "Mo fẹ́ fún ọ ní ìṣípayá nípa ohun tí Sarah jẹ́ ìṣòro. Ìṣòro náà ni *schizophrenia.* Nísinsìnyí, mi ò mọ̀ nípa kókó ọ̀rọ̀ náà. Ní kọ́lẹ́ẹ̀jì, mo ti kẹ́kọ̀ọ́ nípa ìmọ̀ nípa ọpọlọ - tó láti mọ àwọn ọ̀rọ̀ gbogbogbòò bíi manic depressive, schizophrenia, paranoia, psychosis àti neurosis. Mo rántí pé schizophrenia ni a máa ń pè ní "ìwà tí ó pínyà". Olúwa fún mi ní ìtumọ̀ yìí: "Schizophrenia jẹ́ ìdàrúdàpọ̀, ìyípadà tàbí ìtúpalẹ̀ ìdàgbàsókè ànímọ̀. O kò ní pe é ní Sarah mọ̀ bí kò ṣe 'Sarah One' àti 'Sarah Meji', nítorí ó ní ìwà ju ẹyọ kan lọ nínú rẹ̀."
Mo ṣì wà lórí ibùsùn - mo sì ń sùn lójú mi - bí Olúwa ṣe ń bá a lọ láti máa fi ìfihàn náà hàn. Ó pàṣẹ fún mi láti so ọwọ́ mi pọ̀, kí n kọjú sí ara mi, kí n sì fi ìka ọwọ́ mi so ara wọn pọ̀

dáadáa. Ó ní èyí dúró fún bí ìwà àrùn schizophrenia ṣe rí. Ọwọ́ kọ̀ọ̀kan dúró fún ọ̀kan lára àwọn ènìyàn méjì nínú àrùn schizophrenia, kò sí ẹni gidi kan nínú wọn. Wọ́n so wọ́n pọ̀ dáadáa. Olúwa sọ pé, "Ọwọ́ rẹ dúró fún ìtẹ́ àwọn ẹ̀mí Ànjọ̀nú tí ó para pọ̀ di àrùn schizophrenia. Mo fẹ́ kí o mọ̀ pé ẹ̀mí èṣù ni. Ó jẹ́ ìtẹ́ àwọn ẹ̀mí Ànjọ̀nú, wọ́n sì wá sí ìgbésí ayé ẹni yìí nígbà tí ó wà ní kékeré gan-an. Èmi yóò fi bí ó ṣe ń ṣiṣẹ́ hàn ọ́."

Oluwa tuntun pàṣẹ fún mi láti ya ọwọ́ mi sọ́tọ̀ díẹ̀díẹ̀. Bí ìka ọwọ́ mi ti ń já díẹ̀díẹ̀, Oluwa fihàn mí pé àwọn ẹ̀mí èṣù wọ̀nyí tí wọ́n wà nínú àrùn schizophrenia gbọ́dọ̀ ya sọ́tọ̀, kí wọ́n lé wọn jáde kí wọ́n sì fi wọ́n sílẹ̀. Ìlànà náà gba àkókò. Ó jẹ́ ohun ìyàlẹ́nu fún ẹni náà láti rí i pé ọ̀pọ̀lọpọ̀ ìwà rẹ̀ kì í ṣe ti gidi. Ó lè bẹ̀rù láti ṣàwárí ohun tí ìwà rẹ̀ jẹ́. Ó nílò àkókò láti ṣe àtúnṣe àti láti jáwọ́ nínú ìfohùnṣọ̀kan pẹ̀lú àwọn ẹ̀mí èṣù èké, ní ọ̀kọ̀ọ̀kan. Ó gbọ́dọ̀ kórìíra ìwà schizophrenia, kí ó sì jáwọ́ nínú ìfohùnṣọ̀kan pẹ̀lú rẹ̀. Oluwa rántí Amos 3:3 sí ìrántí mi. "Báwo ni méjì ṣe lè rìn papọ̀ àyàfi tí wọ́n bá gbà."

Ọ̀kọ̀ọ̀kan ni àwọn ìka mi ti yọ ara wọn kúrò nínú ìfọwọ́sowọ́pọ̀, tí ó ń ṣàpẹẹrẹ ìyàsọ́tọ̀ àwọn ẹ̀dá ẹ̀mí èṣù. (Nígbà tó yá, a fún ìka kọ̀ọ̀kan ní orúkọ ẹ̀mí èṣù). Àwọn ìka méjì tó kẹ́yìn tí ó yà sọ́tọ̀ ni ìka àárín ní ọwọ́ kọ̀ọ̀kan. Olúwa fihàn pé àwọn ìka wọ̀nyí dúró fún àárín ìyọkúrò *àti* ìṣọ̀tẹ̀ . Nígbà tí wọ́n bá ya àwọn wọ̀nyí sọ́tọ̀ nígbẹ̀yìn gbẹ́yín, ẹni náà lè rò pé òun ti rí ìwòsàn gbà - tí a ti gbà sílẹ̀ àti mímọ ẹni tí òun jẹ́ gan-an.

A pe ẹ̀mí Ànjọ̀nú tí ó ń darí ni "Schizophrenia" tàbí "Ìrònú Méjì". Bíbélì sọ pé, "Ọkùnrin oníyèméjì jẹ́ alàìdúróṣinṣin ní gbogbo ọ̀nà rẹ̀" (Jákọ́bù 1:8). Èyí ni orúkọ ìwé mímọ́ fún ẹni tí ó ní schizophrenia. Ìtumọ̀ Amplified sọ pé:
[Nítorí jíjẹ́ bí ó ṣe rí] ọkùnrin onínú méjì—ẹni tí ó ń ṣiyèméjì, tí ó ń ṣiyèméjì, tí kò ní ìpinnu—[ó] jẹ́ alàìdúróṣinṣin àti ẹni

tí a kò lè gbẹ́kẹ̀lé àti ẹni tí kò ní ìdánilójú nípa ohun gbogbo (ó ń ronú, ó nímọ̀lára, ó pinnu).

Gbólóhùn tí a túmọ̀ sí "ọkàn méjì" wá láti inú ọ̀rọ̀ Gíríìkì alárọ̀pọ̀ kan tí ó túmọ̀ sí "ọkàn méjì". Ìpele ìfihàn tó tẹ̀lé e dé ní ọ̀sẹ̀ díẹ̀ lẹ́yìn náà. Olúwa pàṣẹ fún mi láti ya àwòrán ọwọ́ mi sórí ìwé. Lẹ́yìn náà, ó pe àwọn ìka ọwọ́ náà ní onírúurú ẹ̀mí èṣù, ó sì fi hàn mí bí ẹ̀mí èṣù kọ̀ọ̀kan ṣe ń gbé ara rẹ̀ kalẹ̀ nínú àrùn schizophrenia. Ẹ̀mí ìdarí ti schizophrenia máa ń pe àwọn ẹ̀mí èṣù mìíràn wọlé, láti fa ìyípadà nínú ìwà. Schizophrenia máa ń bẹ̀rẹ̀ pẹ̀lú "ìkọ̀sílẹ̀". Ó sábà máa ń bẹ̀rẹ̀ ní ìgbà èwe tàbí ìgbà kékeré, nígbà mìíràn nígbà tí ọmọ náà bá wà nínú ikùn ìyá rẹ̀. Ọ̀pọ̀lọpọ̀ ìdí ló wà fún ìkọ̀sílẹ̀. Bóyá wọn kò fẹ́ ọmọ náà. Tàbí ó lè jẹ́ ìbálòpọ̀ tí kò tọ́ tí ọ̀kan tàbí àwọn òbí méjèèjì fẹ́. Ipò tí ó wà nínú ilé lè jẹ́ èyí tí kò dáa. 'Ọ̀pọ̀ "ìlẹ̀kùn" ló wà tí ó ń yọrí sí ìkọ̀sílẹ̀.'

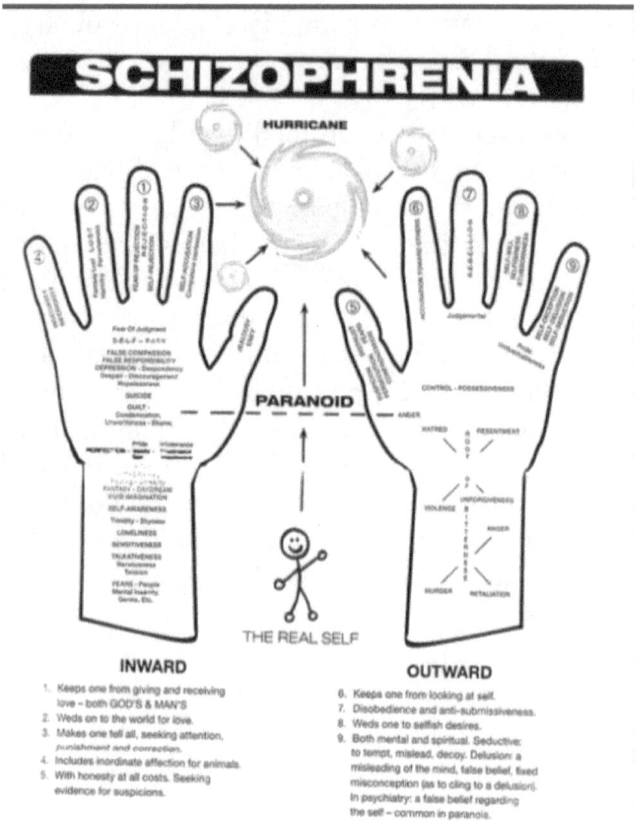

Àìsàn ọpọlọ lè jẹ́ ti ẹmí èṣù. Ṣàkíyèsí pé mo sọ pé "ní ti ẹmí èṣù". Nípa èyí, mo túmọ̀ sí pé kò sí nínú ètò ẹ̀jẹ̀, kìí ṣe nínú àwọn jínì - ó wà nínú àwọn ẹmí èṣù! Ní ọ̀rọ̀ mìíràn, àwọn ẹmí èṣù ń wá láti máa gbé irú wọn ró. Ó rọrùn fún wọn láti ṣe èyí láàrín ìdílé kan. Fún àpẹẹrẹ, ká sọ pé ìwà àrùn ọpọlọ wà nínú ìyá. Àwọn ẹmí èṣù yóò yan ọ̀kan tàbí jù bẹ́ẹ̀ lọ nínú àwọn ọmọ rẹ̀ láti jẹun. Ìyá oní àrùn ọpọlọ máa ń nímọ̀lára ìkọ̀sílẹ̀. Òun ni ó jẹ́ olórí ìdí fún fífún ìdílé ní ìfẹ́. Òun ni ó ń fọwọ́ kan, ó ń tọ́jú ọmọ ọwọ́, ó sì ń fọwọ́ kan ọmọ ọwọ́ náà. Ìkọ̀sílẹ̀ nínú ara rẹ̀ máa ń dá ìṣòro sílẹ̀ nínú àjọṣepọ̀ rẹ̀ pẹ̀lú ọmọ náà. Nítorí náà, a máa ń ṣí ọmọ náà sílẹ̀ fún ìkọ̀sílẹ̀ nítorí àìdúróṣinṣin ìyá náà. Mo tún sọ, àrùn ọpọlọ máa ń bẹ̀rẹ̀ pẹ̀lú ìkọ̀sílẹ̀ nígbà gbogbo.

Ní báyìí, ẹnìkan lè ní ẹ̀mí ìkọ̀sílẹ̀, kì í sì í ṣe ẹni tí ó ní àrùn schizophrenia. Ní ọ̀rọ̀ mìíràn, gbogbo rẹ̀ wà ní ọ̀rọ̀ dídá ènìyàn sílẹ̀. O lè ní ẹ̀mí ìkọ̀sílẹ̀, kí o sì tún lè ṣẹ̀dá ìwà tirẹ, kí o sì ní ààbò nínú ara rẹ. Ní ìyàtọ̀ sí èyí, ẹni tí ó ní àrùn schizophrenia máa ń dàámú nígbà gbogbo ... "Ta ni mí?" Ìdámọ̀ ara ẹni tòótọ́ ti dàrú tàbí ó sọnù.
R *ejection* (tí a fi hàn ní ọwọ́ òsì nínú àwòrán náà) ni ẹ̀mí èṣù tó ń darí nínú ọ̀kan lára àwọn ìwà tó wà nínú àrùn schizophrenia. Ìkọ̀sílẹ̀ ń ṣàfihàn irú ìwà tó ti yapa. (Ó jẹ́ ìmọ̀lára nínú - ó jẹ́ ìrora nínú ... ó jẹ́ ebi ìfẹ́ ... ó jẹ́ àìní ààbò ... ó jẹ́ àìlera ... ó jẹ́ àròsọ ... ó jẹ́ òfo - gbogbo rẹ̀ wà nínú - "Èmi kò ní ìpín nínú èyí.") Èyí jẹ́ ànímọ̀ kan tí àwọn ẹ̀mí èṣù gbé kalẹ̀.

Ìwà kejì tí àwọn ẹ̀mí èṣù gbé kalẹ̀ ni *"Ìṣọ̀tẹ̀"*. (Wo ìka àárín ní ọwọ́ ọ̀tún nínú àpèjúwe náà). Nígbà tí ọmọdé kan kò bá ní àjọṣepọ̀ ìfẹ́ tó tẹ́ni lọ́rùn ní ìgbésí ayé, ó dàgbàsókè láìní agbára láti nímọ̀lára àti láti pín nínú àjọṣepọ̀ ìfẹ́. Ìṣọ̀tẹ̀ kan bẹ̀rẹ̀. Ó bẹ̀rẹ̀ sí í jà fún ìfẹ́. Tàbí ó máa ń fi ìbínú bá àwọn tí ó ti pa á kú. Ìṣọ̀tẹ̀ máa ń fi ara rẹ̀ hàn nínú agídí, ìfẹ́ ara ẹni àti ìmọtara-ẹni-nìkan. Èyí ni ìwà mìíràn. Èyí kì í ṣe ti inú àti ìfàsẹ́yìn. Ó jẹ́ oníjàgídíjàgan àti ẹni tí ń fi ìbínú, ìbínú, ìkórìíra, ìkórìíra àti ìgbẹ̀san hàn. Oníjàgídíjàgan wà lábẹ́ agbára méjì tí ó yàtọ̀ síra wọ̀nyí. Ó lè yípadà láti irú ìwà kan sí òmíràn ní àkókò kan.
Olúwa fi hàn mí pé mo gbọ́dọ̀ pe ẹni tí ó ní àrùn schizophrenia ní "Sarah One" àti "Sarah Meji" - "Sarah One" ni ẹni gidi, àti "Sarah Meji" ni ìwà schizophrenia tí ó ní apá méjì nínú rẹ̀. Nítorí náà, àwọn ènìyàn mẹ́ta ló wà nínú rẹ̀ - ìwà gidi, ìwà ìkọ̀sílẹ̀ àti ìwà ìṣọ̀tẹ̀. Láàárín ọgbọ̀n ìṣẹ́jú, ènìyàn lè rí gbogbo ìwà mẹ́tẹ̀ẹ̀ta tí ó fara hàn. Dájúdájú, èyí ń mú ìdàámú púpọ̀ wá fún ẹni náà fúnra rẹ̀ àti àwọn mìíràn tí ó yí i ká.

Ẹni gidi kì í ṣe "ọwọ́". A fi "Ẹni gidi" hàn nínú àkàwé lááàrín apá, ní ìsàlẹ̀. Àwọn ẹ̀mí èṣù kò jẹ́ kí ara gidi dàgbà. Ẹni tí ó ní àrùn schizophrenia kò mọ ara rẹ̀ gidi. Nígbà tí ẹni tí ó ní àrùn schizophrenia bá bẹ̀rẹ̀ sí ní ìtúsílẹ̀, ẹni gidi gbọ́dọ̀ ní Jésù. Jésù gbọ́dọ̀ bẹ̀rẹ̀ sí ní dàgbà nínú ẹni náà, kí ó máa ní àánímọ̀ yẹn, kí ó sì sọ ọ́ di ohun tí Ó fẹ́ kí ó jẹ́. Ìdí nìyí tí ìtúsílẹ̀ àrùn schizophrenia fi nílò àkókò - nígbà míì oṣù díẹ̀ tàbí ọdún kan pàápàá, tàbí jù bẹ́ẹ̀ lọ. Ìtúsílẹ̀ gbọ́dọ̀ ṣiṣẹ́ ní ìbámu pẹ̀lú ìdàgbàsókè "Ẹni gidi". A kò lè yára ṣe é, nítorí kò sí ohun tí ẹni náà lè padà sí. Tí a bá lé gbogbo ẹ̀mí Ànjọ̀nú nínú ẹni tí ó ní àrùn schizophrenia jáde lójijì, yóò nímọ̀lára pé ó sọnù pátápátá. Ìmọ̀ pẹ̀lú "Ẹni gidi" nílò àkókò. Bí a bá pa ìwà schizophrenia run, ìwà gidi gbọ́dọ̀ jáde wá láti rọ́pò rẹ̀.

Jẹ́ kí n ṣàlàyé ohun tó lè ṣẹlẹ̀ nígbà tí ẹni tó ní àrùn schizophrenia bá wà nínú ìgbésẹ̀ ìgbàlà. Ó lè máa kọ̀ láti tẹrí ba fún àwọn aláṣẹ. Ó dojú kọ ìdánwò kan. Ipò kan wà níbi tí wọ́n ti ní kí ó tẹrí ba. Kò ní àṣà láti tẹrí ba. Kí ni yóò ṣe? Ṣé yóò padà sí ìkọ̀sílẹ̀... lọ sí yàrá rẹ̀? ...bo ojú rẹ̀? ...kò fẹ́ bá ẹnikẹ́ni sọ̀rọ̀? Tàbí, yóò padà sí ìṣọ̀tẹ̀... yóò máa sọ ìbínú? ...dídi aláìgbọràn? ...fi hàn pé o jẹ́ aláìgbọ́n?

Tàbí, yóò jẹ́ kí ìwà Jésù jáde wá...ní ìfọwọ́sowọ́pọ̀? ...ní ìtẹríba fún àwọn aláṣẹ? ...ní ìtẹríba? Ìpinnu tirẹ̀ ni. Ó gbọ́dọ̀ múra tán láti jáwọ́ nínú ìfohùnṣọ̀kan pẹ̀lú àwọn ẹ̀mí èṣù kí ó sì dẹ́kun àwọn ìwà àtijọ́. "Ẹni gidi" náà gbọ́dọ̀ ti di alágbára tó nínú Kristi láti ṣe ìpinnu tó tọ́.

Nínú àkàwé náà, o máa rí ìyípo kan ní òkè, láàárín ọwọ́ méjèèjì. Èyí dúró fún "ìjì líle". Ẹni tí ó ní àrùn schizophrenia máa ń dá "ìjì líle" sílẹ̀ nígbà gbogbo. Àwọn ìjì wọ̀nyí ló mú un, àwọn mìíràn sì gbọ́dọ̀ mọ̀ nípa ohun tó ń ṣẹlẹ̀. Ṣàkíyèsí pé àwọn ọfà kan náà ní ìyípo tàbí "ìjì líle". Tí ẹni tó ń gbìyànjú láti bá sọ̀rọ̀ bá tún jẹ́ aláìdúróṣinṣin, ó máa ń mú ìjì líle rẹ̀ wá sínú ìjì schizophrenia. Lẹ́yìn náà, ìjì líle kan wà láàárín ìjì. Àwọn ọfà mìíràn tọ́. Àwọn wọ̀nyí ń ṣàpẹẹrẹ àwọn ènìyàn tí wọ́n dúró ṣinṣin tí wọ́n sì lè fara mọ́ "ìjì líle" lọ́nà tí ó dúró ṣinṣin. Irú ẹni bẹ́ẹ̀ lè dojúkọ ìjì náà láìsí ìpalára tàbí àbàwọ́n. Ìrúkèrúdò náà kò mú un. Olùrànlọ́wọ́ ìgbàlà gbọ́dọ̀ lè wọlé gẹ́gẹ́ bí ọfà títọ́.

Àwọn àkókò ìjì yìí máa ń mú kí gbòǹgbò ìkorò bẹ̀rẹ̀ (wo ọwọ́ ọ̀tún) kí a sì máa fà á lọ sí ibòmíràn.

Nísinsìnyí, ẹ jẹ́ kí a wo ohun tí àwọn ìka ọwọ́ òsì yòókù dúró fún. "Ìka òrùka" ni *ìfẹ́kúfẹ̀ẹ́*. Olúwa fi hàn mí pé ẹ̀mí èṣù yìí "fẹ́" ènìyàn sí ayé fún ìfẹ́. Ìfẹ́kúfẹ̀ẹ́ gbòòrò láti inú ìkọ̀sílẹ̀. Tí ẹnìkan kò bá tí ì gba ìfẹ́ tó tẹ́lọ́rùn nípasẹ̀ àwọn ọ̀nà ìgbésí ayé déédéé, ìwà ara yóò bẹ̀rẹ̀ sí í wá irú ìfẹ́ ìfẹ́-ìfẹ́ rẹ̀. Nítorí náà, a ṣí ilẹ̀kùn fún ẹ̀mí ìfẹ́kúfẹ̀ẹ́ láti wọlé. Ẹ̀mí alábàákẹ́gbẹ́ nínú ẹgbẹ́ yìí ni *ìfẹ́kúfẹ̀ẹ́ àlá* tí ó lè mú kí ẹni náà rò pé òun jẹ́ olùfẹ́ gidi kan fún ayé eré tàbí àwọn ìrírí ìbálòpọ̀ àlá gẹ́gẹ́ bí ìṣáájú sí àwọn ìṣe tó hàn gbangba. *Ẹ̀mí àgbèrè* nínú àwọn obìnrin lè kọ́kọ́ fara hàn nínú aṣọ àti ìwà ìfẹ́kúfẹ̀ẹ́. Ìwà ìbàjẹ́ ìbálòpọ̀ dúró fún àwọn ìgbìyànjú líle koko láti borí ìkọ̀sílẹ̀.

Àwọn ìrírí ìbálòpọ̀, yálà ní ti gidi tàbí ní ti àròjinlẹ̀, kò lè tẹ́ àìní ìfẹ́ tòótọ́ lọ́rùn láé. Wọ́n jẹ́ àrọ́pò Bìlísì fún ìfẹ́ tòótọ́, wọ́n sì ń fi ènìyàn sílẹ̀ pẹ̀lú ìjákulẹ̀ àti ẹ̀bi.
Ìka kékeré tó wà ní ọwọ́ òsì dúró fún *àìní ààbò* àti *àìtóbi*. Èyí tún jẹ́ àmì ìkọ̀sílẹ̀ mìíràn. Ẹni tó ní ìmọ̀lára ìkọ̀sílẹ̀ jinlẹ̀ máa ń nímọ̀lára àìní ààbò àti àìtóbi.

Ìka ìtọ́kasí ní ọwọ́ òsì ni " *ẹ̀sùn ara ẹni*". Ẹ̀mí èṣù yìí máa ń mú kí ẹnìkan yípadà sí ara rẹ̀, ó sì máa ń ba ìmọ̀lára ìníyelórí ara ẹni jẹ́. Nínú ọ̀pọ̀lọpọ̀ ìgbà, a ti rí *"ẹ̀sùn ara ẹni"* pẹ̀lú " *ìfipá múni jẹ́wọ́.* " Fún àpẹẹrẹ, bí ẹni náà bá ti ṣubú sínú ìwà àìtọ́, kò lè sinmi títí tí ó fi jẹ́wọ́ ẹ̀ṣẹ̀ rẹ̀. Ó sábà máa ń jẹ́wọ́ fún àwọn tí ó yẹ kí ó fi ìfẹ́ hàn sí i jùlọ. Ó máa ń sún un láti ṣe èyí láti "mú" àwọn ẹlòmíràn "gbọ̀n rìrì" kí wọ́n lè fún un ní àfiyèsí tí a fipá mú kí ó sì rí ẹni tí yóò rọ́pò ìfẹ́.

Nísinsìnyí, ẹ jẹ́ kí a lọ sí ọwọ́ ọ̀tún nínú àpèjúwe náà. A pe ìka ààrín nínú àpèjúwe náà ní "ìṣọ̀tẹ̀". Gẹ́gẹ́ bí a ti rí i, ìṣọ̀tẹ̀ fi ọ̀kan lára àwọn ìwà èké tí àwọn ẹ̀mí èṣù gbé kalẹ̀ hàn. A lè kà àwùjọ àwọn ẹ̀mí èṣù yìí sí èyí tí ó ń san ẹsan fún "ìkọ̀sílẹ̀". Ìṣọ̀tẹ̀ jẹ́ òdìkejì ìkọ̀sílẹ̀. Ọ̀kan jẹ́ ẹni tí ó ń sọ̀rọ̀ gbangba tí ó sì ń ru gùdù, èkejì jẹ́ ẹni tí ó fà sẹ́yìn tí kò sì ní ààbò.

Ìka òrùka ní ọwọ́ ọ̀tún dúró fún *ìfẹ́-ọkàn ara-ẹni.* Ẹ̀mí èṣù yìí "fẹ́" ènìyàn sí ìfẹ́-ọkàn ara-ẹni. Èyí ṣí ọ̀nà sílẹ̀ fún *agídí* , *ìmọtara-ẹni-nìkan* àti *àìlèkọ́ni.* Lẹ́ẹ̀kan sí i, a rí èrè fún *ìkọ̀sílẹ̀.* Níwọ́n ìgbà tí a ti kọ̀ ẹni náà sílẹ̀ tàbí tí ó bẹ̀rù ìkọ̀sílẹ̀, ó ń sún un láti tẹ́ ara rẹ̀ lọ́rùn... láti tì ara rẹ̀. Nípa bẹ́ẹ̀, ó ń gbìyànjú láti borí ìmọ̀lára ìkọ̀sílẹ̀.

A pe ìka ìtọ́kasí ní *ẹ̀sùn.* Ó tún jẹ́ ẹ̀mí èṣù tó ń san án padà. Ó ń fa àfiyèsí kúrò nínú ìkọ̀sílẹ̀. Ó ń wá ọ̀nà láti mú kí ọkàn ẹni kúrò nípa pípe àfiyèsí sí àwọn ẹlòmíràn. Ìka ìtọ́kasí òsì ń tọ́ka sí ara ẹni - "Èmi ni mo jẹ̀bi," nígbà tí ìka ìtọ́kasí ọ̀tún ń tọ́ka sí àwọn ẹlòmíràn - "Ìwọ ni mo jẹ̀bi." Ẹ̀sùn náà ṣí ilẹ̀kùn fún àwọn ẹ̀mí ẹ̀sùn alábààkẹ́gbẹ́ .

Ìka kékeré tó wà ní ọwọ́ ọ̀tún ni *ẹ̀tàn ara ẹni.* Àwọn alábààkẹ́gbẹ́ rẹ̀ jẹ́ *ẹ̀tàn* , *ẹ̀tàn ara ẹni* àti *ìgbéraga.* Ẹ̀mí "ara" mẹ́ta yìí máa ń gbé ìgbéraga sókè. Ìgbéraga jẹ́ ẹsan mìíràn fún ìkọ̀sílẹ̀. Ẹni tó bá rò pé òun ti kọ̀ sílẹ̀ fẹ́ láti nímọ̀lára pé òun ṣe pàtàkì. Ẹ̀mí *ẹ̀tàn* máa ń jáde wá, ó sì máa ń sọ pé, "O jẹ́ ẹni gidi kan"; "Onímọ̀ nípa ẹ̀mí ni ọ́!", tàbí irú òmìrán mìíràn. Ó dà bíi pé ìgbéraga tí wọ́n ti bàjẹ́ ni wọ́n ń fún ní ìwúrí. Ṣùgbọ́n gbogbo rẹ̀ jẹ́ ẹ̀mí èṣù. Ó kàn ń yọrí sí ìjákulẹ̀ àti ìjákulẹ̀ tó pọ̀ sí i.
Nínú ọ̀ràn kan nípa iṣẹ́ ìránṣẹ́, *ẹ̀mí ẹ̀tàn ara-ẹni* ti mú kí ọmọbìnrin ọlọ́dún mẹ́tàlá kan gbàgbọ́ pé òun jẹ́ ọmọ ọdún mọ́kàndínlógún. Ó gba orúkọ mìíràn láti bá ẹlòmíràn lò. Ó gbìyànjú láti ronú, sọ̀rọ̀, kí ó sì hùwà bí ọmọbìnrin

àgbàlagbà. Wọ́n tì í kọjá agbára rẹ̀ àti ìdàgbàsókè rẹ̀ déédé. Ó tún fi kún ìnilára rẹ̀ gidigidi.

Nípasẹ̀ ìfihàn, Olúwa fi hàn bí àwọn àtàǹpàkò ṣe dúró fún ìpele "Paranoid" ti schizophrenia. Apá kan rẹ̀ ni a fi hàn ní àtàǹpàkò òsì nítorí pé ó fìdí múlẹ̀ láti inú ìkọ̀sílẹ̀. Ní apá ìkọ̀sílẹ̀ ni ẹ̀mí *owú* àti *owú*. Àwọn tí kò ní àjọṣepọ̀ ìfẹ́ papọ̀ di owú àti owú fún àwọn tí wọ́n ní ìrírí ìfẹ́ tí ó tẹ́nilọ́rùn. Ní apá ìṣọ̀tẹ̀ ni ẹ̀mí *àìgbẹ́kẹ̀lé* , *ìfura, ìbẹ̀rù* àti *inúnibíni wà*. Ẹ̀mí èṣù mìíràn tún wà nínú ẹgbẹ́ yìí tí ó tẹ̀lé e, a sì pè é ní *"Ìjà pẹ̀lú òtítọ́ láìka ohunkóhun sí."* Ìfura àti àìgbẹ́kẹ̀lé máa ń kóra jọ sínú ẹni náà títí tí a ó fi fipá mú un láti kojú ẹni kejì. Lẹ́yìn ìkọlù náà, ìfúngun náà máa ń dínkù nínú rẹ̀ fún ìgbà díẹ̀. Ṣùgbọ́n ó máa ń jẹ́ kí ẹni tí a kọlù náà tọ́jú ọgbẹ́ *rẹ̀* . Ẹni tí ó ń ṣe lábẹ́ agbára *àwọn ẹ̀mí èṣù tí ń pa ara rẹ̀ rẹ́* kò ní ìmọ̀lára púpọ̀ nípa iye ọgbẹ́ tí ó ń fà, síbẹ̀ ó ní ìmọ̀lára púpọ̀ sí gbogbo ìkọlù sí ara rẹ̀.

Ìfihàn tí a fi hàn ní ìka àti àtàǹpàkò ọwọ́ ti fi hàn pé kò ní àṣìṣe, gẹ́gẹ́ bí ọ̀pọ̀lọpọ̀ iṣẹ́ ìránṣẹ́ pẹ̀lú àwọn onímọ̀ nípa àrùn ọpọlọ ṣe ń ṣe ìdájọ́ rẹ̀. Kò sí àbùkù kankan nínú rẹ̀.
Àwọn ẹ̀mí èṣù tí a kọ sí apá òsì jẹ́ àfihàn àwọn ẹ̀mí mìíràn tí a sábà máa ń rí nínú ìkọ̀sílẹ̀ ti àpẹẹrẹ schizophrenia. Àwọn wọ̀nyí yóò ní àwọn ìyàtọ̀ díẹ̀ láti ọ̀dọ̀ ẹnìkọ̀ọ̀kan. Àkọsílẹ̀ náà jẹ́ ohun tí ó ń fi hàn dípò kí ó jẹ́ pé ó kún rẹ́rẹ́. Ó hàn gbangba ní ọ̀pọ̀lọpọ̀ ìgbà pé àwọn ẹ̀mí èṣù tí a kọ sí apá òsì ní ìbáṣepọ̀ pẹ̀lú àwọn ẹ̀mí mẹ́ta tí wọ́n jẹ́ irú ìkọ̀sílẹ̀ ... *ìkọ̀sílẹ̀, ìbẹ̀rù ìkọ̀sílẹ̀* àti *ìkọ̀sílẹ̀ ara ẹni.*
Àkójọ àwọn ẹ̀mí èṣù ní ọwọ́ ọ̀tún ní *ìdarí àti jíjẹ́ ẹni tí ó ní ẹ̀mí.* Wọ́n ní í ṣe pẹ̀lú ìṣọ̀tẹ̀.
Nítorí pé ìṣọ̀tẹ̀ dàbí ẹ̀ṣẹ̀ àjẹ́, àti agídí bí ẹ̀ṣẹ̀ àti ìbọ̀rìṣà. 1 Sam. 15:23a

A le túmọ̀ ẹsẹ yìí ní ọ̀nà méjì. Àkọ́kọ́, mo túmọ̀ rẹ̀ sí pé ìṣọ̀tẹ̀ jẹ́ ohun ìríra fún Ọlọ́run bí ìṣẹ́ àjẹ́ fúnra rẹ̀. Mo tún túmọ̀ rẹ̀ sí pé ẹni tí ó ní ìwà ọ̀tẹ̀ ní ìwà àjẹ́. Ète nínú iṣẹ́ àjẹ́ ni láti ṣàkóso. Ó jẹ́ ìṣàkóso ẹlòmíràn nípa mímọ̀ tàbí láìmọ̀ nípa lílo agbára àwọn ẹ̀mí búburú. Ìṣọ̀tẹ̀ sábà máa ń yorí sí ìṣàkóso.

Nísinsìnyí, ẹ jẹ́ kí a tẹ̀síwájú ní ọwọ́ ọ̀tún. "Gbòǹgbò ìkorò" kan wà. Ní gbogbo ìgbésí ayé ènìyàn ní ìjà. Àwọn nǹkan máa ń ṣẹlẹ̀, a sì máa ń sọ ọ̀rọ̀ tó nílò ìdáríjì. Ipò ìṣòro pẹ̀lú ẹni tó ní àrùn schizophrenia nìyí. Kò lè dáríjì. Ó ní *ẹ̀mí àìdáríjì*. Àwọn nǹkan tó ṣẹlẹ̀ ní ọgbọ̀n ọdún sẹ́yìn náà wà láàyè bí wọ́n ṣe wà ní ìṣẹ́jú tí wọ́n ṣẹlẹ̀. Gbòǹgbò ìkorò ni a ń pa mọ́ láàyè, inú rẹ̀ sì ni *ìbínú* , *ìkórìíra, ìbínú, ìgbẹ̀san, ìwà ipá* àti *ìpànìyàn ti ń jáde wá.* Ọ̀pọ̀lọpọ̀ ẹ̀mí èṣù mìíràn ló lè so mọ́ gbòǹgbò ìkorò bẹ́ẹ̀.

Báwo ni àwọn onímọ̀ nípa àrùn ọpọlọ ṣe ń jáde kúrò nínú ìdàrúdàpọ̀ yìí? Àwọn agbègbè pàtàkì mẹ́ta láti ṣẹ́gun ni ÌKÌLỌ̀, ÌṢỌ̀TỌ̀ àti Gbòǹgbò ÌKÍTỌ̀. Bí a bá ti ṣẹ́gun àwọn agbègbè wọ̀nyí " *ilé* " (ìgbésí ayé) gbọ́dọ̀ kún nípa fífúnni àti gbígbà ìfẹ́, nípa ìtẹríba fún gbogbo aláṣẹ tó tọ́ àti nípa ìdáríjì gbogbo ènìyàn láìka ipò náà sí. Nígbà tí a bá ti ṣẹ́gun àwọn agbègbè mẹ́ta wọ̀nyí, àwọn ẹ̀mí mìíràn tí ó jọra yóò pàdánù agbára wọn. Ìpinnu ṣe pàtàkì. Ẹni tí ó bá lè máa sọ pé, "Èmi yóò yàtọ̀! Èmi kò ní jẹ́ kí àwọn ẹ̀mí èṣù ṣe àkóso ìgbésí ayé mi!" yóò rí ìṣẹ́gun nígbẹ̀yìn-gbẹ́yín.
Láàárín àwọn ọwọ́ tó wà ní ìsàlẹ̀ àpèjúwe náà ni àwòrán kékeré kan tó ń jẹ́ "Ẹni Tòótọ́". Bí ìdáǹdè náà ṣe ń lọ lọ́wọ́ fún àkókò kan, "Ẹni Tòótọ́" gbọ́dọ̀ dìde (tí a fi ọfà ṣàpẹẹrẹ) kí ó sì ya àwọn ẹni tí kì í ṣe onímọ̀ nípa ṣíṣàì gbà pẹ̀lú gbogbo agbára wọn àti gbogbo ohun tí wọ́n ń ṣojú fún. "Ẹni Tòótọ́" gbọ́dọ̀ gba ìwà Jésù fúnra rẹ̀. Àwọn ìdánrawò ẹ̀mí bíi kíkẹ́kọ̀ọ́ Bíbélì, àdúrà, ààwẹ̀, ìyìn àti ìbáṣepọ̀ pẹ̀lú àwọn onígbàgbọ́ mìíràn ṣe pàtàkì fún ìdáǹdè àṣeyọrí. Àwọn ìdánrawò ẹ̀mí wọ̀nyí yóò tún mú kí ìdáǹdè yára sí i bí ìgbésí ayé ẹni náà ti kún fún àwọn ohun rere ti Kristi Jésù.

Iṣẹ́ àṣekára ni fún aláìsàn schizophrenia àti ìránṣẹ́ ìgbàlà. Mo fẹ́ràn àwọn onímọ̀ nípa schizophrenia gidigidi tí wọ́n ń jà títí dé ìṣẹ́gun. Mo fẹ́ràn àwọn ìṣẹ́gun wọ̀nyí ju gbogbo àwọn ìtúsílẹ̀ mìíràn lọ. Ìtúsílẹ̀ schizophrenia ni ìtúsílẹ̀ tó jinlẹ̀ jùlọ, tó ní ipa jùlọ, tó sì dájú jùlọ tí a ti rí.

Àdúrà láti gbà wá lọ́wọ́ Schizophrenia

"Ẹ̀yin ẹ̀mí èṣù onímọ̀ nípa schizophrenia, mo pè yín. Ẹ mú àwọn ìwà méjì tí ó yàtọ̀ síra yín jáde tí ẹ ń gbé kalẹ̀ nínú rẹ̀ tàbí òun. Ọ̀kan nínú yín ní ìkọ̀sílẹ̀ àti àánú ara ẹni, èkejì sì ní ìṣọ̀tẹ̀ àti ìbínú. Kò sí ọ̀kan nínú àwọn ìwà wọ̀nyẹn tí ó jẹ́ ti Òun tàbí Òun gidi. Mo tú Ẹni gidi sílẹ̀ mo sì tú u sílẹ̀ láti jẹ́ ohun tí Jésù fẹ́ kí ó jẹ́." Ní orúkọ Jésù, Àmín

Àdúrà Kúkúrú fún Ìdáǹdè Ara-ẹni.

"Olúwa Jesu Kristi, mo gbàgbọ́ pé o kú lórí àgbélébùú fún ẹ̀ṣẹ̀ mi, o sì jí dìde kúrò nínú òkú. O rà mí padà nípa ẹ̀jẹ̀ rẹ, èmi sì jẹ́ ti rẹ, mo sì fẹ́ wà láàyè fún ọ. Mo jẹ́wọ́ gbogbo ẹ̀ṣẹ̀ mi—tí a mọ̀ àti èyí tí a kò mọ̀—mo káàánú fún gbogbo wọn. Mo kọ̀ gbogbo wọn sílẹ̀. Mo dáríjì gbogbo àwọn ẹlòmíràn bí mo ṣe fẹ́ kí O dáríjì mí. Dáríjì mí nísinsìnyí kí o sì fi ẹ̀jẹ̀ Rẹ wẹ̀ mí mọ́. Mo dúpẹ́ lọ́wọ́ Rẹ fún ẹ̀jẹ̀ Jesu Kristi tí ó wẹ̀ mí mọ́ kúrò nínú gbogbo ẹ̀ṣẹ̀ nísinsìnyí. Mo sì wá sọ́dọ̀ Rẹ nísinsìnyí gẹ́gẹ́ bí olùgbàlà mi. O mọ àwọn àìní pàtàkì mi—ohun tí ó so mọ́, tí ó ń pọ́n mi lójú, tí ó ń sọ di aláìmọ́; ẹ̀mí búburú yẹn, ẹ̀mí àìmọ́ yẹn—mo gbà ìlérí ọ̀rọ̀ Rẹ pé, "Ẹnikẹ́ni tí ó bá pe orúkọ Olúwa ni a ó gbà là." Mo ké pè ọ́ nísinsìnyí. Ní orúkọ Olúwa Jesu Kristi, gbà mí sílẹ̀ kí o sì dá mi sílẹ̀. Satani, mo kọ̀ ọ́ àti gbogbo iṣẹ́ rẹ sílẹ̀. Mo tú ara mi sílẹ̀ kúrò lọ́wọ́ rẹ, ní orúkọ Jesu, mo sì pàṣẹ fún ọ láti fi mí sílẹ̀ nísinsìnyí ní orúkọ Jesu. Àmín!"
Jẹ́ kí ó wá láti ọkàn rẹ kí o sì rí ìgbàlà Olúwa!

Ṣé o ń ṣàìsàn tàbí o nílò àtúnṣe?

Fún àwọn tí wọ́n ń ṣàìsàn tàbí tí wọn kò ní ìrísí tàbí ìrísí èyíkéyìí, tàbí tí wọ́n nílò ìtúsílẹ̀? Tàbí ìtúnpadà, jọ̀wọ́ fi ọwọ́ kan àmì tí ó wà ní ìsàlẹ̀ pẹ̀lú ìgbàgbọ́ (Ìgbàgbọ́ ni rírí àbájáde rere pàtó ti ipò rẹ lọ́wọ́lọ́wọ́, ní mímọ̀ pé Jésù ti ṣe ipa tirẹ̀ ní ohun tí ó ju ẹgbẹ̀rún ọdún méjì lọ láti rí ìwòsàn àti ìtúsílẹ̀ rẹ gbà, ìtúnpadà gẹ́gẹ́ bí ìsanwó ìṣáájú, ní gbígbọ́kànlé pé ìsanwó ìṣáájú náà wà fún ọ láti fà láti inú, bí ìwọ̀ntúnwọ̀nsì rere nínú àkọọ́lẹ̀ ìfowópamọ́ rẹ, kò sí ìbéèrè tí a béèrè bí a ṣe gbà pẹ̀lú rẹ tí a sì pe BE HEALED ní orúkọ Jésù Kristi, Àmín)

Nípasẹ̀ àṣẹ, ìwọ ti fún mi àti àwọn, mo lo àṣẹ yẹn nísinsìnyí pẹ̀lú ìgbàgbọ́ pẹ̀lú ìbínú wọn sí ọ̀tá àti ebi láti gba ohun tí o ti fi fún gbogbo wọn lọ́fẹ̀ẹ́, mo fi gbogbo àìsàn bú, gbogbo àrùn, ìbáà ṣe àrùn jẹjẹrẹ, COVID 19, ìbáà ṣe ẹ̀mí àìlera, ìbáà ṣe ẹ̀mí ẹ̀mí èṣù tàbí ìnilára, ìbáà ṣe ẹ̀mí òṣì, ìjákulẹ̀, ìmúṣẹ pípẹ́ ti ohun tí Ọlọ́run ti pinnu àti tí ó ti tú sílẹ̀. A dojúkọ àìdára náà, mo dè wọ́n, a fi wọ́n bú sí gbòǹgbò wọn a sì lé wọn jáde nípa àṣẹ ní orúkọ Jésù Kristi. Àmín. A kéde ìtúsílẹ̀ ìwòsàn, ìgbàlà àti ìmúpadàbọ̀sípò sínú ìgbésí ayé wọn ní orúkọ alágbára Jésù Kristi. Ẹ ṣé o Olúwa fún àwọn ẹ̀rí tí ó dúró fún ògo àti ọlá àti ìbọ̀wọ̀ rẹ. Ẹ ṣé o fún àwọn ọkàn tí a ń fi kún ìjọba Rẹ nítorí ìhìn iṣẹ́ yìí, àwọn iṣẹ́ ìyanu tí a ti ń rí nísinsìnyí tí a sì ń fihàn fún ògo rẹ ní orúkọ Jésù, Àmín. Ó ti parí! Ẹ yọ̀!

Fi ọwọ́ kan ibi tí a fihàn gẹ́gẹ́ bí ibi ìfọwọ́sowọ́pọ̀ kí o sì fi ẹnu rẹ jẹ́wọ́ – Mo ti wòsàn, mo ti gbàlà, mo sì ti sọ ara mi di tuntun nínú ẹ̀mí mi, ọkàn mi, ara mi àti gbogbo àyíká mi ní orúkọ JESU KRISTI, Àmín!!!

Bẹ̀rẹ̀ sí í ṣe ohun tí o kò lè ṣe tẹ́lẹ̀ kí o sì bẹ̀rẹ̀ sí í jẹ́wọ́ títí tí ìwòsàn pípé, àtúnṣe ìgbàlà yóò fi di èso nínú ìgbésí ayé rẹ ní orúkọ Jésù, àmín. Ẹ máa pa ebi fún gbogbo Ọlọ́run,

ẹ máa bínú kí ẹ sì gba gbogbo ohun tí ọ̀tá ti dá dúró ní orúkọ Jésù, àmín

Àkíyèsí:
Jẹ́rìí sí ìwòsàn fún ògo Ọlọ́run àti ìtìjú ọ̀tá! Fi ìméèlì tàbí whatsappránṣẹ́ sí wa tí o bá ṣì nílò kí a gbà pẹ̀lú rẹ lórí ọ̀rọ̀ náà. Kí o sì sopọ̀ mọ́ àwọn ohun èlò tí yóò bẹ̀rẹ̀ ní ọ̀sẹ̀ tó ń bọ̀ ní ọjọ́rú. Wá àlàyé díẹ̀ lórí ojú-òpó wẹ́ẹ̀bù wa láìpẹ́!

Àwọn Ìlòkulò Ńlá - 1 - Ìparí

Àwọn ọ̀rẹ́ mi, mo nírètí àti àdúrà pé ìwé yìí yóò mú gbogbo ohun tí ẹ fẹ́ kí ẹ tó pàṣẹ wá fún yín àti púpọ̀ sí i ní orúkọ Jésù, Àmín.

Kí n tó parí ọ̀rọ̀ mi, mo fẹ́ fún yín ní àǹfààní tó pọ̀ sí i fún àwọn iṣẹ́ àṣekára tó pọ̀ sí i. Ẹ jẹ́ ká jọ ṣe àwárí àǹfààní yìí.

Àǹfààní ńlá

A kò ní parí àkọlé yìí lórí Borderless títí a ó fi fún àwọn tí kò tíì pàdé Jésù ní àǹfààní láti mú àlàáfíà wọn wá lónìí

Àdúrà Ìgbàlà

Àdúrà Ìgbàlà - Ìjíròrò Àkọ́kọ́ Wa Pẹ̀lú Ọlọ́run
"Àdúrà ìgbàlà" ni àdúrà pàtàkì jùlọ tí a óò máa gbà. Nígbà tí a bá ti ṣetán láti di Kristẹni, a ti ṣetán láti ní ìjíròrò gidi àkọ́kọ́ wa pẹ̀lú Ọlọ́run, àwọn wọ̀nyí sì ni àwọn apá rẹ̀:

- A gbà pé Jésù Kristi ni Ọlọ́run; pé Ó wá sí ayé gẹ́gẹ́ bí ènìyàn láti gbé ìgbésí ayé àìlẹ́ṣẹ̀ tí a kò lè gbé; pé Ó kú ní ipò wa, kí a má baà san gbèsè tí ó tọ́ sí wa.
- A jẹ́wọ́ ìgbésí ayé ẹ̀ṣẹ̀ wa àtijọ́ -- a ń gbé fún ara wa a kò sì ń gbọ́ràn sí Ọlọ́run.
- A gbà pé a ti múra tán láti gbẹ́kẹ̀lé Jesu Kristi gẹ́gẹ́ bí Olùgbàlà àti Olúwa wa.
- A n beere lọwọ Jesu lati wọ inu ọkan wa, ki o gbe ibẹ, ki o si bẹrẹ sii gbe nipasẹ wa.

Àdúrà Ìgbàlà - Ó Bẹ̀rẹ̀ pẹ̀lú Ìgbàgbọ́ nínú Ọlọ́run
Nígbà tí a bá gbàdúrà àdúrà ìgbàlà, a ń jẹ́ kí Ọlọ́run mọ̀ pé a gbàgbọ́ pé Ọ̀rọ̀ Rẹ̀ jẹ́ òótọ́. Nípa ìgbàgbọ́ tí Ó fún wa, a yàn láti gbàgbọ́ nínú Rẹ̀. Bíbélì sọ fún wa pé " *láìsí ìgbàgbọ́ kò*

ṣeé ṣe láti tẹ́ Rẹ̀ lọ́rùn, nítorí ẹni tí ó bá wá sí ọ̀dọ̀ Ọlọ́run gbọ́dọ̀ gbàgbọ́ pé Ó wà, àti pé Òun ni olùsẹ̀san fún àwọn tí ó ń wá a gidigidi " (Hébérù 11:6).

Nítorí náà, nígbà tí a bá gbàdúrà, tí a ń béèrè fún ẹ̀bùn ìgbàlà Ọlọ́run, a ń lo òmìnira ìfẹ́ wa láti jẹ́wọ́ pé a gbàgbọ́ nínú Rẹ̀. Ìfihàn ìgbàgbọ́ yẹn ń mú inú Ọlọ́run dùn, nítorí pé a ti yàn láti mọ̀ ọ́n fúnra wa.

Àdúrà Ìgbàlà - Jíjẹ́wọ́ Ẹ̀ṣẹ̀ Wa

Nígbà tí a bá ń gbàdúrà àdúrà ìgbàlà, a ń jẹ́wọ́ pé a ti ṣẹ̀. Gẹ́gẹ́ bí Bíbélì ti sọ nípa gbogbo ènìyàn, àyàfi Kristi nìkan: " *Nítorí gbogbo ènìyàn ti ṣẹ̀, wọ́n sì ti kùnà ògo Ọlọ́run* " (Róòmù 3:23).

Sí ẹ̀ṣẹ̀ jẹ́ láti kùnà sí àmì náà, gẹ́gẹ́ bí ọfà tí kò lu ojú akọ màlúù. Ògo Ọlọ́run tí a kùnà sí ni a rí nínú Jésù Kristi nìkan: " *Nítorí Ọlọ́run ni ẹni tí ó pàṣẹ pé kí ìmọ́lẹ̀ tàn láti inú òkùnkùn, òun ni ó ti tàn nínú ọkàn wa láti fún wa ní ìmọ́lẹ̀ ìmọ̀ ògo Ọlọ́run ní ojú Jésù Kristi* " (2 Kọ́ríńtì 4:6).

Àdúrà ìgbàlà, nígbà náà, mọ̀ pé Jésù Kristi ni ènìyàn kan ṣoṣo tí ó ti gbé láìsí ẹ̀ṣẹ̀ rí. " *Nítorí Ó ti sọ Ẹni tí kò mọ ẹ̀ṣẹ̀ di ẹ̀ṣẹ̀ fún wa, kí àwa lè di òdodo Ọlọ́run nínú Rẹ̀* " (2 Kọ́ríńtì 5:21).

Àdúrà Ìgbàlà - Jíjẹ́wọ́ Ìgbàgbọ́ nínú Kristi gẹ́gẹ́ bí Olùgbàlà àti Olúwa

Pẹ̀lú Kristi gẹ́gẹ́ bí ìwọ̀n pípé wa, a ń jẹ́wọ́ ìgbàgbọ́ nínú Rẹ̀ gẹ́gẹ́ bí Ọlọ́run nísinsìnyí, a sì gbà pẹ̀lú Àpósítélì Jòhánù pé: " *Ní àtètèkọ́ṣe ni Ọ̀rọ̀ náà (Kristi), Ọ̀rọ̀ náà sì wà pẹ̀lú Ọlọ́run, Ọ̀rọ̀ náà sì jẹ́ Ọlọ́run. Ó wà pẹ̀lú Ọlọ́run ní àtètèkọ́ṣe. Nípasẹ̀ Rẹ̀ ni a ti dá ohun gbogbo, láìsí Rẹ̀ a kò dá ohunkóhun tí a dá* " (Jòhánù 1:1-3).

Nítorí pé Ọlọ́run lè gba ẹbọ pípé, láìsí ẹ̀ṣẹ̀ nìkan, àti nítorí

Ó mọ̀ pé a kò lè ṣe é ṣe, Ó rán Ọmọ Rẹ̀ láti kú fún wa kí ó sì san owó ayérayé. "Nítorí *Ọlọ́run fẹ́ràn ayé tó bẹ́ẹ̀ tí Ó fi fi Ọmọ bíbí Rẹ̀ kan ṣoṣo fúnni, kí ẹnikẹ́ni tí ó bá gbàgbọ́ nínú Rẹ̀ má baà ṣègbé ṣùgbọ́n kí ó ní ìyè àìnípẹ̀kun* ." (Jòhánù 3:16).

Àdúrà Ìgbàlà - Sọ ọ́ kí o sì ní èrò rere nísinsìnyí!

Ṣé o fara mọ́ gbogbo ohun tí o ti kà títí di ìsinsìnyìí? Tí o bá gbà bẹ́ẹ̀, má ṣe dúró díẹ̀ sí i láti bẹ̀rẹ̀ ìgbésí ayé tuntun rẹ nínú Jésù Kristi. Rántí pé, àdúrà yìí kì í ṣe àgbékalẹ̀ ìyanu. O kàn ń sọ ọkàn rẹ fún Ọlọ́run ni. Gbàdúrà yìí pẹ̀lú wa: *"Baba, mo mọ̀ pé mo ti rú òfin rẹ àti pé ẹ̀ṣẹ̀ mi ti yà mí kúrò lọ́dọ̀ rẹ. Mo káàánú gidigidi, nísinsìnyí mo fẹ́ yípadà kúrò nínú ìgbésí ayé ẹ̀ṣẹ̀ mi àtijọ́ sí ọ. Jọ̀wọ́ dáríjì mí, kí o sì ràn mí lọ́wọ́ láti yẹra fún ẹ̀ṣẹ̀ mọ́. Mo gbàgbọ́ pé ọmọ rẹ, Jésù Kristi, kú fún ẹ̀ṣẹ̀ mi, ó jíǹde kúrò nínú òkú, ó wà láàyè, ó sì gbọ́ àdúrà mi. Mo pe Jésù láti di Olúwa ìgbésí ayé mi, láti ṣàkóso àti láti jọba ní ọkàn mi láti òní lọ. Jọ̀wọ́ rán Ẹ̀mí Mímọ́ rẹ láti ràn mí lọ́wọ́ láti gbọ́ràn sí ọ, àti láti ṣe ìfẹ́ rẹ fún gbogbo ìgbésí ayé mi. Ní orúkọ Jésù mo gbàdúrà, Àmín."*

Àdúrà Ìgbàlà - Mo ti gbàdúrà fún un; Kí ni ó ń ṣẹlẹ̀ nísinsìnyí?
Tí o bá ti gbàdúrà àdúrà ìgbàlà yìí pẹ̀lú ìdánilójú tòótọ́ àti ọkàn, o ti di ọmọlẹ́yìn Jésù nísinsìnyí. Òótọ́ ni èyí, yálà o nímọ̀lára ìyàtọ̀ tàbí bẹ́ẹ̀ kọ́. Àwọn ètò ìsìn lè ti mú ọ gbàgbọ́ pé o yẹ kí o nímọ̀lára nǹkan kan - ìmọ́lẹ̀ gbígbóná, ìró, tàbí ìrírí ìjìnlẹ̀ mìíràn. Òótọ́ ni pé, o lè ṣe bẹ́ẹ̀, tàbí o lè má ṣe bẹ́ẹ̀. Tí o bá ti gbàdúrà àdúrà ìgbàlà tí o sì ti pinnu rẹ̀, o ti di ọmọlẹ́yìn Jésù nísinsìnyí. Bíbélì sọ fún wa pé ìgbàlà ayérayé rẹ wà ní ààbò! " *pé bí o bá fi ẹnu rẹ jẹ́wọ́ Jésù Olúwa, tí o sì gbàgbọ́ nínú ọkàn rẹ pé Ọlọ́run ti jí i dìde kúrò nínú òkú, a ó gbà ọ́ là* " (Róòmù 10:9).

Ẹ kú àbọ̀ sí ìdílé Ọlọ́run! A gbà ọ́ níyànjú nísinsìnyí láti wá ìjọ àdúgbò kan níbi tí o ti lè ṣe ìrìbọmi kí o sì dàgbà nínú ìmọ̀ Ọlọ́run nípasẹ̀ Ọ̀rọ̀ Rẹ̀, Bíbélì.
O tun le ṣabẹwo si oju opo wẹẹbu wa ni www.otakada.org ti yoo ran ọ lọwọ lati dagbasoke ati dagba ninu Kristi Lilo ọna asopọ yii ninu ikẹkọọ Bibeli wiwa lati ṣawari Jesu fun ara rẹ

https://www.otakada.org/dbs-dmm/

Ìrìn àjò ọjọ́ ogójì láti di ọmọ-ẹ̀yìn

Tabi o le bẹrẹ irin-ajo ọjọ 40 ni iyara rẹ lori ayelujara nipasẹ ọna asopọ yii https://www.otakada.org/get-free-40-days-online-discipleship-course-in-a-journey-with-jesus/

Tí o bá nílò ìtọ́sọ́nà, fi ìmeeli ránṣẹ́ sí info@otakada.org
Kí Olúwa mú kí ìgbésí ayé rẹ gbòòrò sí i, kí ó sì fi ayọ̀, àlàáfíà, ìfẹ́ àti ìṣọ̀kan kún ọ, èyí tí Òun nìkan ṣoṣo lè fúnni, àmín

Àlàáfíà!

Àwọn Ohun Èlò Ìtọ́kasí Àwọn Olùkópa:

1) Otakada.org
2) Àwọn ẹ̀rí – healingrevival.com/testimonies
3) Àwọn ẹlẹ́dẹ̀ nínú Pápá Ìtura láti ọwọ́ Frank Hammond
4) Àwọn òfin Ìfẹ́sọ́nà – Cindy Trim
5) Ìfòróró fún iṣẹ́ ìyanu - Robert Schambach àti Donna
6) Àwọn ẹ̀mí èṣù yóò lé jáde – Derek Prince
7) Ìránṣẹ́ iṣẹ́ ìwòsàn àti ìdáǹdè láti ọwọ́ Ashish Raichur
8) Fifi Ọlọ́run Àgbàyanu ṣe iṣẹ́ nípasẹ̀ Ọjọ́ Ajé Ogbe
9) Ti o ni agbara - Norvel hayes

Àwọn ìwé àti ohun èlò tí a dámọ̀ràn

Mo Ri Ina Lati Orun: Lati Jihad si Jesu - Ifarabalẹ Labẹ Ina (Awọn Iwe Alààyè - Iwe Ẹ̀sìn Ọjọ́ 40)

Ìwé Àtẹ̀jáde - https://www.amazon.com/Saw-Fire-Heaven-Allegiance-Devotional/dp/B0GPK6C8VX

Ìwé Ẹ̀rọ Ìròyìn - https://www.amazon.com/Saw-Fire-Heaven-Allegiance-Devotional-ebook/dp/B0GP9TGL2D

CS Lewis (1898-1963) - Ẹ̀sìn Kristẹni lásán, Gbégbè ní Kíkún: Láti Ọkàn Tí Ó Ní Ìrẹ̀wẹ̀sì sí Ìgbésí Ayé Tí Ó Yípadà (Àwọn Ìwé Ìránṣẹ́ Ayé - Ẹ̀ka Ìfọkànsìn Ọjọ́ 40|Ìwé 2)

Ìwé Ẹ̀rọ-ìbánisọ̀rọ̀

https://www.amazon.com/Lewis-1898-1963-Mere-Christianity-Fully-ebook/dp/B0GKQ27F9N

Ìwé Páápù
https://www.amazon.com/Lewis-1898-1963-Mere-Christianity-Fully/dp/B0GM8YMXC3

Ideri lile

https://www.amazon.com/Lewis-1898-1963-Mere-Christianity-Fully/dp/B0GM8WHXJL

Ọjọ́ Àìkú Augustine ti Hippo (354–430 AD) Láti Ọkàn Àìní Ìbàlẹ̀ sí Ìgbésí Ayé Tí A Kọ̀ - Àwọn Ìwé Ìránṣẹ́ Alàààyè – Ẹ̀ka Ìfọkànsìn Ọjọ́ 40 - 1

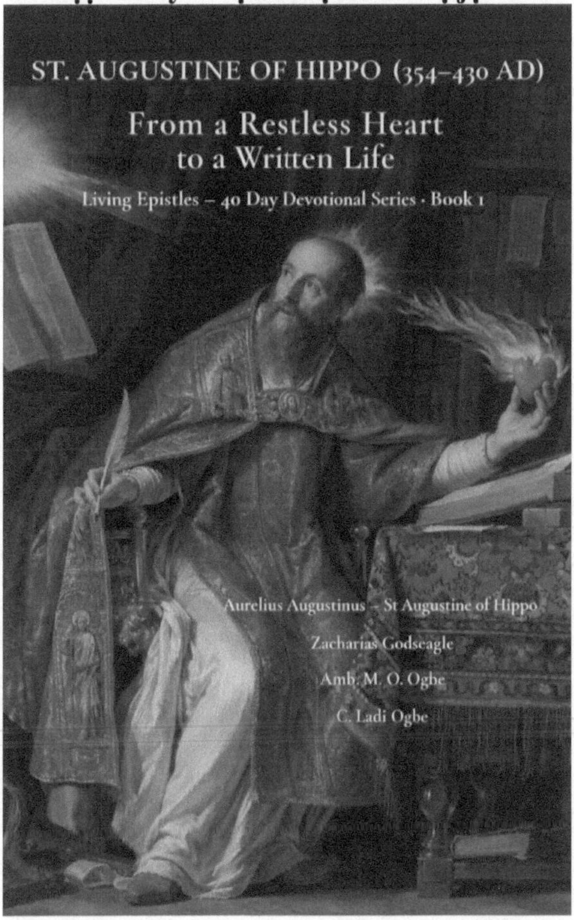

Ọna asopọ Amazon Ebook - https://www.amazon.com/ST-AUGUSTINE-HIPPO-354-430-Devotional-ebook/dp/B0GJN8N9XS

Ọna asopọ aṣẹ iwe-ẹri Amazon -
https://www.amazon.com/St-Augustine-Hippo-354-430-Devotional/dp/B0GJWTVLR6

Ìjápọ̀ ìwé Ingramspark -
https://shop.ingramspark.com/b/084?params=BZOOW3dj93aGEtBL2Fv1VY8wV1OQvA10dtZRDgk7Z9Z

ṢÀWÁRÍ MI

ÌSỌTÍ 7
Wo Ọkàn Ilé Rẹ sàn ní ọjọ́ méje.
Ẹ̀ka Ìtúnṣe – Ẹ̀dà Ìṣọ̀kan Ìdílé

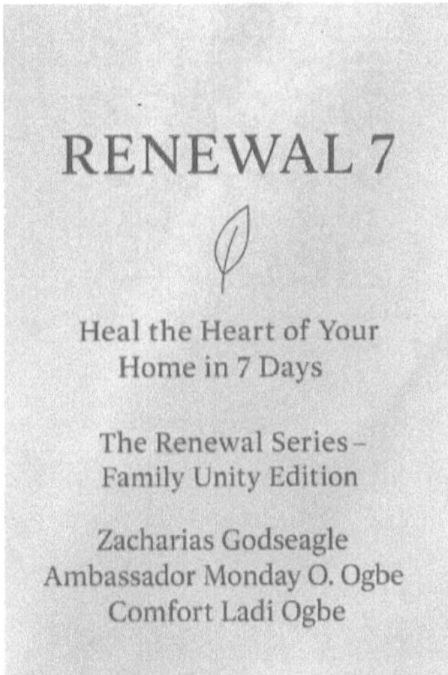

Ìjápọ̀ sí ìwé ìwé -
https://shop.ingramspark.com/b/084?params=htyfL002e1JzyEpZWkKtaXWF5FJ1jZFOjgiQKEfcbnw

Ìjápọ̀ sí ìwé-ẹ̀rí ojú-ìwé Amazon -
https://www.amazon.com/RENEWAL-Heal-Heart-Your-Renewal/dp/B0GD92153W

Ọna asopọ si Amazon Ebook -

https://www.amazon.com/RENEWAL-Heal-Heart-Your-Renewal-ebook/dp/B0G91BMFND

ṢÀWÁRÍ MI –

Ìtúnṣe 7: Wo Ọkàn Ilé Rẹ sàn ní ọjọ́ méje
Ẹ̀ka Ìtúnṣe — Ẹ̀dà Ìṣọ̀kan Ìdílé

Ìjápọ̀ sí ìwé àtẹ̀jáde -
https://shop.ingramspark.com/b/084?params=nSEELv9oUsItOu5akVZlg4ycGbbmvlBOtSiqeOZr5yQ

Ìjápọ̀ sí ìwé Amazon -
https://www.amazon.com/RENEWAL-MARRIAGE-Heart-Marriage-Renewal/dp/B0GDC1YZJ7

Ìjápọ̀ sí ìwé Amazon Ebook -
https://www.amazon.com/RENEWAL-MARRIAGE-Heart-Marriage-Renewal-ebook/dp/B0G6JXJWJL

Ìtẹ́ ọkàn – Awọn ogun mejila ti a gbọdọ ṣẹgun

Ìwé-ẹ̀rọ Amazon - https://www.amazon.com/THRONE-HEART-COVETOUSNESS-Counterfeit-CONTENTMENT-ebook/dp/B0G4SPFRY7

Ìwé ìkọ̀wé Amazon -
https://www.amazon.com/THRONE-HEART-COVETOUSNESS-Counterfeit-CONTENTMENT/dp/B0G4TKW1ND

Ìwé àtẹ̀jáde láti Ingramspark -
https://shop.ingramspark.com/b/084?params=a75LJXtvvI63VnzeQPleQTkAJWfu8CPQV6l5Oe31D80

Ìwàásù mẹ́rin nínú 1 láti ọwọ́ Zacharias Godseagle pẹ̀lú ìjápọ̀ ohùn –

Ìjápọ̀ Amazon Ebook - https://www.amazon.com/Sermons-Zacharias-Godseagle-Audio-links-ebook/dp/B0G4XCH4TW

Ìwé ìròyìn Amazon - https://www.amazon.com/Sermons-Zacharias-Godseagle-Audio-links/dp/B0G4TK4XGT

Ìjápọ̀ ìfàsẹ́yìn Ingram Paperback - https://shop.ingramspark.com/b/084?params=nK2JERskkbhdAOSNseTUNRhaCFqUPZuhB4uYfqrXvGb

Kóòdù Àjọ-ìsìnkú: Ìjíjí AI

Ìwé Ẹ̀rọ Alágbékalẹ̀ - https://www.amazon.com/Logos-Protocol-Awakening-artificial-intelligence-ebook/dp/B0FXNQFSWZ

Ìwé Àtẹ̀jáde - https://www.amazon.com/Logos-Protocol-Awakening-artificial-intelligence/dp/B0FXNGR66D

Hardback - https://www.amazon.com/Logos-Protocol-Awakening-artificial-intelligence/dp/B0FZNTQR6Y

Ìwé Ingramspark - https://shop.ingramspark.com/b/084?params=QkK4aNYTYO9U5z9uOkdHgc7Ue1eGDLqbb1tz9WRPaSk

Ìdí Tí Ìdáǹdè Fi Kùnà - àti Bí Iná Ọlọ́run Ṣe Ń Dá Ọkàn Padà: Àwọn Ìkéde Ojoojúmọ́ 40 fún Ìdáǹdè Gbogbogbòò

Ìwé Ẹ̀rọ Ìròyìn - https://www.amazon.com/Why-Deliverance-Fails-Declarations-All-Round-ebook/dp/B0FW74L4G4

Ìwé Àtẹ̀jáde - https://www.amazon.com/Why-Deliverance-Fails-Declarations-All-Round/dp/B0FWB3LXRM

A ti gbàlà ṣùgbọ́n a ti sọnù – Olùyípadà Àìkọ́kọ́ – tí a túmọ̀ sí èdè 25

Ìwé Páápù
https://shop.ingramspark.com/b/084?params=iYNB6S3PLMfREpm0jMM15bMe3BvWlkjcYyLYnHVGAds
Ìwé Ẹ̀rọ Alágbékalẹ̀ -
https://www.amazon.com/SAVED-BUT-LOST-UNDISCIPLED-heartbreak-ebook/dp/B0FVJ29DF7

ỌJỌ́ MÉJÌ TI ÌJÀ ÀTI ÌGBÀSÍLẸ̀ Ẹ̀MÍ - Apá Kìíní nìyí

Dídì Ọ̀tá Mú, Dídá Ọfà Méje Padà, àti Dídá Àyànmọ́ Rẹ Padà

https://shop.ingramspark.com/b/084?params=8mPzqUl73Ex7uPyeO7ydyt8EGkkB6u2gX1jZvWU8j1C

Ìjápọ̀ ìwé e-ìwé - https://www.amazon.com/DAYS-SPIRITUAL-WARFARE-RECOVERY-Returning-ebook/dp/B0FMPJM5KZ

ỌJỌ́ MÉJÌ TI ÌJÀ ÀTI ÌGBÀSÍLẸ̀ ẸMÍ - Apá Kejì - Ṣíṣe ìṣẹ́gun, Fífọ́ Ìwà Ipá Ilé, àti Ṣíṣe Àábò fún Ìyàn Rẹ Tí A Tún Padà

Ìwé àtẹ̀jáde - https://shop.ingramspark.com/b/084?params=LkpNmGSsApHhWhiSO7bW3wFmcXQKIO4ZEBeSbP5rL1S

Ìwé Ẹ̀rọ Alágbékalẹ̀ - https://www.amazon.com/DAYS-SPIRITUAL-WARFARE-RECOVERY-Wickedness-ebook/dp/B0FR9YCMY8

LÁTI ÒKÚN SÍ ÌJỌBA: Ọjọ́ 40 láti jáwọ́ nínú ìdènà òkùnkùn tí ó farasin.

–

Ìfọkànsìn Àgbáyé fún Ìmọ̀, Ìdáǹdè àti Agbára - Fún Àwọn Ẹnìkọ̀ọ̀kan, Àwọn Ìdílé, àti Àwọn Orílẹ̀-èdè Tí Ó Ṣetán láti Jẹ́ Òmìnira

Ìwé Páápù
https://shop.ingramspark.com/b/084?params=aVgp21QfwJxNANkfMxIQ0yejuFCVY12KFr978SRkZUD
Ìjápọ̀ Amazon - https://www.amazon.com/DARKNESS-DOMINION-Devotional-Awareness-Deliverance-ebook/dp/B0FLDH2Y67

- *A gba wa la kuro ninu agbara okunkun* **(iwe pata)**
  — Ra Nibi | Iwe elekitironi lori Amazon

  - **Àwọn Àtúnyẹ̀wò Tó Gbajúmọ̀ Láti Orílẹ̀-èdè Amẹ́ríkà:**
    - **Oníbààrà Kindle** : "Ìwé kíkà Kristẹni tó dára jùlọ!" (ìràwọ̀ márùn-ún)

Yin Jesu fun ẹri yii. Mo ti ni ibukun pupọ ati pe emi yoo ṣeduro gbogbo eniyan lati ka iwe yii... Nitori iku ni ere ẹṣẹ ṣugbọn ẹbun Ọlọrun ni iye ainipẹkun. Alafia! Alafia!

- **Da Gster** : "Ìwé tó dùn mọ́ni gan-an àti èyí tó yàtọ̀ gan-an ni èyí." (Ìràwọ̀ márùn-ún)

Tí ohun tí a sọ nínú ìwé náà bá jẹ́ òótọ́, a ti padà sẹ́yìn gan-an nípa ohun tí ọ̀tá lè ṣe! ... Ohun pàtàkì fún ẹnikẹ́ni tí ó bá fẹ́ kẹ́kọ̀ọ́ nípa ogun ẹ̀mí.

- **Visa** : "Mo nífẹ̀ẹ́ ìwé yìí" (ìràwọ̀ márùn-ún)

Èyí jẹ́ ohun tó ń ṣí ojú mi payá... ìjẹ́wọ́ òtítọ́... Láìpẹ́ yìí ni mo ti ń wá a kiri láti rà á. Inú mi dùn láti rà á láti Amazon.

- **FrankJM** : "O yatọ gan-an" (irawọ mẹrin)

Ìwé yìí rán mi létí bí ogun ẹ̀mí ṣe jẹ́ gidi tó. Ó tún mú kí n rántí ìdí tí a fi ń gbé "Ìhámọ́ra Kíkún ti Ọlọ́run" wọ̀.

- **JenJen** : "Gbogbo ẹni tí ó bá fẹ́ lọ sí ọ̀run - ka èyí!" (ìràwọ̀ márùn-ún)

Ìwé yìí yí ìgbésí ayé mi padà gan-an. Pẹ̀lú ẹ̀rí John Ramirez, yóò jẹ́ kí o wo ìgbàgbọ́ rẹ ní ọ̀nà ọ̀tọ̀ọ̀tọ̀. Mo ti kà á ní ìgbà mẹ́fà!

- *Onísìn Satani tẹ́lẹ̀: Ìyípadà James* (Ìwé Padà) — Ra Níbí | Ìwé Ẹ̀rọ lórí Amazon

- ***ẸRÍ TÍ Ó TI ṢE ẸRÍ SÁTÁNÌ KAN KAN KAN LORI ẸRÍ*** - *Pastor JONAS LUKUNTU MPALA* (Ìwé Pápá) — Ra Níbí | Ìwé Ẹ̀rọ lórí Amazon

- *Greater Exploits 14* (Ìwé Àtẹ̀jáde) — RaNíbí | Ìwé Ẹ̀rọ Ìròyìn lórí Amazon

- *Jade kuro ninu Eṣu's Cauldron* lati ọwọ John Ramirez — O wa lori Amazon
- *Ó Wá Láti Dá Àwọn Ìgbèkùn Sílẹ̀* Láti ọwọ́ Rebecca Brown — Wá lórí Amazon

Àwọn ìwé mìíràn tí òǹkọ̀wé tẹ̀ jáde – Ó lé ní ẹgbẹ̀rún àkọlé

A nifẹẹ, Ayanfẹ ati Gbogbo : Irin-ajo Ọgbọn Ọjọ lati Ikọsilẹ si **Itunṣe** ti a tumọ si ede 40 ni agbaye
https://www.amazon.com/Loved-Chosen-Whole-Rejection-Restoration-ebook/dp/B0F9VSD8WL

https://shop.ingramspark.com/b/084?params=xga0WR16muFUwCoeMUBHQ6HwYjddLGpugQHb3DVa5hE

Ní Ìgbésẹ̀ Rẹ̀ — Ìpèníjà WWJD Ọjọ́ 40: Gbígbé Bíi Jésù Nínú Àwọn Ìtàn Ìgbésí Ayé Tòótọ́ Kárí Ayé

https://www.amazon.com/His-Steps-Challenge-Real-Life-Stories-ebook/dp/B0FCYTL5MG

https://shop.ingramspark.com/b/084?params=DuNTWS59IbkvSKtGFbCbEFdv3Zg0FaITUEvlK49yLzB

JESU NI ẸNU ILEKUN:
Àwọn Ìtàn Àròsọ 40 àti Ìkìlọ̀ Ìkẹyìn Ọ̀run sí Àwọn Ìjọ Òní

https://www.amazon.com/dp/B0FDX31L9F

https://shop.ingramspark.com/b/084?params=TpdA5j8WPvw83glJ12N1B3nf8LQte2a1lIEy32bHcGg

ÌGBÉSÍ AYÉ MÁJÚ: Ọjọ́ 40 ti Rírìn nínú Ìbùkún ti Deuteronomi 28

- https://www.amazon.com/dp/B0FFJCLDB5

Àwọn ìtàn láti ọ̀dọ̀ àwọn ènìyàn gidi, ìgbọràn gidi, àti òtítọ́

https://shop.ingramspark.com/b/084?params=bH3pzfz1zdCOLpbs7tZYJNYgGcYfU32VMz3J3a4e2Qt

Ìyípadà ní èdè tó lé ní ogún

MÍMỌ̀ Ọ́ ÀTI MÍMỌ̀ Ọ́:
Ọjọ́ 40 sí ìwòsàn, òye, àti ìfẹ́ pípẹ́

https://www.amazon.com/KNOWING-HER-HIM-Healing-Understanding-ebook/dp/B0FGC4V3D9

https://shop.ingramspark.com/b/084?params=vC6KCLoI7Nnum24BVmBtSme9i6k59p3oynaZOY4B9Rd

PARÍ, KÌ Í ṢE DÍJÀ:
Ìrìn àjò ọjọ́ ogójì sí ète, ìṣọ̀kan, àti ìfọwọ́sowọ́pọ̀

https://shop.ingramspark.com/b/084?params=5E4v1tHgeTqOOuEtfTYUzZDzLyXLee30cqYo0Ov9941

https://www.amazon.com/COMPLETE-NOT-COMPETE-Journey-Collaboration-ebook/dp/B0FGGL1XSQ/

KÓÒDÙ ÌLERA ÀTỌ̀SÍLẸ̀ - Àwọn Kókó Ojoojúmọ́ 40 Láti Mu Ìwòsàn Ṣiṣẹ́ Nípasẹ̀ Ọ̀rọ̀ Ọlọ́run àti Ìṣẹ̀dá Ṣí Agbára Ìwòsàn Àwọn Ewéko, Àdúrà, àti Ìṣe Àsọtẹ́lẹ̀

https://shop.ingramspark.com/b/084?params=xkZMrYcEHnrJDhe1wuHHYixZDViiArCeJ6PbNMTbTux

https://www.amazon.com/dp/B0FHJT42TK

A le ri awọn iwe miiran lori oju-iwe onkọwe
https://www.amazon.com/stores/Ambassador-Monday-O.-Ogbe/author/B07MSBPFNX

www.ingramcontent.com/pod-product-compliance
Lightning Source LLC
LaVergne TN
LVHW090219051026
849517LV00001B/124